നീർമാതളം പൂത്ത കാലം

• TEN YEARS OF WORDS THAT MATTER •

കെ എൽ എഫും സാംസ്കാരിക ആധുനികതയും

1957-ൽ സ്വാതന്ത്ര്യസമരസേനാനിയും സാംസ്കാരിക നവോത്ഥാന നായകനുമായ ഡി സി കിഴക്കെമുറിയുടെ മുഖ്യസംഘാടനത്തിൽ കോട്ടയത്ത് നടന്ന സാഹിത്യപരിഷത്ത് സമ്മേളനമാണ് ആധുനിക കേരളത്തിന്റെ സാംസ്കാരികവളർച്ചയ്ക്ക് അടിത്തറയിട്ടത്. സ്വകാര്യകൂട്ടായ്മകളിൽ നിന്ന് സാഹിത്യത്തെ ജനകീയോത്സവമാക്കിയ ആ ദർശനത്തിന്റെ ആധുനികോത്തരതുടർച്ചയാണ് കോഴിക്കോട് കടപ്പുറത്ത് 2016-ൽ ഡി സി ബുക്സ് തുടക്കമിട്ട കേരള ലിറ്ററേച്ചർ ഫെസ്റ്റിവൽ (KLF). വലുതും ചെറുതുമായ അനേകം സാഹിത്യോത്സവങ്ങൾക്ക് പ്രചോദനമേകിക്കൊണ്ട്, തുറന്ന സംവാദങ്ങളുടെ ഇടമായി കേരളത്തെ പരിണമിപ്പിച്ചത് കെ എൽ എഫ് ആണ്.

കോഴിക്കോടിനെ യുനെസ്കോയുടെ ഇന്ത്യയിലെ ആദ്യത്തെ 'സാഹിത്യനഗരി' പദവിയിലേക്കു നയിച്ചത് കെ എൽ എഫിന്റെ നിരന്തരസാന്നിധ്യവും പ്രവർത്തനങ്ങളുമാണ്. നൊബേൽ, ബുക്കർ സമ്മാനജേതാക്കൾമുതൽ സമകാലിക ലോകസാഹിത്യത്തിലെ പ്രമുഖർവരെ എത്താനാഗ്രഹിക്കുന്ന ഇന്ത്യയിലെ സംസ്ഥാനങ്ങളിലൊന്നായി കേരള ലിറ്ററേച്ചർ ഫെസ്റ്റിവലിലൂടെ കേരളം മാറിക്കഴിഞ്ഞു. സാംസ്കാരിക സമ്പദ്വ്യവസ്ഥയെ പുനരുജ്ജീവിപ്പിച്ചത് കെ എൽ എഫ് കേരളത്തിൽ തുടക്കമിട്ട സാംസ്കാരികമുന്നേറ്റമാണ്. ജനപങ്കാളിത്തംകൊണ്ടും ഉള്ളടക്കമികവുകൊണ്ടും ഏഷ്യയിലെ ഏറ്റവും വലുതും ലോകത്തിലെ അഞ്ച് പ്രമുഖ സാഹിത്യോത്സവങ്ങളിലൊന്നുമായ കെ എൽ എഫ് എല്ലാ വർഷവും ജനുവരിയിൽ കോഴിക്കോട്ടാണ് നടക്കുന്നത്.

• www.keralalitfest.com •

മാധവിക്കുട്ടി (1934-2009)

പ്രശസ്ത കവയിത്രി യശഃശരീരയായ നാലപ്പാട്ട് ബാലാമണിയമ്മയുടെയും മാതൃഭൂമി മാനേജിങ് എഡിറ്ററായിരുന്ന വി.എം. നായരുടെയും മകൾ. 1934 മാർച്ച് 31-ന് ജനിച്ചു. കമല സുരയ്യ എന്ന പേര് പിന്നീട് സ്വീകരിച്ചു. കമലാദാസ് എന്നപേരിൽ ഇംഗ്ലിഷിലും എഴുതാറുണ്ടായിരുന്നു. ഏഷ്യൻ പോയട്രി പ്രൈസ്, കെന്റ് അവാർഡ്, ആശാൻ വേൾഡ് പ്രൈസ്, അക്കാദമി പുരസ്കാരം, കേരളസാഹിത്യ അക്കാദമി ചെറുകഥാ അവാർഡ്, വയലാർ അവാർഡ്, എഴുത്തച്ഛൻ പുരസ്കാരം എന്നിവ ലഭിച്ചിട്ടുണ്ട്. 2001-ൽ കേരളസാഹിത്യ അക്കാദമി ഫെല്ലോഷിപ്പ് നല്കി ആദരിച്ചു. 2009 മെയ് 31-ന് അന്തരിച്ചു.

മാധവിക്കുട്ടിയുടെ ഞങ്ങൾ പ്രസിദ്ധീകരിച്ച കൃതികൾ

നോവൽ: കടൽമയൂരം, ചന്ദനമരങ്ങൾ, മാധവിക്കുട്ടിയുടെ മൂന്ന് നോവലുകൾ, മാധവിക്കുട്ടിയുടെ നോവെല്ലകൾ, മാനസി, അമാവാസി (കെ.എൽ. മോഹനവർമ്മയുമൊത്ത്), കവാടം (സുലോചനയുമൊത്ത്)
ആത്മകഥ: എന്റെ കഥ, My Story, എന്റെ ലോകം
കഥ: അനശ്വരകഥകൾ, എന്റെ ചെറിയ കഥകൾ, എന്റെ ചെറുകഥകൾ, എന്റെ പ്രിയപ്പെട്ട കഥകൾ, ചേക്കേറുന്ന പക്ഷികൾ, നരിച്ചീറുകൾ പറക്കുമ്പോൾ, നഷ്ടപ്പെട്ട നീലാംബരി, പക്ഷിയുടെ മണം, മാധവിക്കുട്ടിയുടെ കഥകൾ, നെയ്പ്പായസവും ജനപ്രിയകഥകളും, രാജാവിന്റെ പ്രേമഭാജനം
സ്മരണ: ഒറ്റയടിപ്പാത, നീർമാതളം പൂത്ത കാലം, ബാല്യകാലസ്മരണകൾ, വിഷാദം പൂക്കുന്ന മരങ്ങൾ, ഒറ്റയടിപ്പാതയും വിഷാദം പൂക്കുന്ന മരങ്ങളും
കവിത: കമലാദാസിന്റെ തിരഞ്ഞെടുത്ത കവിതകൾ, കെട്ടിയിട്ട കോലാട്, Only the Soul Knows How to Sing- Selections from Kamala Das, Summer in Calcutta
കുറിപ്പുകൾ: ഈ ജീവിതംകൊണ്ട് ഇത്രമാത്രം, ഡയറിക്കുറിപ്പുകൾ, ഭയം എന്റെ നിശാവസ്ത്രം
യാത്രാവിവരണം: കേരളസഞ്ചാരം
സമ്പൂർണ്ണം: മാധവിക്കുട്ടിയുടെ കഥകൾ സമ്പൂർണ്ണം, മാധവിക്കുട്ടിയുടെ കൃതികൾ സമ്പൂർണ്ണം (3 വാല്യം)
ബാലസാഹിത്യം: അമ്മയും മകനും
പലവക: സ്ത്രീ: മാധവിക്കുട്ടിയുടെ അസമാഹൃത കഥകൾ, നാടകങ്ങൾ, തിരക്കഥ

ഡി സി ബുക്സ് പ്രസിദ്ധീകരിച്ച
മാധവിക്കുട്ടിയുടെ
പുസ്തകങ്ങൾ പരിചയപ്പെടാൻ
ക്യു ആർ കോഡ് സ്കാൻ ചെയ്യൂ.

നീർമാതളം പൂത്ത കാലം

1997–ലെ വയലാർ അവാർഡ് നേടിയ കൃതി

മാധവിക്കുട്ടി

ഡി സി ബുക്സ്

D C Books
DC Kizhakemuri Edam
Good Shepherd Street
KERALA, INDIA-686 001

MALAYALAM LANGUAGE
Neermāthalam Pootha Kālam

MEMOIR
by Madhavikkutty

First Published April 1993
This impression - July 2026

P-ISBN: 81-7130-244-0

E-ISBN: 978-81-264-6006-9

Distributors : D C Books-Current Books, INDIA

Printed in India: D C Press, Kottayam, INDIA.

D C BOOKS LIBRARY CATALOGUING IN PUBLICATION DATA
Madhavikkutty.
Neermathalam pootha kalam/Madhavikkutty.
320 p., 21 cm.
ISBN 81-7130-244-0.
1. Memoir. I. Title.
928.948 121-dc22

The views and opinions expressed in this book are the author's own and the facts are as reported by her, and the publishers are not in any way liable for the same.

: www.dcbooks.com : www.dcbookstore.com
: ebooks.dcbooks.com : customercare@dcbooks.com : 7290092216

D C BOOKS: THE FIRST INDIAN BOOK PUBLISHING HOUSE TO GET ISO CERTIFICATION

1164/26-27-Sl.No. 31667-dcb 1396-(98)-4000-7516-07-26-spb 70-T4-e pk- p(t) ar-d(t) ga

നീർമാതളം പൂക്കുന്നത് കേവലം ഒരാഴ്ചക്കാലത്തിനു
വേണ്ടിയാണ്. പുതുമഴയുടെ സുഗന്ധം മണ്ണിൽനിന്ന്
ഉയർന്നാൽ നീർമാതളം പൂക്കാറായി എന്ന് വിചാരിക്കാം.
പൂക്കൾ വന്നു നിറഞ്ഞാൽ ഇലകൾ കൊഴിയുകയും ചെയ്യും.

നീർമാതളം പൂത്ത കാലം

ഒന്ന്

നാലപ്പാട്ടുവീട് ആദ്യം ഒന്നേ ഉണ്ടായിരുന്നുള്ളു. അത് ആലുവായിലായിരുന്നു. സാന്നിദ്ധ്യക്കാവ് എന്ന് പേരുള്ള ഒരമ്പലവും അതിനു സമീപമുണ്ടായിരുന്നു. ആ അമ്പലത്തിന്റെ ചെലവുകൾ വഹിച്ചിരുന്നവർ നാലപ്പാട്ടുകുടുംബാംഗങ്ങളായിരുന്നു. പിന്നീട് വന്നേരിയെന്ന പ്രദേശത്ത് മറ്റൊരു നാലപ്പാട്ടുവീട് ജനിച്ചു. എന്റെ അമ്മമ്മയുടെ അമ്മമ്മയുടെ അമ്മയായിരുന്ന നാലപ്പാട്ടെ കുഞ്ചിയമ്മ എലിയങ്ങാട്ടിലെ തമ്പുരാന്റെ വധുവായി ആ നാട്ടിൽ വന്നെത്തിയപ്പോൾ തിരുത്തിക്കാട്ട് പറമ്പിൽ സർവലക്ഷണങ്ങളും ഒത്തുചേർന്ന ഒരിടത്ത് ഒരു വാസ്തുശാസ്ത്ര വിദഗ്ദ്ധനായ ആശാരി അവർക്ക് താമസിക്കുവാനായി പണിത വീടായിരുന്നു ആ വീട്. ആഡംബരമില്ലാത്ത ഒരു നാലുകെട്ട്. ആഡംബരം വന്നത് അതിന്റെ ചുറ്റും മരങ്ങൾ വളർന്നു നിന്നപ്പോഴാണ്. വേലിക്കരികെ മുളങ്കാടുകൾ, കള്ളിച്ചെടികൾ, മുരുക്ക്, എരുക്ക്, പൂവരശ്, വാക. കുളക്കരയിൽ സ്ഥിതിചെയ്യുന്ന പൊന്തകളിൽ ഒളിച്ച് സ്ത്രീകൾ കുളിക്കുന്നത് ആരും നോക്കിക്കാണരുതെന്നു കരുതി വളർത്തിയ ചേര് മരങ്ങൾ (അവയുടെ അടുത്തുനിന്നാലുടനേ ആർക്കും ശരീരമാസകലം ചൊറിഞ്ഞുതുടങ്ങും). കിഴക്കേ പറമ്പിൽ കൂവളകം, വടുകപ്പുളി നാരകം, ഈന്തൻപന, കരിമ്പന, കവുങ്ങ്. തെക്കേ പറമ്പിൽ പുളിയൻ മാവ്, ഞാവൽ, പാമ്പിൻകാവിൽ കാഞ്ഞിരം, ഇലഞ്ഞി, പരി, നീർമാതളം, കുങ്കുമമരം. വടക്കേ പറമ്പിൽ പ്ലാശ്, നെല്ലി, നീരുവലിച്ചുകുടിക്കാനുള്ള മഞ്ഞ മാങ്ങകൾ പേറുന്ന കൂറ്റൻ മാവ്, മറ്റു മാവുകൾ. നേന്ത്രവാഴക്കൂട്ടം. പടിഞ്ഞാറ് മൂവണ്ടൻ മാവുകൾ, മാതളനാരകം, കറിവേപ്പില. വേലിക്കൽ നറു മണമുള്ള പാല, പാരിജാതം, പവിഴമല്ലി, ആവണക്ക്, ഇലവംഗം. മരങ്ങളുടെ നിഴൽ കൊച്ചുപരവതാനികൾപോലെ ആ മുറ്റത്തും തൊടിയിലും ചിതറിക്കിടന്നു. തെങ്ങുകൾ അവയുടെ വികലങ്ങളായ ഛായകൾ പൂഴിയിൽ വിതറി. മുകളിലെ നടുവിലെ മുറിയിൽനിന്ന് പടിഞ്ഞാട്ടു നോക്കിയാൽ രണ്ടു ചെന്തെങ്ങുകളുടെ മനോഹാരിത ഞങ്ങൾക്ക് കാണാമായിരുന്നു.

ഞാൻ ജനിച്ചപ്പോഴേക്കും നാലപ്പാട്ടുകുടുംബക്കാർക്ക് ധനക്ഷയം സംഭവിച്ചുകഴിഞ്ഞിരുന്നു. പതിനഞ്ച് വയസ്സായ കുഞ്ചിയെ എലിയങ്ങാട്ട് തമ്പുരാൻ അഗാധമായി സ്നേഹിച്ചിരിക്കാം. പക്ഷേ, അദ്ദേഹത്തിന്റെ മരണശേഷം അനന്തരവന്മാരായ തമ്പുരാക്കന്മാർക്ക് നാലപ്പാട്ടുകാരോട് യാതൊരു ദാക്ഷിണ്യവും തോന്നിയില്ല. കുഞ്ചിക്ക് തമ്പുരാൻ കൊടുത്ത വസ്തുക്കൾ—അവയിൽ അവകാശം സ്ഥാപിച്ച് വീണ്ടെടുക്കുവാൻ അവർ പരിശ്രമിച്ചു. വ്യവഹാരത്തിൽപ്പെട്ട് നാലപ്പാട്ടെ സ്ത്രീകൾ ആകെ തളർന്നു. നാലപ്പാട്ടുകുടുംബത്തിൽ പുരുഷപ്രജകൾ കുറവായിരുന്നു. കുഞ്ചിയുടെ കിളിക്കൊഞ്ചലിലും ചാരുതയിലും ആകൃഷ്ടനായ ഭർത്താവ് അവൾക്ക് ആമാടക്കൂട്ടവും കൂട്ടുകടകവും കട്ടിക്കാപ്പും കല്ലുവച്ച തോടയും തീരെ ഇരുണ്ട പച്ചക്കല്ലുകൾ വച്ച ഒരു നാഗപടത്താലിയും സമ്മാനിച്ചു. നാഗപടത്താലിയുടെ കല്ലുകൾ എന്റെ അമ്മമ്മയുടെ എഴുത്തുപെട്ടിയിൽ കുറെക്കാലം അനാഥരായിക്കിടന്നിരുന്നു. അവയെടുത്തു സ്വർണ്ണത്തിൽക്കെട്ടി എന്റെ കഴുത്തിൽ അണിയിക്കുവാൻ അമ്മമ്മ അന്ന് മോഹിച്ചു.

അതിനുവേണ്ടതായ ഏഴ് പവൻ സ്വർണ്ണം സജ്ജീകരിക്കുവാൻ അമ്മമ്മയ്ക്ക് ഒരിക്കലും സാധിച്ചില്ല. അമ്മമ്മയുടെ പേര് നാലപ്പാട്ട് തിരുത്തിക്കാട്ട് കൊച്ചുകുട്ടിയമ്മ എന്നായിരുന്നു. ഔദ്യോഗികനാമം കല്യാണിക്കുട്ടിയമ്മ എന്നും. അവരുടെ അമ്മ അമ്മുക്കുട്ടിയമ്മ പുന്നത്തൂർ കോട്ടയിലെ വലിയ തമ്പുരാന്റെ മകളായിരുന്നു. കെട്ടുകല്യാണത്തിന് ക്ഷേത്രദർശനം നടത്തുവാൻ താൻ ആനപ്പുറത്താണ് പോയതെന്ന് അവർ പറഞ്ഞുകേട്ടിട്ടുണ്ട്. നാലപ്പാട്ട് സ്ത്രീകൾക്ക് സാധാരണയായി കണ്ടുവന്ന ചെറിയ ശരീരഘടനതന്നെയാണ് അവർക്കും ഉണ്ടായിരുന്നത്. മെലിഞ്ഞ മണികണ്ഠവും മെലിഞ്ഞ ഞെരിയാണിയും അവർക്കുണ്ടായിരുന്നു. കൈകൾ നേർത്തും ലോലങ്ങളായും പ്രത്യക്ഷപ്പെട്ടു. കുറച്ചുനേരം നെല്ലുകുത്തുകയോ കുറച്ചുതവണ കിണറ്റിൻകരയിൽനിന്ന് വെള്ളം കോരി വാഴത്തടത്തിൽ നനയ്ക്കുകയോ ചെയ്താൽ കൈകൾ ശക്തിപ്പെടുമെന്ന് അയൽക്കാരും ഭൃത്യന്മാരും അഭിപ്രായപ്പെട്ടു. ഭാരിച്ച പണികൾ ചെയ്യുവാൻ അമ്മമ്മയുടെ അമ്മയായ മുത്തശ്ശിക്ക് കഴിഞ്ഞിരുന്നില്ല. അവർക്ക് നാലടി ആറംഗുലംമാത്രമേ ഉയരം ഉണ്ടായിരുന്നുള്ളു. മാറ്റു കുറഞ്ഞ സ്വർണ്ണത്തിന്റെ നിറം. വലത്തേ കവിളത്ത് ലങ്കയുടെ ആകൃതിയിൽ ഒരു മറുകും അവർക്ക് ഉണ്ടായിരുന്നു. അതു ചെറുപ്പത്തിൽ തന്റെ കവിളത്ത് ഉണ്ടായിരുന്നില്ലെന്ന് അമ്മമ്മ എന്നോടു പറഞ്ഞു. ഗ്രഹപ്പിഴക്കാലത്തിന്റെ ആരംഭത്തിൽ മാത്രമേ കറുത്ത പാടുകൾ മുഖത്ത് വരികയുള്ളുവെന്ന്

അവർ പറഞ്ഞു. അമ്മമ്മയുടെ അമ്മയായ മുത്തശ്ശിയും വലിയമ്മാമനായ നാരായണമേനോന്റെ അമ്മയും ഒരു ജ്യേഷ്ഠത്തിയുടെയും അനിയത്തിയുടെയും മക്കളായിരുന്നു. കാട്ടുമാടം വലിയ നമ്പൂതിരിപ്പാടിന്റെ പുത്രിയായിരുന്നു അമ്മാമന്റെ അമ്മ മാധവിയമ്മ. അവർക്ക് നാലപ്പാട്ടുകാരുടെ വെളുത്തനിറം കിട്ടിയിരുന്നില്ല. ഞാനും അവരും മാത്രമായിരുന്നു നാലപ്പാട്ടുവീട്ടിലെ കറുത്ത പെണ്ണുങ്ങൾ. പക്ഷേ, ഞങ്ങളുടെ ശരീരങ്ങൾ കരുത്തുള്ളവയായിരുന്നു. ഞങ്ങളുടെ തലമുടിക്ക് കനവും നീളവുമുണ്ടായിരുന്നു.

നാലപ്പാട്ടു തിരുത്തിക്കാട്ട് എന്ന പേര് ചുരുക്കി പാത്രങ്ങളിലും നിലവിളക്കുകളിലും നാതി അമ്മുവമ്മ, നാതി കൊച്ചുവമ്മ മുതലായ പേരുകൾ കൊത്തിച്ചത് കാണാമായിരുന്നു. നാതി നാരായണ മേനോൻ എന്നെഴുതിയ നിലവിളക്കുകളിൽ ഒന്ന് എന്റെ കൈവശമുണ്ട്. അതാണ് എന്റെ പൂജാമുറിയിലെ കെടാവിളക്ക്. പാം ഓയിലിനും വിലകൂടിയിരിക്കുന്നു. എന്നിട്ടും ഞാൻ ആ വിളക്കിന്റെ നാളത്തെ കെടാതെ കാത്തുസൂക്ഷിക്കുന്നു. മതങ്ങളെ നിയമം പാസ്സാക്കി ഇല്ലാതാക്കണമെന്ന് ഞാൻ ഉറക്കെയുറക്കെ പ്രസ്താവിക്കുമ്പോൾ എന്റെ പൂജാമുറിയിൽ ആ പഴയ വിളക്ക് കത്തിജ്വലിക്കുന്നു.

മുത്തശ്ശി കല്യാണം കഴിച്ചത് ചിറളയം കോവിലകത്തെ തമ്പുരാനെയാണ്. വെളുത്ത് സ്ഥൂലശരീരനായ ഒരു ജന്മി. അദ്ദേഹത്തിന്റെയൊപ്പം കോവിലകത്തിൽ താമസിക്കുന്ന കാലത്ത് മുത്തശ്ശിക്ക് വിവാഹജീവിതത്തോട് കലശലായ മടുപ്പ് അനുഭവപ്പെട്ടു. തമ്പുരാൻ മറ്റു സ്ത്രീകളെ ഏതോ ദുർബല നിമിഷത്തിൽ സമീപിച്ചിരിക്കാം. ഏതായാലും ഒരു ദിവസം ഉച്ചതിരിഞ്ഞപ്പോൾ നാലപ്പാട്ട് ഒരു മഞ്ചൽ വന്നെത്തി. 'ഹേയ് ഹോ, ഹേയ് ഹോ' എന്നു വിളിച്ച് നടന്നിരുന്ന മഞ്ചൽവാഹകന്മാർ സംഭാരംകൂടി കുടിക്കുവാൻ നില്ക്കാതെ ചെറളയത്തേക്ക് മടങ്ങിപ്പോയി. മഞ്ചലിൽനിന്ന് മുത്തശ്ശി തന്റെ പെൺകുഞ്ഞിനെയും പൊക്കിയെടുത്തുകൊണ്ട് ഇറങ്ങി. അവർക്ക് അന്ന് പത്തൊമ്പതു വയസ്സായിരുന്നു പ്രായം.

"ഇനി ഞാൻ ചെറളയത്തേക്ക് പോണീല്യ," മുത്തശ്ശി കുടുംബാംഗങ്ങളോടു പറഞ്ഞു.

ഭർത്താവിനോടുള്ള മടുപ്പിന്റെ കാരണങ്ങൾ ആരും അന്വേഷിച്ചില്ല. നായർസ്ത്രീക്ക് തറവാട്ടിൽ എന്നുമെന്നും അന്തസ്സുള്ള സ്ഥാനമുണ്ടായിരുന്നു.

മുത്തശ്ശി തന്റെ കാലടികൾ കഴുകുമ്പോൾ നഖങ്ങൾ വെളുപ്പിക്കാൻ പ്രത്യേകം നിഷ്കർഷത കാണിച്ചു. ശംഖുകൾപോലെ തിളങ്ങുന്ന നഖങ്ങളും ചുവന്ന വിരൽത്തുമ്പുകളും അവർക്ക് ഉണ്ടാ

യിരുന്നു. ഒരു മണിക്കൂറെങ്കിലും അവർ കുളിക്കാനായി വിനിയോഗിച്ചു. വൃത്തിയുടെയും വെടിപ്പിന്റെയും ഒരു പ്രത്യേക മണം, ഒരു പുതുമഴ ഗന്ധം, അവരെ ആവരണം ചെയ്തു. വൃത്തിയോടുള്ള ഈ അഭിനിവേശമായിരിക്കാം അവരെ പത്തൊൻപതു വയസ്സിൽ ത്തന്നെ ബ്രഹ്മചര്യത്തിലേക്ക് മടങ്ങുവാൻ പ്രേരിപ്പിച്ചത് എന്ന് എനിക്ക് ഇപ്പോൾ തോന്നാറുണ്ട്.

അവരുടെ മകൾ കൊച്ചുവമ്മ തന്റെ അച്ഛന്റെ മുഖച്ഛായയോടെ വളർന്നു. വിളർപ്പ് തോന്നിക്കുന്ന നിറം. കവിളത്ത് നീല ഞരമ്പിന്റെ ഒരു നിഴൽ. വലിയവയും അല്പം നീലവർണ്ണവുമുള്ള കണ്ണുകൾ. മാംസളമായ ശരീരം. വലിയവയെങ്കിലും ഒരേ വലിപ്പത്തിലല്ലാത്ത മുലകൾ. ബാല്യകാലത്ത് ഒരു സഹപാഠി തന്റെ കണ്ണുകൾ കുപ്പിപ്പിഞ്ഞാണത്തിൽ വച്ച ഞാവൽപ്പഴം എന്ന് വിശേഷിപ്പിച്ച കഥ ഒരിക്കൽ അവർ എന്നോടു പറഞ്ഞു. പ്രശംസയ്ക്ക് പാത്രമായാൽ കരിങ്കണ്ണ് തട്ടുമെന്ന് അമ്മമ്മ ഭയന്നു. ഞാൻ വെറുമൊരു സാധാരണ കുട്ടിയായിരുന്നു. എന്നിട്ടും കരിങ്കണ്ണും കരിനാക്കുമുള്ളവരിൽനിന്ന് അമ്മമ്മ എന്നെ ഒളിപ്പിക്കുവാൻ സദാസമയവും ശ്രമിച്ചുകൊണ്ടിരുന്നു. അമ്മമ്മ കുഞ്ഞായി തന്റെ പിതൃഗൃഹത്തിൽനിന്ന് നാലപ്പാട്ടു വന്നെത്തിയപ്പോൾ മാധവിയമ്മ എന്ന വലിയമ്മയുടെ മകന് ഏഴോ എട്ടോ വയസ്സു മാത്രമേ പ്രായം ആയിരുന്നുള്ളൂ. നാലപ്പാട്ട് പുരുഷപ്രജയായി മറ്റാരുമില്ലായിരുന്നു. ആ കാലത്ത് പുരുഷന്റെ ഭൃത്യകളെന്നപോലെ ജീവിക്കുവാൻ സ്ത്രീകൾ വിസമ്മതം പ്രകടിപ്പിച്ചില്ല. അമ്മാമന്റെ ചുറ്റും, അച്ചുതണ്ടിന്റെ ചുറ്റും ലോകമെന്നപോലെ ആ കുടുംബം തിരിഞ്ഞു. അമ്മാമനെ മുത്തശ്ശിമാർ “കുട്ടാ” എന്നാണ് വിളിച്ചിരുന്നത്, അമ്മമ്മ അദ്ദേഹത്തെ “ഏട്ടാ” എന്ന് വിളിക്കുകയും അദ്ദേഹത്തിന്റെ പെങ്ങളുടെ സ്ഥാനത്തിൽ അഭിമാനം കൊള്ളുകയുംചെയ്തു.

അമ്മമ്മ അമ്മാമനെ ആരാധിച്ചു. വളരുംതോറും ആരാധിക്കുവാൻ പറ്റിയ ഒരാളായി മാറിയിരുന്നു അമ്മാമൻ. സുഭഗനും രസികനും ബുദ്ധിശാലിയുമായിരുന്നു അദ്ദേഹം. ഇടത്തു വശത്ത് കെട്ടി ചെരിച്ചുവച്ച കുടുമയും ആഴത്തിൽ ഇറങ്ങുവാൻ കെല്പുള്ള കണ്ണുകളും ചിരിക്കുവാൻ ഒരിക്കലും വൈമനസ്യം കാണിക്കാത്ത ചുണ്ടുകളും യുവതികളെ ആകർഷിച്ചുവന്നു. നായർ സ്ത്രീകൾക്ക് ആ കാലത്ത് ഭർത്താവിനോട് തോന്നുന്നതിൽ അധികം അടുപ്പം സ്വന്തം ആങ്ങളമാരോടാണ് തോന്നിയിരുന്നത്. അമ്മമ്മയ്ക്കും ജ്യേഷ്ഠനുമായി ഉണ്ടായിരുന്ന നിഗൂഢമായ ആത്മീയബന്ധം ഭർത്താവിനോടുള്ള ഭക്തിഭാവത്തിലും എത്രയോ അധികം പ്രാധാന്യമർഹിക്കുന്നതായിരുന്നു.

അമ്മമ്മ പതിമൂന്നുവയസ്സിൽ വിവാഹിതയായി. ചിറ്റഞ്ഞൂർ കോവിലകത്തെ വലിയ തമ്പുരാനായിരുന്നു വരൻ. വിദ്യാസമ്പന്നൻ. വിനയാന്വിതൻ. അദ്ദേഹം തന്റെ കുടുംബാംഗങ്ങളുടെ ഭാരം മാത്രമല്ല നാലപ്പാട്ടുകാരുടെ കാര്യവും സസന്തോഷം ഏറ്റെടുത്തു. വ്യവഹാരത്തിനായി പൊന്നാനിയിലെ കോടതിയിൽ പോയിത്തുടങ്ങി. ബന്ധുക്കൾ നാലപ്പാട്ടെ സ്ത്രീകളിൽനിന്ന് അവർക്ക് അവകാശപ്പെട്ട വസ്തുവഹകൾ അപഹരിച്ചെടുക്കുവാൻ നിരന്തരംശ്രമം നടത്തുകയായിരുന്നു. കേസിന്റെ കാര്യത്തിന് പൊന്നാനിയിൽ പോവാനോ വക്കീലിനെ കാണുവാനോ പറമ്പുകളിലെ തെങ്ങുകളുടെ കടയ്ക്കൽ വളം ഇടുവിക്കുവാനോ അമ്മാമൻ ഒരിക്കലും താല്പര്യം കാണിച്ചില്ല. പാട്ടുകച്ചേരികളും സാഹിത്യസല്ലാപങ്ങളും അദ്ദേഹം ഇഷ്ടപ്പെട്ടു. വള്ളത്തോളിന്റെ പ്രിയപ്പെട്ട കൂട്ടുകാരനായി പലയിടത്തും അദ്ദേഹം സഞ്ചരിച്ചു. സാഹിത്യകാരന്മാരെയും സംഗീതവിദുഷികളെയും അദ്ദേഹം പരിചയപ്പെട്ടു. കൗമാരദശയിൽത്തന്നെ കുട്ടികളെ മുലയൂട്ടി പോറ്റേണ്ടിവന്നതുകൊണ്ടാവാം അമ്മമ്മയുടെ ആരോഗ്യം മെല്ലെമെല്ലെ തകർന്നത്. അവർ ഹൃദ്രോഗത്താൽ തളർന്നു. സുഭദ്രയെന്ന മകളുടെ അപ്രതീക്ഷിതമായ മൃത്യുവും അവരെ കഠിനമായി വേദനിപ്പിച്ചു.

അമ്മമ്മയുടെ ഭർത്താവായ തമ്പുരാൻ മരിച്ചപ്പോൾ അവർക്ക് മുപ്പത്തേഴ് വയസ്സുമാത്രമേ പ്രായമായിരുന്നുള്ളു. അമ്മമ്മ എന്റെ അമ്മയെ പ്രസവിച്ചത് കേവലം പതിനഞ്ചാമത്തെ വയസ്സിലാണ്.

ആ കാലത്ത് തമ്പുരാക്കന്മാർ നായർസ്ത്രീകളെ വിവാഹം ചെയ്താലും അവരുടെകൂടെ ഭക്ഷണം കഴിക്കുക ഉണ്ടായിരുന്നില്ല. അമ്മമ്മയുടെ തമ്പുരാൻ രാവിലെ കോവിലകത്തേക്ക് നാട്ടുനടപ്പനുസരിച്ച് മടങ്ങാതെ നാലപ്പാട്ടെ മുകളിലെ വടക്കേമുറിയിൽ അമ്മമ്മയോടൊപ്പം പകിട കളിക്കയോ സല്ലപിക്കുകയോ ചെയ്തു. നാലപ്പാട്ട് ഭക്ഷണവും കഴിച്ചു. അദ്ദേഹംതന്നെ കാളവണ്ടിയിൽ തൃശ്ശൂർക്ക് കൊണ്ടുപോയി പൂരം കാണിച്ചു തന്നുവെന്ന് നൂറിലധികം തവണ അമ്മമ്മ എന്നോട് പറഞ്ഞിട്ടുണ്ട്. പൂരം കാണുവാൻ പോവാൻ ഒരു പച്ചറൗക്ക വേണമെന്ന് താൻ ആവശ്യപ്പെട്ടപ്പോൾ അർദ്ധരാത്രിതന്നെ ഒരു തയ്യൽക്കാരനെ ഉണർത്തി അത് ശരിയാക്കിക്കൊടുത്ത കഥ ഞാൻ എത്രയോ തവണ കേട്ടിരിക്കുന്നു. തന്റെ ഭർത്താവിന്റെ അഗാധമായ സ്നേഹത്തിന്റെ തെളിവെന്നപോലെയാണ് അമ്മമ്മ ആ കഥ അവതരിപ്പിച്ചത്. അമ്മമ്മയുടെ ബാലിശത്വത്തിന്റെ ഉദാഹരണമായി മാത്രമേ ഞാൻ ആ കഥ സ്വീകരിച്ചുള്ളൂ.

തൃശ്ശൂരിലെ ഒരു പുരാതന തറവാട്ടിൽ കിഴക്കേ സ്രാമ്പിയെന്ന് മറ്റൊരുപേരുള്ള വടക്കേ കുറുപ്പത്താണ് അമ്മമ്മയെ മുത്തച്ഛൻ കൊണ്ടുചെന്നത്. (എത്രയോ അനവധി വർഷങ്ങൾക്കുശേഷം വടക്കേ കുറുപ്പത്തെ ശങ്കരമേനോനെയും ഭാര്യ പണിക്കവീട്ടിൽ കല്യാണിക്കുട്ടിയമ്മയെയും ഞങ്ങൾ ബോംബെയിൽവച്ച് പരിചയപ്പെട്ടു. ആ പരിചയം സുദൃഢമായ ഒരു മൈത്രീ ബന്ധമായിത്തീരുകയുംചെയ്തു. ശങ്കരമേനോൻ ഇപ്പോൾ ജീവിച്ചിരിപ്പില്ല.)

അമ്മാമന്റെ ആദ്യഭാര്യ ഒരു വർഷക്കാലം അദ്ദേഹത്തിന്റെകൂടെ ജീവിച്ചില്ല. രക്തസ്രാവത്താൽ അമ്പാഴത്തേൽ മുകളിലെ നടുവിലെ മുറിയിൽ സ്ഥിതിചെയ്തിരുന്ന പുതിയ കട്ടിലിൽ സൂര്യപടമെത്തയിൽ കിടന്നുകൊണ്ട് അവർ മരിച്ചു. രക്തസ്രാവം നിർത്തുവാനായി ഇരുപത്തേഴ് അലക്കിയ മുണ്ടുകൾ അവരുടെ തുടകൾക്കുള്ളിൽ തിരുകിയെന്ന് കണ്ണത്ത് മണ്ണാന്തിറവീട്ടിലെ ഉണ്ണിമായമ്മ ഒരിക്കൽ എന്നോടു പറഞ്ഞു.

"അമ്മാമന്റെ ആദ്യത്തെ അമ്മായി സുന്ദരിയായിരുന്നോ?" ഞാൻ ഉണ്ണിമായമ്മയോട് ചോദിച്ചു.

"പിന്നെയോ? കണ്ടാൽ വേശി! വെളുത്ത് തടിച്ച്, ഞരിയാണി വരെ എറങ്ങിക്കെടക്കണ മുടീം ഒക്കെയായിട്ട്. കണ്ടാ മറക്കില്യാ കുട്ട്യേ."

ചിന്നമ്മ ഒരു രാത്രികൂടി നാലപ്പാട്ട് തങ്ങിയില്ല. നാലപ്പാട്ടേക്ക് സന്ധ്യ കഴിഞ്ഞ് സമ്മന്തത്തിനു വരുന്ന ശീലം രണ്ടാമത്തെ അമ്മായി ബാലാമണിയമ്മയാണ് തുടങ്ങിവച്ചത്. അവർ ചിന്നമ്മയുടെ അനുജത്തിയായിരുന്നു. ചിരിക്കുവാനും ചിരിപ്പിക്കുവാനും ഉത്സാഹം പ്രകടിപ്പിക്കുന്ന അമ്മായി എന്റെ അമ്മമ്മയോടുമാത്രം തർക്കിച്ചിരുന്നു. തർക്കിക്കുവാൻ അവസരം വേണ്ടത്ര അമ്മമ്മ കൊടുത്തുകൊണ്ടിരുന്നു. അമ്മാമന് പൂജാസാമഗ്രികൾ ഒരുക്കിക്കൊടുക്കുക, ഇക്മിക് കുക്കറിൽ ഗോതമ്പും പരിപ്പും പച്ചക്കറികളും അദ്ദേഹത്തിനുവേണ്ടി പാകം ചെയ്യുക, അദ്ദേഹത്തിന്റെ ഖദർമുണ്ടുകളുടെ വക്ക് തയ്ക്കുക മുതലായ കടമകൾ അമ്മമ്മ ഏറ്റെടുത്തിരുന്നു. ആ പ്രവൃത്തികളെ പരിഹാസലാഞ്ഛനയുള്ള ഒരു പുഞ്ചിരിയോടെ നോക്കിക്കണ്ടിരുന്നു അമ്മായി.

അമ്മായി തന്റെ മുടിയിൽ പിച്ചകമാലയും ചൂടി ചുണ്ടുകളിൽ താംബൂല രസത്തിന്റെ ചുവപ്പും നെറ്റിമേൽ കുങ്കുമപ്പൊട്ടും കളഭക്കുറിയും മറ്റുമായി അത്താഴശേഷം നാലപ്പാട്ടെ പടിപ്പുരമാളികയുടെ കോണിപ്പടികൾ തന്റെ തടിച്ച നിതംബം താളാത്മകമായി ചലിപ്പിച്ചുകൊണ്ട് കയറുന്നതും നോക്കി അമ്മമ്മയും ഒരു പുച്ഛച്ചിരി

ചിരിക്കുവാൻ മറന്നില്ല. അമ്മായി തന്റെ പ്രായം മറന്ന് വേഷഭൂഷാദികൾ അണിയുന്നുവെന്ന് അമ്മമ്മ സ്വരം താഴ്ത്തിക്കൊണ്ട് ആരോടെന്നില്ലാതെ അഭിപ്രായപ്പെടാറുണ്ടായിരുന്നു: 'സുമംഗലിയെന്നു വച്ച് ഇങ്ങനെ ദിവസംതോറും ചമഞ്ഞ് അഹങ്കരിക്കണോ?'

അമ്മാമൻ തന്റെ ഭക്ഷണവേളയിൽ അമ്മയോടും ചെറിയമ്മയോടും അമ്മായിയോടും നേരംപോക്കുകൾ പറഞ്ഞ് അവരെ ചിരിപ്പിക്കാറുണ്ടായിരുന്നു. താൻ കണ്ട സാഹിത്യകാരന്മാരെപ്പറ്റിയും അവരുടെ വിചിത്ര ചെയ്തികളെപ്പറ്റിയും അദ്ദേഹം വിവരിച്ചു. ഇത്തരം സംഭാഷണങ്ങൾ ശ്രദ്ധിച്ചുകേൾക്കുവാനും അവ ഉയർത്തുന്ന പൊട്ടിച്ചിരിയിൽ പങ്കുകൊള്ളുവാനും അമ്മമ്മ ആഗ്രഹിച്ചു. അതുകൊണ്ടാവാം അവർ സാമ്പാറിന്റെ മരിക പാചകന്റെ കൈയിൽ നിന്നും തട്ടിപ്പറിച്ച് തെക്കിനിയിൽ പല തവണയും വന്നെത്തിയത്. പക്ഷേ, പാചകനോടുള്ള പെരുമാറ്റംതന്നെ അമ്മാമൻ അമ്മമ്മയ്ക്കും സമ്മാനിച്ചു. അവരെ ഒരിക്കലെങ്കിലും നോക്കുവാൻ അദ്ദേഹം മെനക്കെട്ടില്ല. അമ്മമ്മ വെറുമൊരു പാമരയാണെന്ന ഭാവത്തോടെയാണ് അമ്മാമൻ എന്നും അവരോടു പെരുമാറിയത്. കുടുംബത്തിലെ പണം സൂക്ഷിപ്പുകാരി അമ്മമ്മയായിരുന്നതുകൊണ്ട് നിസ്സങ്കോചം അവരിൽനിന്ന് ആവശ്യം തോന്നുമ്പോഴെല്ലാം പണം വാങ്ങുവാൻ അമ്മാമൻ തയ്യാറായി. താനൊരു ഫലിതക്കാരനാണെന്നോ ബുദ്ധിരാക്ഷസനാണെന്നോ അമ്മമ്മയെ ബോദ്ധ്യപ്പെടുത്തേണ്ട ആവശ്യമില്ലെന്ന് അദ്ദേഹം വിചാരിച്ചിരിക്കാം. അവർ അന്യോന്യം ആത്മീയമായി അത്രക്ക് അടുത്തിരുന്നു എന്ന് അവരുടെ മരണം കഴിഞ്ഞ് മുപ്പത്തഞ്ചു വർഷങ്ങൾക്കുശേഷം ഇന്ന് ഞാൻ മനസ്സിലാക്കുന്നു. പഴകിയ ഒരു സമസ്യപൂരിപ്പിച്ച് എടുത്താലുണ്ടാവുന്ന ചാരിതാർത്ഥ്യത്തോടെ ഞാൻ മനസ്സിലാക്കുന്നു. അമ്മാമന്റെ പ്രകടമായ അവഗണന അമ്മമ്മയെ എല്ലാ ദിവസവും വേദനിപ്പിച്ചു. ആ വേദനയെപ്പറ്റി ബോധവാനായിട്ടും അതിനെ ലഘൂകരിക്കുവാൻ അദ്ദേഹം ശ്രമിച്ചില്ല. അറുപതുവയസ്സു തികഞ്ഞിട്ടും അമ്മമ്മയുടെ മുഖത്തെ നൈർമ്മല്യത്തിനും ആ കണ്ണുകളുടെ നിഷ്കളങ്കതാഭാവത്തിനും യാതൊരു കോട്ടവും സംഭവിച്ചില്ല. പക്ഷേ, ഹൃദ്രോഗത്തിന്റെ പല ശല്യങ്ങളും ആ കാലത്ത് വീണ്ടും അനുഭവിച്ചുതുടങ്ങി. രാത്രികാലങ്ങളിൽ ഇടത്തോട്ടു ചെരിയുമ്പോൾ അസ്വസ്ഥത, കണങ്കാലുകളുടെ പേശികളിൽ വേദന, അകാരണമായ കിതപ്പ് മുതലായ പ്രശ്നങ്ങൾ അവരെ നേരിട്ടു. രാവിലെ എഴുന്നേറ്റ് അമ്മാമന്റെ സാളഗ്രാമപൂജയ്ക്കുവേണ്ടി പൂക്കൾ, ചന്ദനം, തിരികൾ, പ്രസാദം മുതലായവ തയ്യാറാക്കുവാൻ അവർക്ക് ശേഷിയില്ലാതായി. അതു

കൊണ്ട് സാളഗ്രാമം അമ്മായിയുടെ വീടായ അമ്പാഴത്തേൽ വീട്ടിലേക്കു മാറ്റാമെന്ന് തീരുമാനിച്ചു. അമ്പാഴത്തേൽ ഉണ്ടായിരുന്ന സാളഗ്രാമത്തെ പൂജിക്കുവാൻ ദിവസേന അവിടെ ഒരു നമ്പൂതിരി ചെന്നിരുന്നു. നമ്പൂതിരിതന്നെ നാലപ്പാട്ടെ സാളഗ്രാമത്തെയും പരിചരിച്ചുകൊള്ളും. സാളഗ്രാമം അമ്പാഴത്തേൽ വീട്ടിലേക്കു മാറ്റിയ ദിവസം രാവിലെ തൃശ്ശൂരിൽ കൊട്ടിൽമാരാരുടെ പുതിയ വസതിയുടെ 'പാലുകാച്ചലി'ന് പോയി. സന്ധ്യകഴിഞ്ഞാണ് അവർ മടങ്ങിയത്. അത്താഴം കഴിക്കുമ്പോൾ അമ്മാമൻ തൃശ്ശൂർ വിശേഷങ്ങൾ എല്ലാവർക്കും വിവരിച്ചുകൊടുത്തു. ചിരിച്ചുകൊണ്ടാണ് അത്താഴം അവസാനിച്ചത്. അന്നുരാത്രി പതിനൊന്നരയ്ക്ക് ഹൃദ്രോഗബാധയാൽ അമ്മാമൻ പടിപ്പുരമാളികയിലെ തന്റെ മനോഹരമായ കിടപ്പറയിൽ കിടന്ന് വേദന സഹിക്കാൻ വയ്യാതെ കാലിട്ടടിച്ചുകൊണ്ടുമരിച്ചു. അമ്മായി ആദ്യം സഹായാഭ്യർത്ഥനയോടുകൂടി ഓടിയത് അച്ഛനും അമ്മയും കൂടി താമസിച്ചിരുന്ന സർവോദയ എന്ന വീട്ടിലേക്കാണ്. അവരുടെ രോദനം കേട്ട് അമ്മമ്മ പുറത്തുവന്നു. അവർ പടിപ്പുരമാളികയിൽ തന്റെ ജ്യേഷ്ഠന്റെ സമീപത്ത് എത്തിയപ്പോൾ അദ്ദേഹം മരിക്കുകയായിരുന്നു. സാളഗ്രാമം വീട്ടിൽനിന്ന് നീക്കംചെയ്താൽ അനർത്ഥം സംഭവിക്കുമെന്ന് അദ്ദേഹം രഹസ്യമായി വിശ്വസിച്ചിരുന്നുവോ? പുരോഗമനവാദിയും ഉൽപതിഷ്ണുവുമെന്ന് അറിയപ്പെടുവാൻ ആഗ്രഹിച്ചിരുന്നുവെങ്കിലും അമ്മാമൻ തന്റെ ഉള്ളിന്റെയുള്ളിൽ പൈതൃകമായി ലഭിച്ച ഒരുപിടി ഇരുട്ട് കാത്തുസൂക്ഷിച്ചിരുന്നുവോ?

നാട്ടാചാരമനുസരിച്ച് അമ്മായി തന്റെ ഭർത്താവിന്റെ ജഡം ഉപേക്ഷിച്ച് താമസിയാതെ അമ്പാഴത്തേൽ വീട്ടിലേക്ക് ഒരു വിധവയുടെ ഒടുങ്ങാത്ത കണ്ണുനീരുമായി മടങ്ങി. ഭർത്താവിന്റെ ജഡത്തിന്റെ സമീപം ഇരുന്ന് കരയുവാനുള്ള അവകാശവും ഒരു നായർ സ്ത്രീയ്ക്ക് അന്ന് ഉണ്ടായിരുന്നില്ല. ജഡത്തിന്റെ കാൽക്കൽ ചൂളിയിരുന്ന് കണ്ണുനീർ പൊഴിക്കാൻ പെങ്ങൾക്കു മാത്രമേ അവകാശമുണ്ടായിരുന്നുള്ളു. ജ്യേഷ്ഠന്റെ മുഖത്ത് കണ്ണുംനട്ട് എത്രയോ നേരം അമ്മമ്മ ഒരു പ്രതിമകണക്കെ ഇരുന്നു. ആ ശരീരം തണുത്ത് വെറുങ്ങലിച്ചു. താൻ ഇനി ജീവിതം തുടരുന്നതിൽ ഒരു ന്യായീകരണവുമില്ലെന്ന് അമ്മമ്മയ്ക്ക് തോന്നിയിരിക്കാം. മുലയിൽ പാൽ വറ്റാത്ത അമ്മമാർ ഒഴിഞ്ഞ തൊട്ടിലുകൾക്കരികെ ശൂന്യതയോടെ നില്ക്കുന്നത് ഞാൻ കണ്ടിട്ടുണ്ട്. അമ്മമ്മയുടെ കണ്ണുകൾ അന്നുമുതൽ ശൂന്യത തേടിക്കൊണ്ടിരുന്നു.

മൂന്നു മാസങ്ങൾക്കുള്ളിൽ അമ്മമ്മയും തന്റെ പ്രിയപ്പെട്ട ജ്യേഷ്ഠനെ അനുഗമിച്ചു.

രണ്ട്

മുല കുടിക്കുന്ന കുട്ടി അമ്മയുടെ മറ്റൊരവയവമായിത്തീരുന്നു. മുലകുടിയെന്ന ശീലം മാറിക്കിട്ടുന്നതുവരെ ആ അവാച്യമായ അടുപ്പം നിലനില്ക്കും. പിന്നീട് ഒരിക്കലും ആ ആത്മബന്ധം പുലർത്തുവാൻ കുട്ടിക്ക് സാധിക്കുകയുമില്ല. എന്റെ അമ്മമ്മയുടെ അമ്മാമൻ കുട്ടിയായിരുന്നപ്പോൾത്തന്നെ കാരണവരുടെ ആജ്ഞയ്ക്കു വഴങ്ങി അമ്മയായ നാലപ്പാട്ട് മാധവിയമ്മ തന്റെ സ്നേഹഭാജനമായ ഭർത്താവിൽനിന്ന് അകന്നു. കുട്ടി അമ്മയുടെ ഭീരുത്വത്തെയും നിസ്സഹായതയെയും വെറുത്തു. വിവാഹമോചനം പൊറുത്തു. പക്ഷേ, അമ്മയുടെ പുനർവിവാഹം അവന്റെ അഭിമാനത്തിന് ക്ഷതം വരുത്തി. എന്തുകൊണ്ട് തന്റെ അമ്മ കാരണവരുടെ ഇച്ഛയ്ക്കനുസരിച്ച് പ്രവർത്തിച്ചു? ആത്മഹത്യ ചെയ്യുകയായിരുന്നു ഇതിലും ഭേദം. ആത്മഹത്യയ്ക്ക് തുനിയാഞ്ഞതും അമ്മയുടെ ഭീരുത്വത്തിന്റെ മറ്റൊരു ദൃഷ്ടാന്തമായി കുട്ടി കണക്കാക്കി.

അങ്ങനെ, വലിയമ്മാമനും അമ്മയ്ക്കും നടുവിൽ വികാരങ്ങളുടെ ഒരു കന്മതിൽ ഉയർന്നുനിന്നു. മകന്റെ ചിന്തകൾ മനസ്സിലാക്കുവാൻ കഴിഞ്ഞ ആ പാവം മൗനത്തിൽ അഭയംപ്രാപിച്ചു. അവന്റെ കൺമുമ്പിൽ വരാൻകൂടി ഭയന്ന്, ഇരു വടക്കിനിയിലും അറകളിലും വെളിച്ചം കാണാതെ ജീവിച്ചു. തന്റെ സൗന്ദര്യവാനായ മകന്റെ കണ്ണുകളുടെ തിളക്കം അവരെ ഭയചകിതയാക്കി.

അരുതേ, കുട്ടാ, എന്നെ ചീത്ത പറയരുതേ എന്ന വാചകം ഉച്ചരിക്കപ്പെട്ടതേയില്ല. എന്നിട്ടും മകൻ അത് പലതവണയും കേട്ടു. അമ്മമ്മയുടെ കണ്ണുകളിലെ അപരാധബോധവും നിസ്സഹായതയും അനുകമ്പയ്ക്ക് പകരം വെറും വെറുപ്പാണ് അവനിൽ ഉയർത്തിയത്.

ഞാൻ ഓർമ്മവച്ചുതുടങ്ങിയ കാലംമുതൽക്കേ അമ്മാമൻ മുടി നരച്ച ഒരു പണ്ഡിതനായിരുന്നു. ഒരു വലിയമ്മാമൻ. അദ്ദേഹം തന്റെ അമ്മയോട് എന്തെങ്കിലും സംസാരിക്കുന്നത് ഞാൻ കേട്ടിട്ടില്ല. അമ്മാമൻ ഉണ്ണാൻവേണ്ടി തെക്കിനിയിൽ പലകയിട്ട് ഇരിക്കുമ്പോഴും വിളമ്പുകാരായി അമ്മമ്മയോ ചെറിയമ്മയോ മാത്രമേ സമീപത്ത് ഉണ്ടാവാറുള്ളു. വടക്കിനിയുടെ അഴികളിൽക്കൂടി തിളങ്ങുന്ന കണ്ണുകളിൽ അദ്ദേഹത്തിന്റെ അമ്മയുടെ കണ്ണുകളും പെട്ടിരുന്നുവോ എന്ന് എനിക്ക് ഇന്ന് ഓർമ്മയില്ല. ആ കണ്ണുകളുടെ കീഴിൽ മരത്തണൽപോലെയുള്ള നിഴലുകളുണ്ടായിരുന്നു. ഒരിക്കലും സൂര്യപ്രകാശം ലഭിക്കാത്ത കിണറുകൾപോലെയായിരുന്നു അവ. ഒരിക്കലെങ്കിലും അവർ ചിരിക്കുന്നത് ഞാൻ കണ്ടില്ല. കുട്ടികളോട് വാത്സല്യം പ്രകടിപ്പിക്കുവാൻ അവർ മിനക്കെട്ടതുമില്ല. അടുക്കള

സംബന്ധികളായ ചില പ്രവൃത്തികളിൽ വ്യാപൃതയായോ അറയിൽ ഇരുന്ന് നാമംചൊല്ലുന്നതായോ മാത്രമേ ഞാൻ വലിയമ്മയെ ഓർക്കുന്നുള്ളു. അധികം നര കയറാത്തതും നീണ്ട് സമൃദ്ധവുമായ തലമുടി ഞാൻ ഓർക്കുന്നു. നാലപ്പാട്ട് സാധാരണ കാണാൻ സാധിക്കാത്ത തവിട്ടു നിറമായിരുന്നു അവർക്ക്. കാട്ടുമാടം വലിയ നമ്പൂതിരിപ്പാടിന്റെ മകളായിരുന്നതുകൊണ്ട് അദ്ദേഹത്തിന്റെ നിറം അവർക്കും കിട്ടിയിരുന്നു. അദ്ദേഹത്തിന്റെ ഗാംഭീര്യവും, സ്വർണ്ണം കെട്ടിച്ച ഒരു തുളസിമാലയും നാഗമ്പുകൊണ്ടു നിർമ്മിച്ച ഉരുളൻ മോതിരവും മാത്രമേ ആഭരണങ്ങളായി വലിയമ്മയ്ക്ക് ഞാൻ ഓർക്കുന്ന കാലത്ത് ഉണ്ടായിരുന്നുള്ളു. അമ്മാമന്റെ ആദ്യഭാര്യ ചിന്നമ്മയ്ക്ക് മേൽത്തട്ടുള്ള കട്ടിൽ ഉണ്ടാക്കുവാനായി വലിയമ്മയുടെ കടകങ്ങളും മാലകളും ഒരിക്കൽ മകൻതന്നെ വാങ്ങിച്ചുകൊണ്ടുപോയെന്ന് അമ്മമ്മയുടെ അമ്മയിൽനിന്ന് ഞാൻ കേട്ടിരുന്നു. ഞൊറികളുള്ള മേൽക്കട്ടിയും കടഞ്ഞ കാലുകളുമുള്ള കട്ടിൽ ഉണ്ടാക്കി. പക്ഷേ, അമ്മായി പ്രസവത്തിൽ രക്തസ്രാവത്താൽ മരിച്ചു. ഒരുവർഷം തികഞ്ഞില്ല, ആ വിവാഹം അവരുടെ മരണത്തിൽ അവസാനിച്ചു. അവരെപ്പറ്റിയാണ് അമ്മാമൻ 'കണ്ണുനീർത്തുള്ളി' എന്ന പുസ്തകത്തിൽ വിലപിച്ചത്. ഞാൻ ജനിക്കുന്നതിന് വളരെ മുമ്പാണ് ആ മരണം നടന്നത്. എനിക്ക് അമ്മാമന്റെ രണ്ടാംഭാര്യയായ കുട്ടിയോപ്പുവിനെ മാത്രമേ പരിചയമുള്ളു. കുട്ടിയോപ്പു ശൃംഗാരപ്രിയയും സംഗീതവിദുഷിയും പ്രിയംവദയുമായിരുന്നു. അമ്മാമൻ താൻ അമ്പാഴത്തേൽ വീട്ടിൽനിന്ന് കല്യാണം കഴിക്കുവാൻ നിശ്ചയിച്ചു എന്ന് ഒരു സന്ധ്യയ്ക്കാണത്രെ വീട്ടിലുള്ളവരോടു പറഞ്ഞത്. "ബാലാ?" എന്ന് വലിയമ്മ ചോദിച്ചതായി മറ്റുള്ളവർ പറഞ്ഞത് ഞാൻ അറിഞ്ഞു.

"അല്ല, ചിന്നമ്മയെയാണ് ഞാൻ കല്യാണം കഴിക്കാൻ പോവുന്നത്" എന്ന് അമ്മാമൻ പറഞ്ഞപ്പോൾ നാലപ്പാട്ടെ സ്ത്രീകൾ അമ്പരന്നുപോയി. അമ്മാമന്റെ വയസ്സുതന്നെയായിരുന്നു ചിന്നമ്മയുടെയും വയസ്സ്. അവർ വൈകുന്നേരം പറമ്പിലും മണൽവഴിയിലും ഉലാത്തിക്കൊണ്ട് സംസാരിക്കാറുണ്ടെന്ന് നാട്ടുകാർക്ക് അറിയാമായിരുന്നു. അമ്മാമൻ ഒരിക്കലും അവരെ രഹസ്യമായി സന്ദർശിച്ചതുമില്ല. അവർ മിത്രങ്ങളായിരുന്നു. കോഴിക്കോട്ട് താമസിച്ചിരുന്ന ഒരു ധനികൻ ആയിടയ്ക്ക് ചിന്നമ്മയെ വിവാഹം ചെയ്യുവാൻ ആലോചിക്കുകയായിരുന്നു. ഭാര്യ മരിച്ച ഒരു ജന്മി. ആ ബന്ധത്തിൽ ചിന്നമ്മയ്ക്കും താൽപര്യമുണ്ടായിരുന്നതായി നാട്ടിൽ കേട്ടിരുന്നു. അമ്മാമൻ തന്റെ വിവാഹനിശ്ചയത്തെപ്പറ്റി പറഞ്ഞപ്പോൾ വലിയമ്മ അസ്വസ്ഥയായി. പക്ഷേ, അവർ എതിർത്തതേയില്ല. പുരുഷന്മാരെ, സ്വന്തം

ആൺമക്കളെക്കൂടി, എതിർക്കുവാൻ അന്ന് സ്ത്രീകൾക്ക് അവകാശം ഉണ്ടായിരുന്നില്ല. തന്റെ അച്ഛനമ്മമാർ തമ്മിൽ പിരിഞ്ഞതും അമ്മ വീണ്ടും വിവാഹം ചെയ്തതും അമ്മാമന്റെ മനസ്സിൽ മാറാത്ത വേദനയായി അവശേഷിച്ചിരിക്കണം. സ്ത്രീകൾ ശയനസാമഗ്രികളാണെന്നും അവരുടെ ഇഷ്ടാനിഷ്ടങ്ങൾ ആരും കാര്യമായി പരിഗണിക്കുകയില്ല എന്നും അമ്മാമൻ ബാല്യകാലത്തിലോ കൗമാരദശയിലോ അങ്ങനെ ഗ്രഹിച്ചിരിക്കാം. അതുകൊണ്ടാവും അദ്ദേഹം 'രതിസാമ്രാജ്യം' എന്ന പുസ്തകം സസന്തോഷം എഴുതിത്തീർത്തത്. സ്ത്രീകളോട് തോന്നുന്ന അപരാധബോധം, മുഖ്യമായും തന്റെ അമ്മയോടു തോന്നിയ അപരാധബോധം, മായ്ച്ചുകളയുവാൻ മറ്റൊരു മാർഗ്ഗവും അദ്ദേഹം കണ്ടില്ലായിരിക്കാം. സ്ത്രീ ഒരു ശരീരം മാത്രമാണ്. അതുകൊണ്ട് കേടുവന്ന ഒരു കളിപ്പാട്ടത്തിനോട് തോന്നാവുന്ന നേർത്ത അനുകമ്പ മാത്രമേ അവളോടും തോന്നുവാൻ പാടുള്ളു. അതിലപ്പുറം അവൾ അർഹിക്കുന്നില്ല. രതിസാമ്രാജ്യം സ്വയം തിരഞ്ഞെടുത്ത ഒരു ചികിത്സാരീതിയായിരുന്നു. അമ്മാമന് ആ ചികിത്സയും ഫലിച്ചില്ല. ഒരു ദിവസം രാവിലെ എട്ടുമണിക്ക് അമ്മാമൻ കുളിമുറിയിൽനിന്ന് പുറത്തു കടന്ന് അഞ്ചാംപുരയിൽക്കൂടി നടക്കുമ്പോൾ വലിയമ്മ ഒരു മരികയിൽ പരിപ്പും പേറിക്കൊണ്ട് എതിരെ വന്നു. പരിപ്പിൽനിന്ന് മുഖം ഉയർത്തി തന്റെ മകന്റെ തുടുത്ത മുഖം അടുത്തു കണ്ടപ്പോൾ ആ കണ്ണുകൾ പെട്ടെന്ന് വികസിച്ചു.

"ആ്" എന്നൊരു ശബ്ദം മാത്രം ഉച്ചരിച്ച് അമ്മാമൻ മെതിയടി ശബ്ദിച്ചുകൊണ്ട് നടന്നുപോയി. തന്റെ മകനെ മാറോടണയ്ക്കുവാൻ കലശലായി ആഗ്രഹിച്ചെങ്കിലും സംസാരിക്കുവാൻകൂടി ധൈര്യപ്പെടാതെ വലിയമ്മയും തലതാഴ്ത്തി അടുക്കളയിലേക്കു പോയി. വലിയമ്മയ്ക്കു കഠിനമായ വയറുവേദന വന്ന്, അവർക്ക് ഡോക്ടർ ഭാസ്കരൻ മോർഫിൻ കൊടുത്തു തുടങ്ങിയപ്പോൾ അമ്മാമൻ തെക്കേമുറിയിൽ മേൽ ആകെ പ്രമേഹക്കുരു പൊന്തി കഷ്ടപ്പെട്ടു കിടക്കുകയായിരുന്നു. അമ്മാമനെ എടുത്തു വലിയമ്മ കിടന്നിരുന്ന കിഴക്കേ അറയിൽ കൊണ്ടുപോവാൻ ആരും ധൈര്യപ്പെട്ടില്ല. വലിയമ്മ ബോധരഹിതയായിരുന്നുതാനും. അതുകൊണ്ട് അവർ മരിച്ചതിനു ശേഷം മാത്രമാണ് അമ്മാമൻ അവരെ കണ്ടത്. ജഗന്നാഥൻ തുണികൊണ്ട് മൂടിക്കെട്ടിയ ആ ശരീരം വീട്ടിൽനിന്ന് പുറത്തേക്ക് എടുത്തപ്പോൾ തന്റെ കട്ടിലിൽ ചാരിയിരുന്നുകൊണ്ട് അമ്മാമൻ ഉച്ചത്തിൽ തേങ്ങിക്കരഞ്ഞു. വർഷങ്ങളോളം തന്നെ നിയന്ത്രിച്ച ഒരണക്കെട്ട് ആ നിമിഷത്തിൽ പൊട്ടിപ്പോയെന്ന് അദ്ദേഹം മനസ്സിലാക്കിയിരിക്കണം. 'അമ്മേ എന്റെ അമ്മേ' എന്ന ആ വിളി

ജീവിച്ചിരിക്കുമ്പോൾ വലിയമ്മ കേട്ടിരുന്നുവെങ്കിൽ അവരുടെ കണ്ണുകളും മറ്റുള്ളവരുടെ കണ്ണുകളെപ്പോലെ തിളങ്ങുമായിരുന്നു. പ്രകടമാവാത്ത സ്നേഹം നിരർത്ഥകമാണ്. പിശുക്കന്റെ 'ക്ലാവ്' പിടിച്ച നാണ്യശേഖരംപോലെ ഉപയോഗശൂന്യവും.

മൂന്ന്

അമ്പാഴത്തേൽ വീട്ടിൽ ജീവിച്ചിരുന്നവർ ഒരിക്കൽ ആ ഗ്രാമത്തിന്റെ പ്രഭുക്കൾതന്നെയായിരുന്നു. അന്ന് അവിടെ പോലീസുകാർ ഉണ്ടായിരുന്നില്ല. വഴക്കും വക്കാണവും നടന്നുകഴിഞ്ഞാൽ രണ്ടു കക്ഷികളെയും നാട്ടുകാർ അമ്പാഴത്തേൽ പടിഞ്ഞാറേമുറ്റത്തേക്ക് പിടിച്ചുകൊണ്ടുവരിക പതിവായിരുന്നു. രണ്ടു ഭാഗക്കാരോടും ചോദ്യങ്ങൾ ചോദിച്ച് ചെറിയോപ്പു എന്നു വിളിക്കപ്പെട്ടിരുന്ന പാറുക്കുട്ടിയമ്മ ഒടുവിൽ വിധി പറയാറുമുണ്ടായിരുന്നു. ശിക്ഷയ്ക്ക് അർഹരായവരെ ഉടനെതന്നെ ശിക്ഷിക്കുകയും അങ്ങനെ അവരുടെ പാപത്തെ മായ്ച്ചുകളയുകയും അമ്പാഴത്തേൽക്കാരുടെ ഒരു വിനോദമായിരുന്നു.

എനിക്ക് നാലോ അഞ്ചോ വയസ്സ് പ്രായമായിരുന്നപ്പോൾ തേങ്ങ മോഷ്ടിച്ച ഒരുത്തനെ ചിലർ അമ്പാഴത്തേൽ മുറ്റത്തേക്ക് വലിച്ചുകൊണ്ടുവന്നു. കറുത്തുമെലിഞ്ഞ ഒരു മദ്ധ്യവയസ്കൻ. അയാളുടെ കണ്ണുകൾ വിങ്ങിയും ചുവന്നും കാണപ്പെട്ടു. അയാളുടെ കാലിൽ ചാരിക്കൊണ്ട് എന്റെ പ്രായത്തിലുള്ള ഒരാൺകുട്ടിയും അവിടെ നിന്നു. കുട്ടി ധിക്കാരത്തോടെ യജമാനന്മാരെ തുറിച്ചു നോക്കിക്കൊണ്ടേയിരുന്നു.

“ഈ ചെക്കനാരാ?” ചെറിയോപ്പു ചോദിച്ചു.

“ഓന്റെ മോനാ.”

കൈയിൽ കയറ്, പുളിക്കൊമ്പ്, വെട്ടുകത്തി മുതലായവ പിടിച്ചുകൊണ്ട് ആ പിതാവിന്റെ ചുവട്ടിൽ നിന്നിരുന്ന കുഞ്ഞണ്ട എന്നു പേരുള്ള വേട്ടുവൻ പറഞ്ഞു.

“അവനെ പിടിച്ച് മാറ്റ്,” ചെറിയോപ്പു ആജ്ഞാപിച്ചു.

കുട്ടി ഉച്ചത്തിൽ കരഞ്ഞുതുടങ്ങി. അവനെ അവന്റെ അച്ഛന്റെ ശരീരത്തിൽനിന്ന് പിടിച്ചുമാറ്റിയ പറങ്ങ എന്ന മനുഷ്യന്റെ കൈത്തലം അവൻ കടിച്ചു.

“ഈ പണ്ടാരം അടിയനെ കടിച്ചൂട്ടാ,” പറങ്ങ ഉറക്കെ പ്രസ്താവിച്ചു.

"ഓനും ഓന്റെ തന്തയെപ്പോലെയോ," കുഞ്ഞണ്ട പറഞ്ഞു.

"നല്ല പുളിവാറല് എട്ത്ത് അടിച്ചാ ഓനല്ല ഓന്റെ തന്തയും അവടെ ഒതുങ്ങും," ചെറിയോപ്പുവിന്റെ അനുജൻ കൊച്ചുണ്ണി മേനോൻ പറഞ്ഞു. വായിൽ ചുവന്ന താംബൂലമിശ്രിതം വച്ചുകൊണ്ടാണ് അദ്ദേഹം സംസാരിച്ചത്.

"ആ ചെക്കനെ ഇബ്ട്ന്ന് കൊണ്ടൂവ്വോ? ഈ ചെക്കൻ നോക്ക്യോണ്ട് നിക്കുമ്പൊ അവന്റെ തന്തയെ എങ്ങനെയാ ശിക്ഷിക്ക്യാ?," ചെറിയോപ്പു ചോദിച്ചു.

കുട്ടി പറങ്ങയുടെ കൈകളിൽനിന്ന് കുതറി മാറി വീണ്ടും തന്റെ അച്ഛന്റെ കാൽമുട്ടുകൾ കെട്ടിപ്പിടിച്ചു.

"പറഞ്ഞാക്കേക്കില്ല്യേ?" പറങ്ങ ചോദിച്ചു.

വെപ്പുകാരൻ ചാപ്പൻനായർ പെട്ടെന്ന് ജനമദ്ധ്യേ പ്രത്യക്ഷപ്പെട്ടു.

"വായൊ. കെഴക്കേ കോലായിലിക്ക് വാ. ഞാൻ നെണക്ക് ഒരു ദോശ തരാം," അയാൾ കുട്ടിയോട് പറഞ്ഞു.

"ചാപ്പൻ നായര് അകത്തേക്ക് പൊയ്ക്കോളൊ," ചെറിയോപ്പു പറഞ്ഞു.

കുഞ്ഞണ്ടയും പറങ്ങയുംകൂടി മോഷ്ടാവിനെ പിടിച്ച് തടിച്ച പ്ലാവിൽ കയറുകൊണ്ട് വരിഞ്ഞുകെട്ടി. കുട്ടി മണ്ണിൽക്കിടന്ന് തേങ്ങിക്കരഞ്ഞു. അവന്റെ കറുത്ത ശരീരത്തിൽ അങ്ങിങ്ങായി പറ്റിപ്പിടിച്ച മണൽത്തരികൾ വെയിലിൽ രത്നങ്ങൾപോലെ ജ്വലിച്ചു.

"കൊല്ലല്ലേ അമ്പ്രാ," മോഷ്ടാവിന്റെ ഭാര്യ അപേക്ഷിച്ചു.

"നീ തേങ്ങ പിരിച്ചില്ല്യേ?" ചെറിയോപ്പു ചോദിച്ചു.

മോഷ്ടാവ് തലകുലുക്കി.

"ഇതിന് മുമ്പേം നീ തേങ്ങ കട്ടിട്ടില്ല്യേ?"

അയാൾ വീണ്ടും തല കുലുക്കി.

"എന്തിനേ നീ തേങ്ങ കട്ടത്?"

മോഷ്ടാവ് ഉത്തരം പറഞ്ഞില്ല. അയാളുടെ പുറം മാത്രമേ ഞങ്ങൾക്ക് കാണാമായിരുന്നുള്ളൂ.

"പറങ്ങേ തൊടങ്ങിക്കൊ... കൊല്ലരുത്... പത്തിരുപത് അടി അടിച്ചാ കെട്ടഴിച്ചോളൊ," ചെറിയോപ്പു പറഞ്ഞു.

അഞ്ചോ ആറോ പ്രഹരത്തിനുശേഷം ആ കറുത്ത തൊലിയിൽനിന്ന് രക്തം ഒലിച്ചുതുടങ്ങി. കടുംചുവപ്പ് വർണ്ണമുള്ള ചോര. ഒടുവിൽ അടിച്ച് കൈ തളർന്നപ്പോൾ പറങ്ങ പുളിവാറൽ പൊട്ടിച്ച് വലിച്ചെറിഞ്ഞു. അത് ചീര വളർന്നുനിന്ന കുപ്പയിൽ വീണു.

മോഷ്ടാവിനെ മരത്തിൽനിന്ന് വേർതിരിച്ച് മണ്ണിൽ മലർത്തിക്കിടത്തിയപ്പോൾ വേട്ടുവത്തികളുടെ രോദനം ഉയർന്നു. നിന്ന് നില

വിളിക്കുകയല്ലാതെ അവർ ഒന്നും ചെയ്തില്ല. കുട്ടി മാത്രം തന്റെ അച്ഛന്റെ കാൽമുട്ടിൽ മുഖം അമർത്തിവച്ച് തേങ്ങി.

“നെന്റെ തന്ത ചത്തിട്ടൊന്നൂല്യ,” ചെറിയോപ്പു കുട്ടിയോട് ചിരിച്ചുകൊണ്ടു പറഞ്ഞു.

പറഞ്ഞ—കുഞ്ഞാണ്ട പ്രഭൃതികൾ മോഷ്ടാവിനെ താങ്ങിയെടുത്ത് യാത്രയായി. പിന്നിൽ വേട്ടുവത്തികളും നിലവിളിയോടെ നടന്നു.

വേട്ടുവന്റെ രക്തംപതിച്ച മണലിൽ മീനാക്ഷിയേടത്തി ഒരു കിണ്ടിയിലെ വെള്ളം ഒഴിച്ചുകളഞ്ഞു.

“കഷ്ടായി,” കുഞ്ഞുണ്ണിയേട്ടന്റെ ഭാര്യ കാത്തൊള്ളിൽ ലക്ഷ്മിക്കുട്ടിയമ്മ പിറുപിറുത്തു.

“കട്ടിട്ടല്ലേ? കട്ടാൽ ശിക്ഷിക്കാണ്ടെ വിടാൻ പാടില്യ,” കുഞ്ഞുണ്ണിയേട്ടൻ പറഞ്ഞു.

മോഷ്ടാവിന്റെ മകൻ അമ്പാഴത്തേൽ മുറ്റത്തുതന്നെ ഞങ്ങളെ തുറിച്ചു നോക്കിക്കൊണ്ട് നിന്നു.

“നെണക്ക് കുടീൽപ്പോണ്ടേ ചെക്കാ?” മീനാക്ഷിയേടത്തി ചോദിച്ചു.

“ദോശ,” അവൻ പറഞ്ഞു.

“ദോശയോ? ഈ നേരത്ത് ഇബടെ എന്ത് ദോശയാ? കടന്നു പോടാ.”

“ആ ചാപ്പൻ നായര്ടെ പണിയാ ഇതൊക്കെ. ഇവറ്റയ്ക്കൊക്കെ ദോശേം ചോറും കൊടുത്ത് കേട് വര്ത്തുന്നത് ചാപ്പൻനായരാ.”

“ദോശ,” കുട്ടി പറഞ്ഞു. അവൻ എന്നെയും മാലതിക്കുട്ടിയെയും നോക്കി. പിന്നീട് ഞങ്ങളുടെ പിന്നിൽ ഉണ്ടായിരുന്ന വാതില്ക്കൽ അവന്റെ കണ്ണുകൾ തറച്ചുനിന്നു.

“ചെക്കൻ ചാപ്പൻനായരെ നോക്കാണ്,” മാലതിക്കുട്ടി പറഞ്ഞു.

“ചാപ്പൻനായര് പഴേ കൊളത്തിലേക്ക് കുളിക്കാൻ പോയടക്കാ... ഇപ്പൊന്നും കുളിച്ച് കേറില്യാ,” കമലോപ്പു പറഞ്ഞു.

“അല്ലാ ഈ ചെക്കൻ ഇബടെത്തന്നെ നിക്കാണോ?” ചെറിയോപ്പു ചോദിച്ചു. അവർ മുറുക്കിത്തുപ്പാൻവേണ്ടി കോലായിന്റെ അറ്റത്തുവന്ന് കുനിഞ്ഞപ്പോഴാണ് കുട്ടിയെ കണ്ടത്.

“നീയെന്താ കുടീലിക്ക് പൂവാത്തത്?” ചെറിയോപ്പു കുട്ടിയോട് ചോദിച്ചു.

കുട്ടി ഒന്നും പറഞ്ഞില്ല.

“ചെക്കൻ മഹാ അമുക്കനാ. ഓന്റെ കണ്ണ് കണ്ടില്യേ? മഠത്തിലമ്മയെ അരച്ചുകലക്കി കുടിക്കാനുള്ള ദേഷ്യണ്ട് ഓനിപ്പൊ. ഇബറ്റെയൊക്കെ വളർന്ന് വന്നാ ഈ നാട് അപ്പിടി നശിക്കൂലൊ ഇന്റെ ഗുരുവായൂരപ്പാ,” മീനാക്ഷിയേടത്തി പറഞ്ഞു.

“ഈ കുട്ടി വലുതായാല് തേങ്ങ കക്കും അല്ലേ?” ഞാൻ ചോദിച്ചു.

“സംശ്യണ്ടോ? കക്കാണ്ടിരിക്കില്യ. ഓന്റെ തന്തേക്കണ്ടിട്ടല്ലേ ഓനും പഠിക്ക്യാ? കള്ളന്റെ മക്കള് കക്കാണ്ടിരിക്ക്യോ?” മീനാക്ഷി യേടത്തി ചോദിച്ചു.

കറുത്തവരെ അടിച്ച് വേദനിപ്പിക്കുവാൻ വെളുത്തവർക്ക് യാതൊരു സങ്കോചവുമില്ലെന്ന് ആ കാലംമുതൽക്കേ എനിക്ക് മനസ്സിലായി. കറുത്തവർക്ക് സാധാരണയായി ധനവും കാണില്ലല്ലോ. ദരിദ്രനെ ധനികൻ വെറുമൊരു മൃഗമായിട്ടാണ് കണക്കാക്കാറുള്ളത്. അത് പണ്ടുമുതൽക്കേ നാം കണ്ടു വരുന്ന ഒരു യാഥാർത്ഥ്യമാണ്. ദരിദ്രർ പലപ്പോഴും അദൃശ്യരായി നിരത്തുവക്കത്തും ദേവാലയപരിസര ങ്ങളിലും നെൽപ്പാടങ്ങളിലും റെയിൽവേ സ്റ്റേഷനിലും അലഞ്ഞു നടക്കാറുണ്ട്. അവരെ കാണാതെ നടക്കുന്നതിൽ ധനികർക്ക് സന്തോഷം ലഭിക്കാറുമുണ്ട്.

പുന്നയൂർക്കുളം എന്ന ഗ്രാമത്തിലെ പണ്ടത്തെ ദരിദ്രർ ഇന്ന് പ്രതാപികളാണ്. ഗൾഫിൽ ജോലിയെടുക്കുന്ന മക്കൾ അയച്ചു കൊടുക്കുന്ന പണംകൊണ്ട് അവർ പണ്ടത്തെ ധനികരുടെ ഭൂമി കളും വീടുകളും വിലയ്ക്ക് വാങ്ങിക്കഴിഞ്ഞു. അവരുടെ മക്കൾ പണ്ടത്തെ യജമാനന്മാരുടെ സന്തതികളെ കാണുമ്പോൾ പുച്ഛത്തോടെ മുഖം തിരിക്കുന്നു. പണ്ടത്തെ യജമാനന്മാർ നട്ടുവളർത്തിയ ഒട്ടുമാവു കളുടെ ഫലങ്ങൾ അവർ സന്തുഷ്ടിയോടെ ഭക്ഷിക്കുന്നു.

അടിമകളുടെ പ്രധാനപ്പെട്ട ജീവിതാഭിലാഷം യജമാനന്മാരുടെ വീടുകൾ വിലയ്ക്കു വാങ്ങലാണ്. യജമാനന്മാർ ശയിച്ചിരുന്ന കട്ടിലു കളിൽ ഉറങ്ങുവാനും അവർ അതീവ താല്പര്യം പ്രദർശിപ്പിക്കാ റുണ്ട്.

അടിമകളുടെ വൃദ്ധപത്നികൾ തങ്ങളുടെ പരുത്ത കൈത്തല ങ്ങൾ സൂര്യപടക്കിടക്കയുടെ ചുറ്റും വീഴുന്ന വില്ലീസുപർദ്ദകളിൽ സ്വല്പനേരം ഒളിപ്പിക്കുന്നു... യജമാനത്തികൾ ഇരുന്നിരുന്ന ജനൽ പ്പടിമേൽ ഇരുന്ന് പുറത്തെ പാരിജാതത്തിന്റെ നറുമണം അവരും നുകരുന്നു.

ആദ്യമായി അമ്മമ്മ തയ്പിച്ചുതന്ന പാവാടയും ധരിച്ച് ‘ഞാൻ വളർന്നു പോയി’ എന്നു പ്രഖ്യാപിക്കുന്ന മുഖപ്രൗഢിയുമായി അമ്പാഴ ത്തേൽ ഞാൻ ചെന്നപ്പോൾ കമലോപ്പു ചായക്കപ്പുകളിൽനിന്ന് മുഖം ഉയർത്തിക്കൊണ്ട് പുഞ്ചിരിതൂകി.

“ആമിയെ കണ്ടപ്പോ ഒര് അമ്യാര്കുട്ടി വന്നൂന്നാ തോന്ന്യേത്. പാവാട ഉടുത്തപ്പൊ വല്യേ കുട്ടിയായി,” കമലോപ്പു പറഞ്ഞു.

“തെരണ്ട് തീണ്ടാരിയാവണ്ട കാലായി,” കുഞ്ഞുണ്ണിയേട്ടന്റെ ഭാര്യയായ ഏടത്തിയമ്മ പറഞ്ഞു.

“മാലതിക്കുട്ടിക്കും ആമിക്കും ഒരേ പ്രായാ... ഒരാള് കന്നീലും മറ്റാള് മീനത്തിലും—അത്രേ വെത്യാസള്ളൂ. പത്ത് കഴിഞ്ഞ് പതിനൊന്ന് നടപ്പാ,” കുട്ടിയോപ്പു പറഞ്ഞു. കുട്ടിയോപ്പുവിന് എല്ലാവരുടെയും ജനനത്തീയതി ഓർമ്മിച്ചു വയ്ക്കുവാൻ ഒരു പ്രത്യേക കഴിവുണ്ടായിരുന്നു.

“പതിനൊന്നാവുമ്പൊ തെരള്ല്യ. തെരണ്ട് തീണ്ടാരി തൊടങ്ങാൻ, പതിമൂന്നെങ്കിലും ആവണം,” ഏടത്തിയമ്മ ഉറപ്പിച്ച് പ്രഖ്യാപിച്ചു.

“ഞാൻ പാവാടയിട്ടപ്പോൾ വലുതായി എന്ന് അമ്മാമനും പറഞ്ഞു,” ഞാൻ പറഞ്ഞു.

“പാവാടയിട്ടോണ്ട് മാത്രം തെരണ്ട് തീണ്ടാരി തൊടങ്ങില്ല്യ,” ഏടത്തിയമ്മ പറഞ്ഞു. അവർ പൊട്ടിച്ചിരിച്ചു. അവർ നിലത്ത് ഒരു പലകമേൽ ഇരുന്ന് ഒരു പിഞ്ഞാണത്തിൽ ഉതിർപ്പുട്ട് എന്ന പലഹാരം പഴംചേർത്ത് കുഴച്ചു കൊണ്ടിരുന്നു. പിന്നീട് ആ മിശ്രിതത്തിൽ അവർ പഞ്ചസാര വിതറി.

“ഈ പച്ചശീല എവ്ട്ന്ന് മേടിച്ചു? കല്ക്കത്തേന്ന് കൊണ്ട്ന്നതാണോ?” കമലോപ്പു എന്റെ പാവാട തൊട്ടുകൊണ്ട് ചോദിച്ചു.

അത് വെറും പോപ്ലിൻ മാത്രമായിരുന്നു. പക്ഷേ, ആ കാലത്ത് ഇന്നത്തെപ്പോലെ ഭംഗിയുള്ള തുണികൾ ആർക്കും ലഭിച്ചിരുന്നില്ല. അഞ്ചോ ആറോ അണ കൊടുത്താൽ പൂഴിക്കള അങ്ങാടിയിൽ നിന്ന് മിൽ ഖദർ എന്ന് വിളിക്കപ്പെട്ടിരുന്ന ഒരുതരം ശീല കിട്ടുമായിരുന്നു. വെളുപ്പിൽ ചുവപ്പോ പച്ചയോ പുള്ളികൾ ഉള്ള തുണിത്തരങ്ങൾ മാത്രം. അലക്കുമ്പോൾ നിറം മാറുന്നവ. എന്റെ പച്ച പാവാടയുടെ നിറം ഒരിക്കലും മങ്ങിയില്ല എന്നു ഞാൻ ഇന്നും ഓർമ്മിക്കുന്നു. കട്ടിയുള്ള പോപ്ലിൻ ആയതുകൊണ്ട് അത് കീറിയതുമില്ല. വർഷങ്ങൾക്കുശേഷം ഞാൻ അത് ഒരു ഭിക്ഷക്കാരിക്ക് സമ്മാനിച്ചു...

“കല്ക്കത്തേന്ന് മേടിച്ചതല്ല. തൃശ്ശൂര്ന്ന് പൈലിയെക്കൊണ്ട് കൊച്ചുവമ്മമ്മ കൊണ്ടുവരീച്ചതാണ്,” ഞാൻ പറഞ്ഞു.

അന്ന് അമ്പാഴത്തേൽ വീടിന്റെ വടക്കുവശത്ത് ഉമ്മത്തുചെടികൾ വളർന്നുനില്ക്കുന്ന ഒരേക്കർ പാഴ്ഭൂമിയുണ്ടായിരുന്നു. ഒന്നോരണ്ടോ പുളി മരങ്ങളും ഉമ്മത്തും കൂവയും മാത്രമാണ് അവിടെ വളർന്നുനിന്നിരുന്നത്. വെളുപ്പും ഊതയും നിറമുള്ള പൂക്കൾ ഉമ്മത്തിൻചെടികളിൽ തലപൊക്കിനിന്നു. ഉമ്മത്തിൻപൂക്കൾ തൊട്ടാൽ ഉടനേ ഭ്രാന്തു പിടിക്കുമെന്ന് മീനാക്ഷിയേടത്തി എന്നോടും മാലതിക്കുട്ടിയോടും പറഞ്ഞുതന്നിരുന്നു. തിരുവാതിരക്കാലം അടുക്കുമ്പോൾ കൂവ പറിച്ചെടുത്ത് അതിന്റെ കിഴങ്ങുകളുടെ ‘നൂറ്’ ഉണക്കി

പൊടിയാക്കുക മീനാക്ഷിയേടത്തിയുടെ ചുമതലയായിരുന്നു. ആ പൊടിയും ശർക്കരയും ചിരവിയ നാളികേരവുംകൊണ്ട് ഉണ്ടാക്കിയ 'കൂവ വെരകിയത്' ഞങ്ങൾ തിരുവാതിരക്കുളി കഴിഞ്ഞാലുടനേ തിന്നാറുണ്ടായിരുന്നു. തിരുവാതിരക്കുളി കുളിക്കുവാൻ എനിക്ക് എല്ലാ വർഷവും ഭാഗ്യമുണ്ടായില്ല. ക്രിസ്മസ് ഒഴിവിന് നാട്ടിലേക്കു പോവാൻ അച്ഛൻ അപൂർവമായിട്ടേ താല്പര്യം പ്രകടിപ്പിച്ചുള്ളൂ. ക്രിസ്മസ് കാലം കല്ക്കത്തയിൽ വിരുന്നു സത്കാരങ്ങളുടെ കാലമാണ്. അവയിൽ പങ്കെടുത്ത് തന്റെ ഔദ്യോഗിക ജീവിതത്തിലെ പ്രധാനപ്പെട്ട വ്യക്തികളെ സംതൃപ്തരാക്കുവാൻ അച്ഛൻ പരമാവധി ശ്രമിച്ചു.

"ഉമ്മത്തിന്റെ പൂവ് തിന്നാൽ മദനകാമേശ്വരി ലേഹ്യം സേവിക്കണ പോലെയാ. ഒറങ്ങാതെന്നെ സൊപ്നം കാണാം," ചാപ്പൻ നായർ പറഞ്ഞു. വെപ്പ് കഴിഞ്ഞ് അമ്പാഴത്തേൽ അഞ്ചാംപുരയിൽ ഇരുന്ന് വെറ്റില മുറുക്കുകയായിരുന്നു അദ്ദേഹം.

"മദനകാമേശ്വരി ലേഹ്യം എവിടെ കിട്ടും?" ഞാൻ ചോദിച്ചു.

"കുട്ടിക്ക് കൊറച്ച് സേവിക്കണോ?" ചാപ്പൻനായർ ചോദിച്ചു.

ഞാൻ മറുപടി പറഞ്ഞില്ല.

"ഇനിക്കറിയണ ഒരാള് മദനകാമേശ്വരി ലേഹ്യം സേവിച്ചിട്ട് പെരപ്പൊറത്ത് കേറി കുത്തിരുന്നു." ചാപ്പൻനായർ ചുവന്ന പല്ലുകൾ വെളിപ്പെടുത്തിക്കൊണ്ട് ചിരിച്ചു.

"ഓരോന്നു പറഞ്ഞ് കൊട്ക്കണ്ട, ചാപ്പൻനായരേ," മീനാക്ഷിയേടത്തി പറഞ്ഞു.

"നമ്മക്കും കിട്ടണം മദനകാമേശ്വരി ലേഹ്യം," മാലതിക്കുട്ടി പറഞ്ഞു.

"അച്ഛൻ കേൾക്കണ്ട," മീനാക്ഷിയേടത്തി പിറുപിറുത്തു.

മാലതിക്കുട്ടിയുടെ അച്ഛൻ കേശുവേട്ടൻ ഒരു ഹിറ്റ്ലർ മീശയുള്ള സുന്ദരനായിരുന്നു. സുന്ദരനാണെന്ന് വലിയവർ പറഞ്ഞുകേട്ട് മനസ്സിലായി. അല്ലാതെ ഞങ്ങൾ കുട്ടികളെ ആകർഷിക്കുവാൻ കേശുവേട്ടന്റെ രൂപത്തിൽ യാതൊന്നുമുണ്ടായിരുന്നില്ല. ഒത്ത തടിയും ഉയരവുമുള്ള ഒരാൾ. വെളുത്ത നിറം. വരിതെറ്റി പൊന്തി നില്ക്കുന്ന പല്ലുകൾ. കൈവിരലുകളിൽ കല്ലുവച്ച മോതിരങ്ങൾ. ചുവന്നതും പച്ചയും കരയുള്ള ചേന്നമംഗലം മുണ്ടുകളും വരയൻ ഷർട്ടുകളുമാണ് അദ്ദേഹം അന്നു ധരിച്ചിരുന്നത്. റോസ്വുഡ്കൊണ്ട് നിർമ്മിച്ച ഒരു ചാരുമഞ്ചം അമ്പാഴത്തേൽ ഉമ്മറത്തളത്തിൽ ഉണ്ടായിരുന്നു. അതിൽ ചാരിക്കിടന്നുകൊണ്ട് ഇല്ലസ്ട്രേറ്റഡ് വീക്ക്‌ലിയിലെ പദപ്രശ്നങ്ങൾ പൂരിപ്പിക്കുവാൻ കേശുവേട്ടൻ പ്രയത്നി

ക്കാറുണ്ടായിരുന്നു. എന്നെങ്കിലും ഒരുദിവസം തനിക്ക് വീക്ക്‌ലി ഒന്നാം സമ്മാനം തരുമെന്ന് അദ്ദേഹം വിശ്വസിച്ചു. വാക്കുകളെ ഷ്പറ്റിയുള്ള സംശയങ്ങൾ തീർക്കുവാൻ അദ്ദേഹം തന്റെ കാര്യസ്ഥ നായ 'മണ്ണാങ്കണ്ടൻ'നെ ഇടയിടയ്ക്ക് ഉച്ചത്തിൽ വിളിച്ചു വരുത്തിക്കൊ ണ്ടിരുന്നു. വായിൽ പല്ലില്ലാത്ത ഒരു പടുവൃദ്ധനായിരുന്നു മണ്ണാ ങ്കണ്ടൻ. അദ്ദേഹത്തിന് ഇംഗ്ലിഷ് അശേഷം അറിഞ്ഞിരുന്നില്ല. അതുകൊണ്ട് അദ്ദേഹം ശാന്തനായി ഉപദേശിച്ചു:

"ഇബ്ട്ന്ന് അദ്യം പറഞ്ഞ വാക്ക് എഴുതിക്കോളളൊ. സമ്മാനം ഇക്കുറി ഇബ്ട്ത്തെയ്ക്കന്നെ കിട്ടും, സംശല്യ."

സൽസ്വഭാവികളെ കേശുവേട്ടനുമായി ഉപമിക്കുക അന്ന് ആ ഗ്രാമത്തിൽ എല്ലാവരുടെയും ശീലമായിരുന്നു.

'അമ്പാഴത്തേല് കേശുമേന്നെപ്പോലെ ഒരു സാപ്തികനാ അയാള്' എന്ന് പറഞ്ഞാൽ ആ വ്യക്തി തികച്ചും സൽസ്വഭാവിയാണെന്നാ യിരുന്നു അർത്ഥം.

കൂട്ടുകുടുംബമായിരുന്നതുകൊണ്ട് സദാസമയവും അമ്പാഴ ത്തേൽ വീട്ടിൽ കുട്ടികളുടെ കരച്ചിലും അവരും അമ്മമാരുമായുള്ള കലഹങ്ങളും കേൾക്കാമായിരുന്നു. കുട്ടികളെ അവരുടെ അമ്മമാർ കോപത്തോടെ പ്രഹരിച്ചാൽ കേശുവേട്ടൻ തന്റെ കാതുകൾ പൊത്തി ക്കൊണ്ട് അപേക്ഷിക്കും:

"എനിക്ക് ഈ തല്ലണ ശബ്ദം കേൾക്കാൻ വയ്യാട്ടൊ. സ്വന്തം കുട്ടിയോളെ തല്ലി കരയിപ്പിക്കണോ? എന്റെ മുമ്പില് വെച്ച് കുട്ടി യോളെ തല്ലരുത്. എനിക്ക് അത് കാണാനുള്ള മനശ്ശക്തി ഇല്യ."

'പാവം കേശുവേട്ടൻ' എന്ന് പലരും ആ കാലത്ത് പിറുപിറുത്തി രുന്നു.

ഒരു സന്ധ്യയ്ക്ക് താൻ തനിച്ച് ഗോവിന്ദപുരം ക്ഷേത്രത്തിൽ തൊഴുത് മടങ്ങുമ്പോൾ നീണ്ടുവളഞ്ഞുപോവുന്ന ആ തോട്ടിൽ തന്റെ പിന്നാലെ ഉണ്ടക്കണ്ണും പിച്ചാത്തിയുമുള്ള ഒരപരിചിതൻ നടന്നുവന്നെന്നും പെട്ടെന്ന് കേശുവേട്ടൻ അവിടെ ആവിർഭവിച്ചപ്പോൾ മാത്രമേ തനിക്ക് ശ്വാസം വീണുള്ളൂവെന്നും അമ്മമ്മ ഒരിക്കൽ പറഞ്ഞത് ഞാൻ കേട്ടിട്ടുണ്ട്. മഞ്ഞാട്ടച്ചൻ പൂന്താനത്തിന്റെ രക്ഷയ്ക്ക് കാട്ടിൽ ചെന്ന തുപോലെയാണ് കേശുവേട്ടൻ തോട്ടിൽ പ്രത്യക്ഷപ്പെട്ടത് എന്ന് അമ്മമ്മ പറഞ്ഞു. പിന്നെ കേശുവേട്ടന്റെ പിന്നാലെ സുരക്ഷിത യായി അമ്മമ്മ നാലപ്പാട്ട് പടിപ്പുരവരെ ഇരുളിൽ നടന്നു.

"കേശുവേട്ടൻ അപ്പൊ വന്നില്യെങ്കിൽ ഞാൻ കഷ്ടത്തിലാവു മായിരുന്നു," അമ്മമ്മ പറഞ്ഞു.

ഉണ്ടക്കണ്ണുണ്ടെങ്കിലും പിച്ചാത്തിയുണ്ടെങ്കിലും ഒരു മനുഷ്യൻ സ്ത്രീകളെ ഉപദ്രവിക്കണമെന്നില്ല എന്ന് അമ്മായി പറഞ്ഞു. ഉണ്ട ക്കണ്ണും പിച്ചാത്തിയും ഒന്നുമില്ലാത്തവരാണ് സാധാരണയായി സ്ത്രീകളെ ബലാൽസംഗം ചെയ്യാറുള്ളത് എന്ന് അവർ പ്രസ്താവിച്ചു.

"കുട്ടിയോപ്പുവിന് എങ്ങനെയാ ഇതൊക്കെ ഇത്ര ഒറപ്പിച്ച് പറ യാൻ സാധിക്കണ്? കുട്ടിയോപ്പുവിനെ ആരും ആക്രമിച്ചിട്ടില്യലൊ," അമ്മമ്മ പറഞ്ഞു.

"ആക്രമിച്ചിട്ടുണ്ടെങ്കിലും അത് ഞാൻ പറഞ്ഞോണ്ട് നടക്കി ല്യലൊ?" കുട്ടിയോപ്പു ചിരിച്ചുകൊണ്ട് ചോദിച്ചു.

"ആക്രമിച്ചിട്ടുണ്ടെങ്കില് ഞാൻ കേക്കാണ്ടിരിക്കില്യ," അമ്മമ്മ പറഞ്ഞു.

"അവനാന്റെ ജീവിതത്തില് ഉണ്ടായ സംഭവങ്ങളൊക്കെ കൊട്ടി ഘോഷിക്കാത്തോരും ഉണ്ട് ഈ ലോകത്തില്," അമ്മായി പറഞ്ഞു. അവർ വെറ്റിലച്ചെല്ലം തുറന്ന് അടയ്ക്കയും അയമോദകവും എരട്ടി മധുരവും ചേർത്ത് വിസ്തരിച്ച് മുറുക്കി. എന്നിട്ട് കണ്ണിറുക്കി എന്നെ നോക്കി പുഞ്ചിരി തൂകി.

"ചെലോർക്ക് ആക്രമിക്കണ പുരുഷന്മാരെ കാണാനാ താല്പര്യം ഉണ്ടാവാ," കുട്ടിയോപ്പു പറഞ്ഞു.

"എങ്ങിനെയാ ആക്രമിക്കാ?" ഞാൻ ചോദിച്ചു.

"ഇനി അതുകൂടി പറഞ്ഞ് കൊടുത്തോളൊ," അമ്മമ്മ നീരസ ത്തോടെ കുട്ടിയോപ്പുവിനോട് പറഞ്ഞു.

"എന്റെ അഭിപ്രായത്തില് പെൺകുട്ട്യോളോട് എല്ലാം പറഞ്ഞ് കൊടുക്കണം. ഒന്നും അറിയാണ്ടെ വളർത്തിയാ അപകടാ," കുട്ടി യോപ്പു പറഞ്ഞു.

"തന്നെ മനസ്സിലാക്കിക്കോളും," അമ്മമ്മ പിറുപിറുത്തു.

'മാനോടൊത്തു വളർന്ന് മന്മഥകഥാസാരം ഗ്രഹിക്കാത്തൊരി വൾ താനോ നാഗരീകാംഗനാ രസികനാമെന്നെ...' അമ്മായി ആ ശ്ലോകം മാധുര്യത്തോടെ ചൊല്ലി.

ശകുന്തളയുടെ കഥ അമ്മമ്മയാണ് അന്ന് രാത്രി ഉറങ്ങുവാൻ കിടക്കുമ്പോൾ എനിക്ക് പറഞ്ഞുതന്നത്. പിന്നീട് അമ്മാമന്റെ ലൈബ്ര റിയിൽനിന്ന്, വള്ളത്തോളിന്റെ അഭിജ്ഞാനശാകുന്തളം തേടി യെടുത്ത് ഞാൻ വായിച്ചു.

ഒരു ദിവസം അമ്മമ്മ തന്റെ അമ്മയോട് പറഞ്ഞു:

"അമ്മേ, എനിക്ക് ചീത്ത വിചാരങ്ങൾ മനസ്സില് വര്ാണ്. ഞാനെന്താ ചെയ്യണ്ട്?"

അമ്മമ്മയുടെ മുഖം വിളർത്തു കാണപ്പെട്ടു.

"എന്തു വിചാരാ കൊച്ചോ കൊച്ചൂന് തോന്നണത്? നല്ലത് തോന്നിക്കണേന്ന് ഗുരുവായൂരപ്പനോട് നല്ലോണം പ്രാർത്ഥിച്ചോളൊ."

ഭയചകിതയായ മാൻപേടയുടെ കണ്ണുകളുള്ള അമ്മമ്മ തന്റെ കവിളത്ത് വീണുചിതറിയ കണ്ണുനീർത്തുള്ളികൾ മുണ്ടിന്റെ കോന്തല കൊണ്ട് തുടച്ചു.

നാല്

എന്റെ ഭർത്താവിന്റെ അമ്മയെ ഞാനും ബന്ധുക്കളും എല്ലാവരും ചെറിയോപ്പു എന്നാണ് വിളിച്ചിരുന്നത്. അവരുടെ പേര് അമ്പാഴത്തേൽ പാറുക്കുട്ടിയമ്മ എന്നായിരുന്നു. അവരെ ആദ്യം വിവാഹം ചെയ്തത് കോതരിക്കൽ തമ്പുരാൻ എന്ന് അറിയപ്പെട്ടിരുന്ന ആഢ്യൻ നമ്പൂതിരിയായിരുന്നു. അദ്ദേഹത്തിന്റെ മനയിൽ ഒരു പത്തായപ്പുരയിൽ ഭൃത്യജനങ്ങളും കുട്ടികളുമായി പാർക്കുമ്പോൾ പാറുക്കുട്ടിയമ്മയ്ക്ക് ആ യാഥാസ്ഥിതിക കുടുംബത്തോട് കലശലായ വെറുപ്പ് തോന്നിത്തുടങ്ങി. അന്തഃപുരത്തിൽ ഒതുങ്ങിക്കഴിയേണ്ടവരായിരുന്നില്ല ചെറിയോപ്പു. പതിനേഴാം വയസ്സിലും പാറുക്കുട്ടി എന്ന് വിളിക്കുവാൻ നാട്ടുകാർ ധൈര്യപ്പെട്ടില്ല. അവരുടെ പെരുമാറ്റത്തിൽ അന്തസ്സും ഗാംഭീര്യവും അത്രകണ്ട് പ്രകടമായിരുന്നു. മലബാർ പ്രദേശത്തെ സ്ത്രീകൾ സ്വതവേ സുന്ദരികളാണ്. സുന്ദരികളിൽ സുന്ദരിയായ പാറുക്കുട്ടിയമ്മയെ ഭാര്യയായി കിട്ടിയതിൽ കോതരിക്കൽ തമ്പുരാൻ അഭിമാനിച്ചിരിക്കാം. പക്ഷേ, അവർ തന്റെ മുലകൾ മറയ്ക്കുവാൻ ജാക്കറ്റ് ധരിക്കുന്നത് അദ്ദേഹത്തിന് രുചിച്ചില്ല. ക്രിസ്ത്യാനിസ്ത്രീകളും മുസ്ലീം സ്ത്രീകളും മാത്രമേ അന്ന് കുപ്പായം ധരിച്ചിരുന്നുള്ളു. മുലകളുടെ പ്രദർശനം വിനയപ്രകടനമായി നാടുവാഴികൾ കണക്കാക്കി. പാറുക്കുട്ടിയമ്മയുടെ രണ്ട് സഹോദരന്മാർ ഉപരിപഠനാർത്ഥം ലണ്ടനിൽ പോയിരുന്നു. അവർ അവിടെനിന്ന് സഹോദരിമാർക്കായി കഴുത്തിലും കൈത്തണ്ടയിലും ഞൊറികളുള്ള പട്ടുജാക്കറ്റുകൾ കൊണ്ടുവന്നിരുന്നു. അവയും അവയുടെ അനുകരണങ്ങളും പാറുക്കുട്ടിയമ്മയുടെ ഒതുങ്ങിയ ശരീരഘടനയ്ക്ക് നല്ലവണ്ണം ചേരുകയുംചെയ്തു. സാധാരണ ധനികകുടുംബങ്ങളിൽ കാണുന്ന സ്ത്രീകൾ പഴുപ്പ് കൂടിപ്പോയ മധുരഫലങ്ങൾപോലെയാണ്. അരക്കെട്ടും മാർവിടവും അടിവയറും അതീവ മാംസളങ്ങളായി കാണപ്പെടും. പാറുക്കുട്ടിയമ്മയുടെ ശരീരത്തിൽ അനാവശ്യമായ ഒരു കഴഞ്ച് മേദസ്സ് കണ്ടുപിടിക്കുവാൻ ആർക്കും സാധി

ക്കുമായിരുന്നില്ല. അവർ ചെറുപ്പത്തിൽ ഏതൊക്കെ വിധത്തിൽ സുന്ദരിയായിരുന്നുവെന്ന് പിന്നീട് എത്രയോ വർഷങ്ങൾക്കുശേഷം എന്നെ എണ്ണതേച്ച് കുളിപ്പിച്ച ഉണ്ണിമായമ്മയും അവരുടെ മകൾ കല്യാണിയമ്മയും വിവരിച്ചുതന്നിരുന്നു. ആ സുന്ദരി ഗുരുവായൂർ ഏകാദശിനാളിൽ ക്ഷേത്രദർശനം നടത്തുമ്പോൾ അവരിൽ കണ്ണും നട്ടുകൊണ്ട് എത്രയോപേർ നടയ്ക്കൽ നിന്നിരുന്നുവത്രെ.

കോതരിക്കൽത്തമ്പുരാന് പാറുക്കുട്ടിയമ്മയിൽ മൂന്ന് കുട്ടികൾ ജനിച്ചു തങ്കം, സുന്ദരി, ബാലകൃഷ്ണൻ. അച്ഛനിൽനിന്നും അമ്മയിൽ നിന്നും വേണ്ടത്ര രൂപലാവണ്യം നേടിയെടുത്തവർ. യാഥാസ്ഥിതികമായ ആ അന്തരീക്ഷം തന്നെ ശ്വാസംമുട്ടിച്ചപ്പോൾ പാറുക്കുട്ടിയമ്മ മൂന്നു മക്കളേയുംകൊണ്ട് അമ്പാഴത്തേൽ വീട്ടിലേക്ക് മടങ്ങി. അച്ഛനായ മാധവമേനോൻ സസന്തോഷം ഭർത്താവിനെ പരിത്യജിച്ച പ്രിയപുത്രിയെ സ്വാഗതം ചെയ്തു.

മാധവമേനോന് തന്റെ ഭാര്യ കല്യാണിയമ്മയിൽ പതിനൊന്നു മക്കൾ ജനിച്ചിരുന്നു. ഗുരുവായൂരിൽ താമസമാക്കിയ വക്കീൽ ഗോവിന്ദമേനോൻ, ബാരിസ്റ്റർ കുട്ടൻ മേനോൻ, ഓബ്രിമേനോന്റെ അച്ഛനായ നാരായണമേനോൻ, കേശവദാസ് മേനോൻ, കുഞ്ഞുണ്ണി മേനോൻ, കൊച്ചുണ്ണി മേനോൻ, ചിന്നമ്മ, പാറുക്കുട്ടിയമ്മ, കമലമ്മ, ബാലാമണിയമ്മ, ശാരദാമ്മ എന്നീ പതിനൊന്നുപേർ. ഇവരെല്ലാവരും മക്കളായി തനിക്ക് ഉണ്ടെങ്കിലും കാര്യപ്രാപ്തിയും പൗരുഷവും പാറുക്കുട്ടിക്ക് മാത്രമേയുള്ളൂവെന്ന് മാധവമേനോൻ ചങ്ങാതികളോട് പറയാറുണ്ടായിരുന്നു. ധനികന്റെ മക്കൾക്ക് കാണാവുന്ന സകല ദൗർബല്യങ്ങളും മറ്റുള്ളവർക്ക് സുലഭമായി കിടച്ചിരുന്നു. സ്വത്തിനെപ്പറ്റിയും വ്യവഹാരത്തെപ്പറ്റിയും മറ്റും തന്റെ പ്രിയപുത്രിയുമായി ചർച്ച ചെയ്യുവാൻ മാധവമേനോൻ താല്പര്യം പ്രകടിപ്പിച്ചു.

ആ കാലത്ത് പാറുക്കുട്ടിയമ്മയ്ക്ക് വയസ്സ് ഇരുപത്തെട്ടായിരുന്നു. കാതിൽ കല്ലുവെച്ച തോടയും കസവുചുട്ടിയുള്ള ചേന്നമംഗലം മുണ്ടും മറ്റും ധരിച്ച് ക്ഷേത്രദർശനത്തിനുപോയ ആ വിവാഹമോചിതയെ കണ്ട നിമിഷത്തിൽ സുബ്രഹ്മണ്യയ്യർ അവരിൽ ആകൃഷ്ടനായി. അദ്ദേഹം ഇംഗ്ലിഷിലും ഹിന്ദിയിലും സംസ്കൃതത്തിലും പണ്ഡിതനായിരുന്നു. ബറോഡയിലും 'കാശി വിദ്യാപീഠി'ലും പഠിപ്പിച്ച് പിന്നീട് ഉദ്യോഗത്തിൽനിന്ന് വിരമിച്ച് നാട്ടിൽ വന്ന് കുന്നംകുളത്ത് ഒരു റസിഡെൻഷ്യൽ സ്കൂൾ തുടങ്ങി. അത് നടത്തുന്ന സമയത്താണ് അദ്ദേഹം ആദ്യമായി പാറുക്കുട്ടിയമ്മയെ കാണുന്നത്. അദ്ദേഹത്തിന് ഒരു ഭാര്യയും രണ്ട് പെൺമക്കളും ഉണ്ടായിരുന്നു. എന്നിട്ടും നിയന്ത്രണമില്ലാത്ത രാഗത്താൽ അദ്ദേഹം കുഴങ്ങി. പാറുക്കുട്ടിയമ്മയ്ക്ക് അവരുടെ ഒരു സഹോദരന്റെ കൈവശം അദ്ദേഹം

ഒരു പ്രേമലേഖനം കൊടുത്തയച്ചു. അതിലെ വിവാഹാഭ്യർത്ഥന അവർ നിരസിച്ചില്ല. അവർക്ക് തമ്മിൽ മുപ്പതു വയസ്സിന്റെ പ്രായ വ്യത്യാസമുണ്ടായിരുന്നു. അയ്യർ കറുത്ത് തടിച്ച് ആറടി ഉയരവും കഷണ്ടിത്തലയും ചുവന്ന കണ്ണുകളുമുള്ള ഒരാളായിരുന്നു. നാട്ടുകാർ അദ്ദേഹത്തെ ഹെഡ്മാസ്റ്റർ എന്നാണ് വിളിച്ചിരുന്നത്. അദ്ദേഹത്തിന്റെ ജന്മസ്ഥലം പാലക്കാട്ടെ ചിറ്റൂരായിരുന്നു. നിസ്സങ്കോചം രണ്ടാം വിവാഹം നടത്തി അദ്ദേഹം അമ്പാഴത്തേൽ വീടിന്റെ സമീപം മഠം എന്ന ഒരു വീട് ഉണ്ടാക്കിച്ച് അതിൽ ഭാര്യയോടൊപ്പം താമസമാക്കി. ദാസേട്ടൻ ജനിച്ചപ്പോൾ അദ്ദേഹം ആഹ്ലാദഭരിതനായി. തനിക്ക് ഒരു മകൻ ഉണ്ടായിക്കാണുവാൻ എത്രയോ വർഷങ്ങളായി കാത്തിരിക്കുകയായിരുന്നു അദ്ദേഹം. മകന് മാസംതോറും മദ്രാസ്സിൽനിന്ന് നൂറു രൂപയ്ക്ക് കളിപ്പാട്ടങ്ങളും നൂറു രൂപയ്ക്ക് പുസ്തകങ്ങളും അദ്ദേഹം തപാലിൽ വരുത്തിച്ചിരുന്നു. തന്റെ ഭാര്യയെ പുസ്തകങ്ങൾ വായിച്ചുകേൾപ്പിക്കുക, മകനെ മടിയിൽ ഇരുത്തി പഠിപ്പിക്കുക, ഭാര്യയുമായി ശീട്ടുകളിക്കുക മുതലായവ അദ്ദേഹത്തിന്റെ പ്രിയപ്പെട്ട ദൈനംദിന പരിപാടികളായിരുന്നു.

കുഞ്ഞ് ജനിച്ചപ്പോൾ അതിനെ കാണുവാനായി സുബ്രഹ്മണ്യയ്യർക്ക് ആദ്യഭാര്യയിൽ ജനിച്ച രണ്ട് പുത്രികളിൽ മൂത്തവൾ അമ്പാഴത്തേൽ മഠത്തിലേക്ക് വന്നു. അവർ സമ്മാനിച്ച പവൻനാണ്യം ചെറിയോപ്പ് സ്വീകരിച്ചില്ല. അവരെ കാണിച്ചുകൊടുക്കുവാൻ കുട്ടിയെ പുറത്തേക്ക് കൊണ്ടുവന്നതുമില്ല. ഒടുവിൽ കരഞ്ഞുകൊണ്ടും ശാപവചനങ്ങൾ ഉതിർത്തും ആ ബ്രാഹ്മണ സ്ത്രീ മടങ്ങിപ്പോയി. ബ്രാഹ്മണശാപം വിനകൾ വരുത്തിവയ്ക്കുമെന്ന് ബന്ധുക്കളും ഭൃത്യജനങ്ങളും പിറുപിറുത്തു.

പാറുക്കുട്ടിയമ്മയുടെ കൂടെയുള്ള തന്റെ ജീവിതം ഒരു രണ്ടാം ജന്മമാണെന്ന് ഹെഡ്മാസ്റ്റർക്കു തോന്നിയിരിക്കണം. ഒരു ചെറിയ കുട്ടിയുടെ അച്ഛനായി ജീവിക്കുമ്പോൾ താൻ വീണ്ടും യുവാവായി രൂപാന്തരപ്പെട്ടുവെന്നും.

ആ വർഷത്തിൽത്തന്നെ പാറുക്കുട്ടിയമ്മയുടെ രണ്ടു പെൺമക്കളും മരിച്ചുപോയി. മൂത്തവളായ തങ്കം കുളിച്ച് അമ്പലത്തിൽ പ്പോയി തൊഴുതു. മടങ്ങിയത് തന്റെ തലവേദനയെപ്പറ്റി ആവലാതിപ്പെട്ടുകൊണ്ടാണ്. മൂന്നു ദിവസത്തെ തലവേദന മരണത്തിൽ അവസാനിച്ചു. മൂന്നു മാസത്തിനുള്ളിൽ സുന്ദരി ടൈഫോയിഡ് ബാധിച്ച് മൃതിയടഞ്ഞു. പാറുക്കുട്ടിയമ്മയുടെ ചുരുണ്ട മുടി പെട്ടെന്ന് വെളുത്തു. പെട്ടെന്ന് വാർദ്ധക്യം അവരെ ആക്രമിച്ചു. അതോടൊപ്പം മൗഢ്യവും. എങ്കിലും തന്റെ ഭർത്താവിനെ വ്യസനിപ്പിക്കാതിരിക്കുവാൻ അവർ പരിശ്രമിച്ചു. ചെറിയ മകന്റെ സാമീപ്യത്തിൽ സമാധാനം കണ്ടെത്തി.

മകനെ പഠിപ്പിക്കുവാനായി ആ ദമ്പതിമാർ പൊന്നാനിയിൽ താമസമാക്കി.

അന്യോന്യം നോക്കിക്കൊണ്ട് ഇരിക്കുമ്പോഴും കിടക്കുമ്പോഴും കനത്ത അപരാധബോധം അവരെ പീഡിപ്പിച്ചു. പക്ഷേ, അതിനെപ്പറ്റി സംസാരിക്കുവാനോ അല്പനേരത്തിന് കണ്ണുനീർ പൊഴിക്കാനോ, ഒരു പ്രത്യേകതരത്തിലുള്ള ദുരഭിമാനം അവരെ അനുവദിച്ചില്ല. ഒരേ തടവറയിൽ ജീവപര്യന്തം താമസിക്കേണ്ടിവരുന്ന രണ്ട് കുറ്റവാളികളേപ്പോലെയായിരുന്നു അവർ. പരസ്പരം ഒരൊറ്റ വാക്ക് കൈമാറാതെ കഴിയുമ്പോഴും ചിന്തകൾ മനസ്സിലാക്കുന്ന രണ്ടുപേർ. അച്ഛനാവാൻ പ്രായമുള്ള ഒരാളെ വിവാഹം ചെയ്തത് അദ്ദേഹത്തിന്റെ ധനശേഷി ഓർത്തിട്ടാണെന്ന് നാട്ടുകാർ പറയുന്നത് പാറുക്കുട്ടിയമ്മ കേൾക്കാതിരുന്നില്ല. അവരുടെ ആരോപണം നിഷേധിക്കുവാൻ അവർ തുനിഞ്ഞില്ല. ധനത്തിൽ മാത്രമേ ഒരു സ്ത്രീയ്ക്ക് —പ്രത്യേകിച്ചും കുട്ടികളുള്ള ഒരു സ്ത്രീയ്ക്ക്— സുരക്ഷിതത്വം സമ്പാദിക്കുവാൻ സാധിക്കുകയുള്ളൂവെന്ന് അവർക്ക് അന്നേ അറിമായിരുന്നു.

പണ്ഡിതനും സൗന്ദര്യാരാധകനുമായ സുബ്രഹ്മണ്യയ്യർക്ക് വൈകിയെങ്കിൽക്കൂടി ഒരു സുന്ദരിയെ സ്വന്തമാക്കാതിരിക്കുവാൻ എങ്ങനെ കഴിയും? ഒരു സുന്ദരിയോടൊപ്പം ഉറങ്ങുവാൻ കിടക്കുന്നതും അവളോടൊപ്പം പ്രഭാതത്തിൽ ഉണരുന്നതും സ്വർഗ്ഗമാണെന്ന് വൈകിയിട്ടെങ്കിലും അദ്ദേഹം മനസ്സിലാക്കി.

മകന് പതിനഞ്ചു വയസ്സ് പ്രായമായിട്ടും അവനെ തന്റെ ദേഹത്തിൽ കിടത്തി ഈസിച്ചെയറിൽ വിശ്രമിക്കുക അദ്ദേഹത്തിന്റെ പതിവായിരുന്നു. ഒരു സന്ധ്യയ്ക്ക് അദ്ദേഹം നെഞ്ചുവേദനയെപ്പറ്റി പറഞ്ഞു. ഉടനേ മരിക്കുകയുംചെയ്തു. മരിക്കുന്നതിന് ഒരാഴ്ച മുമ്പ് അദ്ദേഹത്തിന്റെ കാൽവിരലിൽ ഒരു മുള്ള് തറച്ചുകയറിയെന്ന് ദാസേട്ടൻ പറഞ്ഞു. പ്രമേഹരോഗിയായിരുന്നു ദാസേട്ടന്റെ അച്ഛൻ.

അച്ഛൻ മരിച്ചുകഴിഞ്ഞപ്പോൾ തങ്ങൾ അനാഥരായെന്ന് ദാസേട്ടനും അമ്മയ്ക്കുംതോന്നി. മദ്രാസ്സിലേക്ക് അയച്ച് മകനെ പഠിപ്പിക്കണമെന്ന് സുബ്രഹ്മണ്യയ്യർ പറയാറുണ്ടായിരുന്നു. ആ ആഗ്രഹം അനുസരിച്ച് ദാസേട്ടനെ ലയോള കോളേജിൽ അയച്ച് പഠിപ്പിച്ചു അദ്ദേഹത്തിന്റെ അമ്മ.

എത്രയോ വർഷങ്ങൾക്കുശേഷം ഞങ്ങൾ ബോംബെയിൽ താമസിക്കുമ്പോൾ ദാസേട്ടന്റെ അച്ഛന് ആദ്യ ഭാര്യയിൽ ജനിച്ച മകളെയും അവരുടെ മകൾ ശാരദയെയും ഞങ്ങൾ പരിചയപ്പെട്ടു. വിധവയായ ഒരു പാട്ടിയുടെ വസ്ത്രങ്ങളാണ് അവർ ധരിച്ചിരുന്നത്. തലയിൽ മുടി തീരെ ഉണ്ടായിരുന്നുമില്ല. 'മുലുന്ദി'ൽ സ്ഥിതിചെയ്തി

രുന്ന അവരുടെ വീട്ടിൽച്ചെന്ന് ഞാൻ അവരുടെ കാല്ക്കൽ നമസ്കരിച്ചു. എന്നെയും ദാസേട്ടനെയും രണ്ടുവശത്തും ഇരുത്തി അവർ ഞങ്ങളോടൊത്ത് ഭക്ഷണം കഴിച്ചു. നിറയെ മക്കൾ ഉണ്ടാവട്ടെ എന്നു പറഞ്ഞ് അവർ എന്നെ അനുഗ്രഹിക്കുകയുംചെയ്തു. അവർ എന്നെ ആശ്ലേഷിച്ചുകൊണ്ട് കുറച്ചുനേരം കണ്ണുനീർ വീഴ്ത്തി. തങ്ങളുടെ കുടുംബത്തിൽ മൂന്ന് തലമുറകൾക്കുശേഷം ആദ്യമായി ജനിച്ച ആൺപ്രജ ദാസേട്ടനാണെന്ന് അവർ തമിഴ്ചുവ കലർന്ന മലയാളത്തിൽ പറഞ്ഞു. അവർക്ക് ദാസേട്ടന്റെ മുഖച്ഛായ ഉണ്ടായിരുന്നു.

ദാസേട്ടന്റെ മൂത്ത സഹോദരിയെ ചെന്ന് കണ്ടതിനെപ്പറ്റി പറഞ്ഞപ്പോൾ എന്റെ അമ്മമ്മ സന്തോഷം പ്രകടിപ്പിച്ചു.

ദാസേട്ടന്റെ അമ്മ ആ സന്ദർശനത്തെപ്പറ്റി യാതൊന്നും പറഞ്ഞില്ല. അവർ ആകാശത്തിൽ ഉയരത്തിൽ പറക്കുന്ന പരുന്തുകളെ നോക്കുകയായിരുന്നു.

അഞ്ച്

ദാസേട്ടന്റെ അമ്മയുടെ അച്ഛൻ തിരുത്തിപ്പള്ളി മാധവമേനോൻ തന്റെ പിതാവായ പയ്യത്തു കുഞ്ഞുണ്ണിനായരെപ്പോലെ പിശുക്കനായിരുന്നില്ല. കുഞ്ഞുണ്ണിനായർ സ്വയം പ്രയത്നിച്ച് ഉണ്ടാക്കിയ സ്വത്തിനെപ്പറ്റി സ്വാഭാവികമായും അദ്ദേഹത്തിന് ഉത്കണ്ഠയുണ്ടായിരുന്നു. കുഞ്ഞിനെ പ്രസവിച്ച സ്ത്രീയ്ക്ക് അതിനെപ്പറ്റി ഉത്കണ്ഠ ഉണ്ടാവുന്നതുപോലെ ധനം സമ്പാദിച്ചവന് ധനത്തെപ്പറ്റിയായിരിക്കും സദാസമയവും ആലോചന. കുഞ്ഞുണ്ണിനായർ വലിയ ഓട്ടുചരക്കിൽ ഒരൊറ്റത്തോർത്തു മാത്രം ധരിച്ച് ചുരുണ്ടുകൂടിക്കിടക്കാറുണ്ടെന്ന് നാട്ടുകാർ പറയാറുണ്ടായിരുന്നു. കുടുംബത്തിലെ ഓട്ടുസാമഗ്രികൾ കട്ടെടുക്കുവാൻ രാത്രിസമയത്ത് വേലിചാടിക്കടന്ന് കള്ളന്മാർ വന്നെത്തുമെന്ന് അദ്ദേഹം ഭയന്നു.

പയ്യത്തെ കുഞ്ഞുണ്ണിനായരുടെ ധനശേഷിയെപ്പറ്റി മലബാർ പ്രദേശക്കാർ അറിയാതിരുന്നില്ല. പിശുക്കന്റെ മകൻ ധൂർത്തൻ എന്ന പഴഞ്ചൊല്ല് അന്യോന്യം ഉദ്ധരിച്ചുകൊണ്ട് അസൂയാലുക്കൾ സ്വയം മനഃശാന്തി നേടിയെടുത്തു. മാധവമേനോൻ രാജകീയലക്ഷണങ്ങൾ തികഞ്ഞ ഒരു യുവാവായിരുന്നു. അദ്ദേഹത്തിന്റെ സഹോദരൻ തിരുത്തിപ്പള്ളി രാവുണ്ണിമേനോൻ പുന്നയൂർക്കുളത്തെ ഏറ്റവും പുരാതനവും ഇന്നും ചേതോഹാരിതയോടെ നിലനില്ക്കുന്നതുമായ കാളത്തിങ്കൽ വീട്ടിൽ തന്റെ അമ്മയെയും ഇളയ പെങ്ങ

ന്മാരെയും സംരക്ഷിക്കുന്നതിൽ മാത്രം സുഖം കണ്ടെത്തിപ്പോൾ മാധവമേനോൻ നാടുചുറ്റുകയും സംഗീതക്കച്ചേരികൾ, മോഹിനിയാട്ടം, തമിഴ് നാടകം മുതലായവ കണ്ടും കേട്ടും ആസ്വദിക്കുകയും ചെയ്ത് തന്റെ ജീവിതത്തിന്റെ മോടി കൂട്ടി. മറ്റൊരു സഹോദരൻ ഗോവിന്ദമേനോൻ ജന്മിയുടെ രൂപത്തിൽ അച്ഛനെയും സഹായിച്ചുകൊണ്ടും കാലം കഴിച്ചു.

മാധവമേനോൻ പാലക്കാട്ടുനിന്ന് അതിസുന്ദരിയായ കാളിപുറയത്ത് കല്യാണിക്കുട്ടിയമ്മയെയും അവരുടെ അനുജത്തി കുഞ്ഞുക്കുട്ടിയമ്മയെയും ഒരുദിവസം പുന്നയൂർക്കുളത്തേക്ക് കൊണ്ടുവന്നു. കല്യാണിക്കുട്ടിയമ്മയ്ക്ക് അന്ന് പതിനഞ്ചു വയസ്സ് പ്രായമായിരുന്നു. കുറുക്കിയ പാലിന്റെ നിറമുള്ള മുഖത്ത് പുരികങ്ങൾക്കിടയിൽ പച്ചകുത്തിയിരുന്നു. അവരെ സ്വർണ്ണാഭരണങ്ങളാൽ പൊതിഞ്ഞ് തന്റെ ഭാര്യയാക്കിയതിനുശേഷം മാധവമേനോൻ കുഞ്ഞുക്കുട്ടിയമ്മയെ തന്റെ അനുജന് വിവാഹം ചെയ്തുകൊടുത്തു. സഹോദരിമാരെ തേടി വന്ന കരുണാകരൻ നായരെ കരുണാകരമേനോൻ എന്ന് വിളിപ്പിച്ച് അദ്ദേഹത്തെ മാധവമേനോൻ തന്റെ വിപുലമായ സ്വത്തിന്റെ കാര്യസ്ഥനാക്കി. അന്നൊക്കെ ജന്മികൾ തങ്ങളുടെ പരിചാരകരോടൊപ്പം ഏതെങ്കിലും തൊടിയിൽ പ്രവേശിച്ച് അതിന്റെ ഉടമസ്ഥന്മാരുടെ സമ്മതം വാങ്ങാൻ മിനക്കെടാതെ കരിക്ക് പറിച്ചെടുത്ത് കുടിക്കുക പതിവാക്കിയിരുന്നു. കരിക്ക് പറിച്ചെടുത്തതിൽ പ്രതിഷേധം പ്രകടിപ്പിച്ചാൽ പറമ്പിന്റെ ഉടമസ്ഥനെ തല്ലി അവശനാക്കുകയും ഒരു സാധാരണ പരിപാടി മാത്രമായിരുന്നു. അതിനുശേഷം ആ സ്ഥലം അക്രമിയുടെ സ്വന്തമായി കണക്കാക്കാം. കൈയൂക്കുള്ളവൻ കാര്യക്കാരൻ എന്ന പഴമൊഴിയിൽ നാട്ടുകാർ വിശ്വസിച്ചു. ജന്മിക്ക് പിന്നീട് അവിടെ വിളഞ്ഞ നെല്ലിനും തേങ്ങയ്ക്കും അവിടെ വളർന്ന പെണ്ണിനും അവകാശമുണ്ട്.

വെളുത്തനിറമുള്ള കുട്ടികൾ തനിക്ക് മക്കളായി പിറക്കണമെന്ന് മാധവമേനോൻ ആഗ്രഹിച്ചു. രാജ്യം ഭരിക്കുന്ന ഇംഗ്ലിഷുകാരെ അനുകരിക്കുന്നതിൽ അദ്ദേഹം താല്പര്യം പ്രകടിപ്പിച്ചിരുന്നു. തന്റെ മക്കൾ വളർന്നു തുടങ്ങിയപ്പോൾ അവർക്ക് വിവാഹം ചെയ്യുവാൻ വെളുത്തവരെത്തന്നെ കണ്ടുപിടിക്കുവാൻ അദ്ദേഹം ശ്രദ്ധിച്ചു.

മാധവമേനോന്റെയും കല്യാണിക്കുട്ടിയമ്മയുടെയും പതിനൊന്നു മക്കളിൽ ഒരാൾ മാത്രമേ ഇരുനിറത്തിൽ ജനിച്ചുള്ളു. അത് പിന്നീട് ഓബ്രി മേനോന്റെ അച്ഛനായിത്തീർന്ന നാരായണമേനോൻ ആയിരുന്നു. കാളിപുറയത്ത് തറവാട്ടിലെ പുരുഷന്മാർ തങ്ങളുടെ പേരോടൊപ്പം നായർ എന്ന് കൂട്ടിയാണ് അറിയപ്പെട്ടിരുന്നത്. മേനോൻ എന്നുവേണം തന്റെ ഓരോ മകന്റെയും പേരിന് പിന്നിൽ എന്ന്

മാധവമേനോൻ ശാഠ്യം പിടിച്ചു. അങ്ങനെയാണ് അപ്പു വളർന്ന് വക്കീൽ ഗോവിന്ദമേനോനായത്. ചിന്നൻ വളർന്ന് നാരായണമേനോൻ ആയത്. ഏറ്റവും മൂത്തമകൻ രാവുണ്ണിമേനോൻ ഇംഗ്ലണ്ടിൽ പോയി ബാരിസ്റ്ററായി മടങ്ങിയപ്പോൾ അദ്ദേഹം അവനെ കെ. ആർ. നായർ എന്ന് വിശേഷിപ്പിച്ചു. യാതൊരു അഭിനയവും നാട്യവും ഇഷ്ടപ്പെടാത്ത ബാരിസ്റ്റർ നാട്ടിൽ മടങ്ങിയെത്തിയപ്പോൾ ഈശ്വരഭക്തി ഒരു വ്രതമാക്കി സ്വീകരിച്ചു. അദ്ദേഹം മിതഭാഷിയായിരുന്നുവെന്നും നാട്ടുകാർ അദ്ദേഹത്തോട് സംസാരിക്കുവാൻ ഭയന്നിരുന്നുവെന്നും ഒരിക്കൽ അമ്മമ്മ എന്നോട് പറഞ്ഞിട്ടുണ്ട്. ഞാൻ കൗമാരദശയിൽ അമ്പാഴത്തേൽ വീട്ടിലെ മൂന്നാംനിലയിൽ കയറി ഒളിച്ചിട്ടുണ്ട്. കൂടെ മാലതിക്കുട്ടിയുമുണ്ടായിരുന്നു. ഇരുളിൽ ചുറ്റുപാടും കാണാമെന്നു വന്നപ്പോൾ പഴയ മരപ്പെട്ടികൾ ഞങ്ങൾ കണ്ടു. അവയിൽ കയറി ഒളിക്കാമെന്നു വച്ച് ഒന്നിന്റെ മേൽത്തട്ട് ഉയർത്തിയപ്പോൾ അതിൽ അനേകം കത്തുകൾ കിടക്കുന്നത് ഞങ്ങൾ കണ്ടു. എല്ലാ ലക്കോട്ടിലും ഒരേ മേൽവിലാസം മാത്രമെ കാണാമായിരുന്നുള്ളു. മിസ്റ്റർ കെ. ആർ.നായർ അമ്പാഴത്തേൽ ഹൗസ്, കുപ്രവള്ളിദേശം... ജിജ്ഞാസകൊണ്ട് ശ്വാസംമുട്ടി മരിക്കരുതെന്ന് കരുതി ഞങ്ങൾ അവയിൽ ചില കത്തുകൾ വായിച്ചു. കേംബ്രിഡ്ജിൽ പഠിക്കുന്ന കാലത്ത് സമ്പാദിച്ച സഹപാഠികളുടെ കത്തുകളും ഏതോ ഒരു കമ്പനി ഒരു തീച്ചക്ക് ഇന്ത്യയ്ക്ക് കപ്പലിൽ അയയ്ക്കുന്നതിന്റെ വിവരങ്ങൾ അടങ്ങിയ ചില കത്തുകളും ഞാൻ വായിച്ചു. അദ്ദേഹത്തെ വളരെയധികം സ്നേഹിച്ച സഹപാഠികൾ ലോകത്തിന്റെ മറ്റു ഭാഗങ്ങളിൽ ഉണ്ടായിരുന്നെന്ന് ഞാൻ ആശ്ചര്യത്തോടെ മനസ്സിലാക്കി. ലോറൻസ് എന്ന് പേരുള്ള ഒരു സതീർത്ഥ്യൻ എഴുതിയ കത്തുകളിൽ സ്നേഹം തുടിച്ചുനിന്നു. വർഷങ്ങൾക്കുശേഷം ആ കത്തുകളെപ്പറ്റി ഓർത്തപ്പോൾ ഞാൻ തന്നെത്താൻ ചോദിച്ചു: ആരായിരുന്നു ലോറൻസ്? ലണ്ടനിൽനിന്നും പിന്നീട് കൊളമ്പിൽനിന്നും നീലക്കടലാസിൽ കത്തെഴുതിയ സഹപാഠി ടി.ഇ. ലോറൻസ് തന്നെയായിരിക്കുമോ?

അതിനുശേഷം ഞാൻ വളർന്നു. അമ്പാഴത്തേൽ മൂന്നാം നിലയിലേക്ക് ചെന്നെത്തുവാൻ, ആ ദുർബലമായ കോണികയറുവാൻ, ഇനി എനിക്ക് സാധിക്കില്ലായിരിക്കാം.

ബാരിസ്റ്റർ കെ. ആർ. നായരുടെ മൂത്തമകളാണ് ടി. പി. വിനോദിനിയമ്മ. ഒരിക്കൽ 'ലണ്ടൻ ഒബ്സർവർ' എന്ന ദിനപത്രത്തിന്റെ അലക്സാണ്ടർ ഫ്രേറ്റർ പുന്നയൂർക്കുളം കാണുവാൻ വന്നപ്പോൾ ഞാൻ അയാളെ കാളത്തിങ്കൽ വീട്ടിലേക്ക് യാതൊരു മുന്നറിയിപ്പും കൂടാതെ കൊണ്ടുപോയി. മുന്നറിയിപ്പ് കൊടുക്കുവാൻകൂടി സമയമുണ്ടായിരുന്നില്ല. ഏറ്റവും വൃത്തിയായി സംരക്ഷിക്കപ്പെടുന്ന ഒരു

എട്ടുകെട്ടാണ് കാളത്തിങ്കൽ. ആ വീടിന്റെ നിലത്തിന് ഓടിപ്പോയ നൂറ് സംവത്സരങ്ങൾ യാതൊരു പോറലും വരുത്തിയിട്ടില്ല. ഫ്രേറ്ററും ബിബിസിയിൽനിന്ന് വന്ന മിത്രവും ആ വീടിന്റെ ചിത്രങ്ങൾ എടുത്തു. വിനോദിനിയോപ്പുവിന്റെ സൗമനസ്യത്തെ അവർ പുകഴ്ത്തുകയും ചെയ്തു.

ബാരിസ്റ്റർ രാവുണ്ണിമേനോന്റെ മക്കളാണ് വിനോദിനിയമ്മയും മാലിനിയമ്മയും.

കുഞ്ഞുക്കുട്ടിയമ്മയെ വിവാഹം ചെയ്തതിനുശേഷം അവരുടെ ഭർത്താവ് നിർമ്മിച്ച ഭവനമാണ് കുന്നത്തൂർ ഹൗസ് എന്ന് ഔദ്യോഗികമായി അറിയപ്പെടുന്ന തെണ്ടിയത്ത് വീട്. അതും വിശാലമായ ഒരെട്ടുകെട്ടാണ്. തെക്കേ മുകളിൽ മൂന്ന് കിടപ്പറകളും വടക്കേ മുകളിൽ നാല് കിടപ്പറകളും ഉണ്ട്. നാട്ടിൽവച്ച് വലുതായ ഭവനം തെണ്ടിയത്ത് വീടാണെന്ന് എല്ലാവരും പറയുന്നുണ്ട്. അത് സ്ഥിതി ചെയ്യുന്ന പറമ്പ് പണ്ട് ഒരു നമ്പൂതിരിയുടെ വകയായിരുന്നുവെന്നും, അതുകൊണ്ടാവാം പലർക്കും അവിടെ അപമൃത്യു സംഭവിച്ചത് എന്നും നാട്ടുകാർ പറയുന്നതു കേട്ടിട്ടുണ്ട്. മാധവമേനോന്റെ ഏക സഹോദരി ലക്ഷ്മിയമ്മ ആദ്യ യൗവനത്തിൽത്തന്നെ ക്ഷയരോഗ ബാധിതയായി മരിച്ചു. കുഞ്ഞുക്കുട്ടിയമ്മയുടെ മൂത്തമകൻ കൃഷ്ണ മേനോൻ കുളത്തിൽ കാൽവഴുതി വീണ് മരിച്ചു. കൃഷ്ണമേനോന്റെ ഒരു സഹോദരി മനോരമ മുപ്പതാം വയസ്സിൽ ഒരു തൈറോയിഡ് ശസ്ത്രക്രിയയെ തുടർന്ന് മരിച്ചു. കൃഷ്ണമേനോന്റെ വിധവയും മുപ്പത്തഞ്ചാം വയസ്സിൽ മൂത്രാശയ രോഗത്താൽ മേലാകെ നീരു വന്ന് മരിച്ചു. ഇത്രയനവധിപേരുടെ അപമൃത്യു കാരണമാവാം തെണ്ടിയത്ത് സന്ധ്യയ്ക്കുശേഷം കടന്നു ചെല്ലുവാൻ അടുത്ത ബന്ധുക്കളല്ലാത്ത നാട്ടുകാർ ഒരു കാലത്ത് ഭയന്നു. പ്രേതത്തിൽ വിശ്വസിക്കുന്ന പാമരവർഗ്ഗം തെണ്ടിയത്ത് പാമ്പിൻകാവിനു സമീപം ഒരു തേർവാഴ്ച കാണപ്പെടാറുണ്ടെന്ന് അന്യോന്യം പറഞ്ഞു. പറമ്പിൽ ഒരു ബ്രഹ്മരക്ഷസ്സ് വിഹരിക്കുന്നുവെന്നും അവർ പറഞ്ഞു.

യുവകാഥികനും കലർപ്പില്ലാത്ത ബുദ്ധിജീവിയുമായ രാജീവ് കുമാർ ഒരിക്കൽ ഞങ്ങളുടെ കൂടെ വന്ന് ഒരു രാത്രി തെണ്ടിയത്ത് തങ്ങുവാൻ സന്നദ്ധത പ്രകടിപ്പിച്ചു. ഏകദേശം ഉച്ചതിരിഞ്ഞ് നാലു മണി കഴിഞ്ഞതോടെ രാജീവ് അസ്വസ്ഥനായി. നാലപ്പാട്ട് വീട് തൂത്തുവാരിയിട്ടില്ലെങ്കിലും അവിടെ എലികളും യഥേഷ്ടം വിഹരിക്കുന്നുണ്ടെങ്കിലും തനിക്ക് രാത്രി അവിടെ താമസിക്കുവാനാണ് താൽപര്യമെന്ന് രാജീവ് എന്നോടും ദാസേട്ടനോടും പറഞ്ഞു. അതുകൊണ്ട് ഞങ്ങൾ താമസിയാതെ പെട്ടിയും കെട്ടും പേറി നാലപ്പാട്ടേക്ക് തിരിച്ചു.

മാധവമേനോൻ പഴയ ഓലപ്പുരയിൽനിന്ന് താൻ പുതുതായി നിർമ്മിച്ച ഓടിട്ട കെട്ടിടത്തിലേക്ക് താമസംമാറ്റിയപ്പോൾ കല്യാണിക്കുട്ടിയമ്മയോട് കഴിയുന്നതും നേരം മുകളിൽത്തന്നെ ഇരിക്കുവാൻ കല്പിച്ചു. തന്റെ ഭാര്യ നാട്ടുകാരോട് ഇടപഴകുന്നത് മാധവമേനോന് ഇഷ്ടമുണ്ടായിരുന്നില്ല. കുട്ടികളോട് മാത്രം സംസാരിച്ചാൽ മതിയെന്ന് അദ്ദേഹം ആജ്ഞാപിച്ചു. പ്രതിഷേധം ഒഴിവാക്കുവാനായി അദ്ദേഹം സ്ഥലത്തെ ഏക തട്ടാനായിരുന്ന കറുപ്പനെ വിളിച്ചു വരുത്തി മുകളിലെ വരാന്തയിൽത്തന്നെ തന്റെ നെരിപ്പാട് സ്ഥാപിച്ചു. എന്നുമെന്നും ആഭരണങ്ങൾ തന്റെ ഭാര്യയ്ക്കായി ഉണ്ടാക്കിക്കൊടുക്കുവാൻ ആജ്ഞാപിച്ചു. ഓരോ പ്രസവം കഴിയുമ്പോഴും പച്ച മഞ്ഞളും മുക്കൂട്ടുതൈലവും തെച്ചിയിട്ട് കാച്ചിയ വെള്ളവും ഉലുവാപ്പൊടിയും ഇറച്ചിവരട്ടിയതും മറ്റും സജ്ജീകരിച്ച് കല്യാണിക്കുട്ടിയമ്മയുടെ ആരോഗ്യം മെച്ചപ്പെടുത്തുവാൻ പരിചാരികമാരോട് അദ്ദേഹം ആജ്ഞാപിച്ചു. അമ്മയുമായി യാതൊരടുപ്പവും വളർന്നു വരുന്ന മക്കൾക്കും തോന്നിയില്ല. മുകളിലത്തെ നിലയിൽ നടുവിലെ മുറിയിൽ പ്രതിഷ്ഠിക്കപ്പെട്ട ഒരു കനകവിഗ്രഹമായി മാത്രമേ അവർ അമ്മയെ കണക്കാക്കിയുള്ളൂ. ഓബ്രിയുടെ അച്ഛനായ നാരായണമേനോൻ ഒരിക്കൽ ഞങ്ങളോട് പറഞ്ഞു, താൻ വെളുത്ത കുട്ടിയല്ലാതിരുന്നതുകൊണ്ട് അമ്മ തന്നെ ഒട്ടും സ്നേഹിച്ചില്ലായെന്ന്. ഏറ്റവും വെളുത്ത മകൻ അപ്പുവായിരുന്നു. അയാളോട് അവർ പ്രകടിപ്പിച്ച വാത്സല്യം അപാരമായിരുന്നുവെന്നും.

നാരായണമേനോൻ ഡോക്ടറാവാൻ ആഗ്രഹിച്ച് ലണ്ടനിലേക്ക് പോയപ്പോൾ അദ്ദേഹത്തിന്റെ, കോട്ടിന്റെ പോക്കറ്റിൽ ഒരു യുവതിയുടെ വിയർപ്പു തട്ടി കറവീണ ഒരു ബ്ലൗസ് ഉണ്ടായിരുന്നു. തൃശ്ശൂരിലെ ഒരു നായർകുടുംബത്തിൽ ജനിച്ച കാമുകിയുടെ ബ്ലൗസായിരുന്നു അത്. നാരായണമേനോന് ആവശ്യം വന്നേക്കാമെന്ന് പറഞ്ഞ് അവൾ തന്റെ ആഭരണങ്ങളും അദ്ദേഹത്തെ ഏല്പിച്ചിരുന്നു. ലണ്ടനിൽ വച്ച് മലമ്പനി പിടിച്ച് അവശനായി അദ്ദേഹം ഒരാശുപത്രിയിൽ കിടപ്പായി. തന്നെ പരിചരിച്ച നേഴ്സുമായി അദ്ദേഹം പ്രേമത്തിൽ പെട്ടു. ആ ഐറിഷുകാരിയെ താൻ ഭാര്യയാക്കുവാൻ പോവുന്നു എന്ന് നാരായണമേനോൻ വീട്ടിലേക്ക് എഴുതി. ലണ്ടനിലേക്ക് പഠിപ്പു തുടരാൻ ആവശ്യമുള്ള പണം ഇനി അയയ്ക്കുകയില്ല എന്ന് അച്ഛൻ എഴുതി. ഡോക്ടറാവാൻ സാധിക്കാത്തതിൽ ദുഃഖമുണ്ടായിരുന്നുവെങ്കിലും നാരായണമേനോൻ ഒരു കാർപെറ്റ് കച്ചവടം തുടങ്ങി തന്റെ കുടുംബത്തെ പുലർത്തി. തൃശ്ശൂരിലെ പെൺകുട്ടി വിവരങ്ങൾ അറിഞ്ഞ് തീരെ കിടപ്പിലായി. അവൾ ക്ഷയരോഗബാധിതയായി താമസിയാതെ മരിക്കുകയുംചെയ്തു. തറവാടു

സ്വത്തുക്കൾ ഭാഗിക്കുവാനായി ഒരിക്കൽ നാട്ടിൽ വന്നെത്തിയ നാരായണമേനോൻ ആ നിഷ്കളങ്കയായ പെൺകുട്ടിയെപ്പറ്റി വികാര വായ്പോടെ സംസാരിച്ചു. പുനർജന്മത്തിൽ വിശ്വസിക്കാമോ എന്ന ഒരു ചോദ്യവും അദ്ദേഹം എന്നോട് ചോദിച്ചു. തെറ്റുകൾ തിരുത്തുവാൻ വേണ്ടിയെങ്കിലും ഒരു രണ്ടാമൂഴം മനുഷ്യർക്കു ലഭിക്കണമെന്ന് അദ്ദേഹം വാദിച്ചു. പ്രായശ്ചിത്തം ചെയ്യാനായി ഒരേയൊരു ചാൻസ്. ഭൂതകാലത്തെപ്പറ്റി ചിന്തിക്കുമ്പോൾ നാരായണമേനോന്റെ കണ്ണുകൾ നനയാറുണ്ടായിരുന്നു. അദ്ദേഹത്തിന് അന്ന് അറുപത്തെട്ടായിരുന്നു. ഒരു വൃദ്ധനെ ആശ്വസിപ്പിക്കുവാൻ ഏതുതരം വാക്കുകളാണ് ഉച്ചരിക്കേണ്ടതെന്ന് എനിക്ക് അന്ന് അറിഞ്ഞിരുന്നില്ല. അതുകൊണ്ടാവാം അദ്ദേഹം കരയുമ്പോൾ ഞാൻ ധൃതിയിൽ കസേര വിട്ട് എഴുന്നേറ്റ് എന്റെ മകനെ തേടി തോട്ടത്തിലേക്കു നടന്നത്. വാർദ്ധക്യദശയുടെ ദൗർബല്യങ്ങൾ എന്നെ അസ്വസ്ഥയാക്കാറുണ്ടായിരുന്നു. അന്ന് എനിക്ക് പതിനെട്ടോ പത്തൊൻപതോ വയസ്സ് പ്രായമായിരുന്നു. വാർദ്ധക്യമെന്ന രോഗം എന്നെ ഒരിക്കലും ബാധിക്കില്ല എന്ന ഉറപ്പോടെ അഹങ്കരിച്ചു നടന്നിരുന്ന ഒരു കാലമായിരുന്നു അത്. വാർദ്ധക്യത്തിന് യൗവനത്തിന്റെ സ്നേഹം അത്യാവശ്യമാണെന്ന് അന്ന് ഞാൻ അറിഞ്ഞിരുന്നില്ല.

ആറ്

ചുവർചിത്രങ്ങൾ വീഴാത്ത ഗുഹകളായ അനേകശതം മാതൃയോനികളിലൂടെ ആകാശമോ മണ്ണോ വാഴാത്തതും രാത്രിയുടെ കറുപ്പോ പകലിന്റെ വെളുപ്പോ തീണ്ടാത്തതുമായ ഒരു ഗൃഹത്തിലേക്കാണ് പിതൃക്കളെ സ്മരിക്കവെ യാത്ര ചെയ്യുന്നത് ഞാൻ...

യുഗങ്ങൾക്കു മുമ്പ് പാളംതെറ്റി ഒരു പിടിയാനയെപ്പോലെ ചരിഞ്ഞ ആ അനാഥഗൃഹത്തിൽ എന്റെ മക്കളുടെയും അവരുടെ മക്കളുടെയും രക്തധമനികളിൽ ഒഴുകുന്ന ദ്രാവകത്തിന്റെ ഉറവിടം തേടുവാൻ ഞാൻ നടത്തുന്നു ഈ തീർത്ഥയാത്ര...

അനേകശതം അമ്മമാരുടെ തണുത്ത സ്തനങ്ങൾ ചുരത്തിയ ദുഗ്ദ്ധത്തിലൂടെ അനേകശതം പിതാമഹന്മാർ അരക്കെട്ടിൽ വഹിച്ച വീര്യത്തിലൂടെ പുണ്യതീർത്ഥത്തിൽനിന്നും പുണ്യതീർത്ഥത്തിലേക്കായി അവസാനം കാണാത്ത എന്റെ തീർത്ഥാടനം തുടരുകയാണ്.

കൂറുള്ള കാര്യസ്ഥന്മാർ യജമാനന്മാർക്കായി മധുരിക്കുന്ന കരിക്ക് സമ്മാനിക്കും. സുന്ദരിയും നിർദ്ധനയുമായ കന്യകയുടെ

തലയിൽ മുണ്ടിട്ട് അവളെ അർദ്ധരാത്രിയിൽ യജമാനന്റെ ശയ്യയിലേക്ക് ആനയിക്കും. ഗർഭിണികളെ രാവിലെ നാലുമണിക്ക് കിണറ്റിലെറിയും. യജമാനന്മാരുടെ സൽപ്പേര് കാത്തുസൂക്ഷിക്കുന്ന ഭൂതത്താന്മാർ അവർതന്നെ. ധനികരുടെ ചെയ്തികളെ ചോദ്യം ചെയ്യുവാൻ കമ്മ്യൂണിസം കേരളത്തിൽ അന്ന് വന്നിരുന്നില്ല. അമ്പലങ്ങളിൽ ഓട്ടുമണികൾ കിലുങ്ങി. സന്ധ്യയ്ക്ക് എണ്ണയൊഴിച്ച കല്‌വിളക്കുകൾ കത്തി. ഭക്തജനങ്ങൾ ഇഷ്ടസാദ്ധ്യത്തിനായി പുഷ്പാഞ്ജലി കഴിപ്പിച്ചു. ശത്രുസംഹാരത്തിനായി കുലസ്ത്രീകൾ ത്രിസന്ധ്യയ്ക്ക് വെറ്റില മുറുക്കി. യജമാനന്റെ ഉദ്യോഗം ദരിദ്രരായ കുറ്റവാളികളെ ശിക്ഷിച്ച് നാട്ടിൽ സമാധാനം പുലർത്തലായിരുന്നു. യജമാനത്തിയുടെ ഉദ്യോഗം സൗന്ദര്യം നിലനിർത്തലും. ഓരോ യജമാനകുടുംബത്തിനും അനേകം സേവകരുണ്ടായിരുന്നു. അടുക്കളയിൽ ഭക്ഷണം പാചകം ചെയ്യാനും അടുക്കളക്കാരെ സഹായിക്കാനും മുറ്റത്തും തൊടിയിലും ജോലിയെടുക്കാനും പശുക്കളെ പാലിക്കാനും വയലുകളിൽ വേല ചെയ്യാനുമായി ഏകദേശം നൂറുപേർ. സേവകർ എന്നും മുഷിഞ്ഞുനാറിയ വസ്ത്രങ്ങൾ ധരിച്ചു. കഞ്ഞിയും മുളക് ചതച്ചതും ഭക്ഷിച്ചു. യജമാനന്മാരും യജമാനത്തിമാരും കസവുചൊട്ടികളുള്ള മുണ്ടുകൾ ധരിച്ചു. കഴുത്തിൽ ആഭരണങ്ങൾ അണിഞ്ഞു. വേലക്കാരുടെയിടയിൽ സൗന്ദര്യമുള്ള ഒരു കുഞ്ഞ് കറുത്ത ചിപ്പിയിൽ ഒരു വെളുത്ത മുത്തുപോലെ വന്ന് പിറന്നേക്കാം. പക്ഷേ, പതിനഞ്ചോ പതിനാറോ വർഷങ്ങൾക്കുശേഷം ആ കുട്ടിയും തന്റെ വർഗ്ഗത്തിന്റെ രൂപവിശേഷങ്ങൾ പ്രദർശിപ്പിച്ചുതുടങ്ങും. മുഖവും കൈകാലുകളും ചെളിയും ചാണകവും മണ്ണും വയ്ക്കോലും തട്ടി കറുക്കും. ശരീരത്തിന് ഒരു ദുർഗന്ധം വന്നുചേരും. തേച്ച് ഉരച്ച് കുളിക്കുവാൻ ആ വർഗ്ഗത്തിന് ഒരിക്കലും വേണ്ടത്ര സമയം കിട്ടുകയില്ലല്ലോ. മുഖം നോക്കുവാൻ കണ്ണാടിയില്ലാത്ത വർഗ്ഗമായതുകൊണ്ട് തങ്ങൾക്കു ക്രമേണ വന്നു ചേരുന്ന മാറ്റങ്ങളെപ്പറ്റി അവർ ബോധവാന്മാരാവുകയുമില്ല. യജമാനത്തി ചിരിക്കുമ്പോൾ ഒപ്പം ചരിക്കുവാൻ സന്നദ്ധത പ്രകടിപ്പിക്കുന്ന ആശ്രിതകളും യജമാനൻ വെറുക്കുന്നവരെ വെറുക്കുവാൻ പഠിച്ച വേലക്കാരുമായി അവർ എത്രയോ വേഗം രൂപാന്തരപ്പെട്ടു.

അമ്പാഴത്തേൽ മാധവമേനോൻ കാലത്തിനൊത്ത് നീങ്ങുവാൻ ആഗ്രഹിച്ചു. രണ്ടുമക്കളെ ഉപരിപഠനാർത്ഥം അദ്ദേഹം ഇംഗ്ലണ്ടിലേക്ക് അയച്ചു.

ഇമാനുവേൽ കോളേജിൽനിന്ന് നിയമബിരുദവും പേറിക്കൊണ്ട് മൂത്തമകൻ മടങ്ങിയപ്പോൾ ആ യുവാവിന്റെ നിറം കൊടുമുടികളിൽ വീണു കിടക്കുന്ന മഞ്ഞിന്റെ നിറമായിരുന്നു. സ്ഫടികം

കൊണ്ട് നിർമ്മിച്ച ഒരു പുരുഷ പ്രതിമ. തടിച്ച ചുണ്ടുകളും ഉയർന്ന നാസികയും ചുരുണ്ടമുടിയുമുള്ള ഒരു രാജകുമാരൻ.

ഒന്നാം ലോകമഹായുദ്ധം ആരംഭിച്ച കാലം. ആ ഗ്രാമത്തിലുള്ള ജനങ്ങൾ ധൂമകേതുവിനെപ്പറ്റിയും കൈസറെപ്പറ്റിയും മറ്റും അന്യോന്യം സംസാരിച്ചു നെടുവീർപ്പിട്ടു. മാധവമേനോന്റെ മൂത്ത മകൻ കുറച്ചുകാലം മദിരാശിയിൽ നിയമപരിശീലനം നടത്തി. പിന്നീട് മടുപ്പോടെ നാട്ടിലേക്ക് താമസം മാറ്റി. മുറപ്പെണ്ണായ തിരുത്തിപ്പള്ളി കൊച്ചുകുട്ടിയമ്മയെ അദ്ദേഹം വിവാഹം ചെയ്തു.

മാധവമേനോന്റെ രണ്ടാമത്തെ മകൻ അപ്പുമേനോൻ ഗുരുവായൂരിൽ ഏർസ്തിൻ കാറും കുതിരവണ്ടിയും ഭാര്യയും അനവധി മക്കളും മറ്റുമായി താമസിച്ചു; ഗുരുവായൂർ അടക്കിഭരിക്കുന്ന രാജാവെന്നപോലെ. അച്ഛൻ മരിച്ചതിനുശേഷമാണ് മാധവമേനോന്റെ മക്കൾ തമ്മിൽ സ്വരച്ചേർച്ചയില്ലാതായത്. ഭാര്യയുടെ സഹോദരന്മാരുടെ സഹായത്തോടെ ബാരിസ്റ്റർ തറവാട്ടു വക സ്വത്ത് പാടേ അധീനത്തിൽ വച്ചിരിക്കയാണെന്ന് അനുജന്മാരും അനുജത്തിമാരും പരാതിപ്പെട്ടു. വായ്പാട്ട് ബാപ്പു മുതലായ മുസ്‌ലിം പ്രമാണികൾ ബാരിസ്റ്റർക്ക് എതിരായി പ്രകടനം നടത്തി. ബാരിസ്റ്ററുടെ പിന്നിൽ മുസ്‌ലിം സമുദായക്കാർ ഉണ്ടായിരുന്നില്ല. പക്ഷേ, മല്ലന്മാരെ അനുസ്മരിപ്പിക്കുന്ന ശരീരഘടനയുള്ള അളിയന്മാർ അദ്ദേഹത്തിന് ഉണ്ടായിരുന്നു. അവരെ നാട്ടുകാർ ഭയന്നു. ഒടുവിൽ, ലണ്ടനിൽ ഐറിഷുകാരി ഭാര്യയോടൊപ്പം ജീവിക്കുന്ന നാരായണേട്ടനെ അമ്പാഴത്തുകാർ വിവരം അറിയിച്ച് വരുത്തി. നാരായണേട്ടൻ പന്ത്രണ്ടുവയസ്സു പ്രായമായിരുന്ന ഓബ്രിയേയുംകൊണ്ട് ഭാര്യയോടൊന്നിച്ച് നാട്ടിൽ വന്നു; ക്രിസ്ത്യാനിയെ വിവാഹം ചെയ്തതുകൊണ്ട് ജാതിഭ്രഷ്ടനായിക്കഴിഞ്ഞ നാരായണമേനോനെ അമ്പാഴത്തേൽ വീട്ടിൽ താമസിപ്പിക്കുവാൻ പാടില്ല എന്ന് വീട്ടുകാർ നിശ്ചയിച്ചു. അതുകൊണ്ട് ഒരു നാഴികദൂരെ സ്ഥിതിചെയ്തിരുന്ന ഒരു വീട്ടിൽ ആ കുടുംബം താമസിച്ചുതുടങ്ങി. പാചകത്തിനായി ഒന്നോ രണ്ടോ ഇംഗ്ലിഷ് പദങ്ങൾ പഠിച്ചുവച്ച കുഞ്ഞാത്തുവും അവിടെ തങ്ങി.

പിന്നീട് കലഹം മൂത്തു. ഒടുവിൽ നാരായണേട്ടന്റെ വലത്തേ കൈയിൽ ആരുടെയോ വക ഒരു വെട്ട് വന്നുവീണു. അതോടെ നാട്ടിലുള്ള ജീവിതം അവസാനിപ്പിച്ച് ലണ്ടനിലേക്ക് മടങ്ങുവാൻ ഭയചകിതയായ മദാമ്മ തീരുമാനിച്ചു. അമ്പാഴത്തേൽവക സ്വത്തുക്കൾ ആരെടുത്താലും അവർക്ക് അതിനെപ്പറ്റി ആക്ഷേപമുണ്ടായിരുന്നില്ല. ആ സ്വത്തിൽ തനിക്കും ഒരവകാശമുണ്ടെന്ന് അവർ വിശ്വസിച്ചുമില്ല.

ബാരിസ്റ്റർ ആ കാലത്താണ് രോഗബാധിതനായത്. വിട്ടു മാറാത്ത ചുമയും പനിയും അദ്ദേഹത്തെ ക്ഷീണിപ്പിച്ചു. മഞ്ഞ് തട്ടാതിരിക്കു

വാനെന്നും പറഞ്ഞ് ഒരു തൊപ്പി അദ്ദേഹം സദാസമയവും ധരിച്ചു വന്നു. പ്ലൂറസി വർദ്ധിച്ചുവന്നതോടെ കിടന്ന കിടപ്പിൽത്തന്നെ തവിട്ടു നിറത്തിൽ ചക്കയുടെ പശപോലെ ഇഴുകി കട്ടിയായ കഫം അദ്ദേഹം തുപ്പിക്കൊണ്ടേയിരുന്നു. താൻ ഇംഗ്ലണ്ടിൽനിന്ന് ഇറക്കുമതി ചെയ്ത തീച്ചക്കും ഒരനാവശ്യച്ചെലവു മാത്രമായെന്ന് അദ്ദേഹത്തിന് തോന്നി. നിയമപരിശീലനത്തിലും എണ്ണക്കച്ചവടത്തിലും താൻ പരാജയപ്പെട്ടുവെന്നും ആ പരാജയത്തിനെല്ലാം കാരണം കുടുംബകലഹങ്ങൾ സൃഷ്ടിച്ച അന്തരീക്ഷമായിരുന്നുവെന്നും താമസിയാതെ അദ്ദേഹം മനസ്സിലാക്കി. ശീമയിൽ പോയി താമസിച്ചതിന്റെ പാപം തീർക്കുവാൻ പ്രായശ്ചിത്തമെന്നോണം അദ്ദേഹം അമ്പലങ്ങളിൽ വഴിപാടുകൾ നടത്തി, വ്രതങ്ങൾ അനുഷ്ഠിച്ചു. പുരോഹിതന്മാരുമായി നീണ്ട മണിക്കൂറുകൾ ചർച്ചയ്ക്കായി വിനിയോഗിച്ചു. അദ്ദേഹത്തിന്റെ ജീവിതത്തിൽ ഒരനുഗ്രഹം പ്രകടമായിരുന്നു. ഭർത്തൃഹിതത്തിന് ഒരിക്കലും എതിരുപറയാത്ത ഒരു ഭാര്യ. സുസ്മേരവദനയായി ഭർത്തൃഗൃഹക്കാരെ ഒരിക്കലും വെറുപ്പിക്കാതെ കൊടുങ്കാറ്റിലും വീഴാതെ തലയുയർത്തിനില്ക്കുന്ന ഒരു വടവൃക്ഷമായി കൊച്ചുകുട്ടിയമ്മ നിലകൊണ്ടു. അവരുടെ മൂത്തമകൾ വിനോദിനിയും ഇളയമകൾ മാലിനിയും ചിരിക്കുമ്പോൾ ഇന്നും ഒരു നിമിഷം ബാരിസ്റ്റർ പുനർജീവിക്കുന്നു.

ഞാൻ ജനിക്കുന്നതിനുമുമ്പ് മരിച്ചുപോയ വ്യക്തികളെപ്പറ്റി ചോദ്യങ്ങൾ ചോദിക്കുമ്പോൾ അമ്മയ്ക്ക് പലതവണ ദേഷ്യം വരും.

"അവരൊക്കെ മരിച്ചിട്ട് കാലം കൊറേയായി. ഇനി അവരെപ്പറ്റി ചോദ്യം ചോദിച്ചിട്ട് എന്തു കിട്ടാനാ?" അമ്മ ഒരിക്കൽ ചോദിച്ചു.

ആഴമുള്ള കിണറ്റിൽനിന്ന് സാവധാനത്തിൽ വെള്ളം വലിച്ചെടുക്കുന്നതുപോലെയായിരുന്നു ഭൂതകാലത്തെപ്പറ്റി ഞാൻ നടത്തിയ അന്വേഷണം. അമ്മമ്മ, ദാസേട്ടന്റെ അമ്മ, അമ്മായി, വേലക്കാർ മുതലായവരൊക്കെ എനിക്ക് കഥകൾ പറഞ്ഞുതന്നു. വിക്രമാദിത്യൻകഥകളോട് എനിക്കു തോന്നിയ പ്രിയം എന്റെയും ദാസേട്ടന്റെയും കുടുംബങ്ങളുടെ പൂർണ്ണ ചരിത്രത്തോടും എനിക്ക് അനുഭവപ്പെട്ടു. അമ്പാഴത്തേൽ ലീലോപ്പുവിനെ വിവാഹം ചെയ്ത പാലിശ്ശേരി ഗോവിന്ദൻകുട്ടിമേനോനാണ് എനിക്ക് ഒരു കുടുംബമരം വരച്ചു തന്നത്. അമ്പാഴത്തേൽ കുടുംബവും തെണ്ടിയത്തു കുടുംബവും കാളത്തിങ്കൽ കുടുംബവും പാലിശ്ശേരി കുടുംബവും ഒരേ വൃക്ഷത്തിന്റെ ശാഖകളാണെന്ന് അദ്ദേഹം വിവരിച്ചു തന്ന് എന്നെ മനസ്സിലാക്കി. യജമാനന്മാരുടെ അവിഹിതബന്ധങ്ങളിലൂടെ ജനിച്ച സുന്ദരന്മാരെയും സുന്ദരിമാരെയും വേലക്കാരികൾ എനിക്ക് പരിച

യപ്പെടുത്തിത്തന്നു. രക്തബന്ധത്തിന് വിലയുണ്ടെങ്കിൽ പിതൃസ്വത്തുക്കൾക്ക് അവകാശമുള്ളവർ. രക്തബന്ധത്തിന് സമൂഹം വില കല്പിക്കാത്തതുകൊണ്ട് നിസ്സഹായരായിത്തീർന്നവർ.

ഒടുവിൽ പുതിയ രാഷ്ട്രീയസംഹിതകൾ മലയാളനാട്ടിലും വന്നുചേർന്നു. നിസ്സഹായർ നിസ്സഹായതയാവുന്ന ആവരണം നീക്കി എഴുന്നേറ്റു. ഗൾഫിൽ പോയി അദ്ധ്വാനിച്ച മക്കൾ അയച്ചുകൊടുത്ത ധനം കൊടുത്ത് അവർ യജമാനന്റെ തെങ്ങിൻതോപ്പുകൾ മാത്രമല്ല നെൽവയലും മണിമാളികകളും വാങ്ങി സ്വന്തമാക്കി. ക്ഷേത്രങ്ങളിൽ കടന്നുചെന്ന് ഉത്സവം നടത്തി. ഭാര്യമാരെ ഇഞ്ചയും എണ്ണയും മഞ്ഞളും തേപ്പിച്ചു വെളുപ്പിച്ചു. അവരുടെ ശരീരമാകെ സ്വർണ്ണാഭരണങ്ങൾകൊണ്ടു മൂടി. മക്കൾക്ക് വരന്മാരായി മറ്റു ഗ്രാമങ്ങളിൽനിന്ന് ഡോക്ടർമാരെയും ഐ.എ.എസ്കാരെയും വിലയ്ക്കു വാങ്ങിക്കൊണ്ടുവന്നു.

പുന്നയൂർക്കുളമെന്ന ഗ്രാമം ഒരു കൊച്ചു നഗരമായിത്തീർന്നു. രണ്ടുവശത്തും കച്ചവടസ്ഥാപനങ്ങളും ബാങ്കുകളും കടകളും നിലകൊള്ളുന്ന ഒരു നിരത്ത് അവിടെ ജനിച്ചു. അനവധി കോൺക്രീറ്റ് കെട്ടിടങ്ങൾക്കു മുമ്പിൽ ഉടമസ്ഥരില്ലാത്ത കാറുകൾ പ്രത്യക്ഷപ്പെട്ടു. എല്ലാ വീട്ടിൽനിന്നും എല്ലാ സമയത്തും സിനിമാഗാനങ്ങൾ ഉയർന്നു.

എന്റെ അമ്മയുടെയും എലിയങ്ങാട്ടുകാരുടെയും ബന്ധുവായ കമലമ്മ ഒരിക്കൽ എന്നോടു പറഞ്ഞു, ഷൊർണ്ണൂറിലേക്ക് മലയാളികളല്ലാത്തവരെ ബോംബെയിൽനിന്നും കല്ക്കത്തയിൽനിന്നും അവിടെ താമസിക്കുവാൻ പ്രേരിപ്പിച്ച് അയയ്ക്കണമെന്ന്.

"നമ്മടെ കൂട്ടരെക്കൊണ്ട് മടുത്തു കുട്ട്യേ. കൊറെ സജ്ജനങ്ങള് ഷൊറണൂര് വരട്ടെ," കമലമ്മ പറഞ്ഞു.

അവർ കാശിയിൽപ്പോയി മടങ്ങുംവഴി കല്ക്കത്തയിലുള്ള ഞങ്ങളുടെ വീട്ടിൽ ഒരാഴ്ച താമസിച്ചു. കഴിയുന്നതും മലയാളികളുടെയൊപ്പം താമസിക്കാതെ കഴിച്ചാൽ മനശ്ശാന്തിയോടെ കഴിഞ്ഞുകൂടാമെന്ന് അവർ പറഞ്ഞു. മലയാളികൾ—പ്രത്യേകിച്ചും നായർവർഗ്ഗം—അസൂയയ്ക്കും ഗുരുത്വമില്ലായ്മയ്ക്കും ദൃഷ്ടാന്തങ്ങളാണെന്ന് അവർ പറഞ്ഞു ഞാൻ മനസ്സിലാക്കി. അന്ന് ഞാൻ അവരുടെ അഭിപ്രായത്തോട് പ്രകടമായി യോജിച്ചില്ല. എന്റെ ബാല്യകാലത്തിൽ പുന്നയൂർക്കുളത്തിന്റെ മണം അത്യന്തം ചേതോഹരമായിരുന്നു. വിളഞ്ഞുനില്ക്കുന്ന നെൽപ്പാടങ്ങൾ നെല്ലിന്റെ മാത്രം മണമല്ല പേറിയിരുന്നത്; അവ വെയിലിന്റെയും മണം പേറി. തെക്കുപടിഞ്ഞാറൻ കാറ്റ് മുളങ്കാടുകളുടെയും അവയിൽ ഒളിച്ചുജീവിക്കുന്ന മൂർഖൻ പാമ്പുകളുടെയും കടലിലേക്ക് നീണ്ട മണൽപ്പാതയുടെ രണ്ടറ്റത്ത് വളർന്നുനിന്ന മഞ്ഞരളിപ്പൂവിന്റെയും കോളാമ്പി

പ്പൂവിന്റെയും കടലിന്റെയും മുക്കുവന്മാരുടെ വലകളുടെയും ഉണക്കമത്സ്യത്തിന്റെയും ഗന്ധങ്ങൾ ഞങ്ങൾക്ക് സമ്മാനിച്ചു. വടക്കു കിഴക്കൻ കാറ്റുകൾ പുഞ്ചനെല്ലിന്റെയും ഉണക്കാനിട്ട കൊപ്രയുടെയും വെളിച്ചെണ്ണയുടെയും മണം പേറിയാണ് വന്നിരുന്നത്.

ഇന്നോ? ഗന്ധംകൊണ്ട് പുന്നയൂർക്കുളത്തെ തിരിച്ചറിയാവുന്ന ആ കാലം പോയി. ഇന്ന് അതിന് സിമന്റിന്റെയും പെട്രോളിന്റെയും കൊതുക്കളെ കൊല്ലുവാൻ അഴുക്കുചാലുകളിൽ ഗവണ്മെന്റ് ജീവനക്കാർ പീച്ചുന്ന മരുന്നിന്റെയും മണമാണ്. ഞാൻ വളരുമ്പോൾ പ്ലാസ്റ്റിക്കൊണ്ട് നിർമ്മിച്ച ഗൃഹോപകരണങ്ങൾ ഉണ്ടായിരുന്നില്ല. ഇന്ന് പുന്നയൂർക്കുളത്തെ മുഖ്യ കച്ചവടസങ്കേതമായ ആൽത്തറയിൽ ചുവപ്പും നീലയും ഓറഞ്ചും നിറമുള്ള അനേകം ബക്കറ്റുകളും കളിപ്പാട്ടങ്ങളും കച്ചവടക്കാർ കടകൾക്കു മുമ്പിൽ പ്രദർശിപ്പിച്ചിരിക്കുന്നത് നമുക്കു കാണാം. പിച്ചളയ്ക്കും ഓടിനും പകരം സ്റ്റീൽപാത്രങ്ങൾ അരങ്ങേറിയിരിക്കുന്നു. പട്ടിനും പരുത്തിക്കും പകരം നൈലക്സ്, റെയോൺ, ടെറിലിൻ, പോളിയെസ്റ്റർ മുതലായവ തീരെ അന്തസ്സില്ലാത്ത ഒരു തിളക്കത്തോടെ തുണിക്കടകളിൽ പ്രദർശിക്കപ്പെടുന്നു. ഞാൻ പുന്നയൂർക്കുളത്ത് പോയാൽ ഇന്നും വർഗ്ഗീസിന്റെ ഗാരണ്ടിയുള്ള പണ്ടങ്ങൾ എന്ന് എഴുതിവച്ച ബോർഡുള്ള കടയിൽ കയറാറുണ്ട്—തിരുവനന്തപുരത്തെ പാചകക്കാരികൾക്ക് ഒരു മുക്കുമാലയൊ വളയൊ വാങ്ങിക്കൊണ്ടു പോവാനായി. മാസികകൾ വില്പനയ്ക്ക് വച്ച കടയിൽ വച്ച് എന്നെ വായനക്കാർ കണ്ട് മനസ്സിലാക്കാറുമുണ്ട്.

പണ്ടുപണ്ട് പ്രചാരത്തിലിരുന്ന ഓട്ടുകോളാമ്പികൾ വർഗ്ഗീസിന്റെ പുതിയ പാത്രക്കടയിൽ ഞാൻ കഴിഞ്ഞവർഷം കണ്ടെത്തി. എന്റെ ചെറിയച്ഛനായ തെണ്ടിയത്ത് അപ്പുണ്ണിയേട്ടനും എന്റെ മൂന്നാമത്തെ മകന്റെ ഭാര്യയ്ക്കും ഞാൻ ഓരോന്ന് വാങ്ങി സമ്മാനിച്ചു. മകന്റെ ഭാര്യ അതിൽ റോസാപ്പൂക്കൾ നിരത്തിവച്ചതും ഞാൻ സന്തുഷ്ടിയോടെ നോക്കിക്കണ്ടു.

ആ പ്രദേശത്ത് പണ്ടുപണ്ട് ഉച്ചരിക്കപ്പെട്ട സംഭാഷണശകലങ്ങൾ ഇന്നും ഞാൻ എന്റെ കാതിൽ കൊണ്ടുനടക്കാറുണ്ട്. മരിച്ചവരുടെ മധുരമൊഴികൾ എന്നെ വിട്ടുപോവുന്നില്ല. ഞാനറിഞ്ഞവരിൽ—ഞാൻ സ്നേഹിച്ചവർ—മുക്കാൽ ഭാഗവും—ഇന്ന് മറ്റേ ലോകത്തിലാണ്. അവർ മരിച്ചുവെന്നും അവരെ ഇനി ഞാൻ സ്മരണകളിൽ മാത്രമേ കണ്ടുമുട്ടുകയുള്ളുവെന്നും എനിക്ക് വിശ്വാസംവരുന്നില്ല. അവർ യാഥാർത്ഥ്യമല്ലാതായിക്കഴിഞ്ഞുവെങ്കിൽ എന്റെ ജീവിതവും യാഥാർത്ഥ്യമല്ലാതായിക്കഴിഞ്ഞിരിക്കുന്നു. ദിനപത്രങ്ങളും ടെലഫോൺസന്ദേശങ്ങളും തപാൽ ഉരുപ്പടികളും സന്ദർശകരും സ്ഥിരീ

കരിക്കുന്ന ഈ ജീവിതം അയഥാർത്ഥമായി കാണപ്പെടുന്ന സന്ദർഭങ്ങളുണ്ട്. ലോകവുമായി എന്നെ ബന്ധിച്ചിരുന്ന വൈകാരിക പാശങ്ങൾ കാലക്രമേണ അയഞ്ഞുകഴിഞ്ഞിരിക്കാം. എനിക്കായി മണിഹർമ്മ്യങ്ങൾ നിർമ്മിക്കുവാനോ പട്ടുവസ്ത്രങ്ങൾ തിരഞ്ഞെടുക്കുവാനോ തട്ടാനെക്കൊണ്ട് പുതുപണ്ടങ്ങൾ ഉണ്ടാക്കിക്കാനോ എനിക്ക് ഇന്ന് ആഗ്രഹമില്ല.

ആഗ്രഹമില്ലാത്തവളായി മാറിയതുകൊണ്ടല്ലേ ഞാൻ ഈ യാത്രയിൽ പിൻതിരിഞ്ഞു നോക്കുന്നത്? ഒരു തീർത്ഥാടകയെപ്പോലെ ക്ഷീണം തീർക്കുവാനും തെല്ലിട വിശ്രമിക്കുവാനും ഒരുപക്ഷേ, വിസ്മരിക്കുവാനും ഞാൻ വഴിയമ്പലങ്ങൾ തേടുന്നു. പാറകൾക്കിടയിലൂടെ ആവിർഭവിക്കുന്ന ജലധാരകളെ തേടുന്നു. ഓട്ടുമണികളും ശംഖനാദവും മുഴക്കുന്ന ദേവാലയങ്ങളെ തേടുന്നു. കണ്ണുകൾക്ക് കാണുവാനുള്ള ശക്തി നഷ്ടപ്പെട്ടാൽ കൈയിന് എഴുതുവാനുള്ള ത്രാണി ഇല്ലാതാവുമ്പോൾ ഞാൻ എന്റെ യാത്ര അവസാനിപ്പിച്ചേക്കാം. ചരിത്രം രാജാക്കന്മാരുടെയും യുദ്ധങ്ങളുടെയുംമാത്രം കഥയല്ല; സ്നേഹിച്ചവരുടെയും കഥയാണ്. സാധാരണ മനുഷ്യരുടെ കഥ.

ഏഴ്

നീർമാതളപ്പൂക്കളുടെ സുഗന്ധം കാറ്റിൽ വന്നെത്തുന്ന എത്രയോ നേർത്ത ഒരു ഗാനശകലംപോലെയാണ്. ചെണ്ടകൊട്ടുപോലെയുള്ളതും വീണധ്വനിപോലെയുള്ളതുമായ ഗന്ധങ്ങൾ മറ്റു ചില പുഷ്പങ്ങൾക്കുണ്ടായിരിക്കാം. ഉദാഹരണത്തിന് ചെമ്പകം. തായമ്പക പോലെയല്ലേ അതിന്റെ മണം? പനിനീർപ്പൂക്കളുടെ സുഗന്ധം വീണയെ അനുസ്മരിപ്പിക്കുന്നു. പാരിജാതം—നാലപ്പാട്ട് പടിഞ്ഞാറേമുറ്റത്തിൽ തലയുയർത്തിപ്പിടിച്ചുനിന്ന് വെയിലും തലതാഴ്ത്തി മഴയും കൊണ്ടിരുന്ന ആ മരം—പൂത്ത കാലം ആ പരിസരത്ത് ഒരു ഗാനം ഉയർത്തിയില്ലേ? മഠത്തിലെ മുറ്റത്തെ പവിഴമല്ലി ജലതരംഗത്തിന്റെ മണിനാദങ്ങൾ ഉയർത്തിയില്ലേ?

നീർമാതളപ്പൂക്കളുടെ മണം അമ്മയുടെ താരാട്ടായിരുന്നു. രാത്രികാലങ്ങളിൽ ഞാൻ ഉറങ്ങിക്കിടക്കുന്ന അമ്മയുടെ ആശ്ലേഷണത്തിൽനിന്ന് സ്വന്തം ശരീരത്തെ മോചിപ്പിച്ച് എത്രയോ തവണ ജനലിലേക്ക് ഓടിയിട്ടുണ്ട്— പൂത്തുനില്ക്കുന്ന നീർമാതളം ഒരു നോക്കുകൂടി കാണുവാൻ. നിലാവിലും നേർത്ത നിലാവായി ആ ധവളിമ പാമ്പിൻകാവിൽനിന്ന് ഓരോ കാറ്റ് വീശുമ്പോഴും തിരുവാതിര

ക്കുളികഴിഞ്ഞ പെൺകിടാവെന്നപോലെ വിറച്ചു. വിറയലിൽ എത്രയോ ശതം പൂക്കൾ നിലംപതിച്ചു. നാല് മിനുത്ത ഇതളുകളും അവയ്ക്കു നടുവിൽ ഒരു തൊങ്ങലും മാത്രമേ ആ പൂവിന് സ്വന്തമായി ഉണ്ടായിരുന്നുള്ളു. അതു വാസനിച്ചുനോക്കുമ്പോൾ വാസനയില്ലെന്നും നമുക്ക് തോന്നിയേക്കാം. ഞെട്ടറ്റു വീഴുന്നതിനുമുമ്പ് അത് ചുറ്റുമുള്ള അന്തരീക്ഷത്തെ സുഗന്ധിയാക്കി; അതും ഒരാഴ്ചക്കാലത്തേക്കുമാത്രം.

ഇലഞ്ഞിമരത്തിന്റെ ചില്ലകൾക്കിടയിൽ കുനിഞ്ഞും നിവർന്നും നടന്ന് പൂക്കൾ പെറുക്കിയിരുന്ന പെൺകുട്ടികൾ നീർമാതളപ്പൂക്കളെ കണ്ടുവെന്ന് നടിച്ചതേയില്ല. ഇലഞ്ഞിപ്പൂക്കൾകൊണ്ട് മാല കെട്ടി മുടിയിൽ തിരുകുവാൻ മാമ്പുള്ളിവീട്ടിലെ സ്ത്രീകൾക്കും താൽപര്യമുണ്ടായിരുന്നു. അമ്പാഴത്തേൽ പഴയ കുളത്തിനുമപ്പുറത്ത് പാടങ്ങളുടെ അരികിൽ ജീവിച്ച മുസ്ലിം പെൺകുട്ടികൾ ഇലഞ്ഞിപ്പൂക്കൾ കോർത്ത് ചിറ്റുണ്ടാക്കി കാതിൽ ധരിച്ചു. കയ്യാവി എന്ന പെൺകുട്ടി രാവിലെ അത്തരം ചിറ്റുമായി കൈകൾ നിറയെ വളയുമിട്ടു സ്കൂളിൽ പോകുന്നതു നോക്കിനില്ക്കുവാൻ എനിക്കിഷ്ടമായിരുന്നു. വൈകുന്നേരം നാലുമണിക്ക് അവൾ മടങ്ങുമ്പോൾ ഇലഞ്ഞിപ്പൂക്കൾ മാത്രമല്ല അവളുടെ ചുണ്ടുകളും വെയിൽ തട്ടി കരിഞ്ഞിരിക്കും. ആ കാലത്ത് മുസ്ലിം പെൺകുട്ടികളുടെ ഇടയിൽ കയ്യാവിയുടെ മുഖകാന്തി മറ്റാർക്കും ഉണ്ടായിരുന്നില്ല. മുസ്ലിം പെൺകുട്ടികൾക്ക് സ്കൂളിൽ പോവാൻ കുടുംബ നാഥന്മാർ അനുവാദം നിഷേധിക്കുന്ന കാലമായിരുന്നു അത്. വീട്ടിലിരുന്നാൽ പോക്കിരിത്തം കാണിക്കുമെന്ന് ഭയന്നാണ് കയ്യാവിയുടെ അമ്മ മകളെ സ്കൂളിലയച്ചത്. താൻ പെണ്ണാണെന്ന ഭാവം അവൾക്കുണ്ടായിരുന്നില്ല. അവൾ ഉച്ചത്തിൽ സംസാരിക്കുകയും ആൺകുട്ടികളെപ്പോലെ പൊട്ടിച്ചിരിക്കുകയുംചെയ്തു. പഠിപ്പിൽ മിടുക്കിയായിരുന്നതുകൊണ്ടാവാം ഗുരുനാഥന്മാർ അവളെ ശിക്ഷിക്കുവാൻ ഒരുമ്പെട്ടില്ല.

“ഇന്റോടത്ത് എല്ലാരും കറത്തിട്ടാ. ഞാൻ മാത്രേള്ളൂ ഒരു പൂവൻ പഴം,” എന്ന് പുഞ്ചിരിയോടെയും ജാള്യതയോടെയും രഹസ്യാഭിമാനത്തോടു കൂടിയും പ്രസ്താവിച്ചിരുന്ന സരോജിനിയായിരുന്നു മറ്റൊരു സുന്ദരി.

“ഈ പ്രദേശത്തെ പെൺകുട്ട്യോളെ കണ്ടാപ്പിന്നെ ആരും പെണ്ണ് കെട്ടാൻ തൃശ്ശൂർക്കും പൂവില്ല്യാ, പാലക്കാട്ടെക്കും പൂവില്ല്യ.” മുല്ലാത്തേൽ രാമൻ നായർ ഒരിക്കൽ നാലപ്പാട്ട് വടക്കേ കോലായിൽ നിന്നുകൊണ്ട് പറഞ്ഞു. എലിയങ്ങാട്ട് കോവിലകത്തെ ഒരു തമ്പുരാൻ പാലക്കാട്ട് അങ്കരാത്തുനിന്ന് ഒരു കുട്ടിയെ വിവാഹം ചെയ്തുകൊണ്ടുവന്ന കാലമായിരുന്നു അത്. കുട്ടിയുടെ ശരീരത്തിൽ മുന്നൂറു

പവന്റെയെങ്കിലും ആഭരണങ്ങൾ ഉണ്ടെന്ന് മാധവിയമ്മ അമ്മയുടെ അമ്മയായ മുത്തശ്ശിയോടു പറഞ്ഞുകൊടുക്കുകയായിരുന്നു.

"എന്തിന് പറേന്നു വെല്യമ്മേ, എളക്കത്താലീം മൂന്നു നെലവച്ച കൊടക്കടുക്കനും അവിലുമാലേം പൂത്താലീം പാലയ്ക്കാമോതിരോം കൂട്ടു കടകോം കോണുവളേം രൂപംകൊത്തിയ വളേം ഒക്കെക്കൂടി കുട്ടിയെ കാണാൻ ഇല്യാന്ന് പറഞ്ഞപ്പോരേ? ആകെക്കൂടി ഒരു സൊർണ്ണവിഗ്രഹം," മാധവിയമ്മ പറഞ്ഞു.

"ശെരിയാ. ദേ. ഉച്ചയാമ്പൊ ആകാശത്തില് സൂര്യനേ നോക്കുമ്പോ കണ്ണ് കലിക്കില്യേ? അതുപോലെയാ ആ കുട്ട്യേ നോക്കുമ്പൊ," കലിനാരായണൻനായർ പറഞ്ഞു.

"അങ്കാരത്ത് മന്നാടിയാർ എന്ന് കേട്ടിട്ടുണ്ട്. മാധവന്നായർക്ക് ഒരു സ്നേഹിതൻ ഉണ്ടായിരുന്നു. കല്ക്കത്തേല്. ശീമേൽപ്പോയി പഠിച്ച ഒരു മന്നാടിയാര്. അല്പായുസ്സായിരുന്നു. എന്തേർന്ന് പേര്? എനിക്കിപ്പൊ ഒട്ടും തോന്ന്ണില്യ," മുത്തശ്ശി പറഞ്ഞു.

"വെല്യമ്മയ്ക്ക് ഇപ്പൊ ഓർമ്മക്കൊറവ് കൊറെ ജാസ്തിയാ. നെല്ല് പുഴുങ്ങ്യേന്റെ പിറ്റെ ദൂസം വെല്യമ്മ അടിയനോട് പറയ്യാ വള്ള്യേ ഇന്ന് നെല്ല് പുഴുങ്ങണംന്ന്," വള്ളി മുറ്റത്തു നിന്നുകൊണ്ട് പറഞ്ഞു. വള്ളിയുടെ വലത്തേ കൈ ഒരു വള്ളിക്കൊട്ട തന്റെ ശരീരത്തോടെ അടുപ്പിച്ചു പിടിച്ചു.

"വള്ളി എങ്ങട്ടാ പോണ് വള്ളിക്കോട്ടേംകൊണ്ട്?" മാധവിയമ്മ ചോദിച്ചു.

വള്ളി ചുവന്ന പല്ലുകൾ വെളിപ്പെടുത്തി ചിരിച്ചു. ഉത്തരം പറഞ്ഞില്ല.

"ഞാനെന്ത് ചോയിച്ചാലും ഈ വള്ളി മരോടി പറേല്യ. വള്ളിക്ക് ഇന്നെ ഒരു വെലേല്യ. ഞാൻ ഇന്നും ഇന്നലേം കണ്ട് തൊടങ്ങ്യേതല്ല ഇതൊന്നും," മാധവിയമ്മ പിറുപിറുത്തു.

"മാധിയമ്മാളക്ക് വാക്കില്ളോരടെ കുറ്റം കാണാനേ നേരള്ളൂ," വള്ളി ചിരിച്ചുകൊണ്ട് പറഞ്ഞു.

"കുറ്റം മാത്രല്ലാ ഞാൻ കാണുന്നുള്ളു. ഗുണോം ഞാൻ കാണും. അതല്ലേ ഞാൻ പറേണ് ലെക്ഷ്മ്യേപ്പോലെ ഒരു പാവത്തിനെ നിങ്ങടെ കുടുമ്മത്തില് കേറ്റണ്ടീർന്നില്യാന്ന്?"

"അതെന്താ അമ്രാളെ? ഞങ്ങടെ കുട്ടീക്കേറ്റിയാണ്ട് ലക്ഷ്മിക്കെന്തേ പറ്റീത്? രണ്ടു നേരോം കഞ്ഞീം ചോറും ഓളക്കും കിട്ട്ണില്യേ?" വള്ളി ഉദ്വേഗത്തോടെ ചോദിച്ചു.

"രണ്ടോ മൂന്നോ നേരം കഞ്ഞിയോ ചോറോ കിട്ടിയാ മതിന്നാ ലെക്ഷ്മീടെ പൂതിച്ചാ ഓള് എന്തിനേ കല്യാണം കഴിച്ചത്? ഓൾടെ വീട്ടിലും കിട്ടില്യേ ഇതൊക്കെ?" മാധവിയമ്മ ചോദിച്ചു.

"മാധവി എന്തിനാ ശണ്ഠ കൂടണത്?" അമ്മമ്മയുടെ അമ്മ ചോദിച്ചു.

"ഞാനാരുമായി ശണ്ഠ കൂടില്യാ വെല്യമ്മേ. ഈ വള്ളീടെ ഓരോ കള്ളപ്പണിയോള് കാണുമ്പൊ ഇയ്ക്ക് കലികയറ്ാണ്. മോനായാലും മോളായാലും തെറ്റ് ചീയുമ്പൊ തടയണ്ടത് തള്ളടെ കടമയാ... എന്തും കാണുമ്പൊ ഞാനൊന്നും കണ്ടില്ല്യേയ് നാരായണാന്ന് പറഞ്ഞോണ്ട് കോലായില് കുത്തിരുന്നാപ്പോരാ," മാധവിയമ്മ പറഞ്ഞു. അവരുടെ മുഖം രോഷംകൊണ്ടോ വികാരാവേശംകൊണ്ടോ ചുവന്നു.

"മാധവി പറയണത് എനിക്ക് ഒരൊറ്റ അക്ഷരം മനസ്സിലാവ്ണില്യ," അമ്മമ്മയുടെ അമ്മയായ മുത്തശ്ശി പറഞ്ഞു.

"വെല്യമ്മയ്ക്ക് കൊറച്ച് കഴീമ്പഴക്കും ഒക്കെ മനസ്സിലായ്ക്കൊള്ളും," മാധവിയമ്മ എഴുന്നേറ്റു നിന്നു. അവർ അരിഞ്ഞുവെച്ച മലക്കറിക്കഷണങ്ങൾ നാനാവിധ വർണ്ണങ്ങളോടെ ഒരു ഓലക്കിണ്ണത്തിൽ ഒരു കൂമ്പാരമായിക്കിടന്നു. ഇളവനും മത്തനും പയറും ചേനയും കയ്പയ്ക്കയും മുരിങ്ങാക്കായും പച്ചമുളകും ആ കിണ്ണത്തിൽ ഉണ്ടായിരുന്നു.

"ഇന്ന് അവിയല് ഉണ്ടാക്കണോ?" മലക്കറിക്കഷ്ണങ്ങൾ ഉറ്റു നോക്കിക്കൊണ്ട് കലിനാരായണൻനായർ ചോദിച്ചു.

"ഞാൻ നുറുക്ക്യേ കഷ്ണങ്ങള് കണ്ടാലറീല്യേ നാരായണന്നായരേ ഇത് അവീലിനാ നുറുക്കീത്ന്ന്?" മാധവിയമ്മ ചോദിച്ചു.

കലി ചിരിച്ചുകൊണ്ട് ആ കിണ്ണം എടുക്കുവാൻ കുനിഞ്ഞു.

"കമ്മളേ ഇങ്ങള് കൊറേക്കൂടി വീതിള്ള തോർത്ത് ഉടുക്കിൻ. കുനിയുമ്പൊ ഇങ്ങടെ കോണം കണ്ടിട്ട് കുട്ട്യോള് ചിറിക്കും," വള്ളി പറഞ്ഞു. താൻ പറഞ്ഞ വാക്കുകൾ ഞാൻ കേട്ടുവോ എന്ന് അറിയുവാനായി അവർ എന്റെ മുഖത്തേക്ക് നോക്കി കണ്ണുകളിറുക്കി.

മുറ്റത്തുനിന്ന് പൊട്ടിപ്പെണ്ണ് വള്ളിയുടെ ഫലിതം കേട്ടിട്ടാവാം ഉറക്കെ ചിരിച്ചു:

"ബാബ്ബബ്ബ."

വള്ളിയുടെ മക്കളിൽ ഒരാൾക്കു മാത്രമേ ആകാരസൗഷ്ഠവമുണ്ടായിരുന്നുള്ളു. ആ ആൾ അഞ്ചക്കാളനെന്ന പേര് നല്കി കുഞ്ഞുകുട്ടൻ എന്ന് വീട്ടുകാരാലും നാട്ടുകാരാലും വിളിക്കപ്പെട്ട മൂത്ത മകനായിരുന്നു.

അഞ്ചക്കാളൻ കൊളമ്പിൽപ്പോയി കുറച്ചുകാലം ജോലിനോക്കി മടങ്ങിയപ്പോൾ അയാളുടെ നിറം കറുത്തുവെന്നും ശരീരം മെലിഞ്ഞെന്നും വള്ളിക്ക് തോന്നി. ഇനി കൊളമ്പിലേക്കല്ല ശീമയിലേക്കാണെങ്കിലും മകനെ അയയ്ക്കില്ല എന്ന് അവർ വാശിപിടിച്ചു. കൊളമ്പിൽപ്പോയി കുറച്ചു പണം സമ്പാദിച്ചുവരാൻ മകനെ അനുവദി

ക്കണമെന്ന് വെളുത്തേടത്തെ ലക്ഷ്മിക്കുട്ടി, കലിനാരായണൻ നായർ, മരുന്നുപീടിക നടത്തുന്ന മാരാർ മുതലായ ഗുണകാംക്ഷിക ളൊക്കെ വള്ളിയോടു പറഞ്ഞുനോക്കി. ഒരു തവണകൂടി അയാളെ അയയ്ക്കാമെന്നു വള്ളി പറഞ്ഞു. കൂടെ അനുജനായ കുമാരനെയും അയച്ചു.

അഞ്ചക്കാളന്റെ ഭാര്യയായി ലക്ഷ്മിയും കുമാരന്റെ ഭാര്യയായി പാറുക്കുട്ടിയും മാമ്പുള്ളി വീട്ടിൽ പ്രവേശിച്ചു. രണ്ടു വധുക്കളും നാലപ്പാട്ടെ വടക്കേ മുറ്റത്ത് പട്ടിന്റെ ഉലച്ചിലോടും യൗവനത്തിന്റെ തിളക്കത്തോടുംകൂടി പൂമാലയോടെ, പകുതി അടഞ്ഞ കണ്ണുക ളോടെ വരികയുമുണ്ടായി.

അഞ്ചക്കാളൻ അമ്മയുടെ ഹിതമനുസരിച്ച് നാട്ടിൽ വന്ന് താമസ മാക്കിയപ്പോൾ കുമാരൻ കൊളമ്പിലും പിന്നീട് മദ്രാസിലും അദ്ധ്വാ നിച്ച് പണം സമ്പാദിക്കുകയായിരുന്നു. ഒരു വർഷത്തെ ഓണത്തിന് കുമാരൻ വരാഞ്ഞതുകൊണ്ട് പാറുക്കുട്ടി കലങ്ങിയ കണ്ണുകളു മായി നടന്നു. നാട്ടിലെ ഏതോ ഒരു വിരുതൻ അതിനെപ്പറ്റി ഒരു പാട്ടെഴുതി പാടുകയുംചെയ്തു:

"ഓണം വന്നോണം വന്നോണം വന്നേയ്
കാണണ്ട ആളൊന്നും വന്നിട്ടില്ല
കൊളമ്പിൽക്കുമാരൻ വരാഞ്ഞിട്ടാവും
പാരിച്ച സങ്കടം പാറുട്ടിക്ക്..."

പാറുക്കുട്ടി തടിച്ച നിതംബവും തടിച്ച ചുണ്ടുകളുമുള്ള ഒരു യുവതിയായിരുന്നു. അവൾ നടന്നുപോവുമ്പോൾ അവളുടെ പൃഷ്ഠ ത്തിന്റെ താളാത്മകമായ, ചലനം ഉറ്റുനോക്കിക്കൊണ്ട് പ്രമാണി കർകൂടി നിന്നുപോവാറുണ്ടായിരുന്നു.

"ഇന്റെ കണ്ണില് ലെക്ഷ്മ്യാ ഭംഗി," ഒരിക്കൽ മാധവിയമ്മ പറഞ്ഞു.

"ലക്ഷ്മീടെ മൊഖശ്രീ പാറുട്ടിയ്ക്കില്യ," അമ്മമ്മ അഭിപ്രായപ്പെട്ടു.

"മൊഖശ്രീ! മൊഖശ്രീണ്ടായിട്ട് എന്താ ഒരു ഗുണം? പാറുക്കു ട്ടിക്ക് ഒരാനച്ചന്തം ഒക്കെണ്ട്. മുറുക്കിച്ചോപ്പിച്ച് നടുക്കുമ്പൊ നോക്കി നിക്കാൻ തോന്നും," കലിനാരായണൻനായർ പറഞ്ഞു.

"ഇങ്ങള് ഈ കാണണപോലെയൊന്നും അല്ലാലൊ കലി നാരാ യണൻ നായരേ! പെണ്ണുങ്ങളെ നോക്കി ചോര കുടിയ്ക്കണ്ട പ്രായ ല്ലലൊ ഇങ്ങക്ക്. ഇങ്ങള് ഒര് തന്തയല്ലേ?"

"ഞാനൊരു തന്തയാണെങ്കി ഇയ്ക്ക് പെണ്ണിനെ കിട്ട്വോ? ഇന്റെ ഭാര്യ ഇത്തുട്ടിക്ക് നിങ്ങളേക്കാളും പ്രായം കൊറവാ. ആറ് മാസം വയറ്റില്ണ്ട്," കലി ഉറക്കെയുറക്കെ ചിരിച്ചു. പിന്നീട് അടുക്കളയി ലേക്ക് കിതച്ചുകൊണ്ട് കയറി.

"ഇങ്ങള് ചിറിക്കുമ്പൊ നായ്ക്കള് മൊരളണശബ്ദാ," മാധവിയമ്മ പറഞ്ഞു. അടുക്കളയിൽനിന്ന് കലി വീണ്ടും ഉച്ചത്തിൽ ചിരിച്ചു.

“വയസ്സുകാലത്ത് ഒരു കുട്ടീടെ അച്ഛനാവാൻ പൂവ്വാത്രെ. കുട്ട്യേ വളർത്തി ഉണ്ടാക്കണ്ടേ?” മാധവിയമ്മ ചോദിച്ചു.

“ഇന്റെ കുട്ടീടെ കാര്യം ഞാൻ നോക്കിക്കൊളാം. ഇയ്ക്ക് ഇഞ്ഞീം കുട്ട്യോള്ണ്ടാവും. ഇത്തുട്ടി ചെറ്പ്പല്ലേ?”

“എന്ത് കിട്ടാ ഇത്തുട്ടി അമ്രാള് ഈ തന്തടെ കൂടെ എറങ്ങിപ്പോന്ന്? ഇങ്ങക്കൊരു വാര്യ കടിക്കാട്ടില്ല്യേ?” വള്ളി ചോദിച്ചു.

“അയിന് ഉത്തരം പറയാൻ നിശ്ശല്ലായെല്ല വള്ള്യേ. ഉത്തരം പറഞ്ഞാൽ അത് കൊറച്ച് കൂടിപ്പൂവും. അതോണ്ടാ ഞാൻ ഉത്തരം പറയാത്തത്,” നാരായണൻനായർ പറഞ്ഞു: നാരായണൻനായർ നാടക നടനായിരുന്നതുകൊണ്ട് പെണ്ണുങ്ങളെ പാട്ടിലാക്കുന്ന വിഷയത്തിൽ അയാൾക്ക് വയസ്സ് ഒരു പ്രശ്നമാവില്ലയെന്ന് മാധവിയമ്മ ഒരിക്കൽ പറഞ്ഞു.

“ഒരൂട്ടം പാട്ടും പൊറാട്ടും ഒക്കെ നിശ്ശ് നൊമ്മടെ കലിക്ക്.”

“കുട്ടി നാടകം കിട്ട്ണ്?” കലി ചോദിച്ചു.

“രണ്ട് കൊല്ലം മുമ്പ് ഇവിടെ ഒരു നാടകക്കമ്പനി വന്നില്ലേ? അന്ന് അമ്മമ്മ എന്നെ കൊണ്ടുപോയി നാടകം കാണിച്ചു തന്നു,” ഞാൻ പറഞ്ഞു.

“അതെന്ത് നാടകം? അതില് രാജാപാർട്ട് ഇല്യ. രാജാവില്യാത്ത നാടകം നാടകാണൊ കുട്ട്യേ? രാജാവ് പാട്ടും പാടിയോണ്ട് കേറി വരുമ്പൊ... പറേമ്പൊത്തന്നെ ഇയ്ക്ക് മേലാസകലം കോരിത്തരിക്കുണൂ—കുട്ടി. ഹൊന്നപ്പ ഭാഗോതരെപ്പറ്റി കേട്ടിട്ടില്ല്യേ? ചിന്നപ്പ ഭാഗോതരെക്കാൾ ഇയ്ക്കിഷ്ടം ഹൊന്നപ്പ ഭാഗോതരെയാ. എന്താ ശാരീരം! കുട്ടി കല്ക്കത്തേന്ന് ഹൊന്നപ്പ ഭാഗോതരുടെ കച്ചേരിക്ക് പോയ്ട്ടണ്ണ്ടാ?” കലി രണ്ടു പല്ല് മാത്രമുള്ള വായിൽ പുകയിലയും വെറ്റിലയും ചവച്ച് തന്റെ കറുത്ത മുഖം എന്നോടടുപ്പിച്ച് ചോദിച്ചു.

ഞാൻ ഒന്നും പറഞ്ഞില്ല.

“ഹൊന്നപ്പ ഭാഗോതരെ കേക്കാൻ വിയെന്നായര് പൂവ്വാതിരിക്കില്യ. പാട്ട് കേക്കാൻ പോയപ്പൊ അച്ഛൻ കുട്ട്യേ കൊണ്ടേയില്ല്യേ?”

“നിർത്തിൻ ഇങ്ങടെ ഒരു ചോദ്യംചോയിക്ക്ല്. കുട്ടീടെ മോത്തപ്പിടി തുപ്പലായി. ദൂരെ നിന്നിട്ട് ചോയിച്ചാപ്പോരേ? കുട്ട്യേ പേടിപ്പിക്കണൊ? നിങ്ങടെ ഒരു ഹൊന്നപ്പ ഭാഗോതര്!” മാധവിയമ്മ ദേഷ്യത്തോടെ പറഞ്ഞു.

“ഈ മാധവിയമ്രാളും ഈ തമ്മളും എപ്പൊ നോക്കിയാലും കെട്ടെകരടേന്നാ. നായും പൂച്ചേം കടി കൂടണന്തി,” വള്ളി പറഞ്ഞു.

മാധവിയമ്മ തന്റെ ചുമലുകൾ ക്ഷോഭത്തോടെ രണ്ട് തവണ കുലുക്കി. എന്നിട്ട് ധൃതിയിൽ തന്റെ കിടപ്പുമുറിയായ വടക്കേ അറയിലേക്ക് നടന്നു.

“ചെറിയമ്പ്രാട്ടിയാര് ഈ കോലായില് ഇരുന്ന് ഈ വർത്താനൊന്നും കേക്ക. കുട്ട്യോൾക്ക് കേക്ക വർത്താനല്ല ഇബടെ കേക്കണതൊക്കേം,” വള്ളി എന്നോട് പറഞ്ഞു.

“കേട്ടാൽ എന്താ പറ്റ്വാ?” ഞാൻ ചോദിച്ചു.

“ഇതൊക്കെ കേട്ടാ ചെറിയമ്പ്രാട്ടിയാരടെ സൊഭാവം അപ്പിടി വെടക്കാവും. ഉണ്ണിത്തമ്പുരാൻ ഉമ്മറത്ത് ഇരുന്ന് വായ്ക്കണ്ണ്ാവും. ചെറിയമ്പ്രാട്ടിയാര് അങ്ങ്ട് പൊയ്ക്കോളൊ,” വള്ളി പറഞ്ഞു.

“ആ കുട്ടിക്ക് ഇബടെ കുത്തിരിയ്ക്കാനാ താല്പര്യം. ഇന്റെ കഥേം കേട്ട്വോണ്ട് എത്ര നേരം വേണെങ്കിലും അത് ഈ കോലായല് ഇരിക്കും,” കലിനാരായണൻനായർ പറഞ്ഞു. എനിക്ക് തിന്നുവാനായി ഒരു കഷണം തേങ്ങയും അയാൾ അടുക്കളയിൽനിന്ന് കൊണ്ടുവന്നു.

“ചെലോര് പറയും ഹൊന്നപ്പ ഭാഗോതരെക്കാൾ ഒശത്തി പാട്ട് ചിന്നപ്പ ഭാഗോതരുടെ പാട്ടാണ്ന്ന്. കുട്ടി അത് വിശ്വൊസിക്കണ്ട.”

എട്ട്

ലാൻസ് ഡൗൺ റോഡിലെ പതിനെട്ടാം നമ്പർ വീട്ടിൽവച്ച് എന്റെ അമ്മയ്ക്ക് ഒരിക്കൽ കടുത്ത മാനസികാസ്വാസ്ഥ്യം അനുഭവപ്പെട്ടു. അവ്യക്തങ്ങളായ ദുര്യോഗങ്ങളെ ഭയന്ന്, അമ്മയ്ക്ക് ഉറങ്ങാത്തപ്പോഴും ഉറങ്ങുമ്പോഴും തന്റെ ചുറ്റും അപരിചിതർ വന്നുനില്ക്കുന്നതായി തോന്നി. പേടി സ്വപ്നങ്ങൾ കണ്ട് അമ്മ ഉറക്കെയുറക്കെ തേങ്ങി.

ആ വലിയ വീട് ഒരു പ്രേതഭവനത്തിന്റെ ലക്ഷണങ്ങളൊന്നും പ്രദർശിപ്പിച്ചിരുന്നില്ല. മുകളിലെ നിലയിൽ രണ്ട് തളങ്ങളും രണ്ട് കിടപ്പറകളും വീതിയുള്ള ഒരു വരാന്തയും മാത്രമേ ഉണ്ടായിരുന്നുള്ളൂ. വരാന്തയുടെ മുമ്പിലേക്ക് തള്ളിനില്ക്കുന്ന ബാൽക്കണിയിൽ മൺചട്ടികൾ വച്ച് അവയിൽ സുഗന്ധികളായ ചെടികളും വള്ളികളും തോട്ടക്കാരൻ വളർത്തി. വരാന്തയുടെ തെക്കുവശത്ത് ചായം തേക്കാത്തതും തുകൽകൊണ്ട് നിർമ്മിച്ചതുമായ മൂന്ന് ചെസ്റ്റർ ഫീൽഡ് സോഫകളും പിച്ചളത്തകിട് പതിച്ച ഒരു വട്ടമേശയുമുണ്ടായിരുന്നു. ഇരിക്കുന്നവരെ വെയിലിൽനിന്ന് രക്ഷിക്കുവാനായി രാമച്ചംകൊണ്ട് ഉണ്ടാക്കിയ പർദ്ദകൾ തട്ടിൽ ഘടിപ്പിച്ച കൊളുത്തുകളിൽ തൂങ്ങിക്കിടന്നു. അവയിൽ വെള്ളം തളിച്ചാൽ ഒന്നോ രണ്ടോ മണിക്കൂറുകളോളം രാമച്ചത്തിന്റെ ഹൃദ്യമായ മണം ആ വരാന്തയിൽ തളംകെട്ടി നില്ക്കും. പിച്ചളത്തകിടിയുള്ള മേശപ്പുറത്ത് എല്ലാ ദിവസവും രാവിലെ പുതുതായി പറിച്ചെടുത്ത പൂവുകൾ തോട്ടക്കാരൻ ഒരു ചെമ്പുപാത്രത്തിൽ ഒതുക്കിവെച്ചു. എന്നും

പൂക്കൾ മാറ്റണമെന്ന് അച്ഛൻ കല്പിച്ചിരുന്നു. ഒരു ഹിന്ദുസ്ത്രീ തന്റെ തിലകത്തിന് കല്പിക്കുന്ന പ്രാധാന്യം അച്ഛൻ പ്രഭാതത്തിലെ പുഷ്പാലങ്കാരത്തിന് കൊടുത്തു. മാറി ഗോൾഡ്, ഫ്ലോക്സ്, ക്രിസാന്തമം, ഗ്ലാഡിയോലി മുതലായ പൂക്കൾ എന്നുമെന്നും വീട്ടിൽ മൂന്ന് സ്ഥാനത്ത് പ്രത്യക്ഷപ്പെട്ടു. മുകളിലെ വരാന്തയിൽ, താഴത്തെ സത്കാരമുറിയിൽ, ഭക്ഷണമേശയ്ക്ക് നടുവിൽ...

വടക്കു പടിഞ്ഞാറൻ തളത്തിൽ പണ്ടത്തെ താമസക്കാരനും നാവികനുമായിരുന്ന ക്യാപ്റ്റൻ ചലാമിന്റെ അലമാരികളും ദിവാനും കിടക്കകളും ഊന്നുവടികളും കൊത്തുപണികളുള്ള ചീനിപ്പെട്ടികളും അദ്ദേഹത്തിന്റെ മക്കൾ ഒതുക്കിവച്ചിരുന്നു. കണ്ണാടിയുള്ള ഒരു ഡ്രെസ്സറിന്റെ വലുപ്പിൽ അദ്ദേഹത്തിന്റെ എല്ലിൻശകലങ്ങളും കുറച്ച് ചാരവും ഒരു സ്ഫടികഭരണിയിൽ ആരോ എടുത്തുവച്ചിരുന്നു. മരിച്ചവരുടെ അവശിഷ്ടങ്ങൾ കഴിയുന്നതും വേഗം വല്ല പുണ്യതീർത്ഥത്തിലും ഒഴുക്കിക്കളയാതെ വീട്ടിൽ സൂക്ഷിച്ചു വയ്ക്കുന്നത് ആ പാവപ്പെട്ട ആത്മാക്കൾക്ക് മാത്രമല്ല ജീവിച്ചിരിക്കുന്നവർക്കും നല്ലതിനല്ലെന്ന് അമ്മ അഭിപ്രായപ്പെടുമ്പോൾ അച്ഛൻ ചിരിച്ചുകൊണ്ട് പറയുമായിരുന്നു: "വെറും എല്ലിൻകഷണങ്ങൾക്ക് ആരെയും ഉപദ്രവിക്കാൻ കഴിയില്ല, കുട്ടീ."

തെക്കുപടിഞ്ഞാറൻ തളത്തിൽ എന്റെ വെളുത്ത ഫ്രോക്കുകളും ടവ്വലുകളും മറ്റും വച്ചിരുന്ന അലമാരിയും ഒരു കട്ടിലും മാത്രമേ ഉണ്ടായിരുന്നുള്ളു. അതിന്റെ തെക്കുവശത്തെ ചുമരിൽ ഞാൻ എല്ലായ്പോഴും തുറന്നുവച്ച രണ്ട് ജനലുകൾ ഉണ്ടായിരുന്നു. ആ തളത്തിൽ തനിച്ച് കിടന്ന്, ഉറക്കം വന്ന് എന്റെ ഭീതികളെ മായ്ച്ചുകളയുമെന്ന് ആശിക്കുമ്പോൾ, അയൽക്കാരായ മിസ്റ്റർ ഹിതാംശു ബോസും മിസ്സിസ് ബോസും അവരുടെ മക്കളായ സുജാതയും ഹിരൺ എന്ന ബുച്ചുവും ഭക്ഷണമുറിയിൽവച്ചോ മുകളിലത്തെ നിലയിലുള്ള കിടപ്പുമുറികളിൽവച്ചോ ഉച്ചത്തിൽ, ബംഗാളിഭാഷയിൽ, അന്യോന്യം കലഹിക്കുന്നത് കേൾക്കുന്നതും എനിക്ക് തെല്ലൊരാശ്വാസം പകർന്നുതന്നു. പക്ഷേ, പങ്കയുടെ കറക്കം, തണുത്ത കാറ്റ് പർദ്ദകളെ മർദ്ദിക്കുമ്പോൾ ഉണ്ടാവുന്ന 'ചടപട' ശബ്ദം മുതലായവയൊക്കെ എന്നെ ഭയപ്പെടുത്തി. ഒടുവിൽ ഞാൻ അമ്മയോട് ആവലാതിപ്പെട്ടപ്പോൾ തൃപുര അന്നു മുതൽ എന്റെ കട്ടിലിന്റെ കീഴിൽ തന്റെ പായ് വിരിച്ച് ഉറങ്ങിക്കൊള്ളുമെന്ന് അമ്മ പറഞ്ഞു. ആ വൃദ്ധയ്ക്ക് ക്ഷയരോഗമോ മറ്റോ ഉണ്ടായിരിക്കുമോ എന്ന് അച്ഛന് സംശയംതോന്നി. അവരെ ഡോക്ടറെക്കൊണ്ട് പരിശോധിപ്പിച്ചശേഷം മാത്രമാണ് എന്റെ മുറിയിൽ ഉറങ്ങുവാൻ അച്ഛൻ അനുവദിച്ചത്.

"മിസ്റ്റർ നായർ, താങ്കളുടെ കുട്ടിയുടെ ആയ താങ്കളുടെ കുടുംബാംഗങ്ങളെക്കാൾ ആരോഗ്യവതിയാണ്," ഡോക്ടർ ചിരിച്ചുകൊണ്ട് പറഞ്ഞു. കാഴ്ചയിൽ തൃപുര തീർച്ചയായും ആരോഗ്യവതിയായിരുന്നു. വെളുത്ത് ചുവന്ന കവിളുകളും തടിച്ച ഒരു ശരീരവും അവർക്കുണ്ടായിരുന്നു. അവർക്ക് ഒരേയിരുപ്പിൽ രണ്ട് കോരിക ചോറ് അകത്താക്കാനുള്ള കഴിവും ഉണ്ടായിരുന്നു.

തൃപുര വീടിന്റെകൂടെ ഞങ്ങൾക്ക് കിട്ടിയ ഒരു സമ്മാനമായിരുന്നു. അവർ ഗൃഹപ്രേമിയായ ഒരു പൂച്ചയെപ്പോലെയായിരുന്നു. യജമാനന്റെ കുടുംബത്തോടായിരുന്നില്ല അവരുടെ കൂറും സ്നേഹവും. ആ വീട്ടിൽ മൂന്നു കുടുംബക്കാർക്കായി താൻ ജോലിയെടുത്തിട്ടുണ്ടെന്ന് തൃപുര പ്രകടമായ അഭിമാനത്തോടെ പറയാറുണ്ടായിരുന്നു.

തെക്കുകിഴക്കൻ മുറിയിൽ നാല് അലമാരികളും പനിപിടിച്ചാൽ ഞങ്ങളിലോരോരുത്തരും കിടക്കാൻ ഉപയോഗിക്കുന്ന വീതി കുറഞ്ഞ കട്ടിലും മാത്രമേ ഉണ്ടായിരുന്നുള്ളൂ. പക്ഷേ, അതിന്റെ കിഴക്കേ ചുമരിൽ ദൈവങ്ങളുടെ രവിവർമ്മ പ്രിന്റുകളും ക്രിസ്തുവിന്റെ ഒരു വർണ്ണച്ഛായചിത്രവും ആണികളിൽ തൂങ്ങിയിരുന്നു. നിലത്ത് പൂജയ്ക്കു വേണ്ട ഓട്ടുസാമഗ്രികളുണ്ടായിരുന്നു. ആ നിലത്ത് സദാസമയവും അല്പം മെഴുക്കും ചന്ദനത്തിരികളുടെ കുറ്റികളും വാടിയ പൂക്കളും രാവിലെ നൈവേദ്യമായിരുന്ന പഴവും ശർക്കരയും ഉറുമ്പിന്റെ കൂട്ടവും കാണാമായിരുന്നു. അമ്മ അവിടെ ദിവസവും രണ്ടുനേരം വിളക്ക് കത്തിക്കുകയും നാമങ്ങൾ ഉരുവിടുകയുംചെയ്തു. എന്നിട്ടും അമ്മയുടെ മൗഢ്യം വർദ്ധിച്ചുവന്നു. അന്ന് അമ്മയും അച്ഛനും എന്റെ കൊച്ചനിയത്തിയും പരിചാരകനും മാത്രമേ ആ വീട്ടിൽ താമസിച്ചിരുന്നുള്ളൂ. ഉറക്കത്തിൽ പേടിസ്വപ്നങ്ങളിൽ കറുത്ത നായ്ക്കൾ ഓടിവന്ന് അമ്മയെ ആക്രമിച്ചു. അമ്മ രാത്രിയിൽ ഭയചകിതയായി ഉച്ചത്തിൽ തേങ്ങിക്കൊണ്ടിരുന്നു. അച്ഛൻ ഒടുവിൽ വൈദ്യസഹായം തേടി.

തൃപുരയാണ് അമ്മയിൽ വന്ന മാറ്റത്തിന്റെ കാരണം ആദ്യമായി പുറത്തുപറഞ്ഞത്. ആ വീട്ടിലെ വേലക്കാർക്കായി നിർമ്മിച്ച കക്കൂസിൽ ഒരു യുവതി തൂങ്ങിമരിച്ചിരുന്നു. അവരെ യജമാനന്മാർതന്നെ ശ്വാസംമുട്ടിച്ച് കൊന്ന് കയറിൽ കെട്ടിത്തൂക്കിയതാണെന്ന് നാട്ടുകാർ പറഞ്ഞെന്ന് തൃപുര പറഞ്ഞു. ആ ഭാഗ്യഹീനയുടെ പ്രേതം അമ്മയുടെ ശരീരത്തിലേക്ക് പ്രവേശിച്ചിരിക്കാമെന്ന് ആ വൃദ്ധ പറഞ്ഞു. പതിനൊന്ന് രൂപ കൊടുത്താൽ ആ പ്രേതബാധ ഒഴിപ്പിക്കാനുള്ള തകിട് ഒരു പൂജാരിയിൽനിന്ന് വാങ്ങിക്കൊണ്ടു വരാമെന്ന് അവർ ഏറ്റു. തനിക്ക് ചെറുപ്പത്തിൽ ഒരു പ്രേതബാധ ഉണ്ടാ

യപ്പോൾ ഗരിയാഹാട്ടിൽ താമസിക്കുന്ന ഒരു മന്ത്രവാദിയാണ് തകിടെഴുതിത്തന്നത്. ഉടനേ പ്രേതം തന്നിൽനിന്ന് ഇറങ്ങി ഒരു പേരാലിൽ കടന്നുകൂടി എന്ന് അവർ പറഞ്ഞു.

മന്ത്രവാദത്തെപ്പറ്റി സംസാരിക്കുന്നതുതന്നെ അച്ഛന് ഇഷ്ടമുണ്ടായിരുന്നില്ല. അച്ഛന്റെ അമ്മയുടെ അമ്മാവനായ കുട്ടിക്കൃഷ്ണമ്മാമ പേരുകേട്ട ഒരു മന്ത്രവാദിയും കാളീഭക്തനുമായിരുന്നെന്ന് ഞാൻ എന്റെ കുട്ടിക്കാലത്ത് ഗുരുവായൂരിൽവച്ച് കേട്ടിരുന്നു. അദ്ദേഹത്തിന്റെ ശത്രു ഒരു കറുത്ത കാളയുടെ രൂപം സ്വീകരിച്ച് വടേക്കര വീട്ടിന്റെ-പടിക്കൽ വന്നുനിന്നുവത്രേ. കുട്ടിക്കൃഷ്ണമ്മാമയ്ക്ക് ഒറ്റ നോട്ടത്തിൽ മനസ്സിലായി, അത് കാളയല്ല തന്റെ എതിരാളിയായ മന്ത്രവാദിയാണെന്ന്. പിന്നീട് എന്താണ് സംഭവിച്ചത് എന്ന് ഞാൻ ചോദിച്ചപ്പോൾ അച്ഛന്റെ ചെറിയമ്മ നാരായണിയമ്മ കോട്ടുവായിട്ടുകൊണ്ട് പറഞ്ഞു: ''ഇനി പോയി കളിക്ക്. ചെറ്യേമ്മയ്ക്ക് ഒറക്കം വര്.'' ചെറിയമ്മ ഉണർന്ന് വന്നതിനു ശേഷം ആ കഥ മുഴുമിച്ചുതരാൻ ഞാൻ പറഞ്ഞതുമില്ല. അതിന്റെ നഷ്ടബോധം ഇന്നും എന്നെ അസ്വസ്ഥയാക്കാണ്ട്...

അമ്മാമൻ മന്ത്രവാദിയായിരുന്നുവെങ്കിലും എന്റെ അച്ഛന് മന്ത്രവാദത്തിൽ തീരെ താൽപര്യമുണ്ടായിരുന്നില്ല. പഠിപ്പും ചിന്താശക്തിയും ഇല്ലാത്തവരെ വഞ്ചിച്ച് പണം അപഹരിക്കുന്നവരാണ് മന്ത്രവാദികൾ എന്ന് അദ്ദേഹം ഇടയ്ക്കിടെ പറയാറുണ്ടായിരുന്നു. മാസത്തിൽ ഒരിക്കൽ ആവണക്കെണ്ണ കഴിച്ച് വയറിളക്കിയാൽ മന്ത്രവാദിയുടേതെന്നല്ല വൈദ്യരുടെയും ആവശ്യം നേരിടേണ്ടിവരില്ലെന്ന് അച്ഛൻ ചിരിച്ചുകൊണ്ട് പറയാറുണ്ടായിരുന്നു. രാവിലെ അഞ്ചുമണിക്ക് ഞങ്ങളെ എഴുന്നേൽപ്പിച്ച് ഒരൗൺസ് ആവണക്കെണ്ണ കുടിപ്പിക്കുമ്പോൾ അച്ഛൻ ഈ ലോകത്തിലുള്ള അച്ഛന്മാരിൽ ഏറ്റവും ക്രൂരഹൃദയനായ അച്ഛൻതന്നെയെന്ന് എനിക്ക് തോന്നിയിരുന്നു. അമ്മയുടെ മൗഢ്യം മാറിക്കിട്ടുവാനാണ് അച്ഛൻ തൃശ്ശൂരിലെ സെന്റ് ജോസഫ് ലാറ്റിൻ കോൺവെന്റിൽ താമസിച്ച് പഠിച്ചിരുന്ന എന്നെ ധൃതിയിൽ കല്ക്കത്തയ്ക്ക് മടക്കിക്കൊണ്ടുവന്നത്. ഗുരുവായൂരിൽ പഠിച്ചിരുന്ന അനുജനെയും പിന്നീട് കല്ക്കത്തയിലേക്ക് വരുത്തി. കുട്ടികളുടെ ചിരിയും സംഭാഷണവും വീട്ടിൽ വന്ന് നിറഞ്ഞപ്പോൾ അമ്മ ആഹ്ലാദവതിയായി. പിന്നീട് ഒരിക്കലും കക്കൂസിൽ മരിച്ച വേലക്കാരി ആരെയും കൂടുതലേറെ ശല്യപ്പെടുത്തിയില്ല.

എന്റെ അമ്മയ്ക്ക് തന്റെ വീട്ടിൽ ആളുകൾ വന്ന് നിറയുന്നത് ഇഷ്ടമായിരുന്നു. തങ്ങൾക്കും താമസിക്കുവാൻ രണ്ട് മുറികൾ തരണം എന്ന് കണ്ണുനീരോടെ അഭ്യർത്ഥിച്ചുകൊണ്ട് വീട്ടിൽ വന്നെത്തിയ

ആഢ്യകുടുംബത്തെ ചുവട്ടിലെ തെക്കേപക്ഷം മുഴുവൻ കൊടുത്ത് താമസിപ്പിച്ചത് അമ്മയുടെ മഹാമനസ്കതയായിരുന്നു.

"കുട്ടിക്ക് ഇവരെക്കൊണ്ട് ഉപദ്രവമാവില്ല്യേ?" അച്ഛൻ ചോദിച്ചു.

"എന്ത് ഉപദ്രവം? കുട്ടികൾക്ക് കളിക്കാൻ ഒരു കൂട്ടായി," അമ്മ ആ കുടുംബത്തെ നോക്കിക്കൊണ്ട് പറഞ്ഞു.

അങ്ങനെ സോമസുന്ദരം എന്ന സർക്കാർ ഉദ്യോഗസ്ഥൻ തന്റെ ഭാര്യയും മക്കളായ സരോജയും വിശ്വനാഥനുംകൂടി ഞങ്ങളുടെ വീട്ടിലെ സ്ഥിരാതിഥികളായി മാറി. തങ്ങളുടെ ബ്രാഹ്മണത്വത്തിന്റെ മഹിമകൾ സരോജയും അവളുടെ അമ്മയും സംഭാഷണത്തിനിടയിൽ സൂചിപ്പിച്ചുകൊണ്ടിരുന്നു. സോമസുന്ദരം എം. എ. പാസ്സായ ഒരാളായിരുന്നു. ഭാര്യയാകട്ടെ പ്രൈവറ്റായിട്ട് മെട്രിക്കുലേഷൻ പരീക്ഷ ചെയ്യുവാൻ തയ്യാറെടുക്കുകയായിരുന്നു. എന്റെ മാതാപിതാക്കൾക്ക് ഒരു എം.എ. പോയിട്ട് ഒരു ബി.എ.പോലും പേരോടൊന്നിച്ച് എഴുതുവാനുള്ള ഭാഗ്യമുണ്ടായിരുന്നില്ല. നായന്മാർ ക്ഷത്രിയരാണെന്ന് ധരിച്ചുവച്ചിരുന്ന എന്നോട് അവർ ശൂദ്രർമാത്രമാണെന്ന് സരോജയുടെ അമ്മ പറഞ്ഞപ്പോൾ ഞാൻ അപകർഷബോധത്താൽ പുളഞ്ഞു. സോമസുന്ദരം എന്ന കഷണ്ടിക്കാരനോട് വേണ്ടത്ര ആദരവ് ഞാൻ പ്രദർശിപ്പിച്ചു. ഒരുദിവസം അദ്ദേഹം തന്റെ മകൾക്ക് ഷേക്സ്പിയറുടെ ഒഥെല്ലോ വായിച്ച് അതിന്റെ കഥ വിസ്തരിച്ചു പറഞ്ഞുകൊടുക്കുമ്പോൾ എന്നോട് അവിടെ ഇരുന്ന് കഥ കേട്ടുകൊള്ളുവാൻ പറഞ്ഞു. ആ ക്ഷണം അദ്ദേഹത്തിന്റെ മഹാമനസ്കതയായി ഞാൻ കണക്കാക്കി.

"അച്ഛൻ ഒഥെല്ലോ പഠിച്ചിട്ടുണ്ടോ?" ധൈര്യം സംഭരിച്ച് ഞാൻ അന്ന് അത്താഴം കഴിക്കുന്ന അച്ഛനോട് ചോദിച്ചു.

"എന്താ നിനക്ക് ഒഥെല്ലോ എന്ന കഥ ഇപ്പോൾ ഓർമ്മവന്നത്?" അച്ഛൻ പുരികങ്ങൾ ഉയർത്തിക്കൊണ്ട് ചോദിച്ചു.

"മിസ്റ്റർ സോമസുന്ദരം അതിന്റെ കഥ പറഞ്ഞുതന്നു, എനിക്കും സരോജയ്ക്കും. അച്ഛൻ ഒഥെല്ലോ പഠിച്ചിട്ടുണ്ടോ?" ഞാൻ ചോദിച്ചു.

"ഞാൻ വായിച്ചിട്ടുണ്ട്—വെറും നേരംപോക്കിന്. ഞാൻ ഷേക്സ്പിയറുടെ പല കഥകളും വായിച്ച് രസിച്ചിട്ടുണ്ട്," അച്ഛൻ അപൂർവമായി പുറത്തെടുക്കുന്ന ഒരു പുഞ്ചിരിയോടെ പറഞ്ഞു.

"ഏത് നാടകമാണ് ഏറ്റവും ഇഷ്ടപ്പെട്ടത്?"

"കിങ് ലിയർ."

"മിസ്റ്റർ സോമസുന്ദരത്തിന്റെ ഏറ്റവും പ്രിയപ്പെട്ട നാടകം 'മാക്ബത്താ'ണെന്ന് അദ്ദേഹം പറഞ്ഞു."

"ഒരു സോമസുന്ദരം! ഇയാൾക്ക് ആപ്പീസ് ജോലിയൊന്നുമില്ലേ? സദാസമയവും കുട്ടികൾക്ക് കഥ പറഞ്ഞു കൊടുക്കലാണോ ഈ

പട്ടരുടെ ജോലി?" അച്ഛൻ പൊട്ടിച്ചിരിച്ചു. മിസ്റ്റർ സോമസുന്ദരത്തിന് നാല്പത്തി നാല് വയസ്സ് പ്രായമായിരുന്നുവെന്നും അദ്ദേഹത്തിന് രാഷ്ട്രീയനേതാക്കന്മാരോട് തികഞ്ഞ പുച്ഛമായിരുന്നെന്നും അദ്ദേഹത്തിന് മാങ്ങകൂട്ടി അരച്ച സമ്മന്തി ചോറിൽ കൂട്ടി കഴിക്കുവാൻ താല്പര്യമുണ്ടായിരുന്നെന്നും ഞാൻ അച്ഛനോടും അമ്മയോടും പറഞ്ഞു. പറഞ്ഞുതീർന്നപ്പോഴേക്കും അച്ഛൻ മേശവിട്ടു പോയ്ക്കഴിഞ്ഞിരുന്നു. അമ്മ അനിയത്തിക്ക് ചോറ് കൊടുക്കുന്നതിൽ മാത്രമേ ശ്രദ്ധ പതിപ്പിച്ചിരുന്നുള്ളൂ. എന്റെ അനുജൻ മാത്രം വായ് പകുതി തുറന്നുവച്ചുകൊണ്ട് എന്റെ പ്രഭാഷണം ശ്രദ്ധിച്ചുകേട്ടു.

മുതിർന്നവർക്ക് കുട്ടികൾ തമ്മിൽ വളർന്നുവന്ന സ്നേഹബന്ധത്തിൽ പങ്കുണ്ടായിരുന്നില്ല. അച്ഛന് സദാസമയത്തും ജോലിത്തിരക്കായിരുന്നു. വീട്ടിൽ ഇരിക്കുമ്പോഴും കമ്പനിയിൽനിന്ന് ടെലിഫോൺ സന്ദേശങ്ങൾ വന്നുകൊണ്ടിരുന്നു. എന്റെ അമ്മ ഭക്ഷണസമയത്ത് മാത്രമേ താഴത്തേക്ക് പോയിരുന്നുള്ളൂ. അതുകൊണ്ട് സംഭാഷണപ്രിയയായ മിസ്സിസ് സോമസുന്ദരം തന്റെ മുറിത്തമിഴിൽ വേലക്കാരുമായി കേരളീയ കുശിനിയെപ്പറ്റിയും ആന്ധ്രക്കാരുടെ അച്ചാറുകളെപ്പറ്റിയും ചർച്ചചെയ്ത് സ്വയം തൃപ്തിപ്പെടുത്തി. അവരുടെ മക്കൾ എല്ലായ്പോഴും ഞങ്ങളുടെ കൂടെയുണ്ടായിരുന്നു. ആദ്യത്തിൽ അബ്രാഹ്മണരായ ഞങ്ങളുടെ അടുക്കളയിൽ പാചകം ചെയ്യപ്പെട്ട പദാർത്ഥങ്ങൾ തങ്ങൾക്ക് ഭക്ഷിക്കുവാൻ വയ്യെന്ന് അവർ പറഞ്ഞിരുന്നു. പിന്നീട് ജാതിസംബന്ധികളായ നിബന്ധനകൾ അവർ മറന്നു. സോമസുന്ദരത്തിന്റെ മക്കൾക്ക് പുട്ടും കടലയും വെള്ളപ്പവും ഉരുളൻകിഴങ്ങ് 'സ്റ്റ്യു' വും എരിശ്ശേരിയും ഓലനും ഇഞ്ചിത്തൈരും എല്ലാം ഇഷ്ടപ്പെട്ടു. എനിക്ക് മിസ്സിസ് സോമസുന്ദരത്തിന്റെ ഗൊംഗുരച്ചട്ട്ണിയും ചെറുപയർ പരിപ്പുകൊണ്ട് ഉണ്ടാക്കുന്ന 'പെസറട്ടും' ഇഷ്ടപ്പെട്ടു. പക്ഷേ, അവർ എന്റെ അമ്മയുടെ പല്ലുകളുടെ പ്രത്യേകതയെപ്പറ്റി നിരന്തരം സംസാരിച്ചിരുന്നത് എനിക്ക് തീരെ ഇഷ്ടപ്പെട്ടില്ല. എന്റെ അമ്മയുടെ പല്ലുകൾ മുമ്പോട്ട് തള്ളിനില്ക്കുന്നതുകൊണ്ട് എനിക്കും പ്രായപൂർത്തിയാവുമ്പോൾ അത്തരം ഒരു സൗന്ദര്യപ്രശ്നം നേരിടുമെന്ന് ആ സ്ത്രീ പറഞ്ഞു. ആ പ്രവചനം എന്നെ അസ്വസ്ഥയാക്കി. ആയിടയ്ക്കാണ് ഡോക്ടർ ഘോഷ് എന്ന ഒരു ദന്തവിദഗ്ദ്ധൻ ചൗരങ്കിയിൽ പ്രാക്ടീസ് തുടങ്ങിയത്. അച്ഛൻ എന്നെ ഘോഷിന്റെ ക്ലിനിക്കിലേക്ക് കൊണ്ടുപോയി. അത്യന്തം തീക്ഷ്ണതയോടെ അയാൾ എന്റെ പല്ലുകളിൽ കമ്പികെട്ടി ചികിത്സ ആരംഭിച്ചു.

"ആദ്യം പല്ലുകൾ പൊന്തിക്കുക. പിന്നീട് താഴ്ത്തുക. അതാണ് എന്റെ സ്പെഷൽറ്റി." ഘോഷ് അച്ഛനോട് പറഞ്ഞു.

എന്റെ അമ്മ രാവിലെയും ഉച്ചതിരിഞ്ഞും രാത്രിയും തന്റെ പല്ലുകൾ തേച്ച് വെളുപ്പിക്കുക പതിവാക്കിയിരുന്നു. ആദ്യം പൊടിയുപ്പുകൊണ്ടും പിന്നീട് നീം ടൂത്ത്പേസ്റ്റുകൊണ്ടും അമ്മ പല്ലുകളെ അമർത്തിത്തേച്ചു. ഒരു ചെറുകണ്ണാടിയിൽ നോക്കിക്കൊണ്ടാണ് അമ്മ അന്നൊക്കെ പല്ല് തേച്ചിരുന്നത്.

അമ്മയുടെ പാണ്ഡിത്യവും സുഖജീവിതവും അയൽക്കാരികളെ അസൂയാലുക്കളാക്കി മാറ്റി. അവർ "മിസ്സിസ് നായർക്ക് അവരവരുടെ നിലയ്ക്കനുസരിച്ച് വസ്ത്രധാരണം ചെയ്യുവാൻ അറിയില്ല" എന്ന് അന്യോന്യം പിറുപിറുത്തു. വേലക്കാരെ നിലയ്ക്ക് നിറുത്തുവാനും അമ്മയ്ക്കറിയില്ല എന്ന് അവർ പറഞ്ഞു.

വേലക്കാർക്ക് അമ്മയോട് എന്നുമെന്നും സ്നേഹമുണ്ടായിരുന്നു. വീടിന്റെ പിൻവശത്തെ സ്പൈറൽ കോണിപ്പടി ഉപയോഗിച്ചു മാത്രമേ അവർ അമ്മയെ കാണുവാൻ മുകളിലേക്ക് വന്നിരുന്നുള്ളൂ. അമ്മയ്ക്ക് മാർക്കറ്റിൽപ്പോയി വന്നാൽ ഉടനെ കണക്ക് ബോധിപ്പിക്കാനായി നമ്പ്യാർ വളഞ്ഞ കോണികയറി വരാറുണ്ടായിരുന്നു. കണക്കുകൂട്ടാൻ അമ്മയ്ക്ക് അറിഞ്ഞിരുന്നില്ലെന്ന് അയാൾക്ക് അറിഞ്ഞിരുന്നില്ല.

സ്പൈറൽ കോണിപ്പടിയിലൂടെ ഇറങ്ങുവാൻ ആരംഭിച്ച എനിക്ക് തല കറക്കം വന്നു. കണ്ണുകൾ കാണാതായി. ഇന്നും കോണിപ്പടി ഇറങ്ങുമ്പോൾ കീഴ്പോട്ടു നോക്കുവാൻ എനിക്ക് ഭയമാണ്.

ഭൃത്യജനങ്ങളുമായി സൊറ പറഞ്ഞ് രസിക്കുവാൻ അമ്മ ഒരിക്കലും താല്പര്യം പ്രദർശിപ്പിച്ചില്ല. അവരെ നമ്മോട് സംസാരിക്കുവാൻ പ്രോത്സാഹിപ്പിക്കുന്നതുകൂടി ശരിയല്ലെന്ന് അമ്മ വിശ്വസിച്ചു. ഞങ്ങൾ കുട്ടികളെ നഗരജീവികളാക്കുവാൻ അച്ഛൻ പ്രവർത്തിച്ചു. പക്ഷേ, ഗ്രാമീണ വീക്ഷണങ്ങളിൽനിന്നും മുൻവിധികളിൽനിന്നും സ്വന്തം ഭാര്യയെ മോചിപ്പിക്കുവാൻ അച്ഛൻ മിനക്കെട്ടില്ല. അമ്മയിൽ ഏതെങ്കിലുമൊരു അപൂർണ്ണത കാണുവാൻ അദ്ദേഹം അവനവനെക്കൂടി അനുവദിച്ചതുമില്ല.

ഒൻപത്

കല്ക്കത്തയിൽ ലാൻസ് ഡൗൺ റോഡിൽ സ്ഥിതിചെയ്തിരുന്ന ഞങ്ങളുടെ വസതിയിൽ അടുക്കളയ്ക്കും കരിമുറിക്കും നടുവിൽ ശവക്കല്ലറപോലെ ചെറുതായ ഒരു ചായ്പ് ഉണ്ടായിരുന്നു. അതിൽ തേങ്ങ, ചിരട്ട, ചകിരി മുതലായവ അടുക്കിവയ്ക്കുവാനായുള്ള രണ്ടു തിണ്ണകൾ മാത്രമേ ഉണ്ടായിരുന്നുള്ളൂ. അതിന് വാതിലോ ജനവാതി

ലുകളോ ഉണ്ടായിരുന്നില്ല. തേങ്ങ വയ്ക്കുന്ന തിണ്ണയിൽ ഇരിക്കുവാൻ ഞാൻ പുറപ്പെട്ടപ്പോൾ നിലത്ത് പഴയ ചാക്കിൽ കാലുകൾ നീട്ടി ഇരുന്നിരുന്ന തൃപുര പറഞ്ഞു:

"കുട്ടി എന്റെ അടുത്ത് ഇരിക്കൂ. തേങ്ങ കൂട്ടിയിട്ട സ്ഥലത്ത് എലിയുണ്ടാവും."

കരിമുറിയിൽ രണ്ടു കയറ്റുകട്ടിലുകൾ ഉണ്ടായിരുന്നു. ഒന്നിൽ അച്ഛന്റെ ഓഫീസിലെ ശിപായിയായിരുന്ന കുഞ്ഞാത്തു സമയം കിട്ടുമ്പോഴൊക്കെ ചുരുണ്ടുകിടന്നു. മറ്റേ കട്ടിലിൽ കിടന്നുകൂടേ എന്ന് ഞാൻ എന്റെ വൃദ്ധപരിചാരികയായ തൃപുരയോട് ചോദിച്ചപ്പോൾ അവർ കറുത്തുതേഞ്ഞ പല്ലുകൾ വെളിപ്പെടുത്തിക്കൊണ്ട് ചിരിച്ചു.

"പരപുരുഷന്മാർ കിടക്കുന്ന മുറിയിൽ സ്ത്രീകൾക്ക് കിടക്കാൻ വയ്യല്ലോ," അവർ പറഞ്ഞു.

"കിടന്നാൽ എന്തു സംഭവിക്കും?" ഞാൻ ചോദിച്ചു.

"പുരുഷൻ ചീത്തവിചാരത്തോടെ സ്ത്രീയുടെ കാൽവിരൽ തൊട്ടാൽ മതി അവളുടെ ചാരിത്രം നഷ്ടപ്പെടും. അത് തീർച്ചയാണ്," തൃപുര പറഞ്ഞു. അവരുടെ ശ്വാസോച്ഛ്വാസത്തിൽ വലിവുരോഗത്തിന്റെ ഒരു നേർത്ത ചൂളംവിളിയും മർമ്മരവും ഇടയ്ക്കിടെ കേൾക്കാമായിരുന്നു.

"ചാരിത്രം എന്തു വസ്തുവാണ് തൃപുരാ?" ഞാൻ ചോദിച്ചു.

തൃപുര വീണ്ടും ചിരിച്ചു.

"എനിക്കും നിങ്ങൾക്കും ചാരിത്രമുണ്ടോ?" ഞാൻ അവരോട് ചോദിച്ചു.

"എനിക്ക് ചാരിത്രം ഉണ്ട്. കുട്ടിക്ക് ഉണ്ടാവേണ്ട പ്രായമായിട്ടില്ല. രണ്ടോ മൂന്നോ വർഷങ്ങൾ കഴിയട്ടെ," അവർ പറഞ്ഞു.

തൃപുര എന്നെ തന്റെ ശരീരത്തോട് അടുപ്പിച്ച് എന്റെ കവിളുകളും തൊട്ടാൽ നോവുന്ന മാർവിടവും അടിവയറും തുടകളും തന്റെ പരുത്ത കൈത്തലംകൊണ്ട് പല പ്രാവശ്യം തലോടി. അവരുടെ തടിച്ച ശരീരത്തിൽ പൊടിഞ്ഞ വിയർപ്പിന് ക്ലാവുപിടിച്ച ലോഹത്തിന്റെ ഗന്ധമുണ്ടായിരുന്നു. അവരുടെ നഖാഗ്രങ്ങൾ കറുത്ത് വികലങ്ങളായി കാണപ്പെട്ടു. ചുണ്ണാമ്പും വെറ്റിലക്കറയും തട്ടി വിവർണ്ണമായ ഒരു തള്ളവിരൽ അവർക്കുണ്ടായിരുന്നു. അത് എന്റെ ശരീരത്തിൽ സ്പർശിക്കുമ്പോൾ ഞാൻ അസ്വസ്ഥതയോടെ പുളഞ്ഞു. തൃപുരയുടെ ഇടത്തേ കൈത്തണ്ടമേൽ ഒരു വെള്ളിത്തകിട് കോർത്ത കറുത്ത ചരട് അവർ കെട്ടിയിരുന്നു. നെറ്റിയിലും താടിമേലും ചുമലിലും കൈത്തണ്ടയിലും പച്ചകുത്തിച്ച രൂപങ്ങളിൽ ഭദ്രകാളിയും

പടവാളും ഗരുഡനും തലയോടും ഞാൻ കണ്ടു. തലയോട് അവരുടെ ഇടത്തേ ചുമലിലായിരുന്നു.

"തൃപുര എന്തിനാണ് തലയോട് വരച്ചു വെപ്പിച്ചത്?" ഞാൻ ചോദിച്ചു.

"അത് ആളുകളെ ഭയപ്പെടുത്താനാണ്. കരിങ്കണ്ണ് പറ്റാതിരിക്കുവാൻ ഒരു തലയോട് നമ്മുടെ ശരീരത്തിൽ എപ്പോഴും ആവശ്യമാണ്. എന്റെ ജ്യേഷ്ഠത്തി ഏഴാം വയസ്സിൽ വസൂരി ബാധിച്ച് മരിച്ചു, അടുത്ത വീട്ടിലെ സ്ത്രീയുടെ കരിങ്കണ്ണ് തട്ടി. അത്രതന്നെ. പിന്നെ വസൂരിപൊന്തി മരിച്ചു. പിന്നീടാണ് അമ്മ എന്റെ ശരീരത്തിലാകെ പച്ചകുത്തിച്ചത്," തൃപുര പറഞ്ഞു.

"തൃപുരയ്ക്ക് ചെറുപ്പകാലത്ത് സൗന്ദര്യമുണ്ടായിരുന്നുവോ?" ഞാൻ ചോദിച്ചു.

അവർ പുകയിലത്തരികൾ ചുണ്ണാമ്പ് കൂട്ടി ഇടത്തേ ഉള്ളംകൈയിൽ വച്ച് ഞെരടി. വീണ്ടും ആ പുഞ്ചിരി ഒരു കറുത്തവാവു പോലെ മടങ്ങിയെത്തി.

"ഇപ്പോൾ ഉള്ള സൗന്ദര്യംതന്നെ അന്നും. ശരീരത്തിന്റെ നിറം മാറുകയില്ലല്ലോ. തലമുടി മുക്കാലും കൊഴിഞ്ഞു. അതു സത്യമാണ്. പണ്ട് എന്റെ അഴിച്ചിട്ട മുടി കാൽമുട്ടിൽ വന്ന് വീഴുമായിരുന്നു. അത് കണ്ടിട്ടാണ് എനിക്ക് ആദ്യമായി ഒരു പണക്കാരൻ കല്യാണാലോചനയുമായി വന്നത്. ഞാൻ എല്ലാ വെള്ളിയാഴ്ചയും കാളീഘട്ടിൽ പോയി 'കാളീമാ'യെ തൊഴാറുണ്ടായിരുന്നു. പൂജാരി എനിക്ക് സിന്ദൂരവും കല്ക്കണ്ടവും കുപ്പിവളയും മറ്റും സ്വകാര്യമായി തരാറുണ്ടായിരുന്നു. ഒരുദിവസം അദ്ദേഹം പറഞ്ഞു, താൻ ഷിയാൽഡയിലെ പൂർണ്ണേന്ദു മൊണ്ഡലിനെ എന്റെ വീട്ടിലേക്ക് കൊണ്ടുവരുന്നുണ്ടെന്ന്. എന്തിന്? എന്ന് ഞാൻ ചോദിച്ചു. പൂജാരിക്ക് ദേഷ്യം വന്നു. പ്രായപൂർത്തിയായ പെൺകുട്ടികളുടെ വീടുകളിലേക്ക് എന്തിനാണ് അപരിചിതർ ചെല്ലുന്നത്? വിവാഹാലോചന നടത്തുവാൻതന്നെ. ഞാൻ ആകെ വിയർത്തുപോയി. എനിക്ക് പതിമൂന്ന് വയസ്സ് പ്രായമായിരുന്നു. എനിക്ക് വിവാഹം എന്താണെന്നുകൂടി അന്ന് അറിഞ്ഞിരുന്നില്ല," തൃപുര പറഞ്ഞുനിർത്തി.

അവർ കുറച്ചുനേരം വായിൽ പുകയിലയിട്ട് മെല്ലെ ചവച്ചു. പിന്നീട് തന്റെ തുപ്പൽ ഒരു കോളാമ്പിയിൽ നിക്ഷേപിച്ച്, അത് നീക്കി വച്ചു.

"മോളേ ഞാൻ പൂജാരി കൊണ്ടുവന്ന ആളെ കണ്ടപ്പോൾ ഭയം കൊണ്ട് തളർന്നു. കറുത്ത് തടിച്ച് മേലാസകലം രോമമുള്ള ഒരു മുച്ചുണ്ടൻ. സംസാരിക്കുമ്പോൾ ഇടിവെട്ടുന്ന ശബ്ദം. ഒരു കൊഞ്ഞലും. രണ്ടാം കല്യാണത്തിനാണ് വന്നത്. ആദ്യത്തെ ഭാര്യ പ്രസവത്തിൽ മരിച്ചു," തൃപുര തുടർന്നു.

"തൃപുര അയാളെ കല്യാണം കഴിച്ചുവോ?" ഞാൻ വിസ്മയത്തോടെ അന്വേഷിച്ചു.

"ഇല്ല. അച്ഛൻ നിർബന്ധിച്ചുതുടങ്ങിയപ്പോൾ ഗത്യന്തരമില്ലാതെ ഞാൻ കാളീഘട്ടിൽ പോയി അമ്മയോട് പ്രാർത്ഥിച്ചു. മൊണ്ഡൽ വസൂരി പിടിച്ച് കിടപ്പിലായി. എട്ടാംദിവസം മരിച്ചു."

"കാളീഘട്ടിൽ പ്രാർത്ഥിച്ചത് അയാൾ മരിക്കാനായിരുന്നുവോ?" ഞാൻ ചോദിച്ചു.

തൃപുര വീണ്ടും ചിരിച്ചു.

"മറ്റെന്ത് പോംവഴി?" അവർ ചോദിച്ചു: "ഒരു ദരിദ്രയായ പെൺകുട്ടിക്ക് പ്രാർത്ഥിക്കയല്ലാതെ മറ്റൊരു പോംവഴിയും ഇല്ലല്ലോ."

സുഖകരമായ ഒരു മൗനത്തിൽ ആ ചർച്ച അവസാനിച്ചു. ആ നിമിഷത്തിലാണ് എന്റെ കൊച്ചനിയത്തിയുടെ പരിചാരികയായ കല്ലു അവിടെ പ്രവേശിച്ചത്.

"അല്ലാ! കുട്ടി ഇബടെ ഇരുന്ന് ഈ തള്ളടെ നൊണക്കഥോള് കേക്കാ? ഉമ്മറത്ത്ന്ന് അച്ഛൻ എത്ര തവണയായി വിളിക്കുന്നു! ഇന്ന് അച്ഛന്റേം അമ്മടേം കൂടെ കാറില് കാറ്റൊള്ളാൻ പോണ്ടേ? ഇബടെ കുത്തിരുന്ന് നൊണക്കഥോള് കേട്ടാ മതിയാ?" കല്ലു ഉദ്വേഗത്തോടെ ചോദിച്ചു.

"തൃപുര പറേണത് നൊണക്കഥയൊന്നല്ല," ഞാൻ പിറുപിറുത്തു.

തൃപുരയോടോ മറ്റുള്ള ഭൃത്യരോടോ വളരെനേരം സംസാരിച്ചുകൊണ്ട് ഇരിക്കുന്നത് എന്റെ അച്ഛൻ ഇഷ്ടപ്പെട്ടിരുന്നില്ല. എന്റെ സംശയങ്ങൾ ആരുടെ മുമ്പിലാണ് അവതരിപ്പിക്കുക എന്ന് ഞാൻ പലപ്പോഴും എന്നോടുതന്നെ ചോദിച്ചു. അച്ഛൻ കോപിച്ചേക്കും. അമ്മയാണെങ്കിലോ, സദാസമയത്തും എഴുത്തിലും വായനയിലും വ്യാപൃതയായിക്കഴിഞ്ഞിരിക്കും. ഞാൻ ചോദിക്കുന്ന ചോദ്യങ്ങൾക്ക് "എന്ത്?" എന്ന ഒരു മറുചോദ്യവും പകച്ച ഒരു നോട്ടവും മാത്രമേ അമ്മയിൽനിന്ന് എനിക്ക് കിട്ടിയുള്ളൂ. എന്തും ചർച്ച ചെയ്യാൻ സന്നദ്ധത പ്രകടിപ്പിച്ച ഒരേ ഒരാൾ കുഞ്ഞാത്തുവെന്ന വൃദ്ധനായിരുന്നു.

ചാരിത്രം എന്താണെന്ന് അദ്ദേഹത്തോട് ഞാൻ ചോദിച്ചു.

"മോളേ, ബംഗാളിയോള് പറേണ ഒരൂട്ടം പേച്ചൊക്കെ ഇന്നോട് പറഞ്ഞാ അതിയ്ക്ക് മനസ്സിലാവ്വൊ? ആള്കള്ക്ക് തിരിയണ ഭാഷേല് പറഞ്ഞാ ഇയ്ക്ക് മനസ്സിലാവും," അദ്ദേഹം പറഞ്ഞു.

"ആളുകൾക്ക് തിരിയുന്ന ഭാഷ ഏതാ?" ഞാൻ ചോദിച്ചു.

"നൊമ്മടെ ഭാഷ, മലയാളം. അത് എല്ലാവർക്കും തിരിയണ ഭാഷയാ. എട്ടുംപൊട്ടും തിരിയാത്ത കിടാങ്ങൾക്കും മലയാളം തിരിയും. നൊമ്മടെ അനിയത്തിക്കുട്ടീം മലയാളം പറേണില്ല്യേ മണിമണി

യായിട്ട്? അയിന് മൂന്ന് വയസ്സല്ലേ ആയിട്ടുള്ളൂ! മൊലകുടി മാറാത്ത കിടാങ്ങളും പറേണു അമ്മാ അമ്മാന്ന്. അയിന്റെ അർത്തം എന്താണ് നിശ്ശണ്ടാ! ജനിയ്ക്കണേന്റെ നുമ്പെത്തന്നെ ദെയ്‌വം കുട്ട്യോൾക്ക് മലയാളം പഠിപ്പിച്ച് കൊടുക്കുംന്നാ അയിന്റെ അർത്ഥം. ദെയ്‌വം ഇംഗ്ലിഷും പഠിപ്പിക്കില്യ, ബംഗാളീം പഠിപ്പിക്കില്യ. ദെയ്‌വം മലയാളം മാത്രേ പഠിപ്പിച്ച് കൊടുക്കൂ,'' കുഞ്ഞാത്തു പറഞ്ഞു.

അച്ഛൻ മിക്ക ദിവസവും വൈകുന്നേരം അമ്മയെയും ഞങ്ങൾ കുട്ടികളെയും കൂട്ടി 'ലേക്കി'ലേക്ക് കാറിൽ പോവാറുണ്ടായിരുന്നു. അച്ഛനും അമ്മയും ലേക്കിന്റെ ചുറ്റും മൂന്നുതവണ ധൃതിപിടിച്ച് നടക്കുമ്പോൾ ഞാനും അനുജനും അനുജത്തിയും പുൽത്തകിടിൽ ഇരിക്കുകയോ ഓടുകയോ കാഴ്ചകൾ കണ്ടു നടക്കുകയോ ചെയ്തു. കച്ചവടക്കാർ വില്ക്കുവാനായി മരത്തട്ടിലോ കൊട്ടയിലോ പേറിയിരുന്ന 'സോൻപാപ്രി'യെന്ന മധുരപലഹാരമോ വറുത്ത കടലയോ ഐസ്ക്രീമോ വാങ്ങുവാൻ ഞങ്ങളുടെ കൈവശം പണമുണ്ടായിരുന്നില്ല. അതൊന്നും ഞങ്ങൾ വാങ്ങിത്തിന്നുന്നത് അച്ഛൻ ഇഷ്ടപ്പെട്ടില്ല. ഇടയ്ക്ക് ആ തടാകത്തിന് ചുറ്റുമുള്ള പുൽത്തകിടിൽ കുടുംബസമേതം വിശ്രമിക്കുന്ന സ്ത്രീകൾക്ക് ചിലർ പൂമാല വിറ്റിരുന്നു. വിരിഞ്ഞു തുടങ്ങുന്ന മുല്ലപ്പൂക്കൾകൊണ്ട് ചമച്ച പൂമാലകൾ. കുലസ്ത്രീകളും അവ വാങ്ങി അഭിമാനത്തോടെ മുടിക്കെട്ടിനുമീതെ തിരുകിവച്ചു.

''ഞാൻ വലുതായാൽ എന്നും എന്റെ മുടിയിൽ മുല്ലമാല ചൂടും,'' ഞാൻ പറഞ്ഞു.

ഡ്രൈവർ മുർഫീദ് അതു കേട്ട് പൊട്ടിച്ചിരിച്ചു.

''നർത്തകികളും ഗായികമാരും മാത്രമേ മുടിയിൽ മുല്ലമാല ചൂടുകയുള്ളു,'' മുർഫീദ് എന്നോട് പറഞ്ഞു.

''അതെന്താ അങ്ങനെ?'' ഞാൻ ചോദിച്ചു.

''നല്ല സ്ത്രീകൾക്ക് മുല്ലമാല ആവശ്യമില്ല,'' അയാൾ പറഞ്ഞു.

അച്ഛന്റെയും അമ്മയുടെയും മൂന്നാംപ്രദക്ഷിണത്തോടെ ഞങ്ങൾക്ക് വീട്ടിലേക്ക് മടങ്ങുവാനുള്ള സമയമായി.

ഒരുദിവസം അച്ഛൻ ഏതോ ഔദ്യോഗികാവശ്യത്തിനായി ആസ്സാമിൽപോയി. ഗൃഹാന്തരീക്ഷം അച്ഛന്റെ അഭാവത്തിൽ ഒട്ടും സംഘർഷമില്ലാത്തതായി മാറി. അതുകൊണ്ടായിരിക്കാം തൃപുര എന്നോടു പറഞ്ഞത് അവർ എന്നെ കാളീഘട്ടിൽ കൊണ്ടുപോയി കാളിയമ്മയെ കാണിച്ചുതരാമെന്ന്.

ഞാൻ ഉടനെതന്നെ ഉടുപ്പുമാറ്റി. എന്റെ ഫ്രോക്കിന്റെ കീശയിൽ മൂന്നു രൂപയും ഉണ്ടായിരുന്നു.

ഞാനും തൃപുരയും 'ട്രാം' പിടിച്ചാണ് യാത്ര ചെയ്തത്. ട്രാമിന്റെ അലസമായ ഗമനവും മണിയടിയും എന്നെ വല്ലാതെ കണ്ട് ആകർഷിച്ചു. ട്രാമിൽ വാതിലിനടുത്തുള്ള സീറ്റിൽ ഇരുന്നപ്പോൾ തൃപുര എന്റെ വലത്തുകൈ തന്റെ കൈയിൽ ഒതുക്കിവച്ചു.

"എന്റെ കൈ വിട്ടുപോവരുത്," അവർ മന്ത്രിച്ചു.

ഞങ്ങൾ ഇരുന്നയിടത്തേക്ക് ഒരു വൃദ്ധൻ ഇടയ്ക്കിടെ കണ്ണോടിച്ചു. അദ്ദേഹം വലതുവശത്താണ് ഇരുന്നത്. മഞ്ഞച്ചുകഴിഞ്ഞ ഒരു പട്ടു ജുബ്ബായും ദോത്തിയുമാണ് അദ്ദേഹം ധരിച്ചിരുന്നത്. അദ്ദേഹത്തിന്റെ ഇടത്തേ കവിളിൽ ഒരു പൊള്ളലിന്റെ ചുവന്ന അടയാളം ഒരു ചെമ്പുനാണയം പതിച്ചുവച്ചതുപോലെ കാണപ്പെട്ടു.

"ആ തന്തയുടെ മുഖത്ത് എന്താണ് ഒരു ചുവന്ന പാട്?" ഞാൻ തൃപുരയോട് ചോദിച്ചു.

തൃപുര വലത്തേ കൺകോണിലൂടെ അദ്ദേഹത്തെ നോക്കി.

"ചട്ടുകം ചൂടാക്കിവെച്ചതിന്റെ പാടാണ്," അവർ മന്ത്രിച്ചു.

"ആരായിരിക്കും ആ കടുംകൈ ചെയ്തത്?" ഞാൻ ചോദിച്ചു.

"ചെയ്ത പാപത്തിന് ശിക്ഷ കിട്ടിയതാവണം."

"ആ പാവം വൃദ്ധൻ എന്തുകുറ്റം ചെയ്തു.?"

"കുറ്റം ചെയ്യാത്ത പുരുഷന്മാർ ഈ ലോകത്തിലുണ്ടോ? അവർ ഭാര്യമാരെ വഞ്ചിക്കുന്നു. സ്ത്രീകളുടെ ചാരിത്രം കട്ടെടുക്കുന്നു. ഒടുവിൽ, ഭാര്യ മരിച്ചതിനുശേഷം പുത്രഭാര്യമാർ അവരുടെ മുഖത്തും നെഞ്ഞത്തും ചട്ടുകം ചൂടാക്കി വയ്ക്കുന്നു... പാപം തീർക്കാനായി."

"പുത്രഭാര്യമാരോ?" ഞാൻ ആശ്ചര്യത്തോടെ ചോദിച്ചു.

"അതെ. പുത്രഭാര്യമാർ. അവർ ജനിക്കുന്നതുതന്നെ ഇത്തരം ശിക്ഷ അനുഭവിപ്പിക്കുവാനാണ്," തൃപുര പറഞ്ഞു.

ഞങ്ങളുടെ സംഭാഷണം കേട്ടുവെന്ന മട്ടിൽ ട്രാമിലെ വൃദ്ധൻ പെട്ടെന്ന് വിവർണ്ണനായി. അദ്ദേഹം ട്രാം നിന്നയുടനെ ധൃതിയിൽ അതിൽനിന്ന് ഇറങ്ങിപ്പോയി.

"ചോറിൽ പാഷാണം ചേർത്തുകൊടുത്ത് ഭർത്താവിന്റെ അച്ഛനെയും അമ്മയെയും കൊന്ന ഒരുത്തിയെ എനിക്കറിയാം," തൃപുര പറഞ്ഞു.

"അവരെ കൊന്നിട്ട് എന്തുപ്രയോജനം?" ഞാൻ ചോദിച്ചു.

"അച്ഛനെ കൊന്നിട്ട് ഒരു വാച്ച് സ്വന്തമാക്കി. അമ്മയെ കൊന്നിട്ട് പുതിയ ഒരു രോമപ്പുതപ്പും രണ്ട് സ്വർണ്ണവളകളും അവൾ സ്വന്തമാക്കി," തൃപുര പൈശാചികമായ ഒരു പൊട്ടിച്ചിരിയോടെ പറഞ്ഞു.

“ഒരു വാച്ചിനുവേണ്ടി... രണ്ടു വളയ്ക്കുവേണ്ടി... കൊല്ലുകയോ?” ഞാൻ ചോദിച്ചു.

“ഒരു മോതിരത്തിനുവേണ്ടി കൊന്നവരെയും എനിക്കറിയാം,” അവർ പറഞ്ഞു. അവരുടെ ചുണ്ടുകൾ താംബൂലചർവ്വണംകൊണ്ട് ചുവന്നിരുന്നു. കൺതടങ്ങളിൽ മഷി പരന്നിരുന്നു.

ഞാൻ എന്റെ മോതിരവിരലിൽ കിടന്നിരുന്ന മുദ്രമോതിരത്തിലേക്ക് ഒരിക്കൽ നോക്കി. അമ്മമ്മ എന്റെ ജന്മനാളിൽ തന്ന സമ്മാനമായിരുന്നു അത്.

“ഇനിയും എത്രദൂരം പോണം?” ഞാൻ തൃപുരയോട് ചോദിച്ചു.

“എത്താറായി. ട്രാമിൽനിന്ന് ഇറങ്ങി കുറച്ചുദൂരം നടക്കണം. എന്റെ കൈ പിടിച്ച് നടന്നാൽ മതി. വെയിൽ മൂക്കുമ്പോഴേക്കും നമുക്ക് തൊഴുത് മടങ്ങാം... എത്ര ശക്തിയുള്ള ക്ഷേത്രമാണ് കാളീഘട്ട്! വിചാരിച്ചതെന്തും കിട്ടും. കുട്ടിക്ക് എന്താണ് ആവശ്യം? പരീക്ഷയിൽ പാസ്സാവുകയോ? കണക്ക് ടീച്ചറില്ലേ, ബിസ്വാസ് എന്ന ആളുടെ ഭാര്യ? കുട്ടിയെ എല്ലായ്പോഴും ശകാരിക്കുന്ന സ്ത്രീ? അവരെ കൊല്ലാനും എളുപ്പമാണ്. പൂജാരിയോട് പറഞ്ഞ് ഒരു പ്രത്യേക വഴിപാട് നടത്താം,” തൃപുര പറഞ്ഞു.

“വേണ്ട. കണക്ക് ടീച്ചർ മരിക്കണമെന്നില്ല. ഒരു കണക്ക് ടീച്ചർ പോയാൽ മറ്റൊന്ന് വരും. കണക്കിൽ ജയിക്കണമെന്ന് പറഞ്ഞാൽ മതി,” ഞാൻ പറഞ്ഞു.

“നരബലി നടന്നിരുന്ന ക്ഷേത്രമാണ്. കുട്ടിക്ക് കാളീഘട്ടിന്റെ ശക്തി അറിയില്ല,” തൃപുര പറഞ്ഞു.

ട്രാമിൽനിന്ന് തൃപുരയുടെ കൈ പിടിച്ച് ഞാൻ ഇറങ്ങി. എന്റെ കാൽ മുട്ടുകൾ വിറച്ചു.

“നിരത്തിന്റെ അരികിൽക്കൂടി നടക്കാം. മനുഷ്യനെ ഒരു കരിങ്കല്ലിൽ വച്ചുകൊന്ന് ആ രക്തംകൊണ്ട് കാളിയമ്മയ്ക്ക് അഭിഷേകം. അന്നൊക്കെ വിചാരിച്ചത് എന്തും സാധിച്ചെടുക്കാം,” തൃപുര പറഞ്ഞു.

“തൃപുരയ്ക്ക് എന്തു കിട്ടുവാനാണ് ആഗ്രഹം?” ഞാൻ ചോദിച്ചു.

“എനിക്ക് പല ആഗ്രഹങ്ങളുണ്ട്. പക്ഷേ, കോലാടിനെ വെട്ടി വഴിപാട് നടത്തിയാൽ അവയൊന്നും സാധിച്ചെടുക്കാൻ സാദ്ധ്യമല്ല,” തൃപുര ഒരു കലങ്ങിയ സ്വരത്തിൽ പറഞ്ഞു. അവർ ഒരു വാരദൂരം മുമ്പിൽ സഞ്ചരിച്ച്, പിന്നീട് എന്നെ തിരിഞ്ഞുനോക്കി. അവർക്ക് ആ നിമിഷത്തിൽ എന്നെ കാളിക്ക് ബലി കൊടുക്കുവാൻ ആഗ്രഹമുണ്ടെന്ന് ആ തുടുത്ത കണ്ണുകളിലെ തിളക്കം കണ്ടപ്പോൾ ഞാൻ മനസ്സിലാക്കി.

പത്ത്

അച്ഛൻ തന്റെ ഓഫീസിൽനിന്ന് ഉച്ചഭക്ഷണം കഴിക്കുവാൻ വീട്ടിലെത്തിയാൽ പിന്നെ ഊണും ഉറക്കവും ചായകുടിയും കഴിഞ്ഞ് ഏകദേശം മൂന്നുമണിക്ക് മാത്രമേ ജോലിക്ക് മടങ്ങാറുണ്ടായിരുന്നുള്ളൂ. അച്ഛനും അമ്മയും മുകളിലെ കിഴക്കേ മുറിയിൽ ഉറങ്ങിക്കിടക്കുമ്പോൾ സാധാരണയായി വീട്ടിന്റെ വലതുഭാഗത്ത് സ്ഥിതിചെയ്യുന്നതും ഇടുങ്ങിയതുമായ ഇടവഴിയിൽക്കൂടി കച്ചവടക്കാരും സന്ന്യാസിമാരും ഭിക്ഷക്കാരും അടുക്കള മുറ്റത്തേക്ക് വന്നെത്താറുണ്ടായിരുന്നു; ഭക്ഷണം അന്വേഷിച്ചും തണൽ അന്വേഷിച്ചും. മെത്തകളിലെ പഞ്ഞി കരട് കളഞ്ഞു മൃദുലമാക്കുവാനുള്ള യന്ത്രത്തെ ഒരു വീണയെന്നപോലെ മാർവിടത്തിന് വിലങ്ങനെ പിടിച്ചുകൊണ്ട് വരുന്ന പഞ്ഞിക്കാരും വേലക്കാരുടെ കാതുകൾ ചെവിത്തോണ്ടികൊണ്ട് വൃത്തിയാക്കിക്കൊടുക്കുന്ന വൃദ്ധൻ, ക്ഷുരകൻ, കുപ്പികളും തകരപ്പാട്ടകളും കസവും വിലയ്ക്ക് വാങ്ങുന്ന കാലു എന്നു വിളിക്കപ്പെടുന്ന റെഹ്മത് ആലി, കൊഴുത്ത ഒരു ദ്രാവകം ശിരസ്സിൽ തേച്ച് തിരുമ്മുന്ന കൊഖൊൻ മുതലായവരുടെ വ്യത്യസ്തങ്ങളായ കാലൊച്ചകൾ എനിക്ക് പരിചിതങ്ങളായിരുന്നു. ഏറ്റവും വിരൂപൻ കാലുവെന്ന റെഹ്മത് ആലിയായിരുന്നു. വസൂരിക്കലകൾ നിറഞ്ഞ ആ മുഖത്ത് ഒരു കണ്ണ് ഒരിക്കലും തുറക്കുവാൻ വയ്യാത്തവിധത്തിൽ അടഞ്ഞു കാണപ്പെട്ടു. മേൽച്ചുണ്ടിന്റെയും നാസികയുടെയും നടുവിൽ ഒരു ചുവന്ന മണിപ്പയർപോലെ തുടുത്ത ഒരു മാംസക്കഷണം വളർന്നു നിന്നിരുന്നു. അയാൾ വായ് തുറക്കാതെ തന്നെ കാലുവിന്റെ നീണ്ട പല്ലുകൾ എല്ലാവർക്കും കാണാമായിരുന്നു. മുഷിഞ്ഞ ഒരു വലബനിയനും പഠാന്മാർ ധരിക്കുന്ന, അയഞ്ഞ പൈജാമയും അയാൾ ധരിച്ചു. തണുപ്പുകാലത്ത് ഏതോ സായിപ്പ് സമ്മാനിച്ച ഒരു കറുത്ത സെർജ് കോട്ടിൽ കാലു തന്റെ ശരീരത്തിന്റെ അർദ്ധഭാഗം മറച്ചു. അയാളെ കുഞ്ഞാത്തു, കല്ലു മുതലായവർ കറുത്ത ചെകുത്താൻ എന്നാണ് വിളിച്ചിരുന്നത്. രാത്രികാലത്താണ് കാലു അവിടെ വന്നതെങ്കിൽ താൻ പേടിച്ച് നിലവിളിക്കുമെന്ന് കല്ലു ഒരിക്കൽ എന്നോടു പറഞ്ഞു. കല്ലു മലയാളത്തിൽ മാത്രമേ സംസാരിച്ചിരുന്നുള്ളൂ. അതുകൊണ്ട് ആ വൃദ്ധന് അവളുടെ സംഭാഷണം കേട്ട് ഒരിക്കലും ദേഷ്യം വന്നിട്ടില്ല.

“കുട്ടീ, കസവ് കൊണ്ടുവരൂ. ഞാൻ പൈസ തരാം.” അയാൾ മുരണ്ടു. കോൺക്രീറ്റ് പാകിയ നിലത്ത് ചക്രം ഉരുട്ടുമ്പോൾ ഉണ്ടാകുന്ന മുരളിച്ചയായിരുന്നു കാലുവിന്റെ സ്വരത്തിൽ.

അയാൾ ചവിട്ടുപടിമേൽ ഇരുന്ന് തന്റെ വലത്തേ കാൽമുട്ട് മടക്കി പിന്നീട് മൊളിഞ്ഞതും പരുത്തതുമായ കണങ്കാലിൽ കുറെ നേരം ചൊറിഞ്ഞു കൊണ്ടിരുന്നു.

"അമ്മയുടെ പഴയ കസവുസാരികൾ എടുത്തുകൊണ്ടു വരൂ. ഞാൻ വേണ്ടത്ര പൈസ തരാം," അയാൾ പറഞ്ഞു.

"ഇവിടെ ഈ കുട്ടിയുടെ അമ്മ കസവുസാരിയൊന്നും ഉടുക്കാറില്ല. താൻ ഇവിടെ ഇരുന്ന് സമയം കളയേണ്ട." കുഞ്ഞാത്തു കരിമുറിയിൽനിന്ന് പുറത്തുകടന്ന് കാലുവിനെ നോക്കിക്കൊണ്ട് പറഞ്ഞു.

കാലു ചിരിച്ചു. ചുണ്ടുകൾ വക്രിപ്പിക്കുന്ന ഒരു പുഞ്ചിരി.

"പണക്കാരുടെ വീട് കണ്ടാൽ മനസ്സിലാവില്ലെന്ന് കരുതിയോ?" അയാൾ ചോദിച്ചു.

വെപ്പുകാരനും കല്ലുവും തൃപുരയും തങ്ങളുടെ വിശ്രമം മതിയാക്കി നിഴൽ വീണുകിടക്കുന്ന അടുക്കളമുറ്റത്തെത്തി.

"പണക്കാരൊക്കെയും കസവുസാരികൾ ഉടുക്കുമെന്നാണോ തന്റെ വിശ്വാസം? ഗാന്ധിയെപ്പറ്റി താൻ കേട്ടിട്ടില്ലെന്ന് തോന്നുന്നു. ദേശഭക്തിയുള്ളവർ ഗാന്ധിയെപ്പോലെ ഖദർ മാത്രമേ ധരിക്കുകയുള്ളു," നമ്പ്യാർ പറഞ്ഞു. നമ്പ്യാർ ഒരിക്കൽ ഹൈദരാബാദിൽ താമസിച്ചിരുന്ന ആളായതുകൊണ്ട് ഉർദു കലർന്നതും അന്തസ്സുള്ളതുമായിരുന്നു അയാളുടെ ഹിന്ദുസ്ഥാനി.

കുഞ്ഞാത്തു പലതവണയായി നടന്നു പതിനേഴു കുപ്പികളും മൂന്ന് തകരട്ടിന്നുകളും കാലുവിന്റെ മുമ്പിൽ നിരത്തിവെച്ചു.

"മൂന്നണ," കാലു പറഞ്ഞു.

"മൂന്നണയോ?" മൂന്ന് രൂപയെങ്കിലും തന്നില്ലെങ്കിൽ ഞാൻ ഇത്ര നല്ല ഈ കുപ്പികൾ വില്ക്കുകയില്ല," കുഞ്ഞാത്തു ക്ഷോഭം പ്രകടിപ്പിച്ചുകൊണ്ട് പറഞ്ഞു.

"അത്ര നല്ല കുപ്പികളാണ് ഇവയെങ്കിൽ താങ്കൾതന്നെ അവ സൂക്ഷിച്ചു വെക്കണം," കാലു പറഞ്ഞു.

തൃപുര ഉറക്കെയുറക്കെ ചിരിച്ചു.

കുപ്പികൾ താങ്ങിയെടുത്തുകൊണ്ട് കുഞ്ഞാത്തു കരിമുറിയിലേക്കുതന്നെ മടങ്ങി.

"ഒരു കരിഞ്ചെകുത്താൻ," കുഞ്ഞാത്തു മലയാളത്തിൽ പിറുപിറുത്തു.

വേലക്കാർ വീണ്ടും വിശ്രമത്തിനായി അടുക്കളയിലേക്കും കലവറയിലേക്കും മടങ്ങിയപ്പോൾ ഞാൻ കാലുവെന്ന വൃദ്ധന്റെയൊപ്പം തനിച്ചായി. കസവ് മാത്രമല്ല കസവ് കൊടുത്ത പെൺകുട്ടികളെയും അയാൾ കൊണ്ടുപോവുമെന്ന് സരോജയുടെ അച്ഛൻ മിസ്റ്റർ സോമസുന്ദരം ഒരിക്കൽ എന്നോടും സരോജയോടും പറഞ്ഞത് എനിക്ക് ഓർമ്മവന്നു.

“പഴയ സാധനങ്ങൾക്ക് ഞാൻ നല്ല പൈസ തരും. പഴയ ഇസ്തിരി പ്പെട്ടികൾ, പാട്ടുപെട്ടികൾ, ഓട്ടുപാത്രങ്ങൾ, വിളക്കുകൾ, ശീലക്കുട... കുട്ടിയുടെ പക്കൽ എന്തെങ്കിലും ഉണ്ടാവാതിരിക്കില്ല. ബിക്ക്രി വാലയ്ക്ക് കൊടുക്കാൻ എന്തെങ്കിലും ഉണ്ടാവാതിരിക്കില്ല.” അയാൾ തന്റെ കേടുവരാത്ത കണ്ണിലൂടെ എന്നെ തുറിച്ചു നോക്കിക്കൊണ്ട് പറഞ്ഞു.

“കുട്ടിയുടെ കാതിലും കഴുത്തിലും കൈയിലും ആഭരണങ്ങ ളൊന്നും തന്നെ കാണുന്നില്ലല്ലൊ?” അയാൾ പിറുപിറുത്തു.

ഞാൻ ചിരിച്ചു.

“ആഭരണങ്ങൾ ഊരിയെടുത്ത് അമ്മ മുകളിലെ മുറിയിൽ കിട ക്കുന്ന പെട്ടികളിൽ പൂട്ടിവച്ചിരിക്കും, അല്ലേ?” കാലു ചോദിച്ചു.

“എനിക്ക് ആഭരണങ്ങളില്ല,” ഞാൻ പറഞ്ഞു. എനിക്ക് മുഖമില്ല, കൈയില്ല, കാലില്ല എന്നോ മറ്റൊ പ്രസ്താവിച്ചാലെന്നപോലെ ആശ്ചര്യ ഭരിതനായി അയാൾ തന്റെ പുരികങ്ങൾ ഉയർത്തി.

“ആഭരണങ്ങളില്ലെന്നോ? എനിക്ക് അത് വിശ്വസിക്കുവാൻ വയ്യ,” അയാൾ പറഞ്ഞു.

“വിശ്വസിക്കുകയില്ലെങ്കിൽ വിശ്വസിക്കേണ്ട,” ഞാൻ നീരസ ത്തോടെ പറഞ്ഞു.

കാലു ഉറക്കെ ചിരിച്ചു.

“കുട്ടിയെ എനിക്ക് പണ്ടു പണ്ടേ അറിയാം,” അയാൾ പറഞ്ഞു.

ഞാൻ അലാവുദ്ദീൻ എന്ന വൃദ്ധന്റെകൂടെ ഒരു മദ്ധ്യാഹ്നത്തിൽ പാർക്ക് സർക്കസ്സിലുള്ള അദ്ദേഹത്തിന്റെ പാർപ്പിടത്തിൽ വന്നപ്പോൾ അയൽക്കാരനായ താൻ എന്നെ കണ്ടുവെന്ന് കാലു പറഞ്ഞു.

“കുട്ടിക്കുവേണ്ടി ഐസ് ഫ്രൂട്ട് വാങ്ങിക്കൊണ്ടുവന്നതു ഞാനാ യിരുന്നു.”

“അലാവുദ്ദീൻ ഇപ്പോൾ ഇവിടെ വരാത്തതെന്താണ്?” ഞാൻ ചോദിച്ചു.

“മരിച്ചുപോയവർക്ക് കുട്ടിയെ കാണുവാൻ വരാൻ കഴിയുമോ?” കാലു ചോദിച്ചു.

“കുട്ടിയുടെ അച്ഛന്റെ കമ്പനിയിൽ ഒരു കോൺവോയ് ഡ്രൈവ റായ റംസാൻ എന്റെ അച്ഛൻപെങ്ങളുടെ മകനാണ്,” അയാൾ തുടർന്നു.

മുർഫീദ് അവധിയിലാവുമ്പോൾ ഞങ്ങളുടെ കാർ ഓടിക്കുവാൻ റംസാൻ വരാറുണ്ടായിരുന്നു. റംസാന്റെ ബന്ധുവാണെന്ന് അറി ഞ്ഞതു കൊണ്ടാവാം ഞാൻ ഉടനെ എഴുന്നേറ്റ് അയാൾക്ക് കുടി ക്കുവാനായി കുറച്ച് സർവത്ത് കൊത്തുപണികളുള്ള ഒരു ഫിന്നിഷ് ഗ്ലാസ്സിൽ ഒഴിച്ചുകൊണ്ടുവന്ന് സമ്മാനിച്ചത്. അച്ഛൻ ഉപയോഗി

ക്കാറുള്ള ആ ഗ്ലാസ്സിൽ കാലുവിന് സർവത്ത് കൊടുത്തതിൽ നമ്പ്യാർ എന്നെ ശകാരിച്ചു.

“ഞാൻ അച്ഛനോട് പറഞ്ഞുകൊടുക്കും,” അയാൾ പറഞ്ഞു.

അത്രവേഗത്തിൽ അയാൾ ഉറക്കം ഉണർന്ന് പുറത്തുവരുമെന്ന് ഞാൻ പ്രതീക്ഷിച്ചിരുന്നില്ല. മറ്റുള്ളവരും നമ്പ്യാരുടെ വാക്കുകൾ കേട്ട് പുറത്തേക്ക് വന്നു. കാലു അപ്പോഴും സർവത്ത് മുഴുവൻ കുടിച്ചു തീർത്തിരുന്നില്ല.

“യജമാനന്റെ ഗ്ലാസ്സിലാണോ ബക്ക്രിവാലയ്ക്ക് സർവത്ത് കൊടുക്കുന്നത്? ഓ... മാ!” തൃപുര തന്റെ തടിച്ച മാർവിടം രണ്ട് കൈകൾ കൊണ്ടും തുടരെത്തുടരെ മർദ്ദിച്ച്, ദൃഷ്ടികൾ ആകാശത്തേക്ക് ഉയർത്തി നിലവിളി കൂട്ടി.

“ഇഞ്ഞി ആ ഗ്ലാസ്സ് കുപ്പത്തൊട്ടീല് കൊണ്ടെ ഇടാണ് നല്ലത് ട്ടൊ,” കല്ലു പറഞ്ഞു. ഗ്ലാസ്സ് ചൂണ്ടിക്കൊണ്ടാണ് കല്ലു സംസാരിച്ചത്. അതുകൊണ്ട് മലയാളം അറിയാത്ത കാലുവിനും കാര്യമെന്തെന്ന് കുറച്ചൊക്കെ മനസ്സിലാക്കുവാൻ കഴിഞ്ഞു.

അയാൾ ഗ്ലാസ്സും പിടിച്ചുകൊണ്ട് എഴുന്നേറ്റുനിന്നു.

“എനിക്ക് മാറാവ്യാധിയൊന്നുമില്ല. ഞാൻ പാവപ്പെട്ട ഒരു ബിക്ക്രിവാലതന്നെ. പക്ഷേ, ദാരിദ്ര്യം ഒരു മാറാവ്യാധിയൊന്നുമല്ല,” അയാൾ പറഞ്ഞു.

കുഞ്ഞാത്തു തന്റെ തല കുലുക്കി.

“ശെരിയാ നമ്പ്യാരേ... ദാരിദ്ര്യം മാറാവ്യാധിയൊന്നുമല്ല. ഇങ്ങളും ഇല്ല്യാത്തോനാ. ഞാനും ഇല്ല്യാത്തോനാ. ഇല്ല്യാത്തോക്ക് മാറാവ്യാധി ഒന്നൂല്യ. കാഴ്ചേല് ഈയാള് ഒരു ചെകുത്താൻതന്നെയാ. പക്ഷേ, ആള് പറേണത് വാസ്തവാ,” കുഞ്ഞാത്തു പറഞ്ഞു.

“ഒന്നു പതുക്കെ പറയിൻ കുഞ്ഞാത്തു മാപ്പിളേ. നൂപ്പര് ഒണന്ന് വരും,” കല്ലു പറഞ്ഞു.

താൻ ചിറ്റഗോങ്ങിലാണ് ജനിച്ചതെന്നും തന്റെ അച്ഛനമ്മമാർ കോളറ പിടിച്ചാണ് മരിച്ചതെന്നും കാലു എന്നോട് പറഞ്ഞു. കല്ക്കത്തയിലെ ബംഗാളികൾ വരൂ എന്ന അർത്ഥമുള്ള ഏഷൊ എന്ന പദമാണ് ഉപയോഗിച്ചിരുന്നത്. ഏഷൊയ്ക്കു പകരം കാലു ആസൊ എന്നാണ് ഉച്ചരിച്ചത്. അയാളുടെ വിചിത്രമായ ഉച്ചാരണം എന്നെ വീണ്ടും വീണ്ടും ചിരിപ്പിച്ചു.

അച്ഛന്റെ കാലൊച്ച കോണിപ്പടികളിൽ മുഴങ്ങുമ്പോൾ വേലക്കാർ കച്ചവടക്കാരെ പിടിച്ച് ധൃതിയിൽ പുറത്താക്കുക പതിവായിരുന്നു. കച്ചവടക്കാരോടും ഭിക്ഷക്കാരോടും ചങ്ങാത്തം കൂടരുതെന്നും വീട്ടിലെ രഹസ്യങ്ങൾ അവരെ അറിയിക്കരുതെന്നും കുഞ്ഞാത്തു എന്നോട് പറയാറുണ്ടായിരുന്നു.

“ആ ചെകുത്താൻ കുട്ടിയെ പിടിച്ചുകൊണ്ടോയാലൊ?” കുഞ്ഞാത്തു ചോദിച്ചു.

“അയാളുടെ പേര് റെഹ്മത് ആലി എന്നാണ്. കുഞ്ഞാത്തു എപ്പോഴും അയാളെ എന്തിനാണ് ചെകുത്താൻ എന്നു വിളിക്കുന്നത്?” ഞാൻ ചോദിച്ചു.

കുഞ്ഞാത്തു ചിരിച്ചു. “കണ്ടപ്പൊ വിളിച്ചതാ. കുട്ടി ഇങ്ങനെ ചോയിയ്ക്കുമ്പോ വിളിയ്ക്കാന്ന് തോന്നും. എല്ലാം ദൈവസൃഷ്ടികളല്ലേ! അയാളെ അങ്ങനെയാ സൃഷ്ടിച്ച്. ഇന്നെ ഇങ്ങനെയാ സൃഷ്ടിച്ച്. ഇഞ്ഞി ഞാൻ അയാളെ ചെകുത്താൻന്ന് വിളിയ്ക്കില്ല്യ മോളേ,” കുഞ്ഞാത്തു പറഞ്ഞു.

“സരോജയുടെ അച്ഛൻ പട്ടര് പറഞ്ഞില്ല്യേ കസവ് മാത്രല്ലാ പെൺകുട്ട്യോളേം അയാള് പിടിച്ചോണ്ട് പൂവുംന്ന്?” കല്ലു എന്നോടു ചോദിച്ചു.

“എന്തിനാ പിടിച്ചോണ്ട് പോണത്?” ഞാൻ ചോദിച്ചു.

“അതേപ്പൊ നന്നായത്! പെൺകുട്ട്യോളെ ഈയാതി കള്ളമ്മാര് എന്തിനാ കൊണ്ടോണ്ന്ന് ചോയിച്ചാ ഞായെന്താ മറ്റോടി പറയാ?” കല്ലു ഉദ്വേഗത്തോടെ ചോദിച്ചു.

അന്ന് വൈകുന്നേരം ഞാൻ കാലുവിനെപ്പറ്റി ജ്യേഷ്ഠനോടും അയൽക്കാരൻ ബുച്ചുവിനോടും സംസാരിച്ചപ്പോൾ അവർ ഒരു നേരംപോക്ക് കേട്ടാലെന്നപോലെ ഉറക്കെ പൊട്ടിച്ചിരിച്ചു തുടങ്ങി.

“നിന്നെപ്പോലെയുള്ള സാധാരണ പെൺകുട്ടികളെ ആരും പിടിച്ചു കൊണ്ടുപോവില്ല. സുന്ദരികളെയാണ് എല്ലാവരും പിടിച്ചുകൊണ്ടു പോവുക. റാണി പത്മിനിയെ കിട്ടുവാൻ മോഹിച്ച അലാവുദ്ദീന്റെ കഥ കേട്ടിട്ടില്ലെ? നിന്നെ ആർക്ക് വേണം?” എന്റെ അയൽക്കാരൻ ചോദിച്ചു.

അവന്റെ ചിരിയിൽ എന്റെ ജ്യേഷ്ഠനും സരോജയുടെ അനുജനും പങ്കുകൊണ്ടത് എന്നെ കലശലായി ദുഃഖിപ്പിച്ചു.

“പിന്നെ ആരെയാണ് പിടിച്ചുകൊണ്ടു പോവുക? ശാന്തുവിനെ കൊണ്ടുപോവുമോ?” ഞാൻ ചോദിച്ചു.

“ശാന്തുവിനെ കൊണ്ടുപോവില്ല. നീപ്പയെ കൊണ്ടുപോവും,” ബുച്ചു പറഞ്ഞു. തന്റെ കൈവശമുണ്ടായിരുന്ന ബാറ്റ് അവൻ വായുവിൽ മൂന്ന് തവണ ചുഴറ്റി. വാളുമായി വന്നെത്തുന്ന ഒരു രാജാവാണ് താനെന്ന് അവൻ അഭിനയിച്ചു.

“നിന്റെ അഭിനയങ്ങൾ കാണുമ്പോൾ എനിക്ക് ഛർദ്ദിക്കുവാൻ തോന്നാറുണ്ട്,” സരോജ പറഞ്ഞു.

സരോജയുമായി കലഹിക്കുവാൻ ബുച്ചുവിന് ധൈര്യമുണ്ടായിരുന്നില്ല. കലഹം തുടങ്ങിയിട്ട് രണ്ടോ മൂന്നോ മിനിട്ടു കഴിയുമ്പോഴേക്കും സരോജ ഉച്ചത്തിൽ ‘അപ്പാ, അപ്പാ’ എന്നു വിളിക്കാറുണ്ടാ

യിരുന്നു. തന്റെ അച്ഛന്റെ കഷണ്ടി ബാധിച്ച നെറ്റി അപാരമായ ബുദ്ധിശക്തിയുടെ ലക്ഷണമാണെന്ന് സരോജ പലപ്പോഴും ഞങ്ങളോട് പറഞ്ഞു. ആ നെറ്റിയും കണ്ണടയും പൂണൂലും മറ്റുമായി അദ്ദേഹം ഞങ്ങളുടെ അടുത്തുവരുമ്പോൾ ശബ്ദിക്കുവാനുള്ള കഴിവു ഞങ്ങൾക്കു പെട്ടെന്ന് നഷ്ടപ്പെടാറുണ്ടായിരുന്നു. സോമസുന്ദരം ഒരു ബോറനാണെന്ന് ജ്യേഷ്ഠൻ ഒരിക്കൽ എന്റെ ചെവിയിൽ മന്ത്രിച്ചു. സോമസുന്ദരം ബോറനാണെന്ന് പരസ്യമായി പ്രസ്താവിക്കുവാൻ ജ്യേഷ്ഠനും ഒരുമ്പെട്ടില്ല. അദ്ദേഹം ഭക്ഷണശേഷം പല പ്രാവശ്യം ഉച്ചത്തിൽ തേട്ടിയിരുന്നു. അത് കേൾക്കുമ്പോൾ ഞാൻ എന്റെ ചിരി ഒതുക്കുവാനായി ഫ്രോക്കിന്റെ വക്ക് ചുരുട്ടി എന്റെ വായിൽ തിരുകി. ചിരി ഒതുക്കുവാൻ ശ്രമിക്കുമ്പോൾ എന്റെ കണ്ണുകൾ നിറഞ്ഞൊഴുകാറുണ്ടായിരുന്നു.

സ്കൂൾ അവധിക്ക് നാട്ടിൽ ചെല്ലുമ്പോൾ പൊട്ടിച്ചിരിക്കുവാൻ എനിക്ക് യാതൊരു സങ്കോചവും തോന്നിയതുമില്ല. അമ്മമ്മയ്ക്ക് ഞാൻ ചിരിക്കുന്നത് ഇഷ്ടമായിരുന്നു. പക്ഷേ, അവർ കോപം നടിച്ചുകൊണ്ട് പറഞ്ഞു:

"ഒരു ഇളിച്ചിക്കോത."

ഒരു ഞായറാഴ്ച എല്ലാവരും ഉച്ചയുറക്കത്തിൽ മയങ്ങിക്കിടന്നപ്പോൾ ചെറിയ ഗേറ്റിന്റെ കുറ്റി ശബ്ദിപ്പിക്കാതെ നീക്കിക്കൊണ്ട് കാലു അടുക്കള മുറ്റത്തേക്ക് നടന്നുവന്നു. അയാളുടെ വലത്തേ കാലിന്റെ പെരുവിരലിൽ മുഷിഞ്ഞ തുണികൊണ്ടുള്ള ഒരു കെട്ട് ഞാൻ കണ്ടു. അല്പം നൊണ്ടിക്കൊണ്ടാണ് ഞാൻ നടന്നത്.

"കാലിന് എന്തു പറ്റി?" അയാൾ ചോദിച്ചു.

"ഒരു കുതിര എന്നെ ചവുട്ടി. ഞാൻ റോഡ് ധൃതിയിൽ കടക്കുകയായിരുന്നു. കുതിരവണ്ടി പെട്ടെന്നാണ് വന്നത്. എന്നെ കുതിര ചവുട്ടി. എന്റെ പെരുവിരൽ ചതഞ്ഞുപോയി..." അയാൾ ചിരിക്കുവാൻ ശ്രമിച്ചുകൊണ്ട് എന്നോട് പറഞ്ഞു.

"മുറിവിൽ മരുന്ന് വെക്കുന്നുണ്ടോ?" ഞാൻ ചോദിച്ചു.

അയാൾ തല കുലുക്കി. പിന്നീട് അയാൾ ചവിട്ടുപടിമേൽ തലയിൽക്കെട്ടിയ കള്ളിറുമാൽ അഴിച്ച് നിവർത്തി വിരിച്ചു. അതിന്മേലാണ് അയാൾ ഇരുന്നത്.

"ക്രിസ്മസ് കഴിഞ്ഞ സമയമാണല്ലോ. കുപ്പികൾ ഉണ്ടോ?" അയാൾ ചോദിച്ചു.

"എനിക്ക് അറിയില്ല. എല്ലാവരും നല്ല ഉറക്കത്തിലാണ്," ഞാൻ പറഞ്ഞു.

"ഉറങ്ങി എഴുന്നേൽക്കട്ടെ. ഞാൻ ഇവിടെ ഇരുന്നുകൊള്ളാം," അയാൾ പറഞ്ഞു.

തനിക്ക് അതിസുന്ദരിയായ ഒരനുജത്തി ഒരിക്കൽ ഉണ്ടായിരുന്നെന്നും പിന്നീട് അവൾ ഒരു ചീനന്റെ കൂടെ ഒളിച്ചോടിപ്പോയെന്നും കാലു എന്നോട് പറഞ്ഞു.

"പിന്നെ ആ അനുജത്തിയെ നിങ്ങൾ ഒരിക്കലും കണ്ടുമുട്ടിയില്ലേ?" ഞാൻ ചോദിച്ചു.

"ഒരിക്കൽ കണ്ടു. ഒരു ദിവസം എനിക്ക് പനിയും ഛർദ്ദിയും ഉണ്ടായി. ഞാൻ റിക്ഷയിൽ കയറി ലോവർ ചിത്പൂർ റോട്ടിലൂടെ പോവുകയായിരുന്നു. ഡോക്ടറെ കാണുവാൻ. പെട്ടെന്ന് ഞാൻ അവളെ കണ്ടു. മറ്റൊരു റിക്ഷയിൽ നിരത്തിന്റെ മറ്റേവശത്തുകൂടി അവൾ യാത്ര ചെയ്യുന്നത് ഞാൻ കണ്ടു. അവളുടെ കൂടെ ഒരു തടിച്ച പെൺകുട്ടിയുമുണ്ടായിരുന്നു. രണ്ടോ മൂന്നോ വയസ്സ് പ്രായമുള്ള ഒരു ചൈനക്കാരിപ്പെൺകുട്ടി. ഞാൻ റിക്ഷ നിർത്തി. ധൃതിപിടിച്ച് റോഡ് കടന്നു. ട്രാം, ബസ്സ്, ലോറി... ഇവയൊന്നും അപ്പോൾ എന്റെ കണ്ണിൽ പെട്ടില്ല. എന്റെ അനുജത്തിയെ കൈപിടിച്ച് വീട്ടിലേക്കു മടക്കിക്കൊണ്ടുപോവാൻ ഞാൻ ആഗ്രഹിച്ചു. അവളില്ലാത്ത എന്റെ വീട് നരകതുല്യമാണെന്ന് അവളെ അറിയിക്കുവാൻ ഞാൻ ആശിച്ചു. പക്ഷേ, നിരത്ത് കടന്നപ്പോഴേക്കും അവളുടെ റിക്ഷ എങ്ങോ മറഞ്ഞു കഴിഞ്ഞിരുന്നു. പനിച്ച്, വിറച്ച്, കണ്ണുകളിൽ ഒരു മൂടലുമായി ഞാൻ ആ നിരത്തിന്റെ വക്കത്ത് എത്രയോ നേരം നിന്നു. ഒരു കൊച്ചുകുഞ്ഞിനെപ്പോലെ തേങ്ങിക്കരയുവാൻ എനിക്ക് അന്ന് ലജ്ജ തോന്നിയില്ല," കാലു പറഞ്ഞു.

അയാളുടെ കേടുപാടുകളില്ലാത്ത കണ്ണ് ചുവന്ന് കലങ്ങി. അതിൽ പ്രത്യക്ഷപ്പെട്ട ചുവന്ന ഞരമ്പുകളെ ഞാൻ അതിശയത്തോടെ നോക്കിക്കണ്ടു. എട്ടുകാലികളുടെ ചിലന്തിവലയെ അനുസ്മരിപ്പിച്ച ആ രക്തധമനികൾ എന്നെ അസ്വസ്ഥയാക്കി.

"പിന്നീട് അനുജത്തിയെ കണ്ടതേയില്ല, അല്ലേ?" ഞാൻ ചോദിച്ചു.

"ക്രിസ്മസ്കാലത്ത് എല്ലാ വർഷവും ഞാൻ ചൈനാ ടൗണിൽ പോവാറുണ്ട്. കടലാസുകൊണ്ട് തൂക്കുവിളക്കുകൾ ഉണ്ടാക്കി വിൽക്കുന്ന പെൺകുട്ടികളുടെ മുഖത്തുനിന്ന് കണ്ണെടുക്കുവാൻ എനിക്ക് സാധിക്കാറില്ല. അവരിൽ ആരെങ്കിലും എന്റെ അനുജത്തി സുമയ്യയുടെ മക്കളാണോ എന്നറിയുവാൻവേണ്ടി ഞാൻ അവരെ ഉറ്റുനോക്കാറുണ്ട്. എന്റെ അനുജത്തിയുടെ മുഖച്ഛായ അവരിൽ ഒരാൾക്കും എനിക്ക് കാണുവാൻ കഴിഞ്ഞിട്ടില്ല. എത്ര അനവധി വർഷങ്ങളായി ഞാൻ ചൈനാ ടൗണിൽ പോയി പെൺകുട്ടികളെ തുറിച്ചു നോക്കുന്നു!" കാലു നെടുവീർപ്പോടെ പറഞ്ഞു.

"അനുജത്തിയുടെ മുഖച്ഛായയുള്ള ഒരുത്തിയെ കണ്ടുപിടിച്ചാൽ നിങ്ങൾ എന്തു ചെയ്യും?" ഞാൻ ചോദിച്ചു.

"അങ്ങനെ ഒരുത്തിയെ കണ്ടെത്തിയാൽ... ഞാൻ ചോദിക്കും, 'നിന്റെ അമ്മയ്ക്ക് സുഖമാണോ' എന്ന്. മറ്റൊന്നും എനിക്കു ചോദിക്കാനില്ല," അയാളുടെ തൊണ്ടയുടെ ഇടർച്ച മാറ്റുവാനായി ഞാൻ വിലകുറഞ്ഞ ഒരു ഗ്ലാസ്സിൽ വെള്ളം കൊണ്ടുവന്ന് അയാൾക്ക് കൊടുത്തു. തന്റെ ചുണ്ടിൽ തൊടാതെ ആ വെള്ളം ഉയർത്തിപ്പിടിച്ച് വായിലൊഴിച്ച് കുടിക്കുമ്പോൾ അയാളുടെ കഴുത്തിലെ മുഴ ഒരു പ്രത്യേക താളത്തിൽ നൃത്തം ചെയ്യുന്നതായി എനിക്ക് തോന്നി.

"നിന്റെ അമ്മയ്ക്ക് സുഖമാണോ എന്ന് മാത്രമേ ഞാൻ ചോദിക്കുകയുള്ളു," അയാൾ വീണ്ടും പറഞ്ഞു.

പതിനൊന്ന്

എനിക്ക് പതിനൊന്നു വയസ്സു പ്രായമുള്ളപ്പോൾ പതിന്നാലു വയസ്സ് പ്രായമായിരുന്ന ഒരയൽക്കാരൻ എന്റെ വീട്ടിൽ വന്ന് ഞങ്ങളോടൊപ്പം ബാഡ്മിന്റൻ കളിക്കാറുണ്ടായിരുന്നു. അമിതമായി സ്ഥൂലിച്ച ശരീരവും ചീർത്ത കവിളുകളും അയാൾക്കുണ്ടായിരുന്നു. തന്റെ സ്കൂളിൽ നടന്ന കായികമത്സരങ്ങളിൽ വിജയിയായി അനേകം വെള്ളിക്കപ്പുകൾ താൻ സമ്പാദിച്ചുവെന്ന് അയാൾ ഞങ്ങളോട് പറയാറുണ്ടായിരുന്നു. ആരെയും വശീകരിക്കുവാൻ അയാൾക്ക് കഴിയില്ലായിരുന്നു. അത്രകണ്ട് മുരടനായിരുന്നു അയാൾ. എന്നിട്ടും അയാൾ എന്നെ പരിഹസിക്കുമ്പോൾ ഞാൻ അപമാനംകൊണ്ട് പുളഞ്ഞു. ഒരുദിവസം അയാളുടെയൊപ്പം ഞാൻ കോർട്ടിൽ തനിച്ചായി.

"മതി, കളിച്ചത്. നിന്റെയൊന്നിച്ച് കളിക്കുവാൻ എനിക്ക് താല്പര്യമില്ല," അയാൾ പറഞ്ഞു.

തന്റെ ബാറ്റ് നിലത്തുവച്ച് അയാൾ ചവിട്ടുപടിമേൽ ചാരിയിരുന്നു. തനിക്ക് പതിനഞ്ചു വയസ്സ് പ്രായമുള്ള ഒരു സ്നേഹിതയുണ്ടെന്നും അവൾ രവീന്ദ്രസംഗീത് ആലപിക്കുന്നതിൽ അഗ്രഗണ്യയാണെന്നും അയാൾ എന്നോടു പറഞ്ഞു.

"അവളുടെ പേര് എന്താണ്?" ഞാൻ ചോദിച്ചു.

"അവളുടെ പേര് നീപ്പാ എന്നാണ്," അയാൾ പറഞ്ഞു.

"നമ്മുടെ വീടിന്റെ പിന്നിൽ താമസിക്കുന്ന നീപ്പയോ?" ഞാൻ ആശ്ചര്യത്തോടെ ചോദിച്ചു. ബംഗാളിഭാഷയിൽ അദ്ധ്യയനം നടത്തുന്ന ഒരു സ്കൂളിൽ കാൽനടയായിപോവുന്ന ആ പെൺകുട്ടിയെ എനിക്കറിയാമായിരുന്നു. അവൾ സംസാരിക്കുമ്പോൾ അവളുടെ

ശബ്ദത്തിന്റെ കാർക്കശ്യം എന്നെ ആകർഷിക്കുകയല്ല വെറുപ്പിക്കുകയാണു ചെയ്യാറുള്ളത്.

"നീഷ പാട്ടുപാടുമോ?" ഞാൻ ചോദിച്ചു.

"നിനക്ക് കേൾക്കാൻ വേണ്ടി പാടുകയില്ല."

"നിനക്ക് കേൾക്കാൻ വേണ്ടി പാടുമോ?"

"പാടും. എത്ര വേണമെങ്കിലും പാടിത്തരും. എന്റെ കണ്ണുകളിലേക്ക് ഉറ്റുനോക്കിക്കൊണ്ട് പാടും. അവൾ ധരിക്കുന്ന അടിവസ്ത്രം ചൈനപ്പട്ടുകൊണ്ട് തയ്ച്ചതാണ്. അത് തൊടുമ്പോൾ എനിക്ക് രോമാഞ്ചം അനുഭവപ്പെടും. ഇതാ എന്റെ കൈകൾ നോക്ക്. ഇതാ, ഞാൻ അതിനെപ്പറ്റി സംസാരിക്കുമ്പോൾതന്നെ എനിക്ക് രോമാഞ്ചം വരുന്നു," അയാൾ പറഞ്ഞു.

"അടിവസ്ത്രം തൊട്ടാൽ എങ്ങനെ രോമാഞ്ചം വരും?" ഞാൻ ചോദിച്ചു.

എന്റെ ഫ്രോക്ക് അല്പം പൊക്കി ഞാൻ എന്റെ പെറ്റിക്കോട്ട് സ്പർശിച്ചു.

"ഹ, ഹാ. നിന്റെ മൽമൽ അടിവസ്ത്രങ്ങൾ തൊട്ടാൽ ആർക്കും രോമാഞ്ചമുണ്ടാവില്ല," അയാൾ പൈശാചികമായ ഒരു പൊട്ടിച്ചിരി എനിക്ക് സമ്മാനിച്ചു. അയാളുടെ ഉച്ഛ്വാസത്തിന് മനംമടുപ്പിക്കുന്ന മത്സ്യഗന്ധമുണ്ടായിരുന്നു...

മാഡം റോസ് എന്നു പേരുള്ള ഒരു ആംഗ്ലോ ഇന്ത്യൻ സ്ത്രീ പല കുപ്പായങ്ങളും അടിക്കുപ്പായങ്ങളും തയ്ച്ചു ഇരുമ്പുപെട്ടികളിലാക്കി വേലക്കാരെക്കൊണ്ട് വീടുകളിൽ വില്പന നടത്തിച്ചിരുന്നു. അത്തരം കച്ചവടക്കാരെ വിളിച്ചുവരുത്തി സില്ക്കുകൊണ്ട് നിർമ്മിച്ച അടിവസ്ത്രങ്ങൾ ഞാൻ തിരഞ്ഞു.

എല്ലാം പ്രായപൂർത്തിയായ സ്ത്രീകൾക്കു പാകമായവയായിരുന്നു. ചെറിയ കുട്ടികൾ പട്ടിന്റെ അടിവസ്ത്രങ്ങൾ ധരിക്കില്ലയെന്ന് കച്ചവടക്കാർ പറഞ്ഞു. നേർത്ത ചീനപ്പട്ടിൽ ഉണ്ടാക്കിയ അടിവസ്ത്രങ്ങൾ ഞാൻ നിലത്തെ പരവതാനിയിൽ അവർ വിരിച്ച വിരിയിൽ നിവർത്തിവച്ചു. ശംഖിന്റെ അകംപോലെ ഇളംതുടുപ്പാർന്നവയും. മുത്തുപോലെ വെളുത്തതും വക്കത്തും തോളിലും നനുത്ത ലേസ് തുന്നിപ്പിടിപ്പിച്ചതുമായ ആ അടിവസ്ത്രങ്ങളിൽനിന്ന് കർപ്പൂരത്തിന്റെയും ഉണങ്ങിയ പുഷ്പദളങ്ങളുടെയും സുഗന്ധം ഉയർന്നു. വെയിലിൽ കെട്ടിത്തൂക്കി ഉണക്കിയ പുഷ്പങ്ങളും നാരങ്ങാത്തോലും കരയാമ്പൂവും കർപ്പൂരവും തകർത്ത് ഒരു തുണിയിൽകെട്ടി അലമാരികളിൽ തൂക്കുക ആ കാലത്ത് ഒരു പതിവായിരുന്നു. പാറ്റകൾ വരാതിരിക്കുവാനും വസ്ത്രങ്ങളെ സുഗന്ധിയാക്കി മാറ്റാനും ആ കിഴികൾ സഹായിച്ചു.

"ആമി കൊറച്ചുകൂടി വളരുമ്പോൾ മേടിച്ചുതരാം," അമ്മ പറഞ്ഞു.

വേഗത്തിൽ ഉയരംവയ്ക്കുവാൻ നീന്തൽ സഹായിക്കുമെന്ന് അനിയനെ പഠിപ്പിച്ചിരുന്ന വയറൻ മാസ്റ്റർ പറഞ്ഞു. അവധിക്കാലത്ത് നാട്ടിൽ പോവുമ്പോൾ ഞാൻ നാലപ്പാട്ട് കുളത്തിൽ ദിവസേന രണ്ടോ മൂന്നോ മണിക്കൂർ നേരം നീന്തുകയും ചെയ്തു. നീന്തുക മാത്രമല്ല, ജലക്രീഡതരുന്ന ലഹരിയാൽ ഉന്മത്തയായി ചെടികൾ വളർന്ന് ചികെട്ടിയ മറുവശത്തും ഞാൻ 'മുങ്ങാക്കുളിയിട്ട്' അപ്രത്യക്ഷയായും പിന്നീട് പ്രത്യക്ഷയായും നീങ്ങുമ്പോൾ കണ്ണുകൾ തുറന്നുവയ്ക്കരുതെന്ന് എന്റെ ജ്യേഷ്ഠൻ പറഞ്ഞു. പക്ഷേ, വെള്ളത്തിന്റെ അടിയിൽ സ്ഥിതിചെയ്യുന്ന മത്സ്യാദികളുടെ സാമ്രാജ്യത്തിലെ കാഴ്ചകൾ കാണുവാൻ ഞാൻ ആഗ്രഹിച്ചു. ഒരു മിനിട്ടിലധികം ഞാൻ വെള്ളത്തിൽ ഒളിച്ചാൽ ഉടനെ എന്റെ ജ്യേഷ്ഠൻ ഉറക്കെ വിളിച്ചു തുടങ്ങും: "ആമീ, ആമീ, പുറത്തുവരൂ... നീർക്കോലി കണ്ണിൽക്കൊത്തും."

ചെരിഞ്ഞ് നീങ്ങുന്ന ആമകൾ, ഒരു ചെടിയുടെ ചുറ്റും ചുരുണ്ട് കിടന്ന ഒരു നീർക്കോലിയെയും വായ് തുറന്ന് സംസാരിക്കുവാൻ ശ്രമിക്കുന്ന മത്സ്യങ്ങളെയും ഞാൻ കണ്ടു. വെള്ളത്തിന്റെ പുറത്തേക്ക് വരുമ്പോൾ എന്നും എന്റെ കണ്ണുകൾ ചുവന്നിരുന്നു.

അന്നൊക്കെ ഊണ് വച്ചിരിക്കുന്നു എന്ന് അമ്മമ്മ വന്ന് വിളിക്കുന്നതുവരെ ഞാൻ കുളത്തിൽനിന്ന് കയറിയതുമില്ല. മലർന്നു കിടന്ന് നീന്തുമ്പോൾ സൂര്യന്റെ സുഖകരമായ സ്പർശം എന്റെ മുഖത്ത് തട്ടിയിരുന്നു. ഓരോ വേനലിന്റെ അവധിയും കഴിഞ്ഞ് കല്ക്കത്തയിലേക്ക് മടങ്ങുമ്പോൾ എന്റെ മുഖവും ശരീരവും വെയിൽ തട്ടി കറുത്തിരിക്കും. നാട്ടിൽനിന്ന് വരുമ്പോഴേക്കും ഞാൻ ശരിക്കും ഒരു മദ്രാസിക്കുട്ടിയായിത്തീരുന്നുവെന്ന് തൃപുര ആവലാതിപ്പെട്ടു. ആ കറുപ്പ് മായ്ച്ചുകളയുവാൻ മുഖത്ത് തയിരും ചെറുനാരങ്ങാനീരും പുരട്ടണമെന്നും അവർ പറഞ്ഞു. വൃദ്ധയായിരുന്നെങ്കിലും തൃപുര തന്റെ സ്വന്തം സൗന്ദര്യത്തിൽ അഭിമാനം പ്രകടിപ്പിച്ചു. അവർ മധുരനാരങ്ങയുടെ തോൽ മഞ്ഞൾ കൂട്ടി അരച്ച് മുഖത്തും കൈകളിലും തേക്കാറുണ്ടായിരുന്നു. അതുകൊണ്ടാണ് തന്റെ തൊലിക്ക് സ്ഫടികത്തിന്റെ തിളക്കമെന്ന് ഒരുദിവസം തൃപുര എന്നോട് പറഞ്ഞു.

"ഈ തള്ള എന്തിനാ നവര അരച്ച് തേയ്ക്കണ്?" കുഞ്ഞാത്തു ഒരുദിവസം ചോദിച്ചു.

"നവരച്ചോറല്ല, മധുരനാരങ്ങടെ തോലാ," കല്ലു പറഞ്ഞു.

"വെളുക്കാൻ തേച്ചോളൊ. ഇങ്ങളും ഒന്ന് വെളുക്കട്ടെ," കുഞ്ഞാത്തു കുലുങ്ങിച്ചിരിച്ചുകൊണ്ട് പറഞ്ഞു.

"ഇയ്ക്ക് വെളുക്ക ആവശ്യമില്ല. ആവശ്യള്ളോര് തേച്ചോട്ടെ," കല്ലു പറഞ്ഞു.

"എനിക്ക് വെളുക്കണം," ഞാൻ പറഞ്ഞു.

"കുട്ടി ഇതൊന്നും തേയ്ക്കാട്ടൊ. വെള്ക്കാൻ തേച്ച് പണ്ടൊരാള്ക്ക് പാണ്ടായ കഥ കേട്ടിട്ടില്ലേ? കുട്ടി അച്ഛനോടു പറഞ്ഞ് ഒരു ടിന്ന് പൗണ്ടറ് വാങ്ങിക്കോളൊട്ടൊ. അത് നല്ലോണം തേച്ചാല് കുട്ടീം ആ തള്ളേപ്പോലെ വെള്ക്കും," കല്ലു പറഞ്ഞു.

അമ്മയെ കാണുവാനായി വന്നെത്തുന്നവരിൽ കല്ക്കത്തയിൽ ആദ്യമായി വന്നെത്തുന്ന നവവധുക്കൾ ഉണ്ടായിരുന്നു. മാരാത്തട്ടിലെ അപ്പുവേട്ടൻ കല്യാണം കഴിച്ചുകൊണ്ടുവന്ന തങ്കോപ്പു പുന്നയൂർക്കുളത്ത് ആദ്യമായി ബി. എ. പാസായ യുവതിയായിരുന്നു. അവർ ധനശാസ്ത്രമാണ് പഠിച്ചിരുന്നത്. അതുകൊണ്ട് അവരോടു വേണ്ടത്ര ആദരവ് എന്റെ ജ്യേഷ്ഠനും ഞാനും പ്രകടിപ്പിച്ചു. സരോജയുടെ എം.എ.ക്കാരനായ അച്ഛൻ എന്നോട് ചോദിച്ചു:

"തങ്കത്തിനെ പരിചയപ്പെടുത്തിത്തരുമോ?"

തങ്കോപ്പു സാധാരണയായി ഒരു പരിഭവഭാവമാണ് മുഖത്ത് പ്രദർശിപ്പിച്ചിരുന്നത്. ദേഷ്യം വന്ന ഒരു കുട്ടിയുടെ മുഖമായിരുന്നു അവർക്ക്. പക്ഷേ, അവരെ വേഗത്തിൽ ചിരിപ്പിക്കാമെന്നും ആ ചിരിക്ക് അപ്രതീക്ഷിതമായ ഒരു മാധുര്യമുണ്ടെന്നും ഞങ്ങൾ കുട്ടികൾ ക്രമേണ മനസ്സിലാക്കി. മറ്റൊരു നവവധു ഗുരുവായൂർ വാരാത്തെ മാലതിയേടത്തിയായിരുന്നു. അവർ പള്ളിയത്തെ ബാലൻ നായരുടെ വധുവായിട്ട് കല്ക്കത്തയിലെത്തി. നവവധുക്കളെ രാവിലെ ഞങ്ങളുടെ വീട്ടിലാക്കി ഭർത്താക്കന്മാർ ഉദ്യോഗത്തിന് പോവാറുണ്ടായിരുന്നു. അവർക്ക് അമ്മയുടെ കൂടെ ഇരുന്ന് സംസാരിക്കുവാനും ഞങ്ങൾ കുട്ടികളുടെയൊപ്പം ചതുരംഗം കളിക്കുവാനും ഇഷ്ടമായിരുന്നു. തങ്ങളുടെ ഭാര്യമാർക്ക് ഏറ്റവും സുരക്ഷിതമായ വിശ്രമസ്ഥലമാണ് വി.എം. നായരുടെ വീടെന്ന് അപ്പുവേട്ടനും ബാലൻ നായരും മാത്രമല്ല മിക്ക മലയാളികളും വിശ്വസിച്ചു. ഞങ്ങളുടെ വീട്ടിൽ എന്നും ഒരു ജനപ്രവാഹമായിരുന്നു. "അതിഥികളെ സത്കരിച്ച് മടുപ്പ് തോന്നുന്നില്ലേ?" എന്ന് ഒരിക്കൽ സരോജയുടെ അമ്മ എന്റെ അമ്മയോട് ചോദിച്ചു. 18 ലാൻസ് ഡൗൺ റോഡിലെ വസതി വാസ്തവത്തിൽ എല്ലാവരുടെയും വീടായിരുന്നു. ഗൃഹനാഥ അമ്മയായിരുന്നുവെങ്കിലും അവിടെ വന്നെത്തിയ എല്ലാ അതിഥികളും അത് തങ്ങളുടെതാണെന്ന വിശ്വാസത്തോടെ പെരുമാറി. ചിലർ അടുക്കളയിൽ കയറി ചില പ്രത്യേക പലഹാരങ്ങളോ ചട്ണികളോ ഉണ്ടാക്കി. മറ്റു ചിലർ തയ്യൽമെഷീന് മുമ്പിൽ ഇരുന്ന് അമ്മയ്ക്കായി ഖദർ ബ്ലൗസുകൾ തയ്ച്ചു കൊടുത്തു. ചിലർ ചെടികൾ നനച്ചു.

ചിലർ കുട്ടികളെ കണക്ക് ചെയ്യുന്നതിൽ സഹായിച്ചു. മിക്കവരും ഒന്നോ രണ്ടോ ദിവസങ്ങൾ അവിടെ സസന്തോഷം തങ്ങുകയും ചെയ്തു.

ഒരിക്കൽ ഞാൻ അയൽക്കാരിയായ മിസ്സിസ് ബോസിന്റെ വീട്ടിൽ ചെന്നപ്പോൾ അവർ ചോദിച്ചു: "മിസ്സിസ് നായർക്ക് ഇത്ര അനവധി അതിഥികളെ ഭക്ഷണം കൊടുത്ത് സത്കരിക്കുവാൻ കഴിയുന്നത് എങ്ങനെ?"

"എനിക്കറിയില്ല," ഞാൻ മറുപടി പറഞ്ഞു.

അതിഥികൾക്കായി പ്രത്യേക പദാർത്ഥങ്ങളൊന്നും എന്റെ വീട്ടിൽ പാചകം ചെയ്യപ്പെട്ടില്ല. ഞങ്ങൾ സാധാരണയായി ഭക്ഷിക്കുന്ന ആഹാരംതന്നെ അതിഥികളും അനുഭവിച്ചു. അതുകൊണ്ട് വേലക്കാർ അതിഥികളെപ്പറ്റി പറഞ്ഞു പിറുപിറുത്തില്ല. ഒന്നും തികയാതെ വരരുതെന്ന് മാത്രം എന്റെ അച്ഛൻ പാചകക്കാരനോട് പറയാറുണ്ടായിരുന്നു. എന്റെ അച്ഛൻ അമ്മയെപ്പോലെ ഒരു സസ്യഭുക്കായിരുന്നില്ല. അദ്ദേഹം ആട്ടിറച്ചി കൊത്തിയുണ്ടാക്കുന്ന കട്‌ലറ്റും മത്സ്യവും ഇഷ്ടപ്പെട്ടു. ഇറച്ചിയുടെകൂടെവരുന്ന എല്ലിൻ കഷണങ്ങൾ പെറുക്കിയെടുത്ത് സൂപ്പുണ്ടാക്കി കുഞ്ഞാത്തു കുടിക്കുമായിരുന്നു. സൂപ്പിൽ വിതറുവാൻ കുരുമുളകുപൊടി ആവശ്യപ്പെട്ടുകൊണ്ട് ആ വൃദ്ധൻ അടുക്കളയുടെ നടയ്ക്കൽ ക്ഷമയോടെ എത്രയോ നേരം നില്ക്കാറുണ്ട്. വെപ്പുകാരൻ ചിലപ്പോൾ പറയും:

"കുരുമുളക് തീർന്നെടോ."

"ഇഞ്ഞി ഇങ്ങള് ഉപ്പും തീർന്നൂന്ന് പറയ്യോ നായരേ?" കുഞ്ഞാത്തു ചോദിക്കും.

"അറ്റ കൈയിന് ഉപ്പ് തരാത്ത ശവി," കുഞ്ഞാഞ്ഞു ഒരുദിവസം പാചകക്കാരനെ ശപിച്ചു. പിന്നെ മൂന്ന് ദിവസത്തിന് അവർ തമ്മിൽ പിണക്കമായിരുന്നു. ഒന്നും സംസാരിക്കുകയില്ല. കുഞ്ഞാത്തു വെപ്പുകാരനോട് പറഞ്ഞു കൊടുക്കുകയില്ല എന്ന ഉറപ്പിൽ തൃപുര ഒരു ചാക്കിൽ കരി കുത്തിനിറച്ച് തന്നെ കാണുവാൻ വന്ന ഒരു ബന്ധുവിന് അത് സമ്മാനിച്ചു. തൃപുരയെ കാണുവാൻ മാസത്തിലൊരിക്കൽ സിയാൽഡായിൽനിന്ന് ഒരു കറുത്ത് മെലിഞ്ഞ സ്ത്രീ വരാറുണ്ടായിരുന്നു. അവരുടെ വായിൽ ഒരൊറ്റ പല്ലുപോലും ഉണ്ടായിരുന്നില്ല. നെറ്റിയിലും മൂർദ്ധാവിലും വളരെയധികം സിന്ദൂരം അവർ വാരിത്തേച്ചിരുന്നു. കൈയിൽ ശംഖുവളയും ഇരുമ്പുവളയും ധരിച്ചിരുന്നു.

"ഈ തള്ളയ്ക്ക് നൊമ്മടെ തൃപുരെക്കാളും വയസ്സായടക്കുന്നൂട്ടോ. പക്ഷേ, ഇതിന്റെ കെട്ട്യോൻ ഇപ്പോഴും ജീവിച്ചിരിക്ക്. ഇതിന്റെ കെട്ട്യോന് നൂറ് വയസ്സായിട്ടുണ്ടാവും," കല്ലു പറഞ്ഞു.

പക്ഷേ, ഒരുദിവസം തൃപുര പറഞ്ഞു തന്റെ ഭർത്താവിന് ഒന്നാം ഭാര്യയിൽ ഉണ്ടായ മകളാണ് ആ വിരുന്നുകാരിയെന്ന്.

"അവൾക്കു ചെറുപ്പമാണ്. അവളുടെ പല്ലു പോയത് ഭർത്താവിന്റെ ഉന്തും തള്ളും കാരണമാണ്," തൃപുര പറഞ്ഞു. അവർ തന്റെ മുഖം ഉയർത്തി വലത്തേ തള്ളവിരൽകൊണ്ട് ഒരാംഗ്യം കാണിച്ചു.

"എന്താ തൃപുര ആംഗ്യം കാട്ടുന്നത്?" ഞാൻ കല്ലുവിനോട് ചോദിച്ചു.

"കള്ള് കുടിക്കുംന്ന്," കല്ലു പറഞ്ഞു.

"കള്ള് കുടിച്ചാൽ പെണ്ണുങ്ങളെ ഉന്തും അല്ലേ?" ഞാൻ ചോദിച്ചു.

"പിന്നെ? ഉന്തലും തള്ളലും ചവിട്ടലും ഒക്കേംണ്ടാവും ഇന്റെ കുട്ട്യേ. ഈയാതി മനിഷ്യമ്മാരെ കല്യാണം കഴിക്കണേലും ഭേദം കടലിച്ചാടി ചാവാണ്," കല്ലു ആവേശഭരിതയായി പ്രസ്താവിച്ചു.

"ഇങ്ങള് പറേണ് കേട്ടാതോന്നും പെണ്ണ്ങ്ങള് കള്ള് കയ്യോണ്ട് തൊടില്യാന്ന്," കുഞ്ഞാത്തു പിറുപിറുത്തു.

"പെണ്ണുങ്ങള് കള്ള് കുടിക്കണത് ഞാൻ കിട്ടില്ല്യ," കല്ലു പറഞ്ഞു.

"കള്ള് കിട്ട്യാ കുടിക്കാത്ത പെണ്ണുണ്ടാ? ഇബ്ടത്തെ ബാലാമണ്യേമ്മെപ്പോലെയല്ലാ ബാക്കിള്ള പെണ്ണ്ങ്ങള്. കോട്ടപ്പടീപ്പോയി നോക്കിൻ. കുന്നംകൊളത്ത് പോയി നിങ്ങള് നോക്കിൻ. പെരുന്നാളിന്റെ ദെവസം കുടിച്ച് കുണ്ഡലം മറിഞ്ഞ് കോലായിലും ആത്തും വെറും നെലത്ത് കെടക്കണ് കാണാം... ആര്? പെണ്ണ്ങ്ങള്. കുടിക്കാത്ത വർഗ്ഗാത്രെ. കള്ളും കുടിക്കും താവരും കുടിക്കും. കിട്ടീതൊക്കെം കുടിക്കും. ഇങ്ങക്കെന്താ അറിയ്ണ്ടാ കല്ല്വോമേ?"

"കോട്ടപ്പടീല് പെണ്ണ്ങ്ങള് കുടിക്ക്യേരിക്കും, നസ്ത്രാണിച്ച്യോള്. വാക്കിള്ളോരൊന്നും കള്ളു കുടിക്കില്യ, ഇഷ്ക്ക് തീർച്ച്."

"നായമ്മാര് നസ്ത്രാണ്യേളെ കള്ള് കുടീല് തോല്പിക്കും. കുടിക്കാത്ത ഒരു വർഗ്ഗോം. ഞാൻ ഇന്റെ കണ്ണോണ്ട് കണ്ടടക്കുന്നു നായമ്മാര് കുടിച്ച് കുണ്ഡലം മറിഞ്ഞ് വേലീമ്മെച്ചെന്ന് പെരണ്ട് വീഴ്ണ്!"

"നായമ്മാര് കുടിക്കില്യാന്ന് ഞാൻ പറഞ്ഞില്ല്യല്ലോ? പെണ്ണ്ങ്ങള് കുടിക്കില്യാന്നേ ഞാൻ പറഞ്ഞത്ട്ടോ."

നായര്ച്ചിയോളും കുടിക്കും. പക്ഷേ, അവ്റ്റ വാതിലടച്ച് അറയ്ക്കാത്ത് കുത്തിയിരുന്നിട്ടാ കള്ള് മോന്ത്വാ. ഞങ്ങടെ പെണ്ണുങ്ങള് രഹസ്യായിട്ടല്ല കുടിക്ക്യാ. ഞങ്ങളുടെ പെണ്ണുങ്ങക്ക് ഒരു രഹസ്യോല്യ," കുഞ്ഞാത്തു ചിരിച്ചുകൊണ്ട് പറഞ്ഞു.

"രഹസ്യാക്കിവയ്ക്കണ്ടത് പരസ്യാക്കാൻ പാടില്യ," നമ്പ്യാർ പറഞ്ഞു. തന്റെ ഫലിതം കേട്ട് ആരും ചിരിച്ചില്ല. എന്ന് മനസ്സിലാക്കി, അയാൾ തന്നത്താൻ ചിരിച്ചുതുടങ്ങി. ഒരു കോലാടിന്റെ കരച്ചിൽപോലെയായിരുന്നു അയാളുടെ ചിരിയുടെ ശബ്ദം. ചിരിച്ച് ചിരിച്ച് അയാൾ

തളർന്നു. പിന്നീട് അയാൾ ചുമരിൽ ചാരിക്കൊണ്ട് വെറും നിലത്ത് ഇരുന്നു. അയാളുടെ ഇടുങ്ങിയ കണ്ണുകളിൽനിന്ന് കണ്ണുനീർത്തുള്ളികൾ അടർന്നു വീണു. ഒരു നിമിഷത്തിന് ഞാൻ ഭയന്നു, അയാൾ വ്യസനിച്ച് കരയുകയാണെന്ന്.

പന്ത്രണ്ട്

എന്റെ അമ്മ ഒരുകാലത്ത് കല്ക്കത്തയിൽനിന്ന് എല്ലാ ആഴ്ചയും നാലപ്പാട്ടേക്ക് അയച്ചിരുന്ന കത്തുകൾ പ്രിയപ്പെട്ട അമ്മേ, അമ്മിണീ എന്ന വാക്കുകളോടെയാണ് ആരംഭിച്ചത്. പിന്നീട് എന്റെ ചെറിയമ്മ വിവാഹിതയായി തെണ്ടിയത്തെ വീട്ടിലേക്ക് താമസം മാറ്റിയപ്പോൾ അമ്മ അമ്മമ്മയ്ക്ക് പതിവുപോലെ ആഴ്ചയിലൊരിക്കലും ചെറിയമ്മയ്ക്ക് രണ്ടാഴ്ച കൂടുമ്പോൾ മാത്രവും കത്തെഴുതി. അന്നത്തെ കത്തുകൾ അമ്മമ്മ കീറാതെ സൂക്ഷിച്ചുവച്ചു. സർവോദയ എന്ന് പേരുള്ള വീട്ടിൽ മുകളിലെ തളത്തിൽ കിടക്കുന്ന അലമാരിയിൽ അവ ഇന്നും അവശേഷിക്കുന്നു. ആ കത്തുകൾക്കിടയിൽ ഞാൻ അഞ്ചുവയസ്സിൽ അച്ഛനെഴുതിയ കത്തുകളും കാണാം. എന്റെ അച്ഛനും എന്റെ അമ്മമ്മയും സ്നേഹിക്കുന്നവരുടെ കത്തുകളും ഫോട്ടോകളും ഒരിക്കലും നശിപ്പിച്ചില്ല. നാലപ്പാട്ടെ കുടുംബത്തിന്റെ ചരിത്രം എഴുതുവാൻ ആഗ്രഹിക്കുന്ന ഏതൊരു വ്യക്തിക്കും ആ അലമാരി ഒരനുഗ്രഹമായിത്തീരും. പണ്ട് പണ്ട് ജീവിച്ചിരുന്ന കുഞ്ചിയമ്മയുടെ പേരും വിവരങ്ങളുമുള്ള ആധാരക്കടലാസുകളും മുത്തച്ഛന്റെയും അച്ഛന്റെയും ഡയറികളും എനിക്ക് ദാസേട്ടൻ അയച്ച കത്തുകളും ഞാൻ അമ്മമ്മയ്ക്ക് അയച്ച കത്തുകളും ആ അലമാരിയിൽ ഇന്നും ഉണങ്ങിയ വേപ്പിലകൾക്കിടയിൽ ജീവിക്കുന്നു.

എന്റെ മക്കൾക്ക് കുടുംബചരിത്രത്തിൽ യാതൊരു താല്പര്യവുമില്ല. അവർ ഭൂതകാലത്തിലേക്ക് തിരിഞ്ഞുനോക്കുവാൻ ഇഷ്ടപ്പെടുന്നില്ലതാനും. എന്റെ മക്കളുടെ ഭാര്യമാർക്കും പഴങ്കഥകൾ രുചിക്കാറില്ല. അതുകൊണ്ട് എന്റെ മരണശേഷം ആ പുരാതനാവശിഷ്ടങ്ങൾക്ക് എന്തു സംഭവിക്കുമെന്ന് എനിക്ക് പറയുവാൻ വയ്യ. മരിച്ചവരുടെ വസ്ത്രങ്ങൾ സാധുക്കൾക്കിടയിൽ വിതരണം ചെയ്യുക നായന്മാർക്കിടയിൽ ഒരു പതിവാണ്. മരിച്ചവരുടെ കത്തുകളോ? ഒരിക്കൽ എന്റെ ഒരു മകൻ ഞാൻ അവന് അയച്ചതും പല നാട്ടുവർത്തമാനങ്ങൾ അടങ്ങിയതുമായ ഒരു കത്ത് തന്റെ സഹപാഠിക്ക് ഇരുപത്തഞ്ചു രൂപയ്ക്ക് വിറ്റു. എഴുത്തുകാരുടെ കത്തുകൾക്ക്

ഒരു മാർക്കറ്റുണ്ടെന്ന് മനസ്സിലാക്കിയപ്പോൾ അവൻ വീണ്ടും വീണ്ടും കത്തുകൾ എഴുതുവാൻ നിർബന്ധിച്ചു. അവനെ പിരിഞ്ഞ് താമസിക്കുമ്പോൾ മാത്രമേ എനിക്ക് കത്തെഴുതുവാൻ കഴിയുകയുള്ളൂ എന്ന് എത്ര പറഞ്ഞിട്ടും അവന് ബോദ്ധ്യമായില്ല. എന്റെ മകന്റെ സ്നേഹിതൻ റിച്ചാർഡ് കത്തുകൾ ശേഖരിക്കുന്നവനാണ്. ഇന്ത്യയിലെ എഴുത്തുകാർക്കുപുറമേ വിദേശിയരുടെയും കത്തുകൾ അവൻ അമൂല്യനിധികൾപോലെ കാത്തുസൂക്ഷിക്കുന്നു. ഞാൻ ആർക്കെങ്കിലും അയച്ച ഒരു പ്രേമലേഖനം കിട്ടിയാൽ തനിക്ക് അത് വിറ്റ് മുന്നൂറു രൂപ നേടാമെന്ന് അവൻ ഒരിക്കൽ എന്നോട് പറഞ്ഞു. വ്യാജ പ്രേമലേഖനങ്ങൾ എഴുതിയാൽ മതിയെന്നും റിച്ചാർഡ് പറഞ്ഞു. ഞാൻ പണ്ട് എഴുത്തുകാർക്ക് കത്തെഴുതുക ഇഷ്ടപ്പെട്ടിരുന്നു. ആർ. കെ. നാരായണനും സോമർ സെറ്റ് മോമിനും ഗ്രഹാം ഗ്രീന്നും ഞാൻ കത്തുകളെഴുതി. അന്നെനിക്ക് പതിനെട്ടു വയസ്സു മാത്രമേ പ്രായമുണ്ടായിരുന്നുള്ളു. മൂന്നുപേരും അനുകമ്പ തോന്നിയിട്ടാവാം എനിക്ക് മറുപടി അയച്ചു. സോമർസെറ്റ് മോമിന്റെ മറുപടി തന്നാൽ താൻ ആയിരം രൂപ എനിക്ക് തരാമെന്ന് റിച്ചാർഡ് പറഞ്ഞു. പണ്ടത്തെ ഫയലുകളിൽ ആ കത്തിനുവേണ്ടി ഒരു തിരച്ചിൽ നടത്തുവാൻ എനിക്കു സമയമില്ല. ഫയലുകൾ ഇന്ന് ദാസേട്ടന്റെ അധീനത്തിലാണ്. ഫയലുകൾ മാത്രമല്ല എന്റെ രഹസ്യഡയറികളും അദ്ദേഹം തന്റെ അലമാരികളിൽവച്ചു പൂട്ടിയിരിക്കുന്നു. ആ ഡയറികൾ കത്തിച്ചുകളയുവാൻ ആഗ്രഹിക്കുന്നുവെന്ന് പറഞ്ഞാൽ ഉടനെ അദ്ദേഹം പറയും: "കത്തിക്കുവാൻ ഞാൻ സമ്മതിക്കുകയില്ല. അവ ഇനിമേലിൽ എന്റെ അധീനത്തിലാണ്."

ദാസേട്ടനെപ്പറ്റി മോശമായി ഞാൻ ഡയറികളിൽ പലപ്പോഴും എഴുതിയിരിക്കാം. പക്ഷേ, ഇന്ന് അതൊന്നും ഓർത്ത് ബേജാറാകുവാൻ ഞാൻ തയ്യാറല്ല. എനിക്ക് രഹസ്യങ്ങൾ സൂക്ഷിക്കുന്നതിൽ അശേഷം താല്പര്യവുമില്ല. ഈ മനോഭാവം എന്റെ പക്വതയുടെ ഒരു ലക്ഷണമായി ഞാൻ കണക്കാക്കുന്നു.

മാനസികമായ പക്വത നേടിക്കഴിഞ്ഞ വ്യക്തിക്ക് രോമാഞ്ചമില്ല. ഭയവുമില്ല. രോമാഞ്ചമോ ഭയമോ അനുഭവിക്കാതെ ദിവസങ്ങൾ തള്ളിനീക്കുന്ന മനുഷ്യനെ ഭാഗ്യവാനെന്ന് വിളിക്കാമോ? എനിക്കറിഞ്ഞുകൂടാ. എന്തൊക്കെയോ ഈ അനന്തമെന്ന് തോന്നിക്കുന്ന യാത്രയിൽ എനിക്ക് നഷ്ടപ്പെട്ടിട്ടുണ്ട്. പക്ഷേ, എന്തെന്ന് എനിക്ക് ഇതുവരെ അറിയാത്തതുകൊണ്ട് ഞാൻ അതിനെപ്പറ്റി ദുഃഖിക്കുന്നില്ല. എന്റെ കനം ക്രമേണ കുറഞ്ഞുകുറഞ്ഞുവരുന്നുവെന്നു മാത്രം ഞാൻ അറിയുന്നു. വീഴുന്നത് എന്റെ കമനീയവസ്ത്രങ്ങളാണോ, എന്റെ ആഭരണങ്ങളാണോ? അതോ, എന്റെ ശരീരമാണോ?

ശരീരത്തിന്റെ കനം താങ്ങാനാവാത്തതുതന്നെ. അതിലും ഭാരം പേരിനും മേൽവിലാസത്തിനുംതന്നെ. യാത്രയുടെ അന്ത്യത്തിൽ ഞാൻ ഏതോ നാൽക്കവലയിൽവെച്ചു ഒരപ്പൂപ്പൻതാടിപോലെ ഉയർന്ന് ആകാശത്തിന്റെ നീലിമയിൽ പറക്കും.

അമ്മമ്മ പറഞ്ഞു, ധ്രുവൻ അപമാനിതനായെങ്കിലും ദൈവ ഭക്തി കാരണം ഒരു നക്ഷത്രമായിത്തീർന്നുവെന്ന്. രാവിലെ നാലു മണിക്ക് ഉണർന്നാൽ കറുത്ത ആകാശത്തിൽ ധ്രുവനായിരിക്കും ഏറ്റവും കാന്തിയോടെ തിളങ്ങുന്നത്. ധ്രുവനക്ഷത്രം എന്നെ ആ കുട്ടിയുടെ ദുഃഖത്തെ ഓർമ്മിപ്പിക്കുന്നു. ഞാൻ ആ നക്ഷത്രത്തെ കണ്ടിട്ട് കാലം കുറെയായി. നാലുമണിക്ക് ഉണർന്നുകിടന്നാലും ഞാൻ എഴുന്നേറ്റ് ധ്രുവനക്ഷത്രത്തെ തേടാറില്ല. അമ്മമ്മയുടെ കൂടെ ജനൽപ്പടിയിൽ ഇരുന്ന് നക്ഷത്രങ്ങളെ നോക്കുവാൻ മാത്രമേ എനിക്ക് താൽപര്യമുണ്ടായിരുന്നുള്ളു. ഏകയായി ഞാൻ നക്ഷ ത്രങ്ങളെ നോക്കുകയില്ല. നക്ഷത്രങ്ങളുടെ തിളക്കം അമ്മമ്മയെ ഓർമ്മിപ്പിക്കുന്നു. എന്റെ നിഷ്കളങ്കതയിൽ അവർക്കുണ്ടായിരുന്ന വിശ്വാസത്തെ ഓർമ്മിപ്പിക്കുന്നു. എനിക്ക് ഒരിക്കലും "ചീത്തപ്പേര്" ഉണ്ടാവരുതെന്ന് അമ്മമ്മ ആശിച്ചു. അന്നും ഇന്നും ഞാൻ ഒരാ ളായിത്തന്നെ മാറ്റമില്ലാതെ നിലനില്ക്കുന്നു. എവിടെയാണ് ഞാൻ കാൽ തട്ടി വീണത്?

എനിക്ക് വീണ്ടുമൊരു ജന്മം കിട്ടുമെങ്കിൽ ഞാൻ എല്ലാ രാത്രിയും നക്ഷത്രങ്ങൾക്കിടയിൽ കിടന്ന് മാത്രം ഉറങ്ങും. മാൻപേടകളും കുതിരകളും നായ്ക്കുട്ടികളും മയിലുകളും വിഹരിക്കുന്ന ഒരു തോട്ട ത്തിൽ ഞാൻ താമസിക്കും. വെയിൽ പൊള്ളുന്ന നിമിഷംവരെ ഞാൻ നദിയിൽ നീന്തുകയും ഒരു മഞ്ചലിലെന്നപോലെ മലർന്നു കിടക്കുകയുംചെയ്യും. എന്റെ ഭാഷയ്ക്ക് മനുഷ്യഭാഷയോട് യാതൊരു സാദൃശ്യവുമുണ്ടാവില്ല. ഞാൻ സുഗന്ധികളായ പൂക്കളുടെ ദളങ്ങളും മാവിന്റെ തളിരും വിരിച്ച് ആ ശയ്യയിൽ കിടക്കും. എന്റെ ശരീരത്തിന്റെ വിയർപ്പിന് വാടിയ പുഷ്പങ്ങളുടെ ഗന്ധമുണ്ടാവും. എന്റെ വായിലെ ഉമിനീരിന് കറുകപ്പുല്ലിന്റെ മണവും...

ഈ ജന്മത്തിൽ ഞാൻ പരിചയപ്പെട്ടവർ ഇനിയത്തെ ജന്മത്തിൽ എന്റെ കൂടെ ഉണ്ടാവുകയില്ല എന്ന് എനിക്ക് തോന്നുന്നു. എന്റെ നിറം, എന്റെ മുഖം, എന്റെ ശരീരഘടന ഇവയൊക്കെയും വ്യത്യ സ്തമായിരിക്കും. കത്തിയെരിഞ്ഞ ഒരു ഭൂമി വീണ്ടും തളിർത്തു വരുമ്പോൾ പാറ്റയുടെയോ ഉറുമ്പിന്റെയോ രൂപത്തിലായിരിക്കാം ഞാൻ വീണ്ടും പ്രത്യക്ഷപ്പെടുന്നത്. വിദ്വേഷമില്ലാതെതന്നെ കൊല നടത്തിയ പാവം പട്ടാളക്കാരുടെ അസ്ഥികൾക്കു മീതെ ഭൂമി വീണ്ടും

പൂക്കും കായ്ക്കും. തീമഴകൾക്കുശേഷം വീണ്ടും ശുദ്ധമായ മഴ പെയ്യും. സ്നേഹവും രതിയും സുഖദമായ മൃത്യുവും വീണ്ടും സംഭ വിക്കും...

പക്ഷേ, പണ്ട് ഞാൻ കുട്ടിയായിരുന്നപ്പോൾ എന്റെ പരിചാരിക തൃപുര പറഞ്ഞു:

"കുട്ടി ഇനിയത്തെ ജന്മം ഒരാൺകുട്ടിയാവും. പെൺകുട്ടികൾക്ക് ഇഷ്ടമുള്ളതൊന്നുംതന്നെ കുട്ടിക്ക് വേണ്ട. കൈയിൽ വള വേണ്ട. കാലിൽ ആൽത്ത തേക്കണ്ട. കണ്ണിൽ കൺമഷി വേണ്ട. ശരീരം തടിക്കുവാൻ വേണ്ട ഭക്ഷണപദാർത്ഥങ്ങളൊന്നും വേണ്ട. കുറച്ച് തൈരിൽ പനച്ചക്കര ചേർത്ത് മിഷ്ടിദൊയ് ഉണ്ടാക്കിത്തരട്ടെ? ദിവ സേന അതു കഴിച്ചാൽ കുട്ടി അടുത്ത വീട്ടിലെ ശാന്തുവിനെപ്പോലെ യാവും."

"ശാന്തുവിനെപ്പോലെ ആവണ്ട," ഞാൻ പിറുപിറുത്തു.

"ശാന്തുവിന് പത്തുവയസ്സേ പ്രായമുള്ളു. ഇപ്പോൾത്തന്നെ അവൾക്ക് നാലോ അഞ്ചോ വിവാഹാലോചനകൾ വന്നുകഴിഞ്ഞു. മൂന്നെണ്ണം ജമീന്ദാർ ഗൃഹങ്ങളിൽനിന്ന്. നാലാമത്തേത് ഒരു മാർവാ ഡിയുടെ വക. മാർവാഡിക്കാക്കാ എന്ന് അവർ ഉറക്കെ വിളിക്കു ന്നത് കേട്ടിട്ടില്ലേ? ഒരു മെലിഞ്ഞ ചെറുപ്പക്കാരൻ... കുട്ടി അയാളെ കണ്ടിരിക്കും," തൃപുര പറഞ്ഞു.

"ശാന്തു മിഷ്ടിദൊയ് തിന്നുമോ?" ഞാൻ ചോദിച്ചു.

"തിന്നാതെയോ! ചെറിയ മൺപാത്രങ്ങളിൽ ദിവസേന അവിടെ ജോലി ചെയ്യുന്ന ഠാക്കൂർ കലക്കിവയ്ക്കും. ഓരോരുത്തരായി വന്ന് അത് തിന്നും. ശാന്തു രണ്ടു കലം നിറച്ചുതിന്നും. അതാണ് ആ കുട്ടി ഇങ്ങനെ തടിച്ചിരിക്കുന്നത്. ബംഗാളിക്കുട്ടികൾ മദ്രാസിക്കുട്ടി കളെപ്പോലെയല്ല, നല്ലതുപോലെ തിന്നും. ഷൊന്ദേഷ്, റൊഷൊ ഗുല്ല, മിഷ്ടിദൊയ്, ചൊംചൊം, പാന്തുവ, ആലുദൊം, ലൂച്ചി... ഇതെല്ലാം തിന്നും. മദ്രാസിക്കുട്ടികൾ രസം കുടിക്കും, സാമ്പാർ കൂട്ടി ചോറുണ്ണും. ചായ കുടിക്കും... അതുകൊണ്ട് മദ്രാസികൾ മെലിഞ്ഞ്, ക്ഷയരോഗികളെപ്പോലെയിരിക്കും," തൃപുര പറഞ്ഞു.

തൃപുര പറഞ്ഞത് സത്യമാണെന്ന് എനിക്കുംതോന്നി. എന്റെ അമ്മയും എന്റെ അച്ഛനും മെലിഞ്ഞവരായിരുന്നു. ജ്യേഷ്ഠനൊ ഴികെ ഞങ്ങൾ എല്ലാവരും മെലിഞ്ഞവരായിരുന്നു. ശാന്തുവിന്റെ അമ്മയും അച്ഛനും തടിച്ചും തിളങ്ങിയും കാണപ്പെട്ടു. ബോസിന്റെ കുടുംബാംഗങ്ങൾക്ക് ഭയങ്കരമായ തടിയും ആരോഗ്യവും ഉണ്ടായി രുന്നു. എനിക്കും അനുജനും അനുജത്തിക്കും അമ്മയ്ക്കും എല്ലാ മാസവും ജലദോഷപ്പനി വരിക ഒരു പതിവായിരുന്നു.

“നമുക്ക് മിഷ്ടിദൊയ് ഉണ്ടാക്കണം. തയിരിൽ ചക്കര ഉരുക്കി തണുപ്പിച്ച് ചേർത്താൽ മിഷ്ടിദൊയ് ആയി,” ഞാൻ ഒരിക്കൽ അമ്മയോട് പറഞ്ഞു.

“ആർക്കാ അത് ഉണ്ടാക്കാൻ അറിയ്യാ?” അമ്മ അന്വേഷിച്ചു.

“നമ്മുടെ തൃപുരക്ക് അറിയാം.”

“ഛേ! തൃപുര ഉണ്ടാക്കിയാൽ നമുക്ക് കഴിക്കാൻ സാധിക്ക്യോ?”

“അതെന്താ?”

“തൃപുര നിലം അടിക്കുകയും തൊടയ്ക്കയും ചെയ്യാറില്ല്യേ? അപ്പൊ അവര്ടെ കയ്യിന് വൃത്തിണ്ടാവ്വൊ?” അമ്മ ചോദിച്ചു.

ഒരുദിവസം തൃപുര അവരോട് പറഞ്ഞിട്ടാവാം ശാന്തുവിന്റെ അമ്മ മിസ്സിസ് ബാനർജി ഞങ്ങൾക്ക് ഒരു കലം നിറയെ മിഷ്ടിദൊയ് കൊടുത്തയച്ചു. കുളിച്ച് ശുദ്ധമായി അവരുടെ ബ്രാഹ്മണപാചകൻ തന്റെ താറിന് മീതെ ചുവന്ന തോർത്തും ചുറ്റിക്കൊണ്ട് കലവും പേറി ഞങ്ങളുടെ വീട്ടു വാതിൽക്കലെത്തിയപ്പോൾ തൃപുര ചൂൽ വലിച്ചെറിഞ്ഞ് ഓടിച്ചെന്ന് ഒരു കറുത്ത പുഞ്ചിരിതൂകി.

“ഠാക്കൂർ കുട്ടിക്ക് മിഷ്ടിദൊയ് കൊണ്ടുവന്നിരിക്കയാണോ?” അവർ ആഗതനോട് ചോദിച്ചു. അയാളുടെ മുഖത്തെ ഗാംഭീര്യം ഞങ്ങൾ കുട്ടികളെ അമ്പരപ്പിച്ചു.

“കുട്ടിക്കാണോ വലിയവർക്കാണോ എന്നൊന്നും അവർ പറഞ്ഞില്ല. മിഷ്ടിദൊയ് ഇവിടെ കൊണ്ടുവന്ന് തരാൻ പറഞ്ഞു. ഞാൻ അനുസരിച്ചു. അത്രമാത്രം”. അയാൾ ചിരിച്ചതേയില്ല. പാത്രം തൃപുരക്ക് കൊടുക്കാതെ സല്ക്കാരമുറിയിലെ മേശപ്പുറത്ത് അയാൾ സാവധാനത്തിൽ നിക്ഷേപിച്ചു. ക്രിസാങ്ത്തമം പൂക്കൾ വെച്ച ചെമ്പുപാത്രത്തിന്റെ അടുത്ത് ചുവന്ന തുണികൊണ്ട് വായ് മൂടിക്കെട്ടിയ ആ കലം കുറെനേരം ഇരുന്നു. അതുതുറന്നു നോക്കുവാൻ അച്ഛൻ താഴത്ത് വരുന്നതുവരെ ആരും മുതിർന്നില്ല.

അച്ഛൻ കുളികഴിഞ്ഞ് താഴത്തെത്തിയപ്പോൾ ആ കലത്തെ ചൂണ്ടിക്കൊണ്ട് ഉറക്കെ ചോദിച്ചു:

“ഇതെന്താ ഇവിടെ ഒരു കള്ളിൻകുടം?”

“കള്ളൊ? അത് മധുരള്ള തയിരാ. അടുത്ത വീട്ടിലെ മിസ്സിസ് ബാനർജി കൊടുത്തയച്ചതാ,” അമ്മ പറഞ്ഞു.

“മധുരമുള്ള തയിരോ?” അതൊന്നും കുട്ടികള് തിന്നാൻ പാടില്ല്യ. വയറ്റിന് സുഖക്കേട് പിടിക്കും. ആ നമ്പ്യാരെ വിളിച്ച് അതെടുത്തിട്ട് അടുക്കളേക്കൊണ്ട്വാൻ പറയൂ. ആ കുഞ്ഞാഞ്ഞു തിന്നോളും,” അച്ഛൻ പറഞ്ഞു.

അച്ഛൻ പ്രാതൽ കഴിക്കുവാൻ മേശയ്ക്കരികിൽ ഇരുന്നു. അദ്ദേഹത്തിനായി ഓട്സും ഓംലെറ്റും രണ്ടുകഷണം റൊട്ടിയും നമ്പ്യാർ

മേശപ്പുറത്ത് നിരത്തി. മേശയുടെ മറ്റേ അറ്റത്ത് അമ്മയ്ക്ക് കഴിക്കുവാനായി ദോശയും ചട്ണിയും നിറച്ച പാത്രങ്ങൾ കല്ലു കൊണ്ടുവന്ന് വച്ചു. മിഷ്ടിദൊയ് വെച്ച കലം എടുത്തുകൊണ്ട് നമ്പ്യാർ അടുക്കളയ്ക്കു നടക്കുമ്പോൾ ഞാനും അയാളെ അനുഗമിച്ചു.

"കുട്ടിക്ക് തിന്നാൻ പാടില്ല്യാന്ന് അച്ഛൻ പറയണത് കേട്ടില്ല്യേ?" നമ്പ്യാർ ചോദിച്ചു.

"എനിക്ക് തിന്നാൻ മോഹോല്യ. വെറുതെ കാണാനാ." ഞാൻ പറഞ്ഞു.

ചുവന്ന ശീല അഴിച്ചുമാറ്റിയപ്പോൾ പാലൊഴിച്ച കാപ്പിയുടെ നിറമുള്ള തയിർ ഞാൻ കൗതുകത്തോടെ നോക്കിക്കണ്ടു.

കല്ലു ഒരു ചൂണ്ടാണിവിരൽ തൈയിരിൽ മുക്കി പിന്നീട് അത് ധൃതിയിൽ നക്കി.

"ആയ് ആയ്! എന്തേപ്പൊ ചെയ്തത്? ബാക്കിള്ളോർക്കൊന്നും കഴിക്കണ്ടേ?" നമ്പ്യാർ ചോദിച്ചു.

"എന്താ ഞാൻ തൊട്ടാ നിങ്ങക്ക് അത് എച്ചിലാവ്വോ?"

കല്ലു നമ്പ്യാരോട് ചോദിച്ചു.

അയാൾ കല്ലുവിനെ നോക്കി കണ്ണുകളിറുക്കി.

"കുഞ്ഞാത്തു തിന്നാൽ മതീന്നാ അച്ഛൻ പറഞ്ഞത്," ഞാൻ പറഞ്ഞു.

"എന്താ ഞങ്ങൾക്കാർക്കും വായില്ല്യേ? ഞങ്ങൾക്കാർക്കും വയറില്ല്യേ?" നമ്പ്യാർ ചോദിച്ചു.

കല്ലു, മൂന്ന് പിഞ്ഞാണങ്ങൾ നിലത്തു വെച്ച് ഓരോന്നിലേക്കും മധുരത്തൈര് വിളമ്പി.

"ആ തള്ള അതാ നോക്കിനിക്കുണു. അയിന് കൊടുക്കാണ്ടെ തിന്നാ നമ്മക്കൊക്കേം അയിന്റെ കൊതി പറ്റും," നമ്പ്യാർ പറഞ്ഞു. കുഞ്ഞാത്തു ഉറക്കെ ചിരിച്ചു. കല്ലു ഒരു വക്കു പൊട്ടിയ പിഞ്ഞാണത്തിൽ തൃപുരക്കും തയിര് സമ്മാനിച്ചു.

"കുട്ടിക്ക് സ്വാദ് നോക്കണ്ടേ?" തൃപുര ചോദിച്ചു.

"ആ ചേട്ട കുട്ടിയെക്കൊണ്ട് കഴിപ്പിക്കും. എന്നിട്ട് ഏമാൻ അത് അറിഞ്ഞാൽ എന്നെപ്പിടിച്ച് പൊറത്താക്കും," നമ്പ്യാർ പറഞ്ഞു.

"എനിക്ക് വേണ്ട," ഞാൻ തൃപുരയോട് പറഞ്ഞു.

"എല്ലാ ദൂസോം ശെകലം മധുരത്തയിര് കൊടുത്തയയ്ക്കാൻ പറയ്യോ, കുട്ട്യേ. ഇയ്ക്ക് നല്ലോണം ഇഷ്ടായീട്ടോ," കുഞ്ഞാത്തു തന്റെ വിരലുകൾ നക്കിക്കൊണ്ട് പറഞ്ഞു.

തൃപുരയ്ക്ക് മലയാളം മനസ്സിലായിരുന്നില്ല. പക്ഷേ, കുഞ്ഞാത്തുവിന്റെ ചിരിയും ആംഗ്യങ്ങളും അവരെ ചിരിപ്പിച്ചു.

പതിമ്മൂന്ന്

എന്റെ അച്ഛൻ ആ കാലത്ത് രാവിലെ അഞ്ചുമണിക്ക് എഴുന്നേൽക്കാറുണ്ടായിരുന്നു. കുളിമുറിയിൽ കടന്ന് പല്ല് തേക്കുന്നതിന്റെയും തൊണ്ടശുദ്ധി വരുത്തുവാൻ ഉച്ചത്തിൽ ചുമയ്ക്കുന്നതിന്റെയും ശബ്ദകോലാഹലം കേട്ടാണ് ഞാൻ ഉണർന്നിരുന്നത്. പിന്നീട് അച്ഛന് ചായത്തട്ടും പേറിക്കൊണ്ട് കോണിപ്പടികൾ കയറിവരുന്ന പരിചാരകന്റെ കാൽ വെപ്പുകൾ എന്നെ ഉറക്കത്തിന്റെ മൂടൽ മഞ്ഞിൽനിന്ന് നിശ്ശേഷം മോചിതയാക്കാറുണ്ടായിരുന്നു. മൊരിച്ച റൊട്ടിക്കഷണങ്ങളുടെയും ഇലത്തേയില ചൂടുവെള്ളത്തിൽ കിടന്ന് ഉയർത്തുന്ന പരിമളത്തിന്റെയും മിശ്രിതഗന്ധം എന്റെ നാസാരന്ധ്രങ്ങളിൽ വന്നെത്തും. ഞാൻ ഉണർന്നുവോ എന്ന് അറിയുവാനായി അച്ഛൻ തന്റെ മുറിയിൽനിന്ന് മെല്ലെ വിളിക്കും: ''ആമീ.''

ചില ദിവസങ്ങളിൽ ഞാൻ ഉറക്കം നടിച്ച് പുതപ്പിൽ ചൂളിക്കിടക്കാറുണ്ടായിരുന്നു. മറ്റു ദിവസങ്ങളിൽ ഞാൻ മനമില്ലാ മനസ്സോടെയെങ്കിലും എഴുന്നേറ്റ് കുളിമുറിയിൽ പ്രവേശിച്ച് പിന്നീട് അച്ഛന്റെ മുറിയിൽ, തേച്ചുവെളുപ്പിച്ച ദന്തനിരയും വിനോളിയാ വൈറ്റ്റോസ് മണക്കുന്ന മുഖവുമായി ചെന്നെത്തും. അച്ഛൻ ഉടനെതന്നെ ഒരു കപ്പിൽ പാൽ കുറച്ചുമാത്രം ചേർത്ത ഇംഗ്ലിഷ് ചായയും ഒരു റൊട്ടിക്കഷണമോ ആലൻബറിയുടെ വീതികുറഞ്ഞ റസ്കോ എനിക്കായി നീട്ടി. ജനലിന്ന് പുറത്ത് അപ്പോഴും കൂരിരുട്ടുതന്നെയായിരിക്കും. അച്ഛൻ വെളുത്ത ഡ്രിൽകൊണ്ട് തയ്പ്പിച്ച ട്രൗസറുകളും നേർത്ത ട്വില്ലിന്റെ മുറിക്കയ്യൻ ഷർട്ടുകളുമാണ് രാവിലെ ധരിച്ചിരുന്നത്. ഞാൻ ഫ്രോക്കോ അയഞ്ഞുകിടക്കുന്ന സൽവാർ കമ്മീസോ ധരിച്ചു. അച്ഛന് എന്റെ കൂടെ നടക്കുവാൻപോവാൻ ഇഷ്ടമായിരുന്നു. ഞങ്ങൾ കോണിപ്പടികൾ ഇറങ്ങി പടിവാതില്ക്കലെത്തുമ്പോഴേക്കും കറുത്ത് ഒരു ഹിഡുംബനായ മുർഷിദ് പത്താൻ പൈജാമകളും മുറിക്കൈയൻ ഷർട്ടും കഴുത്തും ശിരസ്സും മൂടിയ രോമമഫ്ലറും മറ്റുമായി കാറിന്റെ അടുത്ത് വാതിൽ തുറന്ന് നില്ക്കാറുണ്ടായിരുന്നു; നിദ്രയിൽ കിടക്കുന്നവരുടെ നീണ്ട ശ്വാസോച്ഛ്വാസത്തോടെ. പാതി അടഞ്ഞ മിഴികളോടെ. മുർഷിദ് ഉറക്കം തൂങ്ങി കാറ് നിരത്തിന്റെ ഇടത്തേ വശത്തുള്ള ഓടയിലേക്ക് മറിച്ചിടുമെന്ന് ഞാൻ ഭയന്നു. എന്റെ ഭയത്തെപ്പറ്റി പറഞ്ഞപ്പോഴൊക്കെയും അച്ഛൻ പറഞ്ഞു:

''ഇല്ല ആമീ അവൻ നല്ലവനാണ്.''

അച്ഛൻ ആ കാലത്ത് ഒരു ടിൻ ഗോൾഡ് ഫ്ലേക് സിഗരറ്റുകൾ ദിവസേന വലിച്ചുതീർക്കാറുണ്ടായിരുന്നു. കാറിന്റെ പിൻസീറ്റിൽ

ഇരുന്ന് സിഗരറ്റിന്റെയും അച്ഛന്റെ സ്ഥിരം സോപ്പായ മൈസൂർ ചന്ദനസോപ്പിന്റെയും ചേതോഹരമായ സുഗന്ധം ഞാൻ കണ്ണുക ളടച്ച് ആസ്വദിക്കാറുണ്ടായിരുന്നു. അച്ഛന്റെ കൈനഖങ്ങൾ ഏറ്റവും വൃത്തിയുള്ളവയായിരുന്നു. "വലിയ മൂപ്പരുടെ ബനിയനും ഡ്രോയറും എപ്പോഴും അലക്കി വെളുപ്പിച്ചതുപോലെയിരിക്കും." ഞങ്ങളുടെ വേലക്കാരികൾ അഭിമാനത്തോടെ പറയാറുണ്ടായിരുന്നു, അച്ഛന്റെ വിയർപ്പിനും യാതൊരു വിധത്തിലുള്ള ദുർഗ്ഗന്ധമുണ്ടായിരുന്നില്ല. മരിക്കുന്നതിനുമുമ്പ് ഒമ്പതുദിവസം ബോധരഹിതനായി കിടന്നിരു ന്നപ്പോഴും അദ്ദേഹത്തിന്റെ ശരീരത്തിനോ വായ്ക്കോ മുടിക്കോ യാതൊരു ദുർഗ്ഗന്ധവുമുണ്ടായിരുന്നില്ല. ഈ വസ്തുത അവിടെ യുള്ള നേഴ്സുമാരെയും ഡോക്ടർമാരെയും കുറച്ചല്ല ആശ്ചര്യപ്പെടു ത്തിയത്.

അച്ഛൻ പന്ത്രണ്ടുവയസ്സ് പ്രായമുള്ള മകളെയുംകൊണ്ട് രാവിലെ മിക്ക ദിവസവും വിക്ടോറിയ മെമ്മോറിയൽ എന്ന വെണ്ണക്കൽ സൗധത്തിലേക്കാണ് പോയത്. അവിടെ എത്തുന്ന ആദ്യത്തെ സന്ദർശകർ ഞങ്ങൾ തന്നെയായിരുന്നു. പടിവാതില്ക്കൽ കാറ് നിർത്തി ഞാൻ പുറത്ത് ചാടിയാൽ അച്ഛൻ പറയും:

നീ രണ്ടോ മൂന്നോ തവണ ഇതിന് ചുറ്റും ഓടിക്കോ. ഞാൻ പിന്നാലെ നടന്ന് വരാം. അച്ഛൻ തന്റെ കറുത്ത കൊമ്പിന്റെ വടി ചുഴറ്റിയാണ് നടന്നിരുന്നത്. നനഞ്ഞ പുൽത്തകിടിയിൽ ചവുട്ടാതെ യിരിക്കുവാൻ ശ്രദ്ധ പതിപ്പിച്ചുകൊണ്ട് അദ്ദേഹം ചുവന്ന നിരത്തു കളിൽ മാത്രം നടന്നു. വിക്ടോറിയ മെമ്മോറിയൽ ആ പ്രഭാതാരം ഭത്തിൽ അപ്പോൾ അടുപ്പിൽനിന്ന് എടുത്തു മാറ്റിയതും ആവി പാറുന്നതുമായ ഒരു പലഹാരം കണക്കെ കാണപ്പെട്ടു. അതിന്റെ രൂപരേഖകൾ മഞ്ഞിൽ മുക്കാലും മറഞ്ഞിരുന്നു. മരച്ചില്ലകളിൽ നിന്ന് മഞ്ഞുതുള്ളികൾ നിശ്ശബ്ദം നിലംപതിച്ചുകൊണ്ടിരുന്നു. മഞ്ഞയും ചുവപ്പും ഓറഞ്ചും വർണ്ണങ്ങളോടെ വളർന്നുനിന്ന കന്നപ്പൂക്കളെ നോക്കിക്കൊണ്ട് ഞാൻ മഞ്ഞിൽ ഓടി. കുറച്ചു വാരകൾ ഓടി ക്കഴിയുമ്പോൾ ഞാൻ അച്ഛനെ തിരിഞ്ഞുനോക്കുക ഒരു പതിവാ ക്കിയിരുന്നു. അച്ഛന്റെ ആദ്യത്തെ പ്രദക്ഷിണം പകുതിയാവുമ്പോ ഴേക്കും കൂട്ടുകാർ പ്രത്യക്ഷപ്പെട്ടിരിക്കും. തുടുത്ത കവിളുകളും കുപ്പിപ്പിഞ്ഞാണംകൊണ്ട് നിർമ്മിച്ചതെന്ന് തോന്നിപ്പിക്കുന്ന വിള ർത്ത കൈകാലുകളുമുള്ള വി. ആർ. സോനാൽക്കർ, ആചാര്യ, ജയ്ഡ്ക്കാ മോട്ടോർ കമ്പനിയുടെ ഉടമസ്ഥനായ ജയ്ഡ്കാ മോട്ടോ (Jaidka), അദ്ദേഹത്തിന്റെ മൂത്ത മകനായ പ്രാൺ മുതലായവർ അച്ഛന്റെ കൂടെ ധൃതിപിടിച്ച് അച്ഛന്റെ കാലുകളുടെ വേഗത്തിനൊപ്പം

നീങ്ങുവാൻ ഭഗീരഥപ്രയത്നം ചെയ്തുകൊണ്ട് അവരും ഒരു മണിക്കൂറോളം നടന്നു. അവർ ഉറക്കെ ചിരിക്കുന്ന ശബ്ദം മുമ്പിൽ ഓടുന്ന എന്റെ കാതുകളിൽ പതിച്ചു. പക്ഷേ, അവർ എന്താണ് പറയുന്നതെന്ന് എനിക്ക് കേൾക്കുവാൻ സാധിച്ചിരുന്നില്ല.

അച്ഛൻ കല്ക്കത്തയിലെ റോട്ടറി ക്ലബ്ബിൽ മോട്ടോർ വ്യവസായത്തിന്റെ പ്രതിനിധിയായി അംഗത്വം സ്വീകരിച്ചിരുന്നു. ചൊവ്വാഴ്ചകളിൽ റോട്ടറി അംഗങ്ങൾ ഗ്രേറ്റ് ഈസ്റ്റേൺ ഹോട്ടലിൽ ഉച്ചഭക്ഷണം കഴിക്കാറുണ്ടായിരുന്നു. ഊണ് കഴിഞ്ഞാലുടനെ ക്ഷണിക്കപ്പെട്ട ഏതെങ്കിലും ഒരു പ്രാസംഗികൻ എഴുന്നേറ്റുനിന്ന് തന്റെ ഉദ്യോഗത്തെപ്പറ്റിയോ ജീവിതാനുഭവങ്ങളെപ്പറ്റിയോ സംസാരിക്കുകയും മര്യാദയ്ക്കുവേണ്ടി മാത്രം മറ്റുള്ളവരെ ചിരിപ്പിക്കുകയും ചെയ്യാറുണ്ടായിരുന്നു. പ്രാസംഗികർ മുക്കാൽ ഭാഗവും ബ്രിട്ടീഷുകാർതന്നെയായിരുന്നു. അവരുടെ നേരംപോക്കുകൾ കേട്ട് പൊട്ടിച്ചിരിക്കാതിരിക്കുവാൻ അന്ന് റോട്ടറി ക്ലബ്ബുകാർക്ക് ധൈര്യം വന്നിരുന്നില്ല.

രാവിലെ നടക്കുവാൻ ഇറങ്ങുന്നവരിൽ ഒരുദിവസം പ്രമുഖ മോട്ടോർക്കാർ വ്യാപാരിയായ റാണെയും ഉണ്ടായിരുന്നു. അദ്ദേഹം ഉയരം കുറഞ്ഞ് തടിച്ച ശരീരമുള്ള മദ്ധ്യവയസ്കനായിരുന്നു.

ഒരിക്കൽ അദ്ദേഹം എന്റെ മൂർദ്ധാവിൽ തലോടിക്കൊണ്ട് പറഞ്ഞു:

"നായർ, ഈ കുട്ടിയെ നിങ്ങൾ കേംബ്രിഡ്ജിലേക്ക് അയയ്ക്കണം. അസാമാന്യബുദ്ധിയുള്ള കുട്ടികളോട് രക്ഷിതാക്കന്മാർക്ക് അവരെ പ്രോത്സാഹിപ്പിക്കുവാനുള്ള കടമയുണ്ട്."

അച്ഛൻ തലകുലുക്കി. അച്ഛന് എന്നെ പരിഷ്കാരിയാക്കണമെന്ന് ആഗ്രഹമുണ്ടായിരുന്നു. പക്ഷേ, ഗ്രാമത്തിൽ ജനിച്ചുവളർന്നതുകൊണ്ടാവാം സ്ത്രീകളുടെ വിദ്യാഭ്യാസത്തെ അദ്ദേഹം കാര്യമായി എടുത്തില്ല. 'എന്നെ പിടിച്ച് കല്യാണം കഴിച്ചുകൊടുക്കണം,' എന്ന് അദ്ദേഹം അമ്മയോട് പല തവണ അഭിപ്രായപ്പെടുന്നത് ഞാൻ കേട്ട് ആശ്ചര്യപ്പെട്ടിട്ടുണ്ട്. ഏതെങ്കിലും വിധത്തിൽ എന്നെ കുടുംബത്തിൽനിന്ന് മാറ്റുവാൻ അവരെല്ലാം ആഗ്രഹിക്കുന്നുവെന്ന് ഞാൻ ഊഹിച്ചു. എന്റെ ബാല്യജീവിതത്തിൽ അത്തരം സ്ഥലം മാറ്റവും രക്ഷിതാക്കന്മാരുടെ ചുമതലയൊഴിക്കലും ഞാൻ പല തവണ അനുഭവിച്ചിരുന്നു. എന്നെ സ്നേഹിക്കുവാൻ എന്റെ അമ്മമ്മ മാത്രമേ ഈ ലോകത്തിൽ തയ്യാറാവുകയുള്ളു എന്ന് ആ കാലത്ത് എനിക്ക് തോന്നിപ്പോയി.

"കല്യാണം കഴിക്കണോ? അമ്മമ്മയുടെകൂടെ താമസിച്ചാൽ പോരെ?" ഞാൻ ഒരിക്കൽ അമ്മയോടു ചോദിച്ചു.

"അച്ഛൻ ആമിയെ ഇപ്പോഴൊന്നും കല്യാണംകഴിച്ചുകൊടുക്കില്ല. മെട്രിക്കുലേഷൻ പരീക്ഷ കഴിഞ്ഞിട്ട് മാത്രം കല്യാണം കഴിപ്പിക്കും," അമ്മ പറഞ്ഞു.

"എന്നെ ആർക്കാണ് കല്യാണംകഴിച്ചു കൊടുക്കുക?" ഞാൻ ചോദിച്ചു.

ആ ചോദ്യം ഗൗനിക്കാതെ അമ്മ തന്റെ പുസ്തകത്തിലേക്ക് തിരിഞ്ഞു. അന്നൊക്കെ എന്റെ അമ്മ തികഞ്ഞ ഒരു തിയോസൊഫിസ്റ്റ് ആയിരുന്നു. അമ്മാമനായിരുന്നു അമ്മയുടെ ഏക ഗുരു. നാട്ടിൽപ്പോയി കല്ക്കത്തയ്ക്ക് മടങ്ങുമ്പോൾ ബ്ലവാട്സ്കിയുടെയും ബെസൻടിന്റെയും കൃഷ്ണമൂർത്തിയുടെയും പുസ്തകങ്ങൾ അമ്മ അമ്മാമന്റെ പുസ്തകശേഖരത്തിൽനിന്ന് കടം വാങ്ങിക്കൊണ്ടു വന്നിരുന്നു. Isis Unveiled എന്ന പുസ്തകം വായിച്ചു തീർക്കുവാൻ അമ്മ ഏകദേശം ഒരു വർഷം പ്രയത്നിച്ചു. തിയോസഫിയുടെ ആകർഷണവലയത്തിൽചെന്നു പെട്ടതിനുശേഷം അമ്മ ഒരൊറ്റ യഥാർത്ഥ കാവ്യം എഴുതിയിട്ടില്ലെന്ന് അച്ഛൻ നീരസത്തോടെ അഭിപ്രായപ്പെടാറുണ്ടായിരുന്നു. ആദ്ധ്യാത്മികവിഷയങ്ങൾ കൈകാര്യം ചെയ്തുതുടങ്ങിയപ്പോൾ അമ്മയുടെ കവിതാരചനയുടെ നിഷ്കളങ്കത്വം ചോർന്നുപോയെന്ന് അച്ഛൻ കുറ്റപ്പെടുത്തി. അമ്മാമന്റെ അഭിപ്രായങ്ങളെ ഉദ്ധരിക്കുന്നതും അച്ഛനെ കോപിപ്പിച്ചു. താൻ ഒരു ബുദ്ധിജീവിയോ തത്ത്വജ്ഞാനിയോ അല്ലെന്നുള്ള ശങ്ക അച്ഛനെ അസ്വസ്ഥനാക്കി. ബുദ്ധിജീവികളെക്കൊണ്ട് ലോകത്തിന് എന്തു പ്രയോജനം എന്ന് അദ്ദേഹം പലപ്പോഴും സംഭാഷണത്തിനിടയിൽ ആരോടെന്നില്ലാതെ ചോദിച്ചു. ധനം സമ്പാദിക്കുവാൻ കഴിവുള്ള ഒരൊറ്റ ബുദ്ധിജീവിയെയും താൻ കണ്ടിട്ടില്ല എന്ന് അച്ഛൻ പൊട്ടിച്ചിരിച്ചുകൊണ്ട് പറഞ്ഞു. ആ അഭിപ്രായം കേട്ടിട്ടാവാം ഞാനും എന്റെ ജ്യേഷ്ഠനും ബുദ്ധിജീവികളാവാൻ ശ്രമിക്കാഞ്ഞത്.

"നമ്മുടെ സോമസുന്ദരം ഒരു ബുദ്ധിജീവിയാണോ?" ഞാൻ അച്ഛനോട് ചോദിച്ചു. അച്ഛൻ ഉറക്കെ ചിരിച്ചു.

"അതൊരു പാവം പട്ടര്. അയാൾക്കെന്തു ബുദ്ധിയാണ് ഉള്ളത്?" അച്ഛൻ ചോദിച്ചു.

ബുദ്ധിശക്തി താരതമ്യപ്പെടുത്തുവാൻ താല്പര്യം എനിക്കല്ലാതെ വീട്ടിൽ മറ്റാർക്കും ആ കാലത്ത് ഉണ്ടായിരുന്നില്ല. കരിമുറിയിൽ കുഞ്ഞാത്തുവിന്റെ അടുത്ത് ഇരുന്നപ്പോൾ ഞാൻ അദ്ദേഹത്തിനോട് സങ്കോചത്തോടെ ചോദിച്ചു:

"അച്ഛനാണോ ബുദ്ധി അതോ സോമസുന്ദരത്തിനോ?"

കുഞ്ഞാത്തു തേഞ്ഞും പുഴുത്തും കറുത്ത പല്ലുകൾ വെളിപ്പെടുത്തി പൊട്ടിച്ചിരിച്ചു.

"അത് പറയാൻ കുഞ്ഞാത്തു വേണോ മോളേ? കുട്ടിടെ അച്ഛൻ കാണപ്പെട്ട ദെയ്വാ. അദ്യേത്തിന്റെ കാലു കഴുകി കൊറെദൂസം പട്ടര് കുടിക്കട്ടെ. അപ്പൊ പട്ടർക്കും ബുദ്ധിയുണ്ടാവും."

"പിന്നെ ആർക്കൊക്കെയാ ബുദ്ധി? വയറൻ മാഷ്ഷക്ക് ബുദ്ധില്ല്യേ?" ഞാൻ ചോദിച്ചു.

"വയറൻ മാഷ്ഷക്ക് എന്ത് ബുദ്ധി? ക്രിസ്മസ്സാവുമ്പോ അയാള് ഇബ്ടത്തെ വിസ്ക്കീം കുടിച്ച് കുണ്ഡലം മറിയണത് കുട്ടി കണ്ടിട്ടില്ല്യേ? നല്ല ബുദ്ധിയാ ബുദ്ധി ! ഇബടെ ഈ കല്ക്കത്തേല് കുട്ടിടെ അച്ഛനെ കഴിച്ചാൽ ചെലപ്പോ ആ കാപ്ടൻ മേനോൻണ്ടാവും. കൊല്ല ങ്കോട്ടെ തമ്പ്രാന്റെ മോൻ. നല്ല സ്ഥായില്ലോനാ. ഇന്നാള് ഇന്നോട് ചോയിയ്ക്ക്യാ, ഹലോ മിസ്റ്റർ മാത്യു ഹൗ ആർ യൂ? ഇന്റെ ശരിക്കുള്ള പേര് മാത്യൂന്നാണ് എങ്ങനെ മനസ്സിലാക്കി, ആ മേനോൻ? ആളൊരു ശൊങ്കനാ. കുട്ടി കണ്ടിട്ടില്ല്യേ എണ്ണതേച്ച് കുളിച്ചോണ്ട് വര്മ്പൊ ഒര് തെളക്കം? പട്ടാളക്കാരനായിരിക്കും. പക്ഷേ, ഒരൊറ്റ ദൂസെങ്കിലും ആള് എണ്ണേം കൊഴമ്പും തേയ്ക്കാണ്ടെ കുളിക്കില്യ. തമ്പ്രാക്കന്മാരടെ ശീലാണേയ്. നൊമ്മടെ എലിയങ്ങാട്ടിലെ വായിയ്ക്കണ തമ്പ്രാനെ കുട്ടി കണ്ട്ട്ട്ണ്ടോ? കിട്ടില്ല്യേ? സാരല്യ. കൊച്ചുണ്ണിത്തമ്പ്രാന്റെ നേര്യാരമ്മേ കിട്ടില്ല്യേ? സാവിത്രിയേമ. വെളുത്ത് വെളുത്ത് മെല്ലിച്ചിട്ട്. അത് ദൂസോം രണ്ട് നേരാ എണ്ണതേച്ച് കുളിയ്ക്കാ. അട്ത്ത് വരുമ്പോ ഉണ്ടാടി നമ്പീശന്റെ വീട്ടിയ്ക്ക് കേറുമ്പോഴത്തെ സുഗന്ധാന്ന് പറഞ്ഞാപ്പോരെ? തലേല് അസന വില്വാദി. മേത്തേയ്ക്കണത് ദിനേശ വില്യാദി. മോത്ത് തേച്ച് തിരുമ്മണത് സാക്ഷാൽ കുങ്കുമത്തൈലം. എന്ത് നെറാ! പത്തരമാറ്റ് സൊർണ്ണംതന്നെ. സാവിത്രേ്യമക്ക് ഇംഗ്ലിഷും പറയാനറീം. അതോണ്ടാ കൊച്ചുണ്ണ്യമ്പ്രാൻ കല്യാണം കഴിച്ച് കൊണ്ടോന്നത്. നൊമ്മടെ നാട്ടില് ഏത് പെണ്ണിനാ ഇംഗ്ലിഷ് പറയാനറിയ്യാ? ആർക്കൂല്യ. കാണാൻ നന്നായിട്ടെന്താ ഫലം കുട്ട്യേ? ഒക്കേം തനിപടൂ. ഞാൻ പറഞ്ഞൂന്ന് അമ്മയോട് പറേണ്ട കുട്ട്യേ."

"ഞാൻ പറയില്ല."

അച്ഛൻ അന്ന് ദിവസേന അൻപതു സിഗരറ്റുകൾ വലിച്ചുതീർത്തിരുന്നു. എല്ലാ മുറിയിലും സിഗരറ്റുകുറ്റികൾ കെടുത്തി നിക്ഷേപിക്കുവാൻ ഓട്ടിൽ വാർത്ത ആഷ്ട്രേകളുണ്ടായിരുന്നു. സത്കാര മുറിയിൽ ചെത്തുകളുള്ള സ്ഫടികത്തിന്റെ ഒരു ചതുരൻ ട്രേയും മറ്റു മുറികളിൽ ഓടുകൊണ്ടു നിർമ്മിച്ച മിനി ഉരുളികളുമുണ്ടായിരുന്നു. രാത്രികാലത്ത് അച്ഛൻ നിരന്തരം ചുമച്ചുകൊണ്ടിരുന്നു. സിഗരറ്റ് വലിക്കുന്നത് പാടേ നിർത്തിയില്ലെങ്കിൽ ആ ചുമയ്ക്ക് ആശ്വാസം കിട്ടുകയില്ലെന്ന് ഒരിക്കൽ ഡോക്ടർ അച്ഛനോട് പറഞ്ഞു.

തനിക്ക് ഔദ്യോഗികപ്രശ്നങ്ങൾ നിരവധിയുണ്ടെന്നും അവയ്ക്ക് പരിഹാരം കണ്ടെത്തുവാൻ സിഗരറ്റ് വലിക്കാതെ സാദ്ധ്യമല്ലെന്നും അച്ഛൻ പറഞ്ഞു. താങ്കളുടെ ഏറ്റവും വിഷമംപിടിച്ച പ്രശ്നം ഈ ദുശ്ശീലംതന്നെയാണെന്ന് ഡോക്ടർ മന്ദഹസിച്ചുകൊണ്ട് അഭിപ്രായപ്പെട്ടു.

“പെട്രോൾ തീരെ കിട്ടാത്ത ഈ ഘട്ടത്തിൽ ഞങ്ങൾ ഗ്യാസ് പ്ലാന്റിന്റെ സഹായത്തോടെയാണ് കാറുകൾ ഓടിക്കുന്നത്. അത് ഡോക്ടർക്ക് അറിയാമല്ലോ.” അച്ഛൻ പറഞ്ഞു.

“ഗ്യാസ് പ്ലാന്റും താങ്കളുടെ ആരോഗ്യസംരക്ഷണവുമായി എന്തു ബന്ധം?” ഡോക്ടർ ചോദിച്ചു.

“ആരോഗ്യം സംരക്ഷിക്കാൻ എനിക്ക് സമയം കിട്ടുന്നില്ല. ഇടയ്ക്ക് കട്ടക്കിലേക്ക് പോവണം. ഈയിടെയായി ഗൗഹതിയിലും ഒരു ശാഖ തുടങ്ങിയിട്ടുണ്ട്. ലണ്ടനിലേക്ക് എന്റെ സ്നേഹിതൻ മിസ്റ്റർ ഹീപ് വിളിച്ചിരിക്കുന്നു. ഞാൻ സമയമില്ലാതെ കുഴങ്ങുകയാണ്.” അച്ഛൻ പറഞ്ഞു.

അവനവന്റെ പ്രാധാന്യം പ്രദർശിപ്പിക്കുവാനായി അച്ഛൻ എന്തു പറയുമ്പോഴും ആ ബാലിശപ്രകടനങ്ങൾക്കു മുമ്പിൽ ഞാൻ ലജ്ജയോടെ തല താഴ്ത്താറുണ്ടായിരുന്നു. ഞങ്ങൾ കുട്ടികളുടെ മനസ്സുകളെക്കാൾ ബാലിശമായിരുന്നു അച്ഛന്റെ മനസ്സ് എന്ന് എനിക്ക് എന്നേ മനസ്സിലായിക്കഴിഞ്ഞു. ആത്മപ്രശംസ പരിചയക്കാരെ അദ്ദേഹത്തിൽനിന്ന് അകറ്റി നിർത്തി. അച്ഛനെ പേടിക്കുവാനും ചിലപ്പോൾ ആദരിക്കുവാനും പലരും മുൻപോട്ടു വന്നു. പക്ഷേ, അകമഴിഞ്ഞ് സ്നേഹിച്ച് അദ്ദേഹത്തെ തന്റെ ഉറ്റമിത്രമാക്കുവാൻ ആരും തുനിഞ്ഞില്ല. സ്നേഹം തേടി അച്ഛൻ പുറപ്പെട്ടത് തോക്കിന്റെ ഉറയിൽ തോക്കും നിക്ഷേപിച്ചുകൊണ്ടായിരുന്നു. അതുകൊണ്ട് അച്ഛന്റെ ഫലിതോക്തികൾ കേട്ട് ചിരിച്ചെങ്കിലും അച്ഛൻ കൊടുത്ത പാരിതോഷികങ്ങൾ സസന്തോഷം സ്വീകരിച്ചെങ്കിലും ആരുംതന്നെ അച്ഛന് സ്നേഹം കൊടുക്കുവാൻ തയ്യാറായില്ല. സ്നേഹം കൊടുക്കുവാൻ തയ്യാറായ സ്വന്തം കുട്ടികളുടെ സ്നേഹത്തിന് പ്രതാപിയായ അച്ഛൻ വില കല്പിച്ചതുമില്ല.

പ്രജ്ഞയറ്റ് ഡോക്ടർ ബാൽറാജിന്റെ ആശുപത്രിയിൽ കിടക്കുമ്പോൾ, ആ അവസാന നാളുകളിൽ ഞാൻ അച്ഛന്റെ കാതിൽ എന്റെ സ്നേഹത്തെപ്പറ്റി മന്ത്രിച്ചു. അതുവരെ പ്രദർശിപ്പിക്കുവാൻ ധൈര്യം കിട്ടാഞ്ഞതും എന്നെന്നേക്കുമായി നഷ്ടപ്പെടുവാൻ പോവുന്നതുമായ സ്നേഹത്തെപ്പറ്റി ഞാൻ ഗദ്ഗദത്തോടെ, നനയുന്ന കണ്ണുകളോടെ മന്ത്രിച്ചു...

പതിന്നാല്

ഏതു വർഷമെന്ന് എനിക്ക് ഓർമ്മയില്ല. പക്ഷേ, വീട്ടിന്റെ മുമ്പിലെ നിരത്തിൽക്കൂടി അമേരിക്കൻ പട്ടാളത്തിന്റെ ട്രക്കുകളും ജീപ്പുകളും മാത്രമല്ല അനവധി ടാങ്കുകളും ഒരു ഘോരശബ്ദത്തോടെ ഒന്നിനു പിറകെ മറ്റൊന്ന് എന്ന മട്ടിൽ നീങ്ങിയിരുന്നത് ഞാൻ ഓർക്കുന്നു. പൂച്ചട്ടികളുടെ പിന്നിൽ നിന്നുകൊണ്ട് ഞാനും എന്റെ ജ്യേഷ്ഠനും ആ കാഴ്ച വിസ്മയത്തോടെ നോക്കിക്കണ്ടു. ആ കോൺവോയ് കാഴ്ചയിൽനിന്ന് മറഞ്ഞപ്പോൾ തെല്ലിട നിശ്ശബ്ദരായിത്തീർന്ന കാക്കകൾ വീണ്ടും മരം അരംകൊണ്ട് മുറിക്കുന്ന ശബ്ദത്തെ അനുസ്മരിപ്പിക്കുന്ന തങ്ങളുടെ കരച്ചിലുകൾ പുനരാരംഭിച്ചതും ഞാൻ ഓർക്കുന്നു.

അച്ഛനെ കാണുവാൻ വന്നിരുന്നവരിൽ മലയാളികൾ കമ്മിയായിരുന്നു. മലയാളത്തിൽ തർക്കിക്കുന്നവരെയും ഞാൻ ഓർക്കുന്നു. തർക്കം മലയാളത്തിലാകുമ്പോൾ അത് ചെവിക്കൊള്ളുവാൻ വേലക്കാർ സത്കാരമുറിയുടെ പുറത്ത് കതകുകൾക്ക് പിന്നിൽ വിളക്കുകെടുത്തി നില്ക്കാറുണ്ടായിരുന്നു. ഒരിക്കൽ അച്ഛൻ പറഞ്ഞു:

"ബ്രിട്ടീഷ് കമ്പനിയിൽ ജോലിയെടുത്താൽ അത് ബ്രിട്ടീഷുകാരുടെ കാലുനക്കലൊന്നുമല്ല. ഞാനും എന്റെ അന്തസ്സ് കളയാതെ ജീവിക്കുന്നു."

അന്ന് അച്ഛന്റെകൂടെ ആരാണ് സത്കാരമുറിയിൽ ഉണ്ടായിരുന്നതെന്ന് എനിക്ക് ഓർമയില്ല. അച്ഛന്റെ സ്വരം കോപത്താൽ അസാധാരണമായി ഉയർന്നതും അദ്ദേഹം ബ്രിട്ടീഷ് എന്ന വാക്ക് ബ്രി ബ്രി ബ്രിട്ടീഷ് എന്നു വിക്കലോടെ ഉച്ചരിച്ചതും മാത്രം ഞാൻ ഓർക്കുന്നു. ബ്രിട്ടീഷുകാരെ ഇന്ത്യയിൽനിന്ന് പുറത്താക്കുവാൻ രാജ്യസ്നേഹികൾ പ്രകടനങ്ങളും ആഹ്വാനങ്ങളും നടത്തുന്ന കാലമായിരുന്നു അത്. ഒരു ബ്രിട്ടീഷ് കമ്പനിയുടെ തലവനായി ഉയർന്നിട്ടും ശമ്പളത്തിനുപുറമേ ഇരുപതിനായിരമെങ്കിലും കമ്പനിയുടെ വാഹനങ്ങൾ വില്ക്കുമ്പോളുള്ള കമ്മീഷനായി ലഭിച്ചിട്ടും അച്ഛനെ ഒരപകർഷബോധം സദാസമയവും അലട്ടിക്കൊണ്ടിരുന്നു. സ്വാതന്ത്ര്യസമരസേനാനികളെന്ന് നടിക്കുന്ന സുഹൃത്തുക്കൾതന്നെയാണ് സന്ദർഭം കിട്ടുമ്പോഴൊക്കെ അച്ഛനെ ലജ്ജിപ്പിക്കുവാൻ പ്രയത്നിച്ചത്. അവർക്കൊക്കെ കല്ക്കത്തയിൽ താമസിക്കാനൊരിടവും ഭക്ഷണവും വാഹനസൗകര്യവും ഉദാരസംഭാവനകളും കൊടുത്ത അച്ഛനെ വേദനിപ്പിക്കുവാൻ അവർ നിസ്സങ്കോചം തയ്യാറായി. അച്ഛൻ

ഓഫീസിലേക്ക് പോവുമ്പോൾ ഖദർ വസ്ത്രങ്ങൾ ധരിച്ചില്ല. ക്ലബ്ബുകളിലേക്കും സിനിമയ്ക്കും വിരുന്നുകൾക്കും പോവുമ്പോൾ അച്ഛൻ വേനൽക്കാലത്ത് വെളുത്ത 'ട്വില്ലും' തണുപ്പിൽ 'ട്വീഡും' ഉപയോഗിച്ചു. അമ്മ മാത്രം ഖദർ ധരിച്ചു. അച്ഛൻ ആ ജോലി ഉപേക്ഷിക്കണമെന്നും ഖദർ ധരിക്കണമെന്നും ചില പരുക്കന്മാരായ മിത്രങ്ങൾ ആഗ്രഹിച്ചു. അങ്ങനെ പതുക്കെ പതുക്കെ അച്ഛന് തന്റെ ഔദ്യോഗികപദവിയിൽ ഒരിക്കൽ ഉണ്ടായിരുന്ന മതിപ്പ് കുറഞ്ഞുവന്നു. പുതുതായി ജനിച്ച അതൃപ്തി അച്ഛനെ കോപിഷ്ഠനാക്കി. ഗാന്ധിയൻ ചിന്താഗതിക്ക് ഏറ്റവും കൂടുതൽ ആരാധകർ ഇന്ത്യയിൽ ഉണ്ടായിരുന്ന ഒരു കാലഘട്ടമായിരുന്നു അത്. തന്റെ മക്കൾ ഒരു വൂൾസ്‌ളി കാറിൽ സ്കൂളിൽ പോവുന്നതും പരിചാരകർ നിറഞ്ഞ ഒരു ഗൃഹത്തിൽ വളരുന്നതും മറ്റും ഗാന്ധിയന്മാരായ സന്ദർശകർ തെറ്റിദ്ധരിക്കുമെന്ന് അച്ഛൻ ഭയന്നു. ഞങ്ങൾ ധൂർത്തരായും സുഖലോലുപരായും വളരരുതെന്നു നിശ്ചയിച്ച് അച്ഛൻ ഞങ്ങളോട് പലവിധത്തിലുള്ള പിശുക്ക് പ്രദർശിപ്പിച്ചു തുടങ്ങി. ഐസ്ക്രീം തിന്നാൻ പോവണമെന്ന ആഗ്രഹം ഞാൻ നിരന്തരം വെളിപ്പെടുത്താറുണ്ടായിരുന്നു. അച്ഛൻ കൊണ്ടുപോവാൻ ഒരുങ്ങിയതേയില്ല. മാസംതോറും വെറും മൂന്നു രൂപയാണ് അച്ഛൻ മക്കളിൽ ഓരോരുത്തർക്കും കൊടുത്തത്. അമ്മമ്മയ്ക്ക് കത്തുകൾ എഴുതാൻവേണ്ടി മുദ്ര മേടിക്കുവാൻ മാത്രമേ ആ തുക തികഞ്ഞുള്ളു. മദ്ധ്യവർത്തികളായ സഹപാഠികൾക്ക് മാസത്തിൽ ഇരുപത്തഞ്ചും അമ്പതും കിട്ടിയിരുന്ന കാലമായിരുന്നു അത്. അതുകൊണ്ടാവാം എനിക്ക് അച്ഛനോട് വേണ്ടത്ര ആദരവോ സ്നേഹമോ അന്നൊന്നും അനുഭവപ്പെടാഞ്ഞത്. ഞങ്ങൾ കുട്ടികളിൽ അന്ന് ഒരനാഥത്വം പ്രകടമായിരുന്നു. അച്ഛന് ഞങ്ങളെ ഇഷ്ടമല്ലായിരുന്നു എന്ന് ഞങ്ങൾക്ക് തോന്നി. എത്രതന്നെ പ്രയത്നിച്ചാലും അച്ഛൻ ഞങ്ങളെ പ്രശംസിക്കുമായിരുന്നില്ല. അമ്മ പ്രശംസിക്കുവാൻ ഓർത്തതുമില്ല. പലപ്പോഴും അന്നൊക്കെ ഞങ്ങളെ എന്റെ അച്ഛനമ്മമാർക്ക് കൊണ്ടുവന്നു കൊടുത്ത ദൈവത്തെ ഞാൻ ശപിക്കാറുണ്ടായിരുന്നു. അയൽക്കാരായ ബാനർജി കുടുംബത്തിലേക്ക് ദൈവം ഞങ്ങളെ എന്തുകൊണ്ട് സമ്മാനിച്ചില്ല? ശാന്തു എന്ന ഓമനപ്പേരുള്ള ചന്ദ്രിമയെ അവളുടെ അച്ഛനും അമ്മയും ലാളിക്കുന്നത് ഞങ്ങൾക്കെല്ലാവർക്കും ജനലിലൂടെ കാണാമായിരുന്നു. അവളെ "അച്ഛന്റെ രാജകുമാരി" എന്ന് മിസ്റ്റർ ബാനർജി ഉറക്കെ വിളിക്കുന്നത് ഞാൻ പലതവണ കേട്ടു. സന്ദർശകർ വന്നെത്തുമ്പോൾ അവളെ വിളിച്ച് പരിചയപ്പെടുത്തുന്നത് അദ്ദേഹത്തിന്റെ ഒരു പതിവായിരുന്നു. സന്ദർശകർ ഞങ്ങളുടെ വീട്ടിൽ വന്നെത്തു

മ്പോൾ സത്കാരമുറിയിൽ ചെന്ന് എത്തിനോക്കാൻകൂടി ഞങ്ങൾക്ക് അധികാരമുണ്ടായിരുന്നില്ല. അച്ഛൻ സ്വന്തം കുട്ടികളിൽ പ്രതീക്ഷിച്ച സൗന്ദര്യമോ ബുദ്ധിശക്തിയോ ഞങ്ങൾക്ക് ഒരുപക്ഷേ, ഉണ്ടായിരുന്നില്ലായിരിക്കാം. കുട്ടികളെ ഒരധഃകൃതവർഗ്ഗമായാണ് ആ കാലത്ത് നഗരങ്ങളിലെ മിക്കവരും കണ്ടിരുന്നത്. കുട്ടികൾ മുതിർന്നവരുടെ സംഭാഷണം കേട്ടുകൂടാ. അവരുടെ മുഖഭാവങ്ങളും ചേഷ്ടകളും നോക്കിക്കണ്ടുകൂടാ. നല്ല കുട്ടികൾ കഴിയുന്നതും അദൃശ്യരായി ജീവിക്കണം, തങ്ങളുടെ രക്ഷിതാക്കളെ ലജ്ജിപ്പിക്കാതെ.

എന്നെ ആദ്യമായി ഒരു മുതിർന്നവളെപ്പോലെ കണ്ടത് ലീസാ ബെക്ക് എന്നു പേരുള്ള എന്റെ ഇംഗ്ലിഷ് ടീച്ചറായിരുന്നു. അവർ യുദ്ധകാലത്ത് ഹിറ്റ്ലറുടെ ജർമ്മനിയിൽനിന്ന് രക്ഷപ്പെട്ട് ഇന്ത്യയിലെത്തിയ ഒരു ജൂത സ്ത്രീയായിരുന്നു. അവർ എന്നെ തന്റെ വീട്ടിലേക്ക് ചായയ്ക്കായി ക്ഷണിക്കുകയും എനിക്ക് കേൾക്കുവാനായി വയലിൻ വായിക്കുകയുംചെയ്തു. അവരുടെ ഭർത്താവും പതിനാറുകാരനായ മകനും യുദ്ധത്തെപ്പറ്റിയും ഇന്ത്യയുടെ സ്വാതന്ത്ര്യസമരത്തെപ്പറ്റിയും വിദ്യാഭ്യാസരീതികളെപ്പറ്റിയും എന്നോട് അഭിപ്രായം ചോദിക്കുവാൻ മുതിർന്നു. വളർച്ചയെത്തിയവളും നാഗരികത്വമുള്ളവളുമായ ഒരു യുവതിയാണ് ഞാനെന്ന് ആ വീട്ടിൽ വച്ച് എനിക്ക് തോന്നിപ്പോയി. എന്റെ ഡ്രൈവറോട് മിസ്സിസ് ബെക്ക് പറഞ്ഞു:

"ഇപ്പോൾ പോയിട്ട് രണ്ടോ നാലോ മണിക്കൂർ കഴിഞ്ഞ് വന്നാൽ മതി. ഞാൻ കമലയെ ഇപ്പോഴൊന്നും മടങ്ങുവാൻ അനുവദിക്കയില്ല."

തന്റെ മകന്റെ കൂടെ മഗ്നോളിയയിൽ പോയി ഐസ്ക്രീം തിന്ന് നടന്നുവരാൻ അവർ എന്നോട് പറഞ്ഞു. പതിനാറുകാരനായ ഓട്ടൊവിന് അവർ പത്തുരൂപയുടെ ഒരു നോട്ട് സമ്മാനിക്കുകയും ചെയ്തു.

കല്ക്കത്തയിലെ നിരത്തുകളിൽക്കൂടി ഞാൻ നടക്കാറുണ്ടായിരുന്നില്ല. ഒന്നോ രണ്ടോ തവണ റോഡ് ക്രോസ് ചെയ്തപ്പോൾ എന്റെ കൈത്തലം പരിഭ്രമത്താൽ വിയർത്തു. പക്ഷേ, പിന്നീട് ആദ്യമായി ചിറകുകളുടെ കരുത്ത് പരീക്ഷിച്ചുമനസ്സിലാക്കിയ പക്ഷിക്കുഞ്ഞുപോലെ സന്തോഷവതിയായി ഞാൻ, എന്റെ ഓരോ കാൽവെപ്പിലും പുതുതായി ജനിച്ച ഒരാത്മവിശ്വാസം പ്രകടമായിരുന്നു. വഴിയിൽ കാണുന്നവരോടൊക്കെ പറയണമെന്ന് എനിക്കു തോന്നി, ഞാൻ യുവതിയായെന്ന്.

"നമുക്ക് മെല്ലെ നടക്കാം. നിങ്ങൾ വല്ലാതെ വിയർക്കുന്നു," ഓട്ടൊ പറഞ്ഞു.

ഓട്ടൊ കുലീനനായിരുന്നു. അവൻ എന്നെ തുറിച്ചുനോക്കുകയോ തൊടുവാൻ ശ്രമിക്കുകയോ ഉണ്ടായില്ല. പക്ഷേ, നടക്കുമ്പോൾ ഫ്രോക്കിന്റെ കീഴിൽ ഇടയ്ക്കിടയ്ക്ക് പ്രത്യക്ഷപ്പെട്ട എന്റെ കാൽമുട്ടുകളെ അവൻ കാണരുതെന്ന് ഞാൻ ആശിച്ചു.

ഹരീഷ് മുഖർജി റോഡിലുള്ള ആ ചെറിയ വീട്ടിൽ ലീസാ ബെക്കും പ്രൊഫസർ ബെക്കും മകനും വയലിൻ, പിയാനോ, പാശ്ചാത്യ സംഗീതം എന്നിവയൊക്കെ എനിക്ക് ആദ്യമായി പരിചയപ്പെടുത്തി. മൗനത്തിന്റെ നിർവൃതിദായകമായ സൗന്ദര്യവും.

വീട്ടിൽ വൈകിയെത്തിയപ്പോൾ അച്ഛൻ എന്നോടു കോപിച്ചു. ശകാരത്തിനിടയ്ക്ക് ഞാൻ പിറുപിറുത്തു:

"ബാലിഗഞ്ച് സർക്കുലർ റോഡിൽ താമസിക്കുന്ന റോമ സൈഗളിന്റെ വീട്ടിലായിരുന്നു ഞാൻ..." വിദേശീയരെ അച്ഛൻ വെറുത്തുതുടങ്ങി എന്ന് കരുതിയാണ് ഞാൻ നുണപറഞ്ഞ് ശിക്ഷയിൽനിന്നും രക്ഷപ്പെട്ടത്. റോമ ധനികനായ ഒരാളുടെ മകളായിരുന്നു. അവളുമായിട്ടുള്ള സഖ്യം അച്ഛനെ പ്രീതിപ്പെടുത്തുമെന്ന് ഞാൻ ഊഹിച്ചു. അച്ഛൻ പിന്നെ ഒന്നും പറയാതെ തന്റെ കിടപ്പുമുറിയിലേക്ക് പോയി.

അന്ന് രാത്രി മുഴുവനും ഞാൻ ഉറങ്ങാതെ കിടന്നു. അച്ഛനോട് ആദ്യമായി ഒരു കള്ളം പറഞ്ഞതിന്റെ പശ്ചാത്താപം എന്നെ അലട്ടി. ഡ്രൈവറായ മുർഷിദ് പിറ്റേദിവസം അച്ഛനെ ഓഫീസിലേക്ക് കൊണ്ടുപോവുമ്പോൾ സത്യം വെളിപ്പെടുത്തുകയില്ലേ? എന്റെ ഇംഗ്ലിഷ് ടീച്ചറുടെ വീട്ടിലേക്ക് എനിക്ക് പോവാൻ സ്വാതന്ത്ര്യമുണ്ട്. യാതൊരു കുറ്റവും ഞാൻ ചെയ്തിട്ടുമില്ല. പിന്നെ ഞാൻ എന്തിനാണ് ഒരു കള്ളക്കഥ ചമച്ചത്.

പിറ്റേദിവസം രാവിലെ എട്ടുമണിക്ക് അച്ഛൻ പ്രാതൽ കഴിക്കുവാനായി ഭക്ഷണമുറിയിൽ എത്തിയപ്പോൾ ഞാൻ അടുത്തു ചെന്നു.

അച്ഛന്റെ ആ പരിചിതഗന്ധം—മൈസൂർ ചന്ദനസോപ്പിന്റെയും ഗോൾഡ് ഫ്ലേക്ക് സിഗരറ്റിന്റെയും മിശ്രിതഗന്ധം—ആ മുറിയിൽ പരന്നു. അച്ഛൻ എന്റെ നേർക്ക് നോക്കി:

"ഉം."

"ഇന്നലെ ഞാൻ മിസ്സിസ് ബെക്കിന്റെ വീട്ടിൽ പോയി. എന്നെ ചായ കുടിക്കുവാൻ അവർ വിളിച്ചിരുന്നു," ഞാൻ പറഞ്ഞു.

"റോമായുടെ വീട്ടിൽ പോയെന്നല്ലേ നീ പറഞ്ഞത്?" അച്ഛൻ ചോദിച്ചു.

ഞാൻ തലതാഴ്ത്തി.

"എന്തിനാണ് എന്നോട് പൊളി പറഞ്ഞത്?"

"അച്ഛനെ പേടിച്ചിട്ട്."

"പേടിയോ? അതെന്തിനാ? നിന്റെ ടീച്ചറുടെ വീട്ടിൽ പോയെന്ന് കേട്ടാൽ ഞാൻ ദേഷ്യപ്പെടുമോ?"

"അവിടെനിന്ന് ഐസ്ക്രീം കഴിക്കാനും പോയി."

അച്ഛൻ തന്റെ ചിരി ഒളിപ്പിക്കുവാൻ ശ്രമിച്ചു.

"ഉം. പോയ്ക്കോ." കുളിച്ച് സ്കൂളിൽപ്പോവാൻ ഒരുങ്ങിക്കോ," അച്ഛൻ പറഞ്ഞു.

ആരോടെങ്കിലും പറയണമെന്ന് തീരുമാനിച്ച് ഞാൻ രാത്രി തൃപുരയോട് ഓട്ടൊവിന്റെ കൂടെ നിരത്തിൽകൂടി നടന്നതിനെപ്പറ്റി പറഞ്ഞു.

"ആരാണ് അയാൾ? ബ്രാഹ്മണനാണോ?" തൃപുര സ്വരം താഴ്ത്തിക്കൊണ്ട് ചോദിച്ചു:

"അല്ല," ഞാൻ പറഞ്ഞു.

"കായസ്ഥനൊ ബ്രാഹ്മൊ സമാജക്കാരനോ?" അവർ ചോദിച്ചു.

"അയാൾ ഒരു സായിപ്പാണ്," ഞാൻ പറഞ്ഞു.

"ഛീ ഛീ ഛീ. സായിപ്പിന്റെ കൂടെ നടക്കുന്നത് വല്ലവരും കണ്ടാൽ അച്ഛനും അമ്മയ്ക്കും കുറച്ചിലാണ്," തൃപുര പറഞ്ഞു.

"അവന്റെ മുടി വൃദ്ധന്മാരുടേതെന്നപോലെ വെളുത്തിട്ടാണ്," ഞാൻ പറഞ്ഞു.

"അയ്യോ. തന്തയാണോ?" തൃപുര വിസ്മയം ഭാവിച്ചുകൊണ്ട് ചോദിച്ചു. ഞാൻ ചിരിച്ചു ചിരിച്ച് തളർന്നു. അച്ഛൻ കേൾക്കാതിരിക്കുവാനായി പിന്നീട് ഞാൻ എന്റെ തലയണ കടിച്ച്, ചിരി ഒതുക്കിക്കൊണ്ട് കിടന്നു.

അച്ഛന്റെ മുറിയിൽനിന്ന് അദ്ദേഹത്തിന്റെ കവിതാപാരായണം കേൾക്കാമായിരുന്നു.

അമ്മ അന്നന്ന് എഴുതിത്തീർന്ന കവിതകൾ അച്ഛൻ സസന്തോഷം രാത്രിയിൽ വായിക്കാറുണ്ടായിരുന്നു. അച്ഛൻ വായനയിൽ അശ്രദ്ധമൂലം തെറ്റിക്കുന്ന വരികൾ ഉടനെതന്നെ അമ്മ ശരിയാക്കി ചൊല്ലുക ഒരു പതിവായിരുന്നു.

ബോസിന്റെ വീട്ടിൽനിന്ന് രാത്രി സമയത്ത് അതിഥികളുടെ ഉറക്കെയുറക്കെയുള്ള സംസാരവും പൊട്ടിച്ചിരിയും മുഴങ്ങാറുണ്ടായിരുന്നു. അതിഥികൾ വരാത്ത രാത്രികളിൽ അത്താഴമേശക്കരികെ ഇരുന്നുകൊണ്ട് ആ കുടുംബാംഗങ്ങൾ ഉച്ചത്തിൽ അന്യോന്യം കലഹിച്ചു. കലഹിക്കുമ്പോഴെങ്കിലും അവർ ജനാലവാതിലുകൾ അടയ്ക്കണമെന്ന് അച്ഛൻ ചിരിച്ചുകൊണ്ട് മിസ്സിസ് ബോസിനോട് പറയാറുണ്ടായിരുന്നു. ഏകദേശം അർദ്ധരാത്രിവരെ അവർ കലഹം തുടരാറുണ്ടായിരുന്നു. രാത്രിയുടെ നിശ്ചലതയെ ഭയന്നിരുന്ന എനിക്ക് ആ ശബ്ദകോലാഹലം ആശ്വാസമാണ് നല്കിയത്.

പതിനഞ്ച്

ഫലിതോക്തികൾകൊണ്ട് അച്ഛനെ ഏറ്റവും അധികം പൊട്ടിച്ചിരിപ്പിച്ച സ്നേഹിതൻ ചിത്രകാരനായ ദാസ്മാമയായിരുന്നു. തമിഴനായിരുന്നുവെങ്കിലും അദ്ദേഹത്തെ വീട്ടുവേലക്കാരും മറ്റും കറുത്ത സായിപ്പ് എന്നാണ് വിളിച്ചിരുന്നത്. അദ്ദേഹം പാശ്ചാത്യരാജ്യങ്ങളിൽ താമസിച്ച് ചിത്രകല അഭ്യസിച്ചുവെന്നും മൂന്നുതവണ വിവാഹം ചെയ്തുവെന്നും മൂന്ന് ഭാര്യമാർവഴി നാല് മക്കളുടെ അച്ഛനായി എന്നും മറ്റും ഞങ്ങൾ കേട്ടുകഴിഞ്ഞിരുന്നു. ഒരിക്കൽ മാത്രമേ ഞാൻ അദ്ദേഹത്തിന്റെ വീട്ടിൽ പോയിട്ടുള്ളു. അതും അച്ഛന്റെ കൂടെ. അനവധി കള്ളിച്ചെടികളും സ്വർണ്ണമത്സ്യങ്ങളും ബജ്റിഗർപ്പക്ഷികളും സ്ത്രീകളുടെ വർണ്ണച്ചായപ്പടങ്ങളും ഞാൻ കൗതുകത്തോടെ നോക്കിക്കാണുകയുംചെയ്തു. നനഞ്ഞ ചിറകുകളുടെയും ചീഞ്ഞ മത്സ്യത്തിന്റെയും ദുർഗന്ധം ആ മുറികളിൽ തങ്ങിനിന്നു. മുഷിഞ്ഞ വലബനിയനും കാക്കിമുറിക്കാലുറകളും ധരിച്ചാണ് ദാസ്മാമ വാതില്ക്കൽ വന്ന് ഞങ്ങളെ സ്വീകരിച്ചത്. തന്റെ മരിച്ചുപോയ ബംഗാളി ഭാര്യയുടെ ചിത്രം അദ്ദേഹം എനിക്ക് കാണിച്ചുതന്നു.

''ഇവൾ എന്റെ രണ്ടാം ഭാര്യയായിരുന്നു. പ്രസവം കഴിഞ്ഞപ്പോൾ രക്തസ്രാവത്താൽ മരിച്ചുപോയി,'' ദാസ്മാമ പറഞ്ഞു. ആദ്യഭാര്യ തമിഴത്തിയായിരുന്നുവെന്നും അദ്ദേഹം പറഞ്ഞു. ഭാര്യമാരുടെ വിഷയത്തിൽനിന്ന് അദ്ദേഹത്തിന്റെ ശ്രദ്ധ തിരിക്കാനാവാം അച്ഛൻ ഉടനെതന്നെ വീട്ടിന്റെ പുറത്ത് കടന്നു.

''സമയമില്ല. ഞാൻ പോവുന്നു,'' അച്ഛൻ പറഞ്ഞു.

ദാസ്മാമയുടെ സാന്നിദ്ധ്യം ഇഷ്ടപ്പെട്ടിരുന്നുവെങ്കിലും അദ്ദേഹത്തെ അച്ഛൻ തന്റെ ഔദ്യോഗിക വിരുന്നുകൾക്ക് ഒരിക്കലും ക്ഷണിച്ചിരുന്നില്ല. എന്തുകൊണ്ടുതന്നെ ക്ഷണിച്ചിരുന്നില്ല എന്ന് പലതവണ ദാസ്മാമ ചോദിക്കുകയുമുണ്ടായി. അപ്പോഴൊക്കെ അച്ഛൻ തന്റെ സിഗരറ്റ് ടിൻ തുറന്ന് ദാസ്മാമയ്ക്ക് സിഗരറ്റ് സമ്മാനിക്കുകയും സ്വന്തം വായിൽ ഒരു സിഗരറ്റ് വെച്ച് അത് കത്തിക്കുകയും മാത്രം ചെയ്തു.

ദാസ്മാമയുടെ സംഭാഷണം തീർച്ചയായും രസകരമായിരുന്നു. തനിക്ക് സ്നേഹിക്കുവാൻ സാധിച്ച കുലീനകളെപ്പറ്റി അദ്ദേഹം എന്നും വാചാലനായി. അവർ ധനാഢ്യകളും സർവാംഗസുന്ദരികളുമായിരുന്നുവെന്ന് അദ്ദേഹം പറഞ്ഞു. ലണ്ടനിലും പാരീസിലും മാത്രമല്ല, കല്ക്കത്തയിലും ഉത്തമ സ്ത്രീകൾ ദാസ്മാമയുടെ ആരാധനാപാത്രങ്ങളായി. അവർക്ക് കവിതകൾ എഴുതി അയയ്ക്കുകയും

അവരുടെ വർണ്ണചിത്രങ്ങൾ വരയ്ക്കുകയും അദ്ദേഹത്തിന്റെ മുഖ്യ വിനോദമായിത്തീർന്നു.

സുന്ദരികളെ വരയ്ക്കുവാൻ അദ്ദേഹത്തിന് ഒരു പ്രത്യേക പാടവമുണ്ടായിരുന്നുതാനും. തന്റെ രണ്ടാമത്തെ മകളുടെ ഒരു എണ്ണച്ചായചിത്രത്തിന് പൂമൊട്ടുകൾ എന്നാണ് ദാസ്മാമ പേരിട്ടിരുന്നത്. പതിമൂന്ന് വയസ്സ് പ്രായമുള്ളവളും കറുത്തവളുമായ ആ കുട്ടി ചിത്രത്തിൽ അതീവ നിഷ്കളങ്കയായി കാണപ്പെട്ടു.

ദാസ്മാമ എനിക്ക് എട്ടുവയസ്സ് പ്രായമുള്ളപ്പോൾ ഒരു സിൽക്ക് സാരി വാങ്ങി തൃശൂരിൽ കോൺവെന്റിൽ താമസിച്ചിരുന്ന എനിക്ക് സമ്മാനമായി അയച്ചുതന്നു. ഇളംപച്ചനിറമുള്ള ആ സാരിയിൽ അദ്ദേഹംതന്നെ ചായങ്ങളാൽ ചിത്രങ്ങൾ നിർമ്മിച്ചിരുന്നു. അത് ഞാൻ ബോർഡിങ്ങിലെ മറ്റു കുട്ടികൾക്ക് അഭിമാനത്തോടെ പ്രദർശിപ്പിക്കുകയുംചെയ്തു.

എനിക്ക് പന്ത്രണ്ട് വയസ്സ് പ്രായമുള്ളപ്പോൾ ദാസ്മാമ പറഞ്ഞു:

"ലേഡി കിരൺ ബോസിനെ പരിചയപ്പെടുവാൻ ആഗ്രഹമുണ്ടെങ്കിൽ എന്റെ കൂടെ വരിക."

അത്തരം പ്രഭ്വികളെ പരിചയപ്പെടുവാൻ എനിക്ക് യാതൊരാഗ്രഹവുമുണ്ടായിരുന്നില്ല. പക്ഷേ, അച്ഛനും നിർബന്ധിച്ചു തുടങ്ങിയപ്പോൾ ഞാൻ ഉടുപ്പ് മാറി മുഖം കഴുകി ദാസ്മാമയുടെ കൂടെ പുറപ്പെട്ടു.

"കുലീനസ്ത്രീകൾ അതിഥികളെ എങ്ങനെ സത്കരിക്കുന്നുവെന്ന് മനസ്സിലാക്കിത്തരാം." ദാസ്മാമ പറഞ്ഞു.

കുത്തനെയുള്ള കോണിപ്പടികൾ കയറി ഞാനും ദാസ്മാമയും ഒരു വീതികൂടിയ ഇടനാഴിയിൽ എത്തി. ചുമരിൽ പലരുടെയും വർണ്ണച്ചായച്ചിത്രങ്ങൾ തൂങ്ങിക്കിടന്നു. വെള്ളയൂണിഫോം ധരിച്ച ഒരു പരിചാരകൻ വന്ന് ദാസ്മാമയോട് എന്തോ മന്ത്രിച്ചു. അയാൾ പിന്നീട് പങ്ക ചലിപ്പിച്ച് സ്ഥലം വിട്ടു.

"ലേഡീ ബോസ് വരുന്നുണ്ട്," ദാസ്മാമ തന്റെ നാസാരന്ധ്രങ്ങൾ വിടർത്തിക്കൊണ്ട് മന്ത്രിച്ചു. ഹൃദ്യമായ ഒരു പരിമളം ഇടനാഴിയിൽ പെട്ടെന്ന് പരന്നു.

"എന്ത് വിചിത്രമായ മണം!" ഞാൻ പറഞ്ഞു.

"അത് ഇംഗ്ലിഷ് ലാവൻഡറിന്റെ മണമാണ്. ലേഡീബോസ് ഉപയോഗിക്കുന്ന ഏക സുഗന്ധദ്രവ്യം അതാണ്," ദാസ്മാമ പറഞ്ഞു. സ്വതവേ ഉച്ചത്തിൽ മാത്രം സംസാരിക്കാറുള്ള ദാസ്മാമ ആ വസതിയിൽവച്ച് താഴ്ന്നസ്വരത്തിൽ മാത്രമേ സംസാരിച്ചുള്ളു. പള്ളിയിലോ ക്ഷേത്രത്തിന്റെ ശ്രീകോവിലിലോ നില്ക്കുമ്പോഴെന്നപോലെ ഏറ്റവും ഭവ്യതയോടെ അദ്ദേഹം പെരുമാറി. ലേഡീ കിരൺ ബോസ് മെലിഞ്ഞ്

ഉയരം കുറഞ്ഞ ഒരു സ്ത്രീയായിരുന്നു. തിളങ്ങുന്ന കണ്ണുകളിൽക്കൂടിയും ചിരിക്കുന്നവൾ. അവർ എന്നെ നോക്കിക്കൊണ്ട് ദാസ്മാമയോട് ചോദിച്ചു:

"ഇതാണോ നിങ്ങളുടെ സ്നേഹിതന്റെ മകൾ? കവിതയെഴുതുന്ന കമല?"

"അതെ." മൂന്നുതട്ടുള്ള ഒരു ട്രോളി പരിചാരകൻ അവരുടെ സമീപത്തേക്ക് ഉന്തിക്കൊണ്ടുവന്ന് നിർത്തി. മുകളിലെ തട്ടിൽ പാലും മൂന്ന് കപ്പുകളും ഉണ്ടായിരുന്നു. രണ്ടാമത്തെ തട്ടിൽ കേക്കിന്റെ നേർത്ത കഷണങ്ങളും രസഗുളയും സന്ദേഷും ചീസ് സാൻഡ്‌വിച്ചുകളും മറ്റും പിഞ്ഞാണങ്ങളിൽ നിരത്തിവച്ചിരുന്നു. അരികിൽ ലേസ് തുന്നിപ്പിടിപ്പിച്ച ഓരോ ചുവന്ന നാപ് കിൻ അവർ എനിക്കും ദാസ്മാമയ്ക്കും നീട്ടി. അത് ഞാൻ എന്റെ കാൽമുട്ടുകളിൽ നിവർത്തി വിരിച്ചു.

നേർത്ത ബോൺ ചൈനയുടെ കപ്പുകളിലാണ് അവർ ചായ പകർന്നു തന്നത്. ദാസ്മാമയുടെ കൈകളുടെ വിറയൽ കാരണം അദ്ദേഹത്തിന്റെ കപ്പിലെ ചായ സോസറിലേക്ക് തുളുമ്പിവീഴുന്നത് ഞാൻ അമ്പരപ്പോടെ നോക്കിക്കണ്ടു. അദ്ദേഹം കടിച്ച കേക്ക് തകർന്ന് പരവതാനിയിൽ വീഴുകയുംചെയ്തു. പക്ഷേ, ലേഡീ കിരൺ ബോസ് ഇത്തരം ചില്ലറ അത്യാഹിതങ്ങളൊന്നും കണ്ടതായി ഭാവിച്ചതേയില്ല. അവരുടെ മുഴുത്ത ചുണ്ടുകളിൽനിന്ന് ആദ്യത്തെ മന്ദഹാസം മാഞ്ഞതുമില്ല.

"ആദ്യത്തിൽ, എന്റെ കൗമാരദശയിൽ, ഞാനും കവിത എഴുതുമായിരുന്നു. പക്ഷേ, പിന്നീട് വിവാഹവും കുടുംബജീവിതവും എല്ലാമായപ്പോൾ കവിത എഴുത്ത് തീരെ അവസാനിച്ചു. ജീവിതംതന്നെ ഒരു കവിതയായി മാറി." അവർ പറഞ്ഞു.

ഞങ്ങൾ ചായകുടിച്ച് തീർന്നപ്പോഴേക്കും അവിടെ മൂന്നുപേർ വന്നെത്തി—ലേഡീ ബോസിന്റെ ഒരനന്തരവനും അദ്ദേഹത്തിന്റെ ഭാര്യ റോമയും അവരുടെ എട്ടുവയസ്സ് പ്രായം വരുന്ന മകനും. റോമ കറുത്ത് തടിച്ച് അരക്കെട്ടും തത്തമൂക്കുമുള്ള ഒരു ദക്ഷിണേന്ത്യക്കാരിയായിരുന്നു. മകന് അമ്മയുടെ ഛായയായിരുന്നു. ആ ദമ്പതിമാർ തങ്ങളുടെ വിവാഹബന്ധത്തിൽ സന്തുഷ്ടരല്ലെന്ന് ഒറ്റനോട്ടത്തിൽ ആർക്കും മനസ്സിലാകുമായിരുന്നു. എങ്കിലും ലേഡീ കിരൺ ബോസ് ചോദിച്ച ചോദ്യങ്ങൾക്കൊക്കെ അവർ മറുപടി പറയുകയും വേണ്ടയിടത്തൊക്കെ ചിരിക്കുകയും ചെയ്തു. കുട്ടി മാത്രം ഒന്നും പറഞ്ഞില്ല. അവൻ രസഗുള മുഴുവൻ ഒറ്റയിരിപ്പിൽ തിന്നു തീർത്തു.

മടങ്ങുമ്പോൾ ദാസ്മാമ ചോദിച്ചു:

"ആമീ, ലേഡീ ബോസിനെപ്പറ്റി എന്തു തോന്നുന്നു? അവർ അതീവ സുന്ദരിയല്ലേ?"

ഞാൻ ഉത്തരം പറഞ്ഞില്ല. അവർ ഒരു വൃദ്ധയാണെന്ന് എനിക്ക് തോന്നിയിരുന്നു. ഒരു വൃദ്ധയ്ക്കും സുന്ദരിയായി അറിയപ്പെടാമെന്ന് ആ കാലത്ത് എനിക്ക് വിശ്വസിക്കുവാൻ കഴിയുമായിരുന്നില്ല.

എന്നെ വീട്ടിൽ കൊണ്ടുവന്നാക്കിക്കൊണ്ട് ദാസ്മാമ അച്ഛനോട് പറഞ്ഞു:

"ലേഡീ ബോസിന് ആമിയെ ഇഷ്ടപ്പെട്ടു. അവളെ ആശ്ലേഷിച്ചു. ഇനിയും വരണമെന്ന് പറഞ്ഞിട്ടുണ്ട്..."

എന്നെ ലേഡീ ബോസ് ആശ്ലേഷിച്ചില്ല എന്ന് എനിക്കെങ്കിലും അറിയാമായിരുന്നു. പക്ഷേ, ദാസ്മാമയുടെ ആവേശത്തിന് ഭംഗം വരുത്തുവാൻ എനിക്ക് മനസ്സു വന്നതുമില്ല.

അന്ന് അച്ഛൻ പിന്നീട് ഊണുകഴിക്കുമ്പോൾ എന്നോടു ചോദിച്ചു:

"നിനക്ക് ഇനിയും ലേഡീ കിരൺ ബോസിനെ കാണുവാൻ ആഗ്രഹമുണ്ടോ?"

"ഇല്ല." ഞാൻ പറഞ്ഞു.

അച്ഛൻ ഉറക്കെ പൊട്ടിച്ചിരിച്ചു. "പാവം ദാസ്." അച്ഛൻ പിറുപിറുത്തു. ദാസ്മാമയെ അച്ഛന് ആദ്യമായി പരിചയപ്പെടുത്തിയത് സുന്ദർ എന്ന ഓമനപ്പേരാൽ അറിയപ്പെട്ടിരുന്ന പി. മന്നാടിയാരായിരുന്നു. മന്നാടിയാർ വിവാഹിതനായി മൂന്ന് മാസങ്ങൾക്കുള്ളിൽ ടൈഫോയിഡ് ബാധിച്ചു മൃതിയടഞ്ഞു. അദ്ദേഹത്തിന്റെ വിധവയുടെ പേരായിരുന്നു കല്യാണി. രണ്ടുപേരുകളും കൂട്ടിച്ചേർത്ത് ദാസ്മാമ തന്റെ മൂന്നാമത്തെ പെൺകുട്ടിക്ക് കല്യാണ സുന്ദരി എന്ന് നാമകരണം ചെയ്തു. ആ കുട്ടിയെ നാല് വയസ്സിൽത്തന്നെ ബോർഡിങ്ങിലാക്കുകയും ചെയ്തു. അവളെ ജുജൂവെന്നാണ് ദാസ്മാമ വിളിച്ചിരുന്നത്. കുട്ടികളെ കൂടെ താമസിപ്പിച്ച് വളർത്തുവാൻ അദ്ദേഹം യാതൊരു താല്പര്യവും പ്രകടിപ്പിച്ചില്ല. അവരുടെ സാന്നിദ്ധ്യം തന്റെ കലാസപര്യയ്ക്ക് ഭംഗംവരുത്തുമെന്ന് അദ്ദേഹം ഭയന്നിരിക്കാം. പക്ഷേ, അദ്ദേഹത്തിന്റെ വീട്ടിൽ പൂച്ചകളും മുയലുകളും പക്ഷികളും മത്സ്യങ്ങളും ജീവിച്ചുപോന്നു. അവയുടെ ആഹാരത്തിന് അദ്ദേഹം സസന്തോഷം ഏർപ്പാടുകൾചെയ്തു.

"എനിക്ക് എന്റെ മക്കൾ അന്യരാണെന്ന് ഒരു തോന്നൽ," ഒരിക്കൽ ദാസ്മാമ അച്ഛനോട് പറഞ്ഞു.

അച്ഛൻ അദ്ദേഹത്തിന്റെ ചുമലിൽ കൈവച്ച് സാന്ത്വനപ്പെടുത്തുവാൻ ഒരു ശ്രമം നടത്തി. തന്നെ ആർക്കും വേണ്ടാതായെന്ന ബോധം ദാസ്മാമയെ നിരന്തരം അലട്ടി. തന്നെ സ്നേഹിച്ചിരുന്നവരൊക്കെയും

പരലോകത്തേക്ക് പൊയ്ക്കഴിഞ്ഞുവെന്ന് അദ്ദേഹം പരാതിപ്പെടാറുണ്ടായിരുന്നു.

"നായർ, ഞാനൊരു പാപിയാണെന്ന് എനിക്ക് തോന്നിത്തുടങ്ങിയിരിക്കുന്നു," അദ്ദേഹം അച്ഛനോട് പറഞ്ഞു.

"എന്തു പാപമാണ് ചെയ്തിരിക്കുന്നത്? അസംബന്ധം പറയരുത്," അച്ഛൻ അദ്ദേഹത്തോട് ചിരിച്ചുകൊണ്ട് പറഞ്ഞു.

"എന്നെ ആത്മാർത്ഥമായി സ്നേഹിച്ചവരെ ഞാൻ സ്നേഹിച്ചില്ല," ദാസ്മാമ പറഞ്ഞു.

"ഇപ്പോൾ അതിനെപ്പറ്റി ആലോചിച്ചിട്ടെന്ത് ഫലം?" അച്ഛൻ ചോദിച്ചു.

"സ്നേഹം അഭിനയിക്കാമായിരുന്നു," ദാസ്മാമ തുടർന്നു.

"ഈ അപരാധബോധം നിങ്ങളെ തകർക്കും. നിങ്ങൾ പണ്ടത്തെപ്പോലെ നേരംപോക്കുകൾ പറഞ്ഞ് സന്തോഷവാനായി ജീവിക്കണം," അച്ഛൻ പറഞ്ഞു.

"അപ്പോൾ ഞാനൊരു സർക്കസ്സ് കോമാളിയായി ജീവിതം തുടരണം, അല്ലേ?" ദാസ്മാമ ചോദിച്ചു. ഇടയ്ക്കിടയ്ക്ക് ആസ്മ ബാധിക്കാറുള്ളതുകൊണ്ടാവാം അദ്ദേഹത്തിന്റെ ശ്വാസോച്ഛ്വാസത്തിൽ ഒരു വലിവ് ചിലപ്പോൾ പ്രകടമായിരുന്നു.

"നിങ്ങളെ കോമാളിയെന്ന് ഞാൻ വിളിച്ചിട്ടില്ല," അച്ഛൻ പറഞ്ഞു.

"വിളിച്ചില്ലായിരിക്കാം. പക്ഷേ, കോമാളിയായി മനസ്സിൽ കണ്ടു, അല്ലേ?" ദാസ്മാമ ചോദിച്ചു.

അദ്ദേഹം തന്റെ മുറിക്കാലുറയുടെ അരപ്പട്ട പിടിച്ച് കയറ്റിക്കൊണ്ട് വാതില്ക്കലേക്ക് നടന്നു.

"ദാസ്, കുട്ടികളെപ്പോലെ പിണക്കം കാണിക്കുകയോ? ഇരിക്കൂ. നമുക്ക് രണ്ടുപേർക്കുംകൂടി കുറച്ച് ചായ കുടിക്കുക," അച്ഛൻ പറഞ്ഞു.

അച്ഛനും ദാസ്മാമയും തമ്മിൽ നേർത്ത ഒരു പിണക്കമെങ്കിലും വന്ന് ചേർന്നാൽ ആഹ്ലാദിക്കുവാൻ എന്റെ വീട്ടിൽ പലരും ഉണ്ടായിരുന്നു. അവരിൽ മുഖ്യനായിരുന്നു കുഞ്ഞാത്തു.

"നൂപ്പരെ കാണാൻ സായിപ്പന്മാരും പ്രമാണികളും ഇബടെ എത്തുമ്പൊ ഈ കറുത്ത സായിപ്പ് ഇബടെ സോപ്പേമ്മല് കുത്തിരിയ്ക്കണത് കണ്ടാ നുമ്മക്കാ കൊറച്ചില്! ആ കുപ്പായം ഒന്ന് തിരുമ്മി ഒണക്കിക്കൂടേ ആ ചെങ്ങായ്ക്ക്? ഉമ്മറത്ത് കുത്തിരുന്നാ മതി അടുക്കളേയ്ക്കുംകൂടി ചൂരടിക്കും."

"അയിന് പാര്യേല്യ, ആരൂല്യ. പിന്നെ ആരാ കുപ്പായം തിരുമ്മി കൊടക്കാ?" കല്ലു ചോദിച്ചു.

“തിരുമ്മാൻ വെശല്യേങ്കി പുതിയ കുപ്പായം വാങ്ങിയ്ക്കട്ടെ,” കുഞ്ഞാത്തു പറഞ്ഞു.

ദാസ്മാമയുടെ ജന്മദിനത്തിന് അദ്ദേഹത്തിന് നാല് ഷർട്ടുകൾ വാങ്ങി സമ്മാനിക്കണമെന്ന് ഞാൻ അച്ഛനോട് പറഞ്ഞു. അദ്ദേഹത്തെ സന്തോഷിപ്പിക്കുന്നതിനുപകരം ആ പാരിതോഷികം വേദനിപ്പിക്കുമെന്ന് അച്ഛൻ എന്നോട് പറഞ്ഞു.

“ദാസ് ദരിദ്രനല്ല. കലാകാരനായതുകൊണ്ട് ഇത്തരം കാര്യങ്ങളിൽ ശ്രദ്ധ വെക്കാറില്ല,” അച്ഛൻ പറഞ്ഞു.

അച്ഛന്റെ മറ്റു സ്നേഹിതന്മാർ വസ്ത്രധാരണത്തിൽ അന്തസ്സ് പാലിക്കുന്നവരായിരുന്നു. പെരുമ്പിലാവിൽ ഗോവിന്ദമേനോൻ ഖദർ വസ്ത്രധാരിയായിരുന്നു. മുർക്കോത്ത് കുഞ്ഞപ്പയും എം. ആർ. നായരും ക്യാപ്റ്റൻ മേനോനും അനന്തൻനായരും മറ്റും പാശ്ചാത്യരീതിയിൽത്തന്നെ മോടിയോടെ വസ്ത്രധാരണംചെയ്തു.

അച്ഛന്റെ ഓഫീസിൽ അദ്ദേഹത്തിന്റെ സെക്രട്ടറിയായിരുന്ന മിസ് കാരാപ്പിയറ്റ് ആണ് എനിക്ക് ഉടുപ്പ് തയ്പിക്കുവാൻ തുണി തിരഞ്ഞെടുത്തിരുന്നത്. മിത്രങ്ങളോ ബന്ധുക്കളോ വിവാഹിതരാവുമ്പോൾ അവർക്ക് സമ്മാനങ്ങൾ തിരഞ്ഞെടുത്തതും ആ സ്ത്രീതന്നെ. അച്ഛന് ഷോപ്പിങ് തീരെ ഇഷ്ടമുണ്ടായിരുന്നില്ല. അമ്മയും ഷോപ്പിങ്ങിന് പോയിരുന്നില്ല. എനിക്ക് വെളുത്ത വസ്ത്രങ്ങൾ മാത്രമേ ചേരുകയുള്ളൂ എന്ന് അച്ഛൻ മിസ് കാരാപ്പിയറ്റിനോട് പറഞ്ഞിരുന്നു. അതുകൊണ്ട് ഏറ്റവും വിലകൂടിയതെങ്കിലും വെളുത്ത നിറമുള്ള തുണികൾ മാത്രമാണ് അവർ വാങ്ങിയിരുന്നത്.

“നീ എന്നാ സന്ന്യസിക്കാൻ പുറപ്പെടുന്നത്?” സരോജ എന്നെ കളിയാക്കി ചിരിക്കാറുണ്ടായിരുന്നു. സരോജയും ശാന്തുവും മറ്റു സ്നേഹിതമാരും വർണ്ണശബളങ്ങളായ ഉടുപ്പുകൾ ധരിച്ചു.

ഒരുദിവസം അനന്തൻനായരും ഭാര്യയായ വസന്തോപ്പുവും പല വർണ്ണങ്ങളുമുള്ള അമേരിക്കൻപട്ടുകൾ ഞങ്ങളുടെ വീട്ടിലേക്ക് കൊണ്ടുവന്നു (വസന്തോപ്പു അമ്പാഴത്തേൽ ഗോവിന്ദമേനോന്റെ മകളായിരുന്നു). അച്ഛൻ അവകൊണ്ട് എനിക്ക് ഉടുപ്പുകൾ തയ്പ്പിച്ചുതന്നു. അവയുടെ തിളക്കം കണ്ണഞ്ചിപ്പിക്കുന്നതായിരുന്നു. അതുകൊണ്ടാവാം അവ ധരിച്ച് പുറത്ത് പോവാൻ ഞാൻ ഒരുങ്ങിയില്ല. വെളുത്ത വസ്ത്രം മാത്രം ധരിക്കുന്നവൾ എന്ന് അറിയപ്പെട്ട എനിക്ക് നിറങ്ങൾ ധരിക്കുവാൻ പെട്ടെന്ന് സങ്കോചംതോന്നി. അവ അലമാരയിൽ കുറെക്കാലം കിടന്നുവെന്ന് ഞാൻ ഓർക്കുന്നു.

അനന്തൻനായരുടെ പത്നി ഞാൻ അന്നുവരെ കണ്ടിട്ടുള്ള സ്ത്രീകളിൽവെച്ച് ഏറ്റവും അധികം സൗന്ദര്യവതിയായിരുന്നു. പാതി അടഞ്ഞവയും ആലസ്യം കലർന്നവയുമായ നേത്രങ്ങളും

മനോഹരങ്ങളായ പല്ലുകളും ശരീരലാവണ്യവും നീണ്ട് ഇടതൂർന്നു വളർന്ന മുടിയും അവരെ ഒരപൂർവ്വദൃശ്യമാക്കി. അവരെ ഞങ്ങളുടെ പരിചാരകർ വാനോളം പുകഴ്ത്തി. ഒരു മലയാളി യുവതിക്ക് ആ വെളുത്തനിറം ഉണ്ടാവാമെന്ന് തങ്ങൾ മനസ്സിലാക്കിയിരുന്നില്ലെന്ന് സരോജയുടെയും ബുച്ചുവിന്റെയും കുടുംബാംഗങ്ങൾ അഭിപ്രായപ്പെട്ടു. ഒരുദിവസം സുവർണ്ണവർണ്ണത്തിലുള്ള പട്ടുസാരിയും ധരിച്ച് അവർ എന്റെ വീട്ടിൽ വന്നപ്പോൾ കല്ലു, നമ്പ്യാർ, കുഞ്ഞാത്തു, തൃപുര മുതലായവർ സല്ക്കാരമുറിയുടെ വാതിൽക്കൽ അവരെയും നോക്കി അന്തംവിട്ടുനിന്നു. അമ്പാഴത്തേൽക്കാരുടെ ആ പ്രത്യേക പൊട്ടിച്ചിരിയും വസന്തോപ്പുവിന് കൈമുതലായി ഉണ്ടായിരുന്നു. ആ ചിരിയുടെ വശ്യത ശത്രുക്കളെക്കൂടി ആകർഷിക്കത്തക്കതായിരുന്നു. ഗുരുവായൂരിൽനിന്ന് വൻ നഗരിയിലേക്ക് വന്നെത്തിയ വധുവായതുകൊണ്ടാവാം വസന്തോപ്പു അതീവ ലജ്ജാവതിയായി കാണപ്പെട്ടു.

തന്റെ മകൻ വിശ്വനാഥന് കല്യാണപ്രായമാവുമ്പോൾ ഗുരുവായൂരിൽപ്പോയി ഒരു വധുവിനെ തേടുമെന്ന് മിസ്റ്റർ സോമസുന്ദരം എന്നോട് പറഞ്ഞു.

"മിസ്സിസ് അനന്തൻനായരെ കണ്ടതുകൊണ്ടാണ് ഇതെല്ലാം പറയുന്നത്," അദ്ദേഹത്തിന്റെ പത്നി നീരസത്തോടെ പറഞ്ഞു.

തൊലിവെളുത്തതുകൊണ്ട് മാത്രം ഒരുത്തിയെ സുന്ദരിയാക്കി പരിഗണിക്കുന്നത് അബദ്ധമാണെന്ന് അവർ എന്നോടു പറഞ്ഞു. വെളുപ്പ് മാത്രമുള്ളവർ സുഗന്ധമില്ലാത്ത പൂവുപോലെയാണെന്നും അവർ പ്രസ്താവിച്ചു.

സോമസുന്ദരം പൊട്ടിച്ചിരിച്ചു. "വെളുപ്പ് മാത്രമല്ല, രൂപഭംഗിയും ഉണ്ടെങ്കിൽ നീ അവരെ എന്തു വിളിക്കും?" അദ്ദേഹം ഭാര്യയോടു ചോദിച്ചു.

ആ സ്ത്രീ വേഗത്തിൽ അടുക്കളയിൽ ജോലിയുണ്ടെന്നും പറഞ്ഞ് നടന്നുമറഞ്ഞു. സോമസുന്ദരം പിന്നെ ഒരു ത്യാഗരാജ കീർത്തനം ആലപിച്ചു തുടങ്ങി.

പതിനാറ്

നാലപ്പാട്ടെ പാമ്പിൻകാവിൽ അനവധി വർഷങ്ങളായി വളർന്നു നില്ക്കുന്ന നീർമാതളമരം പൂക്കുന്ന കാലത്ത് നാട്ടിൽ വന്നെത്തുവാൻ കല്ക്കത്തയിൽ ഒരു വിദ്യാർത്ഥിനിയായി ജീവിച്ചിരുന്ന എനിക്ക്

എല്ലാ വർഷവും സാധിച്ചില്ല. ഇന്നും ആ മരം പൂക്കുമ്പോൾ ഞാൻ അവിടെ എത്താറില്ല. എങ്കിലും എന്റെ അടച്ച കൺപോളകൾക്ക് പിന്നിൽ വെണ്ണവർണ്ണമുള്ള പൂക്കളും വഹിച്ചു തലയെടുപ്പോടെ നില്ക്കുന്ന ആ മരം വൈകാരിക സുരക്ഷിതത്വത്തിന്റെ ഒരു പ്രതീകം കണക്ക് നിലകൊള്ളുന്നു. അതിന്റെ ഗന്ധം സ്മരണയുടെ രാജവീഥികളിൽ തളംകെട്ടുന്നു...

നീർമാതളമരം പൂക്കുന്നത് കേവലം ഒരാഴ്ചക്കാലത്തിന് വേണ്ടിയാണ്. പുതുമഴയുടെ സുഗന്ധം മണ്ണിൽനിന്ന് ഉയർന്നാൽ നീർമാതളം പൂക്കാറായി എന്ന് വിചാരിക്കാം. പൂക്കൾ വന്നുനിറഞ്ഞാൽ ഇലകൾ കൊഴിയുകയും ചെയ്യും. പാടത്തിന്നപ്പുറത്ത് ആശാരിപ്പറമ്പിൽ നില്ക്കുന്നവരുടെ നാസാരന്ധ്രങ്ങളിലും ഒരനുഗ്രഹമെന്നപോലെ ആ പൂക്കളുടെ പരിമളം വന്നെത്തും. ആ മരത്തിൽ പടർന്ന റങ്കൂൺ ക്രീപ്പറുടെ വള്ളികളിൽ എല്ലാ മാസവും കുറച്ച് പൂക്കൾ കാണാം; വെളുത്തവയും ചുവന്നവയും. അവയ്ക്കുമുണ്ടായിരുന്നു ഹൃദ്യമായൊരു സൗരഭ്യം. തെക്കു പടിഞ്ഞാറൻ കാറ്റ് വീശുമ്പോൾ സന്ധ്യ ഇരുളിൽ താഴ്ത്തിയ മുറ്റത്ത് അത് പരക്കാറുണ്ടായിരുന്നു.

"എനിക്ക് ഇവിടെ ഏറ്റവും ഇഷ്ടപ്പെടുന്നത് ഈ പാമ്പിൻകാവിലെ പൂക്കളുടെ മണമാണ്," ഞാൻ ഒരിക്കൽ അമ്മമ്മയോട് പറഞ്ഞു. അഭിമാനത്തോടെ അവർ തന്റെ ചുറ്റും നോക്കി. കാഞ്ഞിരവും ഇലഞ്ഞിയും പരിയും നീർമാതളവും കുങ്കുമവും പൂവണിഞ്ഞ സമയമായിരുന്നു അത്. പടിഞ്ഞാറേ മുറ്റത്ത് പാരിജാതവും തന്റെ കൊച്ചരിപ്പൂക്കൾ ഉതിർത്തു.

"പിന്നെ ഈ ഊഞ്ഞാലും." ഞാൻ പറഞ്ഞു.

ഞങ്ങൾ കല്ക്കത്തയിൽ താമസിക്കുന്ന വീട്ടിന്റെ വളപ്പിൽ വലിയ മരങ്ങൾ വച്ചുപിടിപ്പിക്കുവാൻ സ്ഥലമില്ലെന്ന് ഞാൻ അമ്മമ്മയോട് പറഞ്ഞു. മരച്ചില്ലകൾ സ്പർശിക്കുവാൻ ആഗ്രഹം തോന്നുമ്പോൾ ഞാൻ(ടെറസ്സിൽ) മട്ടുപ്പാവിൽപ്പോയി ബാനർജിയുടെ വളപ്പിൽ വളർന്ന മാവിന്റെ ചില്ലകൾ തൊട്ടുനോക്കാറുണ്ടായിരുന്നു. ബാനർജിയുടെ മാവിന്റെ മാമ്പഴം ഒരിക്കൽ ഞങ്ങളുടെ ടെറസ്സിൽ വീണ കാര്യവും ഞാൻ പറഞ്ഞു.

"അത് തിന്നാതെ അവർക്ക് കൊടുത്തയച്ചു."

അമ്മമ്മയ്ക്ക് നഗരവാസികളുടെ സത്യസന്ധതയെപ്പറ്റി നല്ല മതിപ്പുണ്ടായിരുന്നു.

"അന്തസ്സോടെ ജീവിക്കണം." അവർ പറഞ്ഞു.

പന്ത്രണ്ട് വയസ്സ് പ്രായമായപ്പോൾ ഞാൻ വേനലവധിക്കായി നാലപ്പാട്ട് ചെന്നെത്തി. കുളത്തിൽചാടി പതിവുപോലെ നീന്തുവാനും വെള്ളത്തിൽ മലർന്നു കിടക്കാനും എനിക്ക് വൈമനസ്യം അനുഭവ

പ്പെട്ടു. ആയിടയ്ക്ക് എനിക്ക് മനസ്സിലാക്കുവാൻ കഴിയാത്ത കാരണങ്ങളാൽ എന്റെ ശരീരത്തിന് പല മാറ്റങ്ങളും വന്നുകഴിഞ്ഞിരുന്നു. സർപ്പത്തിന്റെ പ്രലോഭനത്താൽ മധുരക്കനി ഭക്ഷിച്ച ഹവ്വയെപ്പോലെ ലജ്ജാവതിയായി മാറിയിരുന്നു ഞാനും. യാതൊരു മുന്നറിയിപ്പും കൂടാതെ എന്റെ അവയവങ്ങൾ കൊഴുത്തു. രണ്ടോ മൂന്നോ ഭാഗത്ത് രോമം മുളയ്ക്കുകയുംചെയ്തു. കുളിമുറിയിലെ പഴയ നിലക്കണ്ണാടിയിൽ പ്രതിഫലിച്ചുകണ്ട ശരീരം എനിക്ക് അപരിചിതമായി തോന്നി. കഴുത്തിനു മീതെ കണ്ട മുഖം എന്റെ മുഖം തന്നെയെങ്കിലും ബാക്കിഭാഗം ഒരന്യയുടേതെന്നപോലെ അപരിചിതമായി തോന്നി. ലജ്ജ നനഞ്ഞ ഒരടിവസ്ത്രംപോലെ എന്റെ ശരീരത്തിൽ ഒട്ടിപ്പിടിച്ചു കിടന്നു.

"ഞാൻ ഇനി കുളിമുറീല് കുളിക്കാം," ഞാൻ അമ്മമ്മയോട് പറഞ്ഞു.

കുളിമുറിയിൽ മരത്തവളകളെ താൻ കാണാറുണ്ടെന്ന് അമ്മമ്മ എന്നോട് പറഞ്ഞു.

"കമലയ്ക്കെന്തു പറ്റി? കഴിഞ്ഞകൊല്ലം വന്നപ്പഴുംകൂടി കൊളത്ത്ന്ന് കേറ്റാനായിരുന്നു പ്രയാസം. രാവിലെ വെള്ളത്തിലെറങ്ങിയാൽ കുളിച്ച് കയറുമ്പൊ കൃത്യം ഒരുമണി," അമ്മമ്മ പറഞ്ഞു.

കുളം അടുത്തുതന്നെ വൃത്തിയാക്കിച്ചെന്നും അവർ പറഞ്ഞു.

"പണ്ട് കാണാണ്ടെയായില്ല്യേ ഓരോട്ടുകിണ്ണം? നമ്മള് എണ്ണ കൊണ്ടു വന്നിരുന്ന കിണ്ണം? അത് കിട്ടി. കാക്ക കൊണ്ടോയി കൊളത്തിലിട്ടതാവും," അമ്മമ്മ പറഞ്ഞു.

ഒടുവിൽ അമ്മമ്മയെ സന്തോഷിപ്പിക്കുവാനായി ഞാൻ അവരുടെയൊപ്പം കുളത്തിൽ കുളിക്കുവാൻ പോയി. നാലപ്പാട്ടെ കുളത്തിൽ നീന്തുവാൻ മാത്രമല്ല അവിടെ മലർന്നുകിടന്ന് മണിക്കൂറുകൾ ചെലവഴിക്കാനും ഞാൻ എന്നും ഇഷ്ടപ്പെട്ടു. വെള്ളത്തിൽ ചലനരഹിതയായി കിടക്കുമ്പോൾ എന്റെ മനസ്സും ചലനരഹിതമായിത്തീരാറുണ്ടായിരുന്നു. ആകാശത്തിൽ വെള്ളി നൂലിഴകൾ പൊങ്ങുന്നതും അലയുന്നതും ഞാൻ നോക്കിക്കണ്ടു. കുളത്തിന്റെ വക്കത്തെ പൊന്തകളിൽനിന്നു മഞ്ഞക്കണ്ണുകളുള്ള കുളക്കോഴികൾ 'കുർകുർ' എന്ന് ശബ്ദിച്ചുകൊണ്ട് പ്രാഞ്ചി പ്രാഞ്ചി പുറത്തു വരുന്നതും ഞാൻ കണ്ടു. മുളങ്കാടുകളിൽ പൊന്മ ചിറകടിക്കുന്നത് കണ്ടു. മുളകൾക്കിടയിൽനിന്ന് വിഷപ്പാമ്പ് ഉച്ചത്തിൽ ഊതുന്നത് ഞാൻ കേട്ടു. നാലപ്പാട്ടെ കുളത്തിൽ നീർക്കോലികൾക്കും ചരിഞ്ഞ് നീങ്ങുന്ന ആമകൾക്കും മീനുകൾക്കും പുറമേ ഒരു ചീങ്കണ്ണിയുമുണ്ടായിരുന്നു. ഞങ്ങൾ കുളത്തിലിറങ്ങിയാലുടനെ അത് കരയ്ക്ക്

കയറി വെയിലത്ത് വായ് തുറന്ന് കിടക്കാറുണ്ടായിരുന്നു. പൊന്ത കളിലെ മഞ്ഞരളിപ്പൂക്കളിലും തേവിടിശ്ശിപ്പൂക്കളിലും തേൻ കുടിക്കുവാൻ എത്തുന്ന വണ്ടുകളും തുമ്പികളും വഴിതെറ്റി അതിന്റെ വായിൽപ്പെടാറുണ്ടായിരുന്നു.

വെയിൽ തട്ടി തണുപ്പ് വിട്ട വെള്ളത്തിൽ മലർന്നു കിടക്കുന്ന ആ കിടപ്പായിരുന്നു എന്റെ തപസ്സും എന്റെ ഇഷ്ടവിനോദവും. ആ കിടപ്പിൽ ഭൂമിയുടെ മുക്കാൽ ഭാഗവും അധീനത്തിലാക്കിയ സമുദ്രഗണത്തിന്റെ താളലയം കാതുകളിൽ പതിക്കുന്നതായി എനിക്ക് അനുഭവപ്പെട്ടിരുന്നു. ഭൂമിയുടെ ആകർഷണത്തിൽ ഒതുങ്ങുന്ന വെള്ളത്തിന്റെ താളംതന്നെയല്ലേ എന്റെ നാഡികളുടെയും താളം?

സന്ധ്യയ്ക്ക് മേൽകഴുകാൻ കുളത്തിൽ ഇറങ്ങുമ്പോഴും അതിന്റെ അന്തർഭാഗത്ത് സൂര്യന്റെ സുഖകരമായ ചൂട് നിലനില്ക്കുന്നതായി എനിക്ക് അനുഭവപ്പെട്ടിരുന്നു. കുളത്തിന്റെ അഗാധതകളിൽ ഒരു സൂര്യൻ മയങ്ങിക്കിടക്കുന്നതായി എനിക്ക് തോന്നാറുണ്ടായിരുന്നു. ആ കിടപ്പിൽ മനുഷ്യജീവിതത്തിന്റെ നോവിപ്പിക്കുന്ന അതിർത്തി ബോധം എന്നെ വിട്ടുപോയി. കാലത്തിന്റെ ചട്ടക്കൂടുകൾ തകർക്കുവാൻ മഹാസമുദ്രങ്ങളുടെ ഒരംശം മാത്രമായ ഒരു ചെറുജലാശയത്തിനും സാധിക്കുമെന്ന് എനിക്ക് ക്രമേണ മനസ്സിലായി. ജലം തന്നെയാവാം ജീവിതത്തിന്റെ ആദ്യകവാടം. ഒടുവിൽ നാക്കിലൊഴിക്കുന്ന തീർത്ഥംതന്നെ നമ്മുടെ മടക്കവാതിൽ...

"കമല വളർന്നിരിക്ക്ണൂ," അമ്മമ്മ പറഞ്ഞു. അവർ എന്റെ ചുരുണ്ടമുടിയിൽ വെളിച്ചെണ്ണ തേച്ചു. അവരുടെ വിരലുകൾ എന്റെ ശരീരത്തിൽ സ്പർശിച്ചപ്പോൾ ഞാൻ ധൃതിയിൽ വെള്ളത്തിലേക്ക് ചാടി.

"തലമുടീന്ന് എല്ലാ മെഴുക്കും കളഞ്ഞുകൂടാ. ശിരസ്സ് തണുക്കണ്ടേ? ഇല്ലെങ്കിൽ കണ്ണിനാ ദോഷം," അമ്മമ്മ തിരുതാളിയുടെ ഇലപിഴിഞ്ഞ് താളി ഉണ്ടാക്കുകയായിരുന്നു.

"കുട്ടി വന്ന് കേറിയപ്പൊ ഞാൻ നിരീച്ചത് വല്ല ചെട്ടിച്ച്യോളും വന്നൂന്നാ. തലമുടി അപ്പിടി ചറപറാന്ന്," മാധവിയമ്മ പടവുകൾ ഇറങ്ങിക്കൊണ്ട് പറഞ്ഞു. അവരുടെ കൈവശം തിരുമ്മി വെളുപ്പിക്കാനുള്ള തുണികൾ ഉണ്ടായിരുന്നു.

"കുട്ടി കുളിച്ച് കയറീട്ട് മതി മാധവിടെ നീരാട്ട്." അമ്മമ്മ പറഞ്ഞു.

"കുട്ടി കുളിച്ച് കയറീട്ട് കുളിക്കാല്ണ്ടാവില്യ. കുട്ടി മലർന്ന് നീന്തിത്തൊടങ്ങിയാ ഉണ്ണാൻ എലവയ്ക്കുമ്പഴേ കരയ്ക്ക് കയറുള്ളു." മാധവിയമ്മ പിറുപിറുത്തു.

മാധവിയമ്മ കുനിഞ്ഞുനിന്ന് ഒരു കല്ലിൽ ഓരോ തുണിയായി തേച്ച് തിരുമ്മിത്തുടങ്ങി. അവർ എന്നെ നഗ്നയായി കാണുന്നത് ഞാൻ തീരെ ഇഷ്ടപ്പെട്ടില്ല.

"മാധവിയമ്മ കാണുമ്പോ ഞാൻ കുളിച്ച് കയറില്ല്യ," ഞാൻ അമ്മമ്മയോട് പറഞ്ഞു.

"ഇനി ഈ പടവില് കയറി നിക്കൂ. ഞാൻ തലേല് താളിതേച്ച് മെഴുക്ക് കളഞ്ഞ് തരാം," അമ്മമ്മ എന്നോടു പറഞ്ഞു.

"മാധവിയമ്മ നോക്കിനില്ക്കുമ്പൊ ഞാൻ കയറില്ല്യ," ഞാൻ പറഞ്ഞു.

മാധവിയമ്മ എന്റെ നേർക്ക് നോക്കി.

"ഞങ്ങക്കൊന്നും ഇല്ല്യാത്തത് കുട്ടിക്ക്ണ്ടാ?" അവർ ചിരിച്ചു കൊണ്ട് ചോദിച്ചു.

"മാധവി എന്നാ ഇപ്പൊ പോയ്ക്കോളൊ. അരമണിക്കൂറ് കഴിഞ്ഞിട്ട് വന്നോളൊ," അമ്മമ്മ പറഞ്ഞു.

"കുട്ടിക്കൊരു നാണം! നാണം തോന്നണ്ട പ്രായൊട്ടായിട്ടൂല്യ. ഞാനും പെണ്ണല്ലേ കുട്ട്യേ?" മാധവിയമ്മ ചോദിച്ചു.

"മാധവി, കൊറച്ച് നേരത്തിന് കയറൂ. അവള് സ്വസ്ഥായിട്ട് ഒന്ന് കുളിച്ചോട്ടെ," അമ്മമ്മ പറഞ്ഞു.

"സൊന്തം അമ്മമ്മയ്ക്ക് കാണാം അല്ലേ? ഇയ്ക്ക് കുട്ടിടെ ശരീരം കണ്ടൂടാ അല്ലേ? കുട്ടിടെ സൊഭാവം അപ്പിടി മാറിയടക്കുണു. ഒരെണക്കില്ല്യ. പണ്ടത്തെ കുട്ടിയല്ല ഇപ്പൊ. ഒര് മനുഷ്യപ്പറ്റില്ല്യ. പണ്ട് ഇന്നെ വന്ന് കെട്ടിപ്പിടിക്കും. ഇപ്പൊ കുട്ടിക്ക് ഇന്നോട് വിശേഷം പറയാൻ സമയല്ല്യ." മാധവിയമ്മ തുണിക്കെട്ടും പേറി യാത്രയായി. അവരുടെ വാക്കുകൾ എന്നെ കലശലായി വേദനിപ്പിച്ചു. ശരീരം മാറുന്നതോടൊപ്പം എന്റെ സ്വഭാവവും മാറിയെന്ന് ഞാൻ സംശയിച്ചു.

"എനിക്ക് വല്ല മാറ്റവുമുണ്ടോ?" ഞാൻ അമ്മമ്മയോട് ചോദിച്ചു.

"കമല വളർന്നു. അത്രന്നെ," അമ്മമ്മ പറഞ്ഞു.

"എന്റെ സ്വഭാവത്തിന് വല്ല മാറ്റവുമുണ്ടോ?"

"ആ മാധവി പറേണത് കേട്ട് കമല വിഷമിക്കണ്ട. കമലടെ സൊഭാവത്തിന് യാതൊരു മാറ്റോല്ല്യ. ഇനി ഈ സൊഭാവം ഒട്ട് മാറൂല്ല്യ," അമ്മമ്മ എന്നെ സമാധാനിപ്പിക്കുവാൻ പറഞ്ഞു.

നാട്ടിൽ താമസിക്കുമ്പോൾ ഞാൻ ഫ്രോക്ക് ധരിച്ചില്ല. പാവാടയും ബ്ലൗസുമായിരുന്നു എന്റെ സാധാരണവേഷം. പച്ച പാവാടയും വെളുത്ത ബ്ലൗസുമായിരുന്നു വേനലവധിയിൽ എനിക്ക് ധരിക്കാനായി അമ്മമ്മ തയ്പിച്ചുവച്ച വസ്ത്രം. പാവാടയുടെ വക്ക് ഞെരിയായിൽനിന്ന് രണ്ടംഗുലം ഉയരത്തിൽ നിന്നത് എനിക്ക് മനഃക്ലേശം വരുത്തി.

“കമലയ്ക്ക് നിർബന്ധാണെങ്കിൽ കുമാരനെ വിളിപ്പിച്ച് ഒരു കര വച്ചു പിടിപ്പിക്കാം. പോരേ?” അമ്മമ്മ ചോദിച്ചു. ഞാൻ ഒരു വർഷം കൊണ്ട് മൂന്നിഞ്ച് ഉയരം വയ്ക്കുമെന്ന് താൻ കരുതിയില്ലെന്ന് അമ്മമ്മ പറഞ്ഞു.

“ഒയരണ്ടായിട്ട് എന്താഫലം? കുട്ടി ചമ്പത്തൈണ്ട് പോലെയാ വളരണത്‌ പക്ഷേ, ശരീരത്തിന് പുഷ്ടില്ല്യേ നീം. ഒന്നും തിന്നില്ല്യ. പിന്നെ എങ്ങനെയാ നന്നാവ്വാ?” കലിനാരായണൻനായർ പുച്ഛത്തോടെ എന്നെ നോക്കിക്കൊണ്ട് അമ്മമ്മയോട് ചോദിച്ചു: ‘കല്ക്കത്തേക്ക് മടങ്ങുമ്പോഴെയ്ക്കും കമലേ ഒന്ന് പുഷ്ടിപ്പെടുത്താൻ എന്താ ചെയ്യേണ്ടത്?” അമ്മമ്മ ആരോടെന്നില്ലാതെ ചോദിച്ചു.

“വെറും വയറ്റില് ഒരുപിടി കാരെള്ള് തിന്നിട്ട് വെള്ളം കുടിച്ചാമതി. ഒരാഴ്ചയോണ്ട് നല്ല ഫലം കാണും,” കലിനാരായണൻനായർ പറഞ്ഞു.

“അതൊന്നും ഈ കുട്ടി തിന്നില്ല്യ. രാത്രി കെടക്കണേന്റെനുമ്പെ രണ്ട് ഉഴുന്നു വട തിന്നാമതി. അത് തിന്നിട്ട് കൊറച്ച് പാല് കുടിയ്ക്ക്യാ. അത്രന്നെ. കുട്ട്യെ കണ്ടാ മനസ്സിലാവില്ല്യ. നല്ലോണം വെളുത്ത് തടിക്കും,” മാധവിയമ്മ പറഞ്ഞു.

ഇങ്ങള് കൊറെ ഉഴുന്നുവട തിന്നേന്റെ ലക്ഷണണ്ടല്ലൊ മാധ്യേമേ...” കലിനാരായണൻനായർ പറഞ്ഞു.

“ഇന്റെ തടി ഒരു തടിയാ? ഇങ്ങള് ശെരിക്കും തടിച്ചിട്ടുള്ളോരെ കണ്ടിട്ടാ വില്ല്യ. കപ്രശ്ശേരി കമ്മളെ കണ്ടിട്ട്ണ്ടാ?” മാധവിയമ്മ ചോദിച്ചു.

“ഞാൻ കപ്രശ്ശേരി കമ്മളേം കണ്ടിട്ടില്ല്യ ബാക്കി ഒരു കമ്മളേം കണ്ടിട്ടില്ല്യ. ഞായീ നാട് വിട്ടിട്ട് എങ്ങ്ട്ടും പോയിട്ടൂല്ല്യ. ഈ നാട്ടില് ഇപ്പൊ ഇങ്ങളാണ് തടിച്ച് വെളുത്തോണ്ട് ഇരിക്കണ്. കാളത്തിങ്കൽക്കാരുടെ ശരീര പ്രകൃതിയാ ഇങ്ങക്കും,” കലിനാരായണൻ നായർ പറഞ്ഞു.

“ആവു ആവു ആവൂ... ഇക്ക് കണ്ണ് പറ്റുംന്ന് തീർച്ചയാ. ഇന്റെ തടി കണ്ടിട്ട് ഇങ്ങക്കെന്താ ഇത്ര എളക്കം? ഞാൻ കഴിക്കണ ചോറും പലാരോം തന്നെയാ ഇങ്ങളും കഴിക്കണ്. ഞാൻ അരിഷ്ടോം കഴിക്കിണില്ല്യ, ലേഹ്യോം സേവിക്ക്ണില്ല്യ. പാലുംകൂടി കുടിക്ക്ണില്ല്യ. നിങ്ങടെ പ്രാക്ക് കാരണം ഞാൻ കെടപ്പാവൂലോ എന്റെ കണ്ണേങ്കലത്തെ ഭഗോതീ...” മാധവിയമ്മ ആവേശത്തോടെ പറഞ്ഞു. കലിനാരായണൻനായർ കുലുങ്ങിച്ചിരിച്ചു. “കൊറേ പ്രാക്ക് തട്ടീല്ല്യെങ്കി ഇങ്ങടെ ശരീരം ഒന്ന് ഒടയില്ല്യ. അമ്രാളേ.” മാമ്പുള്ളി കൃഷ്ണന്റെ ഭാര്യ വള്ളി പറഞ്ഞു.

മാധവിയമ്മയുടെയും കലിനാരായണൻ നായരുടെയും ചില്ലറ അഭിപ്രായവ്യത്യാസങ്ങളിൽ ഒരു ശ്രോതാവെന്ന നിലയിൽ പങ്കെടുക്കുവാൻ വള്ളിക്ക് താൽപര്യമുണ്ടായിരുന്നു.

“വള്ളിടെ തടി നോക്കുമ്പൊ ഇന്റെ ഒരു തടി ഒരു തടിയാ?” മാധവിയമ്മ ചോദിച്ചു.

“വള്ളി, മാരാര്, ഏറത്ത് കുഞ്ച്വാര്, നൊമ്മടെ നൈസ് അന്നാമ്മ, ഏഴിക്കോട്ടേലെ കാർത്ത്യായിണിട്ടീച്ചറ്–ഇവരൊക്കെയാണ് ഈ നാട്ടില് തടിച്ചോര്,” കലി നാരായണൻ നായര് പറഞ്ഞു.

“പരോശായോരാ ബാക്കിയുള്ളോര്. ഞാന്, അമ്പാഴത്തേലെ കുഞ്ഞുണ്ണിമേനോൻ, തെണ്ടിയത്തെ ഗോപാലമേനോൻ, എലിയങ്ങാട്ടെ സ്കൂള്ള് പഠിപ്പിക്കണെ നമ്പിടിമാഷ്, ഉണ്ടാടി കുഞ്ഞുണ്ണി നമ്പീശൻ... അങ്ങനെ ഒരൂട്ടം പേരാ നല്ലോണം പരോശായിട്ടുള്ളോര്,” കലി പറഞ്ഞു.

“ഇന്റേടത്തെ തന്തേം പരോശാ,” വള്ളി പറഞ്ഞു.

“അങ്ങനെ നോക്ക്യാ കൊറെ ആള്ണ്ടാവും. ഞങ്ങൾ നായമ്മാരെ മാത്രേ കണക്കില് കൂട്ടീള്ളു, അമ്പലവാസികളേം,” കലി പറഞ്ഞു.

“നായമ്മാരെക്കാളും മുന്ത്യോരല്ലേന്നും നമ്പൂരാരും എലിയങ്ങാട്ടിലെ തമ്പ്രാക്കന്മാരും?” വള്ളി ചോദിച്ചു.

“അത് ഇയ്ക്ക് വിശ്വാസല്യ,” കലി പറഞ്ഞു.

“എന്നാ നാരായണൻ കമ്മള് ഒന്ന് കുളിച്ചിട്ട് ഗോയിന്നോരത്ത് അമ്പലത്തില് കേറി എമ്പ്രാന്തിരിക്ക് പകരം പായസം വെച്ചോളീ,” വള്ളി പറഞ്ഞു.

“ഗോയിന്നോരത്ത് അമ്പലത്തില് പായസം വയ്ക്കാൻ ഇയ്ക്ക് ആരും ശമ്പളം തര്ണില്യ. അത്ശ്ശണ്ടോ? ക്ഷണിക്കാത്ത സദ്യയ്ക്ക് ഉണ്ണാൻ പൂവാൻ ഇന്നെ കിട്ടില്യ,” കലി ഉദ്വേഗത്തോടെ വിളിച്ചുപറഞ്ഞു.

നാലപ്പാട്ടെ അടുക്കളയും പരിസരവും സദാസമയത്തും ഇത്തരം കലഹങ്ങളാൽ സജീവമായിരുന്നു. പ്രത്യേകിച്ചും ഉച്ചയുറക്കത്തിനായി അമ്മമ്മ മുകളിലേക്ക് പോയതിനുശേഷം. ഞാൻ വടക്കിനിയിൽനിന്ന് പുറത്തേക്ക് നീണ്ട ചവിട്ടുപടികളിൽ ഇരുന്നുകൊണ്ട് അവരുടെ വാക്കുകൾ ശ്രദ്ധിക്കാറുണ്ടായിരുന്നു. വലിയമ്മാമൻ രാവിലെ കുളിയും പൂജയും പ്രാതലും കഴിഞ്ഞ് വായിക്കുകയോ എഴുതുകയോ ചെയ്യുമായിരുന്നു. പിന്നീട് ഭക്ഷണവും ഉറക്കവും. ചായ കുടിച്ചുകഴിഞ്ഞാൽ ഉടനെ അദ്ദേഹം തന്റെ ഊന്നുവടിയുമെടുത്ത് നടക്കാനോ പ്രിയമിത്രമായ എലിയങ്ങാട്ടിൽ കൊച്ചുണ്ണിത്തമ്പുരാനുമായി സല്ലപിക്കുവാനോ പുറപ്പെടും. മടങ്ങുമ്പോൾ സന്ധ്യ വന്നെത്തിക്കഴിഞ്ഞിരിക്കും. പിന്നീട് അത്താഴംവരെ സന്ദർശകരു

മായി സംസാരിക്കുക അദ്ദേഹത്തിന്റെ പതിവായിരുന്നു. സന്ദർശകർ ഇല്ലാത്ത ദിവസങ്ങൾ ഞാനും എന്റെ ജ്യേഷ്ഠനും ഉമ്മറത്തു ചെന്ന് തിണ്ണമേൽ ഇരുന്ന് അമ്മാമനോട് സംസാരിച്ചിരുന്നു. ഞങ്ങൾ വായിച്ച പുസ്തകങ്ങളെപ്പറ്റി ഞങ്ങൾക്കുണ്ടായിരിക്കാനിടയുള്ള അഭിപ്രായങ്ങൾ അദ്ദേഹം കൗതുകത്തോടെ ആരാഞ്ഞു. എന്റെ ജ്യേഷ്ഠന് സാഹസകഥകൾ വായിക്കുവാൻ ഇഷ്ടമുണ്ടായിരുന്നു. റോബർട്ട് ലൂയി സ്റ്റീവൻസൻ ജ്യേഷ്ഠന്റെ ആരാധനാപാത്രമായിരുന്നു. ഒരുദിവസം സന്ധ്യയ്ക്ക് എന്നെയും ജ്യേഷ്ഠനെയും അച്ഛൻ രംഗമഹൽ എന്ന് പേരുള്ള ഒരു സ്ഥലത്തു കൊണ്ടുപോയി ദ്വിജേന്ദ്രലാൽ റോയ് രചിച്ച ഒരു ബംഗാളിനാടകം കാണിച്ചുതന്നു. അതിൽ രാജാക്കന്മാരും സേനാനായകന്മാരും രാജകുമാരിമാരും ഉണ്ടായിരുന്നു. ആ നാടകം ഞങ്ങൾ രണ്ടുപേർക്കും അപരിചിതവും ചേതോഹരവുമായ ഒരു പുതുലോകം കാണിച്ചുതന്നു. സ്വന്തം രാജ്യത്തിനുവേണ്ടി ജീവൻ ത്യജിക്കുവാൻ തയ്യാറായ വീരരാജാക്കന്മാർ ഞങ്ങളുടെ ഭാവനയെ തേജോമയമാക്കി.

"ഉണ്ണി ഇവിടെ വച്ച് ഒരു നാടകം നടത്തണം. ഇനി മടങ്ങുമ്പോൾ ഏകദേശം മൂന്നാഴ്ച ബാക്കിയുണ്ടല്ലോ," അമ്മാമൻ പറഞ്ഞു.

ദ്വിജേന്ദ്രലാൽ റോയിയുടെ ഒരു നാടകത്തിന്റെ മലയാള പരിഭാഷ അമ്മാമൻതന്നെ ഞങ്ങൾക്ക് തൃശൂരിൽനിന്ന് കൊണ്ടുവന്നുതന്നു. അങ്ങനെയാണ് ഞാനും എന്റെ ജ്യേഷ്ഠനും എന്റെ ബന്ധുമിത്രാദികളും പുന്നയൂർക്കുളത്തെ ബാലനടീനടന്മാരായി രൂപാന്തരപ്പെട്ടത്. പ്രതാപസിംഹനായി എന്റെ ജ്യേഷ്ഠൻ നാലപ്പാട്ടെ അരങ്ങിൽ മൂന്നുമണിക്കൂർനേരം ജീവിച്ചത് അന്നത്തെ കാണികളിൽ മരിക്കാതെ ഇന്നും അവശേഷിക്കുന്നവർ എന്നുമെന്നും വിസ്മയത്തോടെ ഓർക്കുന്നുണ്ടാവും. അമ്മാമൻ സഭയിൽവച്ചുതന്നെ ഞങ്ങൾ ഓരോരുത്തരെയും ശ്ലാഘിച്ചു സംസാരിച്ചു. ഉമ്മറവും കോലായും പുറത്തെ പന്തലും പറമ്പും കാണികളെക്കൊണ്ട് നിറഞ്ഞിരുന്നു. കർട്ടനും കോപ്പുകളും കുന്നംകുളത്തുനിന്നാണ് കൊണ്ടുവന്നത്. അതിനുവേണ്ട അഞ്ചുരൂപ അമ്മാമൻ ഞങ്ങൾക്ക് തന്നു. നാടകം കണ്ട് മനം കുളിർത്ത അമ്മമ്മ പിറ്റേന്നാൾ എന്റെ ജ്യേഷ്ഠന് ഒരു വെള്ളിയുറുപ്പിക സമ്മാനിച്ചു.

"ഉണ്ണി നന്നായി വരട്ടെ," അവർ ജ്യേഷ്ഠന്റെ മൂർദ്ധാവിൽ കൈവെച്ചുകൊണ്ട് പറഞ്ഞു.

എന്റെ ജ്യേഷ്ഠൻ കഴിഞ്ഞവർഷം വേനൽക്കാലത്ത് മരിച്ചുപോയി.

പതിനേഴ്

എന്റെ അനുജത്തിക്ക് മൂന്നോ നാലോ വയസ്സ് പ്രായമായിരുന്നപ്പോൾ അവളെ രസിപ്പിക്കുവാൻ ഞാൻ ഒരു സങ്കല്പലോകത്തെ സൃഷ്ടിച്ചു. കോണിപ്പടികൾക്ക് ചുവട്ടിൽ ഒരാൾക്ക് നിവർന്നുകിടക്കുവാൻ വേണ്ടത്ര സ്ഥലമുണ്ടായിരുന്നു. അവിടം ഇരുട്ടുപിടിച്ചതായിരുന്നു. ഞാൻ അവിടെ ഇരിക്കുമ്പോൾ തീർത്തും അദൃശ്യയായിരുന്നു. കോണിപ്പടികൾക്കും നീണ്ട ജനവാതിലിനും ഇടയ്ക്ക് ഏകദേശം ആറംഗുലം വീതിയുള്ള ഒരു വിടവുണ്ടായിരുന്നു. അതിലൂടെ ഞാൻ മിഠായി, കല്ക്കണ്ടം, മുന്തിരി മുതലായവ എന്റെ അനുജത്തിക്ക് നീട്ടി. അവൾ ഒരു കോണിപ്പടിമേൽ ഇരുന്ന് ആറംഗുലം വീതിയുള്ള വിടവിലൂടെ ഞാനുമായി സംസാരിച്ചു. എന്റെ ശബ്ദം മാറ്റുവാൻ ഞാൻ പഠിച്ചുകഴിഞ്ഞിരുന്നു. ഞാൻ ശ്രീകൃഷ്ണനാണെന്നും ആ കോണിച്ചുവട്ടിലെ ലോകം വൃന്ദാവനമാണെന്നും അവൾ ധരിച്ചുവച്ചു. അതുകൊണ്ട് ദിവസേന പല പ്രാവശ്യവും അവൾ കോണിപ്പടിമേൽ ഇരുന്നുകൊണ്ട് ഉറക്കെ വിളിച്ചു: "ഉണ്ണിക്കൃഷ്ണാ കളിക്കാൻ വരൂ."

അവൾ തന്റെ ദിനചര്യയെപ്പറ്റി ശ്രീകൃഷ്ണനോട് പറഞ്ഞു. തനിക്ക് മുന്തിരിയും കല്ക്കണ്ടവും പനച്ചക്കരയും വേണമെന്ന് ശഠിച്ചു. ഞാൻ സ്കൂളിൽനിന്ന് വരുമ്പോൾ അവൾ പറയാറുണ്ടായിരുന്നു: "ഇന്ന് ഉണ്ണിക്കൃഷ്ണൻ എന്നെ കാണാൻ വന്നില്ല. ഞാൻ കുറെ പ്രാവശ്യം വിളിച്ചു." ഉണ്ണിക്കൃഷ്ണനുമായി സംസാരിക്കുവാൻ ഞാനും കോണിപ്പടിമേൽ അവളുടെയൊപ്പം ഇരിക്കണമെന്ന് അവൾ ആവശ്യപ്പെട്ടു.

"എനിക്ക് ഉണ്ണിക്കൃഷ്ണനായിട്ട് സംസാരിക്കാൻ എവിടെ സമയം? എനിക്ക് ഹോംവർക്ക് ചെയ്യണം, ചായയും പലഹാരവും കഴിക്കണം, ഡാൻസ് പഠിക്കണം. പിന്നെ കുളിമുറിയിൽ ചെന്ന് മേൽകഴുകണം," ഞാൻ പറഞ്ഞു.

ഒരുദിവസം അനുജത്തി കല്ക്കണ്ടം സ്വീകരിക്കുന്ന സമയത്ത് പെട്ടെന്ന് എന്റെ കൈവിരലുകൾ മുറുക്കെ പിടിച്ചു.

"ഇന്ന് ഉണ്ണിക്കൃഷ്ണനെ ഞാൻ വിടില്ല. ഇന്ന് എന്റെ വീട്ടിൽ താമസിക്കണം," അവൾ പറഞ്ഞു.

എന്റെ കൈ സ്വതന്ത്രമാക്കുവാൻ അന്ന് ഞാൻ കുറെ വിഷമിച്ചു. പിന്നീട് ഞാൻ കൈവിരലുകളിൽ മഷിതേച്ചുതുടങ്ങി.

"എന്താണിങ്ങനെ ഒരു നിറം?" അവൾ ചോദിച്ചു.

"എന്റെ നിറം നീലയാണ് എന്ന് ഇത്വരെ മനസ്സിലായിട്ടില്ലേ?" ഞാൻ ചോദിച്ചു.

"ഉണ്ണിക്കൃഷ്ണന്റെ ശബ്ദം കേട്ടാൽ ആമിയോപ്പു സംസാരിക്കുകയാണെന്ന് തോന്നും," അവൾ പറഞ്ഞു.

"ആരാണ് ആമിയോപ്പു?"

"എന്റെ ചേച്ചിയാണ് ആമിയോപ്പു."

"എന്റെ ശബ്ദം പെൺകുട്ടികളുടെ ശബ്ദംപോലെ ഉണ്ടെന്നു പറഞ്ഞാൽ ഞാൻ ഇനി ഇവിടെ വരില്ല," ഞാൻ പരാതിപ്പെട്ടു.

അവൾ തേങ്ങിത്തുടങ്ങി. പിന്നീട് ഞാൻ പറഞ്ഞു.

"സാരമില്ല. ഇനി അങ്ങനെ അപമാനിക്കരുത്. ഇത്തവണ ഞാൻ നിനക്ക് മാപ്പ് തന്നിരിക്കുന്നു."

എന്റെ ജീവിതത്തിനെ തൊട്ടുരുമ്മിക്കൊണ്ട് ഒരു സങ്കല്പജീവിതം, യാഥാർത്ഥ്യത്തിന്റെ ഒരു Twin (ഇരട്ട) നിലവിൽ വന്നു. യാഥാർത്ഥ്യത്തിൽ കാണുവാൻ കഴിയാഞ്ഞ പുതുവർണ്ണങ്ങൾ അതിൽ ഞാൻ ദർശിച്ചു. യാഥാർത്ഥ്യത്തിൽ കേൾക്കുവാൻ കഴിയാത്ത രാഗങ്ങൾ, താളങ്ങൾ, പല്ലവികൾ അതിൽ ഞാൻ ആസ്വദിച്ചു.

അങ്ങനെ സൗന്ദര്യത്തിന് എനിക്കുണ്ടായിരുന്ന ദാഹം വർദ്ധിച്ചു വന്നു. ഒരു ചെറുചട്ടിയിൽ മണ്ണും കല്ലുകളും പാകി അതിൽ ചെടികളും ഒരു പാലവും ഒരു ജലാശയവും ഞാൻ ഉണ്ടാക്കി. ആ കൃത്രിമത്തോട്ടത്തിൽ നിറമുള്ള ചില്ലുകളുള്ള ജനൽപ്പാളികളിലൂടെ വെളിച്ചം വന്ന് പതിച്ചപോൾ ഒരു സ്വപ്നലോകം കാണുകയാണെന്ന് എനിക്കു തോന്നിപ്പോയി. അതിലെ ജലാശയത്തിന്റെ വെള്ളം പുതുക്കുവാനും ചെടികൾ നനയ്ക്കുവാനും ഞാൻ രണ്ടോ മൂന്നോ തവണ സല്ക്കാരമുറിയിലേക്ക് ഓടിച്ചെല്ലാറുണ്ടായിരുന്നു. ഒരുദിവസം അത് നിലത്തുവീണ് ചിന്നിച്ചിതറിക്കിടക്കുന്ന കാഴ്ചയും എനിക്ക് കാണേണ്ടിവന്നു.

"പൂച്ചടെ പണിയാവും," കല്ലു പറഞ്ഞു.

"ഏതു പൂച്ച? ഇവിടെ പൂച്ച ഇല്ലല്ലോ," ഞാൻ ഗദ്ഗദത്തോടെ പറഞ്ഞു.

"രാത്രി മാത്രം ഇബടെ വരണ ഒരു കരിംപൂച്ചെ ഞാൻ കാണാറുണ്ട്. ആ ബംഗാളിയോള് വളർത്തണ പൂച്ചയാ. ഒരു കാടൻപൂച്ച... കുട്ടി കോക്കാൻ പൂച്ചാന്ന് കേട്ടിട്ടില്ല്യേ?" കല്ലു ചോദിച്ചു.

ഞാൻ തലയാട്ടുകമാത്രം ചെയ്തു. പിന്നീട് ഞാൻ ചട്ടികളിൽ തോട്ടങ്ങൾ നിർമ്മിച്ചില്ല. ചെറിയ റെയിൽപ്പാളങ്ങളിലൂടെ നീങ്ങുന്ന കളിവണ്ടികളുണ്ടെന്ന് ജ്യേഷ്ഠൻ എന്നോട് പറഞ്ഞു. താക്കോൽ തിരിച്ചാൽ അവയുടെ യാത്ര തുടങ്ങും. ഉച്ചത്തിൽ വിസിലടിക്കുവാനും അവയ്ക്ക് കഴിയും...

"എവിടുന്നാ കണ്ടത്?" ഞാൻ ചോദിച്ചു.

"ഞാൻ കണ്ടിട്ടില്ല. മാഷ് പറഞ്ഞുതന്നതാണ്," ജ്യേഷ്ഠൻ പറഞ്ഞു.

അത്തരം കളിപ്പാട്ടങ്ങൾ വാങ്ങിക്കുന്ന ധനികരോട് എനിക്ക് അസൂയതോന്നി. ഞങ്ങൾക്ക് കളിപ്പാട്ടങ്ങൾ മേടിച്ചുതരുവാൻ അച്ഛൻ ഒരിക്കലും മുതിർന്നില്ല. കളിക്കേണ്ട കാലമാണ് ബാല്യകാല മെന്ന് അദ്ദേഹം വിശ്വസിച്ചില്ല. പഠിക്കേണ്ട കാലമാണ് കുട്ടിക്കാല മെന്ന് അച്ഛൻ ആവർത്തിച്ചാവർത്തിച്ച് പറയാറുണ്ടായിരുന്നു. ഞങ്ങൾ നാലുപേർക്കുംകൂടി വളരെ ചുരുക്കം വസ്തുക്കൾ മാത്രമേ വീട്ടിൽ ഉണ്ടായിരുന്നുള്ളു. ദാസമ്മാമ തന്ന ഒരു പാവക്കുട്ടി, മൂന്ന് ബാഡ്മിൻടൻ റാക്കറ്റുകൾ, നാലോ അഞ്ചോ മുഷിഞ്ഞ പന്തുകൾ, ഷൂബോക്സ് കൊണ്ട് ജ്യേഷ്ഠൻ ഉണ്ടാക്കിയ സിനിമാ പ്രൊജക്ടർ, പളുങ്കുഗോട്ടികൾ, ടെനിക്കോയ്റ്റ് കളിക്കുവാനുള്ള വളയം... ഇത്ര മാത്രമേ സ്വത്തായി ഞങ്ങൾക്ക് ഉണ്ടായിരുന്നുള്ളു. ഞാൻ ആദ്യ മായി കളിപ്പാട്ടങ്ങൾ വില്ക്കപ്പെടുന്ന ഒരു കടയിൽ കയറിയത് എന്റെ മൂത്തമകന് ഒരു പന്ത് വാങ്ങിക്കൊടുക്കാനായിരുന്നു. വൈറ്റ് വേലേഡ്ലൊ, ഹാൾ ആന്റ് ആൻ ഡെർസൺ മുതലായ കച്ചവടസ്ഥാപനങ്ങളിൽ കളിക്കോപ്പുകൾ വിറ്റിരുന്നു എന്ന് ഞാൻ സഹപാഠികളിൽനിന്ന് മനസ്സിലാക്കിയിരുന്നു. ജർമ്മനിയിൽ നിർമ്മിച്ച ഒന്നാംതരം പാവകളും ജപ്പാനിൽ നിർമ്മിച്ച മൂന്നാംതരം പാവകളും എന്റെ സഹപാഠികളിൽ ചിലർ കണ്ടിട്ടുണ്ടായിരുന്നു. എനിക്ക് അവയെ കാണുവാൻ ഒരിക്കലും സാധിച്ചില്ല. പക്ഷേ, വർണ്ണശബളങ്ങളായ കിനാവുകളിൽ ഞാൻ കളിക്കോപ്പുകളും വിലപിടിച്ച വേഷഭൂഷാ ദികളും കണ്ടു.

"ഒന്നിലും ആസക്തി പാടില്ല, കമലേ."

അമ്മമ്മ നാട്ടിൽവച്ച് പറഞ്ഞു.

"ഒന്നും നമ്മുടേതല്ല. വെറും നയനസുഖം മാത്രമാണ് മനുഷ്യന് വിധിച്ചിട്ടുള്ളത്. ഈ നിലാവെളിച്ചവും ഈ കാറ്റും ഈ സുഖവും വിലയ്ക്ക് വാങ്ങാൻ കഴിയില്ലല്ലോ," അവർ തുടർന്നു.

അവർക്ക് സ്വന്തമായി മരംകൊണ്ട് ഉണ്ടാക്കിയ ഒരുവലിയ പെട്ടി മാത്രമേ ഉണ്ടായിരുന്നുള്ളു. അതിന്റെ താക്കോൽ അമ്മമ്മ വാതിൽപ്പടിമേൽ വയ്ക്കാറുണ്ടായിരുന്നു. ആ പെട്ടി തുറക്കുമ്പോ ഴൊക്കെയും ഞാൻ അമ്മമ്മയുടെ പിന്നിൽച്ചെന്നുനിന്ന് അതിന്റെ ഉള്ളിലേക്ക് ഉറ്റുനോക്കി. അനവധി അറകളുള്ള ഒരെഴുത്തുപെട്ടിയും അതിൽ ചില കടലാസുതുണ്ടുകളും നാലോ അഞ്ചോ കരയില്ലാത്ത മുണ്ടും ചില നീണ്ട കൈയുള്ള റവുക്കകളും മാത്രമായിരുന്നു ആ പെട്ടിയിൽ.

"അമ്മമ്മേയ്ക്ക് വേറെ ഒന്നുമില്ലേ?" ഞാൻ ഒരിക്കൽ ചോദിച്ചു.

''എനിക്ക് കമല ഇല്ലേ?'' അവർ ചിരിച്ചുകൊണ്ട് ഒരു മറുചോദ്യം ചോദിച്ചു.

ഞാൻ അവരുടെ ചുമലുകൾ ആലിംഗനം ചെയ്ത് എന്റെ മുഖം അവരുടെ തണുത്ത കപോലങ്ങളിൽ ഉരസി. ഒരു വേനലവധിക്ക് നാട്ടിൽ വന്നെത്തുമ്പോൾ അമ്മമ്മയുടെ മുറിയും കട്ടിലും ഒഴിഞ്ഞു കാണുമെന്ന് അന്നൊന്നും ഞാൻ വിശ്വസിക്കുമായിരുന്നില്ല. അവരുടെ വാത്സല്യം എന്നെ താങ്ങുന്ന നിലമായിരുന്നു. ആ നിലത്തെ ഒരു പരവതാനിയെയെന്നപോലെ വിധി പൊക്കിയെടുത്ത് കുടയുമെന്ന് ഞാൻ പ്രതീക്ഷിച്ചില്ല.

വേനലിന്റെ അവധിക്ക് നാട്ടിൽ വരുമ്പോൾ ഞാൻ അമ്മമ്മയ്ക്ക് കല്ക്കത്തയിലെ ജീവിതത്തെപ്പറ്റിയും പ്രധാന സംഭവങ്ങളെപ്പറ്റിയും പറഞ്ഞുകൊടുത്തിരുന്നു. കാലുവിന്റെ കൈയിൽനിന്ന് ഒന്നേമുക്കാൽ രൂപയ്ക്ക് ഒരു പഴയ തത്തക്കൂട് സുലുവിന്റെ ശാഠ്യം കാരണം അമ്മ വാങ്ങിച്ച കഥ അമ്മമ്മയെ ചിരിപ്പിച്ചു. പഴയ കുപ്പികളും കടലാസും വാങ്ങുവാൻ വീട്ടിലെത്തുമ്പോൾ തന്റെ ചുമലിലെ ഭാരം പടിവാതില്ക്കൽ ഇറക്കിവച്ചാണ് കാലു അടുക്കളമുറ്റത്തേക്ക് നടന്നിരുന്നത്. പഴയ കുപ്പികൾക്കിടയിൽ അല്പം കേട് പറ്റിക്കഴിഞ്ഞ ഒരു പക്ഷിക്കൂടും ഉണ്ടായിരുന്നു. അതു തനിക്ക് വേണമെന്ന് അനുജത്തി അമ്മയോട് പറഞ്ഞു.

''പക്ഷിക്കൂട് വേണെങ്കി പുതീത് വാങ്ങിച്ചൂടെ കുട്ട്യേ?'' കുഞ്ഞാത്തു സുലുവിനോട് ചോദിച്ചു.

''എനിക്ക് ഇതുമതി,'' സുലു അമ്മയുടെ കാൽമുട്ടുകൾ കെട്ടിപ്പിടിച്ചുകൊണ്ട് പറഞ്ഞു.

''സുലൂന് ഈ കൂട് എന്തിനാ?'' അമ്മ ചോദിച്ചു.

''എനിക്ക് അതില് ഒരു തത്തേ വെയ്ക്കാനാ,'' സുലു പറഞ്ഞു.

''തത്തേ വെയ്ക്കണൂ! തത്തേ വേടിച്ച് കൂട്ടില് അടയ്ക്കാൻ ഏമാൻ സമ്മതിക്കുംന്ന് തോന്ന്ണ്ണ്ട്ടാ കുട്ട്യേ! ഏമാൻ പക്ഷിയോളെ കൂട്ടിലിട്ടടയ്ക്കാൻ ഈ ജന്മം സമ്മതിക്കില്യ,'' കുഞ്ഞാത്തു പറഞ്ഞു.

''വെല്യ നൂഷര് പറയാൻ പോണ കാര്യൊക്കെ ഇങ്ങക്ക് എങ്ങനെയാ നിശ്ശം? ഇങ്ങളാരാ? കണിയാറപ്പണിക്കരാ?'' കല്ലു ചോദിച്ചു. കല്ലുവിന്റെ വാക്കുകൾ കേട്ട് നമ്പ്യാർ ചിരിച്ചു.

കുഞ്ഞാത്തു നിന്നയിടത്തു നിന്നുകൊണ്ടുതന്നെ രണ്ടുതവണ പമ്പരംപോലെ തിരിഞ്ഞു. എന്നിട്ട് കല്ലുവിനെ തന്റെ കലങ്ങിയ കണ്ണുകളോടെ തുറിച്ചുനോക്കി.

''ഇന്റെ ഏമാന്റെ വിചാരംകൂടി ഇയ്ക്കറിയാം കല്യോമേ... ഇന്നും ഇന്നലെയും കണ്ട് തൊടങ്ങീതല്ല ഈ കുഞ്ഞാത്തു. നാലപ്പാട്ടു വന്ന് അവിടത്തെ കുട്ടിക്ക് പൊടവ കൊടുക്കുമ്പഴും കുഞ്ഞാത്തു

അത് നോക്ക്യോണ്ട് നിന്നോ നാ. അത്ശ്ശുണ്ടാ? ഇബടെ വെച്ച്ന്നല്ലാ ആപ്പീസിലും ഞാൻ ഏമാന്ന് എന്താ വേണ്ട്ന്ന് അന്വേഷിക്കണോനാ. ഏമാന് വെള്ളം വേണോ ചായ വേണോ ഇതൊക്കെ നോക്കലൊ ഇന്റെ പണി. അത്ശ്ശുണ്ടാ കല്ല്യോമേ?'' കുഞ്ഞാത്തു ഉച്ചത്തിൽ ചോദിച്ചു.

''ശെരി ശെരി. ഇഞ്ഞി തൊള്ള പൊളിക്കണ്ട. നൂപ്പര് മോള്ള് കെടന്ന് ഒറങ്ങ്ണ്ട്,'' കല്ലു പറഞ്ഞു.

എനിക്ക് ഈ കൂട് വേണം,'' സുലു പറഞ്ഞു.

''ഇതില് പക്ഷിയെ ഇട്ടാ അത് പറന്നോണ്ട് പൂവും. ഒരഴി കോടി യടക്കുണൂ,'' നമ്പ്യാർ പറഞ്ഞു. അയാൾ കൂടെടുത്ത് തന്റെ വിരലു കളാൽ അതിന്റെ അഴികളുടെ ശക്തി പരിശോധിക്കുകയായി രുന്നു.

''ഇതിന് എന്താണ് തരേണ്ടത്?'' അമ്മ കാലുവിനോട് ഹിന്ദിയിൽ ചോദിച്ചു.

''ഇതിന് അഞ്ചു രൂപ തരണം,'' അയാൾ പറഞ്ഞു.

''അഞ്ചു റുപ്പിക! ഈ ഞെണങ്ങിയ കൂടിന് അഞ്ചു റുപ്യാത്രെ വെല! അമ്പടാ കള്ളാ. നീ ഇക്കണെക്കില് നെന്റെ അമ്മേം വിറ്റ് കാശാക്കൂലൊ,'' കുഞ്ഞാത്തു പറഞ്ഞു.

കുഞ്ഞാത്തു മലയാളത്തിലാണ് സംസാരിച്ചത്. അതുകൊണ്ട് ആ വാക്കുകൾ കാലുവിനെ ഒട്ടും വിഷമിപ്പിച്ചില്ല. അയാൾ കടലാസ് തുലാസിൽ വച്ച് അതിന്റെ കനം നിശ്ചയിക്കുകയായിരുന്നു.

''ഈ കൂട് വാങ്ങിച്ചാ അട്ക്കളേല് തൂക്കി അതിന്റെ ആത്ത് ഉരുളൻ കെഴങ്ങ് വെയ്ക്കാം. എന്നാ എലിക്ക് തിന്നാൻ പറ്റില്ല്യാ,'' കല്ലു പറഞ്ഞു.

''അത് പറഞ്ഞപ്പഴാ ഇയ്ക്ക് ഓർമ്മവരണത്. ഇന്റെ കാക്കിക്കാലൊറ കഴിഞ്ഞൊഴ്ച എലി കടിച്ച് നാശാക്കി. ആ കൂട്ടില് ഇന്റെ കാലൊറേം ഷർട്ടും ചുരുട്ടിവെച്ചാ എലി കരണ്ട് തിന്നില്ല്യാലൊ. ആ കൂട് ഇയ്ക്കാ ആവശ്യം,'' കുഞ്ഞാത്തു പറഞ്ഞു.

''കൂട് എനിക്കു വേണം,'' സുലു വിളിച്ചുപറഞ്ഞു.

ഒടുവിൽ വാഗ്വാദങ്ങൾക്കുശേഷം ഒന്നേമുക്കാൽ രൂപയ്ക്ക് അമ്മ കാലുവിന്റെ കൈയിൽനിന്ന് ആ പഴയ തത്തക്കൂട് വാങ്ങി സുലുവിന് സമ്മാനിച്ചു. തൽക്കാലം അത് മുറ്റത്തെ അയയിൽ തൂങ്ങിക്കിടക്കട്ടെ എന്ന് അമ്മ പറഞ്ഞു.

''തേച്ച് കഴ്കീട്ട് തൂക്കിയാമതി. ഇല്ല്യെങ്കി ആ കയറിലപ്പിടി ചളിയാവും,'' നമ്പ്യാർ പറഞ്ഞു.

തൃപുര കൂടെടുത്ത് പൈപ്പിന്റെ സമീപം കൊണ്ടുപോയി വച്ചു. കുറച്ച് ചകിരി എടുത്ത് അഴികൾ തേച്ച് അവർ വൃത്തിയാക്കി.

"ഇനി കുട്ടിക്ക് തത്തയെ വാങ്ങാം," തൃപുര പറഞ്ഞു.

"തത്തേ വാങ്ങാൻ ഈ ജന്മം കുട്ടി മോഹിക്കണ്ട. അച്ഛൻ അതൊന്നും സമ്മതിക്കില്യ കുട്ട്യേ," കുഞ്ഞാത്തു പറഞ്ഞു.

"എനിക്ക് എന്തെങ്കിലും ഒരു പക്ഷി വേണം. ചവിറ്റിലക്കിളിയെ പിടിക്കാൻ കിട്ടുമോ?" സുലു കുഞ്ഞാത്തുവിനോട് ചോദിച്ചു.

"ചവിറ്റിലക്കിളിയെ പിടിക്കാൻ ഈ കുഞ്ഞാത്തൂന് വെശല്യാ മോളെ. കൊറവമ്മാരേ കിളിയോളെ പിടിക്ക്. കല്ക്കത്തേല് കൊറവമ്മാരെ ഞാൻ കണ്ടിട്ടില്യ," കുഞ്ഞാത്തു പറഞ്ഞു.

"പ്രാവിനെപ്പിടിച്ചാ മതീച്ചാ ഞാൻ പിടിച്ച് തരാം, കക്കൂസില് കുത്തിരിയ്ക്കുമ്പൊ അവറ്റ തലേലും കൂടി കാഷ്ഠിക്കും. അവറ്റെക്കൊണ്ട് വല്യൊ തൊന്തരവാ," നമ്പ്യാർ പറഞ്ഞു.

"പ്രാവ് മതി. എനിക്ക് രണ്ട് പ്രാവിനെ പിടിച്ച് തരണം," സുലു പറഞ്ഞു.

"പ്രാവിനെപ്പിടിച്ച് ചുട്ടുതിന്നും ചെലര്. പ്രാവെറച്ചിക്ക് നല്ല സ്വാദാ," കുഞ്ഞാത്തു അഭിപ്രായപ്പെട്ടു.

"ഇങ്ങള് നസ്റാണ്യോള് കാക്കേം ചുട്ടുതിന്നും. ഇല്ലേ കുഞ്ഞാത്തു മാപ്പിളേ?" കല്ലു ചോദിച്ചു.

"കാക്കേ തിന്നില്യ. ചെലോര് തിന്നുവായിരിക്കും. ഇക്ക് കാക്കേ തിന്ന് പരിചല്യ. ഞങ്ങടെ കർത്താവ് പറഞ്ഞത് എന്താന്ന് നിശ്ശുണ്ടാ? വായിന്റെ ആത്തെയ്ക്ക് എന്താ ചെല്ലണ് എന്നല്ല നോക്കേണ്ടത്, വായിന്ന് പൊറത്തേക്ക് വരണതാ ശ്രദ്ധിക്കേണ്ടത്. എന്ന് വച്ചാ മനിഷ്യൻ എന്ത് തിന്നാലും ദോഷല്യ. പക്ഷേ, അവന്റെ വായീന്ന് വരണ വാക്ക് കളാ അപകടം ഉണ്ടാക്കണത് എന്ന് അർത്ഥം," കുഞ്ഞാത്തു പറഞ്ഞു.

"ഇങ്ങള് പറേണത് കേട്ടാ തോന്നും ഈ ലോകത്തില് നസ്റാണിയോളെപ്പോലെ നല്ലോര് ആരുല്ല്യാന്ന്!" കല്ലു നീരസത്തോടെ പറഞ്ഞു.

"പിന്നെ ആരാ നല്ലത്! പറയിൻ കല്യോമേ. നായമ്മാരാ ലോകത്തില് വെച്ച് നല്ലോര്? നായമ്മാര് നൊമ്മടെ നാട്ടിലേ ഉള്ളു. ഞങ്ങള് കൃസ്ത്യാനിയോള് ലോകത്തില് ഏതു രാജ്യത്തിലും ജീവിയ്ക്കുണ്ട്. ഈ ലോകത്തില് തോനെ കൃസ്ത്യാനിയോള്ണ്ട് നല്ല അന്തസ്സില് ജീവിയ്ക്കണോര്. ഇംഗ്ലണ്ടിലെ രാജാവ് ജോർജ് തമ്പ്രാൻ നായരാന്നാ ഇങ്ങള് വിചാരിയ്ക്കണ്? കൃസ്ത്യാനിയാ. അദ്യേം ഇന്നെപ്പോലെ പഴേ കുറ്റിയാ. ഞായറാഴ്ചയാമ്പൊ പള്ളിപ്പൂവണ സജ്ജനങ്ങളാ അവരൊക്കീം. അത്ശ്ശ്ണ്ടാ?"

"ഇയ്ക്ക് നിശ്ശല്യ. ഇയ്ക്ക് നസ്റാണിയോളെപ്പറ്റി ഒക്കെ നിശ്ശുണ്ടായിട്ട് എന്താ കിട്ടാമ്പോണ്? ഞാൻ അവിറ്റെപ്പറ്റി നല്ലത് പറഞ്ഞാലും

പറഞ്ഞില്ലെങ്കിലും ഇയ്ക്ക് നസ്റാണ്യോള് ഒരു പെര കെട്ടിത്തരാൻ പോണില്യ ഉവ്വൊ? ഇതാ ഇങ്ങള് കൃഷി ചെയ്യിച്ചോളൊ കല്ലോമേന്ന് പറഞ്ഞിട്ട് ഒരു കണ്ടം ചാർത്തെഴുതിത്തരാനും പോണില്യ. ഉവ്വൊ? ഞാൻ തെണ്ടിച്ച് ഉണ്ടാക്കുന്ന കാശേ ഇയ്ക്ക് വിധിച്ചിട്ടുള്ളു,'' കല്ലു ആവേശഭരിതയായി പറഞ്ഞു. അവരുടെ മേൽച്ചുണ്ടും നെറ്റിയും വിയർക്കുന്നുണ്ടായിരുന്നു.

സുലു തന്റെ ഒടിഞ്ഞ തത്തക്കൂട് എടുത്തു പൊക്കി.

''ഇനി പ്രാവിനെ പിടിച്ച് കൊണ്ടുവരൂ,'' അവൾ നമ്പ്യാരോട് പറഞ്ഞു.

''അത്ര എളുപ്പത്തില് പിടിക്കാൻ കഴിയില്ല കുട്ട്യേ. നാളെ രാവിലെ കക്കൂസിപ്പോവുമ്പൊ ഞാൻ ശ്രമിച്ച് നോക്കാം,'' നമ്പ്യാർ പറഞ്ഞു.

നമ്പ്യാര് ഇപ്പൊ കക്കൂസിൽപ്പോണം,'' സുലു പറഞ്ഞു.

''എപ്പഴും കക്കൂസില് പൂവാൻ സാധിയ്ക്ക്യോ കുട്ട്യേ?'' കല്ലു ചോദിച്ചു.

രണ്ടോ മൂന്നോ ആഴ്ചകൾക്കു ശേഷം സുലുവിന്റെ ശല്യപ്പെടുത്തലിൽനിന്ന് വിമുക്തനാവാൻ നമ്പ്യാർ ഒരു കോഴിക്കുഞ്ഞിനെ ചന്തയിൽനിന്ന് വാങ്ങിച്ച് കൂട്ടിലിട്ടു. അതിന്ന് കൊത്തിപ്പെറുക്കി തിന്നുവാനായി അരിയും വിതറി. ദിവസേന കൂടുതുറന്ന് കോഴിക്കാഷ്ഠം കഴുകിക്കളഞ്ഞിരുന്ന തൃപുര ബംഗാളിയിൽ നമ്പ്യാരെ ശകാരിച്ചു.

പതിനെട്ട്

ഞങ്ങളുടെ വീടിനും അതിന്റെ അടുക്കളക്കെട്ടിടത്തിനും നടുവിൽ പകുതിഭാഗം സിമന്റ് പാകിയ ഒരങ്കണമുണ്ടായിരുന്നു. തുണികൾ ഉണക്കുവാനായി കല്ലു ചരടുകൾ പിരിച്ച് അവിടെ അയകൾ കെട്ടിയിരുന്നു. നിലത്തുവച്ച മുറങ്ങളിൽ ഉപ്പ് പുരട്ടിയ പാവയ്ക്കക്കഷണങ്ങളും തയിരിലിട്ട മുളകുകളും പയറും കുമ്പളങ്ങാത്തോലും നേന്ത്രക്കായത്തോലും മറ്റും വെയിൽ തട്ടി ഉണങ്ങി വലിഞ്ഞു. കയ്പുള്ള ചുണ്ടക്കയും കല്ലു വറ്റലാക്കാറുണ്ടായിരുന്നു. ഞങ്ങൾ കാസ്മപ്പ്ലയേഴ്സ് എന്ന ഒരു കായികസംഘടന ആരംഭിച്ച് ആ സ്ഥലത്ത് ഒരു ബാഡ്മിന്റൻ കോർട്ട് നിർമ്മിച്ചപ്പോൾ കല്ലുവാണ് ഏറ്റവുമധികം ദുഃഖിപ്പിച്ചത്. അമ്മയുടെ പക്കൽനിന്ന് പണം മേടിച്ച് ജ്യേഷ്ഠൻ നെറ്റും ബാറ്റുകളും ഷട്ടിൽ കോക്കുകളും രണ്ട് നേർത്ത വെള്ളി മെഡലുകളും വാങ്ങിക്കൊണ്ടുവന്നു. ജീവിതകാലം മുഴു

വൻ ഞങ്ങളുടെ ക്ലബ്ബിൽ അംഗമായി കഴിയുവാൻ ആഗ്രഹിക്കുന്നവർ ക്ലബ്ബിന്റെ പണപ്പെട്ടിയിൽ മൂന്നു രൂപ നിക്ഷേപിച്ചു. സരോജ, അവളുടെ അനുജനും ചിന്നവാഡു എന്ന ഓമനപ്പേരാൽ വിളിക്കപ്പെടുന്നവനുമായ വിശ്വനാഥൻ, ഞാൻ, ജ്യേഷ്ഠൻ, അനിയൻ, ബുച്ചുവെന്ന് വിളിക്കപ്പെടുന്ന ഹിരൺ, ബാനർജിയുടെ മകൾ ശാന്തു, എന്നെ മണിപ്പുരിനൃത്തം അഭ്യസിപ്പിക്കുവാൻ യത്നിച്ചിരുന്ന ബ്രജഭാഷിയെന്ന ആസാംകാരൻ, ഇളയച്ഛൻ അദ്ദേഹത്തിന്റെ ആത്മസുഹൃത്തായ പിച്ചിരിക്കാട്ട് ബാലൻ നായർ മുതലായവരായിരുന്നു ആദ്യകാല മെമ്പർമാർ. പിന്നീട് ക്ലബ്ബിന്റെ പേരും മേൽവിലാസവും മുകളിൽ അച്ചടിച്ച എഴുത്തു കടലാസും ജ്യേഷ്ഠൻ തയ്യാറാക്കി. എഴുത്തു കടലാസ് കണ്ടപ്പോൾ ഞങ്ങളുടെ ആത്മവിശ്വാസം വർദ്ധിച്ചു. കല്ക്കത്തയിലെ മികച്ച വിദ്യാലയങ്ങളുടെ ഭാരവാഹികൾക്ക് ഞങ്ങൾ ഔദ്യോഗിക സന്ദേശങ്ങൾ അയച്ചു തുടങ്ങി. ഞങ്ങൾ ഏർപ്പാടാക്കുന്ന ടൂർണമെന്റിൽ പങ്കാളിയാവാൻ താങ്കളുടെ സ്കൂൾ ടീമിനെ ക്ഷണിച്ചുകൊള്ളുന്നുവെന്ന് ഞങ്ങൾ എഴുതി. എല്ലാ കത്തിലും ക്ലബ്ബിന്റെ കാര്യദർശിയെന്ന നിലയിൽ എന്റെ ജ്യേഷ്ഠൻ തന്റെ കൈയൊപ്പ് വച്ചു. ആ കാലത്താണ് തന്റെ പേരിന്റെ കീഴിൽ രണ്ടു പുള്ളികൾ കുത്തുവാൻ ജ്യേഷ്ഠൻ ആരംഭിച്ചത്.

അന്നൊക്കെ ഞങ്ങൾ കത്തുകൾക്കായി കാത്തു. ആരും മറുപടി അയച്ചില്ല. ടൂർണമെന്റ് നടത്തലും അതിൽ വിജയം കൈവരിക്കുന്നതും ഞങ്ങളുടെ അഭിമാനപ്രശ്നമായിക്കഴിഞ്ഞിരുന്നു. വാസ്തവത്തിൽ ആ കളിയിൽ നൈപുണ്യം ജ്യേഷ്ഠന് മാത്രമേ ഉണ്ടായിരുന്നുള്ളു. ഞങ്ങൾ സമയം കിട്ടുമ്പോഴൊക്കെയും കോർട്ടിൽ പരിശീലനം തുടർന്നു. സന്ധ്യയ്ക്ക് ബൾബുകൾ കത്തിച്ചും ഞങ്ങൾ കളിച്ചു.

ബുച്ചു ഇടതു കൈയനായിരുന്നു. അതുകൊണ്ടാവാം ഒരിക്കലും അവൻ ഒരു ശുഭാപ്തി വിശ്വാസിയാവാഞ്ഞതും. ശരീരത്തിന്റെ ദുർമ്മേദസ്സ് നിമിത്തം ഓരോ ചലനവും സാവധാനത്തിലായിരുന്നു. പക്ഷേ, സദാസമയവും തന്റെ ഊഴത്തിനുവേണ്ടി മുറവിളികൂട്ടി. ബുച്ചു കോർട്ടിന് സമീപം അലഞ്ഞു.

ബ്രജഭാഷിമാസ്റ്റർ മദ്ധ്യവയസ്കനായിരുന്നു. തുമ്പികളുടെ ചിറകുകൾപോലെ നേർത്തു പോയിരുന്നു അയാളുടെ തേഞ്ഞ പല്ലുകൾ. അവയ്ക്ക് സ്ഫടികത്തിന്റെ നിറവുമുണ്ടായിരുന്നു. വെറ്റില മുറുക്കിയാലും ചുവക്കാത്ത പല്ലുകൾ. ചുണ്ടുകൾ ചുവന്നിരുന്നു. അയാൾ കോടിവർണ്ണമുള്ള ദോത്തികളും ജുബ്ബകളുമാണ് ധരിച്ചിരുന്നത്. കളിയിൽ നൈപുണ്യമില്ലെങ്കിലും അത്ഭുതകരമായ ആവേശം അയാൾ പ്രകടിപ്പിച്ചു. അയാൾ തന്റെ ജന്മശത്രുവിനെ തല്ലുന്ന

ഭാവത്തോടെയാണ് ഷട്ടിൽ കോക്കിനെ അടിച്ചിരുന്നത്. ബ്രജഭാഷി കളിച്ചുകഴിഞ്ഞാൽ ഷട്ടിൽ കോക്കിന്റെ രൂപവും വർണ്ണവും ആകെ മാറുന്നത് ഒരു നിത്യസംഭവമായി മാറി. ജ്യേഷ്ഠൻ ആ തകർന്ന ഷട്ടിൽ കോക്കുകൾ കൈയിലെടുത്ത് ദീർഘശ്വാസം വിടാറുണ്ടായിരുന്നു. ബ്രജഭാഷിയോട് കളിയിൽ ചേരരുത് എന്ന് പറയുവാൻ ആരും ധൈര്യപ്പെട്ടില്ല. അയാളുടെ കളി കാണികളെ അസ്വസ്ഥരാക്കി. നേർത്ത ദോത്തി മുന്നോട്ടും മുകളിലോട്ടും പറന്നുയർന്നു. കണ്ണുകളിറുക്കി ചുണ്ടുകൾ ഒരു പന്നിയുടെ വായയെന്നപോലെ ചുരുട്ടിക്കൊണ്ടാണ് അയാൾ കളിച്ചത്. ഇത്തരം കളികൾക്ക് ചേർന്നതല്ല മാസ്റ്ററുടെ പഴഞ്ചൻ വസ്ത്രധാരണമെന്ന് ഒരിക്കൽ ധൈര്യവാനായ ബാലൻനായർ തുറന്നടിച്ച് പറഞ്ഞപ്പോൾ പരിഹാസം കലർന്ന ഒരു പൊട്ടിച്ചിരിയാണ് ബ്രജഭാഷി സമ്മാനിച്ചത്.

'നാമെല്ലാവരും ഹിന്ദുക്കളാണ്. ശ്രീറാം പ്രഭു ധരിച്ചിരുന്ന വസ്ത്രങ്ങളുടെ അനുകരണങ്ങൾ മാത്രമേ നാം ധരിക്കാവൂ. അല്ലാതെ വെള്ളക്കാരുടെ കോട്ടും പാപ്പാസും ധരിച്ച് സ്വാതന്ത്ര്യം വേണമെന്ന് പറയുന്നതിൽ എന്തർത്ഥം?'

മാസ്റ്റർ പറഞ്ഞതിൽ ന്യായമുണ്ടെന്ന് കുഞ്ഞാത്തു പറഞ്ഞു. ഒന്നുകിൽ വെള്ളക്കാരുടെ കീഴിൽത്തന്നെ സംതൃപ്തിയോടെ കഴിയുക. അല്ലെങ്കിൽ തനി നാടനാവുക. കുഞ്ഞാത്തുവിന് വെള്ളക്കാരോട് യാതൊരു വിദ്വേഷവും തോന്നിയിരുന്നില്ല.

"ഇന്ത്യയിലെ സ്ത്രീകൾ ഇപ്പോഴും സീതാദേവിയുടെ വസ്ത്രധാരണത്തെ അനുകരിച്ച് സാരി ഉടുക്കുന്നു. സാരിയിലും ചേതോഹരമായി മറ്റെന്തു വേഷം?" ബ്രജഭാഷി ചോദിച്ചു. കല്ലുവിന്റെ ചുവന്ന കരമുണ്ടും ഇറുകിയ ജാക്കറ്റും തന്റെ കണ്ണുകളാൽ അലസമായെങ്കിലും ഒരിക്കൽ പരിശോധിച്ച് അയാൾ തുടർന്നു:

"മദ്രാസികളുടെ വേഷവും മോശമല്ല. മദാമ്മമാരെപ്പോലെ കാൽമുട്ട് പ്രദർശിപ്പിക്കുന്നില്ലല്ലോ. അത് മതി."

"എന്റെ ജ്യേഷ്ഠനും ബുച്ചുവും കാൽമുട്ട് പ്രദർശിപ്പിക്കുന്നുവല്ലൊ", ഞാൻ പറഞ്ഞു.

ബ്രജഭാഷി തന്റെ വായ് മുഴുക്കെ തുറന്ന് ഉറക്കെ ചിരിച്ചു.

"ആൺകുട്ടികളുടെ കാൽമുട്ടുപോലാണോ പെണ്ണുങ്ങളുടെ കാൽമുട്ട്? താമരമൊട്ടും ചിരട്ടയും തമ്മിൽ ആരെങ്കിലും താരതമ്യപ്പെടുത്താറുണ്ടോ? സ്ത്രീകൾ... സുന്ദരികൾ... ദേവലോകത്തിലെ അപ്സരസ്സുകളെപ്പറ്റി കമല കേട്ടിട്ടില്ലേ? അവരുടെ കണ്ണുകൾ കരിവണ്ടുകൾപോലെയിരുന്നു. നാസികകൾ തിലപുഷ്പങ്ങളെപ്പോലെ. ഹാ... ഹാ..." ബ്രജഭാഷി പറഞ്ഞു. പിന്നീട് അയാൾ തന്റെ

തല ഇടത്തോട്ട് ചരിച്ച് കണ്ണുകളിറുക്കി, വായ് കൂർപ്പിച്ച് അമിതമായ ആവേശത്തോടെ തബ്‌ല കൊട്ടിത്തുടങ്ങി.

"ഈ മാഷൊരു പൊങ്കൂസനാ," കല്ലു പറഞ്ഞു.

"നിനക്കെങ്ങിനെയ്‌ാ അറിയാ? അയാള് നിങ്ങളെ പിടിയ്ക്കാൻ വന്നോ?" കുഞ്ഞാത്തു നീരസത്തോടെ ചോദിച്ചു.

"ഇന്നെ പിടിക്കാൻ വരണോന്നില്ല്യ ഇയ്ക്ക് അയാൾടെ പൂതി മനസ്സിലാക്കാൻ. കണ്ണോണ്ട് ചോരകുടിക്കണെ യാതിയാ... ചെലേപ്പൊ ഇന്നെ തുറിച്ച് നോക്കുമ്പോളെന്റെ മേല്ന്ന് തൊലി അപ്പിടി ഉരിഞ്ഞ് പോണൂന്ന് തോന്നും," കല്ലു പറഞ്ഞു.

"അയാള്ടെ നുമ്പില്ച്ചെന്ന് തൊള്ളേം പൊളിച്ച് നിക്കണൊ?" കുഞ്ഞാത്തു ചോദിച്ചു.

"ഇബ്ടത്തെ കുട്ട്യേ ഡാൻസ് പഠിപ്പിക്കുമ്പോ അയിന്റെ അടത്ത് ആരേങ്കിലും നിക്കണ്ടേ? കുട്ട്യേ അയാൾടെ ഒപ്പം മുറീല് തനിച്ചാക്കരുത്ന്ന് വെല്യ നൂപ്പര് ഇന്നോട് പറഞ്ഞടക്കുണു," കല്ലു പറഞ്ഞു.

"കുട്ട്യേ ഇപ്പോ ആരും പിടിച്ചോണ്ട് പൂവില്ല്യാ. അയിന് അത്രയ്ക്ക് പ്രായായിട്ടില്ല്യ. നിങ്ങളെയാ പിടിചോണ്ട് പൂവ്വാ. സൂക്ഷിച്ചോളോ..." കുഞ്ഞാത്തു പറഞ്ഞു.

ടൂർണമെന്റിന് ആരും വന്നു ചേരാത്തതിനാൽ മെഡലുകൾ ജ്യേഷ്ഠൻ അമ്മയുടെ അലമാരിയിൽ വച്ച് പൂട്ടി. ആ ആഴ്ചയിലാണ് ബുച്ചു രണ്ട് വെള്ളിക്കപ്പുകൾ കൊണ്ടുവന്ന് ഞങ്ങളെ കാണിച്ചത്. അവയിൽ ബുച്ചുവിന്റെ പേര് കൊത്തിവെച്ചത് ഞങ്ങൾ വിസ്മയത്തോടെ നോക്കിക്കണ്ടു. തന്റെ സ്കൂളിൽ ഒരു മത്സരക്കളി ഉണ്ടായെന്നും വിജയിയായ തനിക്ക് സ്കൂൾ അധികൃതർ സമ്മാനിച്ച വെള്ളിക്കപ്പുകളാണ് അവയെന്നും ബുച്ചു പറഞ്ഞു. ഉടനടി ക്ലബ്ബിന്റെ കാര്യദർശിസ്ഥാനം ജ്യേഷ്ഠൻ ഒഴിഞ്ഞുകൊടുക്കണമെന്ന് അവൻ പ്രസ്താവിച്ചു. ഇനി മേലിൽ തനിക്കാണ് ആ സ്ഥാനത്തിന് അർഹത എന്ന് ബുച്ചു പറഞ്ഞു. ജ്യേഷ്ഠൻ വിവർണ്ണനായി തല താഴ്ത്തി.

"ഇനിയത്തെ മാസം തീരുമാനമെടുക്കാം," ജ്യേഷ്ഠൻ പറഞ്ഞു.

ഒരാഴ്ച കഴിഞ്ഞപ്പോൾ ബുച്ചുവിന്റെ സ്കൂളിൽ പഠിച്ചിരുന്ന രാമസ്വാമി ഞങ്ങളെ സന്ദർശിച്ചു. അത്തരം ഒരു ടൂർണമെന്റ് തന്റെ സ്കൂളിൽ നടന്നിട്ടേയില്ല എന്ന് അയാൾ പറഞ്ഞു. ബുച്ചു സ്വന്തം പണംകൊണ്ട് വെള്ളിക്കപ്പുകൾ വാങ്ങി അവയിൽ പേര് കൊത്തിച്ചതാവണം എന്ന് ഞങ്ങൾ ഊഹിച്ചു.

ഞാൻ ബാഡ്മിന്റൻ കളിയിൽ ഒരിക്കലും ജയിച്ചിരുന്നില്ല. ഡാൻസിലും മിടുക്കിയായിരുന്നില്ല. സരോജയായിരുന്നു മാസ്റ്ററുടെ വാത്സല്യപാത്രം. ഒരിക്കൽ മാസ്റ്റർ അവളുടെ കൊഴുത്തുമിനുത്ത

കാൽ പൊക്കിയപ്പോൾ അതിലേ പോയ എന്റെ അച്ഛൻ ആ കാഴ്ച കണ്ടു. "ഇനി മേലിൽ നീ ഇവന്റെ അടുത്ത് ഡാൻസ് പഠിക്കണ്ട," അച്ഛൻ പറഞ്ഞു. ഡാൻസ് പഠിക്കുമ്പോൾ ഗുരുവിന്റെ സ്പർശം കൈയിലോ കാലിലോ തട്ടിയേക്കാമെന്ന് അച്ഛൻ അറിഞ്ഞിരുന്നില്ല.

ഞാനും സരോജയും സമപ്രായക്കാരായിരുന്നു. സരോജ എന്നെപ്പോലെ ലജ്ജാശീലയായിരുന്നില്ല. വാദപ്രതിവാദത്തിലും നൃത്തത്തിലും അവൾ നിപുണയായിരുന്നു. നൃത്തപരിശീലനം തുടർന്നുപോയാൽ കുറച്ചു കാലത്തിനുള്ളിൽ സരോജ അറിയപ്പെടുന്ന ഒരു നർത്തകിയായിത്തീരുമെന്ന് ബ്രജഭാഷി പ്രവചിച്ചു. തന്റെ മകളെ അറിയപ്പെടുന്ന ഒരു നർത്തകിയായി കാണുവാൻ യാതൊരു താല്പര്യവും തനിക്കില്ലെന്ന് മിസ്റ്റർ സോമസുന്ദരം പറഞ്ഞു.

"നർത്തകിയായാൽ പിന്നെ സരോജയ്ക്ക് ഒരു വരനെ കിട്ടുമോ?" മിസ്സിസ് സോമസുന്ദരം ചോദിച്ചു.

ബ്രജഭാഷി പുഞ്ചിരിതൂകി. "അങ്ങനെ വിചാരിക്കരുത്. അമലയെ ഉദയ ശങ്കർ വിവാഹം ചെയ്തു. അവർ മാതൃകാദമ്പതികളാണല്ലോ. ശിവപാർവ്വതീ നൃത്തം ചെയ്യുമ്പോൾ നാം കൈലാസത്തിലാണെന്ന് തോന്നിപ്പോവും. അത്രയും അപൂർവതേജസ്സോടെ അവർ അരങ്ങിൽ തിളങ്ങുന്നത് കാണാം," മാസ്റ്റർ പറഞ്ഞു.

"നർത്തകിയെ വിവാഹം ചെയ്യുവാൻ നർത്തകൻ മാത്രമേ തയ്യാറാവുള്ളു," മിസ്സിസ് സോമസുന്ദരം പറഞ്ഞു.

"ഞങ്ങൾ നർത്തകരും മനുഷ്യരല്ലേ? ഞങ്ങൾക്ക് എന്താണ് ഒരു കുറവ്," മാസ്റ്റർ ചോദിച്ചു.

"എന്റെ മകൾ ഒരഭ്യസ്തവിദ്യയാവണമെന്നാണ് ഞാൻ ആഗ്രഹിക്കുന്നത്," മിസ്റ്റർ സോമസുന്ദരം പറഞ്ഞു.

"വിദ്യ പലവിധത്തിലുമുണ്ട്," മാസ്റ്റർ പറഞ്ഞു. ജുബ്ബാ പൊക്കി അരയിൽ തിരുകിയിരുന്ന കടലാസുപൊതി അയാൾ പുറത്തെടുത്തു. അതിൽ വക്കുകൾ കരിഞ്ഞു തുടങ്ങിയ വെറ്റിലയും അടയ്ക്കാപ്പൊടിയും മറ്റുമുണ്ടായിരുന്നു. വെറ്റില മുറുക്കിക്കഴിഞ്ഞാൽ പെട്ടെന്ന് ശാന്തത വീണ്ടെടുക്കുന്ന അയാളുടെ വിരലുകൾ വിറയ്ക്കുന്നുണ്ടായിരുന്നു. മാസ്റ്റർ ആരോടും കോപിക്കാറുണ്ടായിരുന്നില്ല. എന്റെ വീട്ടിൽ ആരും അയാളെ വേണ്ടത്ര ആദരിച്ചിരുന്നില്ല. വെപ്പുകാരും കുപ്പിഗ്ലാസ്സിൽ മാത്രമേ അയാൾക്ക് ചായ കൊടുത്തിരുന്നുള്ളു. മറ്റു ഗുരുനാഥന്മാർക്കും സന്ദർശകർക്കും ചായ കപ്പിലായിരുന്നു അവർ നീട്ടിയിരുന്നത്. മാസ്റ്റർ ഗ്ലാസ്സിലേക്ക് ഊതിക്കൊണ്ട് സൗമ്യനായി സാവധാനം ചായ കുടിക്കുന്നത് ഞാൻ നോക്കിക്കാണാറുണ്ടായിരുന്നു.

ദുർഗ്ഗാപൂജ വന്നെത്തിയപ്പോൾ ഞാൻ അമ്മയോട് ചോദിച്ച് അയാൾക്ക് ജുബ്ബാ തയ്പിക്കാനായി ഒരു നീലത്തുണി വാങ്ങിച്ചു. മാസ്റ്റർക്ക് ആ ഇളംനീല ഇഷ്ടമായി. പക്ഷേ, തനിക്കായി ജുബ്ബാ തയ്പിക്കാതെ അയാൾ അത് തന്റെ ജാമാതാവിന് സമ്മാനിച്ചു.

വാച്ചൽമുല്ല എന്ന് പേരുള്ള കച്ചവടസ്ഥാപനത്തിൽനിന്ന് വാങ്ങിച്ചതും വിശേഷപ്പെട്ടതുമായ ആ ശീല തനിക്ക് ഉപയോഗിക്കുവാൻ മനസ്സ് വന്നില്ലെന്ന് മാസ്റ്റർ എന്നോടു പറഞ്ഞു.

"കമലാ, ഞാനൊരു കിഴവൻ. എനിക്കെന്തിനാണ് വിശേഷപ്പെട്ട വസ്ത്രങ്ങൾ? ജോർണയുടെ ഭർത്താവ് ചെറുപ്പക്കാരനാണ്. സർക്കാർ ഉദ്യോഗസ്ഥൻ. അയാൾ നല്ല ഷർട്ടുകൾ ധരിക്കട്ടെ. ഞാൻ പുതുവസ്ത്രങ്ങൾ ധരിച്ചാൽ ആര് കാണും? വായിന്റെ പിൻവശത്ത്, ഇതാ ഈ വലതുവശത്ത്, രണ്ട് വലിയ പല്ലുകൾ കഴിഞ്ഞ മാസമാണ് ഒരു ചീനക്കാരൻ ദന്തവൈദ്യൻ പറിച്ചുമാറ്റിയത്. ഒന്നോ രണ്ടോ വർഷമായി പല്ലുവേദന സഹിച്ചുതുടങ്ങിയിട്ട്. പല്ലുകളിൽ പൊത്തുകളായിരുന്നു. പാമ്പിൻമാളങ്ങൾപോലെയുള്ള ദ്വാരങ്ങൾ. അവയിൽ പുകയില ചതച്ചുവച്ച് വേദന ശമിപ്പിക്കാൻ എത്രയോ തവണ ശ്രമിച്ചു. ഫലമുണ്ടായില്ല. യൂക്കാലിപ്സ് ഓരോ തുള്ളി ഇറ്റിച്ചു. ഫലമില്ല. ഒടുവിൽ പറിച്ചുകളഞ്ഞു. പുതിയ പല്ലുകൾ ഉണ്ടാക്കിത്തരാമെന്ന് പറഞ്ഞു ചൈനീസ് ഡോക്ടർ. കൃത്രിമപ്പല്ല്. കൃത്രിമപ്പല്ല് വെച്ചിട്ടില്ലെങ്കിൽ കവിൾ ഒട്ടിപ്പോകുമെന്ന് പറഞ്ഞു. ഒട്ടിയാൽ ഒട്ടട്ടെ എന്ന് ഞാനും പറഞ്ഞു. ഇനി ആര് കാണാനാണ് എന്റെ രൂപഭംഗി? കാണേണ്ടവരൊക്കെ പോയി. ജോർണ്ണയുടെ അമ്മ മരിച്ചിട്ട് വർഷം പതിന്നാലായി,"ബ്രജഭാഷി പറഞ്ഞു.

ഭാര്യ മരിച്ചെന്ന് കേട്ടപ്പോൾ കല്ലുവിന്റെ കണ്ണുകൾ കലങ്ങി. താൻ ഇനി ഒരിക്കലെങ്കിലും ആ പാവം മാസ്റ്ററെ പരിഹസിക്കുകയോ ശപിക്കുകയോ ചെയ്യില്ലെന്ന് കല്ലു എന്നോട് പറഞ്ഞു.

"ഡാൻസ്മാഷല്ല പെങ്കൂസൻ. പെങ്കൂസൻ നൊമ്മടെ ഹിന്ദി മാഷാണ്. മിണ്ടാപ്പൂച്ച കലൊടയ്ക്കുംന്ന് കേട്ടിട്ടില്ല്യേ കുട്ട്യേ?" കല്ലു എന്നോട് ചോദിച്ചു.

"ഇനി മാഷന്മാരേം ടീച്ചർമാരേം ഒരുത്തനീം പിരിച്ചയച്ചാല് കൊറെ കാശ് ലാഭിക്കാം. ആ കാശോണ്ട് കുട്ടിയ്ക്ക് കൈയിലിക്കും കാതിലിക്കും കൊറെ പൊന്നു വാങ്ങാം. അപ്പൊ കുട്ട്യെ കൊണ്ടൂവാൻ തുരുതുരെ ആളും വരും. പെൺകുട്ട്യോളെ ഒരൂട്ടം ഡാൻസും ഹിന്ദീം ഒക്കെ പഠിപ്പിച്ചിട്ട് എന്താ ഗുണം?" കുഞ്ഞാത്തു ചോദിച്ചു.

"പൊന്ന് ഉണ്ടായാലും ഉണ്ടായില്ല്യെങ്കിലും ഇബ്ടത്തെ കുട്ട്യോളെ കൊണ്ടൂവാൻ ആള് വരും. കല്യാണം കഴിക്കാൻ കൊറച്ച് പ്രായാ

വണ്ടേ? ഇപ്പോ അയിനെപ്പിടിച്ച് വല്ലോരടേം തലേല്വെച്ച് കെട്ടിയാ തല തോർത്തിയ്ക്കാനുംകൂടി ആള് വേണ്ടിവരും,'' കല്ലു പറഞ്ഞു.

''ലൈഫ് മെമ്പറാവണമെന്ന് രാമസ്വാമി പറഞ്ഞു.'' എന്റെ ജ്യേഷ്ഠൻ ഒരുദിവസം ഞങ്ങളെ അറിയിച്ചു. മാതാപിതാക്കളുടെ ഏകപുത്രനായതിനാൽ അത്യധികം ലാളന അനുഭവിച്ചവർക്ക് സ്വാഭാവികമായി കാണാറുള്ള സൗമ്യശീലം രാമസ്വാമിക്കുണ്ടായിരുന്നു.

''സ്വാമി ലൈഫ് മെമ്പറാവട്ടെ. അതിൽ എനിക്ക് വിരോധമില്ല. പക്ഷേ, കളിക്കണ്ട. ഈ സിമന്റ് തറയിൽ മഴവെള്ളം കെട്ടിനിൽക്കുന്നുണ്ടാവും. അവൻ വീണാൽ? സ്വാമി പടിമേൽ ഇരുന്ന് നിങ്ങൾ കളിക്കുന്നത് നോക്കിക്കണ്ടാൽ മതി,'' രാമസ്വാമിയുടെ അച്ഛൻ പറഞ്ഞു.

മറ്റുള്ളവരുടെ കളി നോക്കിക്കാണുക മാത്രം ചെയ്യുന്ന ലൈഫ് മെമ്പർമാരെ ശേഖരിക്കുന്നതിൽ ജ്യേഷ്ഠൻ താല്പര്യം പ്രകടിപ്പിച്ചില്ല. അതുകൊണ്ടാവാം രാമസ്വാമിയുടെ അച്ഛനോട് ജ്യേഷ്ഠൻ പറഞ്ഞത്: ''ഇനിയത്തെ ജനുവരിയിൽ മാത്രമേ ഞങ്ങൾ പുതിയ അംഗങ്ങളെ ചേർക്കുന്നുള്ളു. അന്ന് സ്വാമിക്ക് അംഗത്വം തരാം.''

ഞങ്ങളുടെ ക്ലബ്ബ് ലോകപ്രസിദ്ധമായ ഒരു കായികസംഘടനയാണെന്നും അതിൽ ഏകദേശം പതിനായിരം പേർ അംഗങ്ങളായി ചേർന്നുകഴിഞ്ഞെന്നും ബുച്ചു രാമസ്വാമിയെ പറഞ്ഞു ധരിപ്പിച്ചു. അതുകൊണ്ടാവാം എല്ലാ മാസവും ആ കുട്ടി ഞങ്ങളെ സന്ദർശിച്ച് ക്ലബ്ബിന്റെ വിവിധ പ്രവർത്തനങ്ങളെപ്പറ്റി അന്വേഷിച്ചത്.

ഒരു വൈകുന്നേരം ബുച്ചുവിന്റെ സഹോദരി സുജാതയെ കാണുവാൻ വന്ന ഒരു യുവ വൈമാനികൻ ഞങ്ങളുടെ കളിയും നോക്കിക്കൊണ്ട് അഞ്ചോ പത്തോ മിനിട്ടു നേരം മതിലും ചാരിനിന്നു. ക്ലബ്ബിന്റെ ലൈഫ് മെമ്പറാവാൻ ആഗ്രഹിക്കുന്നുവോ എന്ന് ബുച്ചു അയാളോട് ചോദിച്ചു. ഇനിയത്തെ അവധിക്കാലത്ത് കല്ക്കത്തയിൽ വന്ന് താനും ക്ലബ്ബിന്റെ ഒരംഗമാവാമെന്ന് വശ്യമായ ഒരു ചിരിയോടുകൂടി അയാൾ പറഞ്ഞു. റോയൽ എയർഫോഴ്സിന്റെ യൂനിഫോമും തൊപ്പിയുമാണ് ആ യുവാവ് ധരിച്ചിരുന്നത്. കർക്കിടകമാസത്തിലെ മഴക്കാറിന്റെ കരിനീലവർണ്ണമുള്ള യൂനിഫോം. അയാളുടെ ഓമനപ്പേര് ടൈനിയെന്നാണെന്ന് ബുച്ചു എന്റെ കാതിൽ മന്ത്രിച്ചു. ആ പേര് എന്നെ ചിരിപ്പിച്ചു. പുരികങ്ങൾ ചുളിച്ചുകൊണ്ട് അയാൾ എന്നെ തുറിച്ചുനോക്കി. ചിരിക്കുവാൻ മുതിർന്നതിൽ ഞാൻ പശ്ചാത്തപിച്ചു. അയാളുടെ നോട്ടം എന്നെ അസ്വസ്ഥയാക്കി.

ടൈനി എന്ന് വിളിക്കപ്പെട്ട വൈമാനികൻ പിന്നീട് കല്ക്കത്തയിൽ വന്നില്ല. അയാൾ മരിച്ചുപോയെന്ന് ബുച്ചു ഞങ്ങളോട് ഒരു ദിവസം പറഞ്ഞു.

"എന്റെ ജ്യേഷ്ഠത്തി കട്ടിലിൽ കിടന്ന് തേങ്ങിക്കരയുന്നുണ്ട്. കല്യാണം മുടങ്ങിയല്ലൊ," ബുച്ചു കിതച്ചുകൊണ്ട് പറഞ്ഞു.

"ബുച്ചോ, തന്റെ പെങ്ങൾക്ക് നല്ല ഭാഗ്യം ഉണ്ടെടോ. കല്യാണം കഴിഞ്ഞിട്ടാ ആ പഹയൻ ചത്തത്ച്ചാൽ പിന്നെ ആ കുട്ടിക്ക് കഴ്ത്തിലെ മിന്ന് പൊട്ടിച്ച് കഴിയേണ്ടിവരുമായിരുന്നല്ലോ. ഭാഗ്യോള്ളോളാ തന്റെ പെങ്ങള്," കുഞ്ഞാത്തു പറഞ്ഞു.

പത്തൊമ്പത്

പണ്ടൊക്കെ നായർസ്ത്രീകളെ പോറ്റിയിരുന്നത് അവരുടെ സഹോദരന്മാരായിരുന്നു. അതുകൊണ്ട് സ്വാഭാവികമായും അവർ സഹോദരന്മാരെ സ്നേഹിക്കുകയും ആരാധിക്കുകയും ചെയ്തു. സഹോദരന്മാർ ആ ആരാധനാമനോഭാവം പ്രതീക്ഷിച്ചു. പെങ്ങന്മാർ അവരുടെ ഭർത്താക്കന്മാരെ വളരെയധികം സ്നേഹിക്കുന്നത് കാണുവാനുള്ള മനഃശക്തിയും നായന്മാർക്ക് ഉണ്ടായിരുന്നില്ല. ആങ്ങളയും ഭർത്താവും ശത്രുക്കളായി മാറുന്നത് നായർസ്ത്രീയ്ക്ക് കാണേണ്ടിവന്നു.

അമ്പാഴത്തേൽ വീട്ടിലെ സ്ത്രീകളെ വിവാഹം ചെയ്തവരിൽ ഹെഡ്മാസ്റ്റർ സുബ്രഹ്മണ്യ അയ്യരെ, അദ്ദേഹം തങ്ങളുടെ ഗുരുവായിരുന്നതുകൊണ്ട് സഹോദരന്മാർ, വെറുതെ വിട്ടു. അദ്ദേഹം സഹോദരിക്കുവേണ്ടി ഒരു മണിമാളിക നിർമ്മിച്ചതും അവർക്കു വേണ്ടത്ര സുഖസൗകര്യങ്ങൾ ഏർപ്പെടുത്തിക്കൊടുത്തതും ആ സഹോദരന്മാർ മതിപ്പോടെ നോക്കിക്കണ്ടു.

ചിന്നമ്മയും നാലപ്പാട്ടെ നാരായണമേനോനും തമ്മിലുള്ള ബന്ധം ഒൻപതുമാസങ്ങളിൽ ഒതുങ്ങിനിന്നു. ചിന്നമ്മ മരിച്ച് ഒരാഴ്ച കഴിയുന്നതിനു മുമ്പ് അവരുടെ ഒരു സഹോദരൻ നാലപ്പാട്ടു വന്ന് അമ്മാമനെ അപമാനിച്ചുവെന്ന് ഞാൻ മുത്തശ്ശി പറഞ്ഞുകേട്ടിട്ടുണ്ട്. ചിന്നമ്മയുടെ ആഭരണങ്ങളിൽ ഒന്ന് പണയംവച്ചിട്ടുണ്ടെന്ന ആരോപണത്തോടെയാണ് നാരായണമേനോൻ നാലപ്പാട്ട് വന്നത്. ചിന്നമ്മയ്ക്ക് കട്ടിൽ പണിയിക്കാനായി അമ്മാമൻ തന്റെ സ്വന്തം അമ്മയുടെ കൂട്ടുകടകങ്ങളായിരുന്നു പണയം വച്ചത്. അമ്മാമൻ അപമാനിതനായി വീട്ടിൽനിന്നു പുറത്തിറങ്ങാതെ കുറച്ചുകാലം കഴിച്ചുകൂട്ടി. ചിന്നമ്മയുടെ അനുജത്തിയായ ബാലാമണിയമ്മയെ വളരെയധികം കാലം കഴിഞ്ഞ് അമ്മാമൻ വിവാഹം ചെയ്തു. അപ്പോഴേക്കും അമ്മാമന് ഒരു കവിയെന്നനിലയിൽ പ്രസിദ്ധികിട്ടിക്കഴിഞ്ഞിരുന്നു. അതുകൊണ്ടാവാം അമ്മാമൻ ഭാര്യവീട്ടിലും ബഹുമാ

നിതനായിത്തീർന്നത്. അമ്പാഴത്തേൽ വീട്ടിൽ എന്തുപ്രശ്നം വന്ന് ഉദിക്കുമ്പോഴും അതിന്റെ പരിഹാരം അമ്മാമനോടു ചോദിച്ച് തീരുമാനിക്കുക അവർക്കെല്ലാവർക്കും ഒരു പതിവായിത്തീർന്നു. അമ്പാഴത്തേൽ വീട്ടിലെ പുത്തൻപുരയുടെ കോലായിൽ ഒരു കട്ടിലിലോ കസേരയിലോ വൈകുന്നേരം ഇരിക്കുമ്പോൾ അമ്മാമൻ അവർക്ക് ഓരോരുത്തർക്കും വിസ്മയകരമായ ഒരപരിചിതലോകം സമ്മാനിച്ചു—ആശയങ്ങളുടേതായ ഒരു സമ്പുഷ്ടലോകം. അമ്മാമന്റെ വാക്കുകൾ കേൾക്കുവാൻ എല്ലാവരും ആ കോലായിൽ തടിച്ചുകൂടി. പക്ഷേ, ശ്രോതാക്കളിൽ പ്രധാനി ദാസേട്ടന്റെ അമ്മയായ ചെറിയോപ്പുവായിരുന്നു.

കമലമ്മ എന്ന കമലോപ്പുവിന്റെ ഭർത്താവ് അരിയന്നൂരിലെ കുട്ടൻ മേനോനായിരുന്നു. ജീവിതം സന്തോഷിക്കുവാനാണ് എന്ന് വിശ്വസിച്ചിരുന്ന ഒരു ജന്മി. കുട്ടൻമേനോനെ ചിരിച്ചുകൊണ്ടല്ലാതെ ആർക്കും കാണുവാൻ കഴിഞ്ഞിരുന്നില്ല. ഉയരം കുറഞ്ഞ്, വെളുത്ത്, അല്പം കഷണ്ടികയറിയ നെറ്റിയുമായി, ഏറക്കുറെ സുന്ദരനെന്ന് വിശേഷിപ്പിക്കാവുന്ന ഒരു ശുദ്ധാത്മാവ്. പാട്ട്, ഡാൻസ് മുതലായവയിൽ തല്പരൻ. വെറുതെ ഇരിക്കുമ്പോഴും നിലത്തോ തന്റെ സ്വന്തം കാൽമുട്ടിലോ താളം പിടിക്കുന്നവൻ. ബാക്കിയുള്ളവർക്ക് കേൾക്കുവാൻ കഴിയാത്ത ഏതോ ഗാനം കേട്ട് തലകുലുക്കുന്നവൻ. കഴുത്തിൽ നിറമുള്ള പളുങ്കുമാലകൾ അണിയുന്നവൻ. കുട്ടികൾക്ക് അദ്ദേഹത്തോട് സ്നേഹമുണ്ടായിരുന്നു. ഞങ്ങൾക്ക് കഥകൾ പറഞ്ഞുതരാൻ അദ്ദേഹം താല്പര്യം പ്രദർശിപ്പിച്ചു. ഒരിക്കൽ അമ്പാഴത്തേൽ പൂമുഖത്ത് തൂണുംചാരിയിരുന്നുകൊണ്ട് കുട്ടൻ മേനോൻ കുട്ടികൾക്ക് കഥ പറഞ്ഞുകൊടുക്കുകയായിരുന്നു. അപ്പോൾ ഇട്ടിയച്ചൻ മുരടനക്കിക്കൊണ്ട് പറഞ്ഞു:

“ഇബ്ട്ന്ന് കുട്ട്യോളക്ക് തോന്ന്യാസക്കഥോള് പറഞ്ഞ് കൊട്ക്കരുത് ട്ടാ.”

കുട്ടൻമേനോൻ തല പിന്നോക്കം ചരിച്ച് ഉറക്കെയുറക്കെ ചിരിച്ചു.

“ഞാൻ പറയണ കഥയില് എന്ത് തോന്ന്യാസാ?” അദ്ദേഹം ചോദിച്ചു.

“പെണ്ണുങ്ങൾടെ കഥോള് പറേമ്പൊ ഇത്തിരീശ തോന്ന്യാസം ഇബ്ട്ന്ന് ചേർക്ക്ണ്ട്. കുട്ട്യോളക്ക് മനസ്സിലാവില്യേരിക്കും. ഇയ്ക്ക് മനസ്സിലാവ്ണ്ട്,” ഇട്ടിയച്ചൻ പറഞ്ഞു.

“രാജകുമാരിയെ നേരാംവണ്ണം വർണ്ണിച്ചു. അതിലെന്താ തോന്ന്യാസം? കുട്ട്യോൾക്കറീല്യേ പെണ്ണുങ്ങൾക്ക് മൊല ഉണ്ടെന്ന്.

താനും തന്റെ തള്ളടെ മൊലകുടിച്ചല്ലേ വളർന്നത് ഇട്ടിയച്ചാ?'' കുട്ടൻ മേനോൻ ചോദിച്ചു.

''സൊന്തം തള്ളടെ മൊലപോലെയാണോ വാക്കിള്ളോരുടെ മൊല?'' ഇട്ടിയച്ചൻ ഒരു മറുചോദ്യം ചോദിച്ച് കുട്ടൻമേനോനെ സ്തബ്ധനാക്കി.

''ഇബടെ ഇരിക്കെടോ,'' കുട്ടൻമേനോൻ പറഞ്ഞു.

''ഇയ്ക്ക് വേറെ പണീണ്ട്. തപ്പാലാപ്പീസില് പൂവ്വാറായി. ഇബടെ കുത്തിയിരുന്ന് തോന്ന്യാസം പറഞ്ഞാപ്പോരാ,''ഇട്ടിയച്ചൻ ധൃതിയിൽ നടന്നുകൊണ്ട് വിളിച്ചുപറഞ്ഞു.

കുട്ടൻമേനോൻ വീണ്ടും ഉച്ചത്തിൽ പൊട്ടിച്ചിരിച്ചു. കേശുവേട്ടന്റെ പരിചാരകനായ മണ്ണാങ്കണ്ടനും തന്റെ ചുവന്ന മോണകൾ പ്രദർശിപ്പിച്ചുകൊണ്ട് ആ ചിരിയിൽ പങ്കുകൊണ്ടു.

''നസ്രാണിച്ചിയോള് എപ്പഴും ചട്ടയിട്ടോണ്ടിരിക്കും. അവിറ്റടെ മൊല ആരും കാണില്യ. അതോണ്ടാ മൊലാന്ന് പറേമ്പഴയ്ക്കും ഇട്ട്യേച്ചന് എടങ്ങറ്. നമ്മള് നായമ്മാര് എത്രണ്ണം കണ്ടിരിക്കുണു. ഇനീം എത്ര കാണാൻ പോണു,'' കുട്ടൻമേനോൻ പറഞ്ഞു.

''സന്ധ്യാവ്മ്പൊ ആ എലിയങ്ങാട്ടിലെ ചെറേല് ചെന്ന് നോക്കിയാ കാണാം പല പരിഷ്ക്കാരത്തിലും...'' മണ്ണാങ്കണ്ടൻ പറഞ്ഞു.

കുട്ടൻമേനോൻ പണം ധൂർത്തടിക്കുന്നു എന്ന് ഒരു പരാതി നാട്ടിൽ പ്രചരിച്ചിരുന്നു. ഞങ്ങൾ കുട്ടികളും അത് ഇടയ്ക്കിടയ്ക്കു കേട്ടു. ദരിദ്രർ ചെന്ന് ആവശ്യപ്പെട്ടാൽ കുട്ടൻമേനോൻ ഉടനെ പണം വാരിക്കോരി കൊടുക്കുമായിരുന്നു. അദ്ദേഹത്തിന്റെ ദാനശീലം ഭാര്യവീട്ടുകാരെ അസ്വസ്ഥരാക്കി.

ശാരദോപ്പുവിന്റെ ഭർത്താവ് കുമാരൻമേനോൻ ശാന്തനും വിനയാന്വിതനുമായിരുന്നു. ഭാര്യയെയും മക്കളെയും തന്റെ പഴയ ഫോർഡിൽ കയറ്റി ക്ഷേത്രാടനത്തിനായി സഞ്ചരിക്കുവാൻ അദ്ദേഹം ഇഷ്ടപ്പെട്ടു. കൊല്ലത്തിൽ ഒരാഴ്ചക്കാലം മാത്രം അമ്പാഴത്തേൽ താമസിച്ചിരുന്നതുകൊണ്ടാവാം അദ്ദേഹവുമായി യാതൊരഭിപ്രായ വ്യത്യാസവും ഭാര്യാസഹോദരന്മാർക്ക് ഉണ്ടായതുമില്ല. മറ്റുള്ളവർ കലഹിക്കുന്നയിടത്ത് പോവാതെ തന്റെ മക്കളെ എടുത്ത് കളിപ്പിച്ചു കൊണ്ട് കുമാരമേനോൻ അമ്പാഴത്തേൽക്കാരുമായുള്ള ബന്ധം മരണംവരെ നിർമ്മലമാക്കി നിലനിർത്തി.

ബ്രിട്ടീഷുകാർ ഭരിക്കുന്ന കാലത്ത് സ്കൂൾക്കുട്ടികൾക്ക് ഡിസംബർ മാസത്തിൽ ഏകദേശം ഒരുമാസക്കാലം അവധി കിട്ടുമായിരുന്നു. ആ കാലത്ത് നാട്ടിൽ ചെന്നപ്പോൾ അമ്മായിയായ കുട്ടിയോപ്പു പറഞ്ഞു:

“ആമി നാളെ രാവിലെ എന്റെകൂടെ തിരുവാതിരക്കുളി കുളിക്കാൻ വന്നോളൊ.”

രാവിലെ നാല് കഴിയുമ്പോഴേക്കും താൻ ഉണർന്നെഴുന്നേറ്റ് ഞാൻ അമ്മമ്മയുടെകൂടെ കിടക്കുന്ന മുറിയിലേക്ക് വരാമെന്ന് കുട്ടിയോപ്പു പറഞ്ഞു.

“നാലുമണിക്കൊന്നും കമല ഒണരില്യാ,” അമ്മമ്മ പറഞ്ഞു.

“നാലല്ല, മൂന്നിനും ഒണരാൻ എനിക്കു സാധിക്കും,” ഞാൻ പറഞ്ഞു.

“കമലയ്ക്ക് തണുത്ത വെള്ളത്തില് കുളിച്ചാൽ ജലദോഷം വരും,” അമ്മമ്മ പറഞ്ഞു.

“തിരുവാതിരക്കുളി കുളിച്ചിട്ട് ഒരാൾക്കെങ്കിലും ജലദോഷം പിടിച്ചൂന്ന് ഞാൻ കേട്ടിട്ടില്യ. തിരുവാതിരക്കുളി കുളിച്ചാല് ആരോഗ്യം വർദ്ധിക്കും,” കുട്ടിയോപ്പു പറഞ്ഞു.

“പട്ടണത്തില് ജീവിക്കണ കുട്ട്യോൾക്ക് പെട്ടെന്ന് ഒരീസം തണുത്ത കൊളത്തില് കുളിക്കേണ്ടി വന്നാ...” അമ്മമ്മ പിറുപിറുത്തു.

ഞാൻ അന്നു രാത്രി പകുതിഭാഗവും തീരുന്നതുവരെ ഉറങ്ങിയില്ല. പിറ്റേദിവസം ധരിക്കുവാനുള്ള പാവാടയും ബ്ലൗസും തോർത്തും സോപ്പുപെട്ടിയും ഞാൻ ജനൽപ്പടിമേൽ ഒരുക്കിവച്ചു.

“നാലുമണിയാവുമ്പൊ എലിയങ്ങാട്ടെ ചെറേൽന്ന് പാട്ടും തുടീം കേക്കാം. അപ്പൊത്തന്നെ ഒണരും. കുട്ട്യോപ്പു വന്ന് ഒണർത്തണ്ടി വരില്യ. കണ്ണത്തെ പെണ്ണുങ്ങൾടെ പാട്ട് കേക്കുമ്പൊ നാട്ടിലാർക്കും പിന്നെ ഒറങ്ങാൻ സാധിക്കില്യ,” അമ്മമ്മ പറഞ്ഞു.

പക്ഷേ, നാലുമണിക്ക് കുട്ടിയോപ്പു എന്റെ മുറിയിലേക്ക് ഒരു ടോർച്ചുംകൊണ്ടു വന്നപ്പോൾ ഞാൻ നല്ല ഉറക്കത്തിലായിരുന്നു. എന്റെ ചെവിയിൽ ആമീ എണീയ്ക്കൊ എന്ന് പലതവണ മന്ത്രിച്ചതിനുശേഷമാണ് ഞാൻ കണ്ണുകൾ മിഴിച്ചത് എന്ന് കുട്ടിയോപ്പു പറഞ്ഞു. അമ്മമ്മ ഒന്നു ചുമച്ച് തിരിഞ്ഞുകിടന്നു. പക്ഷേ, ഉണർന്നില്ല. ഞാൻ തോർത്തും സോപ്പുപെട്ടിയും മറ്റും പേറിക്കൊണ്ട് കുട്ടിയോപ്പുവിന്റെ പിന്നിൽ നടന്നു. മാധവിയമ്മ, മീനാക്ഷിക്കുട്ടി മുതലായവരും ഞങ്ങളെ നിഴലുകൾപോലെ അനുഗമിച്ചു. തെക്കേ പറമ്പിലൂടെ നടക്കുമ്പോൾ തെങ്ങുകളുടെ നിഴലുകൾ മനുഷ്യരാണെന്നു ഞാൻ തെറ്റിദ്ധരിച്ചു. കണ്ണത്തെ പട്ടികളിലൊന്ന് ഞങ്ങളുടെകൂടെ നടന്നിരുന്നു.

“പട്ടി തൊട്ടുരുമ്മി നടക്കണ്ത് കണ്ട്വോ? അശ്രീകരം. പോ പട്ട്യേ ഇല്ലെങ്കിൽ ഞാൻ ഒരു കല്ലെടുത്തെറിയും,” മാധവിയമ്മ പറഞ്ഞു.

“പട്ടിയോൾക്കും വേദന ഉണ്ട്,” കുട്ടിയോപ്പു പറഞ്ഞു.

“വേദനിച്ചോട്ടേന്ന് കരുതീട്ടാ ഞാൻ കല്ലെറിയാൻ പോണത്,” മാധവിയമ്മ കല്ലെടുക്കുവാൻ കുനിയുമ്പോൾ പറഞ്ഞു. പട്ടി പെട്ടെന്നു തിരിഞ്ഞ് നാലപ്പാട്ടെ മുറ്റത്തേക്ക് മടങ്ങി.

അമ്പാഴത്തേൽ ഉറങ്ങിക്കിടന്നിരുന്ന പലരെയും ഉണർത്തുന്ന കടമ ഞങ്ങളുടേതായിരുന്നു. തിരുവാതിരക്കുളിയിൽ താല്പര്യമില്ലാത്തവരെ ഉണർത്താതെതന്നെ അവരുടെ മുറിയിലോ മുറിയുടെ പരിസരത്തോ ഉറങ്ങുന്നവരെ മെല്ലെ തൊട്ട് ഉണർത്തുക അത്രയെളുപ്പമായിരുന്നില്ല. തിരുവാതിരക്കുളിയിൽ മുൻകൈ എടുത്തിരുന്നവർ സുന്ദരിയോപ്പു, കുഞ്ഞുണ്ണിയേട്ടന്റെ ഭാര്യയും ഏടത്തിയമ്മ എന്ന് വിളിക്കപ്പെടുന്നവരുമായ കാത്തൊള്ളിൽ ലക്ഷ്മിക്കുട്ടിയമ്മ, അവരുടെ ചിറകു മുളയ്ക്കാത്ത കുഞ്ഞുങ്ങൾ, തെക്കരെ വീട്ടിൽ കല്യാണിയമ്മ, രണ്ട് മീനാക്ഷിമാർ, എന്റെ സ്നേഹിത മാലതി മുതലായവരായിരുന്നു. കമലോപ്പുവും ഞങ്ങളുടെകൂടെ കുളക്കടവിലേക്ക് നടന്നു. മിക്കവരുടെയും കൈവശം കരിപിടിച്ച റാന്തലുകൾ ഉണ്ടായിരുന്നു. രാത്രിസമയത്ത് പാമ്പുകൾ ആ പറമ്പിൽ ഇഴയാറുണ്ടായിരുന്നു. പൊന്തകളിൽനിന്ന് ഊതി വഴിപോക്കരെ ഭയപ്പെടുത്തുന്ന വിഷസർപ്പങ്ങൾ. ക്രിസ്ത്യാനികൾക്ക് തിരുവാതിരക്കുളി വിധിച്ചിരുന്നില്ല. എങ്കിലും വലിയ റോതു, ഇട്ടിയച്ഛന്റെ മറിയ, ചെറിയ റോതു മുതലായ ക്രിസ്ത്യാനിവനിതകൾ കുളക്കരയിൽ കൊതുമ്പും ചിരട്ടയും മടലും മറ്റും കൂട്ടിവച്ചു കത്തിച്ച് കുളി കഴിഞ്ഞവർക്ക് ചൂടുകായാൻ തീ ഒരുക്കിക്കൊണ്ടിരുന്നു. തീ ജ്വലിച്ചു തുടങ്ങുമ്പോൾ അവർ അതിനു സമീപം ഇരുന്ന് കുളിക്കുന്നവരുടെ പാട്ട് കേട്ടു.

അമ്പാഴത്തേൽ രണ്ടു കുളങ്ങളുണ്ടായിരുന്നു. പാമ്പിൻകാവിന്റെ അടുത്തുള്ള പഴയ കുളം. മറ്റേത് പുതിയ കുളം. പുതിയ കുളത്തിന്റെ പടവുകൾ ചുവന്ന കല്ലുകൾകൊണ്ട് നിർമ്മിച്ചവയും വീതിയുള്ളവയുമായിരുന്നു. ഏകദേശം പതിനാറ് പടവുകൾ ഇറങ്ങിയാൽ മാത്രമേ വെള്ളത്തിൽ എത്തുവാൻ ആർക്കും സാധിച്ചിരുന്നുള്ളു. താളിയും എണ്ണയും പുരണ്ടതുകൊണ്ടാവാം മിക്ക പടവുകളിലും ഞങ്ങളുടെ കാലടികൾ വഴുതിപ്പോവാറുണ്ടായിരുന്നു. തുടിയും പാട്ടും കഴിയുമ്പോൾ കുട്ടികൾക്കിഷ്ടമുള്ള മലര് വറുക്കൽ എന്ന ക്രീഡ ആരംഭിക്കും. എന്നെ അതെല്ലാം പഠിപ്പിച്ചത് കുട്ടിയോപ്പുവാണ്. കുട്ടിയോപ്പുവിന്റെ സ്വരത്തിന്റെ മാധുര്യം വർദ്ധിപ്പിക്കുവാൻ ധനുമാസത്തിന്റെ ശൈത്യത്തിന് സാധിച്ചു. കുളികഴിഞ്ഞ് പടവുകൾ കയറിയാൽ വസ്ത്രം ധരിച്ച് തീ കായാം. തീയുടെ ചുവന്നനാളങ്ങൾ മറ്റുള്ളവരുടെ കണ്ണുകളിൽ പ്രതിഫലിച്ചു കാണുക ഉന്മേഷദായകമായ ഒരു കാഴ്ചയാണ്. തിരുവാതിരകുളിച്ചാൽ സൗന്ദര്യം വർദ്ധിച്ചതു

പോലെ തോന്നിയിരുന്നു എന്നത് സത്യമാണ്. കണ്ണെഴുതി വെളുത്ത കൂവപ്പൊടിയുടെ തിലകംതൊട്ട് മുടിയിൽ പൂചൂടി ഊഞ്ഞാലിൽ ആടുന്ന പെൺകൊടിയെക്കാൾ മനോഹരി ആരാണ്? പല രാജ്യങ്ങളും കണ്ടുകഴിഞ്ഞ എനിക്ക് തോന്നുന്നു, തിരുവാതിരക്കുളി കുളിച്ച മലയാളമങ്കയുടെ ചന്തം മറ്റാർക്കുമില്ലെന്ന്. പക്ഷേ, ഗ്രാമങ്ങളിലും തിരുവാതിരക്കുളി അവസാനിച്ചു കഴിഞ്ഞിരിക്കുന്നു. ജലക്രീഡയുടെ ശബ്ദം ഇനി ഒരിക്കലും ഞാൻ കേൾക്കുകയില്ലായിരിക്കാം. സ്ത്രീകൾക്ക് അവരുടെ ശരീരങ്ങളെ പ്രദർശിപ്പിക്കുവാൻ വൈമനസ്യം അനുഭവപ്പെട്ടു തുടങ്ങി. കുളിമുറിയിൽനിന്നുകൊണ്ട്, ഇടയ്ക്കു കുനിഞ്ഞ്, കുറച്ച് ചൂടുവെള്ളം മേൽ ഒഴിച്ച്, രണ്ടുപാത്രം തണുത്ത വെള്ളം മുടിയിലും ഒഴിച്ച് ധൃതിയിൽ തുവർത്തി വസ്ത്രധാരണം ചെയ്യുന്നവർക്ക് ജലവുമായി മനഷ്യന് എന്നേ മുതൽ ഉണ്ടായിരുന്ന ആത്മബന്ധം അറിയുമോ?

കുട്ടിയോപ്പു മാത്രമല്ലേ എനിക്ക് എന്റെ സ്ത്രീശരീരത്തിനോട് മതിപ്പ് തോന്നിപ്പിച്ചത്? മിക്ക അവയവങ്ങളും മരണംവരെ ഒളിപ്പിച്ചു വയ്ക്കണമെന്നും മരണത്തിനുശേഷം അവയെ അപരിചിതർ കഴുകി വൃത്തിയാക്കി കോടിയിൽ പൊതിഞ്ഞ് ചിതയിൽ വയ്ക്കുമ്പോൾ സമയം ഒട്ടും പാഴാക്കാതെ, അവയെ ആർക്കും കാണുവാൻ അനുവദിക്കാതെ പരിശുദ്ധമായ അഗ്നി അവയോരോന്നിനെയും ഭക്ഷിക്കുമെന്നും മറ്റുള്ളവർ പറഞ്ഞ് എനിക്കറിയാമായിരുന്നു. ശരീരത്തിന് അതിന്റേതായ ഒരു പ്രത്യേക നിഷ്കളങ്കത ഉണ്ടെന്ന് മനസ്സിലാക്കുവാൻ സ്വന്തം ഭർത്താവിന്റെ മനസ്സിനെ മാത്രമല്ല, ശരീരത്തെയും ആരാധിച്ച കുട്ടിയോപ്പുവാണ്, എന്നെ കൗമാരദശയിൽ ത്തന്നെ സഹായിച്ചത്.

ഇരുപത്

രാവിലെ കിഴക്കേ കോലായിൽ ഇരുന്ന് പല്ലു തേക്കുമ്പോൾ പത്മാവതി വിളിച്ചുപറഞ്ഞു:

"എന്റെ കമ്മലിന്റെ ശങ്കീരി പോയീട്ടാ. കമ്മലും പോണ്ടതാ. പൊട്ടിപ്പെണ്ണ് എടുത്തോണ്ട് വന്നു. ശങ്കീരി കിട്ടണവരെ അത് കാതിലിടാനും വെയ്യ."

"നീ പറേണത് കേട്ടാത്തോന്നും പൊന്നിന്റെ ശങ്കീരിയാന്ന്! ചെമ്പിന്റെ ശങ്കീരിയല്ലേ? അത് പൊയ്ക്കോട്ടെ പത്മാവത്യേ... നാരായണ്ണെ വിളിച്ചിട്ട് ഒന്നുണ്ടാക്കിത്തരാൻ പറേണം. അത്രല്ലേള്ളൂ?" മാധവി

യമ്മ തന്റെ ചുമലുകൾ മേല്പോട്ടും കീഴോട്ടും ചലിപ്പിച്ചുകൊണ്ട് പത്മാവതിയോട് ചോദിച്ചു.

പൊട്ടിപ്പെണ്ണ് മുറ്റത്തുനിന്ന് ഭാവപ്രകടനങ്ങളാലും ആംഗ്യങ്ങളാലും ബബ്ബബ്ബ എന്ന ശബ്ദങ്ങളാലും അരങ്ങ് തകർക്കുകയായിരുന്നു. താൻ പൂഴിയിൽക്കൂടി നടക്കുമ്പോൾ കമ്മൽ കാലിന്റെ തള്ളവിരലിൽ തട്ടിയതും കുനിഞ്ഞ് പെറുക്കിയെടുത്തതും പത്മാവതിയെ ഭദ്രമായി ഏൽപ്പിച്ചതും അവൾ ഞങ്ങൾക്ക് മനസ്സിലാക്കിത്തന്നു.

"പൊട്ടിപ്പെണ്ണിന് നല്ല സത്യംണ്ട്. ഇതെവരെ ഇബ്ട്ന്ന് ഒരുപിടി പുളിം കൂടീം അത് കട്ട്കൊണ്ടേ്ായിട്ടില്യ," കലിനാരായണൻനായർ ഇരുട്ടുപിടിച്ച അടുക്കളയിൽനിന്ന് മുഖംനീട്ടിക്കൊണ്ട് പ്രസ്താവിച്ചു.

"കക്കാനും വേണം കൊറച്ച് മിടുക്ക്. ഇബള് പൊട്ടിയല്ലേ?" മാധവിയമ്മ ചോദിച്ചു.

"മിണ്ടാൻ വയ്യില്യ. ശെരിയാ. പക്ഷേ, ഓളക്ക് നല്ല വിവരണ്ട്. അയിന്റെ താഴള്ള പിള്ളരേംകൊണ്ട് പൂഴിക്കളേപ്പോയി അരീം മണ്ണെണ്ണേം ഉപ്പും മൊളകും ഒക്കെ വാങ്ങിയ്യുണത് കാണണം! ബബ്ബബ്ബന്ന് പറഞ്ഞിട്ട് ഓള് ഒക്കെ ഒപ്പിക്കും," വള്ളി ചിരിച്ചുകൊണ്ട് പറഞ്ഞു.

"ആ തള്ള ഒരു മടിച്ചിയാ. കുട്ട്യോളെ നോക്കണതൊക്കെ ഈ പെണ്ണാ. ഇബ്ട്ന്ന് കൊണ്ടേ്ാണ കഞ്ഞീം സാമ്പാറും ഒക്കേം ആ പിള്ളേർക്ക് കൊടുക്കും," പത്മാവതി പറഞ്ഞു.

തന്നെപ്പറ്റിയുള്ള അഭിപ്രായപ്രകടനങ്ങൾ കേട്ടിട്ടാവാം പൊട്ടിപ്പെണ്ണ് തന്റെ തേഞ്ഞ പല്ലുകൾ വെളിപ്പെടുത്തിക്കൊണ്ട് പുഞ്ചിരി തൂകി. അവൾ തലകുലുക്കി ബബ്ബബ്ബ എന്ന് വീണ്ടും വീണ്ടും പറഞ്ഞു.

"ആ ശങ്കീരി ഒന്ന് എടുത്ത് താ. നെണക്ക് തിന്നാൻ തവിട് തരാം," പത്മാവതി അവളോട് പറഞ്ഞു.

"ഇന്ന് നെല്ല് കുത്ത്ണ്ടോ?" കലി ചോദിച്ചു.

"വെല്യമ്മ പറഞ്ഞു ഇന്ന് കൊറച്ച് കുത്തണംന്ന്," പത്മാവതി പറഞ്ഞു.

"ലെക്ഷ്മിയെ വിളിക്കണോ?" വള്ളി ചോദിച്ചു.

"വേണ്ട. കൊറച്ചേ കുത്തണ്ടൂന്ന് വെല്യമ്മ പറഞ്ഞു. ഞാൻ കുത്തിക്കോളാം," പത്മാവതി പറഞ്ഞു.

ആ സമയത്ത് പടിവാതിൽ കടന്ന് ഒരു മനുഷ്യൻ പ്രവേശിച്ചു. അല്പം കൂനുള്ളതായി ആദ്യത്തെ നോട്ടത്തിൽ എനിക്കു തോന്നി.

"മണ്ണാനേരിയ്യും, അല്ലേ? അഞ്ചക്കാളനോട് പറഞ്ഞേൽപ്പിച്ചിരുന്നു ഇബ്ടത്തെ ഒരു പയ്യിന് സുഖല്യാന്നേയ്... മൂന്നീസായി അരിക്കാടി

കുടിച്ചിട്ട്,'' മാധവിയമ്മ പറഞ്ഞു. അവർ ആഗതനെ തൊഴുത്തി ലേക്ക് നയിച്ചു.

''കുത്തോ?'' മണ്ണാൻ പശുവിന്റെ നേർക്ക് നോക്കിക്കൊണ്ട് ചോദിച്ചു.

പശു കാലുകൾ നിലത്ത് ഉരച്ചു. പിന്നീട് ചാണകം വിസർജ്ജിച്ചു.

''ചാണട്ടു ഇഞ്ഞി സൂക്കടു മാറും... തനിയ്ക്ക് നല്ല വറക്കത്തുണ്ടടോ. താൻ വന്നപ്പഴയ്ക്കും പയ്യിന് ചാണകം പോയില്ലോ?'' മാധവിയമ്മ പറഞ്ഞു.

''അടിയൻ പൊതിഞ്ഞുകൊണ്ട്ന്നത് ഇഞ്ഞി കൊടുക്കണ്ടേ,'' മണ്ണാൻ ഒരു മടക്കിയ ചാർത്ത് കക്ഷത്തിൽനിന്ന് ഊരിയെടുത്തു നിവർത്തി. ആ പൊതിയിൽനിന്ന് രണ്ടു വലിയ എട്ടുകാലികൾ ഒരു വിറയലോടെ പുറത്തുവന്നു.

''വയ്ക്കോലിന്റെകൂടെ രണ്ടെണ്ണത്തിനെ തീറ്റിച്ചാ മതി കന്നാലി യോളടെ സൂക്കട് മാറ്റാൻ.''

മണ്ണാൻ മാധവിയമ്മയോട് ചിരിച്ചുകൊണ്ട് പറഞ്ഞു. ആ ചിരി കുടഞ്ഞ് കളയുന്നുവെന്ന മട്ടിൽ അവർ ചുമലുകൾ ശക്തിയോടെ കുലുക്കി വീട്ടിലേക്ക് നടന്നു. പശു തൊഴുത്തിൽനിന്നുകൊണ്ട് ഉറക്കെ കരഞ്ഞു.

''വെശന്നിട്ടാ ഇപ്പോ കരേണ്. മൂന്നീസായി പഷ്ണി കെടക്ക്വേര്ന്ന്! ഇപ്പോ കൊറച്ച് പരത്തിക്കൊട്ട പഴങ്കഞ്ഞീല് കലക്കിക്കൊട് ത്താലോ?'' കലി ചോദിച്ചു.

''ആരോടാ ചോയിക്കണ്? ഇന്നോടാ? തനിക്ക് കൊടത്തൂടെടോ നാരായണന്നായരേ? ഇന്നോട് സമ്മതം ചോയിച്ചിട്ട് വേണാ പയ്ക്കൾക്ക് കഞ്ഞി കൊടക്കാൻ?'' മാധവിയമ്മ കോപത്തോടെ ചോദിച്ചു.

''പഴങ്കഞ്ഞീം വെള്ളച്ചോറും ഇബടെ ചെലേർക്കൊക്കെ അവ കാശപ്പെട്ടതല്ലേ? അതോണ്ടാ ഞാൻ ചോയിച്ച്,'' കലിനാരായ ണൻനായർ ശാന്തനായി മറുപടി പറഞ്ഞു.

''ഇന്നാളൊരിസം ആ ചോന്ന പയ്യ് തലയിട്ട് തല്ലിത്തൊടങ്ങി. ഇന്റേറാടത്തെ രാഗവൻ ചെന്ന് നോക്കിപ്പൊ എന്തേ കണ്ട്ന്ന് പറേട്ടെ? പയ്യിന്റെ കാതില് ഒരു കോട്ടെറമ. അരിച്ചരിച്ച് നടക്കണത് കണ്ടപ്പോ ഓനത് പറക്കിക്കളഞ്ഞു. ഇല്ലെങ്കി അത് കാതിന്റെ ആത്ത് മുട്ടയിട്ട് പയ്യിന് നിക്കപ്പൊറുതി ഇല്യാണ്ടെയാക്കും,'' വള്ളി പറഞ്ഞു.

''എന്താ കോട്ടെറുമ?'' ഞാൻ ചോദിച്ചു.

''കുട്ടിക്ക് കോട്ടെറുമ എന്താന്നും അറീല്യേ? കല്ക്കത്തേലൊന്നും കോട്ടറുമ ഇല്യേ? അത് ചെറ്യേ ഒരു പ്രാണിയാ. കുട്ടി കുറുംചാത്തനെ കണ്ടിട്ടില്യേ? അയിന്റെ അത്ര വലിപ്പത്തില്. അത് ചെവീല് കടന്നാ

ഷിന്നെ പെറ്റ് പെരുകും. പ്രാന്ത് പിടിക്കുംത്രെ. തലേല് ആകെ നെറയുംത്രെ,'' മാധവിയമ്മ പറഞ്ഞു.

മണ്ണാൻ വിനയത്തോടെ തല കുലുക്കി.

''കാശ് മേണ്ട. അരി മതി.'' അയാൾ പിറുപിറുത്തു.

''ഇബ്ടെ ഇപ്പൊ എല്ലാർക്കും കാശാ കൊട്ക്കാറ്ള്ളത്. എല്ലാർക്കും അരീം നെല്ലും കൊടുക്കണ്ടത്ര കൊയ്ത്ത് ഇക്കൊല്ലം ഉണ്ടായില്യ,'' മാധവിയമ്മ പറഞ്ഞു.

''കൊറച്ച് അരീം ഒരു പഴേതും,'' മണ്ണാൻ പറഞ്ഞു. അയാൾ കക്ഷത്തിൽ വെച്ച ചാക്കുകെട്ടിൽനിന്ന് എട്ടുകാലികൾ മുറ്റത്തു വീഴുമെന്നു ഞാൻ ഭയന്നു.

''എവിടെനിന്നാ എട്ടുകാലികളെ പിടിയ്ക്കണത്?'' ഞാൻ അയാളോടു ചോദിച്ചു. അയാൾ ഉത്തരം പറഞ്ഞില്ല.

''കുട്ടി ചോദിയ്ക്കണത് കേട്ടില്യേ? എന്താ ഉത്തരം പറയാത്ത്?'' കലിനാരായണൻനായർ ചോദിച്ചു.

മണ്ണാൻ എന്നെ നോക്കി ചിരിച്ചു. പക്ഷേ, എന്റെ ചോദ്യത്തിന് ഉത്തരം പറയുവാൻ അയാൾ മിനക്കെട്ടില്ല.

''കുട്ടി പോയി വെല്യമ്മയോട് പറയ്യോ മണ്ണാൻ വന്ന് നിക്ക്ണ്ട്ന്ന്. വെല്യമ്മ സമ്മതിച്ചാ ഞാൻ മച്ചിന്ന് അരിട്ത്ത് കൊടുക്കാം,'' മാധവിയമ്മ പറഞ്ഞു.

''ഇന്റോടത്തെ ആടിന് കൊറെ ദൂസായി തൂറ്റല് തൊടങ്ങീട്ട്,'' വള്ളി പറഞ്ഞു.

''ഇബടെ മുറ്റത്ത് കുട്ട്യോള് നടണ ചെടിയോളൊക്കേം തിന്നണത് ആ അശ്രീകരാ. കുട്ട്യോള് രാവിലേം വെയ്ന്നാരോം കൊടം പൊക്കിക്കൊണ്ട്ന്ന് നനയ്ക്കാ. ആട് അപ്പിടി കടിച്ച് തിന്ന്! ആ മഹാപാപിക്ക് തൂറ്റല് വന്നേലെന്താ ഇത്ര അത്ഭുതം?'' മാധവിയമ്മ ചോദിച്ചു.

''ആടിനെ പ്രാവല്ലേ മാധവിയമ്രാളേ,'' വള്ളി പറഞ്ഞു.

''വള്ളിയ്ക്ക് ആടിനേം പയ്യിനേം ബാക്കിള്ളോര് ചിയ്യണപോലെ കെട്ടിക്കൂടെ? എല്ലാം നശിപ്പിക്കാൻ അഴിച്ചുവിടണോ?'' മാധവിയമ്മ ചോദിച്ചു.

വള്ളി എന്തോ പിറുപിറുത്തുകൊണ്ട് ധൃതിയിൽ സ്ഥലംവിട്ടു.

''ദാ പോണു നൊമ്മടെ തെണ്ട്യേത്തെ ഹേമലത... പച്ചസ്സാരീം ഉടുത്തോണ്ട്. കോഴിക്കോട്ടാ അത് പഠിയ്ക്കണ്. അമ്പാഴത്തേല് സുന്ദര്യേമെ കാണാൻ പൂവ്വാണ് നൂപ്പത്തിയാര്. സുന്ദര്യമെടെ നെറല്യ ഉവ്വൊ? പക്ഷേ, നല്ലോണം മുടീണ്ട്... മുടിയ്ക്ക് ഉള്ള്ല്യാന്നാ ഇപ്പൊത്തോന്നണ്. ആ... ഉള്ളില്യ. കോലൻമുടിയാ. കുട്ടി ഒന്ന് വന്ന് നോക്ക്വോ,'' മാധവിയമ്മ പടിയ്ക്കലേക്ക് ഉറ്റുനോക്കിക്കൊണ്ട് പറഞ്ഞു.

കോഴിക്കോട്ടുനിന്ന് കോളേജവധിക്കാലത്ത് വന്ന ഹേമലതയെ ഉറ്റുനോക്കുവാൻ എനിക്ക് സങ്കോചം അനുഭവപ്പെട്ടു.

“ഉള്ളേലും നല്ലത് തങ്കുട്ട്യേമയാ. ചുരുണ്ട മുടിയാ. പക്ഷേ, നെറം സുന്ദര്യേമെ കഴിച്ചിട്ടേ ഉള്ളു. സുന്ദര്യേമെടെ നെറം എന്ത് നെറാ!” പത്മാവതി പറഞ്ഞു.

“നെന്റെ ഏടത്തി ഉണ്ണിമായേം വെള്ത്തിട്ടല്ലേ? വെള്ത്ത നെറം കിട്ടാൻ തെണ്ടിയത്ത് ജനിക്കണംന്നൊന്നൂല്യ പത്മാവത്യേ,” മാധവിയമ്മ പറഞ്ഞു.

കലിനാരായണൻനായർ അടുക്കളയുടെ ഉള്ളിൽനിന്ന് ഉറക്കെ ചിരിച്ചു.

“ഈ കലിനാരായണന്നായർക്കെന്തിന്റെ സൂക്കടാ? എടയ്ക്കെടയ്ക്ക് അട്ക്കളേന്ന് കേക്കാം ഹാഹാഹാന്ന് ഒരസുരച്ചിരി,” മാധവിയമ്മ പറഞ്ഞു.

“ഒരു പഴേതും കൊറച്ച് അരീം,” മണ്ണാൻ താഴ്ന്ന സ്വരത്തിൽ പറഞ്ഞു.

“ഇയ്യാള് ഇബടെ നിക്ക്ണ്ട്ന്ന് ഞാൻ മറന്നൂട്ടാ! ഞാൻ കൊണ്ട്രാം എടങ്ങഴി അരി. സാധാരണ ഇബ്ടെ കാശാ കൊട്ക്കാറ്,” മാധവിയമ്മ അകത്തേക്കു മറയുന്നതിനുമുമ്പ് പറഞ്ഞു.

മാരാത്താട്ടുകാരുടെ വയലിൽ സ്ഥിതിചെയ്തിരുന്നതും എരുമകളെ കുളിപ്പിക്കുവാൻ കർഷകർ ഉപയോഗിച്ചിരുന്നതുമായ പൊട്ടക്കുളത്തിന്റെ മേൽ തടവിക്കൊണ്ട് ചുമലുകളിൽ തേവിടിശ്ശിപ്പൂക്കൾ പേറുന്ന ഒറ്റയടിപ്പാതയിലൂടെ സഞ്ചരിച്ച് വന്നെത്തിയ കാറ്റിന് എരുമച്ചാണകത്തിന്റെ മണമുണ്ടായിരുന്നു. അതേ കാറ്റ് നാലപ്പാട്ടെ പറമ്പിൽ വീണു കിടന്നിരുന്ന കരിയിലകളെ ശബ്ദിപ്പിച്ചു. ഇലകളിലെ ചലനം ഞാൻ നിർന്നിമേഷയായി നോക്കിനിന്നു.

“എന്താ കുട്ടി നോക്കണത്? അവടെ പാമ്പിനെ കണ്ട്വോ?” കലി എന്നോട് ചോദിച്ചു.

മണ്ണാനും ഇലകൾ ഇളകുന്നത് കൗതുകത്തോടെ നോക്കി.

“പാമ്പ്ണ്ടാ?” അയാൾ ചോദിച്ചു.

“പാമ്പൂണ്ട്, ചേരേണ്ട്, കീരീണ്ട് ഒക്കെണ്ട്. വെഷപ്പാമ്പ് ചെലേപ്പോ ഊതണത് കേക്കാം. സന്ധ്യയ്ക്കാണത് പൊറത്ത് വര്വാ. എട്ടടി മൂർഖൻന്ന് കേട്ടിട്ടില്യേ? ആ ചാതീല്പെട്ട പാമ്പാ,” കലി പറഞ്ഞു.

“കൊടത്തിലാക്കാം,” മണ്ണാൻ പറഞ്ഞു.

“കൊറവമ്മാരല്ലേ പാമ്പിനെ പിടിയ്ക്കണോര്?” കലി ചോദിച്ചു.

“വയറ്റ്പെഴപ്പിനല്ലേ? പാമ്പിനേം പിടിയ്ക്കാം. മൊതലേം പിടിയ്ക്കാം. ഉടുമ്പിനേം പിടിച്ചിട്ട്ണ്ട്,” മണ്ണാൻ മുറ്റത്തെ മണ്ണിൽ ഇരുന്നുകൊണ്ട് പറഞ്ഞു.

“ഉടുമ്പിനെ എവ്ട്ന്ന് കിട്ടി?” കലി ചോദിച്ചു.

“ഉടുമ്പിനേപ്പിടിച്ചത് കോട്ടപ്പടീന്നാ... ആഞ്ഞൂരില്ല്യേ? ആഞ്ഞൂര്. അവട്ന്നാ ഉടുമ്പിനെപ്പിടിച്ചത്,” മണ്ണാൻ പറഞ്ഞു.

“താൻ ഒരശു. ഒരരപ്രാണൻ. തനിക്ക് ഉടുമ്പിനേയും മൊതലേം പിടിയ്ക്കാൻ വേണ്ട തടിമിടുക്കില്ല്യലൊ. താൻ നൊണ പറയ്യാണ്. കല്ല് വച്ച നൊണ,” കലി പറഞ്ഞു.

“വിശ്വൊസിച്ചില്ല്യെങ്കി വേണ്ട. ഉടുമ്പിനെ പിടിച്ചിട്ട് കൊല്ലം രണ്ടായി. ഇപ്പൊ തെളിവ് കൊണ്ട്രാൻ സാധിക്കില്ല്യലൊ,” മണ്ണാൻ പറഞ്ഞു.

പശു തൊഴുത്തിൽനിന്ന് ഉറക്കെ കരഞ്ഞു.

“ദേ കരയ്ണു വെശന്നിട്ട്. അയിന് കൊറച്ച് കഞ്ഞിടെ വെള്ളം കൊടുക്കട്ടെ. പരത്തിക്കൊട്ട കൊടുത്താ ദഹിയ്ക്ക്വോ?” കലി ചോദിച്ചു.

“അയിന് ദഹിയ്ക്കാണ്ടിരിക്കില്ല്യ. പരത്തിക്കൊട്ട കൊടുക്കാം,” മണ്ണാൻ പറഞ്ഞു. അയാൾ എഴുന്നേറ്റുനിന്നപ്പോൾ അയാളുടെ മുഷിഞ്ഞ തോർത്തിൽ പൂഴിത്തരികൾ പറ്റിപ്പിടിച്ചു നില്ക്കുന്നത് ഞാൻ കണ്ടു.

മാധവിയമ്മ ഒരു കൊച്ചുമുറത്തിൽ ചുവന്ന അരിയുമായി കോലായിലെത്തി.

“എന്തിലാ അരികൊണ്ടൂവാ? താൻ വട്ടിയൊ കൊട്ടയോകൊണ്ട്ന്ന്ട്ട്ണ്ടാ?” മാധവിയമ്മ ചോദിച്ചു.

“ഒരു പഴേത് തന്നാ അത് ചിറ്റി ഈ തോർത്തില് അരികെട്ടാം,” മണ്ണാൻ പറഞ്ഞു.

“അമ്പട സൂത്രക്കാരാ. താൻ ചില്ലറ ആളൊന്ന്വല്ല, അല്ലേ?” മാധവിയമ്മ ചോദിച്ചു.

മണ്ണാൻ വിനയാന്വിതനായി വീണ്ടും പുഞ്ചിരി തൂകി.

“കിട്ടീട്ടാ...” പത്മാവതി കിണറ്റിൻകരയിൽനിന്ന് ഉറക്കെ വിളിച്ചു പറഞ്ഞു.

“എന്ത്?” ഞാൻ ചോദിച്ചു.

മണ്ണാനും പത്മാവതിയുടെ നേർക്ക് നോക്കി.

“ഇന്റെ ശങ്കീരി. കെണറ്റിന്റെ കൊട്ടത്തളത്തില് കെടന്ന് മിന്ന്ന്നു. നോക്ക്യെപ്പൊളന്റെ ശങ്കീരിയാ,” പത്മാവതി പറഞ്ഞു.

“പറേണതു കേട്ടാത്തോന്നും സൊർണ്ണംകൊണ്ട് ഉണ്ടാക്ക്യേ ശങ്കീരിയാന്ന്!” മാധവിയമ്മ പറഞ്ഞു.

“ചെമ്പേരിയ്ക്കും: ചെമ്പോണ്ട് ഉണ്ടാക്കിച്ചാലും സൊർണ്ണംകൊണ്ട് ഉണ്ടാക്കിച്ചാലും ശങ്കീരി ശങ്കീരിതന്നെയല്ലേ? ശങ്കീരി ഇല്ല്യാണ്ടെ കമ്മല് ഇടാൻ വെയ്യലൊ,” പത്മാവതി പറഞ്ഞു. അവൾ ചൂല് നിലത്തുവെച്ച് തന്റെ കമ്മൽ കാതിൽ ധരിച്ചു. പൊട്ടിപ്പെണ്ണ് ഓടിവന്ന്

ആ കാഴ്ച കണ്ട് ആഹ്ലാദം പ്രകടിപ്പിച്ചു. താൻ അതുവരെ ആ ശങ്കീരിക്കുവേണ്ടി തെക്കേമുറ്റത്തും വടക്കേമുറ്റത്തും തിരയുകയായിരുന്നുവെന്ന് അവൾ ആംഗ്യങ്ങളാലും ചേഷ്ടകളാലും ഞങ്ങളെ അറിയിച്ചു.

മണ്ണാൻ അവളെ ഉറ്റുനോക്കിക്കൊണ്ട് കലിയോടു ചോദിച്ചു:

"ജനിക്കുമ്പോത്തന്നെ പൊട്ടിയാ?"

കലി തലകുലുക്കി.

മണ്ണാന്റെ മുഖം മ്ലാനമായി.

"എന്നാൽപ്പിന്നെ സികിത്സല്യ." അയാൾ പറഞ്ഞു.

പൊട്ടി അയാളെ നോക്കി പുഞ്ചിരിതൂകി.

"ഓളെപ്പറ്റിയാ പറേണ്ന്ന് മനസ്സിലായടക്കുന്നൂ," കലി പറഞ്ഞു.

"പൊട്ടിയേരിയ്ക്കും. പക്ഷേ, അയിന് നല്ല വിവരണ്ട്." പത്മാവതി പറഞ്ഞു.

ഇരുപത്തിയൊന്ന്

പുന്നയൂർക്കുളത്ത് ജീവിക്കുന്നവർക്ക് സന്ദർശിക്കുവാൻ വേണ്ടത്ര ദേവാലയങ്ങളുണ്ടായിരുന്നു. കുട്ടികളുടെ കണ്ണുകൾക്ക് ഏറ്റവും ചേതോഹരമായി കാണപ്പെട്ടത് ഏറത്ത് കുഞ്ചുനായർ നിർമ്മിച്ച അയ്യപ്പക്ഷേത്രമാണ്. അത് ചെറുതും അയ്യപ്പന് മാത്രം കഷ്ടിച്ച് ഇരിക്കുവാൻ പാകത്തിൽ ഉണ്ടാക്കിയതുമായിരുന്നു. കുഞ്ചുനായർ ശബരിമലയ്ക്ക് പോവാൻ ഒരുങ്ങിത്തുടങ്ങുമ്പോൾ അതിന്റെ തട്ടിന്റെ നാലുവശത്തുനിന്നും കുരുത്തോലകൾ തൂങ്ങിത്തുടങ്ങും. സന്ധ്യയ്ക്ക് തിരികളും കത്തിച്ചുകഴിഞ്ഞാൽ ആ പരിസരത്തുള്ള കുട്ടികൾ അതിന്റെ ഭംഗിയിൽ ലയിച്ച് വാതുറന്ന് നില്ക്കുന്നതു കാണാമായിരുന്നു. പ്രത്യേകിച്ചും ആശാരിപ്പറമ്പിലെ കുട്ടികൾ. ചില സന്ധ്യകളിൽ കുഞ്ചുനായർ അലക്കിയ ഈരെഴത്തോർത്തും ചുറ്റി ആ അമ്പലത്തിന്റെ നടയ്ക്കൽ ഇരുന്നുകൊണ്ടും നിന്നുകൊണ്ടും തന്റെ പരുക്കൻ സ്വരത്തിൽ അയ്യപ്പസ്തുതികൾ പാടാറുണ്ടായിരുന്നു. സ്കൂൾകുട്ടികൾ വന്ന് ദാഹത്തെപ്പറ്റി ആവലാതിപ്പെടുമ്പോൾ സംഭാരം എടുത്ത് ഭർത്താവറിയാതെ ഒഴിച്ചുകൊടുക്കാറുള്ള ഗൃഹനാഥ ഭർത്താവിന്റെ ഗാനത്തിലും ഭക്തിയിലും ആകൃഷ്ടയായി മൂന്നുവാര ദൂരെ നില്ക്കുന്നതും വഴിപോക്കർക്ക് കാണാമായിരുന്നു.

കുഞ്ചുനായരുടെ അമ്പലത്തിന്റെ എതിർവശത്തായിരുന്നു സ്കൂൾ ശിപായിയായ അയ്യപ്പുവിന്റെ വീട്. അയ്യപ്പു കാഴ്ചയിൽ വള്ളത്തോളിന്റെ ബന്ധനസ്ഥനായ അനിരുദ്ധനിൽ അവതരിപ്പി

ക്കപ്പെട്ട കുംബാണ്ഡനെന്ന പ്രധാനമന്ത്രിയെപ്പോലെ ഒരാജാനുബാഹുവായിരുന്നു. പൊക്കിളിന് ഒരംഗുലം മീതെ ഒരു വലിയ മുഴ അദ്ദേഹത്തിന് ജനനം മുതല്ക്കേ ഉണ്ടായിരുന്നു. അത് അടുത്തുചെന്ന് പരിശോധിക്കുവാനായി കുട്ടികൾ താല്പര്യം പ്രകടിപ്പിച്ചു. അതിൽ കാത് വച്ചാൽ ശ്വാസോച്ഛ്വാസംപോലെ ഒരു ശബ്ദം കേൾക്കുവാൻ കഴിയുമെന്ന് എലിയങ്ങാട്ടെ സ്കൂളിൽ പഠിച്ചിരുന്ന വേലു പറഞ്ഞിരുന്നു. ശ്വാസോച്ഛ്വാസംപോലല്ല, കടലിന്റെ ഗർജ്ജനംപോലെയാണ് ആ മുഴയ്ക്കുള്ളിൽനിന്നു വരുന്ന ശബ്ദമെന്ന് ആശാരി തെയ്യന്റെ മകൻ പ്രസ്താവിച്ചു. സ്കൂളിന്റെ തെക്കേ കോലായിൽ കെട്ടിത്തൂക്കിയിരുന്ന റെയിൽ പാളക്കഷണത്തിൽ ഒരു ഇരുമ്പുകോൽകൊണ്ട് മുപ്പത്തിരണ്ടു തവണ പ്രഹരിക്കുകയായിരുന്നു അയ്യപ്പുവിന്റെ മുഖ്യപരിപാടി. അയ്യപ്പു മുഖം കൂർപ്പിച്ച്, കണ്ണുകളിൽ ക്രൗര്യം വരുത്തി ആ പാളത്തെ അടിക്കുമ്പോൾ ഇരുമ്പിൽനിന്ന് തീപ്പൊരികൾ പാറി. ചെറിയ കുട്ടികൾക്ക് അയ്യപ്പു ഒരു ഹീറോ ആയിരുന്നു. ഉയർന്ന വിദ്യാഭ്യാസവും ഭിഷഗ്വരന്മാരുമായുള്ള സമ്പർക്കവും നിമിത്തം ചില നാട്ടുപ്രമാണികൾ അയ്യപ്പുവിന്റെ മുഴ ശസ്ത്രക്രിയ ചെയ്തു നീക്കംചെയ്യണമെന്ന് അഭിപ്രായം പ്രകടിപ്പിച്ചു. നീക്കം ചെയ്തില്ലെങ്കിൽ അത് അർബുദമായി രൂപാന്തരപ്പെടുമെന്ന് അവർ അയ്യപ്പുവിനെ അറിയിച്ചു.

"ഓപ്രഷ്ഷൻ! അയിനൊക്കെ ഇമ്മിണി കായി വേണ്ടേ!" അയ്യപ്പു ചോദിച്ചു.

"പത്തഞ്ഞൂറ് ഉറുപ്യ വേണ്ടിവരും. അതൊക്കെ ഞങ്ങള് ഉണ്ടാക്കിത്തരാം," ആ ജന്മിമാർ പറഞ്ഞു.

"ഓപ്രഷ്ഷൻ വേണോ വേണ്ടേന്ന് പിന്നെ നിശ്ചയിക്കാം. ഇബ്ട്ന്ന് ആ കായി തന്നാട്ടെ," അയ്യപ്പു സ്വതവേ വികൃതമായ വായ് കുറച്ചു കൂടി വികൃതമാക്കുന്ന പുഞ്ചിരിയോടെ പറഞ്ഞു. അയ്യപ്പുവിന്റെ വായ് പാമ്പിന്റെ പൊത്തുപോലെയാണെന്ന് എന്നോട് തങ്കം പറഞ്ഞു. എല്ലാവരുടെ വായും പാമ്പിന്റെ മാളങ്ങൾപോലെയാണെന്ന് എന്റെ ജ്യേഷ്ഠൻ പറഞ്ഞു. നാവിന്റെ അറ്റം മടക്കിവയ്ക്കുവാനുള്ള പാടവം ജ്യേഷ്ഠനുണ്ടായിരുന്നു. ഗുരുവായൂരു വച്ച് ചേമ്പൻ എന്ന ഓമനപ്പേരുള്ള ഒരു വൃദ്ധൻ തന്നെ അത്തരം പല വിദ്യകളും പഠിപ്പിച്ചുവെന്ന് ജ്യേഷ്ഠൻ ഒരിക്കൽ പറഞ്ഞു.

ഗുരുവായൂരുള്ള അച്ഛന്റെ വീട്ടിൽ രണ്ടുദിവസം താമസിക്കുവാൻ അവസരം കിട്ടുമ്പോൾ എനിക്കും അത്തരം വിദ്യകൾ പഠിക്കുവാൻ ഭാഗ്യമുണ്ടാവാറുണ്ടായിരുന്നു. ബാലൻ മമ്മിയൂരെ അമ്പലത്തിന്റെ മുറ്റത്ത് ഉച്ചനേരത്ത് എന്നെ കൊണ്ടുപോയി സൈക്കിൾ ചവിട്ടാൻ പഠിപ്പിച്ചു. അന്നുവീണ് എന്റെ വലത്തേ കാൽമുട്ട് പൊട്ടി

ചോരയൊലിച്ചു. അന്നത്തെ മുറിവ് രണ്ടുമാസം കഴിഞ്ഞു മാത്രമാണ് ഉണങ്ങിയത്. അതിന്റെ പാട് ഇന്നും എന്റെ കാൽമുട്ടിൽ കാണാം.

വൈകുന്നേരവും രാവിലെയും മമ്മിയൂർ അമ്പലക്കുളത്തിൽ ചെന്ന് ഞങ്ങൾ നീന്തിക്കുളിച്ചു. നീന്തുമ്പോൾ കരയ്ക്കുനിന്ന് തുണി അലക്കുകയും സ്വന്തം ദേഹത്തിൽ സോപ്പോ ഇഞ്ചയോ തേക്കുകയും ചെയ്തിരുന്ന സ്ത്രീകൾ അന്യോന്യം സംസാരിക്കുന്നത് എനിക്ക് കേൾക്കാമായിരുന്നു. അവനവന്റെ ഭർത്താവിന്റെ പിശുക്കിനെപ്പറ്റിയും സ്നേഹമില്ലായ്മയെപ്പറ്റിയും ഓരോ സ്ത്രീയും തന്മയത്വത്തോടെയും ഗദ്ഗദത്തോടെയും സംസാരിച്ചു. എന്റെ ഇളയച്ഛന്റെ ഭാര്യയും ഞങ്ങൾ ഏടത്തിയമ്മ എന്ന് വിളിക്കുന്നവരുമായ കല്യാണിയമ്മയും തന്റെ ഭർത്താവിന്റെ സ്നേഹമില്ലായ്മയെപ്പറ്റി വിസ്തരിച്ചു പറഞ്ഞ് കൂടെ കുളിച്ചിരുന്ന സ്ത്രീകളുടെ സഹതാപം പിടിച്ചുപറ്റി. കുളി കഴിഞ്ഞ് വീട്ടിലെത്തിയപ്പോൾ ഞാൻ ചോദിച്ചു:

“ഏടത്തിയമ്മ എന്തിനേ പറഞ്ഞത് അപ്പോട്ടന് സ്നേഹമില്ലെന്ന്?”

ഏടത്തിയമ്മ കുലുങ്ങിച്ചിരിച്ചു.

“സ്നേഹണ്ട്ന്ന് അറിഞ്ഞാ അവിറ്റടെ കണ്ണ് പറ്റും. ഒക്കേറ്റിനും അസൂയയാ,” ഏടത്തിയമ്മ പറഞ്ഞു.

ഒരുദിവസം ഒരു എമ്പ്രാന്തിരി ചെമ്പിൽക്കയറി ഇരുന്ന് രണ്ട് കൈകൾകൊണ്ടും തുഴഞ്ഞ് മമ്മിയൂരെ അമ്പലക്കുളത്തിന്റെ ഒത്ത നടുക്കു ചെന്ന് ഒരു താമരപ്പൂ പറിച്ചെടുത്തുവെന്ന് ഏടത്തിയമ്മ എന്നോട് പറഞ്ഞു. മമ്മിയൂരെ അമ്പലക്കുളത്തിൽ പിന്നീട് താമരപ്പൂക്കൾ വിടർന്നത് എനിക്ക് കാണുവാൻ കഴിഞ്ഞില്ല. ഗുരുവായൂർ ക്ഷേത്രത്തിൽ തൊഴാനായി അമ്മമ്മ പോവുമ്പോൾ ഞാനും അവരെ അനുഗമിക്കാറുണ്ടായിരുന്നു. പക്ഷേ, താമരപ്പൂക്കൾ ഞാൻ ഒരിക്കലും അവിടെയെങ്ങും കണ്ടില്ല.

ഭക്തി സുഖകരമായ ഒരു വികാരമാണ്. ദുർബലർക്കും ആലംബഹീനർക്കും അത് അത്യാവശ്യമാവാറുണ്ട്. പുറത്ത് ഇറങ്ങുമ്പോൾ ഒരു കുട കക്ഷത്തുവയ്ക്കുന്നതുപോലാണ് ചിലർ ഭക്തിയെ കൊണ്ടുനടക്കുന്നത്. എന്റെ തറവാട്ടിലുള്ളവർക്ക് വേണ്ടത്ര ഈശ്വരഭക്തി എന്നുമുണ്ടായിരുന്നു. അതിന്റെ ബാഹ്യലക്ഷണങ്ങളായ നാമമുരുവിടൽ, വഴിപാടുനേരൽ, ക്ഷേത്രസന്ദർശനം മുതലായവ അവിടെ സുലഭമായിരുന്നു. ജീവിതത്തിന്റെ കയ്പ് വളരെയധികം അനുഭവിക്കേണ്ടിവന്ന വലിയമ്മ–അമ്മാമന്റെ അമ്മ–മാത്രം ഭക്തി പ്രദർശിപ്പിച്ചില്ല. മൗനംതന്നെയായിരുന്നു അവരുടെ ഏക രക്ഷാകവചം.

ഭക്തിയില്ലാതെതന്നെ ഒരു ദൈവത്തിനെ സ്നേഹിക്കുവാൻ കഴിയുമെന്ന് ഞാൻ ആദ്യംമുതൽക്കേ വിശ്വസിച്ചു. ആ ദൈവത്തിന്

പുതുവസ്ത്രങ്ങൾപോലെ പുതുമുഖങ്ങൾ ഞാൻ പലപ്പോഴും സമ്മാനിച്ചു. പുതുനാമങ്ങളും. എനിക്ക് കൊടുക്കാനുള്ളതിന് മാത്രമേ പ്രസക്തിയുള്ളൂ. ഞാനിവിടെ കൊടുക്കുന്നുവെന്നതിന് പ്രസക്തിയില്ല എന്ന് മനസ്സിലാക്കുവാൻ എനിക്ക് എത്രയോ ഋതുക്കൾ തരണം ചെയ്യേണ്ടിവന്നു.

ഗുരുവായൂർ ക്ഷേത്രനടയിൽ അടച്ച കണ്ണുകളോടെ കൈകൂപ്പി നിന്ന് എന്റെ സ്നേഹമയിയും നിഷ്കളങ്കയുമായ അമ്മമ്മ എന്താണ് ദൈവത്തോട് ആവശ്യപ്പെട്ടിരുന്നത്? വിലക്കയറ്റത്തിനൊപ്പം ദാരിദ്ര്യം വന്നെത്തരുതെന്നോ? ഏറ്റവും പ്രിയപ്പെട്ട പേരക്കുട്ടി തറവാട്ടിന് പേരുദോഷം വരുത്തി വയ്ക്കരുതെന്നോ?

"ഗുരുവായൂരപ്പനോട് എന്താണ് അമ്മമ്മ ആവശ്യപ്പെട്ടത്?" ഞാൻ ഒരിക്കൽ ചോദിച്ചു.

"നല്ലത് തോന്നിക്കാൻ... നല്ലത് വരുത്താൻ... അല്ലാതെ എനിക്കൊന്നും ആവശ്യമില്ല." അമ്മമ്മ പറഞ്ഞു.

ഒരിക്കലെങ്കിലും ഒരു ക്ഷേത്രനടയിൽ ചെന്നുനിന്ന് ആത്മാർത്ഥതയോടെ ദൈവത്തിൽനിന്ന് എന്തെങ്കിലും ആവശ്യപ്പെടുവാൻ എനിക്ക് സാധിച്ചിട്ടില്ല. എന്റെ സ്വകാര്യ ആവശ്യങ്ങൾ നിർവഹിച്ചു തരുന്ന ഒരുദൈവം ഏതെങ്കിലും ദേവാലയത്തിൽ ജീവിക്കുന്നുണ്ടെന്ന് വിശ്വസിക്കുവാൻ വേണ്ട ഹൃദയനൈർമ്മല്യം എനിക്ക് ഒരിക്കലും ഉണ്ടായിട്ടില്ല എന്നതാണ് സത്യം.

"കണ്ണേങ്കലത്തെ ഭഗോതിക്ക് ഭയങ്കര ശക്തിയാ. വിളിച്ചാ വിളി കേക്കും," മാധവിയമ്മ പറഞ്ഞു.

"കപ്ലിങ്ങാട്ട് പോയി വഴിവാട് കഴിച്ചാ ഏത് പൂതീം സാധിപ്പിക്കാം," മാമ്പുള്ളി വള്ളി പറഞ്ഞു.

ഏറ്റവുമധികം വിറ്റഴിയുന്ന ചരക്ക് ദൈവമെന്ന സങ്കല്പമാണ്. അത് കഴിഞ്ഞിട്ടേ അരിയും ഗോതമ്പും ഉപ്പും മറ്റും വിറ്റഴിഞ്ഞു പോവുകയുള്ളൂ.

ഞാൻ കുട്ടിയായിരുന്നപ്പോൾ പുന്നയൂർക്കുളത്ത് വൈദ്യുതി വന്നെത്തിക്കഴിഞ്ഞിരുന്നില്ല. അവധിക്കാലത്ത് കല്ക്കത്ത വിട്ടു വന്നിരുന്ന എനിക്ക് പങ്കയില്ലാതെയോ വൈദ്യുതി വിളക്കുകളില്ലാതെയോ വിമ്മിട്ടം അനുഭവപ്പെട്ടതായി ഞാൻ ഓർക്കുന്നില്ല. സന്ധ്യ കഴിഞ്ഞാൽ തണുത്ത കാറ്റ് തുറന്നിട്ട ജനലുകളിലൂടെ വീട്ടിനകത്ത് പ്രവേശിച്ചു. ഞാനും അമ്മമ്മയും നടുവിലെ മുറിയിൽ നിലത്ത് വിരിച്ചിട്ട വലിയ കിടക്കയിൽ ഉറങ്ങി. ചില സന്ധ്യകളിൽ ഞാൻ മുല്ലപ്പൂക്കളും പാരിജാതപ്പൂക്കളും ഞങ്ങളുടെ കിടക്കയിൽ വിതറി. ഞങ്ങളുടെ കിടക്ക സുഗന്ധിയാക്കുന്നത് കാണുമ്പോൾ അമ്മമ്മ ഉറക്കെ ചിരിക്കുമായിരുന്നു. അമ്മമ്മ കിടക്കുന്നതിനു മുമ്പ് തന്റെ

കാലടികൾ തുടയ്ക്കുവാൻ ഉപയോഗിച്ചിരുന്ന തോർത്തിൻകഷണം അവർ കിടക്കയുടെ അടിയിൽ തിരുകാറുണ്ടായിരുന്നു. നാലപ്പാട്ടെ സ്ത്രീകൾക്ക് എല്ലാവർക്കും ഈ കാലു കഴുകൽ രാത്രിസമയത്തെ അവസാന പരിപാടിയായിരുന്നു.

നാലപ്പാട്ടുവീട്ടിൽ രാത്രി ഉപയോഗിക്കുവാനായി രണ്ട് റാന്തലും മൂന്ന് കോഴിമുട്ട വിളക്കും ഒരു നിലവിളക്കും ഒരു ചങ്ങലവട്ടയും ഉണ്ടായിരുന്നു. റാന്തലിനെ പാനീസ് എന്നാണ് എല്ലാവരും വിളിച്ചിരുന്നത്. അമ്മമ്മയുടെ അമ്മയായു മുത്തശ്ശിക്ക് മണ്ണെണ്ണയുടെ ഗന്ധം ഇഷ്ടപ്പെട്ടിരുന്നില്ല. അതുകൊണ്ട് അവർ കൊട്ടെണ്ണ ഒഴിച്ച് കത്തിക്കുന്ന ഒരു കോൽവിളക്കാണ് ഓവറയിലേക്ക് പോവാനും മറ്റും ഉപയോഗിച്ചത്. എനിക്ക് പന്ത്രണ്ടുവയസ്സ് പ്രായമായിരുന്നപ്പോഴാണ് നാലപ്പാട്ട് ഉമ്മറത്ത് അമ്മാമൻ ഒരു പെട്രോമാക്സ് വരുത്തി തൂക്കിയത്. അത് കത്തിക്കുവാൻ ഒരാൾക്ക് മാത്രമേ ആ പരിസരത്ത് അറിഞ്ഞിരുന്നുള്ളൂ. തോമസ് മാസ്റ്ററെന്നായിരുന്നു അയാളുടെ പേര്. അയാൾ വിവാഹപ്പന്തലുകൾ അലങ്കരിക്കുവാനും വർണ്ണക്കടലാസ്സുകൾകൊണ്ട് തട്ടിൽ തൂക്കുവാനുള്ള താമരകൾ നിർമ്മിക്കുവാനും നിപുണനായിരുന്നു. വധൂവരന്മാർ ഇരുന്നുകഴിഞ്ഞാൽ അവരുടെ ശിരസ്സുകളിൽ പുഷ്പവൃഷ്ടി നടത്തുന്ന താമരകൾ ആയിരുന്നു തോമസ് മാസ്റ്ററുടെ താമരകൾ. അവയുടെ ഇതളുകൾ തുറക്കുകയും അടയുകയും ചെയ്യുന്നത് കുട്ടികൾ വിസ്മയത്തോടെ നോക്കിക്കാണാറുണ്ടായിരുന്നു.

പെട്രോമാക്സ് വന്നപ്പോൾ തോമസ് മാസ്റ്റർ അത് ആദ്യമായി കത്തിക്കുവാൻ നിയുക്തനായി. മാസ്റ്റർ ഇട്ടിയച്ചനെയോ കലിനാരായണൻ നായരെയോ പഠിപ്പിച്ചാൽ മതിയെന്ന് അമ്മാമൻ പറഞ്ഞു. അല്ലാതെ ഇത്രയധികം പണിത്തിരക്കുള്ള മാസ്റ്റർ ദിവസേന വിളക്ക് കത്തിച്ചുതരാൻ നാലപ്പാട്ട് വന്നെത്തുമെന്ന് താൻ പ്രതീക്ഷിക്കുന്നില്ലെന്ന് അമ്മാമൻ പറഞ്ഞു. മാസ്റ്റർ ചിരിച്ചു. അദ്ദേഹത്തിന്റെ കണ്ണുകൾ സന്തോഷത്താൽ വികസിച്ചു.

"എനിക്ക് വരാൻ ഒരു വെഷമോല്യ. ഇബ്ട്ന്ന് എപ്പൊ വിളിക്കുന്നു അപ്പൊ ഞാനെത്താം," മാസ്റ്റർ ഭവ്യതയോടെ പ്രസ്താവിച്ചു.

പെട്രോമാക്സ് പമ്പുചെയ്യാനും അതിന്റെ ചില്ല് ഊരിയെടുക്കാനും മാൻറ്റ്ൽ ഉറപ്പിക്കുവാനും കലിനാരായണൻ നായർക്ക് എത്ര പ്രയത്നിച്ചിട്ടും പഠിഞ്ഞില്ല. ഒടുവിൽ കലി ഒരു പടുവാണെന്ന് നോക്കി നിന്നവർ അഭിപ്രായപ്പെട്ടു.

"ഇന്റെ ജോലി വെളക്ക് കത്തിക്കലല്ല. ഇന്റെ ജോലി ദെഹണ്ണാ. തോമാസ് മാഷെക്കൊണ്ട് പറ്റ്വോ കാളനും അവ്യേലും എലിശ്ശേരീം ഉണ്ടാക്കിക്കൊടുക്കാൻ?" കലി സഭയോട് ഉദ്വേഗത്തോടെ ചോദിച്ചു.

ഇട്ടിയച്ചന്റെ ഊഴമായപ്പോൾ അയാളുടെ കൈകൾ വിറച്ചു തുടങ്ങി.

“ഇയ്ക്ക് വെയ്യടൊ ഈ പണി. ഇന്റെ കയ്യോണ്ട് ഈ പണ്ടാരം പിടിച്ചത് പൊട്ടിയാ ഇന്റെ മെക്കട്ട് കേറും ഇങ്ങളെല്ലാരുംകൂടി...” ഇട്ടിയച്ചൻ പിറുപിറുത്തു.

“പൊട്ടിയാൽ പൊട്ടട്ടെ. ഇട്ടിയച്ചൻ പഠിക്കണം,” അമ്മാമൻ പറഞ്ഞു.

ഉമ്മറത്ത് പെട്രോമാക്സ് വന്നപ്പോൾ നാലപ്പാട്ടിന് കാന്തി വർദ്ധിച്ചു. പെട്രോമാക്സ് ചില അവസരങ്ങളിൽ പൊട്ടിത്തെറിക്കാറുണ്ടെന്ന് തോമസ് മാസ്റ്റർ പറഞ്ഞു.

“എല്ലാറ്റിനും ഒരു തഞ്ചം ഉണ്ട്,” അയാൾ താഴ്ന്ന സ്വരത്തിൽ പറഞ്ഞു.

“തഞ്ചം എന്ന് വെച്ചാൽ?” ഞാൻ ചോദിച്ചു.

“എന്നുവച്ചാൽ... കടുവയെ പിടിക്കാനും വേണം ഒരു തഞ്ചം. പാമ്പിനെ പിടിക്കാനും വേണം ഒരു തഞ്ചം. തഞ്ചത്തില് ചീയ്യണ പണിയാ തന്ത്രം. തന്ത്രല്യാണ്ടെ മനുഷ്യന് ജീവിക്കാൻ വയ്യ,” തോമസ് മാസ്റ്റർ പുഞ്ചിരിയോടെ പറഞ്ഞു.

നാലപ്പാട്ടു വീടിന് ചുറ്റും സ്ഥിതിചെയ്യുന്ന വീടുകളിൽനിന്നെല്ലാം സന്ധ്യ കഴിയുമ്പോഴേക്കും വിളക്കുകൾ തെളിഞ്ഞു. നാലപ്പാട്ടെ മുറ്റത്ത് നിന്നാൽ അമ്പാഴത്തേൽ പടിഞ്ഞാറേ കോലായിൽ റാന്തലുകൾ നീങ്ങുന്നത് ഞങ്ങൾക്ക് കാണാമായിരുന്നു. മണ്ണാന്തിറ വീട്ടിലെ കോലായിൽ കത്തുന്ന ചിമ്മിനിവിളക്ക്, ചാമി അയ്യരുടെ മഠത്തിലെ വിളക്ക്, വെളിയത്തെ വിളക്ക് ഇവ മാത്രമല്ല വെളുത്തേടത്ത്, മാമ്പുള്ളി, മാരാരുടെ വീട്, ലാസറിന്റെ വീട്, പൊട്ടിപ്പെണ്ണിന്റെ കുടിൽ, ആശാരികളുടെ വീടുകൾ മുതലായവയിൽ സ്ത്രീകൾ കത്തിച്ചുവച്ച വിളക്കുകളുടെ നാളങ്ങൾ ഞങ്ങൾ കണ്ടു.

ചില രാത്രികളിൽ ആകാശത്തിൽ മഴക്കാറില്ലാത്തപ്പോൾ ചെറിയ വിളക്കുകൾപോലെ നക്ഷത്രങ്ങളും തെളിഞ്ഞു. നക്ഷത്രങ്ങളുടെ പേരുകൾ അമ്മമ്മയ്ക്ക് അറിയാമായിരുന്നു. തന്റെ മിത്രങ്ങളെപ്പറ്റി സംസാരിക്കുന്നതുപോലെയാണ് അവർ നക്ഷത്രങ്ങളെപ്പറ്റി സംസാരിച്ചത്. അങ്ങനെ അവരെല്ലാവരും എനിക്കും സുപരിചിതരായി. നക്ഷത്രങ്ങളെപ്പറ്റിയും സൗരയൂഥത്തെപ്പറ്റിയും പ്രതിപാദിക്കുന്ന ഒരു പുസ്തകം അമ്മാമൻ അലമാരിയിൽ നിന്നെടുത്ത് പൊടി തുടച്ച് എനിക്ക് നീട്ടി. എനിക്ക് അത് പഠിക്കുവാൻ പ്രതിപത്തി തോന്നിയില്ല. വിജ്ഞാനത്തിനുവേണ്ടി ദാഹിച്ചിരുന്ന എന്റെ ജ്യേഷ്ഠനാണ് പിന്നീട് ആ പുസ്തകം വായിച്ചുതീർത്തത്.

“അല്ലെങ്കിത്തന്നെ കുട്ടീടെ കണ്ണിന് ശക്തില്യ. എന്തിനാ രാത്രി സമയത്ത് പുസ്തകം വായിക്കണത്? പണ്ടൊരുത്തൻ പഠിച്ചുപഠിച്ച് പണിക്കരായ കഥ കുട്ടി കേട്ടിട്ടില്യേ?” മാധവിയമ്മ എന്നോട് ചോദിച്ചു.

ആ കഥ പറഞ്ഞുതരാൻ ഞാൻ അവരോട് അപേക്ഷിച്ചു.

“അത് പിന്നെപ്പറഞ്ഞുതരാം കുട്ട്യേ.” മാധവിയമ്മ തന്റെ ചുമലുകൾ കുലുക്കിക്കൊണ്ട് പറഞ്ഞു. മാധവിയമ്മ വാഗ്ദാനങ്ങൾ നിറവേറ്റുന്നതിൽ നിഷ്കർഷത പാലിച്ചില്ല. അവർക്ക് ജ്യേഷ്ഠനോടായിരുന്നു ഏറ്റവുമധികം വാത്സല്യം. വടക്കേമാവിൽനിന്ന് മഞ്ഞനിറമുള്ള മാമ്പഴം വീണാൽ ഉടനെ അതെടുത്ത് വാതിൽപ്പടിമേൽ ഒളിപ്പിക്കുക അവരുടെ ശീലമായിരുന്നു. എന്റെ ജ്യേഷ്ഠനെ കണ്ടാലുടനെ അവർ പറയുമായിരുന്നു:

“ഉണ്ണിക്ക് മാങ്ങ എടുത്തുവെച്ചിട്ട്ണ്ട്ട്ടാ. ആരും കാണാണ്ടെ എട്ത്ത് തരാം.”

മാധവിയമ്മയ്ക്ക് ആൺകുട്ടികളോടായിരുന്നു വാത്സല്യം. അത് പ്രകടിപ്പിക്കുവാൻ അവർക്ക് യാതൊരു സങ്കോചവുമുണ്ടായിരുന്നില്ല.

“ഇനിക്ക് ഇബടെ ഉണ്ണ്യേ കഴിച്ചിട്ടേ ബാക്കി ആരോടും സ്ഥായി ഉള്ളൂ,” അവർ ചിരിച്ചുകൊണ്ട് എല്ലാവരോടും പറയാറുണ്ടായിരുന്നു.

ചക്കക്കുരു എടുത്ത് അടുപ്പിലിട്ടു ചുട്ട് അവർ ജ്യേഷ്ഠന് സമ്മാനിച്ചു. തന്റെ ഓഹരിയിൽനിന്ന് വല്ലതും എനിക്ക് നീട്ടുമ്പോൾ ഞാൻ പറയാറുണ്ടായിരുന്നു:

“എനിക്ക് വേണ്ട.”

എന്റെ വാക്കുകൾ കേട്ട് കുറച്ചുനേരം ശങ്കിച്ചുനിന്ന് ജ്യേഷ്ഠൻ ആ ചക്കക്കുരുവെല്ലാം പിന്നെ പറമ്പിലേക്ക് എറിയാറുമുണ്ടായിരുന്നു. ഒരിക്കൽ അത് കണ്ടുനിന്ന പൊട്ടിപ്പെണ്ണ് ബ്ബ ബ്ബ ബ്ബ എന്നു പറഞ്ഞുകൊണ്ട് അവയെല്ലാം പെറുക്കി എടുത്ത് ഭക്ഷിച്ചു. അമ്മാമനും പോയി. അമ്മമ്മയും പോയി, ജ്യേഷ്ഠനും പോയി, സ്നേഹിച്ചിരുന്നവരെല്ലാം പോയി. ജീവിക്കുവാൻ കാരണങ്ങൾ വൃഥാ തേടിക്കൊണ്ട് ഞാൻ മാത്രം എല്ലാവരേയും ഓർമ്മിച്ചുകൊണ്ട് ജീവിക്കുന്നു.

ഇരുപത്തിരണ്ട്

വിദേശീയർ മെല്ലെമെല്ലെ ഇന്ത്യ വിടുന്ന ഒരു കാലമായിരുന്നു അത്. അമേരിക്കൻ കമ്പനിയായ ജനറൽ മോട്ടോഴ്സിന്റെ കല്ക്കത്താ ശാഖയിൽ ഉദ്യോഗം വഹിച്ചിരുന്ന എന്റെ ഇളയച്ഛൻ—അപ്പുവേട്ട

നെന്നു വിളിക്കപ്പെടുന്ന ബാലൻനായർ—ഒരുദിവസം ഭക്ഷണമേശയ്ക്കരികിൽ ഇരുന്ന് വെറ്റില മുറുക്കുന്നതിനിടയിൽ തന്റെ ആത്മസുഹൃത്തായ പിച്ചിരിക്കാട്ടെ ബാലൻ നായരോട് ഒരാത്മഗതത്തിന്റെ സൗമ്യശൈലിയിൽ പറഞ്ഞു:

"സായിപ്പ് അമേരിക്കയിലേക്ക് കൂടെച്ചെല്ലാൻ പറഞ്ഞു. ഞാനെന്തു ചെയ്യും!"

"സായിപ്പ് പോവാൻ നിശ്ചയിച്ചോ?" പിച്ചിരിക്കാട്ടെ ബാലൻനായർ ചോദിച്ചു.

"പോവാതെ എന്തു ചെയ്യാൻ? കമ്പനി പൂട്ടുമ്പോൾ പോവാതെ പറ്റില്ലല്ലോ. അമേരിക്കയിലാണല്ലോ ജനറൽ മോട്ടോഴ്സിന്റെ ഹെഡ്ഡോഫീസ്. സായിപ്പിന് ജോലിക്കയറ്റം കിട്ടും. എനിക്കോ?" അപ്പുവേട്ടൻ ശൂന്യദൃഷ്ടികൾ ചുമരിൽ പതിപ്പിച്ചുകൊണ്ട് ചോദിച്ചു.

"സായിപ്പ് എന്തേ ചോദിച്ചത്? ഒന്നു വിസ്തരിച്ച് പറയെടോ," പിച്ചിരിക്കാട്ടെ ബാലൻനായർ പറഞ്ഞു.

അടുക്കളമാളികയിൽനിന്ന് നാരായണൻനായർ, ഓലേങ്ങാട്ടിൽ പാറുക്കുട്ടി, തൃപുര, കുഞ്ഞാത്തു മുതലായവരും ശ്രോതാക്കളായി ഭക്ഷണമുറിയിൽ വന്നുനിന്നു. അപ്പുവേട്ടന്റെ വായിൽനിന്നും വീഴുന്ന വാക്കുകളെ അതിശ്രദ്ധയോടെ കേൾക്കുവാൻ അവർക്കെല്ലാവർക്കും ആഗ്രഹമുണ്ടായിരുന്നു. ബ്രിട്ടീഷുകാർ കെട്ടുംകെട്ടി രാജ്യം വിടുമെന്ന് അവർ കേട്ടത് അപ്പുവേട്ടനിൽനിന്ന് മാത്രമായിരുന്നു. സ്വാതന്ത്ര്യ സമരത്തെപ്പറ്റി പല കഥകളും അദ്ദേഹം അവർ കേൾക്കുവാനായി പറയാറുണ്ടായിരുന്നു.

"സായിപ്പ് എന്നെ വിളിച്ചു പറഞ്ഞു—മിസ്റ്റർ ബലാൻ... സായിപ്പിന്റെ ഉച്ചാരണം അങ്ങനെയാ. ബലാൻ, ആ, സായിപ്പ് പറഞ്ഞു: 'ബലാൻ നിങ്ങളും എന്റെകൂടെ അമേരിക്കയിലേക്കു വരൂ. അവിടെ ജനറൽ മോട്ടോഴ്സിൽ ജോലിചെയ്യാം. വേണമെങ്കിൽ ഭാര്യയും കുട്ടികളും ഈ യാത്രയിൽത്തന്നെ നിങ്ങളുടെകൂടെ വരട്ടെ. യാത്രയുടെ കാര്യമൊക്കെ ഞാൻ ശരിയാക്കിത്തരാം...' കുറെ നേരത്തിന് എനിക്ക് ഒരക്ഷരം പറയാൻ കഴിഞ്ഞില്യ. ഞാനെന്താ പറയ്യാ! അമേരിക്ക എത്ര ദൂരാ!" അപ്പുവേട്ടൻ പറഞ്ഞു.

"എന്നിട്ട്? താൻ പോവില്യേ? ഞാനാണ് തന്റെ സ്ഥാനത്ത് എന്നുവെച്ചാൽ ഒരുമിനിട്ട് വൈകിക്കാതെ പോവാൻ പൊറപ്പെടും. അമേരിക്കയില് ഒരു ഉദ്യോഗം കിട്ടുക എന്നുവച്ചാൽ രക്ഷപ്പെടുക എന്നാണ് അതിന്റെ അർത്ഥം. ഇവിടെ ഒരു ജന്മം മുഴുവനും അദ്ധ്വാനിച്ചാൽ കിട്ടണ പണം തനിക്ക് അമേരിക്കയില് ആറുമാസം ജോലിയെടുത്താൽ കിട്ടും. അത് തനിക്കറീല്യേ?" ബാലൻനായർ അപ്പുവേട്ടനോടു ചോദിച്ചു.

“കല്യാണിക്ക് അമേരിക്കേല് പോവാൻ താല്പര്യണ്ടാവില്യ,” അപ്പുവേട്ടൻ പിറുപിറുത്തു.

“എന്നാ അവര് സുഖമായി ഗുരുവായൂര് കുളിച്ചുതൊഴുത് പാർത്തോട്ടെ. തനിക്ക് കൊല്ലത്തിലൊരിക്കൽ ലീവെടുത്ത് വരാം. അത് മതിയല്ലോ,” ബാലൻനായർ ശബ്ദമുയർത്തിക്കൊണ്ട് പറഞ്ഞു.

“കല്യാണീം കുട്ട്യോളും എന്റെകൂടെയില്ലാതെ എനിക്ക് അമേരിക്കയില് ജീവിക്കാൻ താല്പര്യല്ല,” അപ്പുവേട്ടൻ പറഞ്ഞു.

“ആയ് ആയ് താനിങ്ങനെ ഒരാളാണെന്ന് ഞാൻ വിചാരിച്ചില്യ! ഭാര്യേം മക്കളേം വിട്ടിട്ടല്ലേ പട്ടാളക്കാർ യുദ്ധത്തിനു പോണത്? ഇപ്പോൾ തന്റെകൂടെ ഭാര്യേം മക്കളും ഇല്യലോ. അവര് ഗുരുവായൂര് കഴിയ്ണൂ. താൻ ഇവിടെ കല്ക്കത്തേലും. ഭാര്യേ പിരിഞ്ഞ് ജീവിക്കാൻ താൻ ശീലിച്ചുകഴിഞ്ഞു. ഇനി ഇപ്പോൾ അമേരിക്കയിൽ പോയാൽ കുടുംബത്തിനുവേണ്ടി കൊറച്ച് കാശും ഉണ്ടാക്കാം. പോയി പറയെടൊ സായിപ്പിനോട്, താൻ വരാൻ തയ്യാറാന്ന്. താൻ വരില്യാന്ന് വിചാരിച്ച് സായിപ്പ് ആ ജോലി വേറെ വല്ലോർക്കും കൊടുക്കും. വേഗം പോയി പറയെടൊ താൻ അമേരിക്കയിലേക്ക് വരാംന്ന്;” ബാലൻനായർ പറഞ്ഞു.

“അമേരിക്ക ഇബ്ടന്ന് എത്ര ദൂരെയാ?” കുഞ്ഞാത്തു ചോദിച്ചു.

“എന്താ? തനിക്കു പോണോ?” ബാലൻനായർ ചോദിച്ചു.

“ഇന്നെ വിളിച്ചാ ഞാൻ പൂവും. സംശല്യ. ആപ്പീസ് ശിപായിടെ ജോലി തന്നാ മതി, ഞാൻ പൂവും. ഞാൻ ഏത് കൊണ്ടില് പോയാലും ഇന്റെ ഭാര്യയ്ക്കും കുട്ട്യോളക്കും ഒരു ചുക്കൂല്യ. എല്ലാ മാസോം കാശ് അവറ്റയ്ക്ക് അയച്ചാ മതി,” കുഞ്ഞാത്തു പറഞ്ഞു.

“നമ്മള് നിക്കുന്നയിടത്ത് ഒരു കുഴി കുഴിച്ച് അതിലെറങ്ങിയാ ഭൂമീടെ മറ്റേപ്പുറത്ത് എത്തും. അവിടെയാ അമേരിക്ക,” അപ്പുവേട്ടൻ പറഞ്ഞു.

“ഇവിടെ ഉച്ചയാണെങ്കില് അവടെ അർദ്ധരാത്രി,” ബാലൻനായർ പറഞ്ഞു.

“പതിനായിരം നാഴിക ദൂരെയാ,” അപ്പുവേട്ടൻ പറഞ്ഞു.

“എന്നാലെന്താ? വിമാനത്തില് വരാലൊ. ടിക്കറ്റിന്റെ കാശ് കമ്പനിക്കാര് തരും. താൻ വേഗം പറയടൊ വരാന്ന്. ഇല്ലെങ്കില് ആ ജോലി തന്റെ കൈയീന്ന് പൂവും. പിന്നെ അയ്യത്തെടാന്ന് പറേണ്ടിവരും,” ബാലൻനായർ പറഞ്ഞു.

“കല്യാണിം കുട്ട്യോളും,” അപ്പുവേട്ടൻ പിറുപിറുത്തു.

“കല്യാണീം കുട്ട്യോളും! ബാക്കിള്ളോർക്കൊന്നും ഭാര്യേം കുട്ട്യോളുംല്യേ? തനിക്കു മാത്രേ ഭാര്യേം കുട്ട്യോളും ഉള്ളൂ? താനിങ്ങനെ ഒരു മൊശകൊടനാന്ന് ഞാൻ ഇപ്പഴാ അറിയണ്,” ബാലൻ

നായർ സിഗററ്റ് ചായക്കപ്പിന്റെ സോസറിൽ കെടുത്തിക്കൊണ്ട് ഉറക്കെ പറഞ്ഞു.

“ധൈര്യായിട്ട് പോണം,” നാരായണൻനായർ പറഞ്ഞു.

“ഭാഗ്യം വരുമ്പൊ പൊറംകാലോണ്ട് തട്ടാൻ പാടില്യ,” കുഞ്ഞാത്തു അഭിപ്രായപ്പെട്ടു. അപ്പുവേട്ടൻ മനസ്സിന്റെ അസ്വാസ്ഥ്യം കുറയ്ക്കുവാനായി വീണ്ടും വീണ്ടും വെറ്റില മുറുക്കി. വീണ്ടും വീണ്ടും കുളിമുറിയിൽപ്പോയി തുപ്പി. അദ്ദേഹത്തിന്റെ മുഖം പൂർവാധികം തുടുത്തു.

“പൂവാൻ ഇഷ്ടല്യാത്തോരെ എന്തിനാ നിർബന്ധിക്കണ്?” പാറുക്കുട്ടി അടുക്കളയിലേക്കു മടങ്ങി നാരായണൻനായരോട് ചോദിച്ചു.

“ഞാൻ നിർബന്ധിച്ചില്യ. ഞാൻ നിർബന്ധിച്ചാ അനുസരിക്കണ ആളാന്ന് വിചാരിയ്ക്കണ്ടോ?” നാരായണൻനായർ ചോദിച്ചു.

“അവനാന്റെ ഭാര്യേം അവനാന്റെ കുട്ട്യോളേം വിട്ടിട്ട് ഇത്രദൂരെ പൂവാൻ കണ്ണില് ചോരല്യാത്തോർക്കേ സാധിക്കൂ,” പാറുക്കുട്ടി പറഞ്ഞു.

“ഭാര്യേം കുട്ട്യോളേം പൂജിച്ച് വീട്ടില് കുത്തിരുന്നാ കാശ് എവിട്ന്നാ കിട്ട്വാ?” നാരായണൻനായർ ചോദിച്ചു.

“കാശ് കിട്ടീല്യങ്കിലും കഞ്ഞികുടിച്ച് കഴിയാം,” പാറുക്കുട്ടി പറഞ്ഞു.

കല്ക്കത്തയിലെ വിദേശസ്ഥാപനങ്ങൾ ഓരോന്നായി അടഞ്ഞു. വൈറ്റ്‌വെ ആൻഡ് ലെയ്ഡ്‌ലാ, ഹാൾ ആൻഡ് ആൻഡേഴ്സൺ മുതലായവ. വെള്ളക്കാരെ നിരത്തുകളിലും സിനിമാക്കെട്ടിടങ്ങളിലും ക്ലബ്ബുകളിലും കാണാതായി.

ഒരു മോട്ടോർകാർ കമ്പനിയിൽ ഉദ്യോഗം നോക്കിയിരുന്ന ആഷർക്കോണി എന്ന ഭീമാകാരൻ ഒരിക്കൽ അച്ഛനോടു പറഞ്ഞു:

“ഞാൻ ഇന്ത്യ വിടുവാൻ ആലോചിക്കുകയാണ്. ഇനി ഞങ്ങൾ ഇവിടെ സുരക്ഷിതരല്ല.”

ഭാവിയിൽ തങ്ങൾ ഇന്ത്യയിൽ സുരക്ഷിതരാവുകയില്ലെന്ന് വിദേശികൾ ഭയന്നു. യജമാനന്മാരുടെ സ്ഥാനമാനങ്ങളോടെയും പ്രത്യേക ആനുകൂല്യങ്ങളോടെയും മാത്രമേ അവർക്ക് ഇന്ത്യയിൽ ജീവിക്കുവാൻ താല്പര്യമുണ്ടായിരുന്നുള്ളു.

അച്ഛന്റെ ഉദ്യോഗസ്ഥാപനമായിരുന്ന വാൽഫോർഡോ ട്രാൻസ്പോർട്ട് കമ്പനിയുടെ ആദ്യത്തെ ഇന്ത്യൻ മേധാവിയായി അച്ഛനെ ബോർഡിന്റെ അംഗങ്ങൾ തിരഞ്ഞെടുത്തു. എറിക് സ്മിത് എന്ന സായിപ്പിന് അച്ഛന്റെ കീഴിൽ ജോലിയെടുക്കേണ്ടതായി വന്നു. വാക്കിലോ പെരുമാറ്റത്തിലോ യാതൊരു വൈമനസ്യവും ആ സംസ്കൃതചിത്തൻ പ്രദർശിപ്പിച്ചില്ല. എല്ലാ ശനിയാഴ്ചയും മാറ്റിനിഷോ കാണുവാൻ മെട്രോ തിയേറ്ററിൽ അച്ഛനും എറിക് സ്മിത്തും പോയിരുന്നു. സകുടുംബം അദ്ദേഹവും ഭാര്യയും അച്ഛന് സമ്മാനിച്ച

ഒരു വെള്ളി സിഗരറ്റ് പെട്ടി കഴിഞ്ഞമാസം മാത്രമാണ് ഞാൻ എന്റെ മൂന്നാമത്തെ മകനെ ഏല്പിച്ചത്. എന്റെ മക്കളിൽ അവൻ മാത്രമേ സിഗരറ്റുവലി ശീലിച്ചിട്ടുള്ളു.

നമ്പ്യാരും കല്ലുവും കല്യാണശേഷം മദിരാശിക്കു പോയതിനാൽ നാരായണൻനായരും പാറുക്കുട്ടിയും ഞങ്ങളുടെ കുടുംബാംഗങ്ങളായി. നാരായണൻനായർ പണ്ടേ അച്ഛന്റെ സഹായിയായിരുന്നു. പിന്നീട് അദ്ദേഹം രണ്ടുവർഷക്കാലം ലീവിലായിരുന്നപ്പോൾ നമ്പ്യാർ വന്നുചേർന്നു. നാരായണൻനായർ മടങ്ങിയപ്പോൾ അച്ഛന് സന്തോഷമായി. കുടുംബഭരണം നാരായണൻനായർക്ക് അച്ഛൻ വീണ്ടും ഏല്പിച്ചു കൊടുത്തു. അമ്മ പണമിടപാടുകളിൽ കാണിച്ച നിസ്സഹായത കാരണം അച്ഛൻ ഒരിക്കലും അമ്മയ്ക്കു പണം കൊടുത്തിരുന്നില്ല. അമ്മയ്ക്ക് കണക്കു കൂട്ടുവാൻ അറിയില്ല എന്ന് അച്ഛൻ ചിരിച്ചുകൊണ്ട് ഇടയ്ക്കിടയ്ക്ക് പ്രസ്താവിക്കാറുണ്ടായിരുന്നു. ധനകാര്യങ്ങളിൽ അമ്മയ്ക്കുണ്ടായിരുന്ന അജ്ഞതയെക്കുറിച്ച് അച്ഛൻ രഹസ്യമായി അഭിമാനിച്ചിരുന്നു. അമ്മ വീട്ടുകാര്യങ്ങളിൽ തലയിടാതെ വായിച്ചും കവിത എഴുതിയും ജീവിക്കണമെന്ന് അച്ഛൻ ആഗ്രഹിച്ചു.

അമ്മയെ പാചകം പഠിപ്പിക്കണമെന്ന് ആഗ്രഹിച്ച് ഒന്നോ രണ്ടോ സ്നേഹിതമാർ ഒരിക്കൽ മുന്നോട്ടു വന്നപ്പോൾ അച്ഛൻ അവരെ നിരുത്സാഹപ്പെടുത്തി. തന്റെ ഭാര്യ ഒരിക്കലും അടുക്കളയെന്ന അപകടമേഖലയിൽ പ്രവേശിക്കരുതെന്ന് അദ്ദേഹം ശഠിച്ചു. വീട്ടിൽ നിലം തൂത്തുവാരുകയോ തുണികൾ അലക്കുകയോ അമ്മയ്ക്ക് ഒരിക്കലും ചെയ്യേണ്ടിവന്നിട്ടില്ല. പൂക്കൾ പാത്രങ്ങളിൽ ഒരുക്കാൻകൂടി വേലക്കാരെ അച്ഛൻ നിയമിച്ചിരുന്നു. കവിതയെഴുത്തും അച്ഛന്റെകൂടെ സായാഹ്നസവാരിക്കുപോവലും മാത്രമായിരുന്നു അമ്മയുടെ കടമകൾ. ആ കടമകൾ ഭംഗിയായി അമ്മ നിർവഹിച്ചു.

ഞങ്ങൾ, കുട്ടികൾ അടുക്കളയിലേക്ക് ചെല്ലുന്നതും അച്ഛൻ ഇഷ്ടപ്പെട്ടില്ല. പാചകത്തിൽ പങ്കുകൂടുവാനായിരുന്നില്ല ഞാൻ അടുക്കളയിലേക്ക് ചെന്നിരുന്നത്. അവിടെ ജോലിയെടുക്കുന്നവരുടെ സംഭാഷണം കേൾക്കുവാനായിരുന്നു ഞാൻ ചെന്നത്. മനസ്സിനെ അസ്വസ്ഥമാക്കുന്ന ചെറുപ്രശ്നങ്ങൾക്ക് പരിഹാരം ഞാൻ കണ്ടെത്തിയത് അടുക്കളയിൽനിന്നാണ്. എന്റെ വീട്ടിൽ ഞങ്ങൾക്ക് സഹായികളായി ജോലിയെടുത്തവർ എന്റെ ഉപദേഷ്ടാക്കളായിരുന്നു. അച്ഛനും അമ്മയും എന്റേതിൽനിന്ന് വ്യത്യസ്തമായ ഒരു ലോകത്തിലായിരുന്നു സ്ഥിതിചെയ്തിരുന്നത്. എന്റെ ചില്ലറ പ്രശ്നങ്ങളുമായി ചെന്ന് അവരെ അലട്ടുവാൻ എനിക്കു വൈമനസ്യം തോന്നി. എന്റെ കണക്ക് ടീച്ചറെ സന്തുഷ്ടയാക്കുവാൻ ഞാൻ കണക്കിലേറെ

പ്രയത്നിക്കുന്ന ഒരു കാലമായിരുന്നു അത്. കണക്കിന്റെ ലോകത്ത് ഞാൻ കേവലം ഒരന്ധയായിരുന്നു. എന്നെ അൽജിബ്ര പഠിപ്പിക്കുവാൻ ശ്രമിച്ചവർ ഓരോരുത്തരും തോറ്റു പിൻവാങ്ങി. മിസ് വർക്കി എന്ന ഒരു യുവതിയായിരുന്നു എന്നെ വീട്ടിൽ വന്ന് കണക്കും ഭൂമിശാസ്ത്രവും പഠിപ്പിച്ചിരുന്നത്. അൽജിബ്ര ഗ്രഹിക്കുവാൻ എനിക്ക് ഒരിക്കലും കഴിയില്ലെന്ന് മനസ്സിലാക്കിയപ്പോൾ അവരും കനത്ത ഹൃദയത്തോടെ ആ ശ്രമം ഉപേക്ഷിച്ചു.

"ഇനി ഞാനെന്തു ചെയ്യും?" കുഞ്ഞാത്തുവിന്റെ മുറിയിൽച്ചെന്ന് കലങ്ങിയ കണ്ണുകളോടെ ഞാൻ ചോദിച്ചു. കണക്കു പരീക്ഷയിൽ എല്ലായ്പോഴും തോല്ക്കുന്നതുകൊണ്ട് മരണം മാത്രമേ എനിക്ക് ഒരു രക്ഷാമാർഗ്ഗമായി മുമ്പിൽ കാണുവാൻ കഴിഞ്ഞുള്ളു.

രാവിലെ നാലുമണിക്ക് എഴുന്നേറ്റ് പഠിക്കുക, ബ്രഹ്മിനീര് വെറുംവയറ്റിൽ സേവിക്കുക മുതലായ ഉപദേശങ്ങളെല്ലാം ഞാൻ സ്വീകരിച്ചു കഴിഞ്ഞിരുന്നു. അതുകൊണ്ടാവാം കുഞ്ഞാത്തുവും നിശ്ശബ്ദത പാലിച്ചത്. തന്റെ കഴുത്തിൽ തൂക്കിയ വെന്തിങ്ങ തൊട്ടു തടവിക്കൊണ്ട് ആ വൃദ്ധൻ ചുമരുംനോക്കി തന്റെ കട്ടിലിൽ ഇരുന്നു.

പാറുക്കുട്ടി സങ്കോചത്തോടെ മുറിയുടെ വാതില്ക്കൽ വന്നു നിന്നു.

"കുട്ടി കരയണ്ട. ഒരു വഴി ഉണ്ടാക്കിത്തരാം," പാറുക്കുട്ടി പറഞ്ഞു. "ഇഞ്ഞി പഠിച്ചിട്ട് ഫലല്യാ, തീർച്ചയാ. നൊമ്മക്ക് ആ കണക്ക് പഠിപ്പിക്കണ ടീച്ചറെ പാട്ടിലാക്കാൻ നോക്കാം. നാട്ടിലാച്ചാ മന്ത്രവാദം ചീയ്യിയ്ക്കായിരുന്നു. ഇബടെ മന്ത്രവാദ്യോളെ കിട്ട്വോ? കുട്ടി ആ ഡ്രൈവറോട് ഒന്ന് ചോയിച്ച് നോക്ക്വോ."

ഡ്രൈവർ മുർഫീദിന് മന്ത്രവാദികളുമായി അടുപ്പമുണ്ടായിരുന്നില്ല. അയാൾക്ക് കോപമാണു വന്നത്. ഞാൻ പഠിപ്പില്ലാത്ത വേലക്കാരികളുടെ സംഭാഷണം കേട്ടുകൊണ്ട് സമയം പാഴാക്കരുതെന്ന് മുർഫീദ് ഉപദേശിച്ചു.

"നൊമ്മടെ നാട്ടില് പൂവുമ്പൊ ഞാൻ ഒന്നാന്തരം മന്ത്രവാദ്യോളെ കുട്ടിക്ക് പരിചാക്കിത്തരാം. പത്തു ഉറുപ്പ്യടെ കാശ് മൊടക്കിയാ ടീച്ചറ് കുട്ടീടെ പിന്നാലെ നടക്കും. കുട്ടി പറഞ്ഞതു കേക്കും. നൂറു മാർക്ക് തരണംന്ന് കുട്ടി പറഞ്ഞാ അപ്പൊത്തരും നൂറുമാർക്ക്," പാറുക്കുട്ടി പറഞ്ഞു.

"പാറുക്കുട്ടി എന്നെ സഹായിക്കണം," ഞാൻ അവശയായി പിറുപിറുത്തു. ടീച്ചറെ വശീകരിക്കുവാനെന്നു പറഞ്ഞ് ഒരു പ്രത്യേക സിന്ദൂരം പാറുക്കുട്ടി എന്റെ നെറ്റിമേൽ തൊട്ടു. ആ പൊട്ടുംകൊണ്ട് ടീച്ചറുടെ മുമ്പിൽ ചെന്നുനിന്ന് പുഞ്ചിരി തൂകിയാൽ ടീച്ചർ സ്നേഹത്തോടെ എന്നെ ആശ്ലേഷിക്കുമെന്ന് അവർ പറഞ്ഞു.

“ഞാൻ മന്ത്രിച്ച് ഊതീട്ട്ണ്ട്,” പാറുക്കുട്ടി എന്റെ കാതിൽ പറഞ്ഞു.

പിറ്റേദിവസം വശീകരണസിന്ദൂരംകൊണ്ട് പൊട്ടുകുത്തി ക്ലാസ്സിൽ ചെന്നപ്പോൾ എന്റെ സഹപാഠിയായ മമത ഗോസ്വാമി എന്നോടു ചോദിച്ചു.

“കമല എന്തിനാണ് സിന്ദൂരപ്പൊട്ട് നെറ്റിയിൽ തൊട്ടത്? ഇതൊന്നും ഈ സ്കൂളിൽ അനുവദിക്കില്ല എന്ന് നിനക്കറിയില്ലേ?”

ഞാൻ അത് തുടച്ചില്ല. ടീച്ചർ വിമലാരാജമാണിക്കം ക്ലാസ്സിലെത്തിയപ്പോൾ ഞാൻ അവരുടെ മുമ്പിൽച്ചെന്നു നിന്ന് പുഞ്ചിരിതൂകി.

“എന്നോട് ചിരിക്കണ്ട. പരീക്ഷയിൽ തോറ്റ് എന്റെ മുമ്പിൽ നിർലജ്ജം വന്നുനിന്ന് ചിരിക്കുന്നു!” അവർ നെറ്റി ചുളിച്ചുകൊണ്ട് പറഞ്ഞു.

“ഗുഡ്മോണിങ് മിസ്,” ഞാൻ പറഞ്ഞു.

“ഗുഡ്മോണിങ്. ഇനി കുറച്ചുകൂടി ശ്രദ്ധവച്ച് പഠിച്ചില്ലെങ്കിൽ ഞാൻ നിന്നെ പ്രിൻസിപ്പാളിന്റെ മുറിയിൽ കൊണ്ടുപോവും. ബാക്കിയുള്ള വിഷയങ്ങളിൽ ഉയർന്ന മാർക്ക് നേടുമ്പോൾ കണക്കിൽ മാത്രം തോല്ക്കുന്നതിന്റെ രഹസ്യമെന്താണ്? ഞാൻ വീട്ടിലേക്കു വന്ന് നിന്റെ അച്ഛനമ്മമാരോട് സംസാരിക്കാൻ ഉദ്ദേശിക്കുന്നു,” ടീച്ചർ പറഞ്ഞു. അവരുടെ മുഖഭാവം കണ്ടിട്ടാവാം എന്റെ സഹപാഠികൾ ചിരിച്ചു.

“വീട്ടിലേക്ക് വരേണ്ട മിസ്,” ഞാൻ പറഞ്ഞു.

“ആ പൊട്ട് ഉടനെതന്നെ മായ്ച്ചുകളയൂ. സ്കൂളിലേക്കു വരുമ്പോൾ പൊട്ടും ആഭരണവും മറ്റും പാടില്ല എന്ന് നിനക്കറിയില്ലേ?” ടീച്ചർ ചോദിച്ചു.

ഞാൻ പാറുക്കുട്ടി കുത്തിയ പൊട്ട് എന്റെ പുറംകൈകൊണ്ട് മായ്ച്ചു കളഞ്ഞു. എന്റെ സഹപാഠികൾ എന്നെ നോക്കി ഉറക്കെ ചിരിച്ചു.

ഇരുപത്തിമൂന്ന്

എന്റെ പ്രിയസ്നേഹിത മാലതിക്കുട്ടിയെ കളിക്കുവാൻ വിളിക്കാനായി ഞാൻ അമ്പാഴത്തേൽ വീട്ടിൽ ചെല്ലുമ്പോൾ കമലോപ്പുവിന്റെ ഭർത്താവായ അരിയനൂർ കുട്ടൻമേനോനും കാരണവരായ കേശവദാസ് മേനോനും മാത്രമേ എന്നെ ഗൗനിച്ചിരുന്നുള്ളു. കുട്ടൻമേനോൻ കടങ്കഥകൾ അവതരിപ്പിച്ച് ഞങ്ങൾ കുട്ടികളെ രസിപ്പിക്കുവാൻ ശ്രമിച്ചു.

"അമ്മ കറുത്ത്, മകള് വെളുത്ത്, മകളുടെ മകളൊരു സുന്ദരി പേശി. എന്താണെന്നു പറയൂ," കുട്ടൻമേനോൻ ഒരുദിവസം എന്നോട് ചോദിച്ചു. ഞാൻ തോല്വി സമ്മതിച്ചപ്പോൾ ചിരിച്ചുകൊണ്ട് അദ്ദേഹം പറഞ്ഞു:

"വെള്ളില."

താളിയായി പലരും ഉപയോഗിച്ചിരുന്ന വെള്ളില അന്ന് അമ്പാഴത്തേൽ കിണറിന്റെ പാർശ്വങ്ങളിൽ വളർന്നുനിന്നിരുന്നു. കടങ്കഥ കേട്ടതിനുശേഷം ഞാൻ ആ ഇലകളെ തൊട്ടുതടവി അവയുടെ മാർദ്ദവം ആസ്വദിച്ചു.

കേശവദാസ് മേനോൻ ഒരു ഇംഗ്ലിഷ് വാരികയിൽ ആഴ്ചതോറും പ്രസിദ്ധീകരിച്ചു കാണപ്പെട്ട പദപ്രശ്നം പൂരിപ്പിക്കുന്നതിൽ അതീവ തല്പരനായിരുന്നു. അദ്ദേഹത്തിന് രാഷ്ട്രീയത്തിലോ വ്യവഹാരത്തിലോ ശ്രദ്ധയുണ്ടായിരുന്നില്ല. കേസുകൾക്കായി ഇടയ്ക്കിടെ പൊന്നാനിക്ക് പോയിരുന്നത് അദ്ദേഹത്തിന്റെ അനുജനും ഡിസ്ട്രിക്ട് ബോർഡ് മെമ്പറുമായ കുഞ്ഞുണ്ണി മേനോനായിരുന്നു.

"വരൂ, കമലേ ഈ വാക്ക് കണ്ടുപിടിക്കുവാൻ എന്നെ ഒന്ന് സഹായിക്കണം." അദ്ദേഹം പറയാറുണ്ടായിരുന്നു. ഏഴാം ക്ലാസ്സിൽ പഠിച്ചിരുന്ന എന്നെ പദപ്രശ്നം പൂരിപ്പിക്കുവാൻ വിളിക്കുന്നതിന്റെ രഹസ്യം അദ്ദേഹത്തിന്റെ വാത്സല്യം മാത്രമായിരുന്നുവെന്ന് അന്ന് ഞാൻ മനസ്സിലാക്കിയതുമില്ല. എനിക്ക് ഇംഗ്ലിഷ് ഭാഷയിൽ അഗാധമായ പാണ്ഡിത്യമുണ്ടെന്ന് അദ്ദേഹം വിശ്വസിക്കുന്നുവെന്ന് ഞാൻ ധരിച്ചു. ആ തെറ്റിദ്ധാരണ എന്നെ സന്തുഷ്ടയാക്കുകയുംചെയ്തു.

അമ്പാഴത്തേൽ വീട്ടിലെ കാരണവരായിരുന്നുവെങ്കിലും കേശുവേട്ടന് ഒരു ഗൃഹനാഥന് വേണ്ട ഗാംഭീര്യം മുഖത്ത് പ്രദർശിപ്പിക്കുവാൻ കഴിഞ്ഞില്ല. മകളായ മാലതിക്കുട്ടിയും അദ്ദേഹത്തെ ഭയന്നില്ല. മാലതിക്കുട്ടി പറയുന്നതെന്തും അനുസരിക്കുവാൻ അദ്ദേഹം തയ്യാറായി. തൃശൂരിലെ ഒരു കോൺവെന്റിൽ പഠിക്കുവാൻ ചേർന്ന മാലതിക്കുട്ടി അവിടെ കിട്ടിയ ഭക്ഷണത്തെപ്പറ്റി പരാതിപ്പെട്ട് മടങ്ങിയപ്പോൾ കേശുവേട്ടൻ പറഞ്ഞു.

"കുട്ടിക്ക് ബുദ്ധിമുട്ടാണെങ്കിൽ ഇനി മടങ്ങിപ്പോണ്ട."

അന്ന് പെൺകുട്ടികൾക്കു വിധിച്ചിരുന്നത് ശാസ്ത്രീയസംഗീതവും തയ്യലും അല്പം സംസ്കൃതവുമാണ്. മാലതിക്കുട്ടിയെയും മറ്റു കുട്ടികളെയും പാട്ടു പഠിപ്പിക്കുവാൻ പാലക്കാട്ടുനിന്ന് ഒരു ബ്രാഹ്മണ യുവാവ് ആ കാലത്ത് നാട്ടിൽ വന്നെത്തുകയുംചെയ്തു. ഉയരം കുറഞ്ഞ്, ചുരുണ്ട മുടിയും കരയുന്നുവെന്ന് തോന്നിക്കുന്ന ഒരു പുഞ്ചിരിയും കൈമുതലായി നാട്ടിലെത്തിയ ആ യുവാവിനെ ശിഷ്യകളിൽ ചിലർ ആരാധിക്കുവാൻ തുടങ്ങി. ഞാൻ ശിഷ്യയല്ലാ

ത്തതുകൊണ്ടാവാം നാലപ്പാട്ടെ ഇലഞ്ഞിമരത്തിന്റെ തണലിൽ നിന്നുകൊണ്ട് അയാൾ തന്റെ ശിഷ്യകളുടെ ആരാധനാഭാവത്തെ പ്പറ്റി ആവലാതിപ്പെട്ടത്. ഞാൻ വെറുമൊരു ദേശാടനക്കിളിയായി രുന്നു. താൻ പറഞ്ഞുതരുന്ന രഹസ്യങ്ങൾ ഞാൻ ഭദ്രമായി സൂക്ഷി ക്കുമെന്ന് അയാൾ വിശ്വസിച്ചു. പലരാലും ആരാധിക്കപ്പെടുന്ന താൻ ഇനി എന്തു ചെയ്യണമെന്ന് അയാൾ എന്നോട് ചോദിച്ചു. ഒരുത്തി പഴുത്ത മാങ്ങ മുറിച്ച് കൊടുക്കുമ്പോൾ മറ്റൊരുത്തി കൈലേസ് തയ്ച്ചു കൊടുക്കുന്നു. മൂന്നാമത്തെ ആരാധിക മുല്ലപ്പൂ മാല സമ്മാനിക്കുന്നു.

"ഞാൻ കഷ്ടത്തിലായി," അയാൾ കുലുങ്ങിച്ചിരിച്ചുകൊണ്ട് പറഞ്ഞു. തനിക്ക് നാലാമത്തെ ആരാധിക കൊടുത്ത പ്രേമലേഖനം വായിക്കുവാനായി കൊണ്ടുവന്നു തരാമെന്ന് അയാൾ എന്നോട് പറഞ്ഞു.

"കമലയുടെ ഉപദേശം എന്താണ്?" അയാൾ ചോദിച്ചു.

"നുണ പറയരുത് എന്നാണ് എന്റെ ഉപദേശം," ഞാൻ പറഞ്ഞു. അയാൾ വിളർത്തു.

അയാളുമായി സംസാരിച്ചുകൊണ്ട് ഇലഞ്ഞിയുടെ ചുവട്ടിൽ നില്ക്കരുതെന്ന് അമ്മമ്മ പറഞ്ഞു.

"ആ ഭാഗോതര് എന്താ പറഞ്ഞിരുന്ന്?" അമ്മമ്മ എന്നോട് ചോദിച്ചു.

"ചെമ്പൈ വൈത്തിയെപ്പറ്റി സംസാരിച്ചതാണ്," ഞാൻ പറഞ്ഞു.

അമ്മമ്മ തലകുലുക്കി. ആയിടയ്ക്ക് അമ്മാമ്മൻ ശാസ്ത്രീയ സംഗീത ത്തിൽ താല്പര്യം പ്രകടിപ്പിച്ചിരുന്നു. അതുകൊണ്ടാവാം ഭാഗവതർ ഉമ്മറത്തിണ്ണമേൽ ഇരുന്ന് ഭൂഹിമുകുന്ദേതി എന്നും മറ്റും പാടിയി രുന്നത്. ദാസേട്ടന്റെ അച്ഛൻ പണ്ടുപണ്ട് വാങ്ങിയ ഗ്രാമഫോൺ റെക്കോർഡുകൾ നാലപ്പാട്ട് കൊണ്ടുവന്ന് അമ്മാമ്മൻ അവ ശ്രദ്ധിച്ചു കേട്ടിരുന്നു. അദ്ദേഹത്തിന് പ്രമേഹരോഗം ഉണ്ടായിരുന്നതുകൊ ണ്ടാവാം കണ്ണുകളിൽ തിമിരവും ആ കാലത്ത് ആരംഭിച്ചുകഴിഞ്ഞി രുന്നു. എന്നിട്ടും ദിവസേന 'ആർഷജ്ഞാനം' എന്ന പുസ്തകം പൂർത്തിയാക്കുവാനായി അദ്ദേഹം പ്രയത്നിച്ചുകൊണ്ടിരുന്നു. അമ്മാമൻ സിഗരറ്റുവലിക്കാറുണ്ടായിരുന്നു. ആനക്കൊമ്പുകൊണ്ടും കാട്ടുപോത്തിന്റെ കൊമ്പുകൊണ്ടും നിർമ്മിച്ച ഫിൽറ്ററുകൾ അച്ഛൻ അദ്ദേഹത്തിന് സമ്മാനിച്ചിരുന്നു. ഫിൽറ്റർ കൂടാതെ അമ്മാമൻ സിഗരറ്റ് വലിക്കുന്നത് ഞാൻ ഓർമ്മിക്കുന്നില്ല. രാവിലെ പത്തു മണിക്ക് ഹുക്കയും വലിക്കാറുണ്ടായിരുന്നു. അമ്മാമന്റെ രണ്ടു ഹുക്കകളും നാലപ്പാട്ട് എന്ന് വിളിക്കപ്പെടുന്നതും പഴയ നാലപ്പാ ട്ടിന്റെ തറയിൽ ഉയർത്തിയതുമായ വീട്ടിൽ ഇന്നും അവശേഷി ക്കുന്നു.

അമ്മാമന്റെ കൈവിരലുകൾ മൃദുലങ്ങളായിരുന്നു. എഴുതുകയോ പനിനീർപ്പൂച്ചെടികളുടെ തലപ്പുകൾ കത്തിരികൊണ്ട് മുറിക്കുകയോ മാത്രമേ ആ വിരലുകൾ ചെയ്തിരിക്കുകയുള്ളു. ഞങ്ങൾക്കു വയലറ്റ് പെൻസിലിന്റെ അറ്റം ബ്ലേഡുകൊണ്ട് മുറിച്ചുതന്നിട്ടുണ്ട്, പണ്ട് പണ്ട്. ആ പെൻസിലുകളെ പെരുമാൾച്ചെട്ടി പെൻസിലുകൾ എന്നാണ് അമ്മാമൻ വിളിച്ചിരുന്നത്. അത്തരം ഒരു പെൻസിലിന്റെ മുന ഒരിക്കലും വായിലിടാൻ പാടില്ലെന്ന് അമ്മാമൻ ഒരിക്കൽ എന്നോടും ജ്യേഷ്ഠനോടും പറഞ്ഞു. വായിലിട്ടാൽ എന്താണ് സംഭവിക്കുക എന്ന് അറിയുവാനായി ഞാൻ അത് ചെയ്തുനോക്കി. എന്റെ നാവ് ഊതനിറമാവുകയും എന്റെ തുപ്പലിന് കാറിയ എണ്ണയുടെ ദുസ്വാദ് വന്നതായി എനിക്ക് അനുഭവപ്പെടുകയുംചെയ്തു.

വൈരക്കല്ല് വിഴുങ്ങിയാൽ മരണം സംഭവിക്കുമെന്ന് മാരാത്താട്ടിൽ അനിയൻ ഒരുദിവസം പറഞ്ഞു. വൈരക്കല്ല് വിഴുങ്ങി മരണം വരിച്ച രാജകുമാരികളുടെ കഥകൾ അനിയന് അറിയാമായിരുന്നു. അനിയന്റെ അച്ഛന്റെ അമ്മയായ മൂകാമി അമ്മയും അമ്മയായ ജാനകിയമ്മയും പാലക്കാട് ജനിച്ചുവളർന്നവരായിരുന്നു. പാലക്കാട്ടുകാർ കഥകൾ പറയുവാനും സ്വാദിഷ്ഠമായ ഭോജനം പാചകം ചെയ്യുവാനും താല്പര്യം പ്രദർശിപ്പിച്ചു. അവരുടെ കഥകൾ കേൾക്കുവാൻ എനിക്കും ആഗ്രഹമുണ്ടായിരുന്നു. മാരാത്താട്ടിൽ ചെന്നാൽ പഴുത്ത മൂവാണ്ടൻ മാങ്ങ, കല്ക്കണ്ടം, അടമാങ്ങാക്കഷണങ്ങൾ, മുന്തിരി മുതലായവ അവിടെയുള്ളവർ എനിക്ക് സമ്മാനിക്കാറുണ്ടായിരുന്നു. അവിടെ ചെന്ന് കിഴക്കേ കോലായിൽ ഇരുന്ന് കവുങ്ങുകളെ നോക്കിക്കൊണ്ട് തങ്കത്തിന്റെയും അനിയന്റെയും അച്ഛന്റെ അമ്മയോടൊപ്പം ഇരുന്ന് വെറ്റിലയും കളിയടക്കയും തിന്നുവാൻ ഞാൻ ശീലിച്ചു. കിഴക്കേ കോലായിൽ തൂണും ചാരിയിരിക്കുമ്പോൾ തൊഴുത്തിലെ ചുവന്ന പശു കുനിഞ്ഞ് വൈക്കോൽ ചവയ്ക്കുന്നത് എനിക്ക് കാണുവാൻ സാധിച്ചു. പടിക്കു പുറത്ത് കൊച്ചാക്കു എന്ന ഇഷ്ടികപ്പണിക്കാരന്റെ മക്കളായ കൊച്ചന്നവും പ്രാഞ്ചീസും പൂഴിയിൽ “പുള്ള്യേൻ കുത്തി”ക്കളിക്കുന്നതും എനിക്ക് കാണുവാൻ സാധിച്ചിരുന്നു. കൊച്ചാക്കുവിന്റെ പെങ്ങളും അവിവാഹിതയുമായ മാത്തിരി ഇടയ്ക്കിടയ്ക്ക് പുറത്തുവന്ന് പ്രാഞ്ചീസേ പ്രാഞ്ചീസേ എന്ന് വിളിക്കുന്നത് ഞാൻ കേട്ടു. പ്രാഞ്ചീസ് എന്ന പേര് ഞാൻ ഉച്ചരിച്ചു കേട്ടപ്പോൾ അമ്മാമൻ ഒരു സന്ധ്യയ്ക്ക് പറഞ്ഞു, “ഫ്രാൻസിസ് എന്ന പേരിനെയാണ് കൊച്ചാക്കുവിന്റെ കുടുംബക്കാർ പ്രാഞ്ചീസാക്കിയിരിക്കുന്നത്!”

മാരാത്താട്ടിൽ കാവേരിയോപ്പു എന്ന് വിളിക്കപ്പെടുന്ന ഒരു ബന്ധുകൂടി അന്ന് താമസിച്ചിരുന്നു. അവർക്കും കുട്ടികളെ ഇഷ്ട

മായിരുന്നു. മാരാത്താട്ടിലെ അന്തരീക്ഷം ശാന്തമായിരുന്നു. മറ്റു ഗൃഹങ്ങളിൽ മിക്ക ദിവസങ്ങളിലും വഴക്കും വക്കാണവും നടക്കാറുണ്ടായിരുന്നു. മാരാത്താട്ടിൽ ഒരുദിവസം ചെന്നപ്പോൾ അകത്തുനിന്ന് തങ്കത്തിന്റെ അച്ഛൻ ഉച്ചത്തിൽ തന്റെ അമ്മയോട് തർക്കിക്കുന്നത് ഞാൻ കേട്ടു.

"റയിഷാക്കണം. റയിഷാക്കാൻ തയ്യാറല്ലെങ്കിൽ ഞാൻ ഈ കല്യാണം സമ്മതിക്കില്യ." അദ്ദേഹം വിളിച്ചുപറഞ്ഞു. ഞാൻ പരിഭ്രമത്തോടെ നാലപ്പാട്ടേക്ക് തിരിഞ്ഞ് ഓടുകയുംചെയ്തു. റയിഷാക്കുക എന്ന വാക്കിന്റെ അർത്ഥം ഞാൻ അന്വേഷിച്ചപ്പോൾ അമ്മമ്മ ചോദിച്ചു:

"അത് ഇംഗ്ലിഷ് വാക്കല്ലേ? കമലയ്ക്കല്ലേ എന്നെക്കാൾ ഇംഗ്ലിഷ് അറിയുക? എവിടെനിന്നാണ് ഈ വാക്ക് കേട്ടത്?"

മാരാത്താട്ടിലേക്ക് കയറുവാൻ ഭാവിക്കുമ്പോൾ അകത്തെ മുറിയിൽനിന്ന് കേട്ടതാണെന്ന് പറഞ്ഞപ്പോൾ അമ്മമ്മ കോപിച്ചു. സ്വകാര്യസംഭാഷണങ്ങൾ കേൾക്കുവാനിടയായാൽ അവ മറക്കുകയാണ് വേണ്ടത് എന്ന് അവർ എന്നോട് പറഞ്ഞു. ശബ്ദമുണ്ടാക്കാതെ എവിടെയും കയറിച്ചെല്ലരുതെന്നും അമ്മമ്മ പറഞ്ഞു. ചുമയ്ക്കുകയാണ് അത്തരം സന്ദർഭങ്ങളിൽ വേണ്ടതെന്ന് അമ്മമ്മ അഭിപ്രായപ്പെട്ടു. ഉറക്കെ ഉറക്കെ ചുമയ്ക്കുക. ഇവിടെ ആരെങ്കിലും ഉണ്ടോ എന്ന് ചോദിക്കുക. എന്നിട്ട് ഉമ്മറപ്പടികൾ ചവുട്ടിക്കയറുക. നഗരത്തിൽ വളർന്നതുകൊണ്ടാവാം അത്തരം നാട്ടുനടപ്പുകളൊന്നും എനിക്ക് അറിഞ്ഞിരുന്നില്ല. നഗരത്തിൽ അതിഥി ഫോണിലൂടെ തന്റെ വരവിനെപ്പറ്റി മുൻകൂട്ടി പറഞ്ഞിരിക്കും. വീട്ടിലെത്തിയാൽ വാതില്ക്കലുള്ള ബെല്ലടിക്കുകയും ചെയ്യും. അതിഥി വാതിൽക്കലെത്തിയാൽ ഉടനെ വീട്ടുകാർ വളർത്തുന്ന നായ് കുരയ്ക്കുകയുംചെയ്യും. ഗ്രാമത്തിൽ വളർത്തു നായ്ക്കൾ ഇല്ല. അലഞ്ഞുനടക്കുന്ന നായ്ക്കൾക്ക് വീട്ടുകാർ എച്ചിൽ ഭക്ഷിക്കുവാൻ കൊടുക്കുമായിരിക്കും. പക്ഷേ, അവയെ ഒരിക്കലും വീട്ടിന്റെ ഉള്ളിലേക്ക് പ്രവേശിക്കാൻ ആരും അനുവദിക്കാറില്ല. ചൊക്ലിപ്പട്ടികൾ എന്ന് വിളിക്കപ്പെടുന്ന ആ ഭിക്ഷാംദേഹികൾ നഗരത്തിലെ വളർത്തുനായ്ക്കളെക്കാൾ സ്നേഹശീലരായി മാറുകയും ചെയ്യും. ക്ഷമയുടെ പര്യായങ്ങൾപോലാവും അവ കാലം ചെല്ലുന്തോറും. അമ്പാഴത്തേൽക്കാർ ചോറ് കൊടുത്തിരുന്ന ഒരു നായ ആ കാലത്ത് ഞങ്ങളുടെ വീട്ടിലേക്കും ദിവസേന വരാറുണ്ടായിരുന്നു. അവന്റെ പേര് തുമ്പി എന്നായിരുന്നു. കറുപ്പും വെളുപ്പും പാണ്ടുകളുള്ളവനും ആരോഗ്യവാനുമായ ഒരു മൃഗം. അവൻ കുട്ടിയോപ്പുവിനെ അനുഗമിക്കുന്നതിൽ തന്റെ നിർവൃതി

കണ്ടെത്തി. കുട്ടിയോപ്പു സന്ധ്യകഴിഞ്ഞ് നാലപ്പാട്ടേക്ക് ഉറങ്ങുവാനായി വരുമ്പോൾ വിളക്ക് പിടിച്ച ഇട്ടിയച്ചന്റെ പിന്നിൽ തുമ്പി ഒരു സമ്മന്തക്കാരന്റെ ഗാംഭീര്യത്തോടെ നടന്നു വരാറുണ്ടായിരുന്നു. രാവിലെ എട്ടര കഴിഞ്ഞ് കുട്ടിയോപ്പുവിന്റെകൂടെ അവൻ അമ്പാഴത്തേൽ വീട്ടിലേക്ക് മടങ്ങുകയുംചെയ്തു.

എന്റെ പിന്നിൽ വാലാട്ടിക്കൊണ്ടു നടക്കുവാൻ ഒരു പട്ടിക്കുട്ടിയെ വില കൊടുത്ത് വാങ്ങണമെന്ന് ഞാൻ കലശലായി മോഹിച്ചു. എന്റെ ക്ലാസ്സിൽ പഠിച്ചിരുന്ന പരിഷ്കാരികളുടെ വളർത്തുപട്ടികളെപ്പറ്റിയുള്ള വിചിത്രകഥകൾ ഞാൻ കൗതുകത്തോടെ ശ്രദ്ധിച്ചുകേൾക്കാറുണ്ടായിരുന്നു. തങ്ങളുടെ പട്ടികളെ നടത്തുവാൻ അതിരാവിലെ നിരത്തിലൂടെ പോവാറുള്ള സതീർത്ഥ്യകളോട് എനിക്ക് അസൂയ തോന്നി. പട്ടികളുടെ സ്നേഹപ്രകടനം അവർക്ക് ഒരുതരം സുരക്ഷിതബോധം നല്കിയിരുന്നു. എന്നോട് സ്നേഹം പ്രദർശിപ്പിക്കുവാൻ മനുഷ്യനോ മൃഗമോ തയ്യാറായില്ല.

വളർത്തുപട്ടിയെ ആഗ്രഹിക്കുന്നുവെന്ന് അമ്മ അച്ഛനോട് പറയുവാൻ ധൈര്യപ്പെട്ടപ്പോൾ ഞങ്ങൾ പ്രതീക്ഷിച്ചിരുന്ന കൊടുങ്കാറ്റ് വീട്ടിൽ വീശി. അച്ഛൻ ക്രോധാകുലനായി എന്നെയും അമ്മയെയും ശകാരിച്ചു. പേപ്പട്ടിവിഷത്തിന്റെ മാരകത്വത്തെപ്പറ്റി അച്ഛൻ അരമണിക്കൂർ നേരം എന്നോട് പ്രസംഗിച്ചു. "ഒരിക്കലും ഒരിക്കലും ഞാൻ അത് സമ്മതിക്കില്ല്യ," അച്ഛൻ വിക്കലോടെ വിളിച്ചുപറഞ്ഞു.

അന്ന് സന്ധ്യയ്ക്ക് ഞാൻ അടുക്കളപ്പടിമേൽ വിഷണ്ണയായി ഇരുന്നപ്പോൾ ഓലേങ്ങാട്ടെ പാറുക്കുട്ടി നനഞ്ഞ കണ്ണുകളോടെ എന്നെ സമീപിച്ചു.

"കുട്ടിക്കെന്തിനാ പട്ടിക്കുട്ടി?" അവർ ചോദിച്ചു.

"എനിക്ക് മടീല് വയ്ക്കാനാണ്. എനിക്ക് ഒരു പട്ടീനെ കെട്ടിപ്പിടിച്ച് ഉമ്മ വയ്ക്കണം," ഞാൻ പറഞ്ഞു.

"ഇബടെ വരണ കാടൻപൂച്ചേപിടിച്ച് തരണാ? ദൂസോം കേക്കാം മിയാവ് മിയാവ്ന്ന്. അട്ക്ക്ളെടെ വാതില് നല്ലോണം അടച്ചാലും അത് ആത്ത് കടക്കും. തട്ട്മ്മക്കൂടിയാവും വരവ്. അയിനെ പിടിച്ച് അയിന്റെ നഖം മുറിച്ച് വായ തുണിയോണ്ട് കെട്ടിയാ കുട്ടിക്ക് അയിനെ മടീല് ഇരുത്താം," പാറുക്കുട്ടി പറഞ്ഞു.

"കുട്ടിക്ക് അനർത്ഥം പറഞ്ഞ് കൊടുക്കണ്ട," നാരായണൻ നായർ പറഞ്ഞു.

"കാടൻപൂച്ചെ പാറൂട്ടി പിടിച്ച്തരോ?" ഞാൻ ചോദിച്ചു.

"അയ്യോ ഇന്റെ അമ്മേ... ഇന്നെ മാന്തിപ്പൊളിക്കില്ല്യേ? ആണുങ്ങളെക്കൊണ്ട് പിടിപ്പിക്കണം കുട്ട്യേ," പാറുക്കുട്ടി പറഞ്ഞു.

“ആണുങ്ങക്ക് മാന്തിയാ വേദനിക്കില്യേ?” നാരായണൻനായർ പരിഹാസച്ചിരിയോടെ ചോദിച്ചു. പാറുക്കുട്ടി തലതാഴ്ത്തി.

“ഞാൻ കല്യാണം കഴിച്ചിട്ട് വേറെ വീട്ടില് താമസിക്കുമ്പോ ആദ്യം വാങ്ങുക ഒരു നായ്ക്കുട്ടിയെയാണ്. ഫർണിച്ചറൊക്കെ പിന്നെ വാങ്ങും. ഒരു വെളുത്ത നായ്ക്കുട്ടി,” ഞാൻ പറഞ്ഞു.

“കുട്ടീടെ ഭർത്താവ് സമ്മതിച്ചില്ല്യെങ്കിലോ?” പാറുക്കുട്ടി ചോദിച്ചു.

“നായ്ക്കളെ സ്നേഹിക്കുന്ന ഒരാളെ ഞാൻ കല്യാണം കഴിക്കും,” ഞാൻ പറഞ്ഞു.

“ദാസ്മാമടെ മൂത്തമോള് ഒരു മൃഗഡോക്ടറെയാണ് കല്യാണം കഴിച്ചത്—ബാറാ ബാൻകിയിൽ താമസിക്കണ മോള്. അവരോട് പറഞ്ഞാമതി. കുട്ടിക്കും ഒരു മൃഗഡോക്ടറെ വേണംന്ന്,” നാരായണൻനായർ പറഞ്ഞു.

“മൃഗങ്ങളെ സികിത്സിക്കണോരെ ചൂരടിക്കും കുട്ട്യേ. കന്ന്കാലിയോളടെ ചൂരായിരിക്കും അവറ്റക്ക്,” പാറുക്കുട്ടി പറഞ്ഞു.

നാരായണൻനായർ ഉറക്കെ ചിരിച്ചു.

“കുട്ടി നായ്ക്കുട്ടീനേം പൂച്ചക്കുട്ടീനേം ഉമ്മവയ്ക്കാൻ പോണ്ട. അവറ്റ മാന്തിപ്പൊളിക്കും. കൊറച്ചുംകൂടി വലുതാവുമ്പൊ അച്ഛൻ വല്ലോരേം കൊണ്ടുവരും കല്യാണം കഴിക്കാൻ. അപ്പൊ ഒന്നാന്തരം ഒരു മനുഷ്യക്കുട്ട്യേ പ്രസവിച്ചോളും. അയിനെ മടീലിരുത്തി ഉമ്മവച്ചോളൊ,” നാരായണൻനായർ പറഞ്ഞു.

കുഞ്ഞാത്തു ഇടറുന്ന കാൽവെപ്പുകളോടെ അടുക്കളയിൽ പ്രവേശിച്ചു. ആ വൃദ്ധൻ എന്നെ നോക്കി ചിരിച്ചു.

“നായിനെ പിടിച്ച് മടീലിരുത്തിയാ അത് കുപ്പായത്തില് അപ്പിടികാഠിക്കും, മോളെ. പിന്നെ കുപ്പായം ചൂരടിക്കും,” കുഞ്ഞാത്തു പറഞ്ഞു.

“നായ്ക്കാഠത്തിന് എന്തുപോലെത്തെ നാറ്റാ?” ഞാൻ ചോദിച്ചു.

“നായ്ക്കാഠത്തിന്റെ ചൂര് കുട്ടിക്ക് അറീല്യ. അതോണ്ടാ ദൂസോം നായിനെ വാങ്ങണംന്ന് പറഞ്ഞ് ശാഠ്യം പിടിക്കണ്!” നാരായണൻ നായർ പറഞ്ഞു.

“ആ റോട്ടില് നായ്ക്കാഠം കണ്ടാ കൊറച്ച് പെറക്കി എട്ത്ത് കൊണ്ട്രോ കുഞ്ഞാത്തു മാപ്പളേ?” പാറുക്കുട്ടി ചോദിച്ചു.

“അതേപ്പൊ നന്നായത്! ഇയ്ക്ക് വേറെ ജോലീല്യേ? കല്ക്കത്തേല് വന്നിട്ട് റോട്ടില് കെടക്കണ നായ്ക്കാഠം പറക്കിക്കൊണ്ട്രലാ ഇന്റെ ജോലി?” കുഞ്ഞാത്തു ഉദ്വേഗത്തോടെ ചോദിച്ചു. പാറുക്കുട്ടി തലതാഴ്ത്തി.

ഇരുപത്തിനാല്

ഇപ്പോൾ കമ്പോളങ്ങളിൽ സാധാരണയായി കാണുന്ന പേനകളുടെ ഇരട്ടി വലിപ്പത്തിൽ ഓറഞ്ച് നിറമുള്ള ഒരു ഫൗണ്ടൻ പെൻ ആയിരുന്നു അമ്മാമൻ തന്റെ ആദ്യകാലഗ്രന്ഥങ്ങൾ എഴുതുവാൻ ഉപയോഗിച്ചത്. ഒരിക്കൽ മഷി നിറച്ചാൽ ഏകദേശം മുപ്പത് പേജെങ്കിലും എഴുതിത്തീർന്നിട്ടു മാത്രമേ മഷി അന്വേഷിക്കേണ്ടിവരികയുള്ളൂ. രണ്ടാം ലോകമഹായുദ്ധം അവസാനിക്കുന്നതിനുമുമ്പ് ജർമ്മനിയിൽ നിർമ്മിച്ച പേനകളും കളിപ്പാട്ടങ്ങളും ഇന്ത്യയിൽ വില്പനയ്ക്കായി വന്നെത്താറുണ്ടായിരുന്നു. തലപ്പത്ത് ഒരു വെളുത്ത പൂവുള്ള ആ ഓറഞ്ച് പേന ജർമ്മനിയിൽ നിർമ്മിച്ചതാണെന്ന് അമ്മാമൻ പറയാറുണ്ടായിരുന്നു. സമ്മാനിച്ചത് സർദാർ കെ.എം. പണിക്കർ. ഞങ്ങൾ അത് ആദ്യം കാണുമ്പോൾ അതിന് പഴക്കം തട്ടിക്കഴിഞ്ഞിരുന്നു. രണ്ടിടത്ത് വിള്ളൽ വന്ന് കഴിഞ്ഞിരുന്നു. വിള്ളലുകളിൽ ചളി നിറഞ്ഞുകഴിഞ്ഞിരുന്നു. എങ്കിലും ഒരുദിവസം രാവിലെ ആ പേന നാലപ്പാട്ടെ ഉമ്മറത്തുനിന്ന് അപ്രത്യക്ഷമായപ്പോൾ ഞങ്ങൾ കുട്ടികൾ മാത്രമല്ല വലിയവരും വേലക്കാരും ദുഃഖിച്ചു.

"ഒരു പാർക്കർ പെൻ കൊണ്ടുവരാമെന്ന് മാധവൻനായർ ഏറ്റിട്ടുണ്ട്," അമ്മാമൻ പറഞ്ഞു.

"പാർക്കർ ഫിഫ്റ്റിവൺ ആയിരിക്കണം. ഈയിടെ മാർക്കറ്റിൽ ഇറങ്ങിയതാ. വെല അൻപതുറുപ്യ," കുഞ്ഞുണ്ണിയേട്ടൻ പറഞ്ഞു.

"അൻപതല്ല നൂറു കൊടുത്താലും ആ മഞ്ഞപ്പെന്ന് പോലൊന്ന് കിട്ടില്യ," കല്ലൂക്കാട്ടയിൽ കൊച്ചുണ്ണിനായർ പറഞ്ഞു.

ഞാനും ജ്യേഷ്ഠനുംകൂടി ആ പേന തിരഞ്ഞ് മുറ്റത്തും പറമ്പിലും കുറെനേരം അലഞ്ഞു. ആദ്യം ജ്യേഷ്ഠൻ പോയത് വേലിക്കരികെ സന്ദർശകർക്ക് മൂത്രമൊഴിക്കുവാനായി വെച്ച പരന്ന കല്ലുകൾക്കടുത്താണ്. ഒരു മുരിങ്ങക്കമ്പുകൊണ്ട് മൂത്രം നനഞ്ഞ മണ്ണിൽ ജ്യേഷ്ഠൻ കുറച്ചുനേരം ചികഞ്ഞുകൊണ്ടിരുന്നു. കൈവിരലുകൾ കൊണ്ട് മൂക്ക് അമർത്തിപ്പിടിച്ച് ഞാനും ആ കുപ്പയിൽ പേന തിരഞ്ഞു. ഒടുവിൽ തല കുലുക്കിക്കൊണ്ട് ജ്യേഷ്ഠൻ നിവർന്നു നിന്ന്, മുരിങ്ങക്കമ്പ് നിലത്തെറിഞ്ഞു.

"എനിക്കൊന്നും കാണാനില്ല," ഞാൻ നീരസത്തോടെ പറഞ്ഞു.

"എല്ലാവർക്കും കാണാൻ സാധിക്കുന്ന വിധത്തിൽ കള്ളൻ പേന വെയ്ക്ക്യോ? മൂത്രം നനഞ്ഞ മണ്ണില് വെച്ചാൽ ആരും അത് കുഴിച്ചെടുക്കില്യ. പിന്നെ അർദ്ധരാത്രി വേലി ചാടിവന്ന് അതെടുത്ത് കൊണ്ടുപോവാം," ജ്യേഷ്ഠൻ പറഞ്ഞു.

"കുപ്പേല് ഉണ്ടോ?" ഞാൻ ചോദിച്ചു.

"തീർച്ചല്യ," ജ്യേഷ്ഠൻ പറഞ്ഞു. "ഇനി എവിടെയൊക്കെ നോക്കണം?" ഞാൻ ചോദിച്ചു. കുറ്റാന്വേഷണം എന്നെ മടുപ്പിച്ചു.

"ഒരു ഡിറ്റെക്റ്റിവ് ആവാൻ കുറെയൊക്കെ സഹിക്കണം," ജ്യേഷ്ഠൻ പറഞ്ഞു.

"എനിക്ക് ഒരു ഡിറ്റെക്റ്റിവ് ആവണ്ട." ഞാൻ പറഞ്ഞു.

"അപ്പോൾ ആമിയുടെ വൈരമാല കളവു പോയാലോ?"

"എനിക്ക് വൈരമാല ഇല്ലല്ലോ."

വലുതാവുമ്പോൾ വൈരമാല ഉണ്ടായാൽ അത് കളവുപോവാൻ ചാൻസുണ്ടാവും."

ഞാൻ തലകുലുക്കി. ഞങ്ങൾ വേലിക്കരികെ നടക്കുമ്പോൾ മുളങ്കൂട്ടത്തിന്റെ ഉള്ളിൽനിന്ന് പാമ്പുകളുടെ ഊത്ത് കേട്ടു.

"പാമ്പ് ഊതുന്നു," ഞാൻ പറഞ്ഞു.

"പാമ്പാവില്ല. കാറ്റാവും."

"കാറ്റിന് ഇങ്ങനെ ഊതാൻ കഴിയുമോ?"

"കാറ്റിന് പല ശബ്ദങ്ങളും പുറപ്പെടുവിക്കാം. കാറ്റിന്റെ ഭാഷയിൽ കാറ്റ് സംസാരിക്കുകയാണ്."

"അല്ല! ഇബടെ പറമ്പിക്കൂടി നടക്കാണോ ആങ്ങളേം പെങ്ങളും? കാല്മ്മെ മുള്ള് കുത്തും കുട്ട്യോളേ. വെല്യമ്മ പൊടിയരിക്കഞ്ഞീം സമ്മന്തീം എട്ത്ത് വെച്ച് വിളിച്ചുതൊടങ്ങീട്ട് നേരം കൊറെയായി," മാധവിയമ്മ ഞങ്ങളുടെ നേർക്ക് നടന്നുകൊണ്ട് വിളിച്ചുപറഞ്ഞു.

"അമ്മാമന്റെ പേന തെരയ്ാണ്," ഞാൻ പറഞ്ഞു.

അമ്മാമന്റെ പേന കൊണ്ടൂവാൻ ആർക്കാ ധൈര്യം വര്വാ? ആരും അതു കൊണ്ടൂവില്യ. ആ പുളിയാറലിന്റെ എടേല് വീണ് കെടക്ക്ണ്ടാവും. ഉണ്ണിമായോട് നല്ലോണം ചൂലിട്ട് അടിക്കാൻ പറേണം. അത് അവടെ കെടക്ക്ണ്ടാവും," മാധവിയമ്മ പറഞ്ഞു.

പറമ്പിൽ വളർന്നുനില്ക്കുന്ന പൂവാൻ കുറുന്തല, തുമ്പ, നെല്ലി മുതലായ ചെടികളിൽ മാധവിയമ്മ താംബൂലരസം തുപ്പി. നനുത്ത പൂക്കളിൽ ചുവന്ന തരികൾ പ്രത്യക്ഷപ്പെട്ടു.

"പെന്ന് എട്ത്ത് കൊടുത്താ രണ്ടു റുപ്യടെ കാശ് തരാന്ന് കുട്ട്യോപ്പു പറഞ്ഞു. കഴിഞ്ഞ തവണ പെന്ന് കാണാണ്ടെയായപ്പൊഴും കുട്ട്യോപ്പു രണ്ടു റുപ്യേടെ കാശ് തരാന്ന് പറഞ്ഞു. എന്നിട്ട് കലി നാരായണന്നായരാ പെന്ന് എടുത്ത് കൊണ്ട്ന്നത്," മാധവിയമ്മ ഞങ്ങളോട് പറഞ്ഞു.

"എത്രാമത്തെ തവണയാണ് പെന്ന് കാണാതാവണത്?" ജ്യേഷ്ഠൻ ചോദിച്ചു.

"ഇത് മൂന്നാമത്തെ തവണയാ. രണ്ടു പ്രാവശ്യോം നമ്മടെ കലിയാ പെന്ന് കണ്ടുപിടിച്ചത്!" മാധവിയമ്മ പറഞ്ഞു.

"നാരായണൻ കമ്മൾക്കാ ഭാഗ്യം. വാക്കിള്ളോര് തെരയാത്ത സ്ഥലല്യ. വെണ്ണൂറ്റിക്കുഴീലും വൈക്കോൽ കുണ്ടേലും തെരഞ്ഞ ട്ക്കുണു. കിട്ടീത് കലി നാരായണൻ കമ്മൾക്ക്," വള്ളി പറഞ്ഞു.

"അതെ അതെ. മറപ്പെരേടെ പിന്നിലുംകൂടി നോക്കിയടക്കുണു. അപ്പഴാ പഹയൻ അടുക്കളേന്ന് കൊണ്ട്രണത്. നമ്മക്കാർക്കും കിട്ടാത്തപ്പൊ അയാൾക്ക് എങ്ങനെ കിട്ടി?" മാധവിയമ്മ ചോദിച്ചു.

"നിങ്ങളൊക്കെ പെൻ തെരയുമ്പോൾ കലി എന്തേ ചെയ്തിരുന്ന്?" ജ്യേഷ്ഠൻ ചോദിച്ചു.

"എന്തേ ചീതിരുന്ന് എന്ന് ചോയിച്ചാ ഇയ്ക്ക് ഓർമ്മല്യ ഉണ്ണ്യേ. അടുക്കളടെ ആത്ത് കുത്തിയിരുന്ന് തേങ്ങ ചെരകേര്വരുന്നു. സമ്മന്തി ഉണ്ടാക്കാനേയ്. അതും കഴിഞ്ഞപ്പൊ വെറകുപെരേല് കേറണത് കണ്ടു." മാധവിയമ്മ പറഞ്ഞു.

"വെറകുപെരയിൽ കലി എന്തിനാ കയറിയത്? ജ്യേഷ്ഠൻ ചോദിച്ചു.

"വെറകുപെരേല് എന്തിനാ കേറണ്ന്ന് ചോയിച്ചാ ഞാനെന്താ പറയ്, ഉണ്ണ്യേ? വെറക് എടുക്കാനാവും. തീപ്പൂട്ടാൻ വെറക് വേണലൊ."

"അപ്പൊ സമയം എത്രയായിരുന്നു?"

"പൊലർച്ചയാവുമ്പൊ. വെല്യമ്മ നാനാഴിക്കിണ്ടീംകൊണ്ട് മറപ്പരേന്ന് മടങ്ങണ സമയാ."

"ചെറിയമ്പ്രാൻ അടിയനോട് ചോയിച്ചോളെ. അടിയന് എല്ലാം നല്ല ഓർമ്മേണ്ട്," വള്ളി പറഞ്ഞു.

"പഴേ കഥോള് പറഞ്ഞിട്ട് ഇപ്പൊ എന്താ കിട്ടാൻ പോണ്?" ഉണ്ണിമായ നീരസത്തോടെ ചോദിച്ചു. അവൾ ചൂലെടുത്ത് പൂമുഖത്തിന്റെ മുമ്പിലുള്ള വെളുത്ത മുറ്റം തൂത്തുവാരിത്തുടങ്ങി.

"എന്ത് ഭംഗിയാ ആ പെണ്ണിന്! ചെണ്ടമല്ലിപ്പൂവിന്റെ നെറാ. തലപ്പത്ത് ഒരു വെള്ളപ്പൂവും. ഏത് മഹാപാപിയാ അത് മോഷ്ടിച്ചത്!" മാധവിയമ്മ പിറുപിറുത്തു.

"ഇന്നലെ സന്ധ്യക്ക് ഇബടെ ആരൊക്കെ വന്നു?" ജ്യേഷ്ഠൻ ചോദിച്ചു.

"ഇബടെ ആരാ വര് ഉണ്ണ്യേ? ഇബടെ നിദാനം വരണോരൊക്കെ വന്നു. പിന്നെ ആരും വന്നില്യ. അമ്പാഴത്തേലെ കുഞ്ഞുണ്ണിമേനോൻ കൊറെനേരം ഒരു ചാരുകസാലേല് കെടന്നു. മാരാത്താട്ടിലെ ശങ്കരൻ നായർ വന്നു. അമ്പാഴത്തേലെ കേശുമേനോൻ വന്നിട്ട് ഇംഗ്ലിഷ് പേപ്പറ് എടുത്തോണ്ട് വേഗം മടങ്ങി. നമ്മടെ കല്ലുക്കാട്ടേലെ കൊച്ചുണ്യാര് വന്നു—ശീലക്കൊടേം പിടിച്ചോണ്ട്. നൂപ്പര് വെയിലാറുമ്പഴയ്ക്കും കല്ലുക്കാട്ടേലിക്ക് മടങ്ങി. പിന്നെ നമ്മടെ തോമാസ് മാഷ് വന്നു. കൊറെനേരം ആ തിണ്ണേല് തൂണും ചാരി ഇരുന്നു. എപ്പഴേ

പോയതന്ന് ഇയ്ക്ക് ഓർമ്മല്യ. അമ്മാമൻ ഉണ്ണാൻ എണീറ്റ് തെക്കിണീല് ചെന്നപ്പോ തോമാസ് മാഷ് പോയിരിക്കും. ഇയ്ക്കറീല്യ. പിന്നെ...'' മാധവിയമ്മ പറഞ്ഞു.

''നമ്മുടെ നമ്പീശൻ തമ്പുരാൻ വന്നേർന്നു,'' വള്ളി പറഞ്ഞു.

''ഏതു നമ്പീശൻ? കച്ചോടപ്പെരേലെ നമ്പീശനാ?''

''അല്ലാന്നേയ്. ആ പാവം പിടിച്ച തന്തല്യേ? അമ്പാഴത്തേലെ കേശു വമ്പ്രാന്റെ കുട്ടുകാരൻ. കുഞ്ഞൻനമ്പീശൻ തമ്പ്രാൻ,'' വള്ളി പറഞ്ഞു.

''വെയ്ന്നാരം എലിയങ്ങാട്ടെ സ്കൂളള് ചരിത്രം പഠിപ്പിക്കുണ സുകുമാരൻ മാഷ് വന്നിരുന്നു. അമ്മാമനോട് ഒരു തെങ്ങ് തരണംന്ന് പറേണത് ഞാൻ കേട്ടു,'' മാധവിയമ്മ പറഞ്ഞു.

''ഈ നാട്ടില് അമ്മാമനല്ലാതെ പുസ്തകം എഴുതണ വല്ലോരും ഉണ്ടോ?'' ജ്യേഷ്ഠൻ ചോദിച്ചു.

''ഈ പട്ടിക്കാട്ടില് ആരാള്ളത് ഉണ്ട്യേ പുസ്തകം എഴുതണോര്? നമ്മടെ ചാമി അയ്യര് മാഷ് വല്ലതും എഴുതുവേരിക്കും. ഏഡ്മാഷ്. ബാക്കിള്ളോരൊക്കെ വെറും പടു,'' മാധവിയമ്മ പറഞ്ഞു.

''ഈ നാട് അത്ര മോശാച്ചാ ഇങ്ങള് എന്തിനാ ഇബടെത്തന്നെ കൂട്യേക്ക്ണ്? ഇങ്ങക്ക് ഇങ്ങടെ നാട്ടിക്ക് മടങ്ങിക്കൂടേ മാധിയ മ്രാളേ?'' വള്ളി ചോദിച്ചു.

''ഇയ്ക്ക് നാടിഷ്ടല്യ. അത് ആരോടും ഞാൻ തൊറന്ന് പറയാം. പക്ഷേ, ഇയ്ക്ക് ഇബടത്തെ കുട്ട്യോളെ എടയ്ക്കെടക്ക് ഒന്ന് കണ്ടിട്ടി ല്യെങ്കി ഒരെടങ്ങറാ. കഴിഞ്ഞമാസം ഒരീസം ഞാൻ ഉണ്ട്യേ സൊപ്നം കണ്ടു. ഞാൻ വെല്യമ്മയോട് പറഞ്ഞപ്പോ വെല്യമ്മ പറഞ്ഞു ഉണ്ണിടെ സ്ക്കൂള് പൂട്ടി. ഉണ്ണി വരാറായീന്ന്,'' മാധവിയമ്മ ചുമലുകൾ ചലിപ്പിച്ചുകൊണ്ട് ചിരിച്ചു.

അമ്മാമന്റെ പേന കലി നാരായണൻ നായർക്കും കണ്ടുപിടി ക്കുവാൻ അത്തവണ സാധിച്ചില്ല. ഒരാഴ്ച കഴിഞ്ഞപ്പോൾ അമ്മാ മന്റെ പേരിൽ ഒരു പോസ്റ്റ് കാർഡ് തപാലിൽ വന്നു. ഇട്ടിയച്ചൻ അത് തലയ്ക്ക്മീതെ ഉയർത്തിപ്പിടിച്ചുകൊണ്ടാണ് പടികടന്ന് വന്നത്.

''ഇബ്ടത്തെ പെന്നിന്റെ രഹസ്യം പൊറത്തായി,'' അയാൾ വിളിച്ചു പറഞ്ഞു.

അപരിചിതമായ ഒരു കയ്പടയിൽ എഴുതപ്പെട്ട ആ ലിഖിതം ഞങ്ങളെ വിസ്മയിപ്പിച്ചു. അമ്മാമനെ മാന്യഗുരോ എന്ന് സംബോധന ചെയ്തുകൊണ്ടാണ് ആ കത്ത് ആരംഭിച്ചത്. താൻ അമ്മാമന്റെ ഒരജ്ഞാതശിഷ്യനാണെന്നും താൻ ഏകലവ്യനെപ്പോലെയാണെന്നും പഴക്കം ചെന്നതെങ്കിലും അനുഗൃഹീതമായ ആ പേന താൻ സ്വന്ത മാക്കുന്നുവെന്നും ആ മനുഷ്യൻ അമ്മാമന് എഴുതിയിരുന്നു.

എനിക്കും ജ്യേഷ്ഠനും മാത്രമല്ല അമ്മമ്മയ്ക്കും കുട്ടിയോപ്പുവിനും കലശലായ ദേഷ്യവും നിരാശയും അനുഭവപ്പെട്ടു. പക്ഷേ, അത്താഴം കഴിച്ചു കൊണ്ടിരിക്കുമ്പോൾ അമ്മാമൻ ശാന്തനായി പറഞ്ഞു:

"പെന്ന് എടുത്ത ആള് നല്ല രസികൻതന്നെ."

"രസികനോ? കള്ളൻ എന്നാണ് വിളിക്കേണ്ടത്. പെരുംകള്ളൻ," അമ്മമ്മ പറഞ്ഞു. പേന മോഷ്ടിച്ചവനോട് തോന്നിയ ക്രോധം കൊണ്ടാവാം അമ്മമ്മയുടെ മുഖം തുടുത്തു.

"പാർക്കർ പെൻ കൊണ്ടുവരാമെന്ന് മാധവൻനായർ പറഞ്ഞിട്ടുണ്ട്," അമ്മാമൻ പറഞ്ഞു.

"പോയ പേന നല്ല വറക്കത്തുള്ള പേനയായിരുന്നു. എത്ര അനവധി പുസ്തകങ്ങളാ അതോണ്ട് എഴുതീത്. 'പാവങ്ങ'ളും അതോണ്ട് എഴുതീതാ," അമ്മായിയായ കുട്ടിയോപ്പു പറഞ്ഞു.

"എന്റെ കണ്ണില് തിമിരം വന്നൂന്ന് അയാളും അറിഞ്ഞിരിക്കും. കണ്ണ് കാണാത്തോർക്ക് പേനയുടെ ആവശ്യം ഉണ്ടാവില്യ എന്നു വിചാരിച്ചിരിക്കും," അമ്മാമൻ പൊട്ടിച്ചിരിച്ചുകൊണ്ട് പറഞ്ഞു. ആരും ആ ചിരിയിൽ പങ്കെടുത്തില്ല.

ഇരുപത്തിയഞ്ച്

വർഷത്തിൽ ഒരു മാസം ലീവെടുത്ത് അച്ഛൻ ഞങ്ങളോടൊപ്പം നാട്ടിലേക്കു തീവണ്ടിയിൽ യാത്ര ചെയ്യാറുണ്ടായിരുന്നു. അന്ന് ഓരോ ഒന്നാം ക്ലാസ് കമ്പാർട്ടുമെന്റിനും അതിന്റേതായ കുളിമുറിയുമുണ്ടായിരുന്നു. അച്ഛനും അമ്മയും എല്ലാ ദിവസവും രണ്ടു നേരം കുളിക്കുന്നശീലം യാത്രയിലും തുടർന്നു. എൻജിൻറൂമിൽ നിന്ന് ചൂടുവെള്ളം ബക്കറ്റിലാക്കി കൊണ്ടുവരുന്ന പരിചാരകന് അച്ഛൻ നാലണ കൊടുത്തിരുന്നു. ആ നാണ്യം തന്റെ കൺപോളകളിൽ തൊടുവിച്ച് അച്ഛന് നന്ദി പറഞ്ഞുകൊണ്ട് ഏറ്റവും സംതൃപ്തിയോടെ അയാൾ മടങ്ങുകയുംചെയ്തിരുന്നു...

ഞങ്ങൾ, കുട്ടികൾ യാത്രാമദ്ധ്യേ കുളിച്ചില്ല. കുളിക്കുവാൻ അച്ഛനോ അമ്മയോ ഞങ്ങളെ നിർബന്ധിച്ചതുമില്ല. ജനൽ പൊക്കി പുറത്തെ കാഴ്ചകൾ നോക്കിക്കണ്ടുകൊണ്ടാണ് ഞങ്ങൾ യാത്ര ചെയ്തത്. അതുകൊണ്ട് ഞങ്ങളുടെ മുടി മുഷിഞ്ഞു. മുഖം കല്ക്കരിപ്പുക തട്ടി കറുത്തു. കണ്ണുകൾ ചുവന്നു. ഹൗറ സ്റ്റേഷനിൽ ഞങ്ങളെ യാത്രയാക്കാനും നാട്ടിൽനിന്ന് മടങ്ങുമ്പോൾ എതിരേല്ക്കാനും മിസ്റ്റർ കെ.എസ്.മേനോനും കാളിബാബുവും

വരാറുണ്ടായിരുന്നു. അവർ യാത്രയുടെ ആരംഭത്തിൽ ഞങ്ങൾക്ക് മധുരനാരങ്ങ, ചോക്കലേറ്റ്, ക്രീം ക്രാക്കർ ബിസ്കറ്റ് മുതലായവ സമ്മാനിച്ചു. അന്നത്തെ വണ്ടികളിൽ ഭക്ഷണം കഴിക്കുവാനായി ഉപയോഗിക്കുന്ന ഡൈനിങ് കാർ ഉണ്ടായിരുന്നു. വണ്ടി നില്ക്കുമ്പോൾ അങ്ങോട്ടു പോയി ഭക്ഷണം കഴിക്കുവാൻ മടിയുള്ളവർക്ക് സ്വന്തം കമ്പാർട്ട്മെന്റിൽ ഭക്ഷണം കൊണ്ടു പോയിക്കൊടുക്കുവാൻ റെയിൽവേ ജീവനക്കാർ തയ്യാറായിരുന്നു. ഡൈനിങ് കാറിൽ പോയി ഭക്ഷണം കഴിക്കുവാൻ ഏറ്റവും അധികം താല്പര്യം വെള്ളക്കാരാണ് പ്രദർശിപ്പിച്ചത്. എന്റെ അമ്മയ്ക്ക് ഡൈനിങ് കാറിൽ പോവാൻ വൈമനസ്യമുണ്ടായിരുന്നു. അമ്മയെ കമ്പാർട്ട്മെന്റിൽ തനിച്ചാക്കുവാൻ അച്ഛനും വൈമനസ്യമുണ്ടായിരുന്നു. അതുകൊണ്ട് ഞങ്ങളിൽ ഒരാളെ അമ്മയ്ക്ക് കൂട്ടിന് ഇരുത്തിക്കൊണ്ടാണ് അച്ഛൻ ഡൈനിങ് കാറിൽ പോയിരുന്നത്. അച്ഛന്റെകൂടെ അവിടെ ചെന്ന് ഭക്ഷണം കഴിക്കുവാൻ ഞങ്ങൾ കുട്ടികൾ ആഗ്രഹിച്ചു. അവിടെ വെള്ളക്കാരും മങ്ങിയ വർണ്ണങ്ങളുള്ള ഉടുപ്പുകൾ ധരിച്ച പത്നിമാരും ഇരുന്ന് ഭക്ഷിക്കുകയും ശീട്ട് കളിക്കുകയും പുകവലിക്കുകയും ചെയ്യുന്നത് കാണുവാൻ എനിക്ക് ഇഷ്ടമായിരുന്നു. തലയിൽ ഞൊറികളുള്ള തലേക്കെട്ടും വെളുത്ത ഫ്രോക് കോട്ടും അരയിൽ ആറിഞ്ച് വീതിയുള്ള നീല പട്ടയും ധരിച്ച പരിചാരകർ ഇടത്തുവശത്തുകൂടി വിളമ്പിത്തരുന്ന ഭക്ഷണം ഞങ്ങൾ രുചിയോടെ തിന്നു. ഇന്ത്യാക്കാർ ഇരുന്നയിടത്തേക്ക് വിദേശിയർ ഒരിക്കലും നോക്കിയില്ല. പക്ഷേ, ഇന്ത്യാക്കാർ കൺകോണുകളിലൂടെ വെള്ളക്കാരുടെ ചലനങ്ങളും ഭാവപ്രകടനങ്ങളും കൗതുകത്തോടെ നിരീക്ഷിച്ചുകൊണ്ടിരുന്നു.

"മറ്റുള്ളോരെ തുറിച്ചുനോക്കരുത്. തുറിച്ചു നോക്കുന്നത് അപമര്യാദയാണ്. അത് നെണക്ക് അറിയില്ല്യേ?" അച്ഛൻ ചോദിച്ചു.

"നോക്കാൻ പാടില്ല്യേ?" ഞാൻ ചോദിച്ചു.

"നോക്കാൻ പാടില്ല്യ," അച്ഛൻ തറപ്പിച്ചു പറഞ്ഞു.

"നോക്കിയില്ലെങ്കില് എനിക്ക് ഒന്നും കാണാൻ സാധിക്കില്ല്യ," ഞാൻ പിറുപിറുത്തു.

"മറ്റുള്ളോര് എന്തെങ്കിലും ചെയ്തോട്ടെ അത് നീ എന്തിനാ കാണണത്. മറ്റുള്ളോര് എന്തെങ്കിലും പറഞ്ഞോട്ടെ അത് നീ എന്തിനാ കേക്കണെത്?" അച്ഛൻ എന്നോട് ചോദിച്ചു.

ഗ്രാമീണസമ്പ്രദായങ്ങളിൽനിന്നു തികച്ചും വിമുക്തയാവാൻ എനിക്ക് ബുദ്ധിമുട്ട് അനുഭവപ്പെടുന്നുവെന്ന് അച്ഛന് മനസ്സിലായി. വളർന്ന് കഴിഞ്ഞാൽ പരിഷ്കൃതസദസ്സുകളിൽ ഞാൻ അപമാനിതയായേക്കുമെന്ന് അദ്ദേഹം ഭയന്നിരിക്കാം. സ്വാതന്ത്ര്യലബ്ധിയെപ്പറ്റി എല്ലായിടത്തും ചർച്ചകൾ നടന്നിരുന്നുവെങ്കിലും അത് വിദൂരമായ

ഒരു ഭാവിയിൽ മാത്രമേ ഉണ്ടാവുകയുള്ളൂവെന്ന് അച്ഛനും അച്ഛന്റെ വർഗ്ഗത്തിൽപ്പെട്ടവരും ആ കാലത്ത് വിശ്വസിച്ചു. കറുത്തവളെങ്കിലും പാശ്ചാത്യശൈലിയിൽ ജീവിതം നയിക്കുവാൻ കഴിവുള്ളവളായി ഞാൻ വളരുമെന്ന് അദ്ദേഹം പ്രതീക്ഷിച്ചു. നാഗരികതയുടെയും ഗ്രാമ്യതയുടെയും നടുവിൽ ചലിക്കുന്ന ഒരു ഊഞ്ഞാലായി മാറി എന്റെ ബാല്യദശ; കൗമാരദശയുടെ ആരംഭകാലവും. സദാ അലട്ടുന്ന ഒരു അസ്ഥിരത എന്നിൽ നങ്കൂരമിട്ടത് ആ കാലത്താണ് എന്ന് എനിക്ക് ഇപ്പോൾ തോന്നുന്നു.

അന്ന് ഒന്നാം ക്ലാസ്സ് കമ്പാർട്ട്മെന്റിൽ നാല് ബർത്തുകൾ മാത്രമേ ഉണ്ടായിരുന്നുള്ളു. അന്യർ ഞങ്ങളുടെകൂടെ യാത്രചെയ്യുന്നത് അച്ഛൻ ഇഷ്ടപ്പെട്ടിരുന്നില്ല. ജനനിബിഡമായ ഏതെങ്കിലും സ്റ്റേഷനിൽ വണ്ടി നിന്നുപോയാൽ ഉടനെ ഞങ്ങളുടെ കമ്പാർട്ട്മെന്റിന്റെ രണ്ടു വാതിലുകളും പൂട്ടുവാൻ അച്ഛൻ നിഷ്ക്കർഷ കാണിച്ചു.

ചൂടുള്ള മാസങ്ങളിൽ യാത്ര ചെയ്യുമ്പോൾ അച്ഛൻ റെയിൽവേ ജീവനക്കാരോട് ഒരു വലിയ പാട്ടയിൽ ഐസ് കൊണ്ടുവരാൻ ആജ്ഞാപിക്കാറുണ്ടായിരുന്നു. വീടുകൾ നിർമ്മിക്കുവാൻ ഉപയോഗിക്കുന്ന ഇഷ്ടികയുടെ മൂന്നിരട്ടി വലിപ്പമുള്ള ഐസ്കഷണം അവർ ഞങ്ങളുടെ മുറിയുടെ മദ്ധ്യത്തിൽ വെച്ചിരുന്നു. ഐസ് പെട്ടെന്ന് അലിഞ്ഞുപോവാതിരിക്കുവാൻ അതിന് മീതെ അവർ ഈർച്ചപ്പൊടി വിതറാറുണ്ടായിരുന്നു. ഐസ് മുറിയിൽ വെച്ച് അരമണിക്കൂർ കഴിയുമ്പോഴേക്കും അവിടമാകെ തണുക്കുക പതിവായിരുന്നു. ഐസ് കഷണത്തിന്മേൽ അരനിമിഷംനേരം തന്റെ കൈത്തലം അമർത്തിവച്ച് പിന്നീട് ആ തണുത്ത കൈകൊണ്ട് ഞങ്ങളെ തൊട്ട് ഞെട്ടിപ്പിക്കുക എന്റെ ജ്യേഷ്ഠന്റെ ഒരു മുഖ്യവിനോദമായിരുന്നു.

വണ്ടി എതെങ്കിലും പ്ലാറ്റ്ഫോമിൽ നിന്നാൽ ചിലപ്പോൾ അമ്മ ഞങ്ങൾക്ക് നാരങ്ങാ അല്ലിയുടെ ആകൃതിയിൽ നിർമ്മിക്കപ്പെട്ട മുഠായിയും പെപ്പർ മിന്റും വാങ്ങിത്തരാറുണ്ടായിരുന്നു. നെസ്ലേയുടെ മെലിഞ്ഞ ചോക്കലറ്റിന് അന്ന് മൂന്നണയായിരുന്നു വില. വണ്ടിയിൽവച്ച് തിന്നുവാൻ പനങ്കല്ക്കണ്ടം, കാരയ്ക്ക, ഉണങ്ങിയ മുന്തിരി മുതലായവ ടിന്നുകളിലാക്കി ഒരു വലിയ കുട്ടയിൽ നിക്ഷേപിച്ച് അമ്മ യാത്രാരംഭത്തിൽ കമ്പാർട്ട്മെന്റിൽ കരുതിവയ്ക്കാറുണ്ടായിരുന്നു. എന്റെ ജ്യേഷ്ഠൻ സദാ സമയവും തന്റെ കൈ ആ കുട്ടയിൽ തിരുകി ഓരോ ടിന്നിൽനിന്നും വല്ലതും പെറുക്കി എടുത്ത് തിന്നുകൊണ്ടിരുന്നു. അമ്മ കാരയ്ക്കാ മാത്രമേ തിന്നാറുണ്ടായിരുന്നുള്ളൂ. കല്ക്കത്തയിൽ മുസൽമാന്മാർ താമസിക്കുന്ന പാക്ക് സർക്കസ്സിൽ കാരയ്ക്ക വില്ക്കുന്ന ഒരു കടയുണ്ടായിരുന്നു. റംസാൻ

വ്രതത്തിന്റെ കാലത്ത് കല്ക്കത്തെയിൽ കാരയ്ക്ക ദ്രുതഗതിയിൽ വിറ്റഴിഞ്ഞിരുന്നു.

എന്റെ അച്ഛൻ മധുരമില്ലാത്ത ബിസ്കറ്റ് തിന്ന് അതിന്റെ ഒപ്പം ചായ കുടിച്ചു. ഡൈനിങ് കാറിലെ ചായയുടെ രുചി കമ്പാർട്ട്മെന്റിൽ കൊണ്ടു വരുന്ന ചായയ്ക്ക് കിട്ടുന്നില്ല എന്ന് അദ്ദേഹം പരാതിപ്പെട്ടു. അച്ഛൻ എന്തുതന്നെ പറഞ്ഞാലും റെയിൽവെ ജീവനക്കാർ പുഞ്ചിരി യോടെ അത് ശ്രദ്ധിച്ചുകേട്ടു. കാരണം, അച്ഛൻ അവർക്ക് വേണ്ടത്ര 'ബക്ഷീസ്' കൊടുത്തു. നാലണമുതൽ ഒരു രൂപവരെ അച്ഛൻ അവർക്ക് ഇടയ്ക്കിടെ കൊടുത്തു. അന്നത്തെ ഒരു രൂപയ്ക്ക് ഇന്നത്തെ നൂറ് രൂപയുടെ വിലയുണ്ടായിരുന്നു. ചിലപ്പോൾ അച്ഛൻ ദിവസേന ഒരു ടിൻ ഗോൾഡ്ഫ്ലേക് സിഗരറ്റ് വലിച്ചുതീർത്തിരുന്നു. ഓരോ ടിന്നിലും അൻപതു സിഗരറ്റ് കാണുമായിരുന്നു.

തീവണ്ടിയാത്രയിൽ അച്ഛൻ ശാന്തശീലനായി കാണപ്പെട്ടു. നേരം പോക്കുകൾ പറഞ്ഞ് മറ്റുള്ളവരെ ചിരിപ്പിക്കുവാൻ അദ്ദേഹത്തിന് ഒരു പ്രത്യേക കഴിവുണ്ടായിരുന്നു. ഓഫീസിലെ തലവേദനകൾ ഉപേക്ഷിച്ച് ദൂരെദൂരെ പോവുമ്പോൾ അദ്ദേഹത്തിന്റെ മനസ്സ് ഒരു കുട്ടിയുടെ മനസ്സായി മാറി. സാധാരണയായി ഒരു വിക്കലോടെ സംസാരിക്കുന്ന അച്ഛൻ ഒഴിവു കാലത്ത് വിക്കൽകൂടാതെ ഭംഗി യായി സംസാരിച്ചു.

ഒരിക്കൽ യാത്രാമദ്ധ്യേ അച്ഛൻ അമ്മയോടു പറഞ്ഞു:

"ഇന്ന് കുട്ടി എന്റെ കൂടെ ഡൈനിങ് കാറിലേക്ക് വരണം. നമുക്ക് എല്ലാവർക്കുംകൂടി ഭക്ഷണം കഴിക്കാം."

അമ്മ പ്രതിഷേധിച്ചു. അപരിചിതർ നോക്കിക്കൊണ്ട് ഇരിക്കു മ്പോൾ ഭക്ഷണം കഴിക്കുവാൻ അമ്മയ്ക്ക് ഇഷ്ടമുണ്ടായിരുന്നില്ല. എല്ലാവരുംകൂടി കമ്പാർട്ട്മെന്റ് വിട്ടാൽ കള്ളന്മാർ അതിൽ കയറി പെട്ടികൾ മോഷ്ടിക്കുമെന്ന് അമ്മ പറഞ്ഞു.

"കുട്ടീടെ പെട്ടീന്ന് കള്ളന്മാർക്ക് എന്ത് കിട്ടാനാ?" അച്ഛൻ പൊട്ടി ച്ചിരിച്ചുകൊണ്ടു ചോദിച്ചു.

കല്ക്കത്തെയിൽ അമ്മ ഇളംമഞ്ഞനിറമുള്ള ഖദർ സാരികൾ ധരിക്കാറുണ്ടായിരുന്നു. പക്ഷേ, നാട്ടിൽ പോവുമ്പോൾ അവർ അവിടെ മുണ്ടും നേര്യതും മാത്രമേ ധരിച്ചിരുന്നുള്ളു—പച്ചയോ കറുപ്പോ കരയുള്ള ഖദർ വസ്ത്രങ്ങൾ. നാട്ടിൽ വച്ച് ധരിക്കുവാ നായി മൂന്നു സെറ്റ് വസ്ത്രങ്ങൾ മാത്രമേ അമ്മ കൊണ്ടുപോയി രുന്നുള്ളൂ. വിലകൂടിയ വസ്ത്രങ്ങൾ അമ്മ ജീവിതത്തിൽ ഒരിക്കലും ധരിച്ചിരുന്നില്ല. നാട്ടിൽ ചെല്ലുമ്പോൾ അമ്മ തന്റെ അനുജത്തി ക്കായി ഒരു സാരിയും അമ്മാമനായി പുതുതായി കമ്പോളത്തിൽ ഇറങ്ങിയ ഒരു തത്ത്വശാസ്ത്രഗ്രന്ഥവും അമ്മായിക്കായി വക്കത്ത്

പൂക്കൾ തയ്ച്ച ബ്ലൗസുകളും മാത്രമേ പെട്ടിയിൽ കരുതാറുള്ളൂ. അമ്മാമനു വക്കത്തു പൂക്കൾ തയ്ച്ച ഖദർ വേഷ്ടി, പേന, വാച്ച്, ചെരിപ്പ് മുതലായവ അമ്മ കൊണ്ടുപോയിക്കൊടുത്തത് ഞാൻ ഓർമ്മിക്കുന്നു. എന്തുതന്നെ സമ്മാനമായി ലഭിച്ചാലും അതിന്റെ മേന്മയെപ്പറ്റിയും ആ സമ്മാനദാനത്തിന്റെ ഔചിത്യത്തെപ്പറ്റിയും ചിരിച്ചുകൊണ്ട് പുകഴ്ത്തിപ്പറയുവാൻ അമ്മാമൻ സന്നദ്ധനായിരുന്നു. എത്രയോ കാലം ആ വസ്തുവിനുവേണ്ടി താൻ കാത്തിരിക്കുകയായിരുന്നുവെന്ന് കൃതാർത്ഥഭാവത്താലും പുഞ്ചിരിയാലും അമ്മാമൻ സമ്മാനദായകരിൽ ഓരോരുത്തരെയും ധരിപ്പിച്ചു. സമ്മാനം കൊടുക്കുവാനുള്ള കുലീനത്വം മാത്രംപോര, സമ്മാനം സ്വീകരിക്കുവാനുള്ള കുലീനത്വവും മനുഷ്യന് ആവശ്യമാണെന്ന് അദ്ദേഹം പറഞ്ഞിരുന്നു. സമ്മാനം കാണുമ്പോൾ ഉടനെ "വേണ്ട, വേണ്ട ഞാൻ ഇത് സ്വീകരിക്കില്ല" എന്നു പറഞ്ഞ് അത് തിരസ്കരിക്കുന്നത് സമ്മാനം കൊടുക്കാൻ ഉദ്ദേശിച്ചവന്റെ മുഖത്ത് ചവിട്ടുന്നതുപോലെ നിന്ദ്യമാണെന്ന് അദ്ദേഹം പറഞ്ഞുതന്നു. കൃഷ്ണൻ കുചേലനു കൊണ്ടുപോയിക്കൊടുത്ത അവിൽ വായിലിട്ട് ആസ്വദിക്കുന്ന രംഗം പുരാണത്തിലെ ഏറ്റവും ഹൃദ്യമായ രംഗങ്ങളിൽ ഒന്നാണെന്ന് അമ്മാമൻ വിശ്വസിച്ചു. ഷഷ്ടിപൂർത്തിക്കടുത്ത് ഒരു സുഹൃത്ത് അമ്മാമന് ഒരു പുതിയ വാച്ച് സമ്മാനിച്ചു. അത് രണ്ടാംദിവസം മുതൽ ഒന്നരമണിക്കൂർ പതുക്കെയാണ് ഓടിയത്. ഒരാഴ്ച കഴിഞ്ഞ് ആ സുഹൃത്ത് നാലപ്പാട്ടുവന്ന് "വാച്ചെങ്ങനെ" എന്ന് ചോദിച്ചപ്പോൾ അമ്മാമൻ പുഞ്ചിരിയോടെ പറഞ്ഞു:

"രസികൻ വാച്ച്."

സുഹൃത്ത് കൃതാർത്ഥതയോടെ മടങ്ങിപ്പോയി.

"കേടായീന്ന് പറയ്യായിരുന്നില്ല്യേ? അയാള് അത് മടക്കീട്ട് വേറൊന്ന് കൊണ്ട്രില്ല്യേ?" അമ്മായി ചോദിച്ചു.

"സമയം നോക്കാൻ എനിക്ക് പഴേ വാച്ച്ണ്ട്. മറ്റെ വാച്ച് മേശപ്പൊറത്ത് വെക്കാം. ഭംഗിക്ക്," അമ്മാമൻ പറഞ്ഞു.

അമ്മ ഡൈനിങ് കാറിൽ ചെന്നപ്പോൾ അവിടം ജനനിബിഡമായിരുന്നു. വിദേശിയർ വലിക്കുന്ന ചുരുട്ടിന്റെ പുക എല്ലായിടത്തും പരന്നിരുന്നു.

"ഞാൻ മടങ്ങട്ടെ?" അമ്മ അച്ഛനോട് താഴ്ന്ന സ്വരത്തിൽ ചോദിച്ചു.

"മടങ്ങാൻ ഞാൻ സമ്മതിക്കില്ല്യ," അച്ഛൻ പറഞ്ഞു.

അച്ഛന്റെ വിക്കൽ മടങ്ങിവന്നതായി എനിക്കുതോന്നി. അമ്മ മനമില്ലാമനസ്സോടെ മേശയ്ക്കരികെ ഇരുന്നു. അച്ഛൻ ആദ്യം വരുത്തിയത് തക്കാളിസൂപ്പാണ്. വെണ്ണയിൽ മൊരിച്ചെടുത്ത റൊട്ടിക്കഷ

ണങ്ങൾ അതിൽ കിടന്നിരുന്നു. ആ ചതുരങ്ങളിൽ ഒന്ന് അമ്മ സ്പൂൺകൊണ്ട് കോരിയെടുത്ത് മണത്തു.

"അയ്യോ ഇതിന് നെയ്യിന്റെ ദുഃസ്വാദുണ്ട്," അമ്മ പറഞ്ഞു.

അമ്മ നെയ്യ്, വെണ്ണ, തയിർ, പാൽക്കട്ടി മുതലായ ക്ഷീരജ പദാർത്ഥങ്ങൾ ഭക്ഷിച്ചിരുന്നില്ല.

"റൊട്ടിക്കഷണം തിന്നണ്ട. അത് മാറ്റിവെച്ച് സൂപ്പ് കുടിച്ചോളൂ," അച്ഛൻ പറഞ്ഞു.

അമ്മ വിഷണ്ണയായി കാണപ്പെട്ടു. വെണ്ണയുടെ തിളക്കം സൂപ്പിൽ പരന്നിരുന്നു.

"എനിക്ക് ഛർദ്ദിക്കാൻ തോന്ന്ണൂ," അമ്മ പറഞ്ഞു.

അച്ഛന്റെ പുഞ്ചിരി പെട്ടെന്ന് മറഞ്ഞു. അദ്ദേഹം നീരസത്തോടെ അമ്മയെ നോക്കി.

"എന്നാ വെജിറ്റ്ബൾ കട്ലറ്റ് ഓർഡർ ചെയ്യാം," അച്ഛൻ അഭിപ്രായപ്പെട്ടു.

കട്ലറ്റ് വന്നപ്പോൾ അമ്മ അത് പൊക്കി ഒരറ്റത്ത് കടിച്ചു.

"ഇതില് കോഴിമുട്ട ചേർത്തൂന്ന് തോന്ന്ണു," അമ്മ പറഞ്ഞു. അമ്മ കട്ലറ്റ് പ്ലേറ്റിൽ ഉപേക്ഷിച്ച് തന്റെ കൈവിരൽത്തുമ്പുകൾ നാപ്കിൻകൊണ്ട് അമർത്തിത്തുടച്ചു. വിരൽത്തുമ്പുകൾ മണത്തുകൊണ്ട് അമ്മ മന്ത്രിച്ചു:

"കോഴിമുട്ട നാറ്റം നല്ലോണണ്ട്."

"കുട്ടിക്ക് ഓരോ തോന്നലാ. ഇതില് ഉരുളൻകിഴങ്ങും കാരറ്റും പച്ചപ്പട്ടാണീം മാത്രേയുള്ളൂ," അച്ഛൻ പറഞ്ഞു.

"എന്നാൽ കോഴിമുട്ട പൊരിച്ച എണ്ണേല് പൊരിച്ചെട്ത്തിട്ടുണ്ടാവും. ഏതായാലും നല്ല ദുഃസ്വാദുണ്ട്," അമ്മ പറഞ്ഞു.

"കുട്ടിക്ക് എല്ലാം ദുഃസ്വാദാ. ചോറും സാമ്പാറും മാത്രേ കുട്ടിക്ക് ഇഷ്ടള്ളൂ."

സ്വരം അല്പം ഉയർന്നതുകൊണ്ടാവാം ഞങ്ങൾക്ക് ചുറ്റുമുള്ളവരിൽ ചിലർ സംസാരം നിർത്തി ഞങ്ങളുടെ നേർക്ക് നോക്കി. വിദേശിയർ മാത്രം തല ഉയർത്താതെ ഭക്ഷണം കഴിക്കുകയോ ബീയർ, ജിൻ മുതലായവ കുടിക്കുകയോചെയ്തുകൊണ്ടിരുന്നു.

"ചോറും സാമ്പാറും മെഴുക്കുപെരട്ടിയും കിട്ടാൻ ഇത് നാലപ്പാട്ടൊന്ന്വല്ല. ഇത് ഡൈനിങ് കാറാ," അച്ഛൻ നീരസം പ്രകടിപ്പിച്ചുകൊണ്ട് പറഞ്ഞു.

"ഞാൻ പറഞ്ഞില്ല്യേ ഇവടെ വര്ണില്ല്യാന്ന്? എന്നെ നിർബന്ധിച്ച് കൊണ്ടുവന്നതല്ലേ?" അമ്മ ചോദിച്ചു.

അമ്മ ഒന്നും ഭക്ഷിച്ചില്ലെങ്കിലും ഞങ്ങൾ കുട്ടികൾ സൂപ്പ്, കട്ലറ്റ്, വേവിച്ച പച്ചക്കറികൾ മുതലായവ ധൃതിയിൽ ഭക്ഷിച്ചു. കത്തിയും

മുള്ളും കിണ്ണത്തിന്റെ ശബ്ദമുണ്ടാകുന്ന വിധത്തിൽ തട്ടുമ്പോൾ അച്ഛൻ ദേഷ്യ ഭാവത്തോടെ ഞങ്ങളെ നോക്കി.

''ചോറും പരിപ്പുകറിയും ഓർഡർ ചെയ്യട്ടെ?''

അച്ഛൻ അമ്മയോട് ചോദിച്ചു.

''എനിക്ക് തീരെ വിശപ്പില്ല്യ,'' അമ്മ പറഞ്ഞു. ഡൈനിങ് കാറിൽ പരന്നിരുന്ന മത്സ്യമാംസഗന്ധങ്ങൾ അമ്മയെ അസ്വസ്ഥയാക്കി.

''ഇവിടത്തെ നാറ്റം എനിക്ക് പിടിക്ക്ണില്ല്യ,'' അമ്മ പറഞ്ഞു.

അമ്മയെ കമ്പാർട്ട്മെന്റിൽ കൊണ്ടുപോയാക്കി അച്ഛൻ ഡൈനിങ് കാറിലേക്ക് മടങ്ങിയെത്തി. ഞങ്ങൾ ഐസ്ക്രീം തിന്നുകയായിരുന്നു. അച്ഛൻ കറുത്ത കാപ്പി കുടിക്കുകയും സിഗരറ്റ് വലിക്കുകയും ചെയ്തു. അദ്ദേഹത്തിന്റെ കണ്ണുകൾ കലങ്ങിയിരുന്നു.

''നിങ്ങളുടെ അമ്മ ഒരു പാവം ആണ്. അമ്മയെ ഒരിക്കലും വേദനപ്പിക്കരുത്,'' അച്ഛൻ പറഞ്ഞു.

ഞങ്ങൾ നിശ്ശബ്ദത പാലിച്ചു. ഞങ്ങൾ അമ്മയെ ഒരിക്കലും വ്യസനിപ്പിക്കാറുണ്ടായിരുന്നില്ല. അതുകൊണ്ടാവാം അദ്ദേഹത്തിന്റെ വാക്കുകൾ എന്നെ അത്ഭുതപ്പെടുത്തിയത്.

''ഞാൻ പറഞ്ഞത് എന്നും ഓർമ്മവെക്കില്യേ?'' അച്ഛൻ ചോദിച്ചു.

അച്ഛൻ തന്റെ സിഗരറ്റ് കാപ്പിക്കപ്പിന്റെ തട്ടിൽ അമർത്തിക്കെടുത്തി.

''ഓർമ്മവയ്ക്കാം,'' ഞാൻ പറഞ്ഞു.

എന്റെ ജ്യേഷ്ഠൻ ഐസ്ക്രീമിൽനിന്ന് കണ്ണുകൾ ഉയർത്താതെ തന്റെ തല കുലുക്കി.

ഇരുപത്തിയാറ്

അച്ഛന്റെ ഉറ്റ സ്നേഹിതന്മാരായ പി.ജി.മേനോനും എം.ആർ. നായരും അവരുടെ ഭാര്യമാരും മറ്റു ബന്ധുക്കളുംകൂടി കല്ക്കത്തയിലെ ബൊട്ടാനിക്കൽ ഗാർഡനിലേക്ക് ഒരു പിക്നിക്കിനായി ഞങ്ങളോടൊപ്പം പോയത് ഞാൻ ഇന്നും ഓർമ്മിക്കുന്നു. ഒരു സ്റ്റേഷൻ വാഗണും രണ്ടു കാറുകളും നിറയെ സ്ത്രീകളും പുരുഷന്മാരും കുട്ടികളുമുണ്ടായിരുന്നു. മുളകൊണ്ട് നിർമ്മിക്കപ്പെട്ട പെട്ടികളും കുട്ടകളും നിറയെ വെണ്ണയും പാൽക്കട്ടിയും വെച്ച സാൻഡ്വിച്ചുകൾ, ഇറച്ചികൊണ്ടും മീൻകൊണ്ടും ഉണ്ടാക്കിയ കട്ലറ്റുകൾ, മധുരനാരങ്ങകൾ, പൂരികൾ, ഉരുളൻകിഴങ്ങ് എണ്ണയിൽ പൊരിയിച്ച് എടുത്തത് മുതലായ ഭക്ഷണപദാർത്ഥങ്ങളുമുണ്ടായിരുന്നു.

സ്റ്റവ്, മണ്ണെണ്ണട്ടിൻ, വേലക്കാർ മുതലായ സൗകര്യങ്ങളും ഞങ്ങ ളുടെ കൂടെ യാത്രചെയ്തു.

പി.ജി.മേനോനും ഭാര്യ പത്മാവതിയമ്മയ്ക്കും നാല് പെൺമക്കൾ ഉണ്ടായിരുന്നു. എന്റെ ജ്യേഷ്ഠനിലും മൂത്ത ലക്ഷ്മി, എന്നെക്കാൾ പ്രായം കുറഞ്ഞ മൃദുല, ലളിത, പാർവതി. ലക്ഷ്മിക്ക് അന്ന് ഏകദേശം പതിനാറ് വയസ്സ് പ്രായമായിരുന്നു. നെറ്റിക്ക് ചുറ്റും ചുരുണ്ട അളക ങ്ങളുള്ള ഒരു പെൺകുട്ടിയായിരുന്നു ലക്ഷ്മി. കോളേജിൽ ചേർന്നി രുന്നതുകൊണ്ട് അവർ വെളുത്ത പരുത്തിസ്സാരികളാണ് ധരിച്ചി രുന്നത്.

എം.ആർ.നായർക്കും കല്യാണിക്കുട്ടിയമ്മയ്ക്കും മൂന്നു മക്കളാണ് അന്ന് ഉണ്ടായിരുന്നത്. എം.ആർ.നായർക്ക് ആദ്യപത്നിയിൽ ജനിച്ച ശകുന്തള, കൃഷ്ണൻ, വിനോദിനി. ശകുന്തളയ്ക്ക് അന്ന് പതിനേഴൊ പതിനെട്ടൊ വയസ്സ് പ്രായമായിരുന്നു. ശകുന്തള വരയുള്ള ഒരു കമ്മീസും വെളുത്ത സൽവാറുമായിരുന്നു അന്ന് ധരിച്ചിരുന്നത്. പ്രഭു ജീ തുമാർ എന്നു തുടങ്ങുന്ന ഒരു ഹിന്ദിപ്പാട്ടും മൂളിക്കൊണ്ട് അവർ ലക്ഷ്മിയോടൊപ്പം തടാകത്തിന്റെ ചുറ്റും ഉലാത്തിക്കൊണ്ടി രുന്നു.

മൃദുല തനിക്ക് സ്കൂളിൽവച്ചുനടന്ന ഒരു ലോട്ടറിയിൽ ഒരു പട്ടാള യൂണിഫോറം ധരിച്ച പാവയെ സമ്മാനമായി കിട്ടിയതിന്റെ കഥ പറഞ്ഞുകൊണ്ടേയിരുന്നു.

“എനിക്ക് പാവയെ പിക്നിക്കിന് കൊണ്ടുവരാൻ മോഹം ഉണ്ടാ യിരുന്നു. മറ്റു കുട്ടികൾ വലിച്ചെടുത്ത് കേട് വരുത്തുമെന്ന് അമ്മ പറഞ്ഞു,” മൃദുല പറഞ്ഞു.

“മറ്റു കുട്ടികൾ എന്ന് പറഞ്ഞാൽ ആരാണ്? ഞങ്ങളോ?” ഞാൻ അസ്വസ്ഥതയോടെ ചോദിച്ചു.

“ആമിയെപ്പറ്റി അമ്മയ്ക്ക് പേടിയില്ല. വികൃതിയുള്ള കുട്ടികളെ പേടി ച്ചിട്ടാണ് ഞാൻ പാവയെ കൊണ്ടുവരാത്തത്.”

“എനിക്ക് പാവകളെവച്ച് കളിക്കാനുള്ള പ്രായമല്ല ഇപ്പോൾ.”

“പാവകളെവച്ച് ഞാനും കളിക്കില്ല. വെറുതെ എന്റെ കിടക്കയിൽ കിടത്തും. രാത്രി വല്ല ശബ്ദവും കേട്ട് ഞാൻ ഉണർന്നാൽ അടുത്ത് അത് ഉണ്ടാവുമല്ലൊ. പിന്നെ പേടി തോന്നില്ല,” മൃദുല പറഞ്ഞു.

“രാത്രി ഉണരുമ്പോൾ മൃദുലയ്ക്ക് പേടിയാവാറുണ്ടോ?” ഞാൻ ചോദിച്ചു.

മൃദുല ചിരിച്ചു. എന്റെ ചോദ്യത്തിന് മറുപടി ഉണ്ടായില്ല. മൃദുല യുടെ അനുജത്തി ലളിത ഒരു മരക്കീഴിൽ ഇരുന്ന് മണ്ണപ്പങ്ങൾ ഉണ്ടാക്കിക്കൊണ്ടിരുന്നു. മറ്റൊരാൾ തന്റെ വിനോദത്തിൽ പങ്കാളി യാവുന്നത് ലളിതയ്ക്ക് ഇഷ്ടപ്പെട്ടിരുന്നില്ല.

“കളിച്ചുകഴിഞ്ഞാൽ കൈ കഴുകണം,” പത്മാവതിയമ്മ ലളിതയോടായി വിളിച്ചു പറഞ്ഞു.

കല്യാണിക്കുട്ടിയമ്മയുടെ അനുജനും പട്ടാളത്തിൽ ക്യാപ്റ്റനുമായിരുന്ന ബാലൻ മേനോൻ ഇടയ്ക്കിടയ്ക്ക് സംസാരം നിർത്തി മുതിർന്ന പെൺകുട്ടികൾ നടക്കുന്നത് ഉറ്റുനോക്കി. അവർ കാൽതെറ്റി തടാകത്തിൽ വീഴുമെന്ന് അദ്ദേഹം ഭയന്നിരിക്കാം. അച്ഛനും സ്നേഹിതന്മാരും ചൂടുള്ള ചായ കുടിച്ചു. ചുവന്ന ശരീരമുള്ള തുമ്പി അവിടെ പറന്നുകളിച്ചിരുന്നു. ചായ കുടിച്ചുകഴിഞ്ഞപ്പോൾ പാറുക്കുട്ടി ഒരാൽമരത്തിന് കീഴിൽ പുൽപ്പായ വിരിച്ച് വിശ്രമിക്കുവാനായി കിടന്നു. അച്ഛനും അമ്മയും മറ്റും ഇരുന്നിരുന്ന സ്ഥലത്തുനിന്ന് അവരെ ആർക്കും കാണാമായിരുന്നില്ല. ഞാനും മൃദുലയുംമാത്രം പാറുക്കുട്ടി കാൽമുട്ടുകൾ മടക്കി ചെരിഞ്ഞുകിടന്ന് ഉറങ്ങുന്നത് നോക്കിക്കണ്ടു.

ഉച്ചഭക്ഷണം കഴിഞ്ഞപ്പോൾ സ്ത്രീകൾ പുൽപ്പായകൾ പുൽത്തകിടിയിൽ വിരിച്ചു. ഓരോരുത്തരും കിടക്കുമ്പോൾ ഹയ്യോ ഹാവൂ എന്നൊക്കെ ശബ്ദങ്ങൾ ഉണ്ടാക്കി. അച്ഛൻ വെറും പുല്ലിൽ മലർന്നു കിടന്നു.

“പായിൽ കിടക്കാം. പുല്ലിൽ ഉറുമ്പുണ്ടാവും,” കല്യാണിക്കുട്ടിയമ്മ വിളിച്ചുപറഞ്ഞു. അവർ എല്ലാവർക്കും വേണ്ടത്ര പായകളും കിടക്കവിരികളും കൊണ്ടുവന്നിരുന്നു.

“ഉറുമ്പുകടിക്കുന്നതും ഒരു സുഖമാണ്,” അച്ഛൻ ചിരിച്ചുകൊണ്ടു പറഞ്ഞു.

“വീട്ടിൽ കിട്ടുന്ന സുഖവും സൗകര്യവും മടുത്തിട്ടല്ലേ നമ്മൾ പിക്നിക്കിന് പോന്നത്?” ഗോപിമേനോൻ ചോദിച്ചു.

“ശബരിമലയ്ക്കു പോവുന്നതുപോലെ,” അച്ഛൻ പറഞ്ഞു.

മിക്കവരും ഉറക്കമായപ്പോൾ ഞാനും മൃദുലയുംകൂടി വന്യപുഷ്പങ്ങൾ പറിച്ചെടുക്കുവാൻവേണ്ടി തടാകത്തിന് ചുറ്റും കറങ്ങി. ചില യുവാക്കൾ ശകുന്തളയോടും ലക്ഷ്മിയോടും എന്തോ ചോദിച്ച് ചിരിക്കുന്നത് ഞങ്ങൾ കണ്ടു. ലക്ഷ്മിയും ശകുന്തളയും ഭയചകിതരായി ഒരു പൊന്തയ്ക്ക് പിന്നിൽ ഒളിച്ചു.

“അങ്ങനെ രക്ഷപ്പെടുവാൻ ഞങ്ങൾ അനുവദിക്കുകയില്ല,” ഒരപരിചിതൻ വിളിച്ചുപറഞ്ഞു. അയാളുടെ വാക്കുകൾ കേട്ടിട്ടായിരിക്കാം ക്യാപ്റ്റൻ ബാലൻ മേനോൻ ധൃതിയിൽ ഞങ്ങളുടെ നേർക്കു വന്നത്. ബാലൻ മേനോൻ യുവാക്കളുടെ നേർക്ക് കുത്താൻ ഒരുങ്ങുന്ന വെട്ടുപോത്തിനെപ്പോലെ നടന്നു.

“ഏത് തന്തയില്ലാത്തവനാണ് പെൺകുട്ടികളെ ശല്യപ്പെടുത്തുന്നത്?” അദ്ദേഹം ചോദിച്ചു.

ബംഗാളികൾ അമ്പരന്നു. മേനോൻ തന്റെ കാക്കി യൂണിഫോം ധരിച്ചിരുന്നില്ല. പക്ഷേ, അദ്ദേഹത്തിന്റെ ഓരോ ചലനവും ഒരു പട്ടാളക്കാരന്റെ ചലനമായിരുന്നു. അപരിചിതർ എന്തോ പിറുപിറുത്തു.

"പിറുപിറുക്കുന്നോ? ഞാൻ അടിച്ച് കാലൊടിക്കും," മേനോൻ പറഞ്ഞു.

"കോപിക്കണ്ട. സുന്ദരികളായ പെൺകുട്ടികളെ കണ്ടാൽ ഏതു യുവാവും തുറിച്ചു നോക്കും. അത് ആ പ്രായത്തിന്റെ ദൗർബല്യമാണ്," അവിടെ പുല്ലിൽ ഇരുന്ന് വെയിൽകായുന്ന ഒരു വൃദ്ധൻ ബാലൻമേനോനോട് പറഞ്ഞു.

"നിങ്ങൾ ആരാണ് അവരുടെ വക്കാലത്തിന് വരുന്നത്?" ബാലൻ മേനോൻ ചോദിച്ചു. അദ്ദേഹത്തിന്റെ ശബ്ദം ചിലമ്പിച്ചിരുന്നു.

ഞാനും മൃദുലയും എഴുന്നേറ്റ് ശകുന്തളയുടെയും ലക്ഷ്മിയുടെയും സമീപത്തേക്ക് നടന്നു. അവർ പൊന്തകൾക്ക് പിന്നിൽ തല കുനിച്ച് ഇരിക്കുന്നുണ്ടായിരുന്നു.

"ഞാൻ ഈ പിക്നിക്കിന് വരാൻ പാടില്ലായിരുന്നു. ഞാൻ കാരണം ഇവിടെ ഒരു ഘോരയുദ്ധം ഉണ്ടാവാൻ പോവുന്നു," ശകുന്തള പറഞ്ഞു.

ശകുന്തള സംസാരിച്ചത് താഴ്ന്ന സ്വരത്തിലായിരുന്നു. അവരുടെ മുഖം വല്ലാതെകണ്ട് വിളർത്ത് കാണപ്പെട്ടു.

"എപ്പോഴും ഇങ്ങനെ ദേഷ്യം കാണിക്കുമോ?" ലക്ഷ്മി ചോദിച്ചു.

ശകുന്തള തലകുലുക്കി.

"എന്നെ മറ്റൊരെങ്കിലും നോക്കിയാൽ ദേഷ്യം വരും. ആറ് മാസം കഴിഞ്ഞാൽ എന്നെ കല്യാണം കഴിക്കാൻ പോവുകയാണ് എന്ന് പറഞ്ഞുകേട്ടു," ശകുന്തള പറഞ്ഞു.

"ശകുന്തളയ്ക്ക് ആ കല്യാണം സമ്മതമാണോ?" ലക്ഷ്മി ചോദിച്ചു.

"ആമിയും മൃദുലയും ഇവിടെ നില്ക്കുമ്പോൾ ഞാൻ ആ ചോദ്യത്തിന് മറുപടി പറയില്ല. ഈ കുട്ടികൾ പോയി എല്ലാവരോടും എല്ലാം പറഞ്ഞു കൊടുക്കും," ശകുന്തള പറഞ്ഞു.

എനിക്ക് ജാള്യത തോന്നി.

"ഞാൻ കുട്ടിയല്ലല്ലൊ," ഞാൻ പറഞ്ഞു. ആയിടയ്ക്ക് വേലക്കാർ മാത്രം ഉപയോഗിക്കാറുള്ള സ്പൈറൽ സ്റ്റേർക്കേസ് കയറാൻ ശ്രമിച്ചപ്പോൾ ഭയംകൊണ്ട് ശ്വാസം തൊണ്ടയിൽ തടഞ്ഞതും തുടകൾക്കു മീതെ ചോരത്തുള്ളികൾ ഒഴുകിയതും ശകുന്തളയ്ക്കും ലക്ഷ്മിക്കും വിവരിച്ച് കൊടുക്കുവാൻ ഞാൻ ആ നിമിഷത്തിൽ ആഗ്രഹിച്ചു. ചോര പുരണ്ട അടിവസ്ത്രങ്ങൾ ഊരിയെടുക്കുമ്പോൾ അമ്മ പറഞ്ഞിരുന്നു:

''ആമി പേടിച്ച് കരയരുത്. ആമിക്ക് യാതൊന്നും സംഭവിച്ചിട്ടില്ല ഇത് എല്ലാ പെൺകുട്ടികൾക്കും ഉണ്ടാവുന്ന ഒരനുഭവം മാത്രമാണ്.''

വേലക്കാരി എന്റെ കരച്ചിൽകണ്ട് ഉറക്കെ ഉറക്കെ പൊട്ടിച്ചിരിച്ചു. രക്തത്തിന്റെ ആഗമനത്തിന്റെ അർത്ഥം ഞാൻ ഒരമ്മയാവാൻ കഴിവുള്ള സ്ത്രീയായി എന്നാണെന്ന് അമ്മ പറഞ്ഞുതന്നു.

''ഞാൻ കുട്ടിയല്ല,'' ഞാൻ വീണ്ടും പറഞ്ഞു. ശകുന്തളയും ലക്ഷ്മിയും അന്യോന്യം നോക്കി.

ബാലൻ മേനോൻ അപരിചിതരിൽ ഒരാളെ ഉന്തി വെള്ളത്തിൽ വീഴ്ത്തി.

''നിർത്തൂ ഈ പയറ്റ്. ഇല്ലെങ്കിൽ ഞാൻ പോലീസിനെ വിളിക്കും,'' പുൽത്തകിടിൽ ഇരുന്ന വൃദ്ധൻ ബാലൻ മേനോനോട് പറഞ്ഞു. ഒടുവിൽ ബാലൻ മേനോനെ പിൻതിരിപ്പിക്കുവാൻ അച്ഛനും പി.ജി. മേനോനും എം.ആർ. നായരും ഓടി വരേണ്ടിവന്നു.

''ബംഗാളികളോട് യുദ്ധത്തിന് പുറപ്പെട്ടാൽ അവർ സംഘമായി വന്ന് നമ്മെ ആക്രമിക്കും. നമ്മൾ മദ്രാസികൾ. അവർക്ക് നമ്മെ വെറുപ്പാണ്. ഒരു കാരണം കിട്ടിയാൽ അവർ നമ്മെ ഉപദ്രവിക്കും. നമുക്ക് എതിരെ കേസ് കൊടുക്കും,'' പി.ജി. മേനോൻ പ്രസ്താവിച്ചു.

''അത്രകണ്ട് ക്ഷമ കാണിച്ചിട്ടാണ് നമ്മൾ ഇവരെ കേടുവരുത്തിയത്. അവർ തെമ്മാടികളാണ്. പെൺകുട്ടികളെ അപമാനിക്കുന്നത് ഞാൻ നോക്കി നില്ക്കുകയില്ല,'' കിതച്ചുകൊണ്ട് ബാലൻ മേനോൻ പറഞ്ഞു. അദ്ദേഹത്തിന്റെ ഷർട്ട് വിയർപ്പിൽ പാടേ നനഞ്ഞു.

അപ്പോഴേക്കും ശകുന്തളയും ലക്ഷ്മിയും ഞങ്ങളുടെ സമീപത്തേക്ക് എത്തിക്കഴിഞ്ഞിരുന്നു.

''എന്താണ് ആ തെമ്മാടികൾ നിങ്ങളോട് പറഞ്ഞത്?'' കല്യാണിക്കുട്ടിയമ്മ ചോദിച്ചു.

ശകുന്തളയുടെ കവിളുകൾ ചുവന്നു. അവർ ഒന്നും മിണ്ടിയില്ല.

''ലക്ഷ്മീ തുറന്നു പറയൂ. എന്താണ് അവർ പറഞ്ഞത്?'' പി.ജി. മേനോൻ ചോദിച്ചു.

''അവർ അശ്ലീലപദങ്ങൾ ഉപയോഗിച്ചോ?'' കല്യാണിക്കുട്ടിയമ്മ ചോദിച്ചു.

''തുറന്നു പറയൂ,'' എന്റെ അച്ഛൻ ആവശ്യപ്പെട്ടു.

''അവർ ബംഗാളിയിലാണ് സംസാരിച്ചത്. എനിക്ക് അവർ പറഞ്ഞതൊന്നുംതന്നെ മനസ്സിലായില്ല,'' ലക്ഷ്മി പറഞ്ഞു.

''ശകുന്തളയ്ക്കോ? പറയൂ ശക്കൂ. ധൈര്യത്തോടെ പറയൂ. അവർ എന്താണ് പറഞ്ഞത്?'' കല്യാണിക്കുട്ടിയമ്മ ചോദിച്ചു.

ശകുന്തളയുടെ മുഖം പൂർവാധികം തുടുത്തു. അവരുടെ കണ്ണുകൾ നിറഞ്ഞൊഴുകി.

"ഞാൻ അവരെ കൊല്ലും. ഞാൻ അവരെ ജീവനോടെ വിടുകയില്ല," ബാലൻമേനോൻ പറഞ്ഞു.

"പറയൂ മോളേ, എന്തേ അവർ പറഞ്ഞത്?" എം. ആർ. നായർ ചോദിച്ചു.

"അവർ പറഞ്ഞത് എനിക്ക് മനസ്സിലായില്ല. അവർ ബംഗാളിയിലാണ് സംസാരിച്ചത്," ശകുന്തള പിറുപിറുത്തു.

"അവർ ഒന്നും പറഞ്ഞിരിക്കില്ല. അവർ ഈ കുട്ടികളോടായിരിക്കില്ല സംസാരിച്ചത്. അവർ അന്യോന്യം സംസാരിച്ചതാവും," എന്റെ അമ്മ പറഞ്ഞു.

"വെറുതെ തെറ്റിദ്ധരിച്ച് തല്ല് കൂടാൻ പോയി. കുട്ടികൾ പേടിച്ച് വിറച്ചിരിക്കുന്നു," കല്യാണിക്കുട്ടിയമ്മ തന്റെ സഹോദരന്റെ നേർക്ക് തിരിഞ്ഞുകൊണ്ട് പറഞ്ഞു.

"ഞാനെന്ത് ചെയ്യണമെന്നാ പറഞ്ഞുവരുന്നത്? ആ തെമ്മാടികളോട് ഞാൻ മാപ്പ് ഇരക്കണോ? അവരുടെ കണ്ണുകൾ കണ്ടാലറിയില്ലേ അവർ ചെന്നായ്ക്കളാണെന്ന്? പെൺകുട്ടികളെ നശിപ്പിക്കുമെന്ന്—പെൺകുട്ടികളെ നശിപ്പിക്കുമായിരുന്നു—ഞാൻ അവിടെ തക്കസമയത്തിന് ചെന്നില്ലെങ്കിൽ," ബാലൻ മേനോൻ പറഞ്ഞു.

"അവർ അതാ ധൃതിപിടിച്ച് പോവുന്നു! ബാലനെ കണ്ട് അവർ പേടിച്ചു," പി.ജി.മേനോൻ പൊട്ടിച്ചിരിച്ചുകൊണ്ടു പറഞ്ഞു.

ദോത്തിയും പട്ട് ജുബ്ബായും ധരിച്ച് ആ യുവാക്കൾ തടാകത്തിന്റെ വക്കത്തുകൂടി ധൃതിയിൽ നടന്നുമറയുന്നത് ശകുന്തളയും നോക്കിക്കൊണ്ടിരുന്നു.

പിന്നെ ചായയുടെ സമയമായി. പാറുക്കുട്ടി വീണ്ടും പ്രൈമസ് സ്റ്റവ് കത്തിച്ചു. വെള്ളം തിളച്ചുതുടങ്ങി.

"ഉറക്കം വന്നില്ല. ഒരു ചായ കുടിച്ചാൽ തലയ്ക്ക് കനം കുറയും," അച്ഛൻ പറഞ്ഞു. അച്ഛൻ സിഗരറ്റ് ടിൻ തുറന്നു. ബാലൻമേനോനും അച്ഛന്റെയൊപ്പം സിഗരറ്റ് കൊളുത്തി.

"എന്തുതരം ബിസ്കറ്റുകളാണ് കൊണ്ടുവന്നിരിക്കുന്നത്?" പത്മാവതിയമ്മ അമ്മയോടു ചോദിച്ചു.

"മധുരമില്ലാത്ത ബിസ്കറ്റാണ്. ക്രീം ക്രാക്കർ."

"നന്നായി. എനിക്ക് മധുരിക്കുന്ന ബിസ്കറ്റ് കണ്ടുകൂടാ," ഗോവിന്ദമേനോൻ പറഞ്ഞു.

"അവിടെ ഭക്ഷണത്തിന്റെ കാര്യത്തില് ഒരു ശാഠ്യോം ഇല്യ. പക്ഷേ, രാത്രി മൈസൂർപ്പഴം കിട്ടണം. അത് കിട്ടിയാൽപ്പിന്നെ യാതൊരു ആവലാതീം ഇല്യ." പത്മാവതിയമ്മ ചിരിച്ചുകൊണ്ടു പറഞ്ഞു.

“അതിന് ഒരെളുപ്പവഴി പറഞ്ഞുതരാം. മുറ്റത്ത് നാലഞ്ച് വാഴ നട്ടോളൊ. അതിന്റെ തടം കെളയ്ക്കലും വെള്ളംകോരി നനയ്ക്കലും ഒക്കെ ശരീരത്തിന് പറ്റിയ വ്യായാമം ആവൂലോ. ആരോഗ്യോം നന്നാവും. ശോധന ശരിയാവാൻ ദിവസോം പഴോം കിട്ടും,” അച്ഛൻ പൊട്ടിച്ചിരിച്ചുകൊണ്ടു പറഞ്ഞു.

“താൻ വാഴ നട്ട് അതിന്റെ പഴം എനിക്ക് കൊണ്ടുവന്ന് തന്നാൽ മതി,” ഗോപിമേനോൻ പറഞ്ഞു.

“പെരുമ്പിലാവിൽക്കാര് ഇത്ര മടിയന്മാരാണെന്ന് ഞാൻ ഇപ്പഴാ മനസ്സിലാക്കണത്,” അച്ഛൻ പറഞ്ഞു.

മുതിർന്നവരുടെ പൊട്ടിച്ചിരിയിൽ പങ്ക് കൊള്ളുവാൻ ഞാനും മൃദുലയും തയ്യാറായില്ല എന്നുമാത്രം. ഞാൻ ഇന്ന് ഓർക്കുന്നു.

ഇരുപത്തിയേഴ്

ഒഴിവുകാലത്ത് നാട്ടിൽ വരുമ്പോൾ ഞാൻ അച്ഛന്റെ വീടായ വടേക്കരയ്ക്ക് പോവാറുണ്ടായിരുന്നു. ഗുരുവായൂരിൽ മമ്മിയൂർ ക്ഷേത്രത്തിന്റെ സമീപത്തായിരുന്നു ആ വീട് സ്ഥിതിചെയ്തിരുന്നത്. അതിരാവിലെ എഴുന്നേറ്റ് ഞാൻ എന്റെ അമ്മമ്മയുടെകൂടെ ഗുരുവായൂർക്ക് നടക്കാറുണ്ടായിരുന്നു. ഏകദേശം ആറ് നാഴിക ദൂരം. വഴിവക്കത്തുള്ള കാഴ്ചകൾ കണ്ടുകൊണ്ട് നടക്കുമ്പോൾ ഞങ്ങൾക്ക് ക്ഷീണമോ മടുപ്പോ ഒരു നിമിഷത്തിനുപോലും അനുഭവപ്പെട്ടില്ല. വഴിമദ്ധ്യേ അമ്മമ്മ കടലായി മനവക കുളത്തിൽ ഇറങ്ങി മുഖം കഴുകാറുണ്ടായിരുന്നു. ആ കുളം ഒരു പുണ്യതീർത്ഥമാണെന്ന മട്ടിൽ ഏറ്റവും ആദരവോടെ കുനിഞ്ഞ് അതിലെ വെള്ളം കൈയിലെടുക്കുമ്പോൾ അമ്മമ്മയുടെ മുഖത്ത് അത്യന്തം സുന്ദരമായ ഒരു ഭാവം പ്രത്യക്ഷപ്പെടാറുണ്ടായിരുന്നു. വെള്ളം സുപ്രധാനമായ ഒരുനുഗ്രഹമാണെന്ന് അവർ ഒരിക്കൽ എന്നോടു പറഞ്ഞു.

“പിന്നെ ഏതൊക്കെയാണ് അനുഗ്രഹങ്ങൾ?” ഞാൻ അമ്മമ്മയോട് ചോദിച്ചു. അമ്മമ്മ ചിരിച്ചു.

“കാറ്റും വെളിച്ചവും മഴയും എല്ലാം അനുഗ്രഹങ്ങളാണെല്ലൊ,” അവർ പറഞ്ഞു.

ഞങ്ങൾ കടലായി മനവക കുളത്തിൽ ഇറങ്ങുമ്പോൾ ഞങ്ങളുടെ അകമ്പടിക്കാരായ അഞ്ചക്കാളൻ, വെളുത്തേടത്ത് ലക്ഷ്മിക്കുട്ടി മുതലായവർ പുറത്തുനിന്നു. അകമ്പടിക്കാരില്ലാതെ യാത്ര ചെയ്യുവാൻ അമ്മമ്മ ഒരിക്കലും ഒരുങ്ങിയില്ല. നിരത്തിൽക്കൂടിയുള്ള യാത്രയല്ലായിരുന്നതുകൊണ്ട് ചില പറമ്പുകളിൽക്കൂടി നട

ക്കുമ്പോൾ ഉടമസ്ഥന്മാർ ഞങ്ങൾക്ക് കുടിക്കുവാനായി കരിക്ക് ചെത്തിത്തന്നു. അവരുടെ കുടുംബാംഗങ്ങളുടെ ക്ഷേമത്തെപ്പറ്റി അമ്മമ്മ അന്വേഷിക്കുകയും ചെയ്തു. രണ്ടാംമുണ്ടുകൊണ്ട് മാർവിടം മറയ്ക്കാത്ത സ്ത്രീകൾ എന്നെ നോക്കി പുഞ്ചിരിതൂകി.

"മകളുടെ കുട്ടിയല്ലേ?" എന്ന് അവരിൽ ചിലർ എന്നെ ചൂണ്ടിക്കൊണ്ട് അമ്മമ്മയോട് ചോദിക്കുകയുംചെയ്തു.

"പിന്നെ ആരുടെ കുട്ടിയാ എന്റെകൂടെ ഗുരുവായൂർക്ക് നടക്ക്?" അമ്മമ്മ ചോദിച്ചു. സ്ത്രീകൾ കുലുങ്ങിച്ചിരിച്ചു.

ഒരുദിവസം അച്ഛൻ കരുവാന്റെ കാറ് വരുത്തി അതിൽ ഞങ്ങളേയും കൂട്ടി ഗുരുവായൂർക്ക് യാത്രയായി. കരുവാന്റെ കാറിൽ യാത്രചെയ്യുമ്പോൾ പ്രവർത്തിക്കുന്ന ഒരു യന്ത്രശാലയിൽ വന്നെത്തിക്കഴിഞ്ഞു എന്ന് ആർക്കും തോന്നിയിരുന്നു. അത്രയ്ക്ക് ശബ്ദായമാനമായിരുന്നു ആ കാറിലെ യാത്ര. ഇടയ്ക്ക് കാർ നിർത്തുകയും കിണറ്റിൽനിന്ന് വെള്ളം കോരി അതിൽ നിറയ്ക്കുകയും നോക്കിനില്ക്കുന്ന പിള്ളരെക്കൊണ്ട് വണ്ടിയുടെ പൃഷ്ഠം ഉന്തിക്കുകയും ഡ്രൈവറുടെ സ്ഥിരം പരിപാടികളായിരുന്നു. അച്ഛൻ കാറിൽ ഇരിക്കുമ്പോൾ ഡ്രൈവർ ചാരിതാർത്ഥ്യത്തോടെ മുമ്പിൽ തൂക്കിയ കണ്ണാടിയിൽ അച്ഛന്റെ മുഖം പ്രതിഫലിക്കുന്നത് ഇടയ്ക്കിടെ ഒളികണ്ണാലെ നോക്കി മന്ദഹസിച്ചു.

ഗുരുവായൂർ ക്ഷേത്രത്തിൽ പോയിക്കഴിഞ്ഞ് വടേക്കരെ എത്തുമ്പോൾ ഞങ്ങൾക്ക് ഇഡ്ഡലിയും അരച്ചുകലക്കി എന്നു വിളിക്കപ്പെട്ട സമ്മന്തിയും അച്ഛന്റെ ഏക സഹോദരി ഇലയിൽ വിളമ്പിത്തന്നു. നാലപ്പാട്ട് ഉണ്ടാക്കിയിരുന്ന ഇഡ്ഡലിയെക്കാൾ മാർദ്ദവവും സ്വാദും വടേക്കരെ ഇഡ്ഡലിക്ക് ഉണ്ടായിരുന്നു.

ഏകദേശം പത്ത് മണിയായപ്പോൾ ചുവന്ന ഒരു ചേലയും ധരിച്ച് ഒരു ബ്രാഹ്മണസ്ത്രീ പടികടന്ന് വന്നു. അവർ ഇരുനിറമുള്ള ഒരു തടിച്ചിയായിരുന്നു. വാർദ്ധക്യം ബാധിച്ച സ്ത്രീ. അവർ മുറ്റത്തു നിന്നുകൊണ്ട് ഉച്ചത്തിൽ വിളിച്ചു:

"മാധവാ."

അച്ഛനെ ഒരാൾ മാധവാ എന്ന് വിളിക്കുമെന്ന് ഞങ്ങൾ പ്രതീക്ഷിച്ചിരുന്നില്ല. അച്ഛന് മിക്കവരും കല്ക്കത്തയിലെ യജമാനൻ, വലിയ മൂപ്പര്, വി.എം.നായർ മുതലായ പേരുകളാണ് കൊടുത്തിരുന്നത്. മാധവാ എന്നു വിളിക്കുന്ന വൃദ്ധയെ അച്ഛൻ ശകാരിക്കുമെന്ന് ഞാൻ ഭയന്നു. പക്ഷേ, അച്ഛൻ ആ വിളികേട്ടപ്പോൾ സന്തോഷത്തോടെ ചിരിക്കുകയാണ് ഉണ്ടായത്. കൈവിരലുകൾക്കിടയിൽ നിന്ന് കത്തിയിരുന്ന സിഗരറ്റ് ധൃതിയിൽ മുറ്റത്തേക്ക് എറിഞ്ഞ് അച്ഛൻ ആഗതയെ എതിരേറ്റു.

"അമ്യാരോ? വരൂ, വരൂ. ഇവിടെ ഇരിക്കൂ. എത്രകാലായി ഒന്നു കണ്ടിട്ട്!" അച്ഛൻ പറഞ്ഞു.

ആഗത കോലായിൽ കയറി തൂണും ചാരിക്കൊണ്ട് ഒരു തിണ്ണ മേൽ ഇരുന്നു. അവരുടെ മുഖത്തെ ഗൗരവഭാവത്തിന് യാതൊരു മാറ്റവും വന്നില്ല.

"ഞാൻ പഠിക്കുന്നകാലത്ത് അമ്യാര് എനിക്ക് തിന്നാൻ പലഹാരങ്ങൾ തന്നിട്ടുണ്ട്," അച്ഛൻ എന്റെ നേർക്ക് തിരിഞ്ഞുകൊണ്ട് പറഞ്ഞു.

അമ്യാർ എന്ന് വിളിക്കപ്പെട്ട സ്ത്രീ അപ്പോഴും ചിരിച്ചില്ല. കാൽമുട്ടുകൾ വെളിപ്പെടുത്തുന്ന ഫ്രോക്ക് മാത്രം ധരിച്ച എന്റെ ശരീരത്തിൽ അവരുടെ കണ്ണുകൾ കയറിയിറങ്ങി. എന്റെ കൈത്തലം വിയർത്തു. ആഗതയുടെ ചിന്താഗതി ഊഹിച്ചതുകൊണ്ടാവാം അച്ഛൻ ക്ഷമാപണം ചെയ്യുന്നതുപോലെ പിറുപിറുത്തു:

"ഈ ഉടുപ്പൊക്കെ കല്ക്കത്തേല് തുന്നിയതാ. അവ്ടത്തെ പരിഷ്കാരങ്ങളാ."

അമ്യാർ മൂളി. തിണ്ണമേൽ കണ്ട ചെല്ലത്തിൽനിന്ന് വെറ്റില എടുത്തു നിവർത്തി അതിൽ സാവധാനത്തിൽ ചുണ്ണാമ്പ് തേച്ചുകൊണ്ട് അവർ ചോദിച്ചു:

"മാധവാ നീ വലിയ ആളായി! എനിക്ക് ഒരു പൊടവ വാങ്ങാൻ കാശ് തരില്ലേ?"

അച്ഛൻ പൊട്ടിച്ചിരിച്ചു. അദ്ദേഹം തന്റെ ജുബ്ബായുടെ കീശയിൽ പരതി ഒരു പത്തുരൂപാ നോട്ട് അവർക്ക് നീട്ടി.

"പത്തുരൂപ! അതുകൊണ്ട് പട്ടുപുടവ കിട്ടുമോ? എനിക്ക് നിന്റെ പത്തു രൂപാ വേണ്ട. നീ അത് കീശയിൽത്തന്നെ വെയ്ക്ക്," അമ്യാർ മുരണ്ടു.

അച്ഛൻ വീണ്ടും ചിരിച്ചു.

"പത്തുറുപ്യകൊണ്ട് പുടവ വാങ്ങിക്കൂടേ? എന്റെ ഭാര്യയ്ക്ക് ഞാൻ ഒന്നാന്തരം സാരി പത്തുറുപ്യ കൊടുത്ത് വാങ്ങീട്ടുണ്ട്."

"മാധവാ നീ നിന്റെ ഭാര്യേക്കൊണ്ട് ഖദർ ഉടുപ്പിക്കുന്നു എന്ന് ഞാനും കേട്ടു. നീ എന്നെക്കൊണ്ടും ഖദർ ഉടുപ്പിക്കുമോ?"

"ഖദറിന് എന്താ ദോഷം? മഹാത്മജി പറയുന്നതൊന്നും അമ്യാര് കേട്ടില്ലേ? മഹാത്മാഗാന്ധി ഗുരുവായൂര് വന്നപ്പോ അമ്യാര് കാണാൻ പോയില്ല്യെന്ന് തോന്ന്ണു.'

"മാധവാ എനിക്ക് മഹാത്മാഗാന്ധിയെ കാണാൻപോവാൻ എവിടെ സമയം? ഗുരുവായൂര് പണ്ടൊരിക്കൽ ഗാന്ധി വന്നെന്ന് കേട്ടു. മുറുക്ക് ചിറ്റാനുണ്ടായിരുന്നു. അതുകൊണ്ട് ഞാൻ പോയില്ല...

അതുപോട്ടെ. നീ എനിക്ക് പട്ടുപുടവ വാങ്ങിക്കാൻ കാശ് തരുന്നോ ഇല്ലയോ?"

അച്ഛൻ വീണ്ടും കീശയിൽ തപ്പി ഒരഞ്ചുരൂപാനോട്ടു പുറത്തെടുത്തു. തന്റെ കൈയിൽ ഉണ്ടായിരുന്ന പത്തുരൂപാ നോട്ടിനോടൊപ്പം അഞ്ചുരൂപ ചേർത്ത് അച്ഛൻ അമ്യാർക്ക് നീട്ടി.

"പതിനഞ്ചു രൂപായോ? ഇതുകൊണ്ട് പട്ടുപടുവ എവിടെ കിട്ടും? നീ പണക്കാരനായി എന്നു കേട്ടു. നീ ഈ ഗുരുവായൂര് ഒരു തുണിക്കട തുടങ്ങ്. പതിനഞ്ചു രൂപാക്ക് പട്ടുപടുവ നീതന്നെ കൊടുക്ക്. എനിക്ക് നിന്റെ പതിനഞ്ചുരൂപ വേണ്ട," അമ്യാർ പറഞ്ഞു. അവർ മുറ്റത്തേക്ക് ഒരിക്കൽ മുറുക്കിത്തുപ്പി എഴുന്നേറ്റു. "ഞാൻ പോവുന്നു."

"ഇതെടുക്കൂ," അച്ഛൻ പറഞ്ഞു.

അവർ അച്ഛന്റെ അപേക്ഷ ഗൗനിക്കാതെ പടികടന്ന് പോയി. അച്ഛൻ അവരെ പിൻതുടരാൻ ശ്രമിച്ചുവെങ്കിലും പിന്നീട് മനസ്സ് മാറിയതുകൊണ്ട് കോലായിലേക്ക് വിഷണ്ണനായി മടങ്ങി.

"അതൊക്കെ ആ അമ്യാരുടെ തട്ടിപ്പാ. കൊറച്ച് കഴിഞ്ഞാല് തന്നെ മടങ്ങിവന്ന് കാശു വാങ്ങിച്ച് കൊണ്ടൂവും," അച്ഛന്റെ പെങ്ങൾ പറഞ്ഞു.

"ഒരു പട്ടുപുടുവയ്ക്ക് എന്ത് വെല വരും?" അച്ഛൻ ആരോടെന്നില്ലാതെ ചോദിച്ചു.

"ആവൊ. ആർക്കറിയാം? നമ്മളാരും പട്ടുപുടവ വാങ്ങിച്ചിട്ടില്യ. എന്തായാലും അമ്യാര് ചെയ്തത് മോശായി. കുട്ട്യേട്ടൻ കൊടുത്തത് രണ്ട് കയ്യോണ്ടും വാങ്ങിക്കണ്ടതായിരുന്നു. അയിന് ഒരു മര്യാദേല്യ," അച്ഛന്റെ പെങ്ങൾ പ്രസ്താവിച്ചു.

"തമ്പ്രാന്റെ മോത്ത് നോക്കി വേണ്ടാന്ന് പറഞ്ഞില്ല്യേ? അധികപ്രസംഗല്ലേ ഈ കാട്ട്യേത്?" അഞ്ചക്കാളൻ ചോദിച്ചു.

"കുട്ടിക്കാലത്ത് എനിക്ക് ദാഹിക്കുമ്പൊ കൊറെ സംഭാരം തന്നിട്ട്ണ്ട്. അതൊന്നും എനിക്ക് മറക്കാൻ വയ്യ," അച്ഛൻ പറഞ്ഞു.

"കുട്ട്യേട്ടന്റെ മനസ്സിന് വെഷമായി. വല്ലാത്തൊരു് അമ്യാര്. കാശ് കൊടുക്കുമ്പൊ ആരെങ്കിലും വേണ്ടാന്ന് പറയ്യോ?" അച്ഛന്റെ സഹോദരി ചോദിച്ചു.

മുറ്റത്ത് ചൂലും മുറുക്കിപ്പിടിച്ച് നിന്നിരുന്ന ഉമ്മ തലകുലുക്കി.

"കുരുത്തല്യാത്തൊരു അമ്യാരാ അത്," ഉമ്മ പറഞ്ഞു.

"ആമി, ഓടിപ്പോയി നോക്ക് അവര് എത്രദൂരം പോയെന്ന്. ഒന്ന് മടക്കി വിളിക്ക്. അച്ഛൻ വിളിക്കുന്നൂ എന്നു പറ," അച്ഛൻ എന്നോട് പറഞ്ഞു.

ഞാൻ പടിക്കലേക്ക് ഓടി. പടവുകൾ ഇറങ്ങിയപ്പോൾ ഏകദേശം ഇരുപതുവാര അകലെ അമ്യാർ നടന്നുപോവുന്നത് ഞാൻ കണ്ടു.

എതിർവശത്തു നിന്നു രണ്ടു പോത്തുകളെ തെളിച്ചുകൊണ്ട് ഒരുത്തൻ വന്നിരുന്നു. പോത്തുകളെ കണ്ടതുകൊണ്ട് ഞാൻ അമ്യാരെ മടക്കി വിളിക്കാൻ ആ തോട്ടിൽ ഇറങ്ങിയില്ല.

"രണ്ട് പോത്ത് ഓടിവരുന്നുണ്ട്," ഞാൻ പറഞ്ഞു.

"പോത്തിനെ എന്തിനാ പേടിക്കണ്? പോത്തിന്റെ കൂടെ ആളുണ്ടാവും. അഞ്ചക്കാളൻ പോയി ആ അമ്യാരെ മടക്കിവിളിക്ക്," അച്ഛൻ പറഞ്ഞു.

"അടിയൻ വിളിച്ചാ അത് വര്വോ?" അഞ്ചക്കാളൻ ചോദിച്ചു.

"എന്റെ അഭിപ്രായത്തില് കുട്ട്യേട്ടൻ അതിനെ മടക്കിവിളിക്കാൻ പാടില്യ. പതിനഞ്ചുറുപ്യ കൊടുത്തപ്പൊ വേണ്ടാന്ന് പറഞ്ഞ ആളാ! മഹാ കൊതിച്ചിയാ," അച്ഛന്റെ അനുജത്തി പറഞ്ഞു.

"ഒരിക്കെ പെൻസില് വാങ്ങാൻ രണ്ടണ തന്നു. സ്കൂള് കഴിഞ്ഞ് ഞാൻ ടൈപ്പ് റൈറ്റിങ് പഠിക്കാൻ പോയിരുന്നു. അവടെ ഉപയോഗിക്കാൻ പെൻസിൽ ഉണ്ടായിരുന്നില്യ. അമ്മ പണം തന്നില്യ. അമ്യാരാ പണം തന്നത്, രണ്ടണ," അച്ഛൻ പറഞ്ഞു. അദ്ദേഹം ഒരു ചാരുകസേരയിൽ ക്ഷീണിത മെന്നോണം കിടന്നു.

"കുട്ട്യേട്ടന് കൊറച്ചുംകൂടി ചായ കൊണ്ടുവരട്ടെ?" അച്ഛന്റെ പെങ്ങൾ ചോദിച്ചു.

"ശരി. കൊറച്ച് പാലുമതി. അധികം പാലൊഴിച്ചാൽ എനിക്കിഷ്ടല്യ," അച്ഛൻ പറഞ്ഞു. അദ്ദേഹത്തിന്റെ കണ്ണുകൾ പടിക്കപ്പുറം എന്തിനോ വേണ്ടി പരതിക്കൊണ്ടിരുന്നു. അഞ്ചക്കാളൻ പടിയിറങ്ങി അപ്രത്യക്ഷനായി.

"ഒരു പട്ടുപുടുവക്ക് നൂറ് ഉറുപ്യ വെല ഉണ്ടാവ്വോ?" ഞാൻ ചോദിച്ചു.

"ആർക്കറിയാം, ആമി? ഞാനിതേവരെ ഒരു പട്ടുപുടവയും വാങ്ങിച്ചിട്ടില്ല. നിന്റെ അമ്മ ഖദറല്ലേ ഉടുക്കുള്ളൂ?" അച്ഛൻ ചോദിച്ചു.

"ആ അമ്യാര് ഒരു കൊതിച്ചിയാ," മുറ്റം തൂക്കുന്ന ഉമ്മ പറഞ്ഞു.

"ഇപ്പോ എന്നെ മാധവാന്ന് വിളിക്കണ ഒരേ ഒരാള് ഈ അമ്യാരാ. എനിക്ക് അമ്യാരെ കണ്ടപ്പൊ എന്റെ കുട്ടിക്കാലം ഓർമ്മ വന്നു. അമ്യാരെ കാണുമ്പൊ ഞാൻ പിന്നെയും ഒരു കുട്ടിയായി മാറുണൂ! ചെയ്. കൊറച്ചുകൂടി കൊടുക്കേണ്ടതായിരുന്നു. അമ്യാർക്ക് കൊടുത്തില്യെങ്കില് പിന്നെ ആർക്കാ ഞാൻ പണം കൊടുക്കാ?" അച്ഛൻ ആരോടെന്നില്ലാതെ ചോദിച്ചു.

"അവടെ എങ്ങും കാണാല്യ. വല്ലോടത്തും പോയി ഇരിക്ക്ണ്ടാവും. അടിയൻ തെരയാത്ത സ്ഥലല്യ. ഓരോരുത്തരോട് ചോയിച്ചു. ആരും കണ്ടിട്ടില്യാത്രെ," അഞ്ചക്കാളൻ ഓടിവന്ന കിതപ്പോടെ പറഞ്ഞു.

"എന്നാ ആ അമ്പലത്തിന്റെ കെഴക്കേ നടേല് പോയി ചോദിച്ചു നോക്കൂ. കണ്ടുപിടിച്ച് ഈ പണം കൊടുക്കണം. നാല്പതുറുപ്യ. ഇതോണ്ട് പട്ടുപുടവ വാങ്ങാൻ ഞാൻ പറഞ്ഞീന്ന് പറയണം. ഉടനെ പോണം," അച്ഛൻ അഞ്ചക്കാളന്റെ കൈയിൽ നോട്ടുകൾ വെച്ചുകൊണ്ട് പറഞ്ഞു.

അഞ്ചക്കാളന്റെ കൈവശം നോട്ടുകൾ കൊടുത്തയച്ചു കഴിഞ്ഞപ്പോൾ അച്ഛൻ വീണ്ടും പുഞ്ചിരിതൂകി. ചൂടുള്ള ചായ മെല്ലെമെല്ലെ കുടിച്ചുകൊണ്ട് അദ്ദേഹം എന്നോട് പറഞ്ഞു:

"എന്റെ അച്ഛൻ ബ്രിട്ടീഷ് കമ്പനിയുടെ ഉദ്യോഗസ്ഥനൊന്നും ആയിരുന്നില്ല. എനിക്ക് ആകെക്കൂടി രണ്ട് ഷർട്ട് മാത്രേ ഉണ്ടായിരുന്നുള്ളു. ചിലപ്പോ വയലറ്റ് പെൻസിൽ വാങ്ങാനും പണം തെകഞ്ഞിരുന്നില്ല... ഒടുവിൽ അമ്മയായി പെണങ്ങി ഞാൻ നാടുവിട്ടു. ഒരു പെൻസില് വാങ്ങാൻ പണം ആവശ്യപ്പെട്ടു. അമ്മ തന്നില്യ. അത്രേയുള്ളു ഒരു കാരണം. പിന്നെ പൂനയിലെത്തി ഒരു ഉദ്യോഗോം കിട്ടി. ആദ്യത്തെ ശമ്പളത്തിന്റെ പകുതി അമ്മയ്ക്ക് മണിയോർഡറായി അയച്ചുകൊടുത്തു... ആമീ, നിനക്കൊന്നും ബുദ്ധിമുട്ട് എന്നുവച്ചാൽ എന്താണെന്നുകൂടി അറിയില്യ. എല്ലാ ബുദ്ധിമുട്ടും സഹിച്ച ആളാ ഞാൻ," അച്ഛൻ പറഞ്ഞു.

അന്ന് അച്ഛന്റെ ഉച്ചയുറക്കത്തിനുശേഷം ഞങ്ങൾ കരുവാന്റെ കാറിൽ നാലപ്പാട്ടേക്ക് മടങ്ങി. അഞ്ചക്കാളൻ നാല്പതുരൂപ അച്ഛനു തന്നെ മടക്കിക്കൊടുത്തു.

"അത് അവടെ ഇല്യ തമ്പ്രാനേ. അത് എങ്ങ്ട്ടോ പോയടക്കുണൂ. ബാക്കിയുള്ളോർക്ക് കൊടുത്താ അയിന് കിട്ടില്യച്ചിട്ട് അടിയൻ ആ കാശ് മടക്കിക്കൊണ്ട്ന്നു." അഞ്ചക്കാളൻ പറഞ്ഞു.

അച്ഛന്റെ മുഖം പെട്ടെന്ന് വാടി. പണം വാങ്ങി കീശയിലാക്കുമ്പോൾ അദ്ദേഹം ഇരുളിന്റെ ശകലങ്ങളായി വന്ന് വീഴുന്ന മുറ്റത്തേക്ക് നോക്കിക്കൊണ്ടിരുന്നു. വെളുത്ത പൂഴിയും കാറ്റിൽ പറന്നു വീണ ചില കരിയിലകളും മാത്രമേ അവിടെ എനിക്ക് കാണുവാൻ സാധിച്ചുള്ളൂ.

ഇരുപത്തിയെട്ട്

എന്റെ അച്ഛനും അമ്മയും പി.ജി. മേനോന്റെ വീട്ടിൽ അത്താഴ വിരുന്നിനു പോയ രാത്രിയാണ് അയൽക്കാരിയും ശാന്തുവെന്നു വിളിക്കപ്പെടുന്നവളുമായ ചന്ദ്രിമ യാതൊരു മുന്നറിയിപ്പും കൂടാതെ കോണിപ്പടികൾ നിശ്ശബ്ദം കയറി എന്റെ കിടപ്പുമുറിയിൽ വന്നെത്തി

യത്. ഞാൻ ലജ്ജകൊണ്ട് പെട്ടെന്ന് അസ്വസ്ഥയായി. അന്ന് പെൺകുട്ടികൾ പരന്ന കോളറുകളുള്ള ഷർട്ടും അയഞ്ഞ പൈജാമകളുമാണ് രാത്രി ധരിച്ചിരുന്നത്. നൈറ്റികളല്ല. ഞാൻ ഉടുപ്പിന്റെ അടിയിൽ ധരിക്കുന്ന അടിക്കുപ്പായം മാത്രമേ ധരിച്ചിരുന്നുള്ളൂ. അതും മുട്ട് മറയാത്ത വിധത്തിൽ.

ശാന്തു എന്റെ വീതി കുറഞ്ഞ കട്ടിലിൽ ഇരുന്നു തന്റെ ചുറ്റും നോക്കി. കനത്ത കൺപോളകളായിരുന്നു അവൾക്ക്. അതുകൊണ്ടാവാം അവൾക്ക് ഒരു പെരുമ്പാമ്പിന്റെ മുഖച്ഛായയാണ് ഉണ്ടായിരുന്നത്.

"കമലാ, നീ രാത്രിസമയത്ത് ഈ അടിക്കുപ്പായം മാത്രമാണോ ധരിക്കാറുള്ളത്?" അവൾ ചോദിച്ചു. ആ ചോദ്യം എന്റെ അഭിമാനത്തിൽ ചാട്ടവാറെന്നപോലെ വന്നുവീണു. ഞാൻ തലകുലുക്കുക മാത്രം ചെയ്തു. വാക്കുകൾ എന്റെ തൊണ്ടയിൽനിന്ന് ഉയർന്നതേയില്ല.

"കട്ടിയുള്ള ഫ്ലാനലിന്റെ പൈജാമയും ഷർട്ടുമാണ് ഞാൻ ധരിക്കാറുള്ളത്. തണുപ്പുകാലത്ത് വെറുമൊരു അടിക്കുപ്പായം മാത്രം ധരിച്ച് ഉറങ്ങുവാൻ കിടന്നാൽ ആർക്കും ക്ഷയരോഗം പിടിക്കും. അല്ലെങ്കിൽ വാതം," ശാന്തു പറഞ്ഞു.

"എനിക്ക് പൈജാമ സെറ്റുകളുണ്ട്," ഞാൻ പിറുപിറുത്തു.

ശാന്തു എന്റെ ശരീരത്തിന്റെ പല ഭാഗങ്ങളിലും തന്റെ കണ്ണുകൾ കൊണ്ട് കൊത്തിവലിക്കുന്നതായി എനിക്കുതോന്നി. ഞാൻ കട്ടിലിൽ വച്ചിരുന്ന രോമപ്പുതപ്പ് എടുത്ത് വേഗത്തിൽ മൂടിപ്പുതച്ചു.

"ഇതാണോ നിന്റെ പുതപ്പ്? ഈ പുതപ്പ് മതിയോ കല്ക്കത്തെയിലെ തണുപ്പിന്? ഞാൻ പട്ടുകൊണ്ട് തയ്ച്ച രസായിയാണ് ഉപയോഗിക്കാറ്. ഒന്നാന്തരം ക്വിൽട്ട്. നിന്റെ അച്ഛൻ ധനികനല്ലേ? നിനക്കൊരു ക്വിൽട്ട് വാങ്ങിത്തരാൻ പറഞ്ഞുകൂടേ? ഭിക്ഷക്കാരികൾ ഉറങ്ങുന്നതുപോലെയാണല്ലൊ ഓമീ ഉറങ്ങുന്നത്. അതും തനിച്ച്! നിനക്ക് രാത്രി ഭയം തോന്നാറില്ലേ? നിന്റെ മെത്തമേൽ കൂട്ടിന് ഒരു ടെഡിബേർ (കരടി) കൂടിയില്ല! ഒരു വലിയ പാവയെങ്കിലും കൂടെയില്ലെങ്കിൽ എങ്ങനെ ഉറക്കം വരും? എന്റെ ടെഡിയെ നീ കണ്ടിട്ടില്ലേ? കറുത്ത് രോമനിബിഡമായ ടെഡി. അവന് ചുവന്ന കണ്ണുകളാണ്. പളുങ്കുകൊണ്ട് നിർമ്മിച്ച കണ്ണുകൾ. അവനെ കട്ടിലിൽക്കിടത്താതെ എനിക്ക് ഉറക്കം വരില്ല. മാത്രമല്ല, എന്റെ അനിയത്തി കുക്കുവും എന്നെ കെട്ടിപ്പിടിച്ചുകൊണ്ട് അടുത്ത് കിടക്കും. പിന്നെ എനിക്ക് രാത്രിസമയത്ത്... പേടിക്കാൻ എന്തുണ്ട്? രാത്രിസമയത്ത് ഭയം തോന്നിയാൽ ആരോഗ്യം ക്ഷയിക്കും. കിടപ്പ് സുഖകരമായിട്ടില്ലെങ്കിൽ ഉറക്കവും സുഖകരമാവില്ല. ഉറക്കം സുഖ

കരമല്ലെങ്കിൽ ആരോഗ്യം നിലനില്ക്കില്ല... ഇതൊന്നും ഞാൻ ആലോചിച്ച് ഉണ്ടാക്കുന്ന തത്ത്വങ്ങളല്ല. എന്റെ മുത്തച്ഛൻ പറഞ്ഞു തന്ന കാര്യങ്ങളാണ്...'' ശാന്തു തന്റെ സുദീർഘമായ പ്രസംഗം നിർത്തി എന്നെ നോക്കി മന്ദഹസിച്ചു.

എനിക്ക് കളിപ്പാവയോ ടെഡിബേർ എന്ന കരടിയോ സ്വന്തമായി ഉണ്ടായിരുന്നില്ല. ഉണ്ടെന്ന് അഭിനയിക്കുവാനും എനിക്ക് മനസ്സു വന്നില്ല. ശാന്തുവിന്റെ വചനങ്ങൾ എന്നെ അസ്വസ്ഥയാക്കി. വാസ്തവത്തിൽ എല്ലാം രാത്രിയും ഭയചകിതയായിട്ടാണ് ഞാൻ ഉറങ്ങുവാൻ കിടന്നിരുന്നത്. ശരീരത്തിനോ മനസ്സിനോ യാതൊരു സുരക്ഷിതത്വവും അന്ന് ഞാൻ അനുഭവിച്ചിരുന്നില്ല. കാറ്റടിച്ചാൽ തേങ്ങുന്ന വിജാഗിരികളുള്ള കൂറ്റൻ ജനലുകളാണ് എന്റെ കിടപ്പുമുറിക്ക് അന്ന് ഉണ്ടായിരുന്നത്. എന്റെ കട്ടിലിനുമീതെ ഒരു പഴകിയ പങ്ക ഏതോ വന്യജീവിയെപ്പോലെ ശബ്ദിച്ചും മുരണ്ടും തിരിഞ്ഞു കൊണ്ടിരുന്നു. രാത്രികാലത്ത് വ്യക്തമായ ഉറവിടമില്ലാത്ത പലതരം ശബ്ദങ്ങളും ഞാൻ കേൾക്കാറുണ്ടായിരുന്നു. അർദ്ധരാത്രികഴിഞ്ഞ് ഉണർന്നുവെങ്കിൽ പിന്നീട് കണ്ണുകൾ മുറുക്കി അടച്ച് ശ്രീകൃഷ്ണനെ സങ്കല്പിച്ച് ഞാൻ ഭയമെന്ന വികാരത്തെ ചെറുക്കുവാൻ ശ്രമിക്കാറുണ്ടായിരുന്നു.

''നിന്റെ മുറിയിൽ ഫർണിച്ചറുമില്ല. വലിയ മുറിയാണെങ്കിലും ഇത് ഒരു ജയിൽപോലെ ശൂന്യമാണ്. നീ ഇവിടെ ഭ്രാന്ത് പിടിക്കാതെ കഴിഞ്ഞു കൂടുന്നതെങ്ങനെ?'' ശാന്തു ചോദിച്ചു.

ഞാൻ മറുപടി പറയാൻ മിനക്കെടാതെ വെറുതെ ചിരിച്ചു. എന്റെ തലയ്ക്കുമീതെ ഞാൻ രാത്രി വായനയ്ക്കായി വച്ചിരുന്ന പുസ്തകം അവൾ എടുത്തു പരിശോധിച്ചു. നാലപ്പാട്ടുനിന്ന് കണ്ടെത്തിയതും പുറംചട്ട നഷ്ടപ്പെട്ടതുമായ ഒരു പുസ്തകമായിരുന്നു അത്. നർത്തകിയായ ഇസഡോറ ഡൺകന്റെ ആത്മകഥ. അതിൽ വളരെയധികം ഛായാപടങ്ങളുണ്ടായിരുന്നു. അസാമാന്യമായ അംഗലാവണ്യം ആ നർത്തകിക്ക് ഉണ്ടായിരുന്നു. അവരുടെ പ്രണയബന്ധങ്ങൾ നിരവധിയായിരുന്നു. പ്രണയത്തിനുവേണ്ടി മാത്രമാണ് സ്ത്രീകൾ ജനിക്കുന്നതെന്ന് ആ പുസ്തകം വായിച്ചപ്പോൾ തോന്നിത്തുടങ്ങി. ആ പുസ്തകം ശാന്തു മറിച്ചു നോക്കുന്നത് ഞാൻ ഇഷ്ടപ്പെട്ടില്ല. അത് തട്ടിപ്പറിച്ച് ഞാൻ മറ്റേ മുറിയിൽ കൊണ്ടുപോയി ഒളിപ്പിച്ചു. ഞാൻ മടങ്ങിയെത്തിയപ്പോൾ ശാന്തു മെത്തയിൽ മലർന്നുകിടക്കുകയായിരുന്നു ഒരു പുഞ്ചിരിയോടെ അവൾ എന്നോടു ചോദിച്ചു:

''ആ പുസ്തകം എന്തിനാണ് ഒളിച്ചുവയ്ക്കുന്നത്? അതിൽ ലൈംഗിക കാര്യങ്ങൾ എഴുതിയിരിക്കുന്നോ?''

“ലൈംഗികകാര്യങ്ങളോ? അതെന്തു കാര്യങ്ങളാണ്?” ഞാൻ ചോദിച്ചു.

“നിനക്ക് അതും ഞാൻ പറഞ്ഞുതരണോ? പതിമൂന്നു വയസ്സ് പ്രായമുള്ള ഒരു പെൺകുട്ടിക്ക് ലൈംഗികവിഷയങ്ങളിൽ ഇത്രകണ്ട് അജ്ഞതയോ,” ശാന്തു ചോദിച്ചു.

“നിനക്ക് ആരാണ് ഇതെല്ലാം പറഞ്ഞുതരുന്നത്?” ഞാൻ ശാന്തുവിനോടു ചോദിച്ചു.

ശാന്തു പൊട്ടിച്ചിരിച്ചു.

“ആരും പറഞ്ഞുതന്നിട്ടില്ല. ആരും പറഞ്ഞുതരാതെയും പഠിക്കേണ്ട കാര്യങ്ങളല്ലേ അവ? നിനക്ക് ഇതിലും താല്പര്യമില്ല. അതുകൊണ്ടാണ് ഞാൻ ആ കാര്യങ്ങളെപ്പറ്റി നിന്നോട് സംസാരിക്കാത്തത്. സാരോജയോട് ഞാൻ എല്ലാം പറയാറുണ്ട്. സരോജയ്ക്ക് മാനസികമായ വളർച്ചയുണ്ട്. സരോജയോട് ചോദിക്കൂ ഞാൻ എന്തു പറഞ്ഞുവെന്ന്?”

നമുക്ക് ചുവട്ടിലെ തളത്തിൽ പോയി ഇരിക്കാം. അച്ഛനും അമ്മയും മടങ്ങിയെത്തുന്ന സമയമായി,” ഞാൻ പറഞ്ഞു.

“ഞാൻ വന്നത് ഒരു ഡിക്ഷ്ണറി കടം വാങ്ങുവാനാണ്. സംസാരിച്ച് തുടങ്ങിയപ്പോൾ സമയം പോയതും അറിഞ്ഞില്ല,” ശാന്തു ധൃതിയിൽ എഴുന്നേറ്റ് എന്റെ മുറിക്ക് പുറത്തുപോയി.

“എവിടെയാണ് നിന്റെ ഡിക്ഷ്ണറി? എന്റെ ഡിക്ഷ്ണറി എങ്ങും കാണുന്നില്ല. സ്കൂളിൽവച്ച് മറന്നിരിക്കണം,” അവൾ പറഞ്ഞു.

“ഹോംവർക്ക് ചെയ്യുമ്പോൾ നിനക്ക് എന്നും ഡിക്ഷ്ണറിയുടെ സഹായംവേണോ? ഞാൻ ചോദിച്ചു.

“എന്നെ ജർമ്മൻകാരികൾ ഇംഗ്ലിഷ് പഠിപ്പിക്കുന്നില്ല. എനിക്ക് ഡിക്ഷ്ണറിതന്നെ സഹായം,” ശാന്തു പറഞ്ഞു.

ശാന്തു എന്റെ വീട്ടിൽനിന്ന് പോയിക്കഴിഞ്ഞപ്പോൾ തൃപുര തന്റെ പായും തലയണയും പുതപ്പും പേറിക്കൊണ്ട് എന്റെ കട്ടിലിന് താഴെ ഉറങ്ങുവാനായി വന്നെത്തി.

“ആ കുട്ടി എന്തിനാണ് ഈ അസമയത്ത് വന്നത്?” തൃപുര ചോദിച്ചു.

“ഒരു പുസ്തകം കടംവാങ്ങിക്കുവാൻ വന്നതാണ്,” ഞാൻ പറഞ്ഞു.

“ആ കുട്ടിയെ അകറ്റിനിർത്തണം. അതിന്റെ സ്വഭാവം ഈയിടെയായി കേടു വന്നിരിക്കുന്നു.”

“തൃപുരയ്ക്ക് എങ്ങനെ മനസ്സിലായി?”

"അവിടെ ജോലി എടുക്കുന്നവരൊക്കെ എനിക്ക് വേണ്ടപ്പെട്ട വരാണ്. കുട്ടിയുടെ പ്രായംതന്നെ ആ കുട്ടിക്കും. പക്ഷേ, ഉള്ളിൽ പല പല വ്യത്യാസങ്ങളുമുണ്ട്."

മാർച്ചുമാസത്തിൽ എന്റെ പിറന്നാൾ അടുത്തപ്പോൾ ഞാൻ അച്ഛനോട് ഒരു ടെഡിബേർ ആവശ്യപ്പെട്ടു. അച്ഛന് ദേഷ്യം വന്നു.

"എന്ത് അസംബന്ധം! പതിമൂന്ന് വയസ്സായ ഒരു പെൺകുട്ടിക്ക് ഒരു കളിപ്പാട്ടം സമ്മാനിക്കുകയോ? നാണമില്ലേ നിനക്ക് ഒരു കളി പ്പാവയെ ആവശ്യപ്പെടാൻ?" അച്ഛൻ ചോദിച്ചു.

ഞാൻ അപമാനിതയായി തലതാഴ്ത്തി. അച്ഛൻ പിറന്നാളിന് ഒരു പുതിയ കാൻവാസ് സഞ്ചി എനിക്ക് സമ്മാനിച്ചു. വളരെയധികം പുസ്തകങ്ങളും എന്റെ മദ്ധ്യാഹ്നഭക്ഷണവും അതിൽ അടക്കി വയ്ക്കുവാൻ എനിക്ക് കഴിഞ്ഞു. അത്ര വലിയ ഒരു സ്കൂൾ സഞ്ചി എന്റെ ക്ലാസ്സിൽ മറ്റൊരുത്തിക്കും ഉണ്ടായിരുന്നില്ല.

സരോജയോട് ലൈംഗികവിഷയങ്ങളെപ്പറ്റി ചർച്ച ചെയ്യുവാൻ എനിക്ക് ധൈര്യം വന്നില്ല. സരോജയുടെ ഏകാഭിലാഷം ഒരു നർത്ത കിയെന്ന നിലയിൽ ലോകപ്രസിദ്ധി നേടുക എന്നായിരുന്നു. എല്ലാ ദിവസവും വെള്ളപ്പരുത്തിത്തുണിയിൽ തയ്പിച്ച ചുരിദാറും കുർ ത്തയും ധരിച്ച് അവൾ കഥക് നൃത്തം അഭ്യസിച്ചിരുന്നു. അതുകൊ ണ്ടാവാം അവൾ ഞങ്ങളിൽവച്ച് ഏറ്റവും ആരോഗ്യവതിയായിത്തീ ർന്നത്.

"ശാന്തുവിനെ അനുകരിക്കുവാൻ ശ്രമിക്കരുത്. അവൾ മധു പ്പൂരിലെ ജമീന്ദാറുടെ മകളാണ്. ആ വസ്തുത മറക്കരുത്. അവൾക്ക് പട്ടുരസായിയും പട്ടുമെത്തയും സിൽക്ക് പൈജാമകളും ഉണ്ടാ യിരിക്കാം. അവയെല്ലാം നമുക്കും വേണമെന്ന് ശഠിച്ചാൽ നമ്മുടെ രക്ഷിതാക്കന്മാർ നിർദ്ധനരാവും," ശാന്തു തന്റെ കിടപ്പിനെപ്പറ്റി പറഞ്ഞതെല്ലാം ഞാൻ അറിയിച്ചപ്പോൾ സരോജ അഭിപ്രായ പ്പെട്ടു.

"എന്നാലും കിടപ്പ് സുഖകരമാവുന്നത് ഒരു ഭാഗ്യമാണെന്ന് എനിക്ക് തോന്നുന്നു," ഞാൻ പിറുപിറുത്തു.

സരോജയ്ക്ക് കോപം വന്നതായി അവളുടെ തുടുത്ത മുഖം വിളിച്ചു പറഞ്ഞു. അവൾ എന്റെ ചുമലുകളിൽ കൈകൾ വച്ചുകൊണ്ട് പറഞ്ഞു.

"കമലാ, ഇങ്ങോട്ടു നോക്കൂ. നിന്റെ കട്ടിലിന്റെ കീഴിൽ വെറും ഒരു കപ്പൽപായ വിരിച്ചാണ് തൃപുര എന്ന വൃദ്ധ കിടക്കുന്നത്. അവർക്ക് എന്തു മെത്തയാണുള്ളത്? എന്തു പട്ടുരസായിയാണ് തൃപുര ഉപയോഗിക്കുന്നത്? അവർ ആവലാതിപ്പെട്ടതേയില്ല. പിന്നെ കമലാ, നീ എന്തിന് ആവലാതിപ്പെടുന്നു? അവനവന്റെ ഭാഗ്യത്തെ

ഷറ്റി ബോധവതി ആയാൽ മാത്രമേ ജീവിതം ഒരു വിജയമാവു കയുള്ളു.''

സരോജയ്ക്കും എന്റെ പ്രായമായിരുന്നു. അവൾ തത്ത്വജ്ഞാനി യെപ്പോലെ സംസാരിക്കുന്നത് ഞാൻ ഇഷ്ടപ്പെട്ടില്ല. അവൾ തന്റെ അച്ഛന്റെ വചനങ്ങൾ തന്റേതാക്കുക മാത്രമാണ് ചെയ്തിരുന്നത് എന്ന് എനിക്ക് അറിയാമായിരുന്നു. ഒരിക്കൽ ഞാൻ അവളോട് നീരസത്തോടെ പറഞ്ഞു:

''നിന്റെ അച്ഛൻ പറഞ്ഞതെന്തും നീ തത്തയെപ്പോലെ ആവർ ത്തിക്കും. നിനക്ക് സ്വന്തമായി ഒരഭിപ്രായവുമില്ല.''

സരോജ ഞാൻ പറയുന്നതിൽ സത്യമുണ്ടെന്ന് നിസ്സങ്കോചം സമ്മതിച്ചു. ''നിന്റെ അച്ഛൻ നിന്നോടു പറയുന്നത് നീയും ആവർ ത്തിക്കൂ. അതിൽ യാതൊരു അപാകതയും ഞാൻ കാണുക യില്ല.''

എന്റെ അച്ഛൻ എന്നോട് ഒരു മിത്രമെന്ന നിലയിലോ ഗുരുവെന്ന നിലയിലോ ഒരിക്കലും സംസാരിക്കാറില്ലയെന്ന് ഞാൻ സരോജ യോട് പറഞ്ഞില്ല. എന്റെ അച്ഛന് കുട്ടികളോട് സംസാരിക്കുവാൻ സമയം കിട്ടിയിരുന്നില്ല. ആഴ്ചയിൽ ഒരിക്കലോ മറ്റൊ പഠിപ്പ് എങ്ങനെ നടക്കുന്നു എന്ന് അദ്ദേഹം ചോദിച്ചാൽ അതുതന്നെ ചാരിതാർത്ഥ്യം തരുന്ന സ്നേഹപ്രകടനമായി ഞാൻ അംഗീകരിക്കുക പതിവായി രുന്നു. മിസ്റ്റർ സോമസുന്ദരം കട്ടിലിൽ ചാരിക്കിടന്ന് തന്റെ കുട്ടി കൾക്കായി കഥകൾ വായിച്ചുകൊടുക്കുമ്പോൾ ഞാൻ എത്രയോ തവണ ആ പാരായണം ശ്രദ്ധിച്ചുകൊണ്ട് ജനലിനു പുറത്തുള്ള ചരൽപ്പാതയിൽ സമയം മറന്ന് നിന്നിട്ടുണ്ട്. അദ്ദേഹം മക്കളെ ഫലിതോക്തികളാൽ ചിരിപ്പിക്കുമ്പോൾ ഞാനും ഒളിഞ്ഞുനിന്ന് ചിരിച്ചിട്ടുണ്ട്. മെത്തയിൽ വയ്ക്കുവാൻ ഒരു കരടിപ്പാവയെ ആവശ്യ മുണ്ടെന്ന് തോന്നിയ എനിക്ക് എന്നെ ആശ്ലേഷിച്ച് എന്നോട് സംസാ രിക്കുവാനും എന്നോടൊത്ത് ചിരിക്കുവാനും തയ്യാറുള്ള ഒരച്ഛ നേയും ആവശ്യമുണ്ടായിരുന്നു. ഞാൻ ആർക്കും വേണ്ടപ്പെട്ട വള ല്ലാതെ ഒരു പാഴ്മരംപോലെ വളർന്നു. എന്നെ ആരും തൊടുവാൻ മിനക്കെട്ടില്ല. എന്നെ ആരും ഉപദേശിച്ചില്ല. ഉപദേശിച്ച് നല്ലവളാക്കു വാൻ ആരും ശ്രമിച്ചതുമില്ല.

ഞാൻ ആർക്കുവേണ്ടി ജനിച്ചു? ഞാൻ ആർക്കുവേണ്ടി വള രുന്നു? എന്ന ചോദ്യങ്ങൾ എന്നെ പലപ്പോഴും അലട്ടി. തെല്ലൊരാ ശ്വാസം തരുന്ന ഉത്തരം ദൈവം എന്നായിരുന്നു. എന്നെ മനസ്സിലാക്കി എന്നെ സ്നേഹിക്കുന്ന ഒരു ദൈവം അദൃശ്യനായിട്ട് എന്നോടൊത്ത് കഴിയുന്നുവെന്ന് ഞാൻ സങ്കല്പിച്ചു. എന്റെ മനസ്സിനും ശരീരത്തിനും

നാൾക്കുനാൾ വന്നുപെടുന്ന പരിവർത്തനങ്ങൾ സംതൃപ്തിയോടെ ആ ദൈവം നോക്കിക്കാണുന്നുവെന്നും ഞാൻ അന്നും വിശ്വസിച്ചു.

ഉള്ളുതുറന്ന് അന്യോന്യം സംസാരിക്കുവാനുള്ള കഴിവ് എന്റെ കുടുംബാംഗങ്ങൾക്ക് ഒരിക്കലും ഉണ്ടായിരുന്നില്ല. വായ് മൂടിക്കെട്ടിയ മീനഭരണികൾപോലെയായിരുന്നു ആ വീട്ടിൽ എല്ലാവരും. തന്റെ ഗന്ധമോ സ്വാദോ മറ്റൊരാളെ അറിയിക്കാതെ ജീവിക്കുന്നവർ. വീട്ടിൽ സന്ദർശകർ വന്ന് നിറയുമ്പോൾ മാത്രം ആ മരവിച്ച അന്തരീക്ഷത്തെ പൊട്ടിച്ചിരിയും സംഭാഷണവും പുനർജീവിപ്പിച്ചു. എന്റെ അച്ഛനെപ്പോലെ നർമ്മബോധമുള്ള ഒരച്ഛനെ കിട്ടിയത് എന്റെ ഭാഗ്യമാണെന്ന് പി.ജി.മേനോന്റെ മക്കളും എം.ആർ.നായരുടെ മക്കളും എന്നോട് പറഞ്ഞു. അതിഥികളുടെ മുമ്പിൽ അച്ഛനും അമ്മയും ഞങ്ങൾ കുട്ടികളും വേലക്കാരും എല്ലാവരും അവനവന് വിധിക്കപ്പെട്ട വരികൾ മറക്കാത്ത നടീനടന്മാരായി മാറി. അതിഥികൾ പൊയ്ക്കഴിഞ്ഞാൽ ഇടനാഴിയിലെ പഴകിയ കണ്ണാടിയിൽ പ്രതിഫലിച്ച് എന്റെ സ്വന്തം മുഖവും നോക്കിക്കൊണ്ട് ഞാൻ ഒന്നോ രണ്ടോ നിമിഷനേരം നില്ക്കാറുണ്ടായിരുന്നു— തേടിക്കൊണ്ട്. അവനവന്റെ കണ്ണുകളിൽ കണ്ണുകൾനട്ട് തപസ്സ് ചെയ്യുവാൻ ആ കാലത്താവാം ഞാൻ പഠിച്ചത്.

ഇരുപത്തിയൊൻപത്

ആയിടയ്ക്കാണ് എന്റെ അമ്മ കല്ക്കത്തെയിൽ കേരളീയ മഹിളാസമാജത്തിന്റെ അദ്ധ്യക്ഷയായി തിരഞ്ഞെടുക്കപ്പെട്ടത്. ലജ്ജാശീലയായ തന്റെ ഭാര്യയുടെ സ്ഥാനലബ്ധിയിൽ സന്തോഷിച്ചിട്ടാവാം അച്ഛൻ സമാജത്തിന് എടുത്തു പറയാവുന്ന സംഭാവനകൾ നല്കിത്തുടങ്ങിയത്. അച്ഛനെ കാണുവാൻ ഇടയ്ക്കിടെ സമാജാംഗങ്ങൾ ഞങ്ങളുടെ വീട്ടിൽ വന്നുതുടങ്ങി. ഞങ്ങൾ കുട്ടികൾ ഉപയോഗിച്ചിരുന്ന പച്ച പിങ് പോങ് മേശ ഒരുദിവസം കേരളീയ മഹിളാസമാജക്കാർക്ക് സമ്മാനിച്ചു. അച്ഛനോട് മുഖസ്തുതി പറഞ്ഞും ചിരിച്ചും ഞങ്ങളുടെ മേശ തട്ടിയെടുത്ത സ്ത്രീകളെ ഞങ്ങൾ വെറുത്തു. എങ്കിലും ഓണാഘോഷത്തിന്റെ ഭാഗമായി അരങ്ങേറിയ നാടകത്തിൽ ഞാനും ഒരു ചെറിയ റോൾ സസന്തോഷം സ്വീകരിക്കുകയുണ്ടായി. റിഹേഴ്സലുകൾ മിക്കവാറും സമാജത്തിന്റെ കാര്യദർശിയുടെ വീട്ടിൽ വച്ചാണ് നടന്നിരുന്നത്. അവരുടെ മകൾക്കും പി.ജി.മേനോന്റെ മൂത്ത മകൾക്കും പ്രധാനപ്പെട്ട റോളുകൾ അനായാസേന ലഭിച്ചു.നാടകത്തിന് മുമ്പ് കാണിച്ച ഒരു ടാബ്ളോവിൽ

ഭാരതസ്ത്രീകളിൽ ഒരാളായും ഞാൻ പ്രത്യക്ഷപ്പെട്ടു. കറുത്ത ബുർക്ക ധരിച്ച് മുഖമൊഴിച്ച് ബാക്കി എല്ലാ ഭാഗവും മൂടിയ യാഥാസ്ഥിതിക മുസ്ലീം സ്ത്രീയായി അരങ്ങിൽ പ്രത്യക്ഷപ്പെടുവാൻ ഞാനല്ലാതെ മറ്റാരും തയ്യാറായില്ല. വെളുപ്പിച്ച മുഖവും കറുപ്പിച്ച ചില്ലിക്കൊടികളും ചുവപ്പിച്ച ചുണ്ടുകളും ഞാൻ അഭിമാനത്തോടെ പ്രദർശിപ്പിച്ചു.

നാടകങ്ങൾ രണ്ടായിരുന്നു അന്ന് അരങ്ങേറിയത്. ആദ്യത്തേത് തമിഴും പിന്നീട് വന്നത് ഹിന്ദിയും. തമിഴിൽ ആദ്യരംഗം ആരംഭിക്കുമ്പോൾ രാധാമണി സ്വാമിനാഥൻ എന്ന മെലിഞ്ഞ കുട്ടി പാട്ടിത്തള്ളയുടെ വേഷത്തിൽ സ്റ്റേജിന്റെ നടുവിൽ നിന്നുകൊണ്ട് "പാത്തിയാ അവളെ?" എന്ന് ചോദിക്കും. തമിഴ് അന്ന് എനിക്ക് അപരിചിതമായിരുന്നു. പക്ഷേ, രാധാമണിയുടെ നില്പും ചോദ്യവും സൈഡ് കർട്ടന്റെ പിന്നിൽ കാണിയായി നിന്നിരുന്ന എന്നെ ചിരിപ്പിച്ചു. ഹിന്ദി നാടകത്തിൽ ഞാൻ വെറുമൊരു ഇഷ്ടികക്കാരനായിരുന്നു. മുഖത്ത് ഒരു കൃത്രിമ മീശയും വച്ച് തലയിൽ ചുവന്ന തലേക്കെട്ടും കെട്ടി ബംഗാളിദോത്തിയും മുറിക്കയ്യൻ ഷർട്ടും ധരിച്ച് ഞാൻ സ്റ്റേജിൽ പ്രവേശിച്ചത് കുമ്മായം തേക്കുന്ന ചട്ടകവുമെടുത്ത് തലയെടുപ്പോടെതന്നെയായിരുന്നു. എനിക്ക് രണ്ടേ രണ്ട് വാചകങ്ങൾ മാത്രമേ ഉച്ചരിക്കുവാൻ ഉണ്ടായിരുന്നുള്ളു. സ്വച്ഛമായ ഹിന്ദിയിൽ അവ ഉച്ചരിക്കപ്പെട്ടു. പക്ഷേ, പ്രതീക്ഷിച്ച പ്രശംസ എനിക്ക് എവിടെനിന്നും കിട്ടിയില്ല.

അന്നും എന്നും അരങ്ങിന്റെ ദീപങ്ങൾ എന്നെ ഉന്മത്തയാക്കാറുണ്ട്. നാടകം ആരംഭിക്കുന്നതിനു മുമ്പ് ഗ്രീൻ റൂമിൽ കടന്നുചെന്ന് മുഖത്ത് ചായം തേക്കുന്ന നടീനടന്മാരെ കാണുന്നത് എനിക്ക് ആനന്ദകരമാണ്. ഓണാഘോഷം കഴിഞ്ഞ് വീട്ടിലെത്തിയപ്പോൾ രാത്രി പത്തുമണി കഴിഞ്ഞിരുന്നു. ഉറങ്ങേണ്ട സമയം. പക്ഷേ, ഭക്ഷണമുറിയിലേക്ക് പോവാൻ ധൃതിയിൽ നടന്നുതുടങ്ങിയ എന്നെ അച്ഛൻ തടഞ്ഞു നിർത്തി.

"ടാബ്ളൊവിൽ ലക്ഷ്മിയും ശകുന്തളയും ഭാരതമാതായും പഞ്ചാബി വധുവും ആയിരുന്നു. നാടകത്തിൽ അവർ രാജകുമാരനും രാജകുമാരിയുമായിരുന്നു. നിനക്കു മാത്രം ഇത്ര മോശപ്പെട്ട റോൾ എങ്ങനെ കിട്ടി?" അച്ഛൻ ചോദിച്ചു.

അമ്മ സാരി മാറ്റി മുണ്ട് ധരിക്കുകയായിരുന്നു. അവർ എന്റെ നേർക്ക് നോക്കി.

"രാജകുമാരനും രാജകുമാരിയുമാവാൻ മുതിർന്ന കുട്ടികൾ വേണമല്ലൊ. ഇഷ്ടികക്കാരന്റെ റോളിന് ചെറിയ കുട്ടികൾ മതി. അതുകൊണ്ടാണ് ആമിക്ക് ആ റോൾ കിട്ടിയത്" അമ്മ പറഞ്ഞു.

അച്ഛന് ദേഷ്യം വന്നതായി എനിക്കു തോന്നി. അദ്ദേഹത്തിന്റെ മുഖത്തെ പേശികൾ പെട്ടെന്ന് മുറുകി.

"നാടകത്തിൽ ആമിക്ക് ഇഷ്ടികക്കാരന്റെ റോൾ കിട്ടി. ടാബ്ളൊവിൽ നല്ല വേഷം കിട്ടിയോ?" അച്ഛൻ വിക്കലോടെ ചോദിച്ചു.

"ടാബ്ളൊവിൽ അവൾ നന്നായിരുന്നുവല്ലോ," അമ്മ ശാന്തസ്വരത്തിൽ അഭിപ്രായപ്പെട്ടു.

"നന്നായിരുന്നോ? അവൾ കറുത്ത മൂടുപടം ഇട്ടുനില്ക്കുന്നത് കുട്ടി കണ്ടില്ലേ? കാഴ്ചയിൽ ആമി മറ്റു കുട്ടികളെക്കാൾ മോശമാണോ? അവളുടെ പല്ലിന്മേൽ കമ്പികെട്ടി മുറുക്കിയതിന് ഞാൻ ഡോക്ടർ ചൗധുരിക്ക് കൊടുത്ത പണമെല്ലാം വെറുതെയായോ? എറിക് സ്മിത്തിന്റെ ഭാര്യ ഇസബെൽ കഴിഞ്ഞ ആഴ്ച പറഞ്ഞു അവൾ ചന്തമുള്ള പെൺകുട്ടിയാണെന്ന്. പിന്നെ എങ്ങനെയാണ് എന്റെ മകളെ ഇത്ര മോശപ്പെട്ട വേഷം കെട്ടാൻ സമാജക്കാർ തിരഞ്ഞെടുത്തത്?" അച്ഛൻ ചോദിച്ചു.

"ചെറിയ കുട്ടികളെപ്പോലെ സംസാരിക്കരുത്," അമ്മ പിറുപിറുത്തു.

അദ്ധ്യക്ഷയായിട്ടും ഈ അന്യായം കാണിക്കുവാൻ അവരെ കുട്ടി അനുവദിച്ചുവല്ലോ?" അച്ഛൻ പറഞ്ഞു.

അച്ഛന്റെ സ്വരം ഉയർന്നപ്പോൾ ഞാൻ അസ്വസ്ഥയായി. അച്ഛനും അമ്മയും തമ്മിൽ ഒരു ചെറിയ അഭിപ്രായവ്യത്യാസം പ്രത്യക്ഷപ്പെട്ടാൽ ഉടനെ എന്റെ ഹൃദയം ധൃതിയിൽ മിടിച്ചുതുടങ്ങാറുണ്ടായിരുന്നു. ആ നിമിഷത്തിൽ എന്റെ കാലടികളും കൈത്തലങ്ങളും വിയർക്കാറുണ്ടായിരുന്നു.

ഭക്ഷണത്തിന് ഇരുന്നപ്പോൾ പാറുക്കുട്ടി എന്നോട് ചോദിച്ചു," കുട്ടി നാടകത്തില് രാജകുമാരിടെ വേഷാണോ കെട്ടീത്?"

"ഞാൻ ഇഷ്ടികക്കാരന്റെ വേഷാ കെട്ടിയത്," ഞാൻ പറഞ്ഞു. അസുഖകരമായ ആ സത്യം തുറന്നുപറയുമ്പോൾ എനിക്ക് ഒരു പ്രത്യേക സന്തുഷ്ടി അനുഭവപ്പെട്ടു.

ഓണാഘോഷത്തിന്റെ ക്ഷണക്കത്തിൽ അദ്ധ്യക്ഷയുടെയും കാര്യദർശിയുടെയും പേരുകൾ മാത്രമേ അച്ചടിച്ചിരുന്നുള്ളു. ഉപാദ്ധ്യക്ഷയായ സീത കുഞ്ഞപ്പയുടെ പേര് അതിൽ ഉണ്ടായിരുന്നില്ല. അവർ അമ്മയെ കണ്ടപ്പോൾ കുറെനേരം അതിനെപ്പറ്റി പരാതിപ്പെട്ട് തേങ്ങിക്കരഞ്ഞു. ഓണാഘോഷത്തിന്റെ പിറ്റേദിവസം അമ്മയോട് അദ്ധ്യക്ഷപദത്തിൽനിന്ന് രാജിവയ്ക്കുവാൻ അച്ഛൻ ആജ്ഞാപിച്ചു.

"കുഞ്ഞപ്പയും സീതയും നമുക്ക് വേണ്ടപ്പെട്ടവരാണ്. അവരെ വേദനിപ്പിക്കുന്ന യാതൊന്നും നമുക്ക് ചെയ്യാൻ പാടില്ല," അച്ഛൻ പറഞ്ഞു.

അമ്മ ആശ്വാസത്തോടെ സമാജത്തിൽനിന്ന് രാജിവെയ്ക്കുകയും ചെയ്തു. സംഘടനാപ്രവർത്തനങ്ങളിൽ അമ്മയ്ക്ക് തീരെ താല്പര്യമുണ്ടായിരുന്നില്ല. ഏത് സമാജത്തിലും കലഹങ്ങൾ പ്രോത്സാഹിക്കപ്പെടുമെന്ന് അച്ഛൻ വിശ്വസിച്ചു. കലഹങ്ങളിൽ ഒരിക്കലും തന്റെ കുടുംബാംഗങ്ങൾ കുടുങ്ങിപ്പോവരുതെന്ന് അദ്ദേഹത്തിന് നിർബന്ധമുണ്ടായിരുന്നു.

ആ കാലത്താണ് എന്റെ സ്കൂളിൽ ഒരു പുതിയ ഇംഗ്ലിഷ് ടീച്ചർ വന്നെത്തിയത്. അവരുടെ പേര് മിസ് സ്നേഹാ ലാഹാ എന്നായിരുന്നു. റാഞ്ചിയിലെ ഒരു മനശ്ശാസ്ത്രജ്ഞന്റെ മൂത്ത പുത്രിയായിരുന്നു അവർ. അവരുടെ മുഖത്തിന് വേണ്ടതിലധികം നീളവും വിളർപ്പുമുണ്ടായിരുന്നു. പക്ഷേ, അവരുടെ സ്വരത്തിന് അത്യന്തം കൗതുകകരമായ ഒരിടർച്ച ഉണ്ടായിരുന്നു. നട്ടെല്ല് തകർന്ന ഒരു സ്വരമായിരുന്നു അത്. ആരാധിക്കുവാൻ പറ്റിയ ഒരാളെ അന്വേഷിക്കുകയായിരുന്നു ഞാൻ. അവർ എന്റെ ഉപന്യാസങ്ങളെയും കവിതാശകലങ്ങളെയും പുകഴ്ത്തിയപ്പോൾ ഞാൻ വിശ്വസിച്ചു, അവർ എന്നെ സ്നേഹിച്ചുതുടങ്ങി എന്ന്. കവിതകൾ അവരെപ്പറ്റിയായിരുന്നു. മിസ്. ലാഹാ അവ വായിച്ച് പുഞ്ചിരി തൂകി. എല്ലാ ദിവസവും ഞാൻ ഞങ്ങളുടെ ചെടികളിൽനിന്ന് ഓരോ പനിനീർപ്പൂ പൊട്ടിച്ചെടുത്ത് സ്കൂളിൽ കൊണ്ടുപോയി മിസ് ലാഹയ്ക്ക് സമ്മാനിച്ചു. എന്റെ സ്നേഹപ്രകടനം അവരെ കോപിപ്പിച്ചില്ല. അവരെപ്പറ്റി ഞാൻ പാറുക്കുട്ടിയോട് സന്ധ്യാ നേരത്ത് സംസാരിക്കാറുണ്ടായിരുന്നു. പാറുക്കുട്ടിക്കല്ലാതെ മറ്റാർക്കും എനിക്ക് ഇംഗ്ലിഷ് ടീച്ചറിനോട് തോന്നിയ അഭിനിവേശത്തെ മനസ്സിലാക്കുവാൻ കഴിയില്ലെന്ന് ഞാൻ വിശ്വസിച്ചു.

"കുട്ടി യാത്ര പറയാൻ ചെന്നപ്പൊ ടീച്ചറ് എന്തേ പറഞ്ഞത്?" വേനലിന്റെ ഒഴിവ് ആരംഭിക്കുന്നതിന്റെ തലേന്നാൾ പാറുക്കുട്ടി എന്നോട് ചോദിച്ചു.

"ഇന്ന് ടീച്ചറ് എന്നെ കെട്ടിപ്പിടിച്ച് ഉമ്മ വച്ചു,"ഞാൻ പറഞ്ഞു. അത് വെറും നുണയായിരുന്നു. പാറുക്കുട്ടിയുടെ മുഖത്ത് ആർദ്രതയുള്ള ഒരു മന്ദഹാസം പരന്നു.

"ടീച്ചർക്ക് കുട്ട്യോട് അത്രയ്ക്ക് സ്ഥായിണ്ടാവും.വേറെ കുട്ട്യോളെ ടീച്ചറ് ഉമ്മ വയ്ക്കില്യ."

"എല്ലാ കുട്ട്യോളേം ഉമ്മ വയ്ക്കാൻ അതിന് സായിക്കില്യ.അയിന് കുട്ട്യേ മാത്രേ സ്നേഹള്ളു. അതോണ്ടാ ഉമ്മ വെയ്ക്കണ്," പാറുക്കുട്ടി അഭിപ്രായപ്പെട്ടു.

എന്റെ സങ്കല്പത്തിൽ ഞാനും മിസ് ലാഹയെന്ന നാല്പത്തഞ്ചുകാരിയും തമ്മിൽ വിരിഞ്ഞ സ്നേഹബന്ധം വളർന്നുവന്നു.

അവർക്ക് കാണുവാനായി മാത്രം ഞാൻ തലമുടി ചീകി രണ്ടായി പിന്നിയിട്ടു. മുഖം വീണ്ടും വീണ്ടും സോപ്പ് തേച്ച് കഴുകി തിളക്കം വരുത്തി. കണ്ണെഴുതാനോ പൗഡർ തേക്കുവാനോ അച്ഛൻ ഒരിക്കലും അനുവദിച്ചിരുന്നില്ല. വാസന ദ്രവ്യങ്ങൾ ഉപയോഗിക്കുവാനും എനിക്ക് അനുവാദം ഉണ്ടായിരുന്നില്ല.

പതിമൂന്നും പതിന്നാലും വയസ്സ് പ്രായമുള്ള മറ്റു പെൺകുട്ടികളും ഏതെങ്കിലും അദ്ധ്യാപികയെ ആരാധിക്കുന്നുണ്ടായിരുന്നു. ആ കാലത്ത് അത്തരം ആരാധനാഭാവം സ്കൂളിൽ സാധാരണമായിരുന്നു. അതിനെപ്പറ്റി യാതൊരു കുറ്റബോധവും കുട്ടികൾക്ക് അനുഭവപ്പെട്ടിരുന്നില്ല. ഞാൻ വളർന്നു കഴിഞ്ഞാൽ മിസ് ലാഹയുടെകൂടെ മാത്രമേ താമസിക്കുകയുള്ളൂ എന്ന് വിശ്വസിച്ച ഒരു കാലമായിരുന്നു അത്. എന്റെ ഭ്രമത്തെ പുച്ഛിച്ചു തള്ളിയത് അയൽക്കാരി ശാന്തുവായിരുന്നു.

"മിസ് ലാഹയുടെ കൂടെ താമസിച്ചാൽ നീ പ്രസവിക്കില്ലല്ലൊ? നിനക്ക് കുട്ടികളുടെ അമ്മയാവണ്ടേ?" ശാന്തു ചോദിച്ചു.

"മിസ് ലാഹയുടെകൂടെ താമസിച്ചാലും ഞാൻ പ്രസവിക്കും. ഞാൻ പ്രസവിക്കുന്നത് അവർ തടയില്ല," ഞാൻ പറഞ്ഞു.

ശാന്തു പൊട്ടിച്ചിരിച്ചു. അവൾ രണ്ടു കൈകൾകൊണ്ടും തന്റെ അടിവയർ മുറുക്കിപ്പിടിച്ച് ഉറക്കെയുറക്കെ ചിരിച്ചു.

"ഒരു പുരുഷൻ നിന്റെ അടുത്തില്ലെങ്കിൽ നീ എങ്ങനെ പ്രസവിക്കും?" അവൾ എന്നോട് ചിരിക്കിടയിൽ ചോദിച്ചു.

"നീ ഞാൻ പ്രസവിക്കുന്ന കാര്യം അന്വേഷിക്കണ്ട. നിന്റെ ഉപദേശം കൂടാതെതന്നെ ഞാൻ പ്രസവിക്കും," ഞാൻ ഉദ്വേഗത്തോടെ പറഞ്ഞു.

ശാന്തു വീണ്ടും ചിരിച്ചു.

"ഓ കമലാ, നീ വെറുമൊരു മണ്ടിയാണ്. നീ എന്നെ ഇങ്ങനെ ചിരിപ്പിച്ചാൽ നിശ്ചയമായും എനിക്ക് മൂത്രം പോവും," ശാന്തു പറഞ്ഞു.

പെൺകുട്ടികൾ ആൺകുട്ടികളെ മാത്രമേ സ്നേഹിക്കാൻ പാടുള്ളൂ എന്ന് അന്നു ഞാൻ മനസ്സിലാക്കിയിരുന്നില്ല. കൊടുക്കുവാൻ സമൃദ്ധമായി സ്നേഹം എന്റെ പക്കൽ ഉണ്ടായിരുന്നു. സ്വീകരിക്കുവാൻ തയ്യാറായി ആരും മുന്നോട്ട് വന്നതുമില്ല.

എന്റെ ക്ലാസ്സിൽ പഠിച്ചിരുന്ന മിക്ക കുട്ടികൾക്കും വളർത്തുനായ്ക്കൾ ഉണ്ടായിരുന്നു. തങ്ങൾ വീട്ടിലേക്ക് മടങ്ങുമ്പോൾ അവ വാലാട്ടുകയും അതീവപ്രേമം പ്രദർശിപ്പിക്കുകയും ചെയ്തിരുന്നുവെന്ന് അവർ എന്നോട് പറഞ്ഞുതന്നു. എനിക്കും സ്നേഹം തരാനായി ഒരു വളർത്തുനായ് വേണമെന്ന് ഞാൻ ആഗ്രഹിച്ചു. അച്ഛൻ

ഒരിക്കലും ഒരു നായയെ വാങ്ങി വീട്ടിൽ വളർത്തുകയില്ല എന്ന് അമ്മ പറഞ്ഞു. എന്നിട്ടും ഞാൻ ഇടവിടാതെ അമ്മയോട് എന്റെ ആഗ്രഹം അറിയിച്ചുകൊണ്ടേയിരുന്നു.

ഒരുദിവസം കുപ്പത്തൊട്ടികൾ തേടി തെരുവിൽ അലയുന്ന ഒരു അനാഥപ്പട്ടി എന്റെ വീടിന്റെ പടിക്കൽ വന്നുനിന്നു. അതിന് മാൻ നിറവും വെളുത്ത പാടുകളും ഉണ്ടായിരുന്നു. അതിന്റെ ശാന്തനേത്രങ്ങൾ കുറച്ചുനേരം എന്നെ നോക്കിക്കണ്ടു. ഞങ്ങളുടെ വീടിന്റെ മുൻവശം വൃത്തിയുള്ളതും ചീഞ്ഞളിഞ്ഞ ഭക്ഷണസാധനങ്ങളുടെ ദുർഗ്ഗന്ധം അശേഷമില്ലാത്തതുമായിരുന്നു. അതുകൊണ്ടാവാം ആശയറ്റമട്ടിൽ അവൾ അവിടെനിന്ന് യാത്രയായത്. ഞാൻ വീട്ടിന്റെ അകത്തു പോയി ഒരു പാക്കറ്റ് ബിസ്കറ്റുമായി തെരുവിലേക്ക് ഇറങ്ങി. പട്ടിയുടെ അടുത്തെത്തിയപ്പോൾ ഞാൻ ബിസ്കറ്റ് പൊതി പൊളിച്ചു. ഓരോ ബിസ്കറ്റായി ഫുട്പാത്തിൽ എറിഞ്ഞ് പിന്നോക്കം നടന്നുകൊണ്ട് ഞാൻ എന്റെ വീട്ടിലെത്തി. ബിസ്കറ്റുകൾ തന്റെ മുഖം ചെരിച്ചുകൊണ്ട് തിന്നും വാലാട്ടിയും പട്ടി എന്റെ അടുത്തെത്തി. പത്തു ബിസ്കറ്റുകൾ തിന്നതിനുശേഷവും അതിന്റെ വിശപ്പ് ശമിച്ചിരുന്നില്ല. അത് എന്റെ മുഖത്തുതന്നെ കണ്ണുകൾ നട്ട് തന്റെ വാല് സാവധാനത്തിൽ ഇളക്കിക്കൊണ്ട് എന്റെ മുമ്പിൽ നിന്നു. ഞാൻ അതിനെ മാൻ എന്ന് വിളിച്ചു. അത് പട്ടിയല്ല മാനാണ് എന്ന് നടിച്ചാൽ അതുമായി സഹവസിക്കുവാൻ അച്ഛൻ എന്നെ അനുവദിക്കുമെന്ന് ഞാൻ കരുതി. അച്ഛൻ അതിനെ നേരിട്ട് കാണുന്നതുവരെ അതിനെ എനിക്ക് വളർത്തുമൃഗമായി പരിപാലിക്കുകയും ചെയ്യാം. അതിനെ അടുക്കളയുടെ അടുത്ത ചായ്പിലോ വേലക്കാരുടെ കുളിമുറിക്ക് പിന്നിലൊ താമസിപ്പിക്കുവാൻ ഞാൻ തീരുമാനിച്ചു. പട്ടിയെ വളപ്പിൽ കയറ്റിയതിൽ നാരായണൻ നായർ, കുഞ്ഞാത്തു, തൃപുര മുതലായവർ പ്രതിഷേധിച്ചു. അതിന്റെ മുഖത്ത് കേക്കിൽ ഉണക്ക മുന്തിരിപോലെ രണ്ടോ മൂന്നോ ചെള്ളുകൾ പറ്റിപ്പിടിച്ച് ഇരുന്നിരുന്നു. അവയെ ചൂണ്ടിക്കാട്ടി നാരായണൻ നായർ ആക്രോശിച്ചു:

“ഇനി അട്ക്കളേല് വെക്കണ ചോറിലും കൂട്ടാനിലും നായച്ചെള്ള് വീണാൽ ബാക്കിയുള്ളോരെ കുറ്റപ്പെടുത്തണ്ട. ഈ കുട്ടിയാണ് ഇതിന്റെയൊക്കെം കാരണക്കാരി.”

പട്ടി ഒരു പാത്രത്തിൽ പാൽ കുടിക്കുമ്പോൾ ഞാൻ അതിന്റെ മുഖത്ത് ഇളംചൂടുള്ള വെള്ളം ഒഴിച്ചു. ചെള്ളുകൾ ഇളകിയില്ല. പട്ടി പാൽ കുടിക്കുന്നത് നിർത്തി അരനിമിഷം എന്റെ മുഖത്ത് നോക്കി. പിന്നീട് അത് എന്റെ പ്രവൃത്തികളെ ഗൗനിക്കാതെ വീണ്ടും പാൽകുടി തുടർന്നു. അതിന് വിശ്രമിക്കുവാൻ കുളിമുറിക്ക് പിന്നിൽ

സിമന്റ് തറയിൽ ഞാൻ ഒരു പഴയ പുതപ്പ് വിരിച്ചുകൊടുത്തു. പക്ഷേ, എത്രതന്നെ ആംഗ്യങ്ങളാലും വാക്കുകളാലും നിർബന്ധി ച്ചിട്ടും അവൾ പുതപ്പിൽ കിടന്നതേയില്ല. പുതപ്പും നോക്കിക്കൊണ്ട് വെറും സിമന്റ് തറയിൽ അവൾ സന്തുഷ്ടയായി കിടന്നു. അവളുടെ തലയ്ക്ക് മീതെ നീലവർണ്ണമുള്ള ഈച്ചകൾ മൂളിക്കൊണ്ട് പറന്നു.

"ഇതിനെ ഇബ്ടെ താമസിപ്പിച്ചാ ഇയ്ക്ക് രാത്രി കക്കൂസിപ്പൂവാൻ പേടിയാവും, അയിനെ എങ്ങാനും ഒന്ന് ചവിട്ടിയാ അത് ഇന്നെ കടിക്കില്ല്യേ മോളെ?" കുഞ്ഞാത്തു എന്നോട് ചോദിച്ചു.

"അതാരേം കടിക്കില്ല്യ കുഞ്ഞാത്തുമാപ്പളെ. അയിനെക്കൊണ്ട് നൊമ്മക്കാർക്കും ഒരുപദ്രവോണ്ടാവില്ല്യ. രാത്രി കള്ളന്മാര് വരുംന്ന് പേടിക്കും വേണ്ട. വീടായാ ഒര് നായ വേണം കാവലിന്. ഞാനെ പ്പവും ഗൂട്ടില് താമസിക്കുമ്പൊ ഗോയിന്ദൊട്ടിമേന്നോടും ലീലക്കു ട്ട്യേമയോടും പറയാറ്ണ്ടാർന്നു, ഒരു നായെ വേടിക്കാൻ. പേടി ല്യാതെ രാത്രി ഒറങ്ങാലോ. കേക്കണ്ടെ? ഞാമ്പറഞ്ഞത് അവര് കേക്ക്വോ? ഇബ്ടെ ഒരു നായ അത്യാവശ്യം. രാത്രിയാമ്പൊ ഇയ്ക്ക് പേടിയാ. വല്ലോരും വന്ന് ഇന്നെ പിടിച്ചോണ്ട് പൂവ്വോന്നാ ഇയ്ക്ക് പേടി. ഈ വക ജാത്യോള്ക്ക് മലയാളിപ്പെണ്ണുങ്ങളെ വെല്ല്യ ഭ്രമാന്ന് കേട്ട്ട്ട്ണ്ട്," പാറുക്കുട്ടി പറഞ്ഞു.

"വല്ലോരും പിടിച്ചോണ്ട് പൂവുമ്പൊ ഈ ചൊക്ലിപ്പട്ടി നിങ്ങളെ രക്ഷിക്ക്വോ? നിങ്ങളെ രക്ഷിക്കാൻ മനുഷ്യമ്മാരന്നെ വേണ്ട്യേരും," നാരായണൻനായർ പറഞ്ഞു.

കുഞ്ഞാത്തു ഉറക്കെ ചിരിച്ചു.

"ചൊക്ലിപ്പട്ടിയേരിക്കും പക്ഷേ, അതിന് നല്ല സ്നേഹണ്ടാവും. രണ്ടീസം ചോറ് കൊടുക്കുമ്പഴക്കും അവറ്റയ്ക്ക് നമ്മള് ജീവനാ," പാറുക്കുട്ടി പറഞ്ഞു.

"പറേണതുകേട്ടാ തോന്നും നിങ്ങക്ക് മനുഷ്യരെ കണ്ടൂടാന്ന്. നിങ്ങക്ക് ജന്തുക്കൾടെ സ്നേഹം മതിയേരിക്കും,"നാരായണൻ നായർ അഭിപ്രായപ്പെട്ടു.

കുഞ്ഞാത്തു വീണ്ടും പൊട്ടിച്ചിരിച്ചു. അരനിമിഷത്തിലധികം ചിരിക്കുമ്പോഴേക്കും കുഞ്ഞാത്തു ചുമച്ചുതുടങ്ങുകയും ചുമ യാൽ വിയർത്ത് തളരുകയും പതിവായിരുന്നു. അതുകൊണ്ട് കുഞ്ഞാത്തു ചിരിക്കുമ്പോൾ ഞാൻ അസ്വസ്ഥയാവാറുണ്ടായി രുന്നു. ആ വൃദ്ധൻ പെട്ടെന്ന് ചിരിച്ച് മരിച്ചുപോവുമെന്നും ആ മരണ ത്താൽ കോട്ടപ്പടിയിലെ ഒരു കുടുംബം മുഴുവനും നിത്യ ദാരിദ്ര്യ ത്തിൽ മുങ്ങിപ്പോവുമെന്നും ഞാൻ ഭയന്നു.

പട്ടിയെ താൻ ഒരിക്കലും മാൻ എന്ന് വിളിക്കുകയില്ലെന്ന് കുഞ്ഞാത്തു ഉറപ്പിച്ചു പറഞ്ഞു. പട്ടിയെ ചൊക്ലി എന്ന് വിളിക്കു

വാനാണ് തനിക്ക് ആഗ്രഹം എന്ന് ആ വൃദ്ധൻ പ്രസ്താവിച്ചു. ബംഗാളി പട്ടിയായാലും മാനിന്റെ നിറമുള്ള പട്ടിയായാലും പട്ടി പട്ടിതന്നെ എന്ന് കുഞ്ഞാത്തു പറഞ്ഞു.

"ഞാൻ പറഞ്ഞില്യാന്ന് വേണ്ട. ഏമാൻ ഇത് കണ്ടാൽ ഇവിടെ ഒരാളേം ജീവനോടെ വെയ്ക്കില്യ. പട്ടിയെ പറപ്പിക്കും. ബാക്കിള്ളോരേം പറപ്പിക്കും." കുഞ്ഞാത്തു തുടർന്നു.

"മനിഷ്യക്കുട്ടിയോൾക്ക് പാലില്യാത്ത രാജ്യത്ത് പട്ടിയോളക്ക് പാല് ഒഴിച്ചുകൊടുക്കണത് മഹാപാപാ," നാരായണൻനായർ പട്ടി പാല് കുടിക്കുന്നതും നോക്കിക്കൊണ്ട് പറഞ്ഞു.

"പട്ടികളുടെ സ്വഭാവം മനുഷ്യരുടെ സ്വഭാവത്തെക്കാൾ നന്ന്," ഞാൻ പിറുപിറുത്തു.

"അതെ. അതെ ഇംഗ്ലിഷുകാരുടെ സ്ക്കൂള്ള്പ്പഠിച്ചോണ്ട് കിട്ടിയ കണ്ടുപിടിത്തങ്ങളാ ഈ പറേണ കാര്യങ്ങളൊക്കെ! നൊമ്മടെ ആള്കൾക്ക് പട്ടി തൊട്ടാത്തന്നെ അശുദ്ധാ. പിന്നെ കുളിച്ചിട്ട് വേണം വീട്ടിന്റെ ആത്ത് കേറാൻ," നാരായണൻനായർ പറഞ്ഞു.

മുപ്പത്

ഗൊരിയാഹാട്ട് മാർക്കറ്റിനു സമീപം തുത്തനാകപ്പലകകൾകൊണ്ട് തട്ടുകൾ നിർമ്മിച്ച വീടുകളിൽ ഒന്നിലായിരുന്നു കാശീറാം എന്ന ദോബി താമസിച്ചിരുന്നത്. മഴക്കാലത്ത് ഒരിക്കൽ വീട്ടിലെത്തുവാൻ മൂന്നാഴ്ച വൈകിയ തുണികളെ അന്വേഷിച്ച് അവിടെ ചെല്ലുവാൻ അച്ഛൻ ഡ്രൈവറായ നരേശിനോട് പറഞ്ഞു. എന്നെ സ്കൂളിൽനിന്ന് വൈകുന്നേരം മടക്കിക്കൊണ്ടുവരുന്ന സമയത്താണ് നരേശ് ദോബിയുടെ വീട്ടിലെത്തിയത്. കാറിൽനിന്ന് ഇറങ്ങരുതെന്ന് അയാൾ എന്നോട് തറപ്പിച്ചു പറഞ്ഞു. നരേശ് കാറ് നിർത്തി തുത്തനാകപ്പലകകൾ മുകളിൽ പാകിയ ഒരു കുടിലിലേക്ക് നടന്നു. റോട്ടിലും അതിന് അപ്പുറത്തും ചളിവെള്ളം കെട്ടിനിന്നിരുന്നു. തടിയനായ നരേശ് തന്റെ കാലുറകളുടെ അഗ്രങ്ങൾ മടക്കിക്കൊണ്ട് വേച്ചു വേച്ചു നടക്കുന്നതും നോക്കി ഞാൻ കാറിൽ ഉയർത്തിയ കറുത്ത ചില്ലിന് പിന്നിൽ ഇരുന്നു.

"കാശീറാം, കാശീറാം" എന്ന് പല തവണ വിളിച്ചപ്പോഴാണ് ദോബിയുടെ വാതിൽ തുറന്നത്. ദോബിയുടെ ഭാര്യ പുറത്തേക്കു വന്ന് ചിരിച്ചുകൊണ്ട് എന്തോ പറഞ്ഞു. അവർ പുള്ളികളുള്ള പാവാടയും പകുതി മുഖം മറച്ചുകൊണ്ടുള്ള മുഷിഞ്ഞ മൂടുപടവും

ധരിച്ചിരുന്നു. അവർ നടക്കുമ്പോഴും കൈകൾ ചലിപ്പിക്കുമ്പോഴും വെള്ളി ആഭരണങ്ങൾ ഉച്ചത്തിൽ കിലുങ്ങി. പകുതി മറഞ്ഞ മുഖത്തിന്റെ കീഴ്ഭാഗം എനിക്ക് കാണാമായിരുന്നു. ചുവന്നതും വലുതുമായ പല്ലുകൾ ഞാൻ കണ്ടു. അവർ കാറിന്റെനേർക്ക് നടന്നുവന്നു. ഇടത്തുകൈകൊണ്ട് പാവാട ഉയർത്തിക്കൊണ്ടാണ് അവർ എന്റെ നേർക്ക് നടന്നത്. ഇടത്തേ കാൽവണ്ണയിൽ കറുത്തരോമങ്ങൾ വളർന്നു നിന്നിരുന്നു. ഞാൻ ആശ്ചര്യത്തോടെ അവരെ തുറിച്ചു നോക്കി.

സംസാരിച്ചപ്പോൾ അവരുടെ ശബ്ദം പൗരുഷമുള്ളതായി എനിക്ക് തോന്നി. ഞാൻ ചില്ല് താഴ്ത്തി ചിരിച്ചു.

"കാറിൽ ഇരിക്കണ്ട. ഞങ്ങളുടെ ദാരിദ്ര്യം പിടിച്ച വീട്ടിലേക്കു വരൂ. എന്റെ ഏറ്റവും ചെറിയ കുട്ടിയെ കാണിച്ചുതരാം,"അവർ ഹിന്ദിയിൽ പറഞ്ഞു.

ദോബിക്ക് ഏഴ് പെൺമക്കളും ഒരാൺകുട്ടിയും ഉണ്ടായിരുന്നു എന്ന് അയാൾ പറഞ്ഞ് ഞാൻ മനസ്സിലാക്കിയിരുന്നു. എട്ടാമത്തെ കുട്ടിയായിരുന്നു ആൺകുഞ്ഞായ കണയ്യ. ദോബിയുടെ കറുത്ത നിറമായിരുന്നു ഏഴ് പെൺകുട്ടികൾക്കും. ഭാര്യയുടെ പഴുത്ത മാങ്ങാവർണ്ണം ആൺകുട്ടിക്ക് മാത്രം ലഭിച്ചു. അവന്റെ നിറഭംഗിയെ പ്പറ്റി പലപ്പോഴും ദോബി പാറുക്കുട്ടിയോടും കുഞ്ഞാത്തുവിനോടും തൃപുരയോടും പറയുന്നത് ഞാൻ കേൾക്കാറുണ്ടായിരുന്നു.

"മഴ തോർന്ന സമയമില്ല. എന്നും രാവിലെ തുണികൾ ലേക്കിന്റെ വക്കത്ത് പുല്ലിൽ വിരിക്കും. ഒരു മണിക്കൂറിന്റെ വെയിൽ കിട്ടും. വീണ്ടും മഴ എത്തും. എന്തു ചെയ്യും?" ദോബിയുടെ ഭാര്യ എന്നോട് ചോദിച്ചു. ഞാൻ ഒന്നും പറഞ്ഞില്ല. നരേശ് അവരെ മൃദുവായി ശകാരിച്ചുകൊണ്ടേയിരുന്നു.

സാഹെബിന് കോപം വന്നിരിക്കുന്നു എന്ന വാക്കുകൾ പലതവണ ആവർത്തിച്ചു. എന്നിട്ടും ദോബിയുടെ ഭാര്യ ചിരിച്ചുകൊണ്ടേയിരുന്നു.

"കണയ്യ ഉറക്കമുണർന്നു. അവനെ കാണണ്ടേ"? അവർ ചോദിച്ചു.

"നിങ്ങളുടെ കുഞ്ഞിനെ താലോലിക്കുവാൻ നിന്നാൽ നേരം വൈകും. കുട്ടിയെക്കാത്ത് മാജി ഇപ്പോൾ വീട്ടിന്റെ ഗേറ്റിൽ വന്ന് നില്ക്കുന്നുണ്ടാവും,"നരേശ് പറഞ്ഞു.

"എനിക്ക് ആ കുഞ്ഞിനെ കാണണം," ഞാൻ പറഞ്ഞു.

നരേശ് കാറിന്റെ വാതിൽ മനമില്ലാമനസ്സോടെ തുറന്നു.

"ഷൂസ് ആകെ നനയും," നരേശ് പറഞ്ഞു.

ഞാൻ ഷൂസുകളും സോക്സും ഊരി കാറിൽ വച്ച് നഗ്നപാദയായി, ദോബിയുടെ ഭാര്യയെ ചളിവെള്ളം കെട്ടിനിൽക്കുന്ന പുൽത്ത

കിടിയിൽ കൂടി അനുഗമിച്ചു. ചളിവെള്ളത്തിന് മദ്ധ്യാഹ്നവെയിലിലും തണുപ്പുണ്ടായിരുന്നു.

ഞങ്ങൾ എത്തുമ്പോഴേക്കും വീടിന് മുമ്പിൽ നാലഞ്ച് പെൺകുട്ടികൾ പ്രത്യക്ഷപ്പെട്ടുകഴിഞ്ഞിരുന്നു. കറുത്തുമെലിഞ്ഞ, മുടി രണ്ടായി മുറുക്കി പിന്നിയിട്ട പെൺകുട്ടികൾ. അവർ എന്നെ നോക്കി പുഞ്ചിരിച്ചുകൊണ്ടേയിരുന്നു.

"പാർവ്വതീ, കുട്ടിക്ക് കുടിക്കാൻ സർബത്ത് കലക്കി കൊണ്ടുവാ," കുട്ടികളുടെ അമ്മ വിളിച്ചുപറഞ്ഞു.

"സർബത്തൊന്നും കുട്ടി കുടിക്കില്ല," നരേശ് പറഞ്ഞു. അയാളുടെ മുഖത്തിന്റെ ഗാംഭീര്യം അവരെ ഭയപ്പെടുത്തിയെന്ന് എനിക്ക് തോന്നി. അവർ വിളർത്തു. ചിരിമാത്രം മറഞ്ഞതുമില്ല. അതു കൂടുതൽ ദീർഘിച്ചുവന്നതേ യുള്ളു.

"കുട്ടിക്ക് ബിസ്കറ്റ് വാങ്ങിച്ചുവരട്ടെ?" അവർ നരേശിനോട് ചോദിച്ചു.

"വേണ്ട. കുട്ടി ഒന്നും തിന്നില്ല. വെറുതെ പണം കളയണ്ട," നരേശ് പ്രസ്താവിച്ചു.

അവർ അകത്തുപോയി തന്റെ ആൺകുഞ്ഞിനെ കൈയിലെടുത്തു പുറത്തുവന്നു. അവൻ പൂർണനഗ്നനായിരുന്നു. അരയിൽ ചെമ്പിന്റെ ഏലസ്സുള്ള ഒരു ചരടുമാത്രം അവൻ ധരിച്ചിരുന്നു.അവനെ ആ സ്ത്രീ എന്റെ നേർക്ക് നീട്ടി.

"കുട്ടിയെ എടുക്കണോ?" അവർ ചോദിച്ചു.

"എന്റെ കൈയിൽനിന്ന് വീഴും. എനിക്ക് കുട്ടികളെ എടുത്ത് ശീലമില്ലല്ലൊ?" ഞാൻ പറഞ്ഞു.

കുഞ്ഞ് എന്നെ നോക്കി വായ് തുറന്നു. അവന്റെ വായിൽ പല്ലുണ്ടായിരുന്നില്ല. അവൻ ആരൊടെന്നില്ലാതെ വെറുതെ ചിരിച്ചുകൊണ്ടിരുന്നു. അവന്റെ മൂർദ്ധാവിൽ നനുത്ത മുടി ജടയായി നില്ക്കുന്നത് ഞാൻ നോക്കിക്കണ്ടു.

"മുണ്ഡനം ചെയ്യിക്കാറായിട്ടില്ല," ദോബിയുടെ ഭാര്യ കുഞ്ഞിന്റെ തല തടവിക്കൊണ്ട് പറഞ്ഞു.

"നിങ്ങൾ കാശിക്കാരാണോ?" നരേശ് ചോദിച്ചു.

"കാശിയുടെ അടുത്ത് ആസാംഗർ ആണ് ഞങ്ങളുടെ ജന്മസ്ഥലം," ദോബിയുടെ ഭാര്യ പറഞ്ഞു.

"കാശീറാമിനോട് വേഗം അലക്കിയ തുണികൾ കൊണ്ടുവരാൻ പറയൂ," നരേശ് പറഞ്ഞു.

ഞങ്ങൾ കാറിൽ യാത്രയായപ്പോഴും ദോബിയുടെ ഭാര്യ കുഞ്ഞിനെയുംകൊണ്ട് റോഡുവക്കത്ത് നിന്നു.

“കാശീറാം ഒരു പാവമാണ്. അയാൾക്ക് ഈ സ്ത്രീ സ്വൈരം കൊടുക്കില്ല,” നരേശ് പറഞ്ഞു.

“ഈ സ്ത്രീ എന്തു തെറ്റാണ് ചെയ്തത്?” ഞാൻ ചോദിച്ചു.

“വറക്കത്തില്ലാത്ത സാധനമാണ് ഇവർ. ഏഴ് പെൺകുഞ്ഞുങ്ങളെ പെറ്റു. ഞാനാണെങ്കിൽ ഇത്തരം ഒരു ഭാര്യയെ പിന്നീട് പൊറുപ്പിക്കില്ല.”

“പെൺകുട്ടികളെ പെറ്റാൽ എന്താണിത്ര ദോഷം?”

“ഓരോന്നിനെയും കല്യാണംകഴിച്ച് കൊടുക്കണ്ടേ? കാശീറാം ദരിദ്രനാണ്. ഒന്നിനെ കല്ല്യാണം കഴിപ്പിക്കുമ്പോൾതന്നെ അയാൾ കടക്കാരനാവും. ഇപ്പോൾത്തന്നെ ഒരു കാബൂളിവാലയുടെ കൈയിൽ നിന്ന് താൻ മുപ്പത്താറുരൂപ കടമെടുത്തിട്ടുണ്ടെന്ന് അയാൾ എന്നോട് പറഞ്ഞിട്ടുണ്ട്. കാശീറാം ഭിക്ഷയ്ക്ക് നടക്കും. ഒടുവിൽ വീടും വിറ്റ് റോഡിൽ ഇറങ്ങും. പെൺകുട്ടികൾ ജനിക്കും എന്ന് ഭയന്നാണ് ഞാൻ ഇതുവരെ കല്യാണം കഴിക്കാഞ്ഞത്.”

ദോബിയുടെ പെൺമക്കളുടെ പുഞ്ചിരി ഞാൻ ദുഃഖത്തോടെ ഓർത്തു. അവരുടെ എണ്ണമയമുള്ള മുടിയും.

“ആ മൂത്ത പെൺകുട്ടിയെ കണ്ടില്ലേ? ആ പാർവ്വതി? അവളുടെ സ്വഭാവം അത്ര നല്ലതല്ല,” നരേശ് പറഞ്ഞു.

“ആ കുട്ടിക്ക് എന്റെ പ്രായംപോലും ആയിട്ടുണ്ടാവില്ല. അവളുടെ സ്വഭാവത്തിന് എന്താണ് തരക്കേട്?” ഞാൻ ചോദിച്ചു.

നരേശ് ചുമയെ അനുകരിച്ച് ഒരു പൊട്ടിച്ചിരി ചിരിച്ചു. കണ്ണാടിയിൽ പ്രതിഫലിച്ച അയാളുടെ മുഖം പെട്ടെന്ന് അതിവിരൂപമായി എനിക്ക് കാണപ്പെട്ടു. ചിരിച്ചപ്പോൾ ചുക്കിച്ചുളിഞ്ഞ ഒരു മാങ്ങാപോലെയായിത്തീർന്നു ആ മഞ്ഞ മുഖം.

“ആ പാർവ്വതി സദാസമയത്തും ലേക്കിന്റെ വക്കത്ത് പുല്ലിൽ മലർന്നു കിടക്കും; കടലയും കൊറിച്ചു തിന്നുകൊണ്ട്. ഞാൻ പലപ്പോഴും കണ്ടിട്ടുണ്ട്. ഓരോ ആൺകുട്ടികളുമായി നേരംപോക്കുകൾ പറഞ്ഞ് ഉറക്കെ ഉറക്കെ ചിരിക്കും. ഉണക്കാനിട്ട തുണികൾക്ക് കാവലിരിക്കുവാൻ അവളുടെ അമ്മ അയയ്ക്കുന്നതാണ്. പക്ഷേ, അവൾ തുണികളെ ശ്രദ്ധിക്കില്ല. ആൺകുട്ടികളുമായി ശൃംഗരിക്കും,” നരേശ് പറഞ്ഞു.

“ഏത് ആൺകുട്ടികളാണ് ലേക്കിന്റെ വക്കത്തു വന്ന് ഇരിക്കുക? മറ്റു ദോബികളുടെ മക്കളോ?”

“ദോബികളുടെ മക്കളാണെങ്കിൽ ആർക്കും വിരോധം തോന്നുകയില്ല... പാർവ്വതിയുടെ കൂട്ടുകാർ മുസൽമാൻമാരാണ്. ഒരു പെട്രോൾ സ്റ്റേഷനിൽ കാറ് കഴുകുന്ന ചെറുക്കനാണ് അവളുടെ

പ്രത്യേക കൂട്ടുകാരൻ. അവന്റെ പേര് നൗഷാദ് എന്നാണ്. ദോബി പാവം. അയാൾക്ക് ഇതൊന്നും അറിയില്ല. നൗഷാദിനെ വകവരുത്തുവാൻ ഗൊരിയാഹാട്ടിൽ ചില ഗുണ്ടാത്തലവന്മാർ തീരുമാനിച്ചുകഴിഞ്ഞു. എനിക്ക് രഹസ്യമായി സകല വിവരങ്ങളും കിട്ടാറുണ്ട്.

"നൗഷാദിനെ കൊല്ലുവാനാണോ അവർ തീരുമാനിച്ചത്?"

നരേശ് തല കുലുക്കി. "ഒരു പെൺകുട്ടിയോട് സംസാരിച്ചതിന് നൗഷാദിനെ കൊല്ലുകയോ?" ഞാൻ ചോദിച്ചു. ആ നിമിഷത്തിൽ കാറ് നിർത്തിച്ച് അതിൽനിന്ന് ഇറങ്ങിപ്പോവാൻ ഞാൻ ആഗ്രഹിച്ചു.

"ഒരു മുസൽമാൻ നമ്മുടെ ഹിന്ദുപ്പെൺകുട്ടികളെ കേടുവരുത്തുവാൻ ശ്രമിക്കുമ്പോൾ അത് കണ്ടുകൊണ്ട് നില്ക്കുവാൻ ആർക്ക് സാധിക്കും?" നരേശ് ചോദിച്ചു.

"സംസാരിച്ചാൽ അത് കേടുവരുത്തലാവുമോ? ഞാൻ മുസൽമാന്മാരോട് സംസാരിക്കാറുണ്ട്. ഞാൻ മുർഷീദ് എന്ന ഡ്രൈവറോടും എന്റെ സ്കൂളിലെ ഔവ്ലാദ് എന്നു പേരുള്ള ശിപായിയോടും സംസാരിക്കാറുണ്ട്. ഞാൻ അതുകൊണ്ട് മാത്രം കേടുവന്നുവോ? ഞാൻ ചോദിച്ചു. എന്റെ സ്വരം അനാവശ്യമായും ഉയർന്നുവെന്ന് എനിക്കുതോന്നി.

നരേശ് ചിരിച്ചത് ഞാൻ കണ്ണാടിയിൽ കണ്ടു.

"കുട്ടി ശിപായിയോട് സംസാരിക്കുന്നതുപോലെയല്ല പാർവ്വതി ആ ചെറുക്കനുമായി സംസാരിക്കുന്നത്. ഞാൻ ദോബിയോട് പറഞ്ഞുകൊടുക്കും. ഇത്രകാലം ക്ഷമിച്ചു. കഴിഞ്ഞ ആഴ്ച പാർക്ക് സർക്കസ്സിൽ എന്തേ ഉണ്ടായത്?"

"എന്തേ ഉണ്ടായത്?"

"കുട്ടി കേട്ടില്ലേ? അച്ഛന്റെ കണ്ണുഡോക്ടർ അഹമ്മദിനെ ഹിന്ദുക്കൾ വെട്ടിമുറിച്ച് കുപ്പത്തൊട്ടിയിൽ എറിഞ്ഞു. അത്രതന്നെ.

"ഞാനും കേട്ടു. എന്ത് കുറ്റമാണ് അദ്ദേഹം ചെയ്തത്?"

"പാകിസ്ഥാൻ വേണമെന്ന് ഇവർ ശാഠ്യംപിടിച്ചു തുടങ്ങിയിട്ട് കാലം കുറെയായല്ലോ. പാകിസ്ഥാൻ ഒടുവിൽ കിട്ടിയപ്പോൾ അവിടേക്ക് പോവണ്ടേ? ഇവിടെ ഇനി മുസൽമാന്മാർക്ക് സ്ഥാനമില്ല."

ഈ സംസാരം അപകടം പിടിച്ച സംസാരമാണ്. എനിക്ക് ഇത് കേൾക്കാൻ ഇഷ്ടമില്ല. മൗനം അവലംബിച്ചിട്ടും നരേശിന്റെ മുഖത്തുനിന്ന് അയാളുടെ വികൃതച്ചിരി മറഞ്ഞുപോയില്ല.

വീട്ടിലെത്തി ചായ കുടിച്ച് മേൽകഴുകി ഞാൻ പാറുക്കുട്ടിയുടെ അടുത്തെത്തി: നരേശ് പറഞ്ഞ കാര്യങ്ങൾ എന്റെ മനസ്സിനെ അസ്വസ്ഥമാക്കി. ഉണ്ടായതെല്ലാം പറഞ്ഞപ്പോൾ പാറുക്കുട്ടി പറഞ്ഞു.

“കുട്ട്യേ ഇയ്ക്ക് കല്ക്കത്തേല് താമസിക്കാൻ പേടിയാവുന്നു. നൊമ്മക്ക് നാട്ടിൽപ്പൂവ്വാം. കുട്ടിയ്ക്ക് മമ്മിയൂരെ കോൺവെന്റില് ചേർന്ന് പഠിക്കും ചീയ്യാം. നല്ല കന്യാസ്ത്രീകളാ. വാരിയത്തെ തറവാടാ അവറ്റ കാശുകൊടുത്ത് വാങ്ങീത്, സ്ക്കൂള് നടത്താൻ. കുട്ടിക്ക് അവടെ പഠിച്ചാ മതി. വേണെങ്കി വടേക്കരെ ചെന്ന് താമസിക്കാം. തൊട്ടടുത്താ ഈ പറേന്ന കോൺവെന്റ്.”

“എനിക്ക് അച്ഛനേം അമ്മേം പിരിഞ്ഞ് നാട്ടിൽപ്പോവാൻ മനസ്സ് വരില്ല,” ഞാൻ പറഞ്ഞു.

“ഹിന്ദുക്കളും മാപ്ളാരും തമ്മിലും കുത്തിക്കൊല തൊടങ്ങീന്ന് കുഞ്ഞാത്തു പറഞ്ഞു. ഇബ്ടെ താമസിക്കണ്ടാന്ന് കുട്ടി അച്ഛനോട് പറയ്യോ?”പാറുക്കുട്ടി ചോദിച്ചു.

ഞാൻ തല കുലുക്കി.

“സത്യം പറയേണ്ട കുട്ട്യേ. ഇയ്ക്ക് രാത്രി കെടന്നാ ഒറക്കം വെരില്യ. മാപ്ളാര് വന്ന് കൊല്വേന്ന ഇന്റെ പേടി,” പാറുക്കുട്ടി പറഞ്ഞു.

“കൊല്ലണന്നില്യ. അവറ്റടെ കുപ്പായം ഇടീച്ച് ഉമ്മച്ചിയാക്കും അത്രേള്ളു. ഭംഗിള്ള പെണ്ണുങ്ങളെ മാപ്പളാര് കൊല്ലില്യ,” നാരായണൻനായർ പറഞ്ഞു.

“ഞാൻ ഉമ്മച്ചിയാവില്യാ. ഇന്നെ കുത്തിക്കൊന്നാലും ഞാൻ ഉമ്മച്ചിയാവില്യാ,” പാറുക്കുട്ടി പറഞ്ഞു.

“അത് നിങ്ങളെ മാപ്പളാര് കൊല്ലാൻ വരുമ്പൊ കാണാം,” നാരായണൻനായർ പറഞ്ഞു.

“കൊല്ലാൻ വരുമ്പൊ യാതീം മതോം ഓർമ്മിക്കില്യാ,” കുഞ്ഞാത്തു ഉച്ചത്തിൽ ചിരിച്ചു.

“കുഞ്ഞാത്തുമാപ്പള പൊന്നാനീപ്പോയി തൊപ്പിയിട്ട് മാപ്പളയാവോ? ജോനോനാവോ? നസ്രാണ്യോളടെ മതം വിട്ടിട്ട് ജോനാനാവ്വോ?” പാറുക്കുട്ടി ചോദിച്ചു.

കുഞ്ഞാത്തു വീണ്ടും കറുത്ത തേഞ്ഞ പല്ലുകൾ വെളിപ്പെടുത്തി ചിരിച്ചു.

“ജോനോനാവും. സംശല്യ. ഇന്റെ പ്രാണൻ പൂവാഞ്ഞാ മതി. ഇന്നെ കൊല്ലാൻ വരുമ്പൊ ഇന്റെ എടങ്ങറ് കർത്താവിനും മനസ്സിലാവൂലൊ. ഇയ്ക്ക് കർത്താവു മാപ്പ് തന്നോളും അതു ഇയ്ക്ക് നിശ്ശണ്ട്,” കുഞ്ഞാത്തു പറഞ്ഞു.

“ഇന്റെ ഗുരുവായൂരപ്പനേം പരൂരെ തേവരേം ഞായിജമ്മം ഒപേക്ഷിക്കില്യ. മാപ്പളാര് കൊന്നോട്ടെ. ഞായീ ജമ്മം ഉമ്മച്ചിയാവില്യ,” പാറുക്കുട്ടി പ്രസ്താവിച്ചു.

അപ്പോഴും ഒരു കലങ്ങിയ പൊട്ടിച്ചിരി കുഞ്ഞാത്തുവിന്റെ പഴകിയ വായിൽനിന്ന് ഉയർന്നു.

മുപ്പത്തിയൊന്ന്

കല്ക്കത്തയിലെ ന്യൂ മാർക്കറ്റിൽ ഉണങ്ങിയ മുന്തിരി, ഈന്തപ്പഴം, അത്തിപ്പഴം, വോൽനട്, ബദാം, കശുവണ്ടി മുതലായ പദാർത്ഥങ്ങൾ വിൽക്കുന്ന ഒരു ആർമീനിയന്റെ കടയുണ്ടായിരുന്നു. ഈന്തപ്പഴത്തിന്റെ കുരു നീക്കി പകരം ആ വിടവിൽ ഒരു ബദാം പ്രതിഷ്ഠിച്ച് ആ മഹാൻ വില്ക്കാറുണ്ടായിരുന്നു. അത്തരം ഈന്തപ്പഴത്തിന്റെ ഒരു വലിയ പെട്ടി അച്ഛൻ എല്ലാ വർഷവും വാങ്ങിക്കൊണ്ടുവന്ന് അമ്മാമന് സമ്മാനിക്കാറുണ്ടായിരുന്നു. അമ്മാമന് ഈന്തപ്പഴം സമ്മാനിക്കൽ അലംഘനീയമായ ഒരു കൃത്യനിർവഹണമായി അച്ഛൻ കരുതിപ്പോന്നു. അതിന് കാരണമുണ്ട്. ഒരിക്കൽ പട്ടാളക്കാരുടെ ക്ഷേമനിധിയിലേക്ക് പണം പിരിക്കുവാൻ ഗവർണ്ണറുടെ ധർമ്മപത്നിയും മറ്റു പതിവ്രതകളുംകൂടി ചില ചെടികൾ ലേലത്തിൽ വില്ക്കുകയുണ്ടായി. അച്ഛൻ ഭീമമായ ഒരു സംഖ്യ കൊടുത്ത് അവരിൽനിന്ന് വാങ്ങിയ ഒരീന്തപ്പനച്ചെടി നനഞ്ഞ മണ്ണോടെ കൊണ്ടുവന്ന് അച്ഛൻ അമ്മാമന് സമ്മാനിക്കുകയുണ്ടായി. ആ ചെടി നാലപ്പാട്ടെ കിണറ്റിന്റെ കിഴക്കുവശത്ത് കുട്ടികൾ, വേലക്കാർ, അയൽക്കാർ, പടിക്കൽക്കൂടി പോവുന്നർ മുതലായവർ നോക്കിനിൽക്കെ അമ്മാമൻതന്നെ കിളച്ച് മൃദുവാക്കിയ മണ്ണിൽ നടുകയുണ്ടായി. അത് വളർന്ന് മരമായി, പനയായി, നാലപ്പാട്ടുള്ളവർക്ക് മധുരിക്കുന്ന ഈന്തപ്പഴം പ്രദാനം ചെയ്യുന്ന കാലത്തെപ്പറ്റി അച്ഛനും അമ്മാമനും സ്വപ്നംകണ്ടു. ആ ചെടിക്ക് നാലപ്പാട്ട് മറ്റൊരു ചെടിക്കും കിട്ടാൻ കഴിയാത്ത വാത്സല്യം ലഭിക്കുകയുംചെയ്തു. എന്നും കുളിക്കുവാൻ കുളിമുറിയിലേക്ക് മെതിയടി ധരിച്ച് നടന്നുവരുമ്പോൾ അമ്മാമന്റെ കാലുകൾ ആ ചെടികളെ സമീപിച്ചു. അതിന് ഒരു ഗ്ലാസ്സ് വെള്ളം ഒഴിച്ചുകൊടുക്കുവാൻ അമ്മാമൻ ഉത്സാഹം പ്രകടിപ്പിച്ചു. ഈന്തപ്പനയുടെ ചെടിക്ക് ചുറ്റും നിന്നിരുന്ന ചെടികളും മരങ്ങളും ഋതുഭേദമനുസരിച്ച് തളിർക്കുകയും കായ്ക്കുകയും ചെയ്തു. പന കേവലം ഒരു മുഴം നീളത്തിൽ മുരടിച്ചുനിന്നു. അതിന്റെ വളർച്ചയ്ക്കായി അഭ്യുദയകാംക്ഷികളുടെ ഉപദേശങ്ങൾ അമ്മാമൻ ചെവിക്കൊണ്ടു. പാല്, കരിക്കിൻവെള്ളം മുതലായവകൊണ്ട് അഭിഷേകം ചെയ്തു. ഫലമുണ്ടായില്ല. മണലാരണ്യത്തിന്റെ പ്രതീതി കിട്ടുവാൻ പൂഴിമണ്ണ് അതിന്റെ മേൽ വിതറുകയും ചെയ്തു. പന മുരടിച്ചു തന്നെ നിലകൊണ്ടു. അച്ഛൻ അവധിക്കു വരുമ്പോൾ അതിന്റെ രൂപം കണ്ട് അസ്വസ്ഥനായി. പാലിക്കാത്ത വാക്കെന്നപോലെ, ലംഘിച്ച വാഗ്ദാനമെന്നപോലെ ആ മുരടൻചെടി കിണറ്റിൻകരയിൽ അവശേഷിച്ചു. അതിന് പിന്നിൽ മടത്തിൻകാളി പൂത്തു

കായ്ചു, വടുകപ്പുളിമരങ്ങൾ നിർലോഭം കായ്ചു. കൂവളവും കായ്ചു. ചുറ്റും രാമതുളസിയും കാട്ടുതുളസിയും കൃഷ്ണതുളസിയും അവയുടെ മൃദുഗന്ധങ്ങൾ കാറ്റിൽ പരത്തി. പനയെ നോക്കുന്നവർക്ക് മനസ്താപം അനുഭവപ്പെട്ടു.

"ഈ കുരുത്തം കെട്ട ചെടി വളരൂല്ല്യേ?" കലിനാരായണൻ നായർ ഒരുദിവസം ചോദിച്ചു. അയാൾക്ക് അതിന്റെ കടയ്ക്കൽ നനച്ചു സഹികെട്ട് കഴിഞ്ഞിരുന്നു.

മരുഭൂമിയിൽ വളരുന്ന പനയ്ക്ക് വെള്ളം കൊടുക്കരുതെന്ന് അമ്പാഴത്തേൽ കുഞ്ഞുണ്ണി മേനോൻ പ്രസ്താവിച്ചു.

"മത്സ്യത്തിനെ പിടിച്ച് പുൽപ്പായിൽ വെയ്ക്ക്വോ? ഓരോന്നിനും അതിന്റേതായ ഒരു ജീവിതരീതി ഉണ്ടാവും,"കുഞ്ഞുണ്ണിയേട്ടൻ പറഞ്ഞു.

ആ പന സമ്മാനിച്ച നൈരാശ്യത്തെ ലഘൂകരിക്കാൻ മാത്രമായിരുന്നു അച്ഛൻ ന്യൂമാർക്കറ്റിലെ ആർമീനിയന്റെ കടയിൽനിന്ന് ബദാംവച്ച ഈത്തപ്പഴം തീവില കൊടുത്തും വാങ്ങിച്ചിരുന്നത്. അമ്മാമൻ അച്ഛൻ കൊണ്ടുവന്നതെന്തും രുചിയോടെ തിന്നുകയും ചെയ്തു. അമ്മമ്മയുടെ ഓഹരിയിൽനിന്ന് വേലക്കാർ, പൊട്ടിപ്പെണ്ണ് മുതലായവർ സ്വാദ് നോക്കി.

അമ്മാമന് പ്രമേഹക്കുരു പഴുത്ത് കിടക്കാൻ വയ്യാതായപ്പോൾ അദ്ദേഹം കുന്നംകുളം ആസ്പത്രിയിൽ അകപ്പെട്ടു. പിന്നീട് ഒരിക്കലും അമ്മാമൻ മധുരം ഭക്ഷിച്ചിട്ടില്ല. പിന്നീട് നാലപ്പാട്ടുവീട്ടിൽ ശർക്കരയും തേങ്ങയും ഉള്ളിൽവച്ച് ആവിയിൽ വേവിക്കുന്ന അട, കുമ്പളപ്പം, കാരോൽപ്പം മുതലായവയൊന്നും ആരും ഉണ്ടാക്കിയിട്ടുമില്ല. വാസ്തവത്തിൽ ആ വീട്ടിൽ ഉണ്ടാക്കിയതെന്തുംതന്നെ അമ്മാമനെ ഉദ്ദേശിച്ച് ഉണ്ടാക്കിയതായിരുന്നു. അദ്ദേഹത്തിന്റെ ഇഷ്ടാനിഷ്ടങ്ങൾ അന്വേഷിച്ചും അനുസരിച്ചും മാത്രമേ ബാക്കിയുള്ളവർ പ്രവർത്തിച്ചിരുന്നുള്ളു. സ്വകുടുംബത്തിൽ അത്ര കണ്ട് സ്നേഹാദരങ്ങൾ ലഭിച്ച മറ്റൊരാൾ ആ നാട്ടിലൊന്നും ഉണ്ടായിരുന്നില്ല. അമ്മാമനോട് സംസാരിക്കുമ്പോൾ കുടുംബാംഗങ്ങളുടെ സ്വരങ്ങൾ സൗമ്യങ്ങളായി.

നാലപ്പാട്ടെ മരങ്ങളിൽ ഓരോന്നും ജീവിക്കുന്ന കുടുംബാംഗങ്ങളെപ്പോലായിത്തീർന്നിരുന്നു. ചാഞ്ഞ കൊമ്പുള്ള പ്ലാശിൽ എത്ര തലമുറകൾ ഓടിക്കയറി. ഒരറ്റം അല്പം കൂർത്ത് വിചിത്രങ്ങളായ നെല്ലിക്കകൾ സമ്മാനിച്ച നെല്ലി, കുളിക്കുവാൻ വാക ചെത്തി എടുത്തിരുന്ന വാകമരം, പടിക്കലെ പൂവരശ്, നാരകം, മുരിങ്ങ, കരിമ്പന...

ഒരിക്കൽ ഞാൻ നാട്ടിൽ വന്നപ്പോൾ പല മരങ്ങളും അപ്രത്യക്ഷങ്ങളായിക്കഴിഞ്ഞിരുന്നു. എന്റെ ഹൃദയം പിടച്ചു. ആ മരങ്ങളില്ലാത്ത

ഒരു ലോകത്തിൽ ഞാൻ ഏകാകിനിയും അനാഥയുമാണെന്ന് അന്ന് എനിക്കുതോന്നി.

അച്ഛനും അമ്മയും ഞങ്ങളും നാട്ടിൽനിന്ന് അവധിക്കാലത്തിന്റെ അവസാനത്തിൽ മടങ്ങുമ്പോൾ തീവണ്ടിയിൽവച്ച് അച്ഛൻ ഒരിക്കൽ പറഞ്ഞു:

“ആമീ, നിന്റെ മലയാളം ഇംപ്രൂവ് ചെയ്യാൻ നീ എന്നും മാതൃഭൂമി വായിക്കണം.”

നഗരത്തിൽ ജീവിക്കുന്ന തന്റെ കുട്ടികൾക്ക് മലയാളഭാഷ കൈകാര്യം ചെയ്യാനറിയണമെന്ന് അച്ഛൻ ശഠിച്ചു. അച്ഛന്റെ നിർബന്ധം കാരണമാവാം ഞങ്ങൾ മാതൃഭൂമി ആഴ്ചപ്പതിപ്പ് സ്ഥിരമായി വായിച്ചത്. പൊറ്റെക്കാടിന്റെ നീണ്ട ചെറുകഥകൾ എനിക്ക് ഇഷ്ടപ്പെട്ടു. എന്റെ ജ്യേഷ്ഠന് പ്രേമകഥകൾ വായിക്കുവാൻ താല്പര്യമുണ്ടായിരുന്നില്ല. അദ്ദേഹത്തിന്റെ വായന ശാസ്ത്രകഥകളിലും വീരേതിഹാസങ്ങളിലും ഒതുങ്ങിനിന്നു.

അന്ന് പുന്നയൂർക്കുളത്ത് തക്കാളി, മൊട്ടക്കൂസ്, പച്ചപ്പട്ടാണി മുതലായ മലക്കറികൾ കിട്ടിയിരുന്നില്ല. ഒരുതവണ ഒരു പരന്ന മരപ്പെട്ടി നിറയെ കല്ക്കത്തയിൽ കിട്ടുന്ന മലക്കറികൾ അച്ഛൻ നാട്ടിലേക്ക് കൊണ്ടുവന്നു. അപരിചിതങ്ങളായ അവയെ കണ്ട് എന്റെ മുത്തശ്ശി പൊട്ടിച്ചിരിച്ചു. എലിയങ്ങാട്ടിലേക്കും അമ്പാഴത്തേൽ വീട്ടിലേക്കും മാരാത്തേട്ടിലേക്കും ഹെഡ്മാസ്റ്ററുടെ മഠത്തിലേക്കും അയച്ചുകഴിഞ്ഞപ്പോൾ നാലപ്പാട്ടുകാർക്ക് ഒരു നേരത്തെ കൂട്ടാൻ വെക്കുവാൻ മാത്രമുള്ള പച്ചക്കറികൾ അവശേഷിച്ചു. വിതരണം ചെയ്യുവാൻ ഏറ്റവും താല്പര്യം പ്രകടിപ്പിച്ചത് അമ്മമ്മയായിരുന്നു. ഒരു വല്ലം ശർക്കര തിന്നുമ്പോഴും അവർ അത് പൊട്ടിച്ച് ചുറ്റും നില്ക്കുന്നവർക്ക് കൊടുത്തതിനുശേഷമെ സ്വാദ് നോക്കിയുള്ളു. അച്ഛനും ദാനശീലനായിരുന്നു.തനിക്ക് വലിക്കുവാനായി കൊണ്ടുവന്ന ഗോൾഡ് ഫ്ലേക്ക് സിഗരറ്റുകൾ പാടെ സന്ദർശകർക്കും പരിചാരകർക്കും ഭിക്ഷക്കാർക്കും വിതരണം ചെയ്തു കഴിഞ്ഞാൽ ഗ്രാമച്ചന്തയിൽ കിട്ടുന്ന സിഗരറ്റ് വാങ്ങിച്ച് വലിക്കുവാനും അച്ഛൻ മടിച്ചില്ല. ക്ഷുരകനായ ചാത്തു എല്ലായ്പ്പോഴും അച്ഛന്റെ മഹാമനസ്കതയെ പുകഴ്ത്തി സംസാരിക്കാറുണ്ടായിരുന്നു.

“ഏമാന്റെ സിഗ്രറ്റ്പോലെ വീര്യമുള്ളത് ഇബ്ടങ്ങളില് കിട്ടാൻ പ്രയാസാ,” ചാത്തു പറഞ്ഞു.

“മുന്ത്യേ സീക്രട്ട് വലിച്ച് അതൊരു ശീലാക്കണ്ട, ചാത്ത്വോ. ഏമാൻ കല്ക്കത്തേക്കു മടങ്ങുമ്പൊ വീര്യമുള്ള സീക്രട്ട് വലിക്കാൻ കിട്ടാണ്ടെ ചാത്തൂന് എടങ്ങാറാവും,” മാധവിയമ്മ പറഞ്ഞു.

“ഇയ്ക്കും ഏമാൻ തരാറ്ണ്ട്. പക്ഷേ, ഞാൻ അത് പൂഴിക്കളേ കൊണ്ടോയി വിറ്റ് കാശാക്കും. ഇയ്ക്ക് വലിക്കാൻ വീടി ധാരാളം മതി. സായിപ്പന്മാര് വലിയ്ക്കണ സീക്രട്ട് വലിയ്ക്കണ്ടത്രെ ഞാൻ വല്തായി ട്ടില്ല്യെടോ,” കലിനാരായണൻനായർ പറഞ്ഞു.

ആ വാക്കുകൾ ശരങ്ങൾപോലെ ചാത്തുവിനെ വേദനിപ്പിച്ചു. അയാൾ സിഗരറ്റ് മാവിൻമേൽ തട്ടി കെടുത്തി തന്റെ ചെവിക്ക് പിന്നിൽ തിരുകി.

“കൊറച്ച് ചായടെ വെള്ളണ്ടാവ്വൊ?” ചാത്തു മാധവിയമ്മയോട് ഭവ്യതയോടെ ചോദിച്ചു.

“ഇബ്ടെ ചായടെ സമയമൊക്കെ കഴിഞ്ഞു, ചാത്ത്വോ കൊറച്ച് നേർത്തെ പറഞ്ഞിട്ടുണ്ടെങ്കി തരായിർന്നൂ. ഇപ്പൊ ചായക്കിണ്ടീല് ഒരൊറ്റ തുള്ളീം വാക്കിണ്ടാവില്ല്യ,” മാധവിയമ്മ പറഞ്ഞു.

“ഏമാന്റെ മുടി വെട്ടേര്ന്ന്. ചായ കുടിക്കാൻ സായിച്ചില്ല്യ,” ചാത്തു പിറുപിറുത്തു.

“കൊറച്ച് ചായക്ക് വെള്ളം വെക്കെടോ കലി നാരായണൻ നായരേ. ഒരാള് വെള്ളം ദാഹിച്ചിട്ട് ചോയിക്കുമ്പൊ എങ്ങനെയാ കൊട്ക്കാണ്ടെയിരിയ്ക്കാ?” മാധവിയമ്മ അടുക്കളയിലേക്ക് എത്തിച്ച് നോക്കിക്കൊണ്ട് ചോദിച്ചു.

“ഇതെന്താ, ഓട്ടലാ? വരണോർക്കും പോണോർക്കും ചോയി ക്കുമ്പൊ ചായ തിളപ്പിച്ച് കൊട്ക്കാൻ ഇത് ഓട്ടലാ? ഓട്ടലാച്ചാ അയിന്റെ പേര് കട്ടിളപ്പടീമ്മ്ല് എഴ്തി വെച്ച്ട്ട്ണ്ടാവില്ല്യേ? ഇബ്ടെ വല്ല പേരും എഴ്തി വെച്ച്ട്ട്ണ്ടാ? ഇല്ല്യലൊ? അതാ ഞാൻ പറഞ്ഞത് ഇത് വരണോർക്കും പോണോർക്കും ചായ കൊടുക്കണ ഓട്ടല ല്ലാന്ന്,” ഇരുട്ടിൽനിന്ന് കലിയുടെ അശരീരി മുഴങ്ങി.

“ദാഹിച്ചിട്ടല്ലേ നാരായണൻ നായരേ?” മാധവിയമ്മ ചോദിച്ചു.

“ദാഹിച്ചാ ചായ കുടിക്കണംന്ന് നെയമമണ്ടോ? കെണറ്റ്ന്ന് വെള്ളം കോരിത്തരാം. കുടിച്ചോളെടൊ. വയറ് നെറയണവരെ കെണറ്റിലെ വെള്ളം കുടിച്ചോളൊ,” കലി നാരായണൻ നായരുടെ ശബ്ദം ഉയർന്നു.

“ഈ കുരുത്തംകെട്ട തന്ത ഈ അട്ക്കളേല് വാഴണ കാലം ഇബ്ടെ എപ്പഴും ദാരിദ്ര്യാ.” മാധവിയമ്മ താഴ്ന്ന സ്വരത്തിൽ പറഞ്ഞു.

“ഞാൻ കണ്ണുപൊട്ടനൊന്ന്വല്ല. ഇയ്ക്ക് ചെവീം നല്ലോണം കേക്കാം. ഇങ്ങടെ മോന്തയോണ്ട് ഒരൂട്ടം കാണിക്കണത് ഇബ്ടെ നിന്നാ കാണാം. ഇങ്ങള് പറേണതൊക്കേം ഞാൻ കേട്ടൂട്ടാ,” കലിനാരാ യണൻനായർ വിളിച്ചുപറഞ്ഞു.

“ചാത്തുന് മൂപ്പര് എത്ര കാശ് തന്നു?” മാധവിയമ്മ ചോദിച്ചു.

“ഇയ്ക്ക് ഏമാൻ അഞ്ചു റുപ്യാ തന്നു. പെര കെട്ടീട്ടില്ല്യാന്ന് പറഞ്ഞപ്പോ കീശേന്ന് എടത്ത് തന്നതാ,” ചാത്തു തന്റെ സ്വന്തം ശിരസ് വാത്സല്യത്തോടെ തടവിക്കൊണ്ടിരുന്നു.

“അമ്പടാ മിടുക്കാ. അഞ്ചു റുപ്യാ കിട്ടീട്ടാ ഇബ്ടെ വന്നിട്ട് ദാഹിക്കുന്നു ചായ വേണംന്ന് പറേണ് ! പോയി ആ താമന്റെ പീട്യേന്ന് ചായേം പരിപ്പു വടേം മേടിക്കടൊ. നാലണടെ കാശ് ചെലവായിക്കിട്ടട്ടെ. താനൊരു പിശുക്കനാടൊ ചാത്ത്വോ. താൻ ചാവുമ്പൊ ഈ കാശ്കൂടെ കൊണ്ടൂവ്വൊ? ഇല്യലൊ? എന്നാ ഇപ്പൊ ആറ്റ് പൊറത്ത് പോയി താമന്റെ പീട്യേന്ന് വല്ലും മേടിച്ച് കുടിയ്ക്കടൊ,” മാധവിയമ്മ പറഞ്ഞു.

മാധവിയമ്മയുടെ വാക്കുകൾ കേട്ടിട്ടാവും മാമ്പുള്ളി കൃഷ്ണന്റെ സഹധർമ്മിണിയായ വള്ളി ചിരിച്ചുകൊണ്ട് വടക്കേ മുറ്റത്തേക്ക് ധൃതി പിടിച്ചു വന്നത്.

“മാധവി അമ്രാള് പറേണതാ ശെരി. കായിണ്ടെങ്കി താമന്റെ പീടികേച്ചെന്ന് ഒരാപ്പ് ചായേം രണ്ട് ഉണ്ടപ്പോം വാങ്ങ്വോ... ഇബ്ടെ നിന്നാ നാരായണൻ കമ്മള് ഒന്നും തരാൻ പോണില്യ,” വള്ളി പ്രസ്താവിച്ചു. വള്ളിയുടെ ചുവന്ന വായിലേക്ക് ചാത്തു കണ്ണോടിച്ചു. അയാൾ കോലായിൽ തോർത്ത് വിരിച്ച് ഇരുന്നു.

“കൊറച്ച് വെറ്റിലേം കൊറച്ച് നീറ്റടയ്ക്കേം ശെകലം പൊകലേം... ഇയ്ന്റെ വായ ആകെ വരണ്ടടക്കുന്നു. മുറുക്കിയാ കൊറച്ച് നീരോട്ടം വരുന്നോ ഇയ്ക്ക് തോന്നണ് ,” ചാത്തു വള്ളിയോടായി പറഞ്ഞു.

“അവിടെ പോയി പിള്ളേര്ടെ തന്തയോട് ചോയിച്ച് വാങ്ങിൻ. ഇന്റെ കൈയില് എവ്ട്ന്നാ വെറ്റിലേം പൊകലേം?” വള്ളി ചോദിച്ചു.

“അഞ്ചു റുപ്യ മടീല് തിരുകീട്ട് വാക്കിള്ളേരോട് ചായേം മുറുക്കാനും ഒക്കേം എരക്കണാ ചാത്ത്വോ?” മാധവിയമ്മ ചോദിച്ചു.

“അഞ്ചുറുപ്യാ?” വള്ളി ആശ്ചര്യത്തോടെ ചോദിച്ചു.

“ഏമാന്റെ തലോടി മുറിച്ചു,”ചാത്തു പറഞ്ഞു.

“തമ്പ്രാന്റെ മുടി മുറിയ്ക്കണേന്ന് അഞ്ചു റുപ്യോ? എന്തായീ കേക്ക്ണ്! തമ്പ്രാന് ഇബ്ടത്തെ സമ്പ്രദായൊന്നും അറില്യാച്ചിട്ട് ഇങ്ങള് പറ്റിക്ക്യോ? മുടി മുറിയ്ക്കണേന്ന് നാലണടെ കാശല്ലേന്നും വാങ്ങണ്ട്?” വള്ളി ചോദിച്ചു.

“പെര കെട്ടീട്ടില്ല്യാന്ന് പറഞ്ഞപ്പൊ ഏമാൻ കീശേന്ന് എടത്ത് തന്നതാ. ഞാൻ ആരേം പറ്റിയ്ക്കാറില്ല,” ചാത്തു മുരണ്ടു.

“മൂപ്പര് കൈനെറയെ കൊടക്കണേന്ന് ചാത്തൂനെ പറഞ്ഞിട്ടെന്താ? മൂപ്പര് തെണ്ടിച്ച് ഉണ്ടാക്കണ കാശാ. ചാത്തൂനോ കോന്തൂനോ ആർക്ക് വേണമെങ്കിലും മൂപ്പര് അത് എടത്ത് കൊടുത്തോട്ടെ. നൊമ്മക്ക് എന്താ ചേതം?” മാധവിയമ്മ എല്ലാവരോടുമായി ചോദിച്ചു.

ചാത്തു തേഞ്ഞതെങ്കിലും നീണ്ട പല്ലുകൾ പ്രദർശിപ്പിച്ചു ചിരിച്ചു.

“ഇയ്ക്ക് തൊണ്ടേല് ആകെക്കൂടി ഒരെടങ്ങറ്. കൊറച്ച് ചായടെ വെള്ളം കിട്ടിയാ കൊറച്ച് സുഹം കിട്ടും,” അയാൾ പറഞ്ഞു.

ആ പ്രസ്താവന കേട്ടില്ലയെന്ന് എല്ലാവരും നടിച്ചു. അതുകൊണ്ട് കുറച്ചുനേരം തൂണും ചാരിയിരുന്നതിനുശേഷം ചാത്തു എഴുന്നേറ്റ് തോർത്തു കുടഞ്ഞ് അരയിൽ കെട്ടി വടക്കോട്ട് നടന്നു, അപ്രത്യക്ഷനായി.

മുപ്പത്തിരണ്ട്

ഞങ്ങളുടെ അയൽക്കാരനായ ജമിന്ദാറുടെ പാചകക്കാരനെ എല്ലാവരും ഠാക്കൂർ എന്നാണ് വിളിച്ചിരുന്നത്. അയാൾക്ക് ഏകദേശം നാലര അടി ഉയരം മാത്രമേ ഉണ്ടായിരുന്നുള്ളൂ. വിളർത്തു മെലിഞ്ഞ ഒരു മനുഷ്യൻ. പക്ഷേ, തറ്റുടുത്ത് അരയിൽ ഒരു ചുവന്ന ബംഗാളി ത്തോർത്ത് കെട്ടി മുഷിഞ്ഞ പൂണൂലും സിന്ദൂരപ്പൊട്ടുമായി നടക്കുമ്പോൾ അയാൾക്ക് അസാമാന്യമായ തലയെടുപ്പ് ഉണ്ടെന്ന് ഞങ്ങൾക്ക് തോന്നിയിരുന്നു.

ഞങ്ങളുടെ വീടിന്റെ ടെറസ്സിൽനിന്ന് ചുവട്ടിലേക്ക് നോക്കിയാൽ ബാനർജിയുടെ പൂമുഖവും മുറ്റവും ഭൃത്യജനങ്ങളുടെ ആവശ്യത്തിന് നിർമ്മിച്ച പുരയും കാണാമായിരുന്നു. മരച്ചില്ലകൾ ഞങ്ങളെ ചുവട്ടിലുള്ളവരുടെ ദൃഷ്ടികളിൽനിന്ന് മറച്ചിരുന്നു.

വീട്ടിന്റെ പുറത്തു പോവാൻ സന്ദർഭം കിട്ടാത്തതുകൊണ്ടാവാം പാറുക്കുട്ടി മതിലിനോട് ചേർത്ത് ഒരു പീഠം വച്ച്, അതിൻമേൽ കയറിനിന്നു കൊണ്ട് അയൽക്കാരുടെ വീട്ടിലേക്ക് സന്ധ്യാനേരത്തും രാത്രിസമയത്തും രഹസ്യമായി നോക്കാറുണ്ടായിരുന്നു. അങ്ങനെ നോക്കാറുണ്ടായിരുന്നു എന്ന് പാറുക്കുട്ടിതന്നെയാണ് എന്നോട് പറഞ്ഞത്.

“ആയ്, ആയ്. അങ്ങനെ ചെയ്യരുത്,” ഞാൻ പാറുക്കുട്ടിയോട് പറഞ്ഞു.

“ഇയ്ക്ക് നേരം പോണ്ടേ കുട്ട്യേ?” പാറുക്കുട്ടി ചോദിച്ചു.

ബാനർജിയുടെ പാചകക്കാരനെ കുഞ്ഞാത്തുവും നാരായണൻ നായരും ഠാക്കൂർ മോഷായ് എന്നാണ് വിളിച്ചിരുന്നത്. പക്ഷേ, അയാളെപ്പറ്റി സംസാരിക്കുമ്പോൾ പാറുക്കുട്ടി ആ പേരിന് പകരം ഗൗളിയെന്ന പദം ഉപയോഗിച്ചു.

“ദേ കുട്ട്യേ നൊമ്മടെ ഗൗളി ഒരു ഭാര്യേം കൂട്ടിക്കൊണ്ട് വന്നടക്കുന്നു,” പാറുക്കുട്ടി ഒരുദിവസം വിളിച്ചുപറഞ്ഞു. ഞാൻ ടെറസ്സിലേക്ക് ഓടി.

റാക്കൂർ റിക്ഷയിൽനിന്ന് ഒരു ഭാണ്ഡവും ഒരു പച്ചത്തകരപ്പെട്ടിയും ഇറക്കി വെക്കുന്നത് ഞാൻ കണ്ടു. മുഖത്തിന്റെ പകുതിഭാഗം സാരികൊണ്ട് മൂടിയ ഒരു സ്ത്രീരൂപം മുറ്റത്ത് നിന്നിരുന്നു. ശാന്തുവിന്റെ അമ്മ പുറത്തു വന്നപ്പോൾ ആഗത അവരുടെ കാലടികൾ തൊട്ട് വണങ്ങി. കാലടികൾ തൊടുമ്പോഴാണ് പാചകക്കാരന്റെ വധുവിന്റെ അസാമാന്യ വലിപ്പമുള്ള നിതംബം ഞങ്ങളുടെ കണ്ണിൽപ്പെട്ടത്.

"വെല്യേ ചന്തീന്ന് കേട്ട്ട്ട്ണ്ട് കുട്ട്യേ. പക്ഷേ, ഇങ്ങനെയൊരു ചന്തി ആദ്യാ ഞാൻ കാണണത്," പാറുക്കുട്ടി പൊട്ടിച്ചിരിച്ചുകൊണ്ട് പറഞ്ഞു.

റാക്കൂറിന്റെ വധു ഒത്ത ഉയരവും തടിയുമുള്ള ഒരു മദ്ധ്യവയസ്കയായിരുന്നു. സ്ത്രീധനത്തിനുവേണ്ടി റാക്കൂർ അവളെ കല്യാണം കഴിച്ചതാവാമെന്ന് പാറുക്കുട്ടി പിറുപിറുത്തു.

"ഒരു ചേർച്ചേല്യ. പൂതനാമോക്ഷം! അല്ലാണ്ടെന്താ ഞാൻ പറയണ്ട്!" പാറുക്കുട്ടി ശബ്ദം ഉയർത്തിക്കൊണ്ട് പ്രസ്താവിച്ചു.

റാക്കൂർ പെട്ടെന്ന് തല ഉയർത്തി മരച്ചില്ലകളിലേക്ക് നോക്കി. പക്ഷേ, ഞങ്ങളെ അയാൾക്ക് കാണുവാൻ കഴിഞ്ഞില്ല.

റാക്കൂറിന്റെ വധു ഇരുനിറവും ചുരുണ്ട മുടിയും മലച്ച കീഴ്ച്ചുണ്ടും ഭൂമിയെ കുലുക്കുന്ന നടത്തവും ഉള്ള ഒരു സ്ത്രീയായിരുന്നു. അവർ തുളസിത്തറയിൽ മൺചിരാത് കത്തിച്ചുവെക്കുന്നത് സന്ധ്യയ്ക്ക് ഞാൻ നോക്കിക്കണ്ടു. ഒരിക്കൽ തന്റെ മുടി കോതിക്കെട്ടി ആ കെട്ടിൽ ഒരു ചെമ്പകപ്പൂവ് തിരുകുന്നതും ഞാൻ കണ്ടു. അവർക്ക് മറ്റൊരു വിവാഹബന്ധത്തിൽ ഒരു മകൾ ജനിച്ചിരുന്നു എന്ന് ആരോ പറഞ്ഞ് കേട്ടുവെന്ന് നാരായണൻനായർ പറഞ്ഞു.

"ഗൗളിക്ക് കൊറച്ചുംകൂടി ചെറുപ്പായ ഒരു പെണ്ണിനെ കിട്ട്യായിരുന്നു. ഇതിന്റെ മൊഖം കണ്ട്വോ? പിത്തംപിടിച്ച് പൂതലിച്ചടക്കുന്നു," പാറുക്കുട്ടി പറഞ്ഞു.

"അതിന് ഒരാനച്ചന്തണ്ട്," നാരായണൻനായർ അഭിപ്രായപ്പെട്ടു.

രാത്രി ഊണുകഴിഞ്ഞ് പാത്രങ്ങൾ കഴുകി കമിഴ്ത്തി താൻ മതിലിന്റെ സമീപം നിന്നപ്പോൾ റാക്കൂറിന്റെ വധു അയാളെ കോരിയെടുത്ത് മുറ്റത്തു കൂടി ധൃതിയിൽ തങ്ങളുടെ പുരയിലേക്ക് നടക്കുന്നത് പല തവണയും കണ്ടുവെന്ന് പാറുക്കുട്ടി പറഞ്ഞു.

"ഒരീസം ഗൗളിയെപ്പിടിച്ച് ആയമ്മ ഒക്കത്തുവെച്ച് തള്ളാര് കുട്ട്യോളെ കൊണ്ടുനടക്കണെന്തി..." പാറുക്കുട്ടി തുടർന്നു സംസാരിക്കുമ്പോൾ സംസാരത്തിന്റെ ഒപ്പം ചിരിക്കുവാനും ശ്രമിച്ചതുകൊണ്ടാവാം മൂക്കിൽക്കൂടിയും ചില ശബ്ദങ്ങൾ പാറുക്കുട്ടി പുറപ്പെടുവിച്ചു. ആ ശബ്ദങ്ങൾ എന്നെ ചിരിപ്പിച്ചു.

രാത്രിസമയം ഠാക്കൂറിനെ ഭാര്യ എടുത്തു ശയനമുറിയിലേക്ക് കൊണ്ടു പോവുന്നതിനെപ്പറ്റി ഞാൻ ശാന്തുവിനോട് പറഞ്ഞു. ശാന്തു അതിന്റെ കാരണം തേടിയപ്പോൾ വധു പറഞ്ഞുവത്രെ തന്റെ ഭർത്താവ് ജോലി ചെയ്തു തളർന്ന് അടുക്കളത്തിണ്ണമേൽ ഉറങ്ങിപ്പോവാറുണ്ടെന്ന്.

ശാന്തുവിന് അവരോട് പുച്ഛമാണ് തോന്നിയത്. വളർന്നു വിവാഹിതയാവുമ്പോൾ തന്റെ കരുത്തനായ ഭർത്താവ് തന്നെ കൈകളിൽ വാരി എടുത്ത് ശയനമുറിയിൽ എത്തിക്കുമെന്ന് ശാന്തു എന്നോട് പറഞ്ഞു.

"നിനക്ക് ഠാക്കൂറിനെപ്പോലെ ചെറിയ ഒരു ഭർത്താവിനെക്കിട്ടിയാലൊ?" ഞാൻ ചോദിച്ചു.

"ഛി ഛി. അത്തരം ഒരു ദുർബലനെ ഞാൻ ഒരിക്കലും ഭർത്താവാക്കുകയില്ല," ശാന്തു പറഞ്ഞു.

ഗൗളിയുടെ ശരീരത്തിൽ ഭാര്യ കടുകെണ്ണ തേച്ച് തിരുമ്മുന്നതും കുളിക്കുശേഷം ക്യൂട്ടിക്കൂറ പൗഡർ തേക്കുന്നതും താൻ കാണാറുണ്ടെന്ന് ഒരിക്കൽ പാറുക്കുട്ടി പറഞ്ഞു.

"ആയമ്മക്ക് സമ്മന്തക്കാരനെയല്ല വേണ്ടത്. ആയമ്മക്ക് വേണ്ടത് ഒരു കുട്ടിയാ," പാറുക്കുട്ടി അഭിപ്രായപ്പെട്ടു.

പാറുക്കുട്ടി രഹസ്യമായി രാത്രിസമയത്ത് അയൽക്കാരുടെ വീട്ടുവളപ്പിലേക്കു തുറിച്ചുനോക്കുന്നതിനെപ്പറ്റി എന്റെ അമ്മയെ അറിയിക്കുമെന്ന് കുഞ്ഞാത്തു ഭീഷണിപ്പെടുത്തി.

"എരപ്പ്! ബാക്കിള്ളോര് കുളിക്ക്യേ പൗണ്ടർ തേയ്ക്ക്യേ എന്തെങ്കിലും ചീതോട്ടെ. ഇങ്ങള് അതൊക്കെ നോക്ക്യോണ്ട് നിക്കണത് മോശാ. ഇന്റെ പാറൂട്ട്യേമേ," കുഞ്ഞാത്തു തുടർന്നു.

കുഞ്ഞാത്തു അസ്വസ്ഥത പ്രകടിപ്പിക്കുവാൻ ഇടയ്ക്കിടയ്ക്ക് മുറ്റത്തു തുപ്പിക്കൊണ്ടിരുന്നു.

"എന്തിനാ മിറ്റത്ത് കാക്കരിച്ച് തുപ്പണ്? രാവിലെ മിറ്റം ആ തൃപുര അടിച്ചുവാരി കഴുകും വെയ്ന്നാരാവുമ്പഴക്കും ഇങ്ങളതപ്പിടി വെടക്കാക്കും," പാറുക്കുട്ടി പറഞ്ഞു.

"കല്യാണം കഴിക്കാനും പെറാനും പെണ്ണുങ്ങക്ക് ഒര് സമയണ്ട്. ആ സമയത്ത് അതൊന്നും തരപ്പെട്ടില്ല്യെങ്കി ഇങ്ങനൊരുക്കൂട്ടം എരപ്പൊക്കെ കാട്ടിക്കൂട്ടും," കുഞ്ഞാഞ്ഞു പിറുപിറുത്തു.

കുഞ്ഞാത്തുവും പാറുക്കുട്ടിയും തമ്മിൽ കലഹങ്ങൾ നടക്കാറുണ്ടായിരുന്നു. കലഹങ്ങളിൽ നാരായണൻ നായരൊ തൃപുരയൊ മദ്ധ്യസ്ഥം വഹിക്കുവാൻ ശ്രമിക്കാറുമുണ്ടായിരുന്നു.

ഠാക്കൂറിന്റെ ഭാര്യ ഗർഭിണിയായപ്പോൾ ആ ശുഭവാർത്ത എന്നെ അറിയിച്ചത് പാറുക്കുട്ടിയായിരുന്നു.

“ഇന്നലെ രാത്രി ഒരൊറ്റ ശർദ്ദി. ഉണ്ട ചോറപ്പിടി മിറ്റത്ത്. എന്നിട്ട് ആ ശർദ്ദി ആരേ കോരീത്? നെമ്മടെ ഗൗളി. ഒക്കെ കടലാസില് കോരിയെടുത്തു. പിന്നെ പാട്ടേല് വെള്ളം കൊണ്ട്ന്ന് ചൂലോണ്ട് അടിച്ച് വൃത്തിയാക്കി. പെൺ പെറന്നോര് അതും നോക്ക്യോണ്ട് ഒരൊറ്റക്കെടപ്പ്,” പാറുക്കുട്ടി കിതപ്പോടെ പറഞ്ഞു.

“അവ്റ്റ ശർദ്ദി കോരിക്കോട്ടെ. വേണെങ്കി തീട്ടോം കോരിക്കോട്ടെ. ഇങ്ങള് എന്തിനാ അതൊക്കെ ഒളിഞ്ഞ് നിന്ന് നോക്ക്ണ്?” കുഞ്ഞാഞ്ഞു ചോദിച്ചു.

ശണ്ഠ മൂത്തപ്പോൾ പാറുക്കുട്ടി കരഞ്ഞുതുടങ്ങി. കരയുമ്പോഴും പാറുക്കുട്ടിയുടെ മൂക്കിൽനിന്ന് ചില അപശബ്ദങ്ങൾ ഉയർന്നു. കോട്ടപ്പടിയിൽ പോർക്കുകൾ ശബ്ദിക്കുമ്പോൾ ഉണ്ടാവുന്ന കോലാഹലമാണ് പാറുക്കുട്ടി മൂക്കിലൂടെ പുറപ്പെടുവിക്കുന്ന ശബ്ദങ്ങൾ കേൾക്കുമ്പോൾ തനിക്ക് ഓർമ്മ വരുന്നത് എന്ന് കുഞ്ഞാത്തു പറഞ്ഞു.

കുഞ്ഞാത്തുവിനെപ്പോലുള്ള നസ്രാണികൾ പോർക്കിനെ കൊല്ലുന്ന പ്രാകൃതരീതി പാറുക്കുട്ടി വിവരിച്ചു. പോർക്കിന്റെ ശരീരം മണ്ണിൽ കുഴിച്ചിട്ട് തെങ്ങിന്റെ മടൽകൊണ്ട് അതിന്റെ തലയിൽ തല്ലിക്കൊണ്ടാണ് അവർ ആ പാവം മൃഗത്തെ കൊല്ലുക എന്ന് പാറുക്കുട്ടി പറഞ്ഞു.

പോർക്കിനെ തിന്നാൻവേണ്ടി കൊല്ലുമെങ്കിലും നേരും നെറിയും നസ്രാണിവർഗ്ഗത്തിന് എന്നും കാണുമെന്ന് കുഞ്ഞാത്തു പ്രസ്താവിച്ചു.

“നായമ്മാർക്ക് നേരും നെറീം ഇല്യാന്നാ പറഞ്ഞ് വരണ്?” പാറുക്കുട്ടി ശബ്ദം ഉയർത്തിക്കൊണ്ട് ചോദിച്ചു.

കുഞ്ഞാത്തു പിന്നീട് ആ കലഹം തുടരാൻ മിനക്കെടാതെ ഒരു ബീഡി വാങ്ങാനെന്നും പറഞ്ഞ് വീടുവിട്ട് പോയി.

ഠാക്കൂറിന്റെ ഭാര്യയുടെ വയർ വീർത്തുവന്നതോടെ അവർ തീരെ കിടപ്പിലായി. ഭക്ഷണം ഭർത്താവ് കൊണ്ടുവന്ന് കൊടുത്തുതുടങ്ങി. അവരുടെ ശയനമുറിയുടെ തുറന്നിട്ട വാതിലിൽക്കൂടി ഉപയോഗിക്കപ്പെടാത്ത ഒരു വീണപോലെ ആ കനനിതംബിനി മെത്തയിൽ ശയിച്ചു. ശാന്തുവിന്റെ അമ്മ ആ സ്ത്രീയെ ഒരു ഡോക്ടറാൽ പരിശോധിപ്പിച്ചു. ഇടയ്ക്കിടയ്ക്ക് ഗർഭിണിയുടെ മുറിയിൽനിന്ന് ശാന്തുവിന്റെ അമ്മയുടെ സ്വരം ഉയരുന്നത് ഞങ്ങൾക്ക് കേൾക്കാമായിരുന്നു.

ഠാക്കൂറിന്റെ ഭാര്യയുടെ പേര് ഹീരാമൊണി എന്നായിരുന്നു. അവരെ ‘ഹീരാമൊണീ ഓ, ഹീരാമൊണീ’ എന്ന് ശാന്തുവിന്റെ അമ്മ ഉറക്കെ വിളിക്കുമ്പോൾ ആ വിളി കറയറ്റ സംഗീതമായി എനിക്ക് അനുഭവപ്പെട്ടിരുന്നു. ഹീരാമൊണി കിടപ്പായതിനുശേഷം ആ

വിളി ഞാൻ കേട്ടതേയില്ല. അവർക്ക് പ്രമേഹരോഗമുണ്ടെന്ന് ഡോക്ടർമാർ രക്തപരിശോധനയ്ക്ക്ശേഷം കണ്ടുപിടിച്ചതായി ശാന്തു എന്നോട് പറഞ്ഞു.

“പ്രസവത്തിന് ആശുപത്രിയിൽ പ്രവേശിപ്പിക്കണം എന്ന് ഡോക്ടർ പറഞ്ഞു. പ്രസവത്തിൽ മരിക്കാനും നല്ല സാദ്ധ്യതയുണ്ട്,” ശാന്തു എന്റെ കാതിൽ മന്ത്രിച്ചു.

മരിക്കാൻ പോവുന്ന ആ ഗർഭിണിയെ ചെന്നു കാണുവാൻ ഞാൻ ആഗ്രഹിച്ചു. ഒരു ഞായറാഴ്ച വീട്ടിൽ ഉള്ളവരെല്ലാം ഉച്ചയൂണ് കഴിഞ്ഞ് ഉറങ്ങിക്കിടക്കുമ്പോൾ ഞാൻ ശാന്തുവിന്റെ കൂടെ ഠാക്കൂറിന്റെ പുരയിലേക്ക് ചെന്നു. ഭാര്യ കട്ടിലിൽ ചെരിഞ്ഞു കിടന്ന് ഉറക്കമായിരുന്നു. ഭർത്താവ് നിലത്തു വിരിച്ച പുൽപ്പായിൽ ഉറങ്ങി. ശാന്തു എന്നെ കട്ടിലിന്നരികിലേക്ക് ശബ്ദമുണ്ടാക്കാതെ കൂട്ടിക്കൊണ്ടുപോയി.

ഹീരാമൊണിയുടെ തുറന്ന വായിലൂടെ വെളിപ്പെട്ട പല്ലുകളും അവരുടെ മഞ്ഞ കപോലങ്ങളും ഞാൻ കൗതുകപൂർവം നോക്കിക്കണ്ടു.

“വയറ് കാണാൻ ഉണർത്തി എഴുന്നേൽപ്പിക്കണം. വലിയ വയറാണ്. ഇതിൽ ഇരട്ടക്കുഞ്ഞുങ്ങൾ ഉണ്ടാവുമെന്ന് അമ്മ പറഞ്ഞു,” ശാന്തു മന്ത്രിച്ചു.

“ഉണർത്തണ്ട,” ഞാൻ പറഞ്ഞു.

ആ നിമിഷത്തിൽ ഹീരാമൊണി കണ്ണുകൾ തുറന്നു. വെപ്രാളത്തോടെ തന്റെ സാരി വലിച്ച് നഗ്നത തികച്ചും മറച്ച് അവർ പുഞ്ചിരി തൂകി.

“എന്റെ സ്നേഹിത കമല,” ശാന്തു എന്നെ പരിചയപ്പെടുത്തി.

“അടുത്ത വീട്ടിൽ താമസിക്കുന്ന മദ്രാസികളുടെ കുട്ടി അല്ലേ?” ഹീരാമൊണി ചോദിച്ചു.

ഞാൻ തല കുലുക്കി. ഠാക്കൂർ ഉണർന്ന് ധൃതിയിൽ പായ ചുരുട്ടി. അയാളും ഒരു പുഞ്ചിരി ഞങ്ങൾക്ക് സമ്മാനിച്ചു.

“കിടന്നപ്പോൾ ഞാൻ ഉറങ്ങിപ്പോയി,” ഠാക്കൂർ ഒരു ക്ഷമാപണത്തെ അനുസ്മരിപ്പിക്കുന്ന മൃദുസ്വരത്തിൽ പറഞ്ഞു.

“കമലയ്ക്ക് ഹീരാമൊണിയെ പരിചയപ്പെടണമെന്ന് പറഞ്ഞു,” ശാന്തു അയാളെ അറിയിച്ചു.

അയാൾ വീണ്ടും ഞങ്ങളെ നോക്കി പുഞ്ചിരി തൂകി.

ഹീരാമൊണി മെല്ലെ എഴുന്നേറ്റ് നിന്നു. അവരുടെ കാലടികളിൽ നീരുണ്ടെന്ന് ഞാൻ കണ്ടുപിടിച്ചു. നീരുകൊണ്ടു ചീർത്തതെങ്കിലും അത്യന്തം മനോഹരങ്ങളായിരുന്നു ആ വിളർത്ത കാലടികൾ. അവയുടെ വക്കുകൾ ‘ആൽത്ത’ തേച്ച് ചുവപ്പിച്ചിരുന്നു.

“നന്നാരിയുടെ സർവത്ത് കുടിക്കണോ?” ആ സ്ത്രീ എന്നോട് ചോദിച്ചു.

“ഞാൻ ഉണ്ടാക്കിയ നന്നാരി സർവത്താണ്. കടയിൽനിന്ന് വാങ്ങിയ സർവത്തല്ല,” ഠാക്കൂർ പറഞ്ഞു.

“ഠാക്കൂർ പല സർവത്തുകളും ഉണ്ടാക്കും. പനിനീർപ്പൂവിന്റെ ദളങ്ങൾകൊണ്ടും കൂവളക്കായകൊണ്ടും ചന്ദനംകൊണ്ടും സർവത്തുകൾ ഉണ്ടാക്കുവാൻ അദ്ദേഹത്തിന് കഴിയും,” ശാന്തു പറഞ്ഞു.

“ഏറ്റവും നല്ലത് കുമ്പളങ്ങകൊണ്ട് ഉണ്ടാക്കുന്ന സർവത്താണ്. കല്ക്കണ്ടം ചേർത്താണ് ഞാൻ അത് ഉണ്ടാക്കുന്നത്. ചുമയും നീർക്കെട്ടും ഉള്ളവർക്ക് അതിവിശേഷമാണ്,” ഠാക്കൂർ പറഞ്ഞു.

“ഇന്ന് ഇവിടെ നന്നാരി സർവത്ത് മാത്രമേ ഉള്ളൂ. ഞാൻ മൺകുടത്തിൽ ഒഴിച്ചുവെച്ചിട്ടുണ്ട്. കുടിക്കുമോ? അടുക്കളയിൽനിന്ന് രണ്ടുകഷണം ഷൊന്തേഷ്കൂടി എടുക്കാം, കുട്ടി ഇരിക്കൂ,” ഠാക്കൂർ പറഞ്ഞു.

“ഇരിക്കൂ കമലാ,” ശാന്തു പറഞ്ഞു.

ഞാൻ ഹീരാമൊണി കിടന്നിരുന്ന ഇരട്ടക്കട്ടിലിൽ ഇരുന്നു. ആ മുറിയിൽ കടുകെണ്ണയുടെയും മറ്റെന്തോ വസ്തുവിന്റെയും ഗന്ധങ്ങൾ തങ്ങിനിന്നു. കടുകെണ്ണയുടേതല്ലാത്ത ഗന്ധം ഏതു വസ്തുവിൽനിന്നാണ് ഉത്ഭവിക്കുന്നതെന്ന് എനിക്ക് മനസ്സിലായില്ല. എന്റെ നാസാരന്ധ്രങ്ങളിൽ ആ അപരിചിതമെങ്കിലും സുഖദമായ ആ ഗന്ധം പറ്റിപ്പിടിക്കുന്നതായി എനിക്കുതോന്നി.

ഹീരാമൊണി ഒഴിച്ചുതന്ന നന്നാരി സർവ്വത്ത് കുടിച്ചുകഴിഞ്ഞപ്പോൾ ഞാൻ യാത്ര പറഞ്ഞ് വീട്ടിലേക്കു പോന്നു. ശാന്തു ചതുരംഗം കളിക്കുവാനെന്ന് പറഞ്ഞ് എന്നെ അനുഗമിച്ചു. ഹീരാമൊണിയുടെ ശയനമുറിയിൽ തങ്ങിനില്ക്കുന്ന സുഗന്ധത്തെപ്പറ്റി ഞാൻ ശാന്തുവിനോടു അന്വേഷിച്ചു.

“ഓ. ആ നല്ല മണം എന്താണെന്നല്ലേ നിനക്ക് അറിയേണ്ടത്? അത് ഹീരാമൊണിയുടെ സുഗന്ധമാണ്. അവരുടെ വിയർപ്പിന്റെ സുഗന്ധം. താമര വിരിയുമ്പോഴുള്ള സുഗന്ധമാണ് ഹീരാമണിക്ക് എന്ന് മുത്തച്ഛൻ പറഞ്ഞു. അവൾ വന്നതിനുശേഷമാണ് ഞങ്ങളുടെ വീട്ടിൽ ഈ പ്രത്യേക സുഗന്ധം പരന്നത്,” ശാന്തു ആശ്ചര്യം കലരാത്ത സ്വരത്തിൽ എന്നോടു പറഞ്ഞു.

ഹീരാമൊണി മിക്കവാറും പ്രസവത്തിൽ മരിക്കുമെന്ന് ശാന്തു പറഞ്ഞിരുന്നത് ആ നിമിഷത്തിൽ ഞാൻ ഓർത്തു. എന്റെ ഹൃദയം പിടഞ്ഞു.

“മരിക്കുമെന്ന് നിനക്ക് തീർച്ചയുണ്ടോ?” ഞാൻ ചോദിച്ചു.

“ആര് മരിക്കുമോ എന്നാണ് നീ ചോദിക്കുന്നത്?”

“ഹീരാമൊണി. പ്രസവത്തിൽ ഹീരാമൊണി മരിക്കുമെന്ന് നീ പറഞ്ഞില്ലേ?”

“ഞാൻ അങ്ങനെ പറഞ്ഞുവോ? ഹീരാമൊണി മരിക്കുമെന്നു പറഞ്ഞത് ഞാൻ അശേഷം ഓർമ്മിക്കുന്നില്ല.” ശാന്തു പറഞ്ഞു.

ആ മാസാന്ത്യത്തിൽത്തന്നെ പ്രസവത്തിൽ ഹീരാമൊണി മരിച്ചു. ആസ്പത്രിയിൽനിന്ന് അവളുടെ മൃതശരീരം ശാന്തുവിന്റെ വീട്ടിലേക്ക് ആരും കൊണ്ടുവന്നില്ല. സാധാരണക്കാർക്കായി സർക്കാർ ഒരുക്കിയ ശ്മശാനത്തിൽ ഹീരാമൊണിയെയും ചാപിള്ളയായി ജനിച്ച കുഞ്ഞിനെയും സംസ്കരിച്ചുവെന്ന് ശാന്തു പറഞ്ഞ് അറിഞ്ഞു. ഹീരാമൊണിയുടെ മരണത്തെപ്പറ്റി ചിന്തിക്കുമ്പോൾ അവരുടെ വിയർപ്പിന്റെ സുഗന്ധം ഇന്നും ഞാൻ ഓർമ്മിക്കുന്നു.

മുപ്പത്തിമൂന്ന്

രാത്രിയുടെ അവസാനഘട്ടത്തിൽ ഞാൻ ഞെട്ടി ഉണർന്നത് തൊഴുത്തിന്റെ പരിസരത്തുനിന്ന് ഉച്ചത്തിലുള്ള സംഭാഷണം കേട്ടിട്ടായിരുന്നു. വടക്കേ മുറിയിലായിരുന്നു ഞാൻ അമ്മമ്മയുടെ കൂടെ കിടക്കാറുള്ളത്. അടുത്ത മെത്തയിൽ അമ്മമ്മ ഉണ്ടായിരുന്നുമില്ല. ജനലിന്റെ തിണ്ണമേൽ ചാരിനിന്ന് ചുവട്ടിലേക്ക് നോക്കിയപ്പോൾ വടക്കേ മുറ്റത്തും തൊഴുത്തിന് സമീപവും പലരും നില്ക്കുന്നതായി ഞാൻ കണ്ടു. ഒന്നോ രണ്ടോ തവണ ഒരു പശു അമറി.

അയൽവാസികളിൽ പലരും അവിടെ എത്തിയതായി ഞാൻ കണ്ടു. ചിലരുടെ കൈവശം ടോർച്ചും ഓലച്ചൂട്ടും പാനീസും ഉണ്ടായിരുന്നു. ഇട്ടിയച്ചനും ഭാര്യ മറിയയും, മണ്ണാന്തിറ ഉണ്ണിമായമ്മ, കലി നാരായണൻ നായരും പത്നി ഇത്തുക്കിട്ടിയമ്മയും, തെക്കരു വീട്ടിൽ ശങ്കരൻനായർ എന്ന കൃഷി വിദഗ്ദ്ധൻ, മാമ്പുള്ളി കൃഷ്ണന്റെ ഭാര്യ വള്ളി, മകനായ അഞ്ചക്കാളൻ, പൊട്ടിപ്പെണ്ണിന്റെ അമ്മയും അനുജത്തിമാരും, മാധവിയമ്മ, അമ്പാഴത്തേൽ പാചകം ചെയ്തിരുന്ന ചാപ്പൻനായർ, ഭാര്യ തെക്കര് വീട്ടിൽ കല്യാണിയമ്മ മുതലായവരെയൊക്കെ നിലാവുള്ള ആ പ്രഭാതയാമത്തിൽ ഞാൻ കണ്ടു. ഉടനെ കോണിപ്പടികൾ ഇറങ്ങി ഞാൻ മുറ്റത്തെത്തുകയും ചെയ്തു.

നാലപ്പാട്ടെ പശു പ്രസവിക്കുവാൻ തയ്യാറെടുക്കുകയായിരുന്നു. നാലപ്പാട്ട് പല പശുക്കളും ജീവിക്കുകയും പ്രസവിക്കുകയും ചെയ്തിരുന്നു. പക്ഷേ, ഈ പശു അവിടെ എത്തിയിട്ട് ഒന്നരവർഷക്കാലം മാത്രമേ കഴിഞ്ഞിരുന്നുള്ളു. അതിന്റെ ആദ്യത്തെ പ്രസവ

മായിരുന്നു അവിടെ എല്ലാവരും പ്രതീക്ഷിച്ച സംഭവം. കുട്ടിയുടെ കുളമ്പ് പുറത്തു വന്നുകഴിഞ്ഞിരുന്നു. ബാക്കി ഭാഗങ്ങൾ പുറത്തേക്ക് വിസർജ്ജിപ്പിക്കുവാൻ പശുവിന് കെല്പുണ്ടായിരുന്നില്ല. അത് രണ്ട് പിൻകാലുകൾ അകത്തി വെച്ച് ഉച്ചത്തിൽ ശ്വാസോച്ഛ്വാസം ചെയ്തു. അതിന്റെ കണ്ണുകളിൽ ചത്ത മത്സ്യത്തിന്റെ വെൺതിളക്കവും വായ്ക്കരികിൽ നുരയും പതയും ഞാൻ കണ്ടു.

''ശെകലം നല്ലെണ്ണ തന്നാ ഒരു പ്രയോഗം നോക്കായിരുന്നു,'' മൃഗവൈദ്യവിദഗ്ധനായ മണ്ണാൻ പറഞ്ഞു.

''ഒരോടം നല്ലെണ്ണ കൊണ്ടുവരൂ മാധവ്യേ,'' അമ്മാമ്മ മാധവിയമ്മയോട് ആജ്ഞാപിച്ചു. ''ഇനീം താനെന്ത് പ്രയോഗാ പരീക്ഷിക്കാൻ പോണത്?'' ഇപ്പോത്തന്നെ അത് ചാവാറായി കിടക്കുണൂ.''

മണ്ണാൻ തന്റെ വലത്തേ കൈമേൽ നല്ലപോലെ എണ്ണതേച്ച് അത് പശുവിന്റെ ശരീരത്തിൽ പ്രവേശിപ്പിച്ചു.

''പയ്യിന് സഞ്ചാരെടുക്കുണൂ. അയിന്റെ വായ്ന്ന് നൊരേം പതേം വരുണു,'' ഉണ്ണിമായമ്മ പറഞ്ഞു.

''അതിനെ ഇനി വേദ്യം ചെയ്യണ്ട. അത് തന്നേ പെറ്റോളും,'' അമ്മമ്മ പറഞ്ഞു.

''തന്നെ പെറട്ടെ എന്നാപ്പിന്നെ അടിയനെ വിളിപ്പിച്ചത് എന്തിനാ? സന്ധ്യാമ്പൊത്തൊടങ്ങ്യേ നോവല്ലേ?'' മണ്ണാൻ ചോദിച്ചു. അയാളുടെ അർദ്ധനഗ്നമായ ശരീരം പശുവിന്റെ ശ്വാസോച്ഛ്വാസത്തിന്റെ താളത്തിനനുസരിച്ച് മുമ്പോട്ടും പിന്നോട്ടും ഉലഞ്ഞുകൊണ്ടിരുന്നു.

''മതി, പോയിട്ട് ആ മണ്ണാത്തിയെ ഇങ്ങോട്ട് അയച്ചാ മതി,'' അമ്മമ്മ പറഞ്ഞു.

''പേറ് തൊടങ്ങിയാ അപ്പാത്തിക്കിരിയെയാ കൊണ്ട്രാ. അതൊ അപ്പാത്തിക്കിരിടെ ഭാര്യേയോ?'' കലിനാരായണൻനായർ അമ്മമ്മയോട് ചോദിച്ചു.

''ഞാനപ്പഴേ പറഞ്ഞില്യേ ചവിട്ടിക്കണ്ടോന്ന്? അയിനെ ചവിട്ടിക്കണ്ട സമയായിട്ടില്യ. കച്ചോടം ഒറപ്പിച്ചോര്, അയിന്റെ വയസ്സ് കൂട്ടിപ്പറഞ്ഞതാ. തെരളാത്ത പെൺകുട്ട്യോളെക്കൊണ്ട് പ്രസവിപ്പിക്കണതുപോലെയാ ഇവടെ കാട്ടിക്കൂട്ടീത്. പാവം പയ്ക്കുട്ടി അയിന്റെ വയറ് ഒഴിയണേന്റെ നുമ്പെ ഇത് ചത്തു പൂവുംന്നാ ഇയ്ക്ക് തോന്നണ്,'' മാധവിയമ്മ പറഞ്ഞു.

''ഇങ്ങനെ കരിനാവോണ്ട് ഓരോന്ന് പറയണ്ട മാധവിയമ്രാളേ,'' വള്ളി പറഞ്ഞു.

''കയ്യ് പൊറത്തേക്ക് എടുത്ത് പൊയ്ക്കോളൊ. ആ മണ്ണാത്തിയെ അയച്ചാ മതി.'' അമ്മമ്മ മണ്ണാനോട് വിളിച്ചുപറഞ്ഞു.

കലിനാരായണൻനായർ വീണ്ടും പൊട്ടിച്ചിരിച്ചു.

"ആ ശ്വാസംവലി കേക്കുമ്പോ ഇയ്ക്ക് തോന്ന്ണൂ അത്ര പന്തിയല്ലാന്ന്. അത് ചാവാൻ പൂവ്വാന്നാ ഇയ്ക്ക് തോന്നണത്," മാധവിയമ്മ പറഞ്ഞു.

"മാധവി ഒന്ന് മിണ്ടാതിരിക്കൂ," അമ്മമ്മ പറഞ്ഞു.

"ഞാൻ മിണ്ട്ണില്യ. ഞാൻ മിണ്ടീട്ടും ഒരു പ്രയോജനോമില്യാന്ന് ഇയ്ക്കറിയാം. ഞാൻ പറേണത് ഇബടെ ആരാ കേക്ക്വാ? പ്രായം തികയാത്ത പയ്യൂട്ടിയെ ചവിട്ടിക്കാൻ കൊടുത്തയയ്ക്കുമ്പൊ ഞാൻ പറഞ്ഞതാ പേറുനോവ് തൊടങ്ങുമ്പഴേ അത് ചാവുംന്ന്. ആരാ ഇന്റെ വാക്ക് കേക്ക്വാ? മാമ്പുള്ളി കൃഷ്ണനൻ പറഞ്ഞാ കേക്കാം. കയ്പഞ്ചേരി നാരായണൻനായര് പറഞ്ഞാ കേക്കാം. ഉണ്ടാടി നമ്പീശൻ പറഞ്ഞാ കേക്കാം. മുല്ലാത്തേലെ രാമൻ നായര് പറഞ്ഞാലും കേക്കാം. മാധവി പറഞ്ഞാ കേക്കണ്ട. അങ്ങനെയല്ലേ ഈ വീട്ടിലെ സമ്പ്രദായം. ഈ പറഞ്ഞ പ്രമാണ്യോളെ വിളിച്ചോളൊ. അവരൊക്കെക്കൂടി പേറെടുക്കട്ടെ," മാധവിയമ്മ പറഞ്ഞു.

അവരുടെ തെളിഞ്ഞ കരടില്ലാത്ത ശബ്ദം പ്രഭാതത്തിൽ പാടത്തും ആശാരിക്കുളത്തിലും തെങ്ങിൻതോപ്പിലും മാറ്റൊലിക്കൊണ്ടു. പാടങ്ങളുടെ മറുവശത്ത് സ്ഥിതിചെയ്തിരുന്ന കൊച്ചുവീടുകളിൽ വിളക്കുകൾ പ്രകാശിച്ചു. ലാസറും കുഞ്ഞുണ്ണി ആശാരിയും നാലപ്പാട്ടേക്ക് ധൃതിയിൽ നടന്നുവരുന്നത് ഞാൻ കണ്ടു.

മണ്ണാന്റെ പുറത്ത് വിയർപ്പുതുള്ളികൾ പൊടിഞ്ഞു; അയാൾ കിതയ്ക്കുന്നുണ്ടായിരുന്നു.

"കുട്ടിയെ കൊറച്ചു തിരിക്കാൻ ശ്രെമിക്കയാ," അയാൾ പറഞ്ഞു.

"അയിന്റെ കഴ്ത്തില് മുറുക്കിപ്പിടിച്ചാ അത് ശ്വാസംമുട്ടിച്ചാവും." ചാപ്പൻ നായർ പറഞ്ഞു.

"കഴ്ത്തില് ആരെങ്കിലും പിടിക്ക്യോ?"

മണ്ണാൻ തന്റെ മുഖം ഞങ്ങളുടെ നേർക്ക് തിരിച്ചുകൊണ്ട് ചോദിച്ചു.

"വടക്കേ ഇന്ത്യേല് ഒര് ജാതി പച്ചമരുന്ന് വളര്ണ്ട്. അത് വേലീല് പടർത്തീട്ട്ണ്ടാവും. അത് കയ്യിലിട്ട് കശക്കീട്ട് ആ നീര് പയിന്റെ മൂക്കിമ്മ്ല് വെച്ചാ കാണാം പയ്യ് തുമ്മണെത്. നാലഞ്ച് തവണ തുമ്മും. അപ്പൊ പേറും നടക്കും. ഇന്റെ കണ്ണോണ്ടു കണ്ടതാ," ചാപ്പൻനായർ പറഞ്ഞു.

"താൻ എവിടെന്നാ കണ്ടത്?" കലിനാരായണൻനായർ ചോദിച്ചു.

"ഞാൻ മിലിട്ടറില് ജോലി ചിയ്യുമ്പൊ ജാംഷദ്പ്പൂരിലായിരുന്നു കൊറച്ച് കാലം. അപ്പൊ കണ്ടതാ."

"തനിക്ക് മിലിട്ടറീല് പയിനെ നോക്കണ ജോലിയേർന്ന്?" കലിനാരായണൻനായർ ചോദിച്ചു.

“മിലിട്ടറീല് പയ്യിനെ നോക്കണ ജോലിയൊന്നൂല്യ. തോക്കെടുത്ത് വെടി വെയ്ക്ക്യ. അത്രന്നെ. ശത്രുക്കള് നമ്മളേം വെടിവയ്ക്കും. ചാവാൻ യോഗള്ളോര് യുദ്ധത്തില് ചാവും. ചാവാൻ യോഗല്യാത്തോര് കുടുമ്മത്തിക്ക് മടങ്ങും. അത്രന്നെ,”ചാപ്പൻനായർ സൗഹാർദ്ദ ത്തോടെ ചിരിച്ചുകൊണ്ടുപറഞ്ഞു.

“അപ്പൊ തനിക്ക് ചാവാൻ യോഗല്യാ അല്ലേ?” കലി ചോദിച്ചു.

“ചാവാൻ നമ്മക്കെല്ലാർക്കും യോഗണ്ട്. യുദ്ധത്തില് ചാവാൻ ഇയ്ക്ക് യോഗല്യ. അത്രന്നെ,” ചാപ്പൻനായർ പറഞ്ഞു.

“ഇന്റെ പ്രാർത്ഥന പരൂരെ തേവര് കേട്ടു. അത്രണ്ട് പ്രാർത്ഥിച്ച ടക്കുണ്ണൂ,” തെക്കര് വീട്ടിലെ കല്യാണിയമ്മ പറഞ്ഞു.

“എട്ടുംപൊട്ടും തിരിയാത്ത മൂന്ന് പെൺകുട്ട്യോളാ. അവറ്റടെ തന്ത യുദ്ധത്തില് ചത്ത്പോയാ ഞാനെന്താ ചീയ്യ്വാ? കുട്ട്യോളേം കൊണ്ട് കെണറ്റില് ചാടണ്ടിവരും,” കല്യാണിയമ്മ ഗദ്ഗദത്തോടെ തുടർന്നു.

“എത്ര വഴിവാടാ ഇബള് നടത്തിയടക്ക്ണ്! കാശൊക്കെ തൊല ച്ചൂന്നേയ്. വഴിവാടിന്റെ കാശൊക്കെ മിറ്റത്ത് ഒരുഭാഗത്ത് കുഴി ച്ചിട്ടാ മതിയാർന്നു. എന്നാ അത് മാന്തി എടുത്തിട്ടു ഇയ്ക്ക് അതോണ്ട് വീഡി വാങ്ങാർന്നു,” ചാപ്പൻനായർ ഗർജ്ജനംപോലുള്ള ഒരു പൊട്ടിച്ചിരിയോടെ പറഞ്ഞു.

“എങ്ങനെണ്ട് ഇപ്പൊ?” ശങ്കരൻനായർ മണ്ണാനോട് ചോദിച്ചു.

“എളകിവര്ണ്ട്. പൊക്കിൾക്കൊടി കുട്ടീടെ കഴ്ത്തിലേർന്ന്. കട്ടപെടഞ്ഞ് കെടക്കേർന്ന്. ഇപ്പോ ശെരിയായി,” മണ്ണാൻ പറഞ്ഞു.

“ഇന്റോടത്തെ ആടിനെ ഓർമ്മല്യേ? കറത്തിട്ട്? വെല്യേ അകിടാ യിട്ട്? അത് പെറുമ്പൊ ഇതിന്റെ അന്തി ഒരു കളി. കളീന്ന് പറ ഞ്ഞാലോ? നേരത്തോടുനേരം സഞ്ചാരടിച്ചടയ്ക്കുണ്ണു. അപ്പൊ ഒരാള് കൊറച്ച് എല എട്ത്ത് കയ്യിലിട്ട് കശക്കി അതിന്റെ നീര് ആടിന്റെ മൂക്കിമ്മല് വെച്ചുകൊടുത്തു. എന്തിന് പറേണൂ? ആട് അപ്പൊ പെറ്റു. പൊക്കിൾക്കൊടി അത് കടിച്ച് പൊട്ടിച്ചു,” ഇട്ടിയച്ചന്റെ ഭാര്യ മറിയ പറഞ്ഞു.

“എന്ത് എലയാന്ന് മറിയയ്ക്ക് ഓർമ്മണ്ടോ?” മാധവിയമ്മ ചോദിച്ചു.

“ഇയ്ക്ക് ഓർമ്മല്യ,” മറിയ പറഞ്ഞു.

“ആരേർന്ന് ആ ആള്?” കലി ചോദിച്ചു.

“ഇയ്ക്ക് അതൂം ഓർമ്മല്യ. അതൊക്കെ കഴിഞ്ഞിട്ട് ഇപ്പൊ ഏഴെട്ട് കൊല്ലായില്ല്യേ?” മറിയ ചോദിച്ചു.

“കർപ്പൂരം മണപ്പിച്ചാൽ പെറുംന്ന് കേട്ടിട്ട്ണ്ട്,” കലിനാരായ ണൻനായർ പറഞ്ഞു.

“എന്നാപ്പരീക്ഷിക്ക്യാ,” ചാപ്പൻനായർ പറഞ്ഞു.

ഞാൻ പൂജാമുറിയിൽനിന്ന് രണ്ടുകട്ട കർപ്പൂരം എടുത്തു കൊണ്ടുവന്നു. കലി അതും എടുത്ത് പ്രാഞ്ചിപ്രാഞ്ചി നടന്നു. അത് പൊടിച്ച് പശുവിന്റെ മൂക്കത്ത് വിതറുമ്പോൾ കലി അശ്രദ്ധ കാരണം ആ പാവം മൃഗത്തിന്റെ കണ്ണുകളിലും അല്പം കർപ്പൂര പൊടി വിതറി. വേദനകൊണ്ട് പശു പുളഞ്ഞു. അത് ദീനതയോടെ അമറി.

"അയിന്റെ കണ്ണ് പൊട്ടിച്ചോ?" മാധവിയമ്മ ചോദിച്ചു.

"ഞാനെങ്ങനെയാ പയ്യിന്റെ കണ്ണ് പൊട്ടിക്ക്യാ?"കലി ചോദിച്ചു.

"കർപ്പൂരം കണ്ണിലിട്ടിട്ട്," മാധവിയമ്മ ഗർജ്ജിച്ചു.

"കർപ്പൂരം ഞാൻ മൂക്ക്മ്മലാ വെതറീത്," കലി പറഞ്ഞു.

"ശബ്ദം ഉണ്ടാക്കാതെ ഒന്ന് മാറിനില്ക്കൂ. ആ പാവം ഒന്ന് പെറട്ടെ," അമ്മമ്മ പറഞ്ഞു.

"പശുക്കൾക്കും നാണമുണ്ടാവും," ഞാൻ അമ്മമ്മയോട് പറഞ്ഞു.

"ഇനി ആരെയാ ഞാൻ വിളിക്കേണ്ടത്? ആർക്കാ ഈ പയ്യുക്കുട്ടിയെ രക്ഷിക്കാൻ സാധിക്ക്യാ?" അമ്മമ്മ ചോദിച്ചു.

"കുന്നംകൊളത്ത് ഒരു മൃഗഡോക്ടറുണ്ടെന്ന് കേട്ടു. മിടുക്കനാത്രെ. അടിയൻ പോയികൊണ്ട്രാം," അഞ്ചക്കാളൻ പറഞ്ഞു.

"കാറ് കൊണ്ടേയ്യില്ല്യെങ്കി അയാള് വരില്ല്യ," ഇട്ടിയച്ചൻ പറഞ്ഞു.

"എന്നാ തെണ്ടിയത്തുപോയി പറയ്യോ കാറ് വേണംന്ന്. ഇപ്പൊ അപ്പുണ്ണിമേനോൻ ഒണർന്നിട്ട്ണ്ടാവും. നേരം അഞ്ചായി. കോഴി കൂവണത് കേട്ടു," അമ്മമ്മ പറഞ്ഞു.

"കാക്കോള് കരയണുണ്ട്. നേരം വെളിച്ചായി," ഉണ്ണിമായമ്മ പറഞ്ഞു.

"ഈ പ്രദേശത്തെ കാക്കോള് നേരം വെളുക്കണേന്റെ നുമ്പെ കരയും. കള്ള ജാത്യോള്. കാക്കോള് കരയണതു കേട്ട് ഞാനൊ ണർന്ന് നോക്കുമ്പോ തെക്കിണീലെ ക്ളോക്കില് സമയം മൂന്നരയാ?" മാധവിയമ്മ പറഞ്ഞു.

"അയ്യോ, കയ്യ് പറിഞ്ഞുപോണന്തി വേദനയാ. ഇന്റെ കയ്യ് ഞെക്കിപ്പിഴിയണൂലൊ," മണ്ണാൻ നിലവിളിച്ചു.

"നോവ് വരുമ്പൊ വലുതാവും. പിന്നെ ചെറുതാവും. മനിഷ്യ സ്ത്രീകൾടെ പേറ് പോലെത്തന്നെയാ പയ്യൾടെ പേറും," ഉണ്ണി മായമ്മ പറഞ്ഞു.

"ഇങ്ങള് ഒരായിരം പേറെങ്കിലും കണ്ടിട്ട്ണ്ടാവും. ഇല്ല്യേ ഉണ്ണി മായമ്മേ?" കലിനാരായണൻനായർ ചോദിച്ചു.

"ആയിരം പേറൊന്നും ഇയ്ക്ക് കാണണ്ടിവന്നിട്ടില്ല്യ കലി നാരാ യണൻ നായരെ. അവരും ഇവരും ഒക്കെ പെറുമ്പൊ ഞാനൊട്ടു പൂവ്വാറൂല്യ. ഈ പ്രദേശത്ത് ഇയ്ക്ക് വേണ്ടപ്പെട്ടോരായിട്ട് അവടെ

കുട്ട്യോള് പെറുമ്പൊ ഞാൻ സഹായത്തിന് ചെല്ലും. ഇന്നെ വിളി ച്ചില്ല്യെങ്കിലും ഞാൻ ചെല്ലും. പെണ്ണുങ്ങള് തമ്മില് അങ്ങട്ടും ഇങ്ങട്ടും സഹായിക്കണം.''

''കമല പോയി ഉറങ്ങിക്കോളൊ,'' അമ്മമ്മ പറഞ്ഞു.

''പശു പ്രസവിക്കട്ടെ. എന്നിട്ടു ഞാൻ ഉറങ്ങാം.''

''പയ്യ് പെറണത് കുട്ടി കണ്ടോട്ടെ. കല്ക്കത്തേലൊന്നും കാണാൻ കിട്ടാത്ത കാഴ്ചയാ,'' കലിനാരായണൻനായർ പറഞ്ഞു.

''പേറല്ലാ കാണാൻ പോണത്. പയ്യിന്റെ മരണപ്പെടച്ചിലാ. അയിന്റെ ദൃഷ്ടിടെ സമ്പ്രദായം മാറിത്തൊടങ്ങി. നിങ്ങക്കാർക്കും കാണാല്യേ?'' ശങ്കരൻ നായർ ചോദിച്ചു.

''അയ്യോ കുന്നംകുളത്തു പോയി വേഗം ആ ഡോക്ടറെ വിളിച്ചു കൊണ്ടുവരൂ,'' അമ്മമ്മ പറഞ്ഞു.

''തെണ്ടിയത്തു പോയി അപ്പുണ്ണിത്തമ്പ്രാനോട് പറയാം,'' അഞ്ച ക്കാളൻ പറഞ്ഞു.

ആ നിമിഷത്തിൽത്തന്നെ പശു തന്റെ ശരീരം ശക്തിയായി കുടഞ്ഞു. കുഞ്ഞും മണ്ണാന്റെ കൈയും പുറത്തേക്ക് തെറിച്ചതു പോലെ എനിക്ക് തോന്നി. മണ്ണാന്റെ കൈയ് കുഞ്ഞിന്റെ ശരീര ത്തിൽ മുറുക്കിപ്പിടിച്ചിരുന്നു. കുഞ്ഞിനെ വയ്ക്കോൽകൊണ്ട് തുടച്ച് വൃത്തിയാക്കി മണ്ണാൻ അതിനെ പശുവിന്റെ അകിട്ടിൽ അടുപ്പിച്ചു. കുഞ്ഞ് ഒരു വിറയലോടെ മുല കുടിക്കുവാൻ തുട ങ്ങിയപ്പോൾ എന്റെ അമ്മമ്മ പുഞ്ചിരി തൂകി.

''ചവറ് വീണാ?'' വള്ളി മണ്ണാനോട് ചോദിച്ചു.

''ഇതാ വീഴ്ണ്ണ്ട്,'' മണ്ണാൻ പറഞ്ഞു.

''വേഗം എടുത്ത് കുഴിച്ചിട്ടോളൊ. ഇല്ല്യെങ്കി പയ്യ് അത് അപ്പിടി തിന്നും,'' മാധവിയമ്മ പറഞ്ഞു.

''ചവറ് തിന്നാ പാല് വറ്റും. കുട്ടിക്ക് കുടിക്കാനുംകൂടി പാല് തെകയില്ല്യ,'' വള്ളി പറഞ്ഞു.

''ചവറ് തിന്നാൽ പയ്യിന് ഗുണാ,'' ചാപ്പൻനായർ പറഞ്ഞു.

''ഛി ഛി ഛി എനിക്ക് ശർദ്ദിക്കാൻ വരുണൂ,'' കലി പറഞ്ഞു.

''ചവറ് പശൂന് ഒരു രക്ഷയാ,'' ചാപ്പൻ നായർ പറഞ്ഞു.

''ചവറ് തിന്നണത് ആലോചിക്കുമ്പൊത്തന്നെ ഇയ്ക്ക് ഓക്കാനം വരുണൂ,'' കലി പറഞ്ഞു.

''നൊമ്മടെ ദേശത്ത് പശു ചവറ് തിന്നില്ല്യേരിക്കാം. പെറുമ്പഴയ്ക്കും നമ്മള് അത് എടുത്ത് കുഴിച്ചിടും. അതോണ്ടാ നൊമ്മടെ പയ്ക്കള് എല്ലും തോലും ആയി കോലംകെടണത്. ഞാൻ മിലിട്ടറീല് ആയി രുന്നപ്പൊ ജബൽപ്പൂരില് കൊറെക്കാലം താമസിച്ചു. അവടത്തെ പൈക്കളെ കണ്ടാ ആനക്കുട്ട്യോളാന്നേ തോന്നൂ. കൊഴുത്ത് തടിച്ചിട്ട്.

പറ്റാ ഒടനെ അവറ്റ ചവറ് തിന്നുംന്ന് ഇന്നോട് അവിടത്തുകാരൻ ഒരാള് പറഞ്ഞു,'' ചാപ്പൻ നായർ പറഞ്ഞു.

''ഇയ്ക്ക് ശർദ്ദിക്കാൻ വര്ണൂ,'' കലിനാരായണൻനായർ അസ്വസ്ഥനായി പറഞ്ഞു.

''വീട്ടില് കൊണ്ടോയി ഒരു കാപ്പി ഉണ്ടാക്കിക്കൊട്ക്കിൻ ഇത്തുട്ട്യേമേ,'' ഇട്ടിയച്ചൻ കലിയുടെ ഭാര്യയോട് പറഞ്ഞു. ഇത്തുക്കുട്ടിയമ്മ തന്റെ സുന്ദരമായ പുഞ്ചിരി വെളിപ്പെടുത്തി.

''പൂവ്വാ,'' മറിയ പറഞ്ഞു.

''ഞാനും പോട്ടെ. ചെറേല് പോയി കുളിക്കണ്ട നേരായി,'' ഉണ്ണിമായമ്മ പറഞ്ഞു.

''ഞാൻ പോയി അമ്പാഴത്തേലെ പഴയകുളത്തില് ഒന്ന് മുങ്ങും. എന്നിട്ടങ്ങനെ പാലശ്ശേരിക്ക് പോണം. നാളെ അവിടത്തെ പാടത്ത് വിത്തിടണം,'' ശങ്കരൻനായർ പറഞ്ഞു.

''നാളെയല്ലെടോ. ഇന്ന്. നേരം വെളുത്തൂലോ,'' കലി പറഞ്ഞു.

''ആ മണ്ണാൻ എവടെ? അയാൾക്ക് വല്ലതും കൊടുക്കണം,'' അമ്മമ്മ പറഞ്ഞു.

''മണ്ണാൻ തെക്കേ പറമ്പിലേക്ക് പോയിരിക്ക്യാ,'' മറിയ പറഞ്ഞു.

''എന്തിനാ അയാള് പോയത്? ഇത്രനേരം അദ്ധ്വാനിച്ച് ഒടുവിൽ കാശും നെല്ലും ഒന്നും വാങ്ങിക്കാതെ അയാള് പോയോ?'' അമ്മമ്മ വിഷണ്ണയായി ചോദിച്ചു.

നേരം വെളുത്തു. മണ്ണാനായാലും ഓനൊരു മനിഷ്യനല്ലേ? പറമ്പില് പൂവ്വാൻ തോന്നീട്ട്ണ്ടാവും,'' കലി ചിരിച്ചുകൊണ്ട് പറഞ്ഞു.

ഉദയസൂര്യന്റെ മൃദുവെളിച്ചത്തിൽ അമ്മമ്മയുടെ കവിളുകളുടെ ചുവപ്പ് ഞാൻ കണ്ടു.

മുപ്പത്തിനാല്

വയറൻ മാസ്റ്റർ എന്ന് വിളിക്കപ്പെട്ടവനും എന്റെ അനുജന്റെ ഗുരുനാഥനുമായ മിസ്റ്റർ ഫ്രാൻസിസ് സെക്വിറയാണ് ആ പാതിരിയെ ഞങ്ങളുടെ വീട്ടിലേക്ക് അയച്ചത്. പഴങ്കുറ്റിക്കാരനായ കുഞ്ഞാത്തുവിനെ ഞായറാഴ്ച ദിവസമെങ്കിലും പള്ളിയിലേക്കും അതുവഴി കർത്താവിലേക്കും ആകർഷിപ്പിക്കുവാൻ മാത്രമാണ് യുവാവായ ആ അച്ചൻ പതിനെട്ടാം ലാൻഡ് ഡൗൺ റോഡിലേക്ക് നിസ്സങ്കോചം കടന്നുവന്നത്. കത്തോലിക്കനായി ജനിച്ചിട്ട് പള്ളിയിൽ പോവാതെയും താൻ മാനസാ വാചാ കർമ്മണാ ചെയ്തുപോയ പാപങ്ങളെ വർഷത്തിലൊരിക്കലെങ്കിലും കുമ്പസാരിച്ച് ഒതുക്കാതെയും

മൃഗസദൃശനായി ഭക്ഷിക്കലും വിസർജ്ജിക്കലും മാത്രം തന്റെ ജീവിതധർമ്മമെന്ന് വിശ്വസിച്ചും കഴിയുന്ന ആ വൃദ്ധനെ കൈപിടിച്ച് ഉന്നതങ്ങളിലേക്ക് ഉയർത്തുവാൻ വന്ന ആ മലയാളിയുവാവിനെ കണ്ടപ്പോൾ പാറുക്കുട്ടി അമ്പരന്നു. ഉയരം കുറഞ്ഞതെങ്കിലും ബലിഷ്ഠമായ ആ ശരീരവും എണ്ണതേച്ച് പിന്നോക്കം ചീകിവച്ച മുടിയും ളോഹയുടെ ധവളിമയും നോക്കിക്കണ്ടുകൊണ്ട് പാറുക്കുട്ടി ആരോടെന്നില്ലാതെ ചോദിച്ചു:

"ആരാപ്പാ ഇത്?"

വേലക്കാരും വ്യാപാരികളും മാത്രം ഉപയോഗിച്ചിരുന്ന ചെറിയ ഗേറ്റ് കടന്ന് സിമെന്റ് പാകിയ ഇടവഴിയിലൂടെയാണ് അച്ചൻ ഉറച്ച കാൽവെപ്പുകളോടെ നടന്നുവന്നത്. ഒരാളെ കഴുത്ത് ഞെരിച്ച് കൊല്ലുമ്പോൾ അയാളുടെ തൊണ്ടയിൽനിന്ന് ഉത്ഭവിക്കാവുന്ന ഒരു വിചിത്രശബ്ദമാണ് അച്ചന്റെ ഷൂസുകൾ ഓരോ കാൽവെപ്പിലും പുറപ്പെടുവിച്ചത്. പുതിയ കറുത്ത ഷൂസുകൾ.

ഞാൻ ചവിട്ടുപടികളിൽ ഒന്നിൽ ഇരുന്ന് ഭൂമിശാസ്ത്രപാഠം പഠിക്കുകയായിരുന്നു. പാതിരി എന്നെ സമീപിച്ച് മലയാളച്ചുവയുള്ള ഇംഗ്ലീഷിൽ ചോദിച്ചു:

"മിസ്റ്റർ മാത്യൂസ് ഇവിടെയാണോ താമസിക്കുന്നത്?"

കുഞ്ഞാത്തുവിന്റെ ഔദ്യോഗികനാമം ഞാൻ ആ നിമിഷത്തിൽ ഓർത്തില്ല.

"ആ പേരുള്ള ആരും ഇവിടെ താമസിക്കുന്നില്ല," ഞാൻ പറഞ്ഞു.

"മിസ്റ്റർ ഫ്രാൻസിസ് സെക്വിറ പറഞ്ഞിട്ടാണ് ഞാൻ വന്നത്. കുന്നംകുളത്തുകാരൻ ഒരു വൃദ്ധൻ ഇവിടെ താമസിക്കുന്നുണ്ടെന്ന് അദ്ദേഹം പറഞ്ഞു," അച്ചൻ എന്നോടായി പ്രസ്താവിച്ചു. തന്റെ കൈകൾകൊണ്ട് എന്തു ചെയ്യണമെന്നറിയാതെ അയാൾ കുഴങ്ങുന്നതുപോലെ എനിക്ക് തോന്നി. വിരലുകൾ അന്യോന്യം കോർത്തും ഞെരിച്ചും കൊണ്ട് അച്ചൻ വീണ്ടും ചോദിച്ചു:

"മിസ്റ്റർ മാത്യൂസ്?"

നാരായണൻനായർ വർത്തമാനക്കടലാസ് മടക്കിവച്ച് പറഞ്ഞു.

"നൊമ്മടെ കുഞ്ഞാത്തുവിനെ കാണാൻ വന്നതായിരിക്കും."

പാറുക്കുട്ടിയും ഞാനും കുഞ്ഞാത്തു കിടന്നിരുന്ന കരിമുറിയിലേക്ക് ആഗതനെ ആനയിച്ചു. കയറ്റുകട്ടിലിൽ വാതുറന്നു കിടന്ന് ഉറങ്ങുകയായിരുന്നു ആ വൃദ്ധൻ. സാധാരണ കൂർക്കം വലിക്കാറുള്ള കുഞ്ഞാത്തു അന്ന് നിശ്ശബ്ദനായിട്ടാണ് ഉറങ്ങിയിരുന്നത്.

"എണീക്കിൻ കുഞ്ഞാത്തുമാപ്പളേ. ഇങ്ങളെ കാണാൻ ആരാ വന്നടക്കണ്ന്ന് നോക്ക്യേ," പാറുക്കുട്ടി ഉച്ചത്തിൽ വിളിച്ചുപറഞ്ഞു.

കുഞ്ഞാത്തു കണ്ണുകൾ തുറന്നു. ധൃതിയിൽ എഴുന്നേറ്റുനിന്നു കൊണ്ട് കുഞ്ഞാത്തു പറഞ്ഞു:

"അയ്യോ, ഈശോമിശിഹായ്ക്ക് സ്തുതി."

ആ മുറിയിൽ താളം കെട്ടിനിന്ന മൂത്രഗന്ധം കാരണമാവാം ആഗതൻ മൂക്ക് മുറുക്കിപ്പിടിച്ചു.

"എപ്പോഴുമെപ്പോഴും സ്തുതി," അയാൾ പറഞ്ഞു.

"എനിക്ക് മിസ്റ്റർ മാത്യൂസിനോടു സ്വകാര്യമായി കുറച്ചു സംസാരിക്കണം," അയാൾ എന്നോട് പറഞ്ഞു.

പാറുക്കുട്ടിയും ഞാനും മനമില്ലാമനസ്സോടെ കരിമുറിയിൽനിന്ന് പുറത്തിറങ്ങി.

"കുട്ട്യേ, ഈയ്യാള് ഒരു പള്ളീലച്ചനാ. ഇയ്ക്ക് ഈ വേഷം കണ്ട്പ്പോ മനസ്സിലായി. നാട്ടിലും ഉണ്ട് ഒരു പള്ളീലച്ചൻ. ഞായറാഴ്ച പൊലരെണേന്റെ നുമ്പെത്തൊടങ്ങൂ. പള്ളീല്ച്ചെന്നിട്ട് അയാള് ഒരൂട്ടം പറയാൻ. ഇട്ട്യേച്ചന്റെ മറിയേം വെല്ല്യേ റോതും ഒക്കെ ആ സമയത്താ പള്ളീപ്പൂവ്വ്വാ," പാറുക്കുട്ടി പറഞ്ഞു.

"ഇനി മാസത്തിലൊരിക്കലെങ്കിലും കുർബ്ബാനയ്ക്ക് വരണം," കരിമുറിയിൽനിന്ന് പാതിരിയുടെ ശബ്ദം ഉയർന്നു. കുഞ്ഞാത്തു എന്തോ പിറുപിറുത്തു.

"എന്നാൽ ഏഴേകാലിന് ഉള്ള കുർബാനയ്ക്ക് വന്നാൽ മതിയല്ലൊ," അച്ചൻ പറഞ്ഞു.

ഒടുവിൽ അവർ പ്രാർത്ഥന തുടങ്ങി:

"ആകാശങ്ങളിൽ ഇരിക്കുന്ന ഞങ്ങളുടെ ബാവ. നിൻ തിരുനാമം സ്തുതമാകപ്പെടണം. നിന്റെ രാജ്യഭരണം, നിന്റെ തിരുമനസ്സ് സ്വർഗ്ഗത്തിലെപ്പോലെ ഭൂമിയിലും..."

പാതിരിക്കുവേണ്ടി കുഞ്ഞാത്തു ബിസ്ക്കറ്റ് വാങ്ങിക്കൊണ്ടു വന്നു. നാരായണൻനായർതന്നെ ആ യുവാവിനെ ചായ കൊടുത്ത് സത്കരിച്ചു. കല്ക്കത്താജീവിതത്തിന്റെ വിരസതയെപ്പറ്റി നാരായണൻനായർ അയാളോടൊപ്പം ചർച്ചചെയ്തു.

പാതിരി പോയ്ക്കഴിഞ്ഞപ്പോൾ പാറുക്കുട്ടി പറഞ്ഞു:

"നല്ലൊരു മനിഷ്യൻ! നസ്ത്രാണി ആണെങ്കിലും നല്ല മനിഷ്യപ്പറ്റ്ണ്ട്ട്ടാ."

"ആ പറഞ്ഞേന്റെ അർത്ഥം എന്താ? ഇന്നെ കൊള്ളിച്ചിട്ടാ ഇങ്ങള് എപ്പഴും സംസാരിക്ക്യാ. നസ്രാണ്യോൾക്ക് മനിഷ്യപ്പറ്റില്ല്യാന്ന് പറഞ്ഞേന്റെ കാരണം ഇയ്ക്ക് കേക്കണം," കുഞ്ഞാഞ്ഞു ചൊടിച്ചു കൊണ്ടുപറഞ്ഞു.

പാറുക്കുട്ടി ഒരു ചൂലുമെടുത്ത് ധൃതിയിൽ മുകളിലേക്ക് പോയി. കുഞ്ഞാത്തു അല്പം റാക്ക് കുടിച്ചിട്ടുണ്ടെന്ന് മനസ്സിലായതുകൊണ്ടാവാം പാറുക്കുട്ടി ഒരു തർക്കം തുടങ്ങുവാൻ ഇഷ്ടപ്പെട്ടില്ല.

കുഞ്ഞാത്തുവിന്റെ ഭാര്യയ്ക്ക് ക്ഷയരോഗമുണ്ടായിരുന്നു. രോഗം മൂർച്ഛിച്ച് അവർ മരിക്കാറായപ്പോൾ ബന്ധുക്കൾ കുഞ്ഞാത്തുവിന് കത്തുകൾ എഴുതി. ഭാര്യയെ ജീവനോടെ കാണുവാൻ ആഗ്രഹമുണ്ടെങ്കിൽ കഴിയുന്നതും വേഗം നാട്ടിലേക്ക് വരണമെന്ന് അവർ എഴുതിയിരുന്നു. ആ ദിവസം കുഞ്ഞാത്തു നനഞ്ഞ കണ്ണുകളോടെ തന്റെ പ്രിയപത്നിയുടെ സൗന്ദര്യത്തെയും സൗശീല്യത്തെയും പുകഴ്ത്തിക്കൊണ്ടിരുന്നു. അമ്മയുടെ പക്കൽനിന്ന് നൂറുരൂപ വാങ്ങി നാട്ടിലേക്ക് മണിയോർഡർ അയയ്ക്കുകയുംചെയ്തു. അന്തിമകൂദാശ ഉടനെ നടത്തുവാനും പിന്നീടുള്ള ദുഃഖകർമ്മങ്ങളിൽ പിശുക്ക് കാട്ടാതിരിക്കുവാനും കുഞ്ഞാത്തു ബന്ധുക്കൾക്ക് എഴുതി. തനിക്ക് ലീവ് കിട്ടുവാൻ പ്രയാസമുണ്ടെന്നും എഴുതി.

"അത്ര കാശെങ്കിലും ലാഭിക്കാലോ," കുഞ്ഞാത്തു ഒരു വരണ്ട പുഞ്ചിരിയോടെ പറഞ്ഞു. അയാൾ ദുഃഖം മറക്കുവാൻവേണ്ടി നിത്യേന കുടിക്കുകയുംചെയ്തു.

"താൻ ഇബടെ ഇങ്ങനെ കുടിച്ചോണ്ട് തന്റെ ഭാര്യ രക്ഷപ്പെടുംന്ന് വിചാരിക്ക്ണ്ടോ?" നാരായണൻനായർ ചോദിച്ചു.

ഒരാഴ്ചക്കാലം അങ്ങനെ കഴിഞ്ഞു. അപ്പോഴാണ് നാട്ടിൽനിന്ന് സന്തോഷവാർത്തയും പേറിക്കൊണ്ട് ഒരു കാർഡ് വന്നത്. കുഞ്ഞാത്തുവിന്റെ ഭാര്യയ്ക്ക് കൂദാശ കൊടുത്ത് ഇടവക പാതിരി മടങ്ങിയപ്പോൾ അവർ എഴുന്നേറ്റിരുന്ന് കഞ്ഞികുടിക്കുവാൻ ആഗ്രഹം പ്രകടിപ്പിച്ചു. കഞ്ഞി കുടിച്ചു. ഇപ്പോൾ ആരോഗ്യവതിയായി വീട്ടുജോലികൾ ചെയ്യുന്നു. മക്കളെ തീറ്റുന്നു...

"പണ്ടാരം പിടിച്ചോള്!" കുഞ്ഞാത്തു പറഞ്ഞു.

ഞങ്ങൾ എല്ലാവരും ചിരിച്ചു.

"ഇനി ഓള് മരിക്ക്യാണെന്ന് കത്ത് വന്നാ ഞാനൊരൊറ്റ ശില്ലിക്കാശ് അയക്കില്ല്യ. മരിക്ക്യാണെങ്കി മരിക്കട്ടെ. നൂറുറുപ്യ തൊലച്ചില്ല്യേ? ജീവിക്കണ്ടോടത്ത് ജീവിക്ക്യ. മരിക്കണ്ടോടത്ത് മരിക്ക്യ." കുഞ്ഞാത്തു പറഞ്ഞു

അയാളുടെ ക്ഷോഭം കണ്ട് പാറുക്കുട്ടി പൊട്ടിച്ചിരിച്ചു.

"ഇങ്ങളെപ്പോലെ കണ്ണില് ചോരല്യാത്ത ഒരു മനിഷനെ കാണാൻ കിട്ടില്യ. ഇങ്ങടെ കുട്ട്യോടെ പെറ്റ തള്ളയല്ലേ അത്. അത് രക്ഷപ്പെട്ടപ്പോ ഇങ്ങക്ക് സങ്കടം!" പാറുക്കുട്ടി പറഞ്ഞു.

"വിചാരിക്കുമ്പോ നൂറുറുപ്യ ഉണ്ടാക്കാൻ സാധിക്ക്യോ?" കുഞ്ഞാത്തു ചോദിച്ചു.

“നൂറുറുപ്യ അത്ര വല്യേ സംഖ്യൊന്ന്വല്ല. ഇങ്ങള് കാശൊക്കെ കുടിച്ച് കളയ്ാ. കുടി നിർത്തിയാ ഇങ്ങളൊരു ലക്ഷപ്രഭു ആവും. തീർച്ചയാ,” പാറുക്കുട്ടി പറഞ്ഞു.

“അതും ശെരിയാ. മാസപ്പടി അറുപതു റുപ്യയാ ഒപയോഗിക്കാതെ ഒരൂട്ടിവെച്ചാ ഒരു കൊല്ലം ഇനിക്ക് എഴ്നൂറ്റി ഇരുപത് കിട്ടും. ഇങ്ങനെ പത്തു കൊല്ലം കൂട്ടിവച്ചാ ഏഴായിരത്തി ഇരുനൂറ് കിട്ടും,” കുഞ്ഞാത്തു പറഞ്ഞു.

“ഉപ്പാ കുഞ്ഞാത്തുമാപ്പളേ, ഇങ്ങക്ക് ഏഴായിരത്തി ഇരുനൂറ് കിട്ട്വോ?” പാറുക്കുട്ടി ചോദിച്ചു.

കുഞ്ഞാത്തു ചിരിച്ചു.

“ഏഴായിരത്തി ഇരുനൂറ് കിട്ടും. കൊറച്ചുംകൂടി കാലം കഴിഞ്ഞാ ഇനിയ്ക്ക് പതിനാലായിരത്തി നാനൂറ് കിട്ടും. അപ്പൊ വീട് പണീക്കാം. കൊറച്ച് കച്ചോടോം തൊടങ്ങാം. ചെക്കനെ കോളേജില് അയച്ച് പഠിപ്പിക്കാം. പെൺകുട്ട്യോളെ നല്ല സ്ഥിതീല് കെട്ടിച്ച് കൊടുക്കാം,” കുഞ്ഞാത്തു പറഞ്ഞു.

“ഇങ്ങള് ഭാഗ്യവാനാ,” പാറുക്കുട്ടി പറഞ്ഞു.

പാറുക്കുട്ടിയുടെ വാക്കുകൾ കേട്ട് കുഞ്ഞാത്തു വീണ്ടും ചിരിച്ചു.

“അതേയതെ. സൊപ്നം കണ്ടോളൊ. വെല്യേ കാശ്കാരനായി നാട്ട്പ്പോയി കുന്നംകൊളം അങ്ങാടി അങ്ങ്ട്ട് വാങ്ങിക്കൊളൊ,” നാരായണൻനായർ പിറുപിറുത്തു.

“അങ്ങാടി വാങ്ങിക്കില്യാന്ന് ഇങ്ങക്കെങ്ങനെയാ ഒറപ്പ്?” പാറുക്കുട്ടി ചോദിച്ചു.

നാരായണൻനായർ ഒന്നും പറയാതെ അടുക്കളയിലേക്ക് കയറിപ്പോയി. ഏത് തർക്കത്തിന്റെ അവസാനത്തിലും നാരായണൻനായർ മാതൃഭൂമി ദിനപത്രം വായിച്ചു തുടങ്ങാറുണ്ടായിരുന്നു. പത്രംകൊണ്ട് മുഖം മറച്ചുകൊണ്ട് ഒരൊറ്റയിരിപ്പ്!”

കുഞ്ഞാത്തുവിനെ കാണുവാനായി ആ മലയാളി പാതിരി വീണ്ടും ഒരിക്കൽ വന്നു. പള്ളിയിൽ ഒരിക്കലും വരാത്തതുകൊണ്ട് സ്വന്തം മുറിയിൽ വെച്ചെങ്കിലും കുമ്പസാരിക്കണമെന്ന് അയാൾ കുഞ്ഞാത്തുവിനോട് പറഞ്ഞു. കുമ്പസാരിക്കുമ്പോൾ അച്ചൻ വാതിൽ ചാരി. പാറുക്കുട്ടി മാത്രം വാതിലിനു പുറത്തു ചെന്നുനിന്ന് അവർ പറയുന്ന വാക്കുകൾ കേൾക്കുവാൻ ശ്രമിച്ചു.

“ഇയ്ക്കൊന്നും കേക്കാല്യ,” അവർ ഒന്നുരണ്ടു തവണ പിറുപിറുത്തു.

“അവനാൻ ചെയ്ത പാപങ്ങളൊക്കെം ഏറ്റ് പറയാ. അത് ബാക്കിള്ളോര് കേക്കണ്ട ആവശ്യല്യ,” നാരായണൻനായർ നീരസത്തോടെ അഭിപ്രായപ്പെട്ടു.

“കുഞ്ഞാത്തു മാപ്പിള പാപം ചെയ്യില്ല്യാന്ന് ഇയ്ക്ക് നിശ്ശണ്ട്,” പാറുക്കുട്ടി പറഞ്ഞു.

“വീട്ടില് വെച്ച് ചെയ്യില്ല്യേരിക്കും. പക്ഷേ, ആപ്പിസില് പാപം ചെയ്താലോ?” നാരായണൻനായർ ചോദിച്ചു.

“ആപ്പീസില് വെച്ച് എങ്ങനെയാ പാപം ചീയ്യ്? വെല്യ മൂപ്പര് കാണില്ല്യേ?” പാറുക്കുട്ടി ചോദിച്ചു.

നാരായണൻനായർ ഉത്തരം പറഞ്ഞില്ല.

തന്റെ ഭാര്യയുടെ ആരോഗ്യസ്ഥിതി നേരിട്ട് അന്വേഷിക്കുവാനായി ആ വർഷത്തെ ക്രിസ്മസ്സിനു മുൻപ് ഒരു മാസത്തെ ലീവെടുത്ത് കുഞ്ഞാത്തു യാത്രയായി. വഴിയിൽ ഭക്ഷിക്കുവാനായി ഒരു പൊതി അവിലും ഒരു ഡസൻ പുഴുങ്ങിയ കോഴിമുട്ടയും രണ്ട് പഴവും കുഞ്ഞാത്തു കൈയിൽ കരുതി. റെയിൽവേക്കാർക്ക് ഭക്ഷണത്തിന്റെ വക കാശ് കൊടുക്കുന്നത് വിഡ്ഢിത്തമാണെന്ന് കുഞ്ഞാത്തു എന്നോടു പറഞ്ഞു.

“ടിക്കറ്റിന്റെ കാശ് കൊടുക്കാണ്ടെ പറ്റില്ല്യ. അവറ്റ നമ്മളെപ്പിടിച്ച് വണ്ടീന്ന് എറക്കും. പക്ഷേ, അവറ്റ തരണ ചായേം ചോറും തിന്നണോ വേണ്ടേന്ന് നമ്മളാ നിശ്ചയിക്കേണ്ട്. നമ്മടെ കാശാ പോണത്,” കുഞ്ഞാത്തു പറഞ്ഞു.

“കോഴിമുട്ടയും അവിലും തിന്നുമ്പൊ ചായ കുടിക്കണ്ടേ?” ഞാൻ ചോദിച്ചു.

“വേണ്ട, കുളിമുറീല് ഇഷ്ടംപോലെ വെള്ളം കിട്ടും. മൂന്നീസം ചായ കുടിച്ചില്ല്യെങ്കി മനിഷ്യൻ ചാവില്ല്യ. ഉവ്വോ? രണ്ടുറുപ്യടെ കാശ് ലാഭിക്കാം. ഇല്ല്യേ?” കുഞ്ഞാത്തു ചോദിച്ചു.

തന്റെ മകന് ഒരു ഷർട്ടും പെൺകുട്ടികൾക്ക് ഉടുപ്പുകളും കുഞ്ഞാത്തു കൊണ്ടുപോയി. ഏറ്റവും സുന്ദരിയായ “ചെറിച്ചി”യ്ക്ക് ഓറഞ്ചു വർണ്ണമുള്ള ഒരു ഫ്രോക്കാണ് അയാൾ മേടിച്ചത്. പക്ഷേ, കല്ക്കത്തേയ്ക്ക് മടങ്ങിയപ്പോൾ കുഞ്ഞാത്തു വ്യസനത്തോടെ പറഞ്ഞു:

“ചെറിച്ചിക്ക് ഞാൻ കൊണ്ട്വായ കുപ്പായം പാകായില്ല്യ. കുട്ട്യോളെല്ലാരും വലുതായി. ആർക്കും കുപ്പായം പാകായില്ല്യ. വെറുതെ കൊറെ കാശ് തൊലച്ചു.

മുപ്പത്തിയഞ്ച്

സരോജയുടെ അച്ഛൻ മിസ്റ്റർ സോമസുന്ദരം മിക്ക ദിവസവും ജോലി കഴിഞ്ഞ് മടങ്ങിയാൽ തന്റെ മക്കളെ കൂട്ടി നടക്കുവാനായി നിരത്തിലേക്ക് വീണ്ടും ഇറങ്ങാറുണ്ടായിരുന്നു. സന്ധ്യ കഴിയുമ്പോ

ഴേക്കും ഫുട് പാത്തുകൾ കല്ക്കത്തയിൽ ജനനിബിഡമാവാറുണ്ട്. ഇടുങ്ങിയമുറികളിൽ ജീവിക്കുന്നവർ അല്പം കാറ്റ് കിട്ടുവാനായി പുറത്തു വരും. മിക്കവരും തെക്കോട്ടു നടന്ന് ലേക്കിന്റെ വക്കത്ത് വന്നെത്തും.

തനിക്കും അനുജനായ വിശ്വനാഥനും അച്ഛൻ മഗ്നോളിയ ഐസ്ക്രീം വാങ്ങിത്തന്നു എന്ന് സരോജ പറയാറുണ്ടായിരുന്നു. എന്റെ വീട്ടിന്റെ ബാൽക്കണിയിൽ പൂച്ചട്ടികൾക്കിടയിൽനിന്നു കൊണ്ട് ഞാൻ ആ അച്ഛനും മക്കളും കണ്ണിൽനിന്ന് മറയുന്നതു വരെ നോക്കിക്കണ്ടു. എന്നെങ്കിലും അവർ എന്നെയും നടക്കുവാൻ ക്ഷണിക്കുമെന്ന് ഞാൻ പ്രതീക്ഷിച്ചു. എന്റെ അച്ഛനോടുള്ള ഭയ ബഹുമാനങ്ങൾ കാരണമാവാം മിസ്റ്റർ സോമസുന്ദരം എന്നെ ക്ഷണി ക്കാതിരുന്നത്.

എന്റെ അച്ഛന്റെ മനസ്സിൽ സദാസമയം തന്റെ കമ്പനിയുടെ പ്രശ്നങ്ങളായിരുന്നു. മാനേജ്മെന്റും തൊഴിലാളിവർഗ്ഗവും തമ്മിൽ നടക്കുന്ന ഉരസലുകളായിരുന്നു. ഒരു ബ്രിട്ടീഷ് കമ്പനിയുടെ ആദ്യത്തെ ഇന്ത്യൻ മേധാവിയെന്ന പദവി തന്റെ ശിരസ്സിൽ ഉറയ്ക്കാത്ത ഒരു സാങ്കല്പിക കിരീടമായാണ് അച്ഛന് അനുഭവപ്പെട്ടത്. ആ ഉന്നത പദവി സുരക്ഷിതത്വം നൽകുന്നതിനുപകരം മാനസികമായ ഒരര ക്ഷിതാവസ്ഥയാണ് അച്ഛന് നേടിക്കൊടുത്തത്. ഞങ്ങൾ കുട്ടികൾ അദ്ദേഹത്തിന്റെ ദൈനംദിനജീവിതപശ്ചാത്തലത്തിൽ അവ്യക്ത രൂപങ്ങളായി നിലകൊണ്ടു. വെറും അപ്രസക്തർ.

മിസ്റ്റർ സോമസുന്ദരം ആഴ്ചയിലൊരിക്കൽ തന്റെ മക്കളെ ഹിന്ദി യിലോ ഇംഗ്ലിഷിലോ നിർമ്മിച്ച സിനിമകൾ കാണുവാൻ കൊണ്ടു പോയി. സരോജയിൽനിന്ന് ഞാൻ അവയുടെ കഥയും നിരൂപ ണവും കേട്ടു. പഴയ ക്ലാസിക്കുകളെ ആസ്പദമാക്കി നിർമ്മിച്ച ചലച്ചിത്രങ്ങളാണ് മിസ്റ്റർ സോമസുന്ദരം തിരഞ്ഞെടുത്തത്. സിനിമ യുടെ കഥ സരോജയിൽനിന്ന് കേട്ടുകഴിഞ്ഞാൽ ഞാൻ ആ കഥാ പുസ്തകം ലൈബ്രറിയിൽനിന്ന് തേടിയെടുത്ത് വായിച്ച് രസിക്കു കയും ചെയ്തു. 'ഇവിസ്ബ്ൾ മാൻ' എന്ന കഥയുടെ ചലച്ചിത്രാ വിഷ്കരണം കാണുവാനായി എന്റെ സ്കൂളിലെ മിക്ക കുട്ടികളും പോയപ്പോൾ ഞാൻ അതുകാണുവാൻ ആഗ്രഹം പ്രകടിപ്പിച്ചു. അച്ഛൻ സമ്മതിച്ചു. തനിയെ പോവരുതെന്നും കൂട്ടിന് പാറുക്കു ട്ടിയെ കൊണ്ടുപോവണമെന്നും അദ്ദേഹം പറഞ്ഞു. പാറുക്കുട്ടി കല്ക്കത്തയിൽ എത്തിയതിനുശേഷം സിനിമ കണ്ടിട്ടുമുണ്ടായി രുന്നില്ല. അവർ ഉത്സാഹഭരിതയായി.

"പാറുക്കുട്ടിക്ക് പേടിയാവും. അങ്ങിനത്തെ സിനിമയാണ്," ഞാൻ പറഞ്ഞു. കാരണമില്ലാതെതന്നെ പൊട്ടിച്ചിരിച്ചു.

തന്റെ ജാക്കറ്റിന്റെ വക്കുകൾ കീഴ്പോട്ട് വലിച്ചും വീണ്ടും വീണ്ടും മുടി അഴിച്ചുകെട്ടിയും പാറുക്കുട്ടി തന്റെ ഉത്സാഹം പ്രകടിപ്പിച്ചു. അവർ അലക്കിയ പുളിയിലക്കരമുണ്ടും നേര്യതും ധരിച്ചു. മുണ്ടിന്റെ അടിയിൽ ധരിച്ച ഒന്നരയുടെ ചുവന്ന കരയും രൂപരേഖകളും ആർക്കും കാണാമായിരുന്നു. പാറുക്കുട്ടിക്ക് അനുഭവപ്പെടേണ്ട ലജ്ജ എന്തു കൊണ്ടോ ഞാൻ അനുഭവിച്ചു.

ലൈറ്റ് ഹൗസ് എന്ന തിയേറ്ററിനു മുമ്പിൽ ആൾത്തിരക്കുണ്ടാ യിരുന്നു. ഏകദേശം അരമണിക്കൂർ ക്യൂവിൽ നിന്നിട്ടും ഡ്രൈവർ നരേശിന് ടിക്കറ്റ് വാങ്ങുവാൻ സാധിച്ചില്ല. സ്കൂൾകുട്ടികളെ അദ്ധ്യാ പികമാരും അദ്ധ്യാപകന്മാരും ആ സിനിമയ്ക്കായി കൊണ്ടുവന്നി രുന്നു.

"ഈ പടം ഇനിയത്തെ ആഴ്ച കാണാം. ഞാൻ മുൻകൂട്ടി ടിക്കറ്റ് റിസർവ് ചെയ്യാം. ഇപ്പോൾ നമുക്ക് മെട്രോവിൽ പോയി അവിടെ ഓടുന്ന പടം കാണാം," നരേശ് എന്നോട് പറഞ്ഞു. സിനിമ കാണാതെ വീട്ടിലേക്കു മടങ്ങുവാൻ പാറുക്കുട്ടിക്കും മനസ്സുവന്നില്ല.

"നമ്മക്ക് മറ്റെ സിനിമ കാണാം കുട്ട്യേ," അവർ പറഞ്ഞു.

'ദ മേജർ ആൻഡ് ദ മൈനർ' എന്ന് പേരുള്ള ഒരു പടമായിരുന്നു മെട്രോവിൽ. തിയേറ്ററിന്റെ ഫോയറിൽ ജിൻജർ റോജർസിന്റെ ഒരു വർണ്ണചിത്രം പ്രദർശിപ്പിക്കപ്പെട്ടിരുന്നു. ആ നടിയുടെ കാൽ വണ്ണകളെ നോക്കിക്കൊണ്ട് പാറുക്കുട്ടി തന്റെ മുഖം തിരിച്ചു.

"ഈ മദാമ്മമാർക്ക് നാണോം മാനോം ഇല്യേ കുട്ട്യേ?" പാറുക്കുട്ടി ചോദിച്ചു. പാറുക്കുട്ടിയുടെ വസ്ത്രധാരണരീതി കണ്ട് അതിശയി ച്ചിട്ടാവാം പലരും അവരെത്തന്നെ തുറിച്ചുനോക്കി. തടിച്ചവളെങ്കിലും അവയവഭംഗി വേണ്ടത്രയുള്ള ഒരു ശരീരമായിരുന്നു പാറുക്കുട്ടി യുടെ ശരീരം. മുഖവും സുന്ദരമായിരുന്നു. കൂട്ടുപുരികങ്ങൾക്കു നേരെ നടുവിൽ കളഭക്കുറിയും സിന്ദൂരപ്പൊട്ടും. വെളുത്ത കല്ല് പതിച്ച മൂക്കുത്തി. മുഖത്തിനു ചുറ്റും ചലിക്കുന്ന അളകങ്ങൾ. മുറുക്കിച്ചു വപ്പിച്ച ചുണ്ടുകൾ. എല്ലാവരും അവരെത്തന്നെ നോക്കിക്കൊണ്ടി രുന്നു.

"കുട്ട്യേ ഇന്റെ ചെയിൻ വല്ലോരും പൊട്ടിച്ച് കൊണ്ടുവേ്ാ?" പാറുക്കുട്ടി ചോദിച്ചു.

"ഇത് കല്ക്കത്തേല് വെച്ച് നല്ല തിയേറ്ററാണ്. ഇവിടെ കള്ളന്മാ രൊന്നും വരില്ല," ഞാൻ പറഞ്ഞു.

ദരിദ്രയായ ഒരു യുവതി താൻ പന്ത്രണ്ടുവയസ്സു പ്രായക്കാരി യാണെന്ന് നടിച്ച് അര ടിക്കറ്റ് വാങ്ങി യാത്രചെയ്യുന്നതായിരുന്നു സിനിമയുടെ ആരംഭം. അതേവണ്ടിയിൽ യാത്ര ചെയ്തിരുന്ന ഒരു മേജർ അവളിൽ ആകൃഷ്ടനാവുന്നു. ഞാൻ സംഭാഷണം പാറു

ക്കുട്ടിക്കുവേണ്ടി വിവർത്തനം ചെയ്തു. അവർ ഉറക്കെയുറക്കെ പൊട്ടിച്ചിരിച്ചു. ഞങ്ങളുടെ പിന്നിൽ ഇരുന്നിരുന്ന ഒരാൾ ശ്ശ് എന്ന ശബ്ദമുണ്ടാക്കി, ദേഷ്യത്തോടെ പിറുപിറുത്തു.

"ഉറക്കെ ചിരിച്ചാൽ നമ്മളെപ്പിടിച്ച് പുറത്താക്കും," ഞാൻ പറഞ്ഞു.

"നമ്മളെപ്പിടിച്ച് പൊറത്താക്കാൻ ആർക്കും അവകാശല്യാ കുട്ട്യേ. കാശ് കൊട്ത്തിട്ടാ നമ്മളും ടിക്കറ്റ് വാങ്ങീത്," പാറുക്കുട്ടി പറഞ്ഞു.

കഥാനായികയുടെ വസ്ത്രധാരണരീതി പാറുക്കുട്ടിയെ ചൊടിപ്പിച്ചു. "എരപ്പ് എരപ്പ്," അവർ ആവർത്തിച്ചുപറഞ്ഞു.

"മദാമ്മോളും സായിപ്പമ്മാരും നസ്ത്രാണ്യോളാന്ന് കുഞ്ഞാത്തു മാപ്പള പറഞ്ഞു. അത് ശെരിയാണോ കുട്ട്യേ?" പാറുക്കുട്ടി ചോദിച്ചു.

"അതെ," ഞാൻ പറഞ്ഞു.

"ഛേ ഛേ ഛേ! നസ്ത്രാണിയോളെ എന്തിനാ കൊള്ള്? പെണ്ണായാ ഒന്നര ഉടുക്കണം. ആണായാ കോണം ഉടുക്കണം. നസ്ത്രാണിയോളക്ക് ഈ രണ്ടും വെശല്ല," പാറുക്കുട്ടി പറഞ്ഞു.

"ഇനി ഞാൻ പാറുക്കുട്ടിടെ കൂടെ സിനിമക്ക് വരില്ല," ഞാൻ കോപത്തോടെ പറഞ്ഞു.

"പിന്നെ ആരടെ കൂടെയാ കുട്ടി പൂവ്വ്വാ? തൃപുരടെ കൂടെ പൂവ്വോ? ആ തള്ളടെ അട്ത്ത് ഇരിക്കുമ്പൊ ചൂരടിക്കില്യേ?" പാറുക്കുട്ടി ശബ്ദം ഉയർത്തിക്കൊണ്ടു ചോദിച്ചു. പിന്നിൽ ഇരുന്നിരുന്നവർ ഞങ്ങളെ ശകാരിച്ചുകൊണ്ടേയിരുന്നു.

സൈനിക മേധാവിയുടെ കാമുകിക്ക് പന്ത്രണ്ടുവയസ്സു പ്രായക്കാരി തന്റെ സമപ്രായക്കാരിയാണെന്ന് മനസ്സിലാവുന്നു. തീവ്രമായ ടെൻഷൻ സൃഷ്ടിക്കുന്ന ഒരു രംഗമായിരുന്നു സിനിമയിൽ. പാറുക്കുട്ടിയുടെ നിരന്തര ഡയലോഗ് എനിക്ക് ശല്യമായി അനുഭവപ്പെട്ടു.

കഥാനായകനും പ്രധാന നടിയും അന്യോന്യം ചുംബിച്ചപ്പോൾ പാറുക്കുട്ടി കടുത്ത നീരസത്തോടെ എഴുന്നേറ്റു നിന്നു.

"എരപ്പ്! ഈ തോന്ന്യാസ സിനിമ കാണാൻ ആ റൈവറ് നമ്മക്ക് ടിക്കറ്റ് വാങ്ങീലൊ! അച്ഛന് മനസ്സിലായാ ഇന്നേം കൊല്ലും റൈവറേം കൊല്ലും, കുട്ട്യേ കൊന്ന് കുഴിച്ച് മൂടും." പാറുക്കുട്ടി വിളിച്ചു പറഞ്ഞു.

പുറകിലുള്ളവർ "സിറ്റ് ഡൗൺ" എന്നു വിളിച്ചുപറഞ്ഞു.

ഇന്റർവലിൽ ഞാൻ പാറുക്കുട്ടിക്കായി ഒരു പൊതി നിലക്കടല വാങ്ങി. ഞാൻ ഐസ്ക്രീം തിന്നു. ഞങ്ങളെ ആരെങ്കിലും തുറിച്ചു നോക്കിയാൽ ഉടനെ പാറുക്കുട്ടി തന്റെ നീരസം പ്രകടിപ്പിച്ചു.

"ഇശ്ശ് ഈ ബംഗാളിയോളെ കണ്ടൂട, കുട്ട്യേ. പെണ്ണുങ്ങളെ നോക്കി ചോരകുടിക്കണ വർഗ്ഗം!" പാറുക്കുട്ടി പറഞ്ഞു.

പിന്നീട് ഞാൻ ഒരിക്കലും അവരെ കൂട്ടി സിനിമ കാണുവാൻ പോയില്ല. എച്ച്. ജി. വെൽസിന്റെ ഒരു പുസ്തകം ആസ്പദമാക്കിയ

'തിങ്സ് ടു കം' എന്ന ചലച്ചിത്രം ഞാനും എന്റെ ജ്യേഷ്ഠനുംകൂടിയാണ് കണ്ടത്. വരാൻ പോവുന്ന ഇരുപത്തൊന്നാം നൂറ്റാണ്ടിലെ റിയലിസ്റ്റ് വാസ്തുശില്പങ്ങൾ നിറഞ്ഞ ഒരു നഗരി ആ ചലച്ചിത്രത്തിൽ ഞങ്ങൾ കൗതുകത്തോടെ നോക്കിക്കണ്ടു. പ്രാചീന ഗ്രീക്കുകാരുടെ വസ്ത്രധാരണരീതിയാണ് നടീനടന്മാർ സ്വീകരിച്ചിരുന്നത്. ആ പടം ഒരിക്കൽക്കൂടി കാണുവാൻ ഞങ്ങൾ ആഗ്രഹിച്ചു. പക്ഷേ, അച്ഛൻ പിന്നീട് അതു കാണുവാൻ ഞങ്ങളെ അയച്ചില്ല. പലപ്പോഴും എന്റെ സ്വപ്നങ്ങളുടെ പശ്ചാത്തലമായിട്ട് ആ സൗധങ്ങൾ എന്റെ കണ്ണുകൾക്ക് മുമ്പ് പ്രത്യക്ഷപ്പെട്ടു. അവയുടെ അപൂർണ്ണത അപാര സൗന്ദര്യമായിട്ടാണ് എനിക്ക് അനുഭവപ്പെട്ടത്.

'കവർഗേൾ' എന്ന് പേരുള്ള ഒരു ചലച്ചിത്രം സരോജ കുടുംബസമേതം പോയി കണ്ടു. അതിൽ മുഖ്യനടിയായിരുന്ന റീത്താ ഹേവർത്തിന്റെ മാദക സൗന്ദര്യത്തെപ്പറ്റി സരോജ അരമണിക്കൂർനേരം എന്നോടു സംസാരിച്ചു. ആ പടം കാണുവാൻ ഞാൻ ആഗ്രഹിക്കുന്നുവെന്ന് അച്ഛനെ അറിയിച്ചപ്പോൾ അദ്ദേഹം രോഷാകുലനായി.

"ചപ്പടാച്ചിപ്പടങ്ങളൊന്നും കാണാൻ ഞാൻ സമ്മതിക്കില്ല." അച്ഛൻ അമ്മയോട് വിളിച്ചുപറഞ്ഞു.

"അത് ചീത്ത സിനിമയാണെന്ന് ആമിക്ക് അറിയില്യ." അമ്മ പിറുപിറുത്തു. സരോജയും വിശ്വനാഥനും അവരുടെ അച്ഛന്റെയും അമ്മയുടെയുംകൂടെ ആ പടം കാണുവാൻ പോയിരുന്നു എന്ന് അമ്മ അച്ഛനെ അറിയിച്ചു.

"സരോജ ചെയ്യണതൊക്കെ ചെയ്യണംന്ന് വല്ല നിയമോണ്ടോ?" അച്ഛൻ എന്നോട് ചോദിച്ചു.

മറുപടി പറയുവാൻ ഞാൻ അശക്തയായിരുന്നു.

എന്റെ ക്ലാസിൽ പഠിച്ചിരുന്ന രാധാമണി സ്വാമിനാഥനും ഇന്ദിരാ രാമയ്യയും ടി.ആർ.രാജകുമാരിയെന്ന തമിഴ് നടിയുടെ സൗന്ദര്യം പ്രകീർത്തിച്ചുകൊണ്ടിരുന്നു. മാസത്തിലൊരിക്കൽ കല്ക്കത്തയിൽ ഏതോ ഒരു തിയേറ്ററിൽ ഞായറാഴ്ച രാവിലെ തമിഴ് സിനിമ പ്രദർശിപ്പിക്കപ്പെടാറുണ്ടായിരുന്നു. എന്റെ ബംഗാളി സതീർത്ഥ്യകളായ ഗീത സർക്കാറും മോണി സർക്കാറും എല്ലായ്പോഴും കാനൻ ദേവിയുടെ സ്തുതിഗീതങ്ങൾ പാടി. ആ നടി ഗായികയുമായിരുന്നു. എല്ലാ പ്രഗല്ഭ നടികളെയും കാണുവാനും പരിചയപ്പെടാനും ആ കാലത്ത് ഞാൻ ആഗ്രഹിച്ചു. പ്രായപൂർത്തി കഴിഞ്ഞാൽ വീട്ടിൽനിന്ന് ഒളിച്ചോടിപ്പോയി ഒരു സിനിമാനടിയാവണമെന്നും ഞാൻ ആശിച്ചു. അച്ഛന്റെയും അമ്മയുടെയും സമ്മതത്തോടെ അത്തരം ഒരു കലാകാരിയായി മാറുവാൻ അവസരം കിട്ടുകയില്ലെന്ന് എനിക്കറിയാമായിരുന്നു. എന്റെ അഭിലാഷം ഞാൻ

തൃപുരയോടു പറഞ്ഞപ്പോൾ ആ വൃദ്ധ കറുത്ത് തേഞ്ഞ പല്ലുകൾ വെളിപ്പെടുത്തി ചിരിച്ചു.

കാളീഘട്ടിലെ മഹാകാളിക്ഷേത്രത്തിന്റെ പിന്നിൽ ഒരു ഊടുവഴിയുണ്ടെന്നും അതിലൂടെ കുറച്ചു നടന്നാൽ ഒരു ചുവന്ന കെട്ടിടത്തിന്റെ വാതിൽക്കലെത്തുമെന്നും അവർ എന്നോടു പറഞ്ഞു. അവിടെ താമസിക്കുന്ന മൊജുംദാർ ബാബു സിനിമ ഉണ്ടാക്കുന്നുവെന്ന് തനിക്കറിയാമെന്ന് തൃപുര പറഞ്ഞു. എന്നുവേണമെങ്കിലും താൻ എന്നെ കൂട്ടി അദ്ദേഹത്തിന്റെ വീട്ടിലേക്കു ചെല്ലാമെന്ന് തൃപുര പ്രസ്താവിച്ചു.

മൊജുംദാർ ബാബുവിന്റെ 'പിശ്ശിമ' (അച്ഛന്റെ സഹോദരി)യുടെ വീട്ടിൽ തന്റെ കൂട്ടുകാരി മോഖദയാണ് പത്തു പന്ത്രണ്ട് വർഷങ്ങളായി വേലയ്ക്ക് നില്ക്കുന്നത് എന്ന് ആ വൃദ്ധ എന്നോടു പറഞ്ഞു.

"മൊജുംദാർ ബാബുവിന്റെ വീട്ടിലേക്കു പോവുമ്പോൾ സാരി ചുറ്റണം. ഫ്രോക്ക് ധരിച്ച് അവിടെ ചെന്നാൽ അദ്ദേഹം ഓടിക്കും." തൃപുര ചിരിച്ചുകൊണ്ട് പറഞ്ഞു:

"ഫ്രോക്ക് ധരിച്ചാൽ എന്താണ് അതിൽ തെറ്റ്?"

"ഫ്രോക്ക് ധരിച്ചാൽ കുട്ടിക്ക് പ്രായപൂർത്തിയായിട്ടില്ല എന്ന് മൊജുംദാർ ബാബു ഒറ്റനോട്ടത്തിൽ മനസ്സിലാക്കും."

മൊജുംദാർ ബാബുവിനെപ്പറ്റിയുള്ള സംഭാഷണം രഹസ്യമാക്കി വെക്കുവാൻ തൃപുര എന്നോടു നിർദ്ദേശിച്ചു.

"അച്ഛൻ അറിഞ്ഞാൽ എന്നെ ഇവിടെനിന്ന് ഓടിക്കും." അവർ പറഞ്ഞു.

മൊജുംദാർ ബാബുവിനെപ്പറ്റി അസൂയാലുക്കളായ അയൽക്കാർ കള്ളക്കഥകൾ ചമയ്ക്കാറുണ്ട് എന്ന് തൃപുര പറഞ്ഞു. രാത്രി സമയത്ത് അതിസുന്ദരികളായ കന്യകകൾ അദ്ദേഹത്തെ കാണുവാൻവേണ്ടി മൂടുപടങ്ങൾ ധരിച്ച് ആ ചുവന്നവീട്ടിൽ വന്നെത്താറുണ്ടെന്ന് അവർ പറഞ്ഞുപരത്തിയത്രെ.

"വാസ്തവത്തിൽ മൊജുംദാർ ബാബു നല്ല മനുഷ്യനാണോ?" ഞാൻ ചോദിച്ചു.

"കുട്ടി എന്തിന് സംശയിക്കുന്നു? മൊജുംദാർ ബാബു പത്തരമാറ്റ് സ്വർണ്ണമാണ്. അദ്ദേഹം തന്റെ പിശ്ശിമായുടെ വീട്ടിലേക്ക് ദുർഗ്ഗാപൂജയുടെ കാലത്തു ചെന്ന് വേലക്കാർക്ക് ചുവന്ന കരയുള്ള ശാന്തിപ്പൂരി സാരികൾ സമ്മാനിച്ചു. പിശ്ശിമായുടെ മകൾക്ക് ഒന്നാന്തരം മൂർഷിദാബാദ് പട്ടുസാരിയും. മൊജുംദാർ ബാബു പുരുഷസിംഹമാണ്, സംശയിക്കേണ്ട." തൃപുര ആവേശത്തോടെ പറഞ്ഞു.

"അദ്ദേഹത്തിന് എത്ര വയസ്സ് കാണും?"

“വയസ്സോ? നല്ല ചെറുപ്പം. മൊജുംദാർ ബാബുവിന് കുട്ടിയുടെ അച്ഛന്റെ പ്രായം കാണുമായിരിക്കാം. ഒന്നാന്തരം യൗവനം.”

തൃപുര വായിലെ താംബൂലം മുറ്റത്തേക്ക് തുപ്പി ഉറക്കെ ചിരിച്ചു.

“അച്ഛൻ വൃദ്ധനോ? കുട്ടിക്ക് മുഖത്ത് കണ്ണില്ലേ?” അവർ ചോദിച്ചു.

ഞാൻ പിന്നീട് പ്രായത്തിന്റെ വിഷയം തൃപുരയ്ക്കു മുമ്പിൽ അവതരിപ്പിച്ചില്ല.

മൊജുംദാർ ബാബുവിന്റെ പുതിയ പടത്തിൽ നായികയായി അഭിനയിക്കുവാൻ ഞാൻ കലശലായി ആഗ്രഹിച്ചു. പക്ഷേ, അത്തരം ഒരു തീരുമാനമെടുത്തു കഴിഞ്ഞാൽ എനിക്ക് വീട്ടിലേക്ക് മടങ്ങുവാനുള്ള അവകാശം നഷ്ടപ്പെടുമെന്ന് എനിക്ക് അറിയാമായിരുന്നു. നടിയായി മുഖത്ത് ചായവും തേച്ച് ഒരുദിവസം വീട്ടിലേക്ക് വന്ന് അമ്മയെയും അച്ഛനെയും കാണുമ്പോൾ അവർ എന്നെ മകളായി അംഗീകരിക്കുമോ? ലോകപ്രശസ്തയായവളെങ്കിലും ആ മകളെ അവർ പുച്ഛിച്ച് പുറംതള്ളുകയില്ലേ? പുറംതള്ളിയാൽ എനിക്കെന്ത് ചേതം? മൊജുംദാർ ബാബു–ആ പുരുഷസിംഹം എന്നെ മാറോടണച്ച് മന്ത്രിക്കും: ‘എന്റെ ഓമനേ, നിനക്ക് ഞാനുണ്ട്, എന്റെ സ്നേഹമുണ്ട്.’

ഒരുദിവസം സന്ധ്യയ്ക്ക് അടുക്കളമുറ്റത്ത് ഞാനും കുഞ്ഞാത്തുവും തനിച്ചായി. ആ വൃദ്ധൻ ഒരു മഫ്ലർകൊണ്ട് തല മൂടി ഒരു ബീഡി വലിക്കുകയായിരുന്നു. തണുപ്പുകാലത്തെ ഒരു സന്ധ്യ. ഇടയ്ക്കിടയ്ക്ക് കുഞ്ഞാത്തു ചുമച്ചു.

“ഞാൻ ഒരു സിനിമാനടിയാവാൻ തീരുമാനിച്ചു.” ഞാൻ പറഞ്ഞു.

“സിനിമാനടിയോ?” കുഞ്ഞാത്തു ഞെട്ടി തല വെട്ടിച്ചുകൊണ്ട് ചോദിച്ചു.

“ജ്യേഷ്ഠൻ ഒരു ശാസ്ത്രജ്ഞനാവും. ഞാൻ സിനിമാനടിയാവും. ഞങ്ങൾ രണ്ടുപേരുടെയും ഭാവിയെപ്പറ്റി ഒരു വ്യക്തമായ തീരുമാനമെടുത്തുകഴിഞ്ഞു,” ഞാൻ പറഞ്ഞു.

“ശാസ്ത്രജ്ഞനായാ കഞ്ഞികുടിക്കാനുള്ള വക കിട്ട്വോ മോളേ?” കുഞ്ഞാത്തു ചോദിച്ചു.

“ശാസ്ത്രജ്ഞനായാൽ നല്ല ശമ്പളം കിട്ടും. അതു തീർച്ചയാ.” ഞാൻ പറഞ്ഞു.

“അപ്പൊ ഉണ്ണീടെ കാര്യം ശെരിയായി. ഇഞ്ഞി കുട്ടിടെ കാര്യം. ആരാവണംന്നാ പറഞ്ഞത്?” കുഞ്ഞാത്തു ചോദിച്ചു.

“സിനിമാനടി. കാനൻദേവിയെപ്പോലെ... ടി. ആർ.രാജകുമാരിയെപ്പോലെ... ഒരു ഉത്തമ കലാകാരി...” ഞാൻ പറഞ്ഞു.

"ആയ് ആയ് ആയ്. എന്തൊക്കെയാ പറഞ്ഞോണ്ട് വരണ്! സിനിമാക്കാരിയോള് തേവിടിശ്ശിയോളാ. അത് കുട്ടിക്ക് നിശ്ശല്ല്യേ? കുടമ്മത്തില് പെറന്ന പെൺകുട്ട്യോളാരെങ്കിലും സിനിമ്മേച്ചേര്വോ?"

"അപ്പോൾ കാനൻദേവീം രാജകുമാരീം ഒക്കെ തേവിടിശ്ശികളാ?" ഞാൻ ഉദ്വേഗത്തോടെ ചോദിച്ചു.

"സംശയണ്ടോ?" കുഞ്ഞാത്തു എന്നോട് ചോദിച്ചു. പിന്നീട് ഒന്നോ രണ്ടോ മിനിട്ടുനേരം അദ്ദേഹം ചുമച്ചു. ഒടുവിൽ എഴുന്നേറ്റ് പോയി കക്കൂസിന്റെ പിന്നിലേക്ക് കുറെ കഫം തുപ്പിക്കളഞ്ഞു. കഫം തുപ്പി മടങ്ങുമ്പോൾ കുഞ്ഞാത്തു തന്റെ നെഞ്ചിൽ വലത്തെ കൈത്തലംകൊണ്ട് തടവിക്കൊണ്ടിരുന്നു.

മൊജുംദാർ ബാബു നല്ല മനുഷ്യനാണെന്ന് കുഞ്ഞാത്തുവിനോടു പറഞ്ഞിട്ട് പ്രയോജനമുണ്ടാവില്ല എന്ന് ആ നിമിഷത്തിൽ എനിക്ക് ബോദ്ധ്യമായി.

മുഖ്ത്തിയാറ്

ഒന്നോ രണ്ടോ മാസം കൂടുമ്പോൾ തൃപുര രണ്ട് ദിവസത്തിന്റെ ലീവെടുത്ത് തന്റെ ബന്ധുഗൃഹങ്ങൾ സന്ദർശിക്കാറുണ്ടായിരുന്നു. അവർക്ക് സ്വന്തമായി ഒരു വീട് ഉണ്ടായിരുന്നില്ല. പക്ഷേ, സ്വന്തമായി വീടുകൾ ഉള്ള പല ബന്ധുക്കളും തനിക്ക് ഉണ്ടെന്ന് തൃപുര അഭിമാനപൂർവം എന്നോട് പറയാറുണ്ടായിരുന്നു. ബന്ധുഗൃഹങ്ങൾ സന്ദർശിച്ച് മടങ്ങിയെത്തുമ്പോൾ അവർ എനിക്കായി ചെറിയ കടലാസുപൊതികൾ കൊണ്ടുവന്നു. ഉണങ്ങിയ മുന്തിരിങ്ങ, അലിഞ്ഞുതുടങ്ങുന്ന കല്ക്കണ്ടം, ഒരു കഷ്ണം ഷൊന്ദേഷ് മുതലായ സാമഗ്രികൾ അവർ രഹസ്യമായി എനിക്ക് കൊണ്ടുവന്നു തന്നു. മൊജുംദാർ ബാബുവിന്റെ വീട്ടിൽ പരിചാരികയായി നില്ക്കുന്നവരുടെ കൈവശം കൊടുത്ത ഒരു മധുരപലഹാരം അവർ സ്വയം ഭക്ഷിക്കാതെ എനിക്ക് സമ്മാനിച്ചു. അത് ഈന്തപ്പഴവും മൈദയും നെയ്യും ചേർത്ത് ഉണ്ടാക്കിയതാണെന്ന് തൃപുര പറഞ്ഞു. അതിന്റെ ആകൃതിയിൽ മാറ്റം വന്നത് തന്റെ സാരിയുടെ അഗ്രത്തിൽ കെട്ടിയതുകൊണ്ടു മാത്രമാണെന്ന് ആ വൃദ്ധ എന്നെ അറിയിച്ചു. ഞാൻ തൃപുര തന്ന പലഹാരങ്ങൾ തിന്നുന്നുവെന്ന് മനസ്സിലാക്കിയപ്പോൾ നാരായണൻനായർ എന്നെ ശകാരിച്ചു.

"ഇവിടെ ഉണ്ടാക്കണ പലഹാരങ്ങളൊന്നും പോരാഞ്ഞിട്ടാണോ ഈ തള്ള തിന്ന എച്ചില് തിന്നണ്? അച്ഛൻ ഇത് അറിഞ്ഞാൽ ഇവിടെ എന്താ സംഭവിക്ക്യാന്ന് കുട്ടിക്ക് അറീല്ല്യേ?" അയാൾ ചോദിച്ചു.

ആ പലഹാരങ്ങൾ തിന്നാതിരുന്നാൽ തൃപുര അപമാനിതയാവുമെന്ന് ഞാൻ ഭയന്നു. അവ ചവച്ചിറക്കുമ്പോൾ എനിക്ക് വായിലെ നനവ് അപ്പാടെ വറ്റുന്നതായി അനുഭവപ്പെട്ടിരുന്നു. പക്ഷേ, അവ ഇറക്കുന്നതുവരെ എന്നെത്തന്നെ ഉറ്റുനോക്കിക്കൊണ്ട് തൃപുര നിലത്ത് കാലുകൾ നീട്ടി ഇരിക്കാറുണ്ടായിരുന്നു. തനിക്ക് ബന്ധുക്കളോ അവരുടെ യജമാനത്തികളോ സമ്മാനിച്ച വസ്തുക്കളെല്ലാം തന്നെ ഞാനുമായി പങ്കിടുവാൻ താൻ ആഗ്രഹിക്കുന്നുവെന്ന് തൃപുര പലതവണ പറഞ്ഞു.

ഒരു തിങ്കളാഴ്ച പ്രഭാതത്തിൽ തൃപുര മടങ്ങിയത് ഒരു ബംഗാളി ക്വിൽട്ടുമായിട്ടാണ്. ബംഗാളി സ്ത്രീകൾ തങ്ങളുടെ പഴയ സാരികൾ ഒന്നിനു മീതെ അടുക്കിവെച്ച് വക്കുകൾ തയ്ച്ച് ഉണ്ടാക്കുന്ന ഒരു പുതപ്പായിരുന്നു അത്. ചുവപ്പ് നിറമുള്ള കര നാലു ഭാഗവും പിടിപ്പിച്ച ഒരു വെള്ള ക്വിൽട്ട്. അതിന്റെ ഒരു വശത്ത് ഇസ്തിരിപ്പെട്ടിയുടെ ആകൃതിയിൽ ഒരു കരിഞ്ഞ പാടുണ്ടായിരുന്നു.

“പുതിയ സാരിയാണ്. മൊജുംദാർ ബാബുവിന്റെ പിഷീമാ ഇസ്തിരിപ്പെട്ടി സാരിയിൽ വെച്ച് ഫോൺ എടുക്കുവാൻ പോയി. കരിഞ്ഞുപോയി. പുതപ്പ് ഉണ്ടാക്കിക്കൊള്ളാൻ പറഞ്ഞ് മൂന്ന് കീറിയ സാരികൾ കൊടുത്തു. മോഖദ എനിക്ക് സമ്മാനമായി തന്നു. ഇനി രാത്രി ഉറങ്ങുവാൻ നല്ല സുഖമായി.” അവർ ചിരിച്ചുകൊണ്ട് പറഞ്ഞു.

അത്തരം ഒരു പുതപ്പ് എനിക്കും വേണമെന്ന് ഞാൻ പറഞ്ഞു. രോമപ്പുതപ്പിന്റെ പരുത്ത സ്പർശം എനിക്ക് തീരെ ഇഷ്ടപ്പെട്ടിരുന്നില്ല. എന്റെ രോമപ്പുതപ്പിന് പകരം മൊജുംദാർ ബാബുവിന്റെ വീട്ടിൽനിന്ന് കിട്ടിയ സാരിപ്പുതപ്പ് എനിക്ക് തരുവാൻ ഞാൻ തൃപുരയോട് പറഞ്ഞു. അവർ സസന്തോഷം ആ മാറ്റംമാറലിന് തയ്യാറാവുകയുംചെയ്തു.

“ഞാൻ അമ്മയോട് പറഞ്ഞുകൊടുക്കും ആ തള്ള കുട്ടിടെ പുതപ്പ് കൊണ്ടോയീന്ന്. അത്രയ്ക്ക് സാമർത്ഥ്യം പാടില്യ. കുട്ടിടെ ഒന്നാന്തരം ചകലാസ് കൊണ്ടേയ്യി. പകരം കൊടുത്തത് പഴേ സാരിയോണ്ട് ഉണ്ടാക്ക്യേ ഒരു സാധനം!” പാറുക്കുട്ടി ക്ഷോഭത്തോടെ വിളിച്ചുപറഞ്ഞു. തൃപുരയ്ക്ക് പാറുക്കുട്ടിയുടെ വാക്കുകളുടെ അർത്ഥം മനസ്സിലായിട്ടാവാം അവർ എന്റെ രോമപ്പുതപ്പ് കടലാസിൽ പൊതിഞ്ഞ് എവിടെയോ ഒളിപ്പിച്ചു. പിന്നീട് ആ പുതപ്പ് ഞങ്ങളുടെ വീട്ടിൽ പ്രത്യക്ഷപ്പെട്ടതേയില്ല. ഞാൻ അതിനെപ്പറ്റി അന്വേഷിച്ചപ്പോൾ തൃപുര പറഞ്ഞു തന്റെ ബന്ധുക്കളുടെ പത്തുവയസ്സ് പ്രായംവരുന്ന മകന് അത് കൊടുത്തുവെന്ന്. അവന് ടുൽടുൽ എന്നാണ് പേരെന്നും അവന് ക്ഷയരോഗമുണ്ടെന്നും

തൃപുര എന്നോട് പറഞ്ഞു. അവന്റെ അമ്മ ബാലിഗഞ്ചിൽ ഒരു വലിയ വീട്ടിൽ വേലക്കാരിയായി ജോലിയെടുക്കുന്നുവെന്നും അവിടെ നിന്ന് ഇടയ്ക്കിടയ്ക്ക് കിട്ടുന്ന കോഴിമുട്ടയും വറുത്ത മത്സ്യവും മകനു വേണ്ടി വീട്ടിലേക്ക് കൊണ്ടുപോവാറുണ്ടെന്നും അവർ പറഞ്ഞു.

"കോഴിമുട്ടയും പാലും കോഴിസൂപ്പും കൊടുത്തില്ലെങ്കിൽ ടുൽടുൽ മരിച്ചുപോവുമെന്ന് ഡോക്ടർ പറഞ്ഞു." തൃപുര കണ്ണുകൾ ഉരുട്ടിക്കൊണ്ട് പ്രസ്താവിച്ചു.

"ക്ഷയരോഗത്തിന്റെ ലക്ഷണമെന്താണ്?" ഞാൻ ചോദിച്ചു.

"ടുൽടുൽ കുഞ്ഞായിരിക്കുമ്പോൾ വെളുത്ത് തടിച്ച് കാഴ്ചയിൽ ഒരു സുന്ദരനായിരുന്നു. പിന്നെ ചുമച്ചു ചുമച്ച് അവൻ മെലിഞ്ഞു. അവൻ കറുത്തു. ഇപ്പോൾ കണ്ടാൽ ഒരു ഭൂതംപോലെയുണ്ട്." തൃപുര തന്റെ മൂക്ക് ചീറ്റിക്കൊണ്ട് പറഞ്ഞു.

"കോഴിസ്സൂപ്പും പാലും കോഴിമുട്ടയും കൊടുത്താൽ ടുൽടുൽ രക്ഷപ്പെടും, ഇല്ലേ?" ഞാൻ ചോദിച്ചു.

തൃപുര ചിരിച്ചു. "ഞങ്ങൾ പാവങ്ങൾ എങ്ങനെ രക്ഷപ്പെടും! കോഴിമുട്ടയും പാലും ഒക്കെ ടുൽടുലിന് കൊടുക്കുവാൻ അവന്റെ അമ്മയ്ക്ക് എങ്ങനെ സാധിക്കും? അവൻ രക്ഷപ്പെടുകയില്ല. ടുൽടുൽ രക്ഷപ്പെടുകയില്ല." അവർ പറഞ്ഞു.

അമ്മ തന്ന പോക്കറ്റ് മണിയായ മൂന്നുരൂപ ഞാൻ തൃപുരയെ ഏല്പിച്ചു. എല്ലാ മാസവും ടുൽടുലിന്റെ അമ്മയ്ക്ക് കൊടുക്കാനായി ഞാൻ മൂന്നുരുപ തരാമെന്ന് തൃപുരയോട് പറഞ്ഞു.

എനിക്ക് തൃപുര തന്ന പുതപ്പ് ഞാൻ രാവിലെ കിടക്കയുടെ കീഴിൽ ഒളിപ്പിച്ചു. രാത്രി പത്തുമണി കഴിഞ്ഞാൽ മാത്രം ഞാൻ അത് പുറത്തെടുത്ത് ഉപയോഗിച്ചു. അതിൽനിന്ന് കടുകെണ്ണയുടെ മണം ഇടയ്ക്കിടയ്ക്ക് ഉയരാറുണ്ടായിരുന്നു. തൃപുരയുടെ ശരീരത്തിൽ നിന്നും കടുകെണ്ണയുടെ മണം ഉയർന്നു. അവർ ആഴ്ചയിൽ രണ്ടുതവണ കടുകെണ്ണ ശരീരത്തിൽ തേച്ച് കുളിക്കാറുണ്ടായിരുന്നു. കടുകെണ്ണ തേച്ചു കുളിച്ചാൽ എന്റെ ശരീരത്തിന്റെ കാന്തി വർദ്ധിക്കുമെന്ന് അവർ പറഞ്ഞു. പക്ഷേ, കടുകെണ്ണയുടെ രൂക്ഷഗന്ധത്തോടെ സ്കൂളിലേക്ക് പോവാൻ ഞാൻ ഇഷ്ടപ്പെട്ടില്ല.

ഒരു സായാഹ്നത്തിൽ തൃപുര എന്റെ കാതിൽ മന്ത്രിച്ചു:

"മൊജുംദാർ ബാബു പറഞ്ഞിട്ടുണ്ട് കുട്ടിയെ അവിടെ കൊണ്ടുചെല്ലാൻ. സിനിമയിൽ ഒരു പാർട്ട് കുട്ടിക്ക് തയ്യാറാക്കി വെച്ചിട്ടുണ്ട്. എന്റെ കൂടെ നാളെ രാവിലെ വരണം."

അത്രവേഗം തൃപുര എനിക്ക് സിനിമയിൽ ഒരു ചാൻസ് തരുവാൻ മൊജുംദാർ ബാബുവിനോട് അഭ്യർത്ഥിക്കുമെന്ന് ഞാൻ പ്രതീക്ഷിച്ചിരുന്നില്ല.

“എന്നെ കാണാതായാൽ അച്ഛൻ പോലീസിനെ അറിയിക്കില്ലേ?” ഞാൻ തൃപുരയോട് ചോദിച്ചു.

തൃപുര പൊട്ടിച്ചിരിച്ചു.

“എന്ത് പോലീസ്? ഒരു പോലീസുകാരനും മൊജുംദാർ ബാബുവിന്റെ വീട്ടിൽ കയറി ചെല്ലുകയില്ല. മൊജുംദാർ ബാബു ചുവരിൽ തൂക്കിയിരിക്കുന്നത് എന്താണെന്ന് കുട്ടിക്ക് അറിയുമോ? ഒരു തോക്ക്. വെടിയുണ്ട നിറച്ച ഒരു തോക്ക്. മൊജുംദാർ ബാബു വെടിവെച്ച് കൊന്ന കാട്ടുപോത്തിന്റെ തലയാണ് ഉമ്മറത്ത് തൂക്കിയിരിക്കുന്നത്. കൊമ്പും കണ്ണുകളും കണ്ടാൽ പോത്ത് നമ്മെ ആക്രമിക്കുവാൻ വരുന്നു എന്ന് തോന്നിപ്പോവും... ഇല്ല മകളേ, മൊജുംദാർ ബാബുവിന്റെ വീട്ടിൽ കയറാൻ ഒരു പോലീസുകാരനും ഈ ജന്മം ധൈര്യം വരില്ല.” തൃപുര പറഞ്ഞു.

“അവിടെ എനിക്ക് ഉപയോഗിക്കുവാൻ ഒരു കിടപ്പുമുറി കിട്ടുമോ? അവിടെ എനിക്ക് ഭക്ഷണം കിട്ടുമോ?” ഞാൻ ചോദിച്ചു.

“സിനിമാനടികൾക്ക് ഭക്ഷണവും മുറിയും കിട്ടാതിരിക്കുമോ? ഒരിക്കലുമില്ല. കുട്ടിക്ക് എന്തുവേണമെങ്കിലും മൊജുംദാർ ബാബു തരികയും ചെയ്യും. എന്റെ മൊഖദ അദ്ദേഹത്തിന്റെ പിഷിമയോട് എല്ലാം പറഞ്ഞു കഴിഞ്ഞു.” വൃദ്ധ പറഞ്ഞു.

“ഇത്ര പെട്ടെന്ന് വീടുവിട്ട് പോവാൻ ഞാൻ തയ്യാറല്ല.” ഞാൻ പിറുപിറുത്തു.

എന്റെ ഭാവിയെപ്പറ്റി സരോജയോടെങ്കിലും സംസാരിക്കണമെന്ന് ആ നിമിഷത്തിൽ എനിക്ക് തോന്നി. സരോജ ഉറക്കെ പൊട്ടിച്ചിരിച്ചു. എന്നെപ്പോലെ അനാകർഷണീയയായ ഒരു പെൺകുട്ടിയെ മൊജുംദാർ ബാബു വെന്നല്ല, ആരുംതന്നെ സിനിമയിൽ കഥാനായിക ആക്കുകയില്ല എന്ന് അവൾ പറഞ്ഞു. തൃപുരയ്ക്ക് ചിത്തഭ്രമം തുടങ്ങിയിരിക്കുന്നു എന്ന് അവരുടെ വാക്കുകൾ തെളിയിച്ചുവെന്ന് സരോജ അഭിപ്രായപ്പെട്ടു. സരോജയുടെ അച്ഛനമ്മമാരും ക്ഷോഭിച്ചു. ഭ്രാന്തിയായ എന്റെ ആയ എന്നെ വല്ല വേശ്യാലയത്തിലും കൊണ്ടുപോയി വില്ക്കുമെന്ന് തങ്ങൾ ശങ്കിക്കുന്നു വെന്ന് അവർ പറഞ്ഞു.

“മിസ്റ്റർ നായരോട് ഇതിനെപ്പറ്റി ഞാൻ സംസാരിക്കും. ഈ വൃദ്ധയെ ഇവിടെ ഇനിയും താമസിപ്പിക്കുന്നത് അപകടകരമാണ്.” സോമസുന്ദരം പറഞ്ഞു.

ഞാൻ തൃപുരയെ വഞ്ചിച്ചുവെന്ന് എനിക്ക് തോന്നി. എന്റെ ആവശ്യപ്രകാരമായിരുന്നുവല്ലോ അവർ മൊജുംദാർ ബാബുവിനെ തേടിച്ചെന്നത്. അച്ഛൻ തൃപുരയെ പുറത്താക്കുകയാണെങ്കിൽ കുറ്റബോധത്താൽ ഞാൻ നീറിനീറി മരിക്കുമെന്ന് എനിക്ക് തോന്നി.

രാത്രി സ്നേഹിക്കുന്നവരുടെ ആലിംഗനംപോലെ എന്റെ ശരീരത്തിന് ചൂട് പകരുന്ന ആ ക്വിൽട്ടും തൃപുരയുടെ വാത്സല്യവായ്പിനെ മാത്രം ഓർമ്മിപ്പിച്ചു. ഭ്രാന്തുള്ളവർക്ക് സ്നേഹിക്കുവാനുള്ള കഴിവ് വർദ്ധിക്കുമോ? എന്റെ കട്ടിലിന്റെ കീഴിൽ ഒരു കപ്പൽപ്പായിൽ കൂർക്കം വലിച്ചുകൊണ്ട് ഉറങ്ങിയിരുന്ന തൃപുരയെ ഞാൻ പല തവണയും കുനിഞ്ഞുകൊണ്ട് നോക്കിക്കണ്ടു. ഞാൻ വൈകുന്നേരം പറഞ്ഞതെല്ലാംതന്നെ നുണകളായിരുന്നുവെന്ന് സരോജയെ അറിയിക്കാം... അങ്ങനെ ഒരു കൊടുങ്കാറ്റ് ഒഴിവാക്കാം എന്ന് ഞാൻ തീരുമാനിച്ചു.

പിറ്റോദിവസം രാവിലെ ഉറക്കമുണർന്ന് എഴുന്നേറ്റപ്പോൾ ഗൃഹാന്തരീക്ഷം ശാന്തമായിരുന്നു. അച്ഛൻ അക്ഷോഭ്യനായി കാണപ്പെട്ടു. അമ്മ ലളിതാസഹസ്രനാമം ഉരുവിടുന്നതിന്റെ ശബ്ദം ഞാൻ കേട്ടു. മരച്ചില്ലയിൽനിന്ന് കുയിലും കരഞ്ഞു. തൃപുര ചൂലെടുത്ത് വീടിന്റെ മുൻവശം വൃത്തിയാക്കിക്കൊണ്ടിരുന്നു.

ഞാൻ സ്കൂൾസഞ്ചിയുമായി നിരത്തിന്റെ വക്കിൽക്കൂടി നടന്നു തുടങ്ങിയപ്പോൾ കിതച്ചുകൊണ്ട് തൃപുര എന്നെ സമീപിച്ചു. അവർ പുറത്തു പോവുമ്പോൾ ധരിക്കാറുള്ള ഇളം പച്ചസാരിയാണ് ഉടുത്തിരുന്നത്.

“ഞാൻ പറഞ്ഞ സ്ഥലത്തേക്ക് പോവാം.” തൃപുര എന്നോട് പറഞ്ഞു.

“ഞാൻ ഇന്ന് വരുന്നില്ല.”

“അത് പറയരുത്. മൊജുംദാർ ബാബു കാത്തുനില്ക്കുന്നുണ്ടാവും. ഒന്നുകണ്ട് മടങ്ങാം.”

മൊജുംദാർ ബാബുവിന്റെ ചുവന്ന വീട്ടിൽ കാലെടുത്ത് വെച്ചപ്പോൾ പുകയിലയുടെ ഗന്ധം എനിക്ക് അനുഭവപ്പെട്ടു. ഇടനാഴിയും സല്ക്കാരമുറിയും അന്ധകാരത്തിലായിരുന്നു. വാതിൽ തുറന്നുതന്ന പരിചാരകൻ എന്നെ നോക്കിയതുപോലുമില്ല.

“മൊജുംദാർ ബാബുവിനോട് പറയൂ മോഖദ പറഞ്ഞ കുട്ടി വന്നിട്ടുണ്ടെന്ന്.” തൃപുര ആ പരിചാരകനോട് ഗാംഭീര്യത്തോടെ കല്പിച്ചു. അയാൾ തലകുലുക്കി അപ്രത്യക്ഷനായി.

“ഈ മനുഷ്യനാണ് മൊജുംദാർ ബാബുവിന്റെ പണം ദിവസം പ്രതി അപഹരിക്കുന്നത്. ഒരു ഹിൽസാ മത്സ്യത്തിന് രണ്ടു രൂപ വിലവരും. ഈ മനുഷ്യൻ അഞ്ചുരൂപ ചോദിച്ച് വാങ്ങും. എന്നോട് സകലരഹസ്യങ്ങളും മോഖദ പറഞ്ഞുകഴിഞ്ഞു. വേണ്ടസമയത്തിന് കല്യാണം കഴിക്കാത്ത പുരുഷന്മാരുടെ പണമൊക്കെയും വേലക്കാർ അപഹരിക്കും.” തൃപുര എന്നോട് താഴ്ന്ന സ്വരത്തിൽ പറഞ്ഞു. സല്ക്കാരമുറിയിൽ കാട്ടുപോത്തിന്റെ തലയും പിച്ചള

ച്ചട്ടികളിൽ ഇറക്കിവെച്ച മൺചട്ടികളും സോഫയിൽ കിടന്ന് ഉറങ്ങുന്ന ഒരു സയാമീസ് പൂച്ചയും ഉണ്ടായിരുന്നു. പൂച്ച ഒരിക്കൽ കണ്ണുകൾ തുറന്ന് ഞങ്ങളെ നോക്കി. പിന്നീട് അത് വീണ്ടും ഉറങ്ങിത്തുടങ്ങി.

''മൊജുംദാർ ബാബു ഈ പൂച്ചയെ വെള്ളക്കാരുടെ നാട്ടിൽനിന്ന് കൊണ്ടുവന്നതാണ്. പൂച്ചയ്ക്ക് മാലൊതി എന്നാണു പേര്. അതിന് തിന്നാൻ മാത്രമായി നാല് മത്സ്യത്തലകൾ ദിവസേന വാങ്ങിക്കുമത്രെ. മോഖദ എല്ലാ വിവരങ്ങളും എനിക്ക് തന്നിട്ടുണ്ട്.'' തൃപുര പറഞ്ഞു.

കടുംനീലയിൽ വെളുത്ത വൃത്തങ്ങളുള്ള പട്ടുകൊണ്ട് തയ്പ്പിച്ച് ഒരു ഡ്രെസ്സിങ് ഗൗൺ ധരിച്ചുകൊണ്ടാണ് ഗൃഹനാഥൻ കിടപ്പുമുറിയിൽനിന്ന് സല്ക്കാരമുറിയിലേക്ക് വന്നത്. അദ്ദേഹത്തിന്റെ കൈയിൽ കത്തുന്ന ഒരു പൈപ്പുമുണ്ടായിരുന്നു. അത് കടിച്ചുപിടിച്ചുകൊണ്ട് മൊജുംദാർ ബാബു എന്നെ അടിമുടി നോക്കിക്കണ്ടു. സ്കൂൾ യുണിഫോം ആയിരുന്ന നീല ട്യൂണിക്ക്, വെളുത്തതും കോളറുള്ളതുമായ ജാക്കറ്റ്, സ്കൂൾ ബാഡ്ജ്, പുസ്തകസ്സഞ്ചി മുതലായവയെല്ലാം അദ്ദേഹം നോക്കിക്കണ്ടു. എന്നിട്ട് ഇരിക്കുവാൻ എന്നോട് ആംഗ്യം കാണിച്ച് സ്വയം ഇരുന്നു. പൈപ്പിൽ ഒരു ചുവന്ന തീക്കണം ഇടയ്ക്കിടെ പ്രകാശിച്ചു.

''ഇത്ര ചെറിയ ഒരു പെൺകുട്ടിയാണെന്ന് മോഖദ എന്നോട് പറഞ്ഞില്ല.'' അദ്ദേഹം പറഞ്ഞു.

''വളരുന്ന പ്രായമല്ലേ? ആറുമാസം കഴിയുമ്പോഴേക്കും സാരി ഉടുക്കാറാവും.'' തൃപുര പറഞ്ഞു.

''വളർച്ചയെത്തിയ ഒരു യുവതിയെയാണ് ഞാൻ പ്രതീക്ഷിച്ചത്. ചെറിയ കുട്ടികൾക്ക് എന്റെ സിനിമയിൽ പറ്റിയ പാർട്ടില്ല.'' മൊജുംദാർ ബാബു എന്റെ മാർവിടത്തിൽ കണ്ണുനട്ടുകൊണ്ട് പറഞ്ഞു.

''കുട്ടിയെ നിരാശപ്പെടുത്തരുത്.'' തൃപുര പറഞ്ഞു.

''എനിക്ക് നിരാശ ഇല്ല.'' ഞാൻ തെളിഞ്ഞ സ്വരത്തിൽ പറഞ്ഞു. എനിക്കായി തന്റെ സിനിമയിൽ യാതൊരു പാർട്ടുമില്ലെന്ന് കേട്ട നിമിഷത്തിൽ നഷ്ടപ്പെട്ട എന്റെ ആത്മവിശ്വാസം തിരിച്ചുവന്നതായി എനിക്കുതോന്നി.

''കുട്ടിയെ അകത്തുകൊണ്ടുപോയി സംസാരിക്കാം. മിടുക്കിയാണ്. എല്ലാ ചോദ്യത്തിനും ഇംഗ്ലിഷിൽ ഉത്തരം പറയും.'' തൃപുര പറഞ്ഞു.

അദ്ദേഹം പുകവലിച്ചുകൊണ്ട് നിശ്ചലനായി സോഫയിൽ ചാരിയിരുന്നു. ഇടത്തേ കൈത്തലംകൊണ്ട് അദ്ദേഹം തന്റെ വളർത്തുപൂച്ചയെ താലോലിച്ചു. പൂച്ച കണ്ണുകൾ മിഴിച്ചു. പക്ഷേ, അത് എഴുന്നേറ്റില്ല.

“പൂച്ചകളോട് ഇഷ്ടമാണോ?” മൊജുംദാർ ബാബു ചോദിച്ചു.

“അതെ.” ഞാൻ മറുപടി പറഞ്ഞു.

“എനിക്ക് പൂച്ചകളോട് അതിയായ സ്നേഹമുണ്ട്. പക്ഷേ, നായ്ക്കളെ എനിക്ക് ഇഷ്ടമല്ല.” അദ്ദേഹം പറഞ്ഞു.

ഞാൻ ചിരിച്ചു. തൃപുര മൊജുംദാർ ബാബുവിനെ സന്തോഷിപ്പിക്കുവാനെന്നപോലെ ഉറക്കെ പൊട്ടിച്ചിരിച്ചു.

“സിനിമയിൽ ചേരണമെന്ന ആഗ്രഹത്തെപ്പറ്റി അച്ഛനമ്മമാരോട് പറഞ്ഞുവോ?” അദ്ദേഹം എന്നോട് ചോദിച്ചു.

“ഇല്ല.” ഞാൻ പറഞ്ഞു.

“കുട്ടി മദ്രാസിയാണ്. അച്ഛനമ്മമാർക്ക് സിനിമയോട് താല്പര്യമില്ല. പിന്നീട് അറിയിക്കുകയായിരിക്കും ഭംഗി.” തൃപുര പറഞ്ഞു.

മൊജുംദാർ ബാബു തന്റെ പൈപ്പ് മേശപ്പുറത്തുവെച്ച തളികയിൽ നിക്ഷേപിച്ച് എന്നോട് തന്റെ അടുത്ത് ഇരിക്കുവാൻ ഒരാംഗ്യം കാണിച്ചു. ഞാൻ അനങ്ങിയില്ല.

“എന്റെ അടുത്ത് ഇരിക്കൂ.” അദ്ദേഹം ദൃഢസ്വരത്തിൽ പറഞ്ഞു.

തൃപുര സല്ക്കാരമുറിയുടെ വാതിൽ കടന്ന് അകത്തേക്കു പോയി.

“കുറച്ച് വെള്ളം കുടിച്ച് വരാം.” അവർ വിളിച്ചുപറഞ്ഞു.

ഞാൻ പെട്ടെന്ന് അസ്വസ്ഥയായി. എന്റെ ക്ലാസ്സിൽ മിസ് ലാഹ വന്ന് പാഠം എടുക്കുന്നതും അവർ എന്നെ അന്വേഷിക്കുന്നതും മറ്റും ഞാൻ മനസ്സിൽ കണ്ടു. ഉടനെതന്നെ ആ അപരിചിതഗൃഹത്തിൽനിന്ന് രക്ഷപ്പെട്ട് സ്കൂളിലേക്കു ചെന്നെത്തുവാൻ ഞാൻ ആശിച്ചു. ഒരു ദുഃസ്വപ്നം മാത്രമാണോ തടിച്ച വിരലുകളുള്ള ഈ മദ്ധ്യവയസ്കൻ?

“എന്നോട് നൂറുശതമാനം സ്നേഹം പുലർത്തുന്നവരെ ഞാൻ സഹായിക്കാറുണ്ട്. കീർത്തിയുടെ ഉന്നതശൃംഗങ്ങളിലേക്ക് ഞാൻ പല യുവതികളെയും കൈപിടിച്ച് കയറ്റിയിട്ടുണ്ട്.” മൊജുംദാർ ബാബു എന്നോടു പറഞ്ഞു. അദ്ദേഹത്തിന്റെ സംഭാഷണത്തിന് ടാഗോറിന്റെ കവിതാപാരായണത്തിന്റെ താളങ്ങളുണ്ടായിരുന്നു.

“നൂറു ശതമാനം.” അദ്ദേഹം ആവർത്തിച്ചു പറഞ്ഞു.

അതേ നിമിഷത്തിൽ ഞാൻ എഴുന്നേറ്റ് വാതില്ക്കലേക്ക് ഓടി. നിരത്തിന്റെ വക്കിലൂടെ ഓടുമ്പോൾ കനത്ത പുസ്തകസ്സഞ്ചി എന്റെ പുറത്ത് നിരന്തരമായ താഡനം നടത്തിക്കൊണ്ടിരുന്നു. എന്റെ നെഞ്ചിന്റെ ഉള്ളിൽ ഏതോ അവയവം വീർത്ത് വിങ്ങിപ്പൊട്ടുന്നു എന്ന് ആ ഓട്ടത്തിൽ എനിക്ക് തോന്നിപ്പോയി.

പിന്നീട് ഒരിക്കലും ഞാൻ ഒരു സിനിമാനടിയാവാൻ ആഗ്രഹിച്ചിട്ടില്ല.

മുപ്പത്തിയേഴ്

ഞങ്ങളുടെ ദോബിയുടെ മൂത്ത മകൾ പാർവ്വതിക്ക് ഭർത്താവായി ലഭിച്ചത് തന്റെ പിതാവിന്റെ ആത്മസുഹൃത്തും വിദുരനും ആയിരുന്ന റാം പ്രൊഷാദിനെയാണ്. പുരികംപോലും നരച്ചുകഴിഞ്ഞ വയോധികൻ. കാശീറാമിന്റെ കൂടെ പലപ്പോഴും അയാൾ ഞങ്ങളുടെ വീട്ടിൽ വരാറുണ്ടായിരുന്നു. അയാൾക്ക് സ്വന്തമായി ചക്രങ്ങളിൽ നീങ്ങുന്ന ഒരു ഇസ്തിരി മേശയും ഓടുകൊണ്ട് നിർമ്മിക്കപ്പെട്ട ഇസ്തിരിപ്പെട്ടിയുമുണ്ടായിരുന്നു. വിവാഹത്തിന് വാർദ്ധക്യം ഒരു പ്രശ്നമായിത്തീരുമെന്ന് ആ കാലത്ത് എനിക്ക് അറിഞ്ഞിരുന്നില്ല. അതുകൊണ്ട് മകളുടെ വിവാഹത്തിന് ക്ഷണിക്കുവാനായി കാശീറാം തന്റെ ഭാര്യയെയും കുഞ്ഞിനെയും കൂട്ടി എന്റെ വീട്ടിൽ വന്നപ്പോൾ ഞാൻ സന്തോഷത്തോടെ ചോദിച്ചു:

“കാശീറാം, ഞാൻ പാർവ്വതിയുടെ കല്യാണം കാണുവാൻ വരട്ടെ?” ദോബി ചിരിച്ചു. ഭാര്യയും തന്റെ വലിയ പലകപ്പല്ലുകൾ വെളിപ്പെടുത്തി ചിരിച്ചു.

“തീർച്ചയായും വരണം. പാട്ടും സംഘനൃത്തവും എല്ലാം ഉണ്ടാവും. എല്ലാറ്റിലും പങ്കെടുക്കണം.” കാശീറാം പറഞ്ഞു.

ദോബിയുടെ ഭാര്യയുടെ ഒക്കത്ത് തന്റെ വയർ ഒട്ടിച്ചുകൊണ്ട് ഇരുന്നു കുഞ്ഞ് എന്നെ നോക്കി ചിരിച്ചു. അവന്റെ മോണകളിൽ പുതുപല്ലുകൾ മുളച്ചുനിൽക്കുന്നുണ്ടായിരുന്നു. അവൻ വരയുള്ള ഒരു കുപ്പായം ധരിച്ചിരുന്നുവെങ്കിലും അവന്റെ പൃഷ്ഠം നഗ്നമായിരുന്നു. അരയിൽക്കെട്ടിയ നരച്ച ചരടും ചെമ്പുകൊണ്ട് ഉണ്ടാക്കിയ ഏലസ്സും എന്റെ കണ്ണിൽപെട്ടു. പഴുത്ത മാങ്ങയുടെ നിറമായിരുന്നു അവന്റെ ശരീരത്തിന്. പക്ഷേ അവന്റെ പൃഷ്ഠം ഇരുണ്ടിരുന്നു.

“കണയ്യയ്ക്ക് ആളെ മനസ്സിലായി. അവൻ കൈവീശി ചിരിക്കുന്നത് കാണുന്നില്ലേ? കുട്ടി ഞങ്ങളുടെ വീട്ടിൽ വന്നത് അവന് ഓർമ്മയുണ്ട്.” ദോബിയുടെ ഭാര്യ പറഞ്ഞു.

ഏകദേശം ഒരുവയസ്സ് പ്രായമായ ആ കുഞ്ഞിന്റെ അസാമാന്യമായ ഓർമ്മശക്തിയെപ്പറ്റി ദോബിയും ഭാര്യയും പുകഴ്ത്തി.

ദോബിയുടെ ബീഡിക്കുറ്റികൾ ചിതറിക്കിടക്കുന്ന മുറ്റത്ത് തന്റെ കുഞ്ഞിനെ ഇരുത്തി. പിന്നീട് തന്റെ പാവാടയുടെ ഞൊറികൾ ഒരു കൈകൊണ്ട് ഒതുക്കി താനും അമർന്നിരുന്നു. അവരുടെ ഓരോ ചലനത്തിലും വളകളും തളകളും കിലുങ്ങി. അവരുടെ ആഭരണങ്ങൾ വെള്ളികൊണ്ട് നിർമ്മിച്ചവയായിരുന്നു. അടുക്കളയിൽനിന്ന് നാരായണൻനായർ രണ്ടു കുപ്പ് ഗ്ലാസ്സുകളിൽ നുരഞ്ഞ് പതയുന്ന ചായ പുറത്തേക്കു കൊണ്ടുവന്നു. മഞ്ഞ റോസാപ്പൂ

വിന്റെ ചിത്രമുള്ള ഗ്ലാസ്സ് ഞാൻ തിരിച്ചറിഞ്ഞു. ഞങ്ങളുടെ കുളിമുറിയിൽ ടൂത്ത് ബ്രഷുകൾ ഒതുക്കി വച്ചിരുന്നത് ആ ഗ്ലാസ്സിലായിരുന്നു. ഒരു വർഷം മുമ്പ് കാണാതായ ഗ്ലാസ്സ്. ദോബിയും ഭാര്യയും ചിരിച്ചുകൊണ്ടു തന്നെ ചായ കുടിച്ചു തീർത്തു.

ദോബി ഒരിക്കൽ ഉച്ചത്തിൽ തേട്ടി.

"പോകുന്നയിടത്തൊക്കെ ചായ കുടിക്കണം. ലഡ്ഡു, ബിസ്ക്കറ്റ് മുതലായവയൊക്കെ തിന്നണം. എന്റെ വയറ് നിറഞ്ഞിരിക്കുന്നു." കാശീറാം പറഞ്ഞു.

"ഇവിടെ പലഹാരം ഒന്നും ബാക്കിയില്ല. യജമാനന്റെ റസ്ക്ക് മാത്രം ഒരു ടിന്നിൽ ഇരിപ്പുണ്ട്. വേണോ?" നാരായണൻനായർ ചോദിച്ചു.

"ഞങ്ങൾക്ക് ഒന്നും ആവശ്യമില്ല. വയർ നിറഞ്ഞിരിക്കുന്നു." ദോബിയുടെ ഭാര്യ പറഞ്ഞു. അപ്പോഴും ആ ചുവന്ന ചിരി അവരുടെ മുഖത്തുനിന്ന് മാഞ്ഞിരുന്നില്ല.

"റാം പ്രൊഷാദ് വൃദ്ധനല്ലേ? നിങ്ങൾക്ക് ഒരു ചെറുപ്പക്കാരനെ വരനായി തേടിപ്പിടിക്കുവാൻ കഴിഞ്ഞില്ലേ?" നാരായണൻനായർ ദോബിയോട് ചോദിച്ചു.

"റാം പ്രൊഷാദ് ചെറുപ്പക്കാരനല്ല. ഏകദേശം എന്റെ പ്രായമായിരിക്കുന്നു അയാൾക്ക്. പക്ഷേ, ആൾ നല്ലവനാണ്. ഇസ്തിരിയുടെ ജോലി മാത്രമല്ല, ആശുപത്രിയുടെ മുഴുവൻ അലക്കും അയാൾക്കാണ് കരാറായി കിട്ടിയിരിക്കുന്നത്. പണം സമ്പാദിച്ച് ബേങ്കിലിട്ട് തുടങ്ങിയിട്ട് ഏകദേശം പത്തുവർഷം കഴിഞ്ഞു. ആദ്യത്തെ ഭാര്യയിൽ ജനിച്ച മക്കൾ വിവാഹിതരായി സ്വന്തം ഭവനങ്ങളിൽ ജീവിക്കുന്നു. പാർവ്വതിയെ അയാൾ കണ്ണിന്റെ കൃഷ്ണമണിയെപ്പോലെ സംരക്ഷിക്കും. അതിൽ എനിക്ക് യാതൊരു സംശയവും ഇല്ല." ദോബി തന്റെ സ്വരം ഉയർത്തിക്കൊണ്ട് നാരായണൻ നായരോട് പറഞ്ഞു.

"കടുപ്പം. കടുപ്പം." കുഞ്ഞാത്തു തന്റെ ചൂണ്ടാണിവിരൽ മൂക്കത്തു വെച്ചുകൊണ്ട് പ്രസ്താവിച്ചു. ദോബിയുടെ ഭാര്യ ആ വൃദ്ധനെ നോക്കി തന്റെ നെറ്റി ചുളിച്ചു. കുഞ്ഞിനെ പൊക്കി എടുത്ത് അവന്റെ പൃഷ്ഠത്തിൽ പറ്റി നിൽക്കുന്ന മണ്ണ് തുടച്ച് അവർ മുലകൊടുത്തു തുടങ്ങി. കുട്ടി മുലകുടിക്കുമ്പോഴും എന്നെ നോക്കി കൈ ആട്ടുകയും ചിരിക്കുകയുംചെയ്തു.

"യജമാനൻ നല്ല ഒരു സംഖ്യ സമ്മാനമായി തരാതിരിക്കില്ല. ഡ്രൈവിന് പോയിരിക്കയാണ്. ഇപ്പോൾ മടങ്ങിയെത്തും." നാരായണൻനായർ പറഞ്ഞു.

"ഇരുട്ടിക്കഴിഞ്ഞാൽ ഞങ്ങൾക്ക് ബസ്സിൽ കയറുവാൻ ബുദ്ധിമുട്ടാവും. കുഞ്ഞ് കരഞ്ഞുതുടങ്ങും. യജമാനനെ കാണുവാൻ ഞാൻ തനിച്ച് വരാം. നാളെ അല്ലെങ്കിൽ മറ്റെന്നാൾ. മാജിയെയും അറിയിക്കണമല്ലൊ." ദോബി പറഞ്ഞു.

കുഞ്ഞിന് മുലകൊടുത്തു കഴിഞ്ഞപ്പോൾ ദോബിയുടെ ഭാര്യ അവനെയുംകൊണ്ട് വേലക്കാരുടെ കക്കൂസിലേക്ക് പോയി.

"ഞാൻ പൂവും. ഇയ്ക്ക് ഡോബിയോൾടെ കല്യാണം കാണണം. അമ്മയോട് ചോയിച്ചിട്ട് ഞാൻ പൂവും. അത് തീർച്ചയാ." പാറുക്കുട്ടി പറഞ്ഞു. അവർ മലയാളത്തിലാണ് സംസാരിച്ചത്. അതുകൊണ്ട് ദോബി വികാരരഹിതനായിത്തന്നെ ഇരുന്നു.

"ഞാനും പോവും, പാർവ്വതിയുടെ കല്യാണം കാണാൻ." ഞാൻ പാറുക്കുട്ടിയോട് പറഞ്ഞു.

"ഇന്നേം കുട്ട്യേം കാറില് കൊണ്ടൂവാൻ ആ റൈവറോട് പറേണട്ടാ." പാറുക്കുട്ടി പറഞ്ഞു.

"വെല്യ മൂപ്പര് സമ്മതിച്ചിട്ട് വേണ്ടേ?" കുഞ്ഞാത്തു ചോദിച്ചു.

"നൂപ്പര് സമ്മതിക്കും. ഒരു മണിക്കൂറ് നേരം കഴീമ്പഴയ്ക്കും കുട്ടീം ഞാനും മടങ്ങി എത്തുലൊ? നൊമ്മടെ ഡോബീടെ വീട്ടിലെയ്ക്കല്ലെ? നൂപ്പര് സമ്മതിക്കും." പാറുക്കുട്ടി പറഞ്ഞു.

ഇങ്ങള് ഏത് കൊങ്ങില് പോയാലും വെല്യ മൂപ്പർക്കൊരു വിരോധല്യ. പക്ഷേ, കുട്ടിടെ കാര്യത്തില് മൂപ്പർക്ക് ചെല നിഷ്കർഷയൊക്കെണ്ട്. അത്രയ്ക്ക്ശ്ശണ്ട്. ഡോബിടെ ചെറ്റക്കുടീലേക്ക് കല്യാണം കാണാൻ പൂവ്വാൻ മൂപ്പര് ഈ കുട്ടീനെ സമ്മതിക്കില്യ." കുഞ്ഞാത്തു ആവേശത്തോടെ പറഞ്ഞു.

പാർവ്വതിയുടെ വിവാഹഘോഷം കാണുവാൻ അച്ഛന്റെ അനുവാദത്തോടുകൂടിയാണ് ഞാനും പാറുക്കുട്ടിയും ഡ്രൈവർ നരേശും പോയത്. കാറിൽ ഇരുന്നുകൊണ്ട് സംഘനൃത്തം കണ്ടാൽ മതിയെന്ന് അച്ഛൻ പറഞ്ഞ് ഏല്പിച്ചിരുന്നു. പക്ഷേ, ധോലക്കിന്റെ ശബ്ദവും ദോബികളുടെ പാട്ടും പെണ്ണുങ്ങളുടെ നൃത്തവും എന്നെ ആവേശഭരിതയാക്കി. ഞാനും പാറുക്കുട്ടിയും ജനക്കൂട്ടത്തിലേക്ക് ധൃതിയിൽ നടന്നു ചെന്നു. കയറ്റുകട്ടിലുകളിലും കിടക്കവിരികളിലും അതിഥികൾ ഇരിക്കുന്നുണ്ടായിരുന്നു. അവരുടെ മുഖങ്ങൾ പരിചിതങ്ങളായി എനിക്കുതോന്നി.

"അതാ ഇരിയ്ക്കണൂ നൊമ്മടെ പേപ്പറ്കാരൻ. പാലക്കാരനൂണ്ട്. ചെവിത്തോണ്ടീംകൊണ്ട് നടക്കണ വയസ്സനൂണ്ട്. എല്ലാരേം ക്ഷണിച്ചക്കുണൂ." പാറുക്കുട്ടി പറഞ്ഞു.

അതിഥികളിൽ ചിലർ ഞങ്ങളെ നോക്കി മന്ദഹസിച്ചു. ഞങ്ങൾക്ക് ഇരിക്കുവാനായി ഒരു അലക്കിയ വിരി ഒരാൾ പുൽത്തകിടിയിൽ

വിരിച്ചു. ആ വിരിയുടെ ഒരു കോണിൽ വി. എം. എന്ന അക്ഷരങ്ങൾ അലക്കുമഷിയിൽ എഴുതിയിരിക്കുന്നത് ഞാൻ കണ്ടു. ഞങ്ങളുടെ കിടക്കവിരികളിൽ ഒന്നായിരുന്നു അത്.

അത് ഞങ്ങൾ ഇരിക്കുമ്പോൾ ചുളുങ്ങുന്നതും അതിൽ പൊടി പുരളുന്നതും ഞാൻ അസ്വസ്ഥതയോടെ നോക്കിക്കണ്ടു.

"നൊമ്മടെ വിരിയാ. അല്ലേ? അമ്പട കള്ളാ. ഇപ്പൊ ഒന്നും പറേണ്ട. കല്യാണല്ലേ? അത് കഴിഞ്ഞിട്ട് പറഞ്ഞാമതി." പാറുക്കുട്ടി പിറുപിറുത്തു.

രണ്ട് ഗ്ലാസ്സ് നിറയെ പച്ചനിറമുള്ള ഒരു ദ്രാവകം ഒരാൾ ഞങ്ങളുടെ മുമ്പിൽ കൊണ്ടുവന്നു വെച്ചു. തെല്ല് അകലെ രണ്ടോ മൂന്നോ പേർ അമ്മികളിൽ എന്തോ അരച്ചുകൊണ്ടിരുന്നു.

"ഇതെന്തോ?" പാറുക്കുട്ടി ചോദിച്ചു.

"തണ്ടായ് സർബത് തണ്ടായ്. ഫസ്റ്റ് ക്ലാസ് തണ്ടായ്." ഒരാൾ ഞങ്ങളുടെ മുമ്പിൽ വച്ച ഗ്ലാസ്സുകളെ ചൂണ്ടിക്കൊണ്ട് പറഞ്ഞു.

ഞാൻ എന്റെ ഗ്ലാസ്സ് പൊക്കി ആ ദ്രാവകത്തിന്റെ കാൽഭാഗം അകത്താക്കി. ബദാമിന്റെയും പാലിന്റെയും സ്വാദ് അതിന് ഉണ്ടെന്ന് എനിക്കുതോന്നി. മൂന്നാമതായി മറ്റൊരു സ്വാദും എന്റെ നാവിന് അനുഭവപ്പെട്ടു. അതിഥികൾ ആ ദ്രാവകം മുറയ്ക്ക് കുടിക്കുന്നുണ്ടായിരുന്നു. പാറുക്കുട്ടി രണ്ടു വിരലുകൾകൊണ്ട് മൂക്ക് പിടിച്ച് ആ ഗ്ലാസ്സിലുള്ളതു മുഴുവൻ ധൃതിയിൽ അകത്താക്കി. ഐസ് കട്ടകൾ അതിൽ ഉണ്ടായിരുന്നു. എന്നിട്ടും പാറുക്കുട്ടി പെട്ടെന്ന് വിയർത്തു. ആ കണ്ണുകൾ നിറഞ്ഞു.

"ഒരു തന്തയേരിയ്ക്കും. പക്ഷേ, ഭർത്താവ്ച്ചാൽ ഭർത്താവല്ലേ? അയിന്റെ ഭാഗ്യം. ഇഞ്ഞി സൊന്തം കുടീല് താമസിയ്ക്കാലൊ." പാറുക്കുട്ടി എന്നോട് പറഞ്ഞു.

"ആരേപ്പറ്റീട്ടാ പാറുക്കുട്ടി പറഞ്ഞേത്?" ഞാൻ ചോദിച്ചു.

പാറുക്കുട്ടിയുടെ മുഖം മഴയും വെയിലും ഒത്തുകൂടുന്ന ഒരു ദിവസംപോലെ കാണപ്പെട്ടു. അവരുടെ മുഖത്ത് ചിരിയും കണ്ണുനീരും ഒപ്പം പ്രത്യക്ഷപ്പെട്ടു.

"പാർവ്വതീടെ കഥ. അല്ലാണ്ടെ ആരടെ കഥയാ ഇപ്പൊ ഞാൻ പറയാ? തന്തയാലും ഒരു ഭർത്താവിനെ ഓളക്ക് കിട്ടീല്യേ? ഇഞ്ഞി അവനാന്റെ വീട്ടില് സുഖായിട്ട് കഞ്ഞിയെങ്കി കഞ്ഞി കുടിച്ചിട്ട് ജീവിയ്ക്കാലൊ." പാറുക്കുട്ടി പറഞ്ഞു. അവർ തന്റെ മേൽമുണ്ടിന്റെ കോന്തലകൊണ്ട് കണ്ണുകൾ തുടച്ചു.

"പാറുക്കുട്ടി എന്തിനാ കരയണത്?" ഞാൻ ചോദിച്ചു.

ദോബികളുടെ ഭാര്യമാർ ശ്രീകൃഷ്ണന്റെ ലീലകളെപ്പറ്റി പാടിക്കൊണ്ടാണ് നൃത്തം ചെയ്തത്. അവർ നിന്നയിടത്തുനിന്ന് തിരിയുമ്പോൾ

പാവാടകൾ മുകളിലേക്ക് ഉയരുകയും കണങ്കാലുകൾ വെളിപ്പെടുകയുംചെയ്തു. ദോബി കാശീറാമിന്റെ ഭാര്യയുടെ കണങ്കാലിന്മേൽ വളർന്നുനിന്ന കറുത്ത രോമങ്ങൾ ഞാൻ നോക്കിക്കണ്ടു. അവരുടെ കാലുകൾ ഒരു പുരുഷന്റെ കാലുകൾപോലെ ദൃഢങ്ങളായിരുന്നു.

"ഞാൻ കരേണില്ല്യ, കുട്ട്യേ.' ഞായെന്തിനാ കരേണ്? കരയാൻ മാത്രം വല്ല ദുഃഖോം ഇയ്ക്കില്ല്യലൊ? ഇയ്ക്ക് ഇബടെ കല്ക്കത്തേല് സുഖാ. കുട്ടിടെ അമ്മ ഇയ്ക്ക് വേണ്ടതൊക്കേം തരുന്നുണ്ട്. ഞാൻ പിന്നെ എന്തിനാ കരേണ്?" പാറുക്കുട്ടി എന്നോട് ചോദിച്ചു.

കാശീറാം ആ നേരത്ത് എന്റെ മുമ്പിൽ വന്നുനിന്നു. എന്റെ മുമ്പിൽ വെച്ച ഗ്ലാസ്സ് കണ്ടപ്പോൾ അയാൾ ദേഷ്യത്തോടെ ചോദിച്ചു.

"കുട്ടിക്ക് ആരാണ് ഭാങ് കൊടുത്തത്? ഏതു വിവരമില്ലാത്തവനാണ് യജമാനന്റെ കുട്ടിക്ക് ഇത് കൊടുത്തത്?" കാൽഭാഗം മാത്രം കുടിച്ച് നിലത്തുവെച്ച ഗ്ലാസ്സ് കാശീറാം എടുത്തു മാറ്റി. "നിങ്ങൾ ഇത് കുടിച്ചോ?" അയാൾ പാറുക്കുട്ടിയോടു ചോദിച്ചു. പാറുക്കുട്ടി കരഞ്ഞുകൊണ്ടേയിരുന്നു. അവർ വിരിയിൽ ചുരുണ്ട് കിടന്ന് തേങ്ങിത്തുടങ്ങിയപ്പോൾ ഞാൻ ഡ്രൈവർ നരേശിനെ വിളിച്ചു. നരേശും ഒരു ഗ്ലാസ്സിലെ പച്ചദ്രാവകം മുത്തിക്കുടിച്ചുകൊണ്ടിരുന്നു.

"നമുക്ക് വീട്ടിലേക്ക് പോവാം. പാറുക്കുട്ടിക്ക് എന്തോ അപകടം പറ്റിയിരിക്കുന്നു. അവർ തേങ്ങിക്കരയുന്നു." ഞാൻ പറഞ്ഞു. പാറുക്കുട്ടിയുടെ തടിച്ച ശരീരത്തിൽ വിയർപ്പിൽ നനഞ്ഞ വസ്ത്രങ്ങൾ പറ്റിപ്പിടിച്ചു. അവരുടെ ചുരുണ്ട മുടിക്കെട്ടിൽനിന്ന് സ്വതന്ത്രമായി പുറത്ത് ഒരു ഭാരമായി വന്നുവീണു.

"എഴുന്നേൽക്കുക," നരേശ് പറഞ്ഞു.

പാറുക്കുട്ടിയെ പിടിച്ച് എഴുന്നേൽപ്പിക്കുവാൻ ദോബിയുടെ ഭാര്യയും തയ്യാറായി വന്നു. കാറിൽ പിന്നിലെ സീറ്റിൽ കിടത്തിയിട്ടു. പാറുക്കുട്ടി അവ്യക്തമായി സംസാരിക്കുകയും തേങ്ങുകയും ചെയ്തുകൊണ്ടിരുന്നു.

"ഈ മട്ടിൽ വീട്ടിൽ ഇവരെ കയറ്റിയാൽ യജമാനൻ എന്നെ ശകാരിക്കും." നരേശ് പറഞ്ഞു.

"ഒരു ഡോക്ടറെ കാണിക്കുകയല്ലേ നല്ലത്?" ഞാൻ ചോദിച്ചു.

"ഇതൊരു രോഗമല്ല. ഭാങ് അകത്തു ചെന്നിട്ട് തുടങ്ങിയ കരച്ചിലല്ലേ? അഞ്ചാറു മണിക്കൂർ കഴിയട്ടെ. ഒക്കെ ശമിക്കും." നരേശ് പറഞ്ഞു.

"ഭാങ് എന്താണ്?" ഞാൻ ചോദിച്ചു.

"ലഹരിക്കുവേണ്ടി ചിലരൊക്കെ ഒരു ചെടി സമൂലം അരച്ച് പാലിൽ ചേർക്കും. ഹോളി ദിവസം അല്ലെങ്കിൽ വിവാഹാഘോഷ

ത്തിന് ഭാങ് അവർ ഉണ്ടാക്കും. ഇത് കാശീറാം അതിഥികൾക്ക് കൊടുക്കുമെന്ന് അറിഞ്ഞിരുന്നുവെങ്കിൽ ഞാൻ കുട്ടിയെയും ആയയെയും കൊണ്ടുവരുമായിരുന്നില്ല." നരേശ് പറഞ്ഞു.

"അത്രയ്ക്ക് തന്തയൊന്നുമല്ല ആ മനുഷ്യൻ. ഇഞ്ഞിപ്പൊ തന്തയായീ ച്ചാത്തന്നെ എന്താ കൊറവ്? സൊന്തം വീടായില്ല്യേ? കഞ്ഞി കുടിച്ച് കെടക്കാലോ. അവനാന്റെ ഒരാള് ഉണ്ടാവണത് ഒരു ഭാഗ്യല്ലേ?" പാറുക്കുട്ടി എന്നോടു ചോദിച്ചു.

"അവർ എന്തിനെപ്പറ്റിയാണ് സംസാരിക്കുന്നത്?" നരേശ് ചോദിച്ചു.

"അവർ പാർവ്വതിയുടെ ഭർത്താവിനെപ്പറ്റി പറയുകയാണ്." ഞാൻ പറഞ്ഞു.

"പാർവ്വതിയുടെ വരനെപ്പറ്റി എന്താണ് അവർ പറയുന്നത്?" നരേശ് പിന്നോക്കം തിരിഞ്ഞ് ചോദിച്ചു. അയാൾ പിന്നോക്കം തിരിയുമ്പോൾ ഒരു ബസ്സോ ലോറിയോ ഞങ്ങളുടെ കാറിനെ ഇടിക്കുമെന്ന് ഞാൻ ഭയന്നു.

"നരേശ്, നിങ്ങൾ ഡ്രൈവ് ചെയ്യുമ്പോൾ പിന്നോക്കം തിരിഞ്ഞു നോക്കരുത്." ഞാൻ പറഞ്ഞു. നരേശ് ചിരിക്കുന്നത് ഞാൻ കാറിന്റെ കണ്ണാടിയിൽ നോക്കിക്കണ്ടു.

"പാർവ്വതിയുടെ വരന് സൗന്ദര്യമില്ല എന്നാണോ അവർ പറയുന്നത്?" നരേശ് ചോദിച്ചു.

"പാർവ്വതി ഭാഗ്യവതിയാണെന്നാണ് പാറുക്കുട്ടി പറയുന്നത്." ഞാൻ പറഞ്ഞു. തന്റെ പേര് ഉച്ചരിക്കപ്പെട്ടപ്പോൾ പാറുക്കുട്ടി വീണ്ടും കരച്ചിൽ ആരംഭിച്ചു.

"അവനാന്റെ ഒരു വീട്! അവനാന്റെ സൊന്തം. ഒരന്തിത്തൊണ! അയിനും വേണം നല്ല തലേലെഴുത്ത്. അല്ലേ, കുട്ട്യേ?" പാറുക്കുട്ടി തേങ്ങിക്കൊണ്ട് എന്നോട് ചോദിച്ചു. ഞാൻ അവരുടെ തടിച്ച കൈവിരലുകൾ മുറുക്കിപ്പിടിച്ചുകൊണ്ട് നിശ്ശബ്ദയായി കാറിൽ ഇരുന്നു. നരേശും പിന്നീട് വീടെത്തുന്നതുവരെ ശബ്ദിച്ചില്ല.

മുപ്പത്തിയെട്ട്

ഞങ്ങളുടെ ദോബിയായിരുന്ന കാശീറാം ഗൊരിയാഹാട്ട് മാർക്കറ്റിനു സമീപം സ്ഥിതിചെയ്തിരുന്ന അലക്കുകാരുടെ കോളനിയുടെ കിരീടം വയ്ക്കാത്ത രാജാവായിരുന്നു. അയാളുടെ ഭാര്യ മാത്രമല്ല, ഏഴു പുത്രിമാരും നടക്കുമ്പോൾ അവരുടെ കനത്ത ആഭരണങ്ങൾ കിലുങ്ങിക്കൊണ്ടിരുന്നു. മഴക്കാലത്തുപോലും നിറം മങ്ങാത്ത വെള്ളികൊണ്ടു നിർമ്മിച്ച തളകളും വളകളും ഹാരങ്ങളും അവർ

ധരിച്ചു. കാശിയിൽനിന്ന് കുമ്പളങ്ങ കൊണ്ടുണ്ടാക്കിയ പെട്ട എന്ന മധുരപലഹാരവും പശുവിന്റെ നെയ്യും പേറി വന്ന ബന്ധുക്കളും ഹൗറയിൽനിന്നു വന്ന മിത്രങ്ങളും അവരുടെ കുടുംബാംഗങ്ങളും ആ കനത്ത ആഭരണങ്ങളുടെ കിലുക്കം കേട്ട് ചാരിതാർത്ഥ്യത്തോടെ തലകുലുക്കി. അവർ കഥ്ത്താ ചേർത്ത താംബൂലം ചവച്ചുനിന്നു. പുൽത്തകിടിയിൽ വേണ്ടത്ര തുപ്പുകയും ചെയ്തു. മൂന്നുദിവസം നിലനിന്ന ആ വിവാഹാഘോഷത്തിൽ പങ്കെടുക്കാത്ത അലക്കുകാർ അന്ന് കല്ക്കത്തയിൽ ഉണ്ടായിരുന്നില്ല എന്ന് പിന്നീട് നരേശ് പറഞ്ഞു. പങ്കെടുക്കാത്ത ദോബികൾ ചത്ത ദോബികൾ മാത്രമായിരുന്നു എന്നു പറഞ്ഞ് ഉച്ചത്തിൽ പൊട്ടിച്ചിരിക്കുകയാണ് നരേശ് ചെയ്തത്.

പാർവ്വതിയുടെ വിവാഹോത്സവത്തിന്റെ രണ്ടാംനാൾ നേരം ഇരുട്ടിയപ്പോഴാണ് എനിക്കു വീണ്ടും അവിടെ ചെല്ലുവാൻ അവസരം കിട്ടിയത്. അന്ന് പി.ജി. മേനോന്റെ ഭാര്യയുടെ ജന്മദിനമായതിനാൽ അച്ഛനും അമ്മയും അവിടെ അത്താഴവിരുന്നിനു പോയി. നരേശ് എന്റെ ഇംഗിതം ഊഹിച്ചു മനസ്സിലാക്കി ധൃതിയിൽ എന്നെ ദോബി കോളനിയിൽ എത്തിക്കുകയും ചെയ്തു. ഭാങ് ചേർത്ത ബദാം സർവ്വത്ത് കുടിക്കുവാൻ അയാൾ ആഗ്രഹിച്ചു, ബനാറസി പാൻ തിന്നുവാനും.

ദോബിനികളുടെ സംഘനൃത്തം അന്നും നടന്നുകൊണ്ടിരുന്നു. കടുംനിറങ്ങളുള്ള പാവാടകളും നേർത്ത വോയിൽ മൂടുപടങ്ങളും ധരിച്ച സ്ത്രീകൾ ഒരു വൃത്തത്തിൽ ചുവടുവച്ച് പാടിക്കൊണ്ടിരുന്നു. കല്ക്കത്തയിലെ തണുപ്പിന്റെ കാഠിന്യംകൊണ്ടാവാം ആരോ വിറകും ചാണകവരടിയും മാടിക്കൂട്ടി കത്തിക്കുന്നുണ്ടായിരുന്നു. ദോബിമാരുടെ ഭാര്യമാർ എന്നോട് നൃത്തത്തിൽ ചേരുവാൻ ക്ഷണിച്ചു. അവരുടെ കൈത്തലങ്ങൾ പരുത്തും വരണ്ടും ഇരുന്നിരുന്നു. ആ കൈകൾ വീണ്ടും തൊടുവാൻ എനിക്കു താല്പര്യം തോന്നിയില്ല.

"കുട്ടിക്ക് പാർവ്വതിയെ കാണണ്ടേ?" കാശീറാമിന്റെ ഭാര്യ എന്നോടു ചോദിച്ചു.

ഞാൻ പുല്ലിലൂടെ നടന്ന് അവരെ അനുഗമിച്ചു. കാശീറാമിന്റെ വീട് തുത്തനാകപ്പലകകൾകൊണ്ട് ഉണ്ടാക്കിയതായിരുന്നു. പക്ഷേ, അകത്തെ മുറികൾ ചമുക്കാളങ്ങൾ വിരിച്ചും പൂമാലകൾ തൂക്കിയും അലങ്കരിച്ചവയായിരുന്നു. കുന്തിരിക്കത്തിന്റെ ഗന്ധം ആ മുറികളിൽ നിറഞ്ഞുനിന്നു. ഒരു ചുവന്ന മൂടുപടംകൊണ്ട് തലയും മുഖത്തിന്റെ മേൽവശവും മൂടിക്കൊണ്ട് പാർവ്വതി ഒരു ചമുക്കാളത്തിൽ ഇരുന്നിരുന്നു. അവൾ അത്യന്തം ക്ഷീണിതയായി കാണപ്പെട്ടു. അവളുടെ മുമ്പിൽ ഒരു ചുവന്ന പലകമേൽ വച്ച പിഞ്ഞാണത്തിൽ

രണ്ടു ലഡ്ഡു, രണ്ട് പെട്ട മുതലായ പലഹാരങ്ങൾ ആരോ നിരത്തിയിരുന്നു. പാർവ്വതി അതൊന്നും തൊട്ടതേയില്ല.

"പാർവ്വതീ, നിനക്ക് ലഡ്ഡു തിന്നണ്ടേ? ലഡ്ഡു തിന്നണമെന്ന് ശാഠ്യം പിടിക്കാറുള്ള നീ ഒന്നും തൊട്ടുനോക്കുന്നില്ലല്ലോ. എന്തു പറ്റി?" പാർവ്വതിയുടെ അമ്മ ആർദ്രതയോടെ ചോദിച്ചു.

പാർവ്വതി മുഖമുയർത്തി എന്റെ നേർക്കുനോക്കി. കരിഞ്ഞ മുല്ലമാലപോലെയുള്ള ഒരു പുഞ്ചിരി അവളുടെ മുഖത്ത് പ്രത്യക്ഷപ്പെട്ടു. തന്റെ അടുത്ത് ഇരിക്കുവാൻ അവൾ ആംഗ്യം കാണിച്ചു. ഞാൻ കൃതജ്ഞതയോടെ ഇരുന്നു.

"പാർവ്വതീ, നിനക്ക് മധുരപലഹാരങ്ങൾ വേണ്ടെങ്കിൽ അവ തിന്നണ്ട. പക്ഷേ, എന്തെങ്കിലും തിന്നണം. പൂരിയും ഉരുളൻകിഴങ്ങും ഞാൻ കൊണ്ടുവന്നുതരാം. ഇല്ലെങ്കിൽ, വിവാഹശേഷം നിന്നെ റാം പ്രൊഷാദ് തന്റെ വീട്ടിലേക്കു കൊണ്ടുപോവുമ്പോൾ വഴിമദ്ധ്യേ നീ കുഴഞ്ഞുവീഴും." കാശീറാമിന്റെ ഭാര്യ മകളോടു പറഞ്ഞു.

"എനിക്ക് വിശപ്പില്ല. ഞാൻ എന്തു തിന്നാലും ഛർദ്ദിക്കും." പാർവ്വതി പറഞ്ഞു.

"ആളുകൾ കേൾക്കെ ഇത്തരം അസംബന്ധങ്ങൾ പറയരുത്." അവളുടെ അമ്മ പറഞ്ഞു. അവർ തന്റെ പുത്രിയെ മാറോടണച്ച് അവളുടെ മൂർദ്ധാവിൽ ചുംബിച്ചു. അവരുടെ പലകപ്പല്ലുകൾ അബദ്ധത്തിൽ പാർവ്വതിയെ വ്രണപ്പെടുത്തുമെന്ന് ഞാൻ ഒരു നിമിഷത്തിനു ഭയന്നു.

പാർവ്വതി അമ്മയുടെ മാർവിടത്തിൽ തന്റെ മുഖം മറച്ചുകൊണ്ട് തേങ്ങിക്കരയുവാൻ തുടങ്ങി. അവളുടെ അമ്മയുടെ കണ്ണുകൾ നിറഞ്ഞു.

"കരഞ്ഞിട്ടെന്തു പ്രയോജനം? പെൺകുട്ടികളെ കല്യാണം കഴിപ്പിച്ചു കൊടുക്കാതെ വീട്ടിൽ താമസിപ്പിക്കുവാൻ ആർക്കും അധികാരമില്ലല്ലോ. നിന്റെ പ്രായത്തിൽത്തന്നെയാണ് ഞാനും വിവാഹിതയായത്. ജീവിതം എന്താണെന്ന് പിന്നീടാണ് എനിക്കു മനസ്സിലായത്. സ്ത്രീയായി ജീവിക്കുവാൻ നീയും തനിയെ പഠിക്കും." കാശീറാമിന്റെ ഭാര്യ ഇടറിയ സ്വരത്തിൽ പ്രസ്താവിച്ചു.

അവർ മുറിയിൽനിന്നു പൊയ്ക്കഴിഞ്ഞപ്പോൾ പാർവ്വതി എന്റെ കൈകൾ മുറുക്കിപ്പിടിച്ചു.

"എനിക്കുവേണ്ടി ഒരു ചെറിയ ഉപകാരം ചെയ്യുമോ?" അവൾ ചോദിച്ചു.

ഞാൻ തലകുലുക്കി.

"ലോവർ സെർക്കുലർ റോഡിലൂടെ പോയാൽ ഒരു പെട്രോൾ സ്റ്റേഷൻ കാണാം. അവിടെ ചെന്ന് നൗഷാദിനെ അന്വേഷിക്കുക.

നൗഷാദ് അവിടെ ഒരു മെക്കാനിക്കാണ്. അയാളോട് എന്റെ ഇപ്പോഴത്തെ അവസ്ഥയെപ്പറ്റി സംസാരിക്കണം. ഇപ്പോഴും നൗഷാദ് വിളിച്ചാൽ ഞാൻ ഇതെല്ലാം വലിച്ചെറിഞ്ഞ് പോവാൻ തയ്യാറാണ്. എനിക്ക് അച്ഛന്റെ സ്നേഹിതനായ ഈ വൃദ്ധനെ വിവാഹം ചെയ്യുവാൻ സമ്മതമല്ല. അയാളെപ്പറ്റി ആലോചിക്കുമ്പോൾത്തന്നെ എനിക്കു ഛർദ്ദിക്കുവാൻ തോന്നുന്നു.'' പാർവ്വതി പറഞ്ഞു.

''ഞാൻ നൗഷാദിനോട് എന്താണു പറയേണ്ടത്?'' ഞാൻ ചോദിച്ചു.

''പറയൂ, ഞാൻ ഇതേവരെ അയാൾ ഒരു ആണാണെന്നു വിചാരിച്ചു. ആണാണെങ്കിൽ കുറച്ച് ധൈര്യത്തോടെ പെരുമാറുവാൻ നൗഷാദിനോടു പറയൂ. ആരെ പേടിച്ചിട്ടാണ് ഇവിടെ വന്ന് എന്നെ വിളിച്ചുകൊണ്ടു പോവാത്തത്?'' പാർവ്വതി ചോദിച്ചു.

''നിന്റെ അച്ഛനെ ഭയന്നായിരിക്കും അയാൾ ഇവിടെ നിന്നെത്തേടി വരാത്തത്.'' ഞാൻ പറഞ്ഞു.

''അച്ഛനമ്മമാരെ ഉപേക്ഷിച്ച് അയാളുടെകൂടെ പോവാൻ ഞാൻ തയ്യാറാണ്. ഇസ്ലാംമതം സ്വീകരിക്കാനും എനിക്കു സമ്മതമാണ്. അയാളോടു പറയൂ, ഇപ്പോഴും സമയം ബാക്കിയുണ്ടെന്ന്.'' പാർവ്വതി പറഞ്ഞു.

അവളുടെ കണ്ണുകൾ ചുവന്നും കലങ്ങിയും കാണപ്പെട്ടു. മൃദുലങ്ങളായ വിരൽത്തുമ്പുകളാൽ അവൾ എന്റെ കവിളുകൾ തടവി.

''എനിക്കുവേണ്ടി ഈ ഉപകാരം ചെയ്യില്ലേ?'' അവൾ എന്നോടു ചോദിച്ചു. എനിക്കും കരച്ചിൽ വന്നു. പിന്നീട് അവളോട് എന്തെങ്കിലും പറയുവാൻ എന്റെ നാവിനു ശക്തി നഷ്ടപ്പെട്ടതായി എനിക്കു തോന്നി.

നരേശിന് കുറച്ചുനേരംകൂടി അവിടെ തങ്ങുവാൻ ആഗ്രഹമുണ്ടായിരുന്നു. എങ്കിലും എന്റെ നിർബന്ധത്തിനു വഴങ്ങി അയാൾ എഴുന്നേറ്റുനിന്നു. അയാൾ താംബൂലം ചവച്ചുകൊണ്ടുതന്നെ പുല്ലിൽക്കൂടി എന്റെ മുമ്പിൽ നടന്നു. എന്നെ യാത്രയാക്കുവാനായി കാശീറാമും ഭാര്യയും കാറിന്റെ സമീപത്തു വന്നുനിന്നു. ഭാര്യയുടെ ഒക്കത്ത് കണയ്യ എന്ന ശിശുവും ഇരുന്നിരുന്നു. കുഞ്ഞിന്റെ മൂക്കിൽനിന്ന് ഒലിക്കുന്ന ദ്രാവകം തന്റെ ദുപ്പട്ടകൊണ്ട് കാശീറാമിന്റെ ഭാര്യ തുടച്ചു.

''നാളെ രാവിലെ വരണം. ചടങ്ങ് നാളെയാണ് നടക്കുക. കുട്ടി വരാതിരിക്കരുത്.'' അവർ എന്നോടു പറഞ്ഞു.

''നാളെയും പാട്ടും ഡാൻസും ഉണ്ടാകുമോ?'' ഞാൻ ചോദിച്ചു.

''അതെല്ലാം ഇന്ന് അർദ്ധരാത്രിയോടെ അവസാനിക്കും.'' ദോബി പറഞ്ഞു.

കാറ് ഓടിത്തുടങ്ങിയപ്പോൾ ഞാൻ നരേശിനോടു പറഞ്ഞു:

"ദയവുചെയ്ത് ലോവർ സെർക്കുലർ റോഡിലൂടെ പോവണം. എനിക്ക് ആ പെട്രോൾ സ്റ്റേഷനിൽ ജോലിയെടുക്കുന്ന ഒരാളെ കാണേണ്ടതുണ്ട്."

"നൗഷാദ്! നൗഷാദിനെ കാണുവാൻ ഞാൻ കുട്ടിയെ ഒരിക്കലും കൊണ്ടുപോവില്ല. ഇതെങ്ങാനും അച്ഛൻ അറിഞ്ഞാൽ എന്റെ ജോലി എനിക്കു നഷ്ടപ്പെടും." നരേശ് പറഞ്ഞു.

"പാർവ്വതി കരഞ്ഞും ഉപവസിച്ചും ക്ഷീണിച്ചിരിക്കുന്നു. അവളുടെ ഒരു സന്ദേശം നൗഷാദിന് ഞാൻ കൊടുക്കാം. ഒരുമിനിട്ടു നേരം കാറ് നിർത്തിയാൽ മതി." ഞാൻ പറഞ്ഞു.

"അവനെപ്പോലുള്ള തെമ്മാടികൾക്ക് എന്തു സന്ദേശമാണ് കൊടുക്കുക? പെൺകുട്ടികളെ പിഴപ്പിക്കുന്ന തന്തയില്ലാപ്പരിഷകൾ! കുട്ടി അവനോടു സംസാരിച്ചാൽത്തന്നെ നമുക്കൊക്കെ അത് ഒരപമാനമാണ്." നരേശ് പറഞ്ഞു.

"ഞാൻ പാർവ്വതിക്ക് വാക്ക് കൊടുത്തു," ഞാൻ പറഞ്ഞു.

"യജമാനൻ എന്നെ ചവുട്ടി പുറത്താക്കും," നരേശ് പറഞ്ഞു.

പെട്രോൾ സ്റ്റേഷനിൽ ഒരു കാറിന്റെ കീഴിൽ തന്റെ വിളർത്ത കാലുകൾ മാത്രം വെളിപ്പെടുത്തിക്കൊണ്ട് നൗഷാദ് കിടന്നിരുന്നു. ആ കാലുകൾക്കരികിൽ ചെന്നു നിന്നുകൊണ്ട് നരേശ് വിളിച്ചു:

"ഏ, നൗഷാദ്, എന്റെ യജമാനന്റെ മകൾ നിന്നെ കാണുവാൻ ഇതാ വന്നിരിക്കുന്നു."

നൗഷാദ് തന്റെ മെലിഞ്ഞ ശരീരത്തെ മെല്ലെ മെല്ലെ കാറിന് കീഴിൽ നിന്ന് മോചിപ്പിച്ചു. നിലത്തു വന്ന് വീണ ഒരു പൂച്ചയെന്ന പോലെ അയാൾ ശരീരം ആകപ്പാടെ ഒരിക്കൽ കുടഞ്ഞു. എന്നിട്ട് വശ്യമായ ഒരു പുഞ്ചിരി ഞങ്ങൾക്ക് സമ്മാനിച്ചു.

"നാളെ പാർവ്വതി റാം പ്രൊഷാദിനെ കല്യാണം കഴിക്കാൻ പോവുകയാണ്." ഞാൻ അയാളോട് പറഞ്ഞു.

"ഞാൻ അറിഞ്ഞു." അയാൾ പിറുപിറുത്തു.

"അറിഞ്ഞിട്ടും നിങ്ങൾ ശാന്തനായി കഴിയുന്നു! അവൾ ഭക്ഷണം കഴിച്ചിട്ട് ഒരാഴ്ച കഴിഞ്ഞു. അവൾ ഉറങ്ങുന്നതുമില്ല. തന്നെ രക്ഷപ്പെടുത്തണമെന്ന് അവൾ പറയുന്നു. ആ സന്ദേശം നിങ്ങൾക്ക് തരാൻ മാത്രമാണ് ഞാൻ ഈ നേരത്ത് ഇവിടെ വന്നത്." ഞാൻ പറഞ്ഞു.

"ഞാൻ എങ്ങനെ അവളെ രക്ഷിക്കും? എനിക്ക് മാസം കിട്ടുന്നത് വെറും അൻപതു രൂപയാണ്. അതിൽ നാല്പതും അബ്ബാജാൻ എടുക്കുകയും ചെയ്യും. ഞാൻ അവളെ എവിടെ കൊണ്ടുപോവും?" നൗഷാദ് ചോദിച്ചു.

നരേശ് അയാളുടെ ചുമലുകൾ മുറുകെ പിടിച്ചു.

"ഉത്തരവാദിത്വം ഏറ്റെടുക്കുവാൻ വയ്യ, അല്ലേ? പിന്നെ എന്തിനാണ് ഒരു ഹിന്ദുപെൺകുട്ടിയുടെ മാനം നശിപ്പിച്ചത്? ഹിന്ദുക്കൾ ഇതൊക്കെ കണ്ടും നിന്നെ ക്ഷമിക്കും എന്ന് വിചാരിക്കുന്നുണ്ടോ?" നരേശ് ശബ്ദം ഉയർത്തിക്കൊണ്ട് ചോദിച്ചു.

നൗഷാദ് നരേശിന്റെ കരങ്ങൾ പിടിച്ചു മാറ്റുവാൻ ഒരു വിഫല ശ്രമം നടത്തി. നരേശ് കണ്ണുകൾ ഉരുട്ടി, പൈശാചികമായ ഒരു ചിരി ചിരിച്ചു.

"ഒരു ഹിന്ദുബാലികയെ നശിപ്പിക്കാമെന്ന് കരുതിയോ മജ്നൂ? നിന്റെ വെളുത്ത വയറ് പൊളിച്ച് കുടലുമാല ഞാൻ പുറത്തെടുക്കും." നരേശ് പറഞ്ഞു.

നൗഷാദ് ശബ്ദിച്ചില്ല. പെട്രോൾ സ്റ്റേഷനിലെ വിളക്കുകൾ പെട്ടെന്ന് കെട്ടു. ഞങ്ങൾ ഇരുട്ടിലായി.

"ഏത് തന്തയില്ലാത്തവനാണ് ലൈറ്റുകൾ കെടുത്തിയത്?" നരേശ് ഗർജ്ജിച്ചു.

കണക്ക് എഴുതാനിരിക്കുന്ന മനുഷ്യൻ ദൂരെനിന്ന് വിളിച്ചു:

"നൗഷാദ്, നൗഷാദ്."

"നീ രക്ഷപ്പെടില്ല. ഇരുട്ടാക്കിയാലും പോലീസിനെ ഫോൺ ചെയ്താലും നീ രക്ഷപ്പെടുകയില്ല." നരേശ് പറഞ്ഞു.

"നരേശ് എനിക്ക് വീട്ടിൽപ്പോവണം. ഈ മിനിട്ടിൽ വീട്ടിൽപ്പോവണം." ഞാൻ ആജ്ഞാപിച്ചു.

"എന്റെ യജമാനന്റെ കുട്ടിയെ ആദ്യം വീട്ടിൽ കൊണ്ടുപോയാക്കും. പിന്നീട് ഞാൻ വരും. നിന്നോട് പകരം ചോദിക്കാൻ ഞാൻ വരും." നരേശ് വിളിച്ചുപറഞ്ഞു.

കാറിൽ ഇരുന്നിട്ടും എന്റെ നെഞ്ചിൽ ആരോ ചെണ്ട കൊട്ടുന്നതുപോലെ എനിക്ക് തോന്നി. എന്റെ ശരീരം വിയർത്തു. ഒരു ഹിന്ദുമുസ്ലീം കലാപത്തിന് ഞാനും കാരണക്കാരിയായൊ?

"നരേശ്, ഇനി അങ്ങോട്ട് നിങ്ങൾ പോവണ്ട." ഞാൻ കിതച്ചുകൊണ്ട് പറഞ്ഞു.

"കുട്ടി ഈ കാര്യത്തിൽ തലയിടരുത്. ഇത് എന്റെ മതക്കാരുടെ അഭിമാനത്തിന്റെ പ്രശ്നമാണ്. മുഗളന്മാരല്ല ഇപ്പോൾ നമ്മുടെ നാട് ഭരിക്കുന്നത്. നമ്മുടെ പെൺകുട്ടികളെ വശീകരിച്ച് അവരെ മാനഭംഗപ്പെടുത്തിയാൽ ഞങ്ങൾ അതുനോക്കി നില്ക്കുമെന്ന് വിചാരിക്കുന്നുണ്ടോ? ഞങ്ങൾ മദ്രാസികളല്ല; ഉത്തർപ്രദേശുകാരാണ്. ഞങ്ങൾ ആത്മാഭിമാനത്തിനുവേണ്ടി എന്തും ചെയ്യും, എന്തും." നരേശ് പറഞ്ഞു. അയാളുടെ പരന്ന മുഖം കാറിന്റെ കണ്ണാടിയിൽ പ്രതിഫലിച്ചത് ഞാൻ ഭയത്തോടെ നോക്കിക്കണ്ടു.

ഒരു രാക്ഷസന്റെ മുഖച്ഛായ നരേശിന് വന്നുകഴിഞ്ഞതായി എനിക്കുതോന്നി.

എന്നെ വീട്ടിൽ ഇറക്കിയതിനുശേഷം താൻ പി.ജി. മേനോന്റെ വീട്ടിലേക്ക് കാറുംകൊണ്ടു ചെല്ലുകയാണെന്ന് നരേശ് പറഞ്ഞു. വലിയ സ്പീഡിലാണ് ആ കാറ് ലാൻഡ് ഡൗൺ റോഡ് വിട്ടത്. ഞാൻ തികച്ചും അസ്വസ്ഥയായിരുന്നു. എന്റെ വസ്ത്രം മാറ്റലും മേൽക്കഴുകലും കഴിഞ്ഞപ്പോൾ ഞാൻ അടുക്കളയിൽച്ചെന്ന് നടന്ന സംഭവങ്ങളെപ്പറ്റി നാരായണൻനായരോട് സംസാരിച്ചു. പലയിടത്തും ഹിന്ദുമുസ്ലിം കലാപങ്ങൾ നടക്കുന്നുണ്ടെന്ന് അയാൾ പറഞ്ഞു.

"നമ്മള് കല്ക്കത്തേല് താമസിയ്ക്കണു. നമ്മക്കറിയണേന്റെ നുമ്പ് മാതൃഭൂമിപത്രക്കാര് അറിയുണു. വല്ലാത്ത അദ്ഭുതം. എല്ലാ ഭാഗത്തും ഉണ്ടത്രെ ഹിന്ദു മുസ്ലിം ലഹള. കാരണം കാത്ത് ഇരിയ്ക്ക്യാ തമ്മിൽത്തമ്മിൽ വെട്ടാനും കൊല്ലാനും." നാരായണൻനായർ പറഞ്ഞു. അയാൾ സലാഡ് ഉണ്ടാക്കുവാൻ തക്കാളി അരിയുക യായിരുന്നു. ഹിന്ദു മുസ്ലിം ലഹളയെപ്പറ്റി പറയുമ്പോൾ അയാളുടെ മുഖത്ത് ഒരു ക്രൗര്യഭാവം വന്ന് ചേർന്നു. കത്തിപിടിച്ച കൈക്ക് ഒരു വിറയലും വന്നു.

ഞാൻ പാർവ്വതിയുടെ പ്രേമസന്ദേശത്തെപ്പറ്റി പറഞ്ഞപ്പോൾ പാറുക്കുട്ടി ആവേശഭരിതയായി. "പെണ്ണും ആണും മനസ്സോണ്ട് അടുക്കുമ്പൊ യാതീം മതോം ഒന്നും നോക്കില്ല്യ, കുട്ട്യേ. നൊമ്മടെ വെല്യ റോതൂന്റെ മോള് മറിയ കരുവാന്റെ മോന്റെ കൂടെയല്ലേന്നും ചാടിപ്പോയത്? സൊന്തം യാതിയാച്ചാ ചാടിപ്പോവില്ല്യലൊ." പാറുക്കുട്ടി പറഞ്ഞു.

"റോതൂന്റെ മോള് ചീതത് കടുംകയ്യാ. ആ തള്ളേം ആ തള്ളടെ തള്ളേം ജീവിച്ചിരിക്കുമ്പൊ ഇങ്ങനെ ചീയ്യാൻ പാടുണ്ടോ? അവറ്റയ്ക്ക് പിന്നെ നാട്ടാര്ടെ മോത്ത് നോക്കണ്ടേ? മോള് കരുവാന്റെ മോന്റെ ഒപ്പം ചാടിപ്പോയീച്ചിട്ട് അവറ്റക്ക് ഒതളൻകായ കഴിച്ച് ചാവാൻ വയ്ക്ക്യോ?" കുഞ്ഞാത്തു ചോദിച്ചു.

"നരേശ് ആ നൗഷാദിനെ കൊല്ലുമോ?" ഞാൻ ചോദിച്ചു.

"കൊല്ലണെങ്കില് കൊല്ലട്ടെ. നമ്മള് അതിലൊന്നും തലയിടണ്ട. യുദ്ധോം കലാപോം ഒക്കെ വരുമ്പൊ ഈ നരേശും ദോബീം ഒക്കെ ഒന്നാവും. ഹിന്തി പറേണോരൊക്കേം ഒറ്റക്കെട്ടാ, നൊമ്മള് അന്യരാ. അവറ്റയ്ക്ക് ഈറവരുമ്പൊ നൊമ്മളേം കൊല്ലും. നമ്മളെ മദ്രാസീ മദ്രാസീന്നല്ലേ വിളിയ്ക്കണത്? ഞാൻ തൃത്താലക്കാരനാ. മൂപ്പര് ഗുരു വായൂര്കാരനാ. കുഞ്ഞാത്തു കുന്നംകുളത്തുകാരനാ. പക്ഷേ, ഇവറ്റ എല്ലാരേം കൂട്ടിട്ട് ഒരു പേര് കൊടുത്തു—മദ്രാസി. നൊമ്മക്ക്

വേറെ ജാതീം മതോം ഒന്നൂല്ല്യേ? ഇവിറ്റെ സൂക്ഷിക്കണം, അടുക്കാൻ കൊള്ളില്ല.'' നാരായണൻനായർ പറഞ്ഞു. അയാൾ വെള്ളരിക്ക വൃത്തങ്ങളാക്കി മുറിച്ചു. പിന്നീട് പുഴുങ്ങിയ ബീറ്റ്റൂട്ട് കിഴങ്ങിന്റെ തൊലി ഉരിഞ്ഞു കളഞ്ഞു.

''അവനോട് ആ പെണ്ണിനെ സ്വീകരിക്കാൻ പറയണം കുട്ട്യേ. എത്ര വെല്ല്യേ ലോകായീ ലോകം! വല്ലോടത്തും പോയി കഴിഞ്ഞൂടേ? മറിയേം കൃഷ്ണനും സുഖായിട്ട് കഴിയ്ണില്ല്യോ ബംഗളൂരില്?'' പാറുക്കുട്ടി ചോദിച്ചു.

''ആരേ പറഞ്ഞത് മറിയ ബാംഗളൂരിലാന്ന്? ആ പെണ്ണിനെ ഓൻ വല്ലോടത്തും കൊണ്ടേയി വിറ്റ് കാശാക്കീട്ട്ണ്ടാവും.'' കുഞ്ഞാത്തു പറഞ്ഞു.

''കൃഷ്ണൻ നല്ലോനാ. ഒരിക്കലും അങ്ങനെ ഉണ്ടാവില്യ. അവര് ബംഗളൂരിലാന്നേയ്. ഇന്നോട് ലീലക്കുട്ട്യേമ പറഞ്ഞതാ. ആനന്തപ്പരില് താമസിയ്ക്കുമ്പൊ ഇന്നോട് ലീലക്കുട്ട്യേമ പറഞ്ഞതാ. ചെലപ്പോ ഗോയിന്നൻ കുട്ടി മേനോൻ വെയ്ന്നാരം വരാൻ വൈകും. അപ്പൊ മൂപ്പത്ത്യാര് ഇന്നെ വിളിച്ച് അട്ത്ത് ഇരുത്തും. പാവം. ചെറുപ്പല്ലേന്നും? തെലുങ്കരായിട്ട് നമ്മളൊക്കെ എന്താ പറയ്ാ. അവ്റ്റെ ചൂരടിച്ചിട്ട് അടുപ്പിയ്ക്കാനും വെയ്യ. ഞാൻ തന്നേണ്ടാർന്നുള്ളു ഒരു കൂട്ട് ഇന്നോട് എല്ലാം തൊറന്ന് പറേം. പാവം. ഇയ്ക്ക് ലീലക്കുട്ട്യേമെ വിടുമ്പൊ സങ്കടം തോന്നീട്ടാ.'' പാറുക്കുട്ടി ഒരാത്മഗതമെന്നപോലെ പറഞ്ഞു.

''ഇങ്ങക്ക് എപ്പ നോക്ക്യാലും ഒരാനന്തപ്പൂരിന്റെ വർത്താനാ! വാക്കി ദേശങ്ങളൊന്നും നിങ്ങക്ക് വേണ്ട. അയിലും എത്ര വെല്ല്യേ പട്ടണാ ഈ ആ കല്ക്കത്തെ?'' കുഞ്ഞാത്തു മുഖം ചുളിച്ചുകൊണ്ട് പറഞ്ഞു.

''എല്ലാവരും പാർവ്വതിയുടെ കാര്യം മറന്നു, അല്ലേ?'' ഞാൻ ചോദിച്ചു.

''ഏത് പാർവ്വതി?'' നാരായണൻനായർ എന്നോട് ചോദിച്ചു. സലാഡ് വെളുത്ത പിഞ്ഞാണത്തിൽ തയ്യാറായിക്കഴിഞ്ഞിരുന്നു.

മുപ്പത്തിയൊൻപത്

മാമ്പുള്ളി കൃഷ്ണൻ കരിവീട്ടിയുടെ നിറമുള്ള ഒരു പശുവിനെ കാശ് കൊടുത്ത് സ്വന്തമാക്കിയപ്പോൾ അയൽക്കാർ ആശ്ചര്യം പ്രകടിപ്പിച്ചു. പ്രത്യേകിച്ചും നാലപ്പാട്ടു ജോലിയെടുക്കുന്നവർ—നാലപ്പാട്ടെ നെൽപ്പാടങ്ങളിലും പറമ്പുകളിലും മുറ്റത്തും തലമുറ

കളായി അദ്ധ്വാനിച്ചുവന്ന മാമ്പുള്ളിക്കാർക്ക് സ്വന്തമായി ഒരു പശു എന്തിന്? നാലപ്പാട്ടെ പശുക്കളെ കറന്നുകഴിയുമ്പോൾ അത്യാവശ്യം ചായയിലൊഴിക്കുവാനുള്ള പാല് ഉടമസ്ഥർ തരുമല്ലൊ. പശുവിന് പിണ്ണാക്കും പരുത്തിക്കൊട്ടയും പൂഴിക്കള അങ്ങാടി നിന്ന്പ്പോന്നി വാങ്ങുവാൻ വേണ്ടത്ര പണം മാമ്പുള്ളിക്കാർക്ക് എങ്ങനെ കിട്ടും? വേലയുടെ കൂലിയായി കിട്ടുന്ന നെല്ല് അവർ വില്ക്കുമോ?

വള്ളി കരിവീട്ടിയുടെ നിറമുള്ള പശുവിനെ കയറിട്ടു വലിച്ചു കൊണ്ട് നാലപ്പാട്ട് വടക്കേ മുറ്റത്ത് എത്തിയപ്പോൾ കലി നാരായണൻ നായരോ മാധവിയമ്മയോ സംശയങ്ങൾ പുറത്തെടുത്ത തേയില്ല. പശുവിന്റെ ചുറ്റും തത്തിക്കളിച്ചിരുന്ന ചുവന്ന മൂരിക്കുട്ടന്റെ പിൻകാലുകൾക്കിടയിൽ മണത്തും അവനെ നക്കിത്തുടച്ചും നിന്നിരുന്ന പശുവിന്റെ കപോലങ്ങളും കഴുത്തും വള്ളി വാത്സല്യത്തോടെ തടവിക്കൊണ്ടിരുന്നു.

“കുടുമ്മത്ത് കൊല്ലം കൊല്ലം പേറാ! പിള്ളരാണെങ്കി പിന്നപ്പിന്നെ പരോശാവ്വ്. അവിറ്റ കൊറേശ്ശ പാല് കുടിച്ചോട്ടേന്ന് പറഞ്ഞു അവടെ കുത്തിരിയ്ക്കണ തന്ത,” വള്ളി ചുവന്ന് തേഞ്ഞ പല്ലുകൾ വെളിപ്പെടുത്തിക്കൊണ്ട് വിനയാന്വിതയായി ചിരിച്ച് പറഞ്ഞു.

“എത്ര ഉറുപ്യ കൊടുത്തു?” കലിനാരായണൻനായർ ചോദിച്ചു.

“മൂന്നു റുപ്യടെ കാശ് കൊടുത്തു അവ്ടത്തെ തന്ത. വാക്കി ഓണത്തിന് നുമ്പെ കൊട്ക്കണം.” വള്ളി മുഖത്തെ ചിരി നില നിർത്തിക്കൊണ്ട് പറഞ്ഞു.

“മൂന്നു റുപ്യേ കൊടുത്തുള്ളു? അപ്പൊ കൊറെ വെല്യ കടം തന്നെയാ വലിച്ച് തലേക്കേറ്റിയടക്കണത്! എന്ത്ച്ചിട്ടാ ഈ പണിക്ക് പൊറപ്പട്ടത് വള്ള്യേ? ഇക്കണ്ട കടൊക്കെ തീർക്കണെങ്കി പെൺകുട്ട്യോളടെ കൈയിലും കാതിലും കെടക്കണതൊക്കേം അഴിച്ച് വില്ക്കേണ്ടിവരൂലൊ! ഇഞ്ഞി ഈ കടം തീരണത്വരെ കൃഷ്ണന് ഒറക്കം കിട്ടില്യ. വള്ളി നിർബന്ധിച്ചിട്ടാവും പയ്യിനെ വാങ്ങാൻ കൃഷ്ണൻ പൊറപ്പെട്ടത്.” മാധവിയമ്മ സ്വരം ഉയർത്തിക്കൊണ്ട് പറഞ്ഞു.

“മാധിയമ്രാളേ, അടിയൻ നിർബന്ധിച്ചിട്ടൊന്നില്ല. പയ്യിനെ വാങ്ങ്യേത് ആ തന്ത പിള്ളര് പരോശാവണത് കാണാൻ വെയ്യാന്ന് പറഞ്ഞു. കൊറേശ്ശ പാല് കുടിച്ചോട്ടേന്ന് പറഞ്ഞു. ലെക്ഷ്മിടേം പാറുട്ടിടേം പേറൊഴിഞ്ഞ നേരല്യ. പെരനെറച്ച് കുട്ട്യോളാ, വാസു, രവി, ലീല, മുരളി, മോഹിനി, വാസന്തി... ഒക്കെറ്റിനും കൊറേശ്ശേ പാല് കൊടുക്കാൻ പറഞ്ഞു. അവ്ടത്തെ തന്ത,” വള്ളി പ്രസ്താവിച്ചു.

''മോന്റെ കുട്ട്യോളോട് കൃഷ്ണന് നല്ല സ്ഥായിണ്ട്.'' മാധവിയമ്മ പറഞ്ഞു. അവർ അവിയൽ ഉണ്ടാക്കുവാനായി കുമ്പളങ്ങ, മത്തൻ, ചേന, പയറ്, കയ്പക്ക മുതലയാവ ഒരംഗുലം നീളത്തിൽ മുറിച്ചെടുക്കുകയായിരുന്നു.

എന്റെ അമ്മമ്മ മെല്ലെ മുറ്റത്തിറങ്ങി പശുവിന്റെ ചുറ്റും ഒരു പ്രദക്ഷിണം നടത്തി. മൂരിക്കുട്ടന്റെ നെറ്റിമേൽ ആലിലയുടെ രൂപത്തിൽ കണ്ട അടയാളം അവർ കൈകൊണ്ട് തൊട്ടു. മൂരിക്കുട്ടൻ പിൻതിരിഞ്ഞ് ഓടി. വാഴകൾക്കിടയിൽ അവൻ ഓടിക്കളിക്കുന്നതു കണ്ട് പശു അമറി.

''കുട്ടികളെ സ്നേഹിച്ചാൽപ്പോരാ പയ്യിനേം സ്നേഹിക്കണം. എന്നാലേ ശരിയായ തോതിൽ പാല് കറന്നെടുക്കാൻ സാധിക്കൂ.'' അമ്മമ്മ പറഞ്ഞു.

''പയ്യിന് വൈക്കോലും പിണ്ണാക്കും പരുത്തിക്കൊട്ടേം കൊടുത്താപ്പോര. അയിനോട് വിശേഷം പറയണം. അയിനോട് ആരും മിണ്ടീല്ല്യെങ്കി അയിന്റെ പാല് വറ്റും,'' കലിനാരായണൻനായർ പറഞ്ഞു. അയാൾ മുറ്റത്തേക്ക് ഇറങ്ങി അതിന്റെ കറുത്തുവീർത്ത മുലത്തടം തടവി. പശു അമറി.

''ഇങ്ങള് അയിനെ വേദ്യം ചെയ്യണ്ട നാരായണൻ കമ്മളേ.'' വള്ളി പറഞ്ഞു.

''ഇതേപ്പൊ നന്നായത്! ഞാനെന്തേ ചീത്? നല്ല പാല്ള്ള യാതിയാണോന്ന് നോക്കീതാ. പയ്ക്കളെ കറക്കാൻ തൊടങ്ങീത് ഇന്നൊ ഇന്നലെയോ അല്ല. എത്ര പയ്ക്കളെ ഞാൻ കറന്നടുക്കുന്നു. കറക്കുമ്പൊ കുത്താൻ വരണ പയ്ക്കളേം ഞാൻ കറന്നടക്കുണൂ. മടപ്പാട്ട് ഒരു വെളുത്ത പയ്യിനെ വാങ്ങി. പാരാത്ത്ന്ന് കൊണ്ട്ന്നതാ. വെല്ല്യേതമ്പ്രാന്റെ നേശ്യാരമ്മ ഗുരുവായൂരെ പാരാത്തെയാ. അതില്ണ്ടായ മകനാ പാരാത്തെ രാമൻ മേനോൻ... അപ്പൊ പാരാത്ത്ന്ന് കൊണ്ട്ന്ന വെളുത്ത പയ്യിനെ ആർക്കും കറക്കാൻ വെയ്യ. അകിട്ടില് കയ്യ് വെച്ചാ പയ്യ് തൊടങ്ങും ചവിട്ടാൻ. കറക്കണെ ആളടെ മേത്താ ചവിട്ടണതേയ്! കറക്കാൻ വന്നോരൊക്കേം ചവിട്ട് കിട്ട്യപ്പൊ കുടുമ്മത്തിക്ക് മടങ്ങി. അപ്പൊ തമ്പുരാട്ടിമാര് ഇന്നെ വിളിപ്പിച്ചു. ഒരു കൈനോക്ക്വാ നാരായണാന്നായി അമ്മത്തമ്പ്രാൻ. ഞാൻ പയ്യിന്റെ മൊലേല് കടന്നൊരു പിടി. മുറുക്കി അങ്ങ്ട്ട് പിടിച്ചു. പയ്യ് ചവിട്ടാൻ തൊടങ്ങി. ഞാൻ വിട്ടില്ല്യ. ഇന്റെ ജീവൻ പോയാലും ഞാൻ അയിനെ കറക്കുംന്ന് നിശ്ചേയ്ച്ചു. നാനാഴി പാല് കറന്നു. എന്നിട്ടേ എണീട്ട്ള്ളു. ഒടൂല് എന്തായിശ്ശണ്ടോ? ദൂസോം രാവിലേം വെയ്ന്നാരോം മടപ്പാട്ട് ചെല്ലണംന്നായി അമ്മത്തമ്പ്രാൻ. നാരായണന് മാത്രേ ഈ പയ്യിനെ കറക്കാൻ സാധിക്കൂ എന്നാ പറഞ്ഞത്...''

കലിനാരായണൻനായർ തന്റെ വാക്കുകൾ കുലുങ്ങിച്ചിരിച്ചുകൊണ്ട് അവസാനിപ്പിച്ചു.

"പയ്യിന്റെ മൊല വിടിൻ കമ്മളേ. അയിന് സഞ്ചാരെടുക്കുണൂ ന്നേയ്." വള്ളി പറഞ്ഞു.

"ഇതിനെ ഇന്ന് കറന്ന്വോ? ഇല്ലെങ്കി കറക്കണ്ട സമയമായി." കലി പറഞ്ഞു.

"സന്ധ്യാവുമ്പൊ കറക്കാംന്ന് പറഞ്ഞു അവിടത്തെ തന്ത." വള്ളി പറഞ്ഞു.

"നെറഞ്ഞ സന്ധ്യയ്ക്കാ പയ്യിനെ കറക്ക്വാ? ത്രിസന്ധ്യയ്ക്ക് പയ്യിനെ കറക്കാൻ പാടില്യ. കറക്കണെങ്കി ഇപ്പൊ കറക്കാം. ഞാൻ കറന്നു തരാം." കലി പറഞ്ഞു.

"വേണ്ട കമ്മളേ." വള്ളി പറഞ്ഞു.

"കാപ്രശ്ശേരി തൊഴുത്ത് നൂറു പയ്ക്കളെ കെട്ടാൻ സൗകര്യള്ള തൊഴുത്താ. ഞാൻ അവിടെ താമസിച്ചപ്പൊ നുപ്പത് പയ്ക്കളെ അവ്ടെ കെട്ട്യേർന്നു. അരിക്കാടീല് പരുത്തിക്കൊട്ട അരച്ച് ചേർത്ത് ചെലപ്പൊ ലേശം തേങ്ങാപ്പാലും അതില് ചേർത്തിട്ടാ പയ്ക്കൾക്ക് കൊട്ക്കാ. എന്നിട്ടെന്താ? പാല് എത്ര കുടിച്ചിട്ടും കുട്ട്യോൾടെ ദേഹം നന്നായില്യ. ശരീരത്തിൽപ്പിടിക്കില്യ. അപ്പഴാ ആരാണ്ട് വന്ന് പറഞ്ഞത് പയ്ക്കൾക്ക് എന്തു കൊടുത്തിട്ടും ഫലല്യ. പയ്ക്കളോട് സ്നേഹം കാണിക്കണം. അപ്പഴേ പാലിന് ഗുണം വരുള്ളൂന്ന്. കപ്രശ്ശേരിക്കമ്മളുടെ വീട്ടില് ഇഷ്ടംപോലെ ജോലിക്കാര്ണ്ട്. മുറ്റത്തും തൊടീലും ജോലി ചീയ്യാൻ ശമ്പളം കൊടുത്ത് നിർത്തിയടക്കുണൂ. ഒരു പട. അവിറ്റക്ക് ആരോടും സ്ഥായില്യ. മനുഷ്യപ്പറ്റില്യാത്ത വർഗ്ഗം. ഒടുവില് ഇന്നെ പറഞ്ഞയയ്ക്കും തൊഴുത്തില് പോയി പയ്ക്കളോട് വിശേഷം പറയാൻ. ഞായെന്താ നാല്ക്കാലികളോട് പറയ്വാ? മറോ്ടി പറയാത്തോരോട് എത്ര നേരാ ച്ചിട്ടാ ഞാൻ വിശേഷം പറയ്വാ? ഞാൻ നാരായണീയത്തിലെ ചെല ശ്ലോകങ്ങളങ്ങ്ട്ട് ചൊല്ലിക്കൊടുത്തു. ശ്ലോകം കേട്ടാ അപ്പൊ ഇന്ന നോക്കി ഒതുങ്ങിനില്ക്കും. നുപ്പതു പയ്ക്കൾക്കും നാരായണീയം ഇഷ്ടായി." മാധവിയമ്മ പറഞ്ഞു. അവർ അവിയലിന്റെ കഷണ ങ്ങൾ വെച്ച പാത്രം അടുക്കളയുടെ ഉമ്മറപ്പടിമേൽ വച്ചു. എന്നിട്ട് തന്റെ കവിളുകൾ തുടുക്കുന്നതുവരെ മൂരി നിവരുകയും ചുമലു കൾ കുലുക്കുകയുംചെയ്തു.

"മാധവിക്ക് നാരായണീയത്തിലെ ശ്ലോകങ്ങൾ വെശാണോ?" മുത്തശ്ശി ചോദിച്ചു.

"മാധവിയമ്മ ഒന്ന് രണ്ട് ശ്ലോകങ്ങൾ ചൊല്ലൂ." ഞാൻ പറഞ്ഞു.

"അയ്യേ്യ. ഉമ്മറത്ത് അമ്മാമൻ ഇരിയ്ക്കണില്യേ? ഞായെങ്ങനെയാ ഇവടെ നിന്നിട്ട് ശ്ലോകം ചൊല്ല്വാ? ഉമ്മറത്ത് കാലൂക്കാട്ടേലെ

കൊച്ചുണ്ണ്യാരും അമ്പാഴത്തേലെ കുഞ്ഞുണ്ണിമേനോനും കുത്തിരിക്ക്ണ്ട്. ഞാൻ ശ്ലോകം ചൊല്ലില്യ." മാധവിയമ്മ പറഞ്ഞു.

"മാധവിക്ക് ശ്ലോകം തോന്ന്ണ്ട്യാവില്യ," അമ്മമ്മ പറഞ്ഞു.

"അമ്മാമൻ കേൾക്കും എന്ന് പേടിച്ചിട്ടാണെങ്കിൽ നമുക്ക് പടിഞ്ഞാറേ പറമ്പിലേക്കു പോവാം." ഞാൻ മാധവിയമ്മയോട് പറഞ്ഞു.

"അടിയനും കേക്കണം മാധവിയമ്രാള്ടെ സ്ലോഹം." വള്ളി പറഞ്ഞു.

"വള്ളി ഈ പയ്യിനേം മൂരിക്കുട്ട്യേം കുടീലെക്ക് കൊണ്ടുപോയ്ക്കോളൊ. നേരം സന്ധ്യാവാറായി." മാധവിയമ്മ പറഞ്ഞു.

"ഇന്ന് ഏകാശിയാന്ന് മറന്ന്വാ? ഇങ്ങള് അവിയലിനായി മുറിച്ചട്ക്ക്ണു! ഇഞ്ഞി ഇതോണ്ട് ഗോതമ്പക്കഞ്ഞിക്ക് പുഴുക്ക് ഉണ്ടാക്കാൻ പറ്റ്വൊ?" കലിനാരായണൻനായർ മാധവിയമ്മയോട് ചോദിച്ചു.

"ഗോതമ്പക്കഞ്ഞിടെകൂടെ പുഴുക്ക് വേണംന്ന് നെയമല്യാ നാരായണൻ നായരേ. ധാരാളം മോര് ഭരണീല് ഇരിയ്ക്കണ്ട്. അവിയല് വെച്ചാ അതുകൂട്ടി കഞ്ഞികുടിക്കാം." അമ്മമ്മ പറഞ്ഞു.

"അത്താഴത്തിന് ആരെങ്കിലും അവിയല് ഉണ്ടാക്ക്വൊ? അത്താഴത്തിന് ഒന്നൂല് തറവാട്ടുപുളി. അല്ലെങ്കിൽ കരിങ്കാളൻ. കുമ്പളങ്ങ മൊളഗുഷ്യേം ആവാം. കുട്ട്യോൾക്ക് കൊറച്ച് കാച്ച്യേ മോരും. പപ്പടം ചുടാം. ഉപ്പുമാങ്ങ ഉണ്ടെങ്കി അതും കൂട്ടാം. അത്താഴത്തിന് അത്രയൊക്കേ വിധിച്ചിട്ടുള്ളൂ." കലിനാരായണൻനായർ പറഞ്ഞു.

"ആരാ വിധിച്ചത്?" അമ്മമ്മ ചോദിച്ചു. കലിനാരായണൻനായർ വൈരാഗ്യം പ്രകടിപ്പിക്കുന്ന ഒരു പരിഹാസച്ചിരി ചിരിച്ചു. പക്ഷേ, അമ്മമ്മയുടെ ചോദ്യത്തിന് മറുപടി പറയുവാൻ അയാൾ മിനക്കെട്ടില്ല.

വള്ളി പശുവിനെ ഉന്തിയും വലിച്ചും സ്വഗൃഹത്തിലേക്ക് കൊണ്ടുപോയപ്പോൾ മാധവിയമ്മ പറഞ്ഞു:

"തീയ്യക്കുട്ട്യോള് പാല് കുടിച്ച് വളരണത് ഇയ്ക്ക് ഒരത്ഭുതായിട്ടാ തോന്നണത്. അവിറ്റ പഴങ്കഞ്ഞീം മീൻകറീം കഴിച്ചിട്ടല്ലേ വളരണ്ടത്? വള്ളിടെ മോന്റെ കുട്ട്യോളല്ലേ? എലിയങ്ങാട്ടെ തമ്പുരാട്ടിമാര്ടെ കുട്ട്യോളലല്ലൊ." മാധവിയമ്മ പറഞ്ഞു.

കലിനാരായണൻനായർ അടുക്കളയുടെ അന്ധകാരത്തിൽ ഒളിച്ചുനിന്നുകൊണ്ടു പൊട്ടിച്ചിരിച്ചു.

"വള്ളിടെ മക്കള് അന്യനാട്ടില് കെടന്നിട്ട് നാല് കാശ് ഉണ്ടാക്ക്ണ്ട്. അയിന് ഇത്ര അസൂയ തോന്നണ്ട ആവശ്യണ്ടാ?" കലി ഉറക്കെ ചോദിച്ചു.

"ഇയ്യ് വള്ളിയോട് അസൂയണ്ട്ന്നാ ഇങ്ങള് പറഞ്ഞോണ്ട് വരണ്? അത് ഈ ജന്മം ഉണ്ടാവില്യ. ഇയ്യ് തീയ്യരോട് ഈ ജന്മം അസൂയ തോന്നില്യ. അവിറ്റ പാടത്തിലെറങ്ങി പണിയെടുക്കും. നട്ടുച്ച വെയിലത്തും പാടത്തെ ചേറില് എറങ്ങി നിക്കണം. വെതയ്ക്കലും കൊയ്യലും കറ്റമെതിക്കലും ഒക്കേം അവിറ്റടെ ജോലിയാ. ഇയ്യ് ഈ ജന്മം അതൊന്നും ചീയ്യാൻ വെയ്യ. പിന്നെ എന്തിനാ തീയത്തിയോളെ കാണുമ്പൊ ഇയ്യ് അസൂയ?" മാധവിയമ്മ ചോദിച്ചു.

"ഇങ്ങക്ക് തീയ്യത്തിയോളോട് അസൂയ തോന്നില്യേരിക്കും. പക്ഷേ, നായമ്മാര് സിറികളോട് അസൂയ തോന്നാറില്യേ." കലി നാരായണൻനായർ ചോദിച്ചു.

"അടുക്കളേന്ന് എറങ്ങിനിന്ന് സംസാരിക്കിൻ കലി നാരായണൻ നായരേ. മെക്കട്ട് കേറാൻ വരുമ്പൊ ഇങ്ങടെ മോന്തക്കുറ്റി എങ്ങനെണ്ട്ന്ന് ഞാൻ കാണട്ടെ." മാധവിയമ്മ വിളിച്ചുപറഞ്ഞു.

കലി അടുക്കളയിൽനിന്ന് പുറത്തുവന്നില്ല. അശരീരികൾപോലെ ചില വചനങ്ങൾ മാത്രം അടുക്കളയിൽനിന്ന് ഇടയ്ക്കിടെ ഉയർന്നുകൊണ്ടിരുന്നു.

"സമ്മന്തക്കാരൻ ഉള്ള ഏത് പെണ്ണിനെ കണ്ടാലും ഇങ്ങക്ക് അസൂയയാണ്. അവനാന് യോഗണ്ടായില്യ. അതോണ്ട് വാക്കിളോർക്ക് യോഗണ്ടാവുമ്പൊ കണ്ണുകടി."

"നിർത്തിൻ കലി നാരായണൻനായരേ. ഇന്നെപ്പറ്റി ഓരോ അപരാധം പറയാൻ നിങ്ങക്കെന്ത് അധികാരാ? ഇന്നെപ്പറ്റി ഏത് അപരാധം പറഞ്ഞാലും ആരും ചോയിക്കാൻ ഇല്യാച്ചിട്ടല്ലേ ഇങ്ങനെയൊക്കേം പറേണത്? ഇയ്യ് വേണെങ്കി ഇന്ന് കിട്ടൂലൊ ഒരു സമ്മന്തക്കാരൻ. ഇന്നെ കല്യാണം കഴിക്കണംന്ന് വാശിപിടിച്ച് ഒരു പട്ടര് നടന്നേർന്നു. സൊന്തം കാറും കച്ചോടോം ഒക്കെള്ള ഒരാളാ. ഇപ്പഴും ഞാനൊരു വാക്ക് പറഞ്ഞാ അയാള് ഇബടെ വന്ന് എന്നെ കൊണ്ടൂവും. ഇന്നെ അത്രയ്ക്ക് ഭ്രമാ. ഇയ്യ് കല്യാണം വേണ്ടാച്ചിട്ടാ ഞാൻ ആ പട്ടരെ വിളിക്കാത്തത്. ഇയ്യ് കല്യാണോം വേണ്ട ഇയ്യ് പ്രസവിക്കും വേണ്ട. ഞാനിങ്ങനെ കഴിഞ്ഞോളാം. ഇന്നെക്കൊണ്ട് ആർക്കും ബുദ്ധിമുട്ടൂല്യ."

മാധവിയമ്മ പറഞ്ഞു. അവരുടെ കണ്ണുകൾ കലങ്ങിയിരുന്നു. അവർ തയിരിന്റെ ഭരണി ഉറിയിൽനിന്ന് നീക്കി നിലത്തുവച്ചു. കടകോലിട്ട് ആ തയിര് കലക്കുമ്പോൾ മാധവിയമ്മയുടെ കണ്ണുകൾ നിറഞ്ഞ് ഒഴുകി.

"പട്ടന്മാരെ വിശ്വസിച്ച് അവ്റ്റടെ കൂടെ എറങ്ങിയാ അവ്റ്റ ചതിക്കും. ഇയ്യ് അറിയാം ഒരു പെൺകുട്ടിയെ ഗുരുവായൂരുള്ള ഒരു പട്ടര് ചതിച്ചത്. പട്ടരുടെ പേര് ശീനൂന്നാ. താലികെട്ടുംന്ന് പറഞ്ഞ്

ബോധിപ്പിച്ചു. എന്തിനു പറേണു പെണ്ണിന് ആറുമാസം ഗർഭായപ്പൊ പട്ടര് അയിനെപ്പിടിച്ച് ഒരു പൊട്ടക്കെണറ്റിലിയ്ക്ക് തള്ളിട്ടു. അയിന് ബോധല്യാണ്ടെയായി. ചത്തില്യ. പട്ടര് പെണ്ണ് ചത്തൂന്ന് നിശ്ചേയ്ച്ചൂ. മഠത്തിലേക്ക് പോയി ഊണു കഴിച്ച് സുഖായിട്ട് കെടന്നൊറങ്ങി. പെണ്ണിന് ബോധം വന്നത് പിറ്റെ ദൂസം പൊലർച്ചയ്ക്കാ. അയിന്റെ കരച്ചില് കേട്ട് നാട്ട്ാര് വന്ന് പാട്ട കെണറ്റില് ഇട്ടുകൊടുത്ത് അയിനെ കേറ്റി. ഗർഭം അലസിപ്പോയി. പക്ഷേ, പെണ്ണ് ഇപ്പഴും ജീവിച്ചിരിയ്ക്കണ്." അടുക്കളയിൽ നിന്നുകൊണ്ട് കലി പറഞ്ഞു.

" ആ പെണ്ണിന്റെ പേരെന്താ?" മാധവിയമ്മ ചോദിച്ചു.

"പേര് ഞാൻ പറയില്യ. നല്ല തറവാട്ടില് ജനിച്ച കുട്ടിയാ. അയിനെ കൊണ്ടൂരാൻ വല്ലോരും വര്ാണെങ്കി ഈ കഥ കേട്ട് അവര് മടങ്ങണ്ടാ. കാണാൻ നല്ല ഒശത്തിപ്പെണ്ണ്. കഴിഞ്ഞമാസം ഞാൻ ഗുരുവായൂര് പോയപ്പോ ഞാൻ കണ്ടു. പഞ്ചഗവ്യം സേവിക്കണത് കണ്ടു. കൂടെ അയിന്റെ തള്ളേം ഉണ്ടാർന്നു."

"ഇങ്ങളോട് ആരാ ഈ കഥയൊക്കെ പറഞ്ഞത്?" മാധവിയമ്മ ചോദിച്ചു. കടകോലിൽ പറ്റിയിരുന്ന വെണ്ണ അവർ രണ്ടു വിരലുകൾകൊണ്ട് തുടച്ചെടുത്ത് ഒരു പിഞ്ഞാണത്തിലെ വെള്ളത്തിൽ നിക്ഷേപിച്ചു.

"നാളെ ഉച്ചയ്ക്ക് ഊണുകഴിക്കുമ്പൊ കുട്ടിക്ക് ഈ വെണ്ണ കൂട്ടാം." മാധവിയമ്മ പിറുപിറുത്തു.

"അമ്മാമന് വെണ്ണ വേണ്ടേ?" ഞാൻ ചോദിച്ചു. മാധവിയമ്മ പിറു പിറുത്തു.

"അമ്മാമൻ ഉരുക്ക് നെയ്യ് കഴിച്ചോളും. കുട്ടീം ഉണ്ണീം വെണ്ണകൂട്ടി ചോറ് ഉണ്ണണം." മാധവിയമ്മ പറഞ്ഞു.

"ആ പട്ടര് പിന്നെ പാലക്കാട്ട്ന്ന് ഒരു അമ്യാര്കുട്ടിയെ താലി കെട്ടിക്കൊണ്ട്ന്നു. കൊടുവായൂർ എന്ന സലത്ത് പോയി നല്ല കാശ്ള്ള കുടുംബത്തിന്ന് പെണ്ണു കെട്ടി. പട്ടമ്മാര് ചതിയമ്മാരാ. അത് എല്ലാർക്കും അറിയാം." കലി വിളിച്ചു പറഞ്ഞു.

"നല്ല പട്ടമ്മാരും ഈ ലോകത്തില് ഉണ്ടാവൂലൊ? ഒരു പട്ടര് പെൺകുട്ട്യെപ്പിടിച്ച് പൊട്ടക്കെണറ്റില് തള്ളിട്ടൂച്ചിട്ട് എല്ലാ പട്ടമ്മാരും ചതിയമ്മാരാവണോ? ഇന്നെ കല്യാണം കഴിക്കണംന്ന് നിരീച്ച് ഇന്റെ പിന്നില് നടന്നേർന്ന പട്ടര് ഒരു സാപ്തീകനാ. എപ്പനോക്ക്യാലും നാമോം ജപോംതന്നെ. നെറ്റീമ്മ്ല് ചന്ദനക്കുറീം അയിന്റെകൂടെ ഒരു ചെന്തൂരപ്പൊട്ടും. നല്ല മൊഖശ്രീ." മാധവിയമ്മ പറഞ്ഞു.

"അയാൾ ഇപ്പോൾ എവിടെയാണ്? അയാളോട് ഇങ്ങോട്ടു വരാൻ എഴുതിക്കൂടെ?" ഞാൻ ചോദിച്ചു.

“ഞാനാർക്കും കത്തെഴുതില്യ. ഇയ്ക്ക് ആരേം കാണണ്ട. ഇയ്ക്ക് ഇവിടത്തെ കുട്ട്യോളടെ കൂടെ താമസിക്കാനാ മോഹം. ഉണ്ണി വല്ത്താവുമ്പൊ ഞാൻ ഉണ്ണിടെ കൂടെ താമസിക്കും. ഉണ്ണിക്കു വേണ്ട തൊക്കെ വെച്ചുകൊടുക്കും. ഉരുളൻ കെഴങ്ങ് ഉപ്പേരി നല്ലോണം മൊരിയിച്ച് വെളമ്പണം. ചെറുപയറിന്റെ പരിപ്പ് വേണം നെയ്യ് കൂട്ടി ഉണ്ണുമ്പൊ. ഉണ്ണി ഒരു ഡോക്ടറായി ഏത് പട്ടണത്തില് താമസിച്ചാലും ഞാൻ അവടെ കൂടും.” മാധവിയമ്മ പറഞ്ഞു.

“അപ്പൊ എന്റെ കൂടെ ആരാ താമസിക്ക്യാ?” ഞാൻ ചോദിച്ചു.

“കുട്ട്യേ, തന്റെകൂടെ ഓലേങ്ങാട്ടെ പാറുട്ടി താമസിക്കും, പോരേ?” മാധവിയമ്മ ചോദിച്ചു.

മാധവിയമ്മയുടെ വാക്കുകൾ കേട്ട് അടുക്കളയിൽനിന്ന് കലി നാരായണൻനായർ ഉച്ചത്തിൽ ചിരിച്ചു.

“ഇയ്ക്ക് നല്ല പക്ഷഭേദംണ്ട് മാധിയേമേ. ഇങ്ങക്ക് പെൺകുട്ട്യോളോട് സ്ഥായില്യ.” കലി പറഞ്ഞു.

“ശരിയാ. ഇയ്ക്ക് ആൺകുട്ട്യോളോടാ സ്ഥായി.” മാധവിയമ്മ ചിരിച്ചു കൊണ്ട് പറഞ്ഞു. എനിക്ക് എന്തുകൊണ്ടോ അവരെ എതിർക്കുവാനോ വിമർശിക്കുവാനോ മനസ്സ് വന്നില്ല.

നാല്പത്

ദോബി കാശീറാമിന്റെ മകൾ പാർവ്വതി തന്നെക്കാൾ മുപ്പത് വയസ്സ് പ്രായംകൂടിയ റാം പ്രൊഷാദിന്റെ ഭാര്യയായതിൽ കണ്ടവരും കേട്ടവരും പ്രതിഷേധിച്ചു. കല്യാണം കഴിഞ്ഞ് ഏകദേശം ഒരുമാസം കഴിഞ്ഞിട്ടും പാർവ്വതിയുടെ തീരുമാനത്തെ എന്റെ വീട്ടിലുള്ളവർ ചോദ്യം ചെയ്തുകൊണ്ടേയിരുന്നു.

“കെട്ടിത്തൂങ്ങി ചാവായിരുന്നില്ലേ ?” നാരായണൻനായർ ചോദിച്ചു.

“തുലുക്കച്ചെക്കനേംകൊണ്ട് ഓടിപ്പൂവാർന്നില്യേ? ഓൻ നല്ല മെക്കാനിക്കാ. എവിടെച്ചെന്നാലും കഞ്ഞിക്ക്ള്ള വക ഉണ്ടാക്കാലൊ.” കുഞ്ഞാത്തു പറഞ്ഞു.

ദോബി കെട്ടുംകൊണ്ട് വന്നപ്പോൾ പാറുക്കുട്ടി എന്നോട് പറഞ്ഞു:

“നൊമ്മടെ പാർവ്വതിക്ക് സുഖാണോന്ന് ചോയിക്കുന്നേയ്.”

പാർവ്വതിയെപ്പറ്റി ഞാൻ അന്വേഷിച്ചപ്പോൾ കാശീറാം പുഞ്ചിരി തൂകി. കെട്ടിൽനിന്ന് ഖദർമുണ്ടുകളും ഉടുപ്പുകളും മറ്റും എടുത്ത് സാവധാനത്തിൽ സോഫമേൽ നിരത്തിക്കൊണ്ട് കാശീറാം പറഞ്ഞു:

“പാർവ്വതി... പാർവ്വതി, ഭർത്താവിന്റെ വീട്ടിൽ സാക്ഷാൽ ലക്ഷ്മിയെപ്പോലെ ജീവിക്കുന്നു.”

"അവൾ കരയാറില്ലേ?" ഞാൻ ചോദിച്ചു.

"കരയുകയോ? എന്തിന് കരയും? അവൾക്ക് ചിരിക്കേണ്ട കാലമാണ് ഇത്. മനസ്സിന് ഇണങ്ങിയ ഭർത്താവ്. വായയ്ക്ക് ഇണങ്ങിയ ഭക്ഷണസാധനങ്ങൾ. റാം പ്രൊഷാദ് ഒരു കുട്ട നിറയെ മധുരപലഹാരങ്ങളുംകൊണ്ട് കഴിഞ്ഞ ആഴ്ച എന്റെ വീട്ടിൽ വന്നിരുന്നു. അവളും വന്നു." കാശീറാം പറഞ്ഞു.

കാശീറാം എന്തോ മറച്ചുവയ്ക്കുന്നു എന്ന് എനിക്ക് തോന്നി. റാം പ്രൊഷാദ് എന്ന വൃദ്ധൻ പാർവ്വതിയുടെ മനസ്സിന് ഇണങ്ങിയ ഭർത്താവാകുമോ? അവൾ കളിത്തോഴനായ നൗഷാദിനെ ഇത്ര വേഗം മറക്കുമോ? ഒരിക്കലുമില്ല.

"പാർവ്വതിയെ എനിക്ക് കാണണം," ഞാൻ പറഞ്ഞു.

ഒരു ഞായറാഴ്ച നാലുമണി കഴിഞ്ഞപ്പോൾ പാർവ്വതി ഗേറ്റ് തള്ളിത്തുറന്ന് ഞങ്ങളുടെ അടുക്കളമുറ്റത്ത് വന്നെത്തി. അവൾ ഒരു ചുവന്ന പരുത്തിസ്സാരിയാണ് ധരിച്ചിരുന്നത്. കൈവശം നഖങ്ങളിൽ തേക്കുന്ന ചുവന്ന പോളീഷും ഉണ്ടായിരുന്നു. ഞാൻ ചവിട്ടുപടിമേൽ ഇരിക്കുകയായിരുന്നു. എന്റെ അനുവാദം കൂടാതെ തന്നെ അവൾ കാല്ക്കൽ ഇരുന്ന് എന്റെ കാൽ നഖങ്ങളിൽ തപാൽ പെട്ടിയുടെ നിറമുള്ള ആ പോളീഷ് തേച്ചുതുടങ്ങി.

"ഇത് ഉപയോഗിച്ചാൽ എന്നെ സ്കൂളിലുള്ളവർ അടിച്ച് ഓടിക്കും." ഞാൻ പറഞ്ഞു.

"കാലിൽ സോക്സും ഷൂസും ധരിച്ചാൽ ആരും നഖങ്ങൾ കാണുകയില്ല." പാർവ്വതി പറഞ്ഞു.

പാർവ്വതി നെറ്റിയിൽ സിന്ദൂരപ്പൊട്ട് കുത്തിയിരുന്നു. അവളുടെ മുടിക്കെട്ടിൽനിന്ന് ഒരപരിചിതഗന്ധം ഉയർന്നു.

"പാർവ്വതീ, നീ എന്താണ് തലയിൽ തേച്ചിരിക്കുന്നത്?" ഞാൻ ചോദിച്ചു.

"കേശരഞ്ജൻ എന്നാണ് ആ എണ്ണയുടെ പേര്. ഇത് മുടങ്ങാതെ തേച്ച് തിരുമ്മിയാൽ എന്റെ മുടി നീണ്ട് ചുരുണ്ടതായിത്തീരുമെന്ന് ചാച്ചാ പറഞ്ഞു."

"നീ നിന്റെ ഭർത്താവിനെ ഇപ്പോഴും ചാച്ചാ എന്നാണോ വിളിക്കുന്നത്?" ഞാൻ ചോദിച്ചു.

പാർവ്വതി പൊട്ടിച്ചിരിച്ചു. മുൻവശത്തെ രണ്ട് പല്ലുകൾക്കുമിടയിൽ ഒരു വിടവ് ഉണ്ടായിരുന്നു.

എങ്കിലും അവളുടെ ചിരിക്ക് ചന്തമുണ്ടായിരുന്നു.

"അയാളുടെ പേര് ഉച്ചരിക്കാൻ പാടില്ലെന്ന് അമ്മ പറഞ്ഞു. ഞാൻ എന്നും അയാളെ ചാച്ചാ എന്നാണ് വിളിച്ചത്. അതുകൊണ്ട് ഇന്നും അങ്ങനെ വിളിക്കുന്നു."

“നീ നൗഷാദിനെ ഇത്ര വേഗത്തിൽ മറക്കുമെന്ന് ഞാൻ വിചാരിച്ചിരുന്നില്ല. നീ ഈ മട്ടുകാരിയാണെന്ന് അറിഞ്ഞിരുന്നുവെങ്കിൽ ഞാൻ നിന്റെ സന്ദേശവുംകൊണ്ട് ആ പെട്രോൾ സ്റ്റേഷനിൽ പോവില്ലായിരുന്നു. നീ ആത്മഹത്യ ചെയ്യുമെന്ന് ഞാൻ ഭയന്നു. അന്യോന്യം സ്നേഹിച്ച റോമിയൊ ജൂലിയറ്റ് എന്നിവരെപ്പറ്റി നീ കേട്ടിട്ടുണ്ടോ? അവർ അന്യോന്യം മറക്കുവാൻ തയ്യാറായില്ല. അവർ മരിച്ചു.” ഞാൻ പാർവ്വതിയോട് പറഞ്ഞു.

“ഞാൻ റോമിയൊ എന്ന പേര് കേട്ടിട്ടില്ല.”

“നിനക്ക് പ്രേമകഥകൾ ഒന്നും അറിയില്ലെങ്കിൽ നീ എന്തിന് സ്നേഹിക്കുവാൻ പുറപ്പെട്ടു?” ഞാൻ നീരസത്തോടെ ചോദിച്ചു. പാർവ്വതി വീണ്ടും ചിരിച്ചു.

“ഈ റോമിയൊ ഏത് നഗരത്തിലെ ദോബിയാണ്?” അവൾ എന്നോട് ചോദിച്ചു.

“റോമിയൊ ദോബിയല്ല, മെക്കാനിക്കുമല്ല.” ഞാൻ കോപം നടിച്ചുകൊണ്ട് പറഞ്ഞു.

പാർവ്വതി പിന്നീട് കുറെ നേരം നിശ്ശബ്ദത പാലിച്ചു. ഒടുവിൽ അവളോട് അനുകമ്പ തോന്നിയിട്ട് ഞാൻ ചോദിച്ചു:

“നിനക്ക് ഭർത്താവിന്റെ വീട്ടിൽ സുഖമാണോ?”

“അതെ, എനിക്ക് സുഖമാണ്. എനിക്ക് ക്യൂട്ടെക്സും പൗഡറും പട്ടുറിബ്ബണും കണ്ണാടിക്കഷണങ്ങൾ പതിച്ച വളകളും എല്ലാം കൊണ്ടുവന്ന് തന്നു. ധാരാളം ഐസ്ക്രീം ഞാൻ തിന്നാറുണ്ട്. ഇപ്പോൾ എൽജിൻ റോട്ടിൽ വെച്ച് ചാച്ചാ എനിക്ക് ഐസ്ക്രീംകാരന്റെ പെട്ടിയിൽനിന്ന് ഒരു പച്ച ഐസ് ഫ്രൂട്ട് വാങ്ങിത്തന്നു.”

“നൗഷാദ് നിന്നെ നിരാശപ്പെടുത്തിയപ്പോൾ നിനക്ക് വിഷം തിന്ന് മരിക്കുവാൻ തോന്നിയില്ലേ?”

“ഞാൻ മരിക്കുകയൊന്നുമില്ല. അത്ര മണ്ടിയല്ല ഞാൻ.” പാർവ്വതി പറഞ്ഞു.

അവളുടെ പൊട്ടിച്ചിരി കേട്ടിട്ടാവാം നാരായണൻനായരും പാറുക്കുട്ടിയും കുഞ്ഞാത്തുവും മുറ്റത്തേക്ക് ഇറങ്ങിവന്നു.

“ഒരു മാസംകൊണ്ട് ഈ പെണ്ണ് കൊഴുത്ത് തടിച്ചു.” നാരായണൻനായർ പറഞ്ഞു.

“നിങ്ങള് അവളെ പ്രാവണ്ട. സാരി ഉടുത്തോണ്ട് തടിച്ചൂന്ന് തോന്നണതാ.” പാറുക്കുട്ടി പറഞ്ഞു.

“നല്ല ശ്രീത്തം വെച്ചു.” കുഞ്ഞാത്തു അഭിപ്രായപ്പെട്ടു.

തന്നെപ്പറ്റിയാണ് അവർ മലയാളത്തിൽ സംസാരിക്കുന്നത് എന്ന് പാർവ്വതി ഊഹിച്ചിരിക്കണം. അവൾ ഓരോരുത്തരുടെയും മുഖത്തേക്ക് മാറി മാറി നോക്കിക്കൊണ്ടിരുന്നു.

പിറ്റേദിവസം അച്ഛനുമമ്മയും ഞങ്ങൾ കുട്ടികളും ഒരു മാസത്തെ അവധിയിൽ നാട്ടിലേക്ക് പോവുകയായിരുന്നു. റാം പ്രൊഷാദ് ഇസ്തിരി വണ്ടിയും തള്ളിക്കൊണ്ട് ഞങ്ങളുടെ വീട്ടിൽ എത്തിയപ്പോൾ അയാളെക്കൊണ്ട് പാറുക്കുട്ടി എന്റെ ഉടുപ്പുകളും അച്ഛന്റെ ഷർട്ടുകളും തേപ്പിച്ചു. അയാൾക്കും പാർവ്വതിക്കും കുപ്പിഗ്ലാസ്സുകളിൽ ചായയും പാറുക്കുട്ടി കൊണ്ടുവന്ന് കൊടുത്തു. രാവിലെ ബാക്കിവന്ന ഇഡ്ഡലികൾ കൊണ്ടു വന്നപ്പോൾ റാം പ്രൊഷാദ് തന്റെ വലത്തേ കൈത്തലം ഉയർത്തി.

"വേണ്ട. ഞങ്ങൾക്ക് വിശപ്പില്ല,"അയാൾ പറഞ്ഞു.

"തിന്നുമെങ്കിൽ ഞാൻ നാളെ രാവിലെ പുളിച്ച ജലേബികൾ കൊണ്ടു വന്നുതരാം. വായിൽ വച്ചാൽ അലിഞ്ഞുപോവുന്ന ജലേബികൾ." പാർവ്വതി എന്നോട് പറഞ്ഞു.

"കുട്ടിയുടെ അച്ഛൻ മാർക്കറ്റിൽനിന്ന് വാങ്ങിയ പലഹാരങ്ങൾ തിന്നുവാൻ അവളെ അനുവദിക്കുകയില്ല." നാരായണൻനായർ ഹിന്ദിയിൽ പറഞ്ഞു.

"നമ്മുടെ പലഹാരങ്ങൾ യജമാനന്മാർ തിന്നുകയില്ല. ബിസ്ക്കൂട്ട് മാത്രമെ അവർ തിന്നുകയുള്ളൂ." റാം പ്രൊഷാദ് തന്റെ ഭാര്യയോട് പറഞ്ഞു.

"നിങ്ങൾ ബിസ്ക്കൂട്ട് വാങ്ങുവാൻ പണം തുലച്ചുകളയേണ്ടതില്ല. ഈ കുട്ടി അതും തിന്നില്ല." നാരായണൻനായർ പറഞ്ഞു.

ദോബി ചിരിച്ചു. പിന്നീട് അയാൾ ഭാര്യയേയുംകൊണ്ട് യാത്രയായി. പോവുന്നതിന് മുമ്പ് അയാൾ മുകളിലെ ജനവാതില്ക്കലേക്ക് ഒരിക്കൽ നോക്കി.

"മാജിയോട് ഞാൻ വന്നിരുന്നു എന്ന് പറയണം." അയാൾ പറഞ്ഞു.

ഗേറ്റ് വരെ നടക്കുമ്പോൾ പാർവ്വതിയുടെ കാൽച്ചിലങ്കകൾ ഉറക്കെ ഉറക്കെ കിലുങ്ങിക്കൊണ്ടിരുന്നു. അവൾ തലയുയർത്തിപ്പിടിച്ചുകൊണ്ട് റാം പ്രൊഷാദിന്റെ വണ്ടിക്ക് മുമ്പിലാണ് നടന്നത്.

"ആ നടത്തം കണ്ടില്ല്യേ? പെണ്ണ് ആ തന്തേ വിറ്റ് കാശാക്കും." നാരായണൻനായർ പറഞ്ഞു.

നാട്ടിലേക്ക് പോവുംവഴി തീവണ്ടിയിൽവച്ച് പാർവ്വതിയെപ്പറ്റി ഓർത്തു. ഞാനായിരുന്നു അവളെങ്കിൽ തീർച്ചയായും നൗഷാദിനെ മറക്കുവാൻ തയ്യാറാവുമായിരുന്നില്ല. ഞാൻ അവനോടൊത്ത് മറ്റൊരു നഗരത്തിൽ താമസമാക്കും. അവൻ കാറുകളുടെ കേടുപാടുകൾ തീർക്കും. ഞാൻ ധനികരുടെ വസ്ത്രങ്ങൾ വാങ്ങിക്കൊണ്ടുവന്ന് അലക്കും. പ്രേമത്തിന് അവസാനമില്ലെന്ന് വിശ്വസിക്കുവാൻ ഞാൻ ആഗ്രഹിച്ചു.

അന്ന് വിദ്യാർത്ഥിപ്രക്ഷോഭത്തിൽ പങ്കെടുത്ത് അറസ്റ്റു ചെയ്യ പ്പെട്ട ഒരു യുവാവ് ഞങ്ങളുടെ നാട്ടിൽ ഉണ്ടായിരുന്നു. അയാൾ തന്റെ കുടുംബത്തിന് കളങ്കം വരുത്തിവച്ചെന്ന് ബന്ധുമിത്രാദികൾ അഭിപ്രായപ്പെട്ടു.

“കമ്മ്യൂണിഷ്ടാണെന്ന് ആരോ പറേണ് കേട്ടു. ഇഞ്ഞിം പോലീസ് കാര് പിടിച്ചോണ്ട് പൂവുംന്നാ കേക്കണ്...” കലിനാരായണൻനായർ എന്നോട് രഹസ്യമായി പറഞ്ഞു.

ധൈര്യം പ്രകടിപ്പിച്ചതുകൊണ്ടാവാം ആ യുവാവ് എന്റെ കണ്ണിൽ ഒരു ഹീറോവിന്റെ പരിവേഷം അണിഞ്ഞു. ഞങ്ങൾ കുട്ടികൾ ക്ഷാത്രപ്രഭാവം എന്ന് പേരുള്ള ഒരു നാടകം നാലപ്പാട്ടെ ഉമ്മറത്ത് അവതരിപ്പിക്കുവാൻ ശ്രമിച്ചപ്പോൾ അയാൾ ഞങ്ങളുടെ സംവിധാ യകനായി ഞങ്ങളെ സഹായിക്കുവാൻ എത്തി. എന്റെ മനസ്സിൽ നിറഞ്ഞൊഴുകിയ മൃദുലവികാരങ്ങൾ അയാളിൽ പ്രതികരണ മുണ്ടാക്കിയില്ല. എന്നോട് സംസാരിക്കുവാൻ അയാൾ താല്പര്യം കാണിച്ചില്ല. നേർത്തതെങ്കിലും യഥാർത്ഥമായ ആ ഒരഭിനിവേശം എന്റെ അഭിനയത്തിന്റെ മാറ്റ് വർദ്ധിപ്പിച്ചു. പതിമൂന്ന് വയസ്സു പ്രായമുള്ള ഒരു പെൺകുട്ടിക്ക് അരങ്ങിൽ ഇത്ര പക്വതയോ! കാണി കൾ എന്നെ പ്രശംസിച്ചു.

പക്ഷേ, നാടകാന്ത്യത്തിൽ അച്ഛൻ എന്നെ വിളിച്ച് പറഞ്ഞു:

“നീ വളർന്നുകഴിഞ്ഞു. ഇനി ഒരിക്കലും നീ നാടകത്തിൽ അഭി നയിക്കരുത്.”

അച്ഛൻ കുശാഗ്രബുദ്ധിയായിരുന്നു. എന്റെ നോട്ടത്തിലും സ്വര ത്തിലും നവജാതമായ ഒരു ആർദ്രത അച്ഛൻ കണ്ടെത്തിയോ? അരങ്ങിൽ പ്രേമം യാഥാർത്ഥ്യമായി മാറുമ്പോഴും അത് ഉത്തമമായ അഭിനയം മാത്രമാണെന്ന് അമ്മാമൻ വിശ്വസിച്ചു.

“ഒന്നാന്തരം അഭിനയം.” അദ്ദേഹം വിളിച്ചുപറഞ്ഞു.

സ്നേഹത്തെപ്പറ്റിയുള്ള മധുരസങ്കല്പങ്ങൾ മനസ്സിൽ വളർന്നു തുടങ്ങുമ്പോൾ പെൺകുട്ടി ദാഹിക്കുന്നവനെത്തേടുന്ന പാനജല മായി മാറുന്നു. സമുദ്രത്തെത്തേടുന്ന നദിയായി രൂപാന്തരപ്പെടുന്നു. ആ അവധിയിൽ ഞാൻ അമ്മാമന്റെ വായനമുറിയിൽ ഇരുന്ന് മദാം ബോവറി, അന്നകരനീന, Manon de lescaut മുതലായ പ്രേമകഥകൾ വായിച്ചു. ഓരോ പുസ്തകത്തിൽനിന്നും പ്രേമത്തിന്റെ തെളിനീർ ഞാൻ മുത്തിക്കുടിച്ചു.

കല്ക്കത്തെയിൽ മടങ്ങിയെത്തിയപ്പോൾ ഞാൻ ശാന്തുവിനോട് വിദ്യാർത്ഥിനേതാവിനെപ്പറ്റി സംസാരിച്ചു.

“നീ നിന്റെ വികാരത്തെപ്പറ്റി അയാളോട് പറഞ്ഞില്ലേ?” ശാന്തു ചോദിച്ചു.

“ഇല്ല.” ഞാൻ പിറുപിറുത്തു.

“നീ എന്തൊരു മണ്ടിയാണ്? നിന്നെ അയാൾ തിരസ്കരിച്ചിട്ടില്ല. എന്നിട്ടും നീ പ്രേമനൈരാശ്യം അനുഭവിക്കുന്നു.” ശാന്തു പറഞ്ഞു. കുറച്ചു കാലത്തിനുള്ളിൽ അയാളുടെ രൂപം സ്വപ്നദൃശ്യംപോലെ അവ്യക്തമായി. ആവശ്യപ്പെടാതെതന്നെ സ്നേഹം സമ്മാനിക്കുവാൻ പലരും തയ്യാറായി. സ്നേഹം ഒരു ലഹരിപദാർത്ഥമായി മാറി. അതിന്റെ പ്രചോദനത്താൽ ഞാൻ കവിതകൾ എഴുതിത്തുടങ്ങി. അദൃശ്യങ്ങളായ ചിറകുകൾ എന്റെ ചുമലുകളിൽ മുളച്ചു. ഒരു സ്വപ്നാടകയുടെ കനംകുറഞ്ഞ കാൽവയ്പുകളോടെ വികാരത്തിന്റെ തണുത്ത ഇടനാഴികളിൽ ഞാൻ സഞ്ചരിച്ചു.

നാല്പത്തിയൊന്ന്

പാശ്ചാത്യസംസ്കാരം പൂർണ്ണമായും സ്വീകരിച്ച ഇന്ത്യാക്കാർ ആ കാലത്ത് സുലഭമായിരുന്നു. തലശ്ശേരി അറയ്ക്കൽ കണ്ടോത്ത് വീട്ടുകാർ താമസിച്ചിരുന്നത് കാപ്പിരാട്ടി ഹൗസ് എന്നു പേരുള്ള ഒരു ഭവനത്തിലായിരുന്നു. വേങ്ങയിൽ കേസരി നായനാരുടെ പുത്രിമാരായ ദേവകിയമ്മയും ജാനകിയമ്മയും അച്ഛന്റെയും അമ്മയുടെയും അടുത്ത സുഹൃത്തുക്കളായിരുന്നു. ഒരിക്കൽ നാട്ടിൽ പോയപ്പോൾ അച്ഛനും അമ്മയും തലശ്ശേരിക്ക് പോയി അവരുടെ കമനീയമായ ഗൃഹം സന്ദർശിച്ചു. പിന്നീട് ആ വീടിന്റെ ചാരുതകളെപ്പറ്റി അച്ഛൻ പലപ്പോഴും വിവരിക്കുന്നത് ഞങ്ങൾ കുട്ടികൾ കേട്ടു. അവിടെ ഇഡ്ഡലി പരന്ന ഒരു കിണ്ണത്തിലാണ് ഉണ്ടാക്കുന്നത് എന്ന് അച്ഛൻ പറഞ്ഞു. കേക്ക് മുറിക്കുന്നതുപോലെ ഇഡ്ഡലിയും മുറിച്ചെടുത്ത് പ്രാതലിനു വിളമ്പി, മിസ്സിസ് നായനാർ...

ഞാൻ ഓർമ്മിക്കുമ്പോഴൊക്കെയും ദേവകിയമ്മ സാരിയും സ്ലീവ്‌ലെസ് ബ്ലൗസുമാണ് ധരിച്ചിരുന്നത്. മങ്ങിയ വർണ്ണങ്ങളാണ് അവർ ഉപയോഗിച്ചത്. പാശ്ചാത്യർക്ക് പ്രിയപ്പെട്ട പോസ്റ്റൽ വർണ്ണങ്ങൾ. അസാമാന്യമായ ബുദ്ധിശക്തിയും വാക്പാടവവും ദേവകിയമ്മയ്ക്ക് ഉണ്ടായിരുന്നു. അമ്മാമനെ പരിചയപ്പെടുവാനായി ദേവകിയമ്മ നാലപ്പാട്ടേക്ക് വന്നെത്തിയപ്പോൾ സ്നേഹനിധിയായ അമ്മായി അസ്വാസ്ഥ്യം പ്രകടിപ്പിച്ചു. സാഹിത്യത്തെപ്പറ്റിയും മനഃശാസ്ത്രത്തെപ്പറ്റിയും ദേവകിയമ്മ അമ്മാമനുമായി നിരന്തരം ചർച്ച ചെയ്തു. അമ്മാമനുമായി ഇത്തരം ചർച്ചകൾ നടത്തുവാൻ ആ കാലത്ത് പല പണ്ഡിതരും നാലപ്പാട്ടു വന്ന് താമസിക്കാറുണ്ടായിരുന്നു. പക്ഷേ, അഴകുള്ള ഒരു സ്ത്രീശരീരവും പേറിക്കൊണ്ട് ആദ്യമായായിരുന്നു

ഒരാൾ ആ സന്നിധിയിൽ പ്രവേശിക്കുന്നത്. തന്റെ അഴകിനെപ്പറ്റി ദേവകിയമ്മ ബോധവതിയായിരുന്നുമില്ല. താൻ സ്ത്രീയാണെന്ന ഭാവംകൂടി ആ വിദുഷിക്ക് ഉണ്ടായിരുന്നില്ല. ഉച്ചാരണശുദ്ധിയുള്ള ഇംഗ്ലിഷിൽ അവർ അമ്മാമനുമായി സംസാരിച്ചുകൊണ്ടിരിക്കുമ്പോൾ അമ്മായി ഇടയ്ക്കിടയ്ക്ക് ഉമ്മറത്തു ചെന്ന് വിളക്കിന്റെ തിരികൾ ഉയർത്തുകയും വെറ്റിലച്ചെല്ലം തുറന്ന് വെറ്റിലകൾ എണ്ണുകയും ചെയ്തു. അമ്മായിയുടെ മുഖത്ത് സാധാരണ കാണാറുള്ള പുഞ്ചിരി ആ കാലത്ത് ആരും കണ്ടതേയില്ല.

"ഈ ദേവകിയമ്മ പെണ്ണുങ്ങളോട് സംസാരിക്കില്യ. ആണുങ്ങളോട് സംസാരിക്കാനാ ഇഷ്ടം." അമ്മായി ഒരിക്കൽ അമ്മമ്മയോട് പറഞ്ഞു.

"ഏട്ടന് മാത്രേ മനസ്സിലാവുള്ളൂ. അതോണ്ടാ ഏട്ടനോട് സംസാരിക്കണെത്." അമ്മമ്മ പറഞ്ഞു.

"മലയാളത്തിൽ പറഞ്ഞാൽ നമ്മക്കൊക്കെ മനസ്സിലാവും." അമ്മായി പറഞ്ഞു.

"എല്ലാ കാര്യോം നമ്മളെയൊക്കെ മനസ്സിലാക്കണം എന്ന് വല്ല നിർബന്ധോം ഉണ്ടോ?" അമ്മമ്മ അമ്മായിയോട് ചോദിച്ചു.

ദേവകിയമ്മ അവിടെ താമസിച്ച ദിവസങ്ങളിൽ അമ്മായി കൂടുതൽ സുഗന്ധദ്രവ്യങ്ങൾ ഉപയോഗിച്ചു. മുടിക്കെട്ടിൽ മുല്ലപ്പൂമാലകൾ ചൂടി.

ദേവകിയമ്മ സുഗന്ധദ്രവ്യങ്ങൾ എന്നല്ല സൗന്ദര്യവർദ്ധകങ്ങളായ യാതൊന്നും ഉപയോഗിച്ചില്ല, നെറ്റിയിൽ എന്നും കുത്തിയ സിന്ദൂരപ്പൊട്ടൊഴികെ. എന്നിട്ടും അവരുടെ മുഖകാന്തി മറ്റു സ്ത്രീകളെ അലോസരപ്പെടുത്തി.

ദേവകിയമ്മ അമ്മാമനുമായി ചർച്ച ചെയ്യുന്നത് എന്തിനെപ്പറ്റിയാണെന്ന് അറിഞ്ഞുവരാൻ അമ്മായി ഒരിക്കൽ എന്നോട് ആജ്ഞാപിച്ചു. ലെഡ് ബീറ്ററെപ്പറ്റി മദ്രാസിൽ പരന്ന അപവാദങ്ങളെപ്പറ്റിയാണ് അവർ സംസാരിച്ചത്. "അദ്ദേഹം ഒരു സ്വവർഗസംഭോഗിയാണെന്ന് കേട്ടിരുന്നു." ദേവകിയമ്മ ഇംഗ്ലിഷിൽ പറഞ്ഞു.

"അതൊക്കെ ശത്രുക്കളുടെ വെറും പറച്ചിലാവാം." അമ്മാമൻ പറഞ്ഞു.

ലെഡ് ബീറ്റർ എന്ന ഒരു മനുഷ്യനെപ്പറ്റിയാണ് സംവാദമെന്ന് ഞാൻ അമ്മായിയോട് പറഞ്ഞു. സ്വവർഗസംഭോഗി എന്ന വാക്കിന്റെ അർത്ഥം എനിക്ക് മനസ്സിലായതുമില്ല.

"എന്തിനാ എപ്പഴും ഇംഗ്ലിഷില് സംസാരിക്കണ്? മലയാളത്തില് നേരെ ചൊവ്വിന് സംസാരിക്കുവാൻ ഈ സ്ത്രീക്ക് അറിയില്ല്യേ?" അമ്മായി എന്നോട് ചോദിച്ചു.

ദേവകിയമ്മയുടെ അനുജത്തിയായ ജാനകിയമ്മ ഉദ്യോഗാർത്ഥം ആദ്യം കല്ക്കത്തയിൽ വന്നപ്പോൾ അവരുടെ ചൈതന്യം മിക്കവരെയും ആകർഷിച്ചു. അവർ കടുംനിറങ്ങൾ ഉപയോഗിച്ചു. മുഖത്തും ചുണ്ടിലും സൗന്ദര്യം വർദ്ധിപ്പിക്കുവാനുള്ള ചായങ്ങൾ തേച്ചു. അവരുടെ ചിരിക്കും അസാമാന്യമായ ഒരു വശ്യതയുണ്ടായിരുന്നു.

ജർമ്മനിയിൽ നയതന്ത്രപ്രതിനിധിയായി ജീവിച്ചിരുന്ന ഒരമ്മാമനെപ്പറ്റി അവർ ഇടയ്ക്കിടയ്ക്ക് സംസാരിച്ചു. അങ്കിൾ നാണു എന്നാണ് അവർ അദ്ദേഹത്തെ സംബോധന ചെയ്തത്. ജവഹർലാൽ നെഹ്റുവിന്റെയും പത്നി കമലാ നെഹ്റുവിന്റെയും മിത്രമായിരുന്ന ആ മലയാളിയുടെ ജീവിതകഥകൾ ജാനകിയമ്മ ഞങ്ങളുടെ വീട്ടിൽ അവതരിപ്പിച്ചു. ഞങ്ങൾക്ക് അജ്ഞാതമായ ഒരു ലോകം അവർ വാക്കുകളാൽ തുറന്നുതന്നു. കുട്ടികൾ മുതിർന്നവരുടെ സംഭാഷണം കേൾക്കുന്നത് അച്ഛന് ഇഷ്ടമുണ്ടായിരുന്നില്ല. അതുകൊണ്ട് അടുത്ത മുറിയിൽ ഇരുന്നുകൊണ്ടുമാത്രം ഞാൻ ജാനകിയമ്മയുടെ കഥകൾ ശ്രദ്ധിച്ചുകേട്ടു. ജാനകിയമ്മ തന്റെ അനുജത്തിമാർക്കും അനന്തരവൾക്കും വിചിത്രങ്ങളായ ഓമനപ്പേരുകൾ സമ്മാനിച്ചിരുന്നു. അനുജത്തിമാരെ അവർ 'മാപ്പീ' എന്നും 'എച്ചു'വെന്നും വിളിച്ചു; അനന്തരവളെ 'ഇങ്കി'യെന്നും.

ജാനകിയമ്മ ആദരണീയയും അനുകരണീയയുമാണെന്ന് എനിക്ക് തോന്നിയിരുന്നു. അവരുടെ നാണു അമ്മാമനെപ്പറ്റി ഞാൻ എന്റെ സ്കൂളിൽ വച്ച് സംസാരിച്ചു. എന്റെ സതീർത്ഥ്യകൾ ഉറക്കെ ചിരിച്ചു. അവർക്ക് അദ്ദേഹത്തെപ്പറ്റി കൂടുതൽ അറിയുവാൻ താല്പര്യമുണ്ടായിരുന്നില്ല എന്ന് ഞാൻ ക്രമേണ ആശ്ചര്യത്തോടെ മനസ്സിലാക്കി.

ജാനകിയമ്മയുടെ അച്ഛനെപ്പറ്റിയും അവരുടെ കുടുംബത്തെപ്പറ്റിയും എന്റെ അച്ഛനും അമ്മയ്ക്കും മതിപ്പ് ഉണ്ടായിരുന്നു. ജാനകിയമ്മയുടെ നർമ്മബോധം കേസരി നായനാരിൽനിന്നാണ് അവർക്ക് കിട്ടിയത് എന്ന് അച്ഛൻ പറയുന്നത് ഒരിക്കൽ ഞാൻ കേട്ടു. ശനിയും ഞായറും ഞങ്ങളുടെ വീട്ടിൽ അതിഥിയായി തങ്ങുവാൻ ജാനകിയമ്മ വന്നെത്താറുണ്ടായിരുന്നു. അവർ എത്തിയാൽ വീട്ടിൽ പൊട്ടിച്ചിരിയും ബഹളവും തുടങ്ങുകയുംചെയ്യും. അവരുടെ പൊട്ടിച്ചിരി കേൾക്കുമ്പോൾ കുഞ്ഞാത്തു അർത്ഥഗർഭമായ ഒരു ചിരിചിരിക്കും. പിന്നീട് തലകുലുക്കുകയുംചെയ്യും.

"പെണ്ണുങ്ങള് നടക്കുമ്പൊ നെലം അറിയരുത്. ചിരിക്കുമ്പൊ ചൊമര് കേക്കരുത്. പണ്ടൊരാള് പറഞ്ഞ് കേട്ടിട്ട്ണ്ട്." കുഞ്ഞാത്തു ഒരിക്കൽ പറഞ്ഞു. ജാനകിയമ്മയുടെ പൊട്ടിച്ചിരി ആ സമയത്ത് സല്ക്കാരമുറിയിൽനിന്ന് മുഴങ്ങിയിരുന്നു.

“ചിറിക്കണ്ടോര് ചിറിച്ചോട്ടെ. തനിക്ക് എന്തിന്റെ സൂക്കടാ?” നാരായണൻനായർ കുഞ്ഞാത്തുവിനോട് ചോദിച്ചു.

“ബാലാമണ്യേമ്മേം ഒരു പെണ്ണൊരുത്തിയല്ലേ? അയിന്റെ ചിറി എപ്പഴങ്കിലും കേട്ടിട്ട്ണ്ടാ? ഇല്യലൊ? അതാ ഞാൻ പറഞ്ഞോണ്ട് വരണ്... പെണ്ണങ്ങള് കള്ിംചിറ്ിം തൊടങ്ങ്യാ കുടുമ്മത്തിന് വറക്കത്ത് ഇല്യാണ്ടെയാവും.” കുഞ്ഞാത്തു ഗൗരവത്തിൽ പ്രസ്താവിച്ചു.

“ആയമ്മടെ കുടുമ്മം തലശ്ശേരീലാ. ആ കുടുമ്മത്തിന്റെ വറക്കത്ത് പോയാത്തന്നെ തനിക്കെന്താ ചേതം?” നാരായണൻനായർ കുഞ്ഞാത്തുവിനോട് ചോദിച്ചു.

“ഇയ്ക്ക് ചേതല്യ, ശരിയാ. ജാനക്യേമടെ കുടുമ്മത്ത് അടുപ്പ് കത്തീല്യെങ്കിലും ഇയ്ക്ക് ചേതല്യ. ആ തറവാട് ഭാഗിച്ചാലും വേണ്ടില്യ. കൊളം കോരിയാലും വേണ്ടില്യ. ഇന്റെ കുടുമ്മത്തിന്റെ കാര്യേ ഇയ്ക്ക് നോക്കണ്ടൂ.” കുഞ്ഞാത്തു ശബ്ദം ഉയർത്തിക്കൊണ്ട് അഭിപ്രായപ്പെട്ടു.

“മതി മതി. തൊള്ള ഇടണ്ട കുഞ്ഞാത്തു മാപ്പളേ. നൂപ്പര് കേക്കും. ഇബടെ പലരും വരും. അവരൊക്കെ വല്യോരാ. അവര് നൂപ്പരടെ ഒന്നിച്ച് വിശേഷം പറയും, ചിറിക്കും. അതൊന്നും നമ്മക്ക് അന്വേഷിക്കണ്ട.” പാറുക്കുട്ടി പറഞ്ഞു.

ജാനകിയമ്മയുടെ പൊട്ടിച്ചിരിയെപ്പറ്റി അസ്വസ്ഥത പ്രകടിപ്പിച്ച കുഞ്ഞാത്തുവിന് മറ്റൊരു കുടുംബമിത്രമായ പ്രൊഫസർ മാധവിയമ്മയോട് ആദരവ് മാത്രമാണ് ഉണ്ടായിരുന്നത്. അവർ രാജകുടുംബത്തിലെ കുട്ടികളെ ഇംഗ്ലിഷ് പഠിപ്പിച്ചിട്ടുണ്ടെന്ന വസ്തുത അറിഞ്ഞപ്പോൾ കുഞ്ഞാത്തു പുളകംകൊണ്ടു. അവരുടെ അടക്കവും ഒതുക്കവും ജാനകിയമ്മ നോക്കി പഠിക്കണമെന്ന് കുഞ്ഞാത്തു പറഞ്ഞു.

“തിരുവിതാംകൂർ കൊട്ടാരത്തിലെ കുട്ട്യോളെ പഠിപ്പിച്ച ആളാന്നൊരു ഭാവം ഉണ്ടോ? ഇല്യലൊ? അതാ ഞാൻ പറഞ്ഞ്—നെറകുടം തുളുമ്പില്യ.” കുഞ്ഞാത്തു തുടർന്നു:

“ജാനകിയമ്മയെയല്ല, മാധവിയമ്മയെയാണ് കണ്ട് പഠിക്കേണ്ടത് എന്ന് ആ വൃദ്ധൻ എന്നോട് പറഞ്ഞു. ഒരിക്കലെന്നല്ല, പലതവണയും പറഞ്ഞു.”

“ആയമ്മയ്ക്ക് ഇംഗ്ലിഷ് നിശ്ചല്യേ? ഉവ്വ്. ആയമ്മ ഇംഗ്ലിഷല്ലല്ലൊ പറേണത്? പറയാൻ വല്ലതും ഉണ്ടെങ്കി നേരെ ചൊച്ചെ മലയാളത്തില് പറയും. ഇഞ്ഞി പറയാൻ ഒന്നൂല്യെങ്കി മിണ്ടാണ്ടെ ഒരു ഭാഗത്ത് കുത്തിരിക്കും. ആയമ്മേക്കൊണ്ട് ആർക്കും ഒരു തൊന്തരവില്യ, ഉവ്വോ? അതാ ഞാൻ പറേണ് ആയമ്മ കുടുമ്മത്ത് ജനിച്ചതാ. ആര്? നൊമ്മടെ മാധിയേമ. അയിനെ കണ്ട് പഠിച്ചാ കുട്ടിക്കന്നെ ഗുണം.” കുഞ്ഞാത്തു പറഞ്ഞു.

മാധവിയമ്മ ഗോഖലെ കോളേജിൽ പഠിപ്പിക്കുകയായിരുന്നു. അവർ താഴ്ന്ന സ്വരത്തിൽ മാത്രമേ സംസാരിച്ചുള്ളൂ. കൊട്ടാരത്തിൽ പോവുന്ന സാധാരണക്കാർ താഴ്ന്ന സ്വരത്തിൽ മാത്രമേ സംസാരിക്കുക പതിവുള്ളൂ എന്ന് നാരായണൻനായർ പറഞ്ഞു.

"ഒറക്കെ സംസാരിച്ചാലോ?" ഞാൻ ചോദിച്ചു.

"ഒറക്കെ സംസാരിച്ചാ തല പൂവും." നാരായണൻനായർ പറഞ്ഞു.

കല്ക്കത്തയിൽ ഏകാന്തത അനുഭവിക്കുന്ന ഏതു മലയാളി സ്ത്രീക്കും ഞങ്ങളുടെ വീട് ഒരഭയകേന്ദ്രമായിരുന്നു. അമ്മ ഒരു ജ്യേഷ്ഠസഹോദരിയും. ശനിയും ഞായറും ഞങ്ങൾക്ക് അതിഥികളെ സമ്മാനിച്ചു. പത്തുപേർക്ക് ഇരിക്കുവാൻ പറ്റിയ മേശയ്ക്കരികെ പന്ത്രണ്ടും പതിനഞ്ചും പേർ പരാതികൾ കൂടാതെ ഇരുന്ന് ഭക്ഷണം കഴിക്കാറുണ്ടായിരുന്നു. കൂടുതൽ അതിഥികൾ സന്നിഹിതരാവുമ്പോൾ ഞങ്ങൾ കുട്ടികൾ മറ്റൊരു മുറിയിൽ നേർത്തെതന്നെ ഭക്ഷണം കഴിച്ചു. മേശയുടെ തലപ്പത്ത് എന്നും അച്ഛൻ മാത്രമേ ഇരുന്നുള്ളൂ. എരിവും പുളിയും കുറഞ്ഞ ആഹാരമായിരുന്നുവെങ്കിലും അതിഥികൾ ഒരിക്കലും പരാതിപ്പെട്ടില്ല. അലക്കിവെളുപ്പിച്ച മേശവിരിയും പൂക്കൾ വെച്ച സ്ഫടികപ്പാത്രവും ഭക്ഷണമുറിയിൽ എന്നും കാണാമായിരുന്നു. തീപ്പുല്ലിന്റെ മണമുള്ള ഏതോ ദ്രാവകം വെള്ളത്തിൽ കലക്കി അതിൽ മുക്കിയ തുണികൊണ്ട് തൃപുര നിലം തുടയ്ക്കുമായിരുന്നു. ഹൃദ്യമായ ആ മണം ഇന്നും എന്റെ സ്മരണയിൽ തങ്ങിനില്ക്കുന്നു. താരതമ്യേന വൃത്തിയും സ്വച്ഛതയും നിറഞ്ഞുനിന്ന ഒരു വീടായിരുന്നു ഞങ്ങളുടെ വീട്. അയൽക്കാരനായ ഹിരൺ ബോസിന്റെ ഭക്ഷണമുറിയിൽ ഉള്ളിയുടെയും വേവിച്ച ഇറച്ചിയുടെയും മിശ്രിതഗന്ധം എനിക്ക് അനുഭവപ്പെട്ടു. ആ കുടുംബം എല്ലാ മുറികളിലും തടിച്ച പരവതാനികൾ വിരിച്ചിരുന്നു. അതുകൊണ്ടാവാം പൊടിപടലം നിമിത്തം ബോസ് ദമ്പതികൾ ഇടയ്ക്കിടയ്ക്ക് ചുമച്ചിരുന്നത്. ഞങ്ങളുടെ വീട്ടിൽ പ്രവേശിച്ച ഒരന്ധൻ പരിചിതങ്ങളായ ചില സുഗന്ധങ്ങൾ കാരണം വീട് അച്ഛന്റെതാണെന്ന് മനസ്സിലാക്കുമായിരുന്നു. ചന്ദനത്തിന്റെ ധൂപക്കുറ്റികൾ, ആഴ്ചയിലൊരിക്കൽ അലക്കുന്ന ഖദർ പർദ്ദകൾ, ദിവസേന പറിച്ച് മുറികളിൽ വയ്ക്കുന്ന പുഷ്പങ്ങൾ, വാഷ് ബേസിന്റെ അടുത്ത് വയ്ക്കുന്ന മൈസൂർ ചന്ദനസോപ്പ്, അച്ഛൻ ഉപയോഗിക്കുന്ന ഗോൾഡ് ഫ്ലേക് സിഗരറ്റിന്റെ പുക... ഇവയെല്ലാം നറുമണങ്ങൾ ഉതിർത്തു. അച്ഛന്റെയും അമ്മയുടെയും ഒന്നിച്ചുള്ള ജീവിതത്തെ ഓർക്കുമ്പോൾ ഹൃദയഹാരികളായ ആ നറുമണങ്ങളാണ് എനിക്ക് ആദ്യമായി ഓർമ്മ വരുന്നത്. പക്ഷേ, ആ ഗന്ധങ്ങൾ തന്നെയായിരുന്നു ഏകാന്തതയുടെ ഗന്ധങ്ങൾ. എന്റെ ജീവിതത്തിന്റെ ഏകാന്തത ഭഞ്ജിക്കുവാൻ ഒരുദിവസം ഒരാൾ വന്നെത്തു

മെന്നും എന്നും സ്നേഹിക്കാമെന്ന വാഗ്ദാനത്തോടെ അയാൾ എന്നെ കൂട്ടിക്കൊണ്ടുപോവുമെന്നും ഞാൻ ആശിച്ചു. സ്നേഹിക്കപ്പെടുവാൻ അർഹത നേടിത്തരുന്ന യാതൊരു സ്ഥിതിവിശേഷവും എന്നിൽ ഉണ്ടായിരുന്നില്ലെന്ന് അന്ന് ഞാൻ അറിഞ്ഞിരുന്നുമില്ല.

"നീ എപ്പോഴും വേലക്കാരുടെ കൂടെയാ! അവര് സംസാരിക്കുന്നതു പോലെയാ നീയും സംസാരിക്കുന്നത്! ചീപ് ലോ ക്ലാസ് സംസാരം." അച്ഛൻ ഒരിക്കൽ എന്നോട് നീരസത്തോടെ പറഞ്ഞു.

അടുക്കളമുറ്റത്തുനിന്ന് ഞാൻ വേലക്കാരുമായി ഉറക്കെ ഉറക്കെ സംസാരിക്കുന്നത് അച്ഛന് രുചിച്ചതേയില്ല. സംസാരിക്കുവാനും ശ്രദ്ധിക്കപ്പെടുവാനും ഞാൻ ആഗ്രഹിച്ചു. വേലക്കാർ മാത്രമെ എന്റെ ശ്രോതാക്കളാവാൻ സന്നദ്ധത പ്രകടിപ്പിച്ചുള്ളു. അവരുടെ ശ്രദ്ധ പിടിച്ചുപറ്റുവാനും ആ ശ്രദ്ധ നിലനിർത്തുവാനും ഞാൻ സങ്കല്പകഥകൾ ചമച്ചു. യാഥാർത്ഥ്യത്തോട് അടുപ്പമില്ലാത്ത ഞാനെന്ന ഒരു സങ്കല്പം എന്റെ വാക്കുകളാൽ മെല്ലെമെല്ലെ വളർന്നുവന്നു. സ്കൂളിലെ അദ്ധ്യാപികമാരെയും വരച്ചവരയിൽ നിർത്തുവാൻ ചങ്കൂറ്റമുള്ള ഒരു പെൺകുട്ടിയാണ് ഞാൻ എന്ന് ക്രമേണ എന്റെ വീട്ടിലെ പരിചാരകർ വിശ്വസിച്ചുതുടങ്ങി.

"ഇന്ന് സ്കൂളില് വിശേഷിച്ച് വല്ലതും ഉണ്ടായോ?" എല്ലാ വൈകുന്നേരവും പാറുക്കുട്ടി എന്നോട് ചോദിച്ചു.

ശാന്തിമാനുവൽ എന്ന കുട്ടിയെ കണക്ക് പഠിപ്പിക്കുന്ന ടീച്ചർ ഇരുട്ടുമുറിയിൽ പൂട്ടിയിട്ടതും പിന്നീട് അവളുടെ തേങ്ങിക്കരച്ചിൽ കേട്ട് ഞാൻ ജനലിലൂടെ അകത്തു പ്രവേശിച്ച് അവളെ ജനലിൽക്കൂടിത്തന്നെ രക്ഷപ്പെടുത്തിയതും ഞാൻ പാറുക്കുട്ടിക്ക് വിവരിച്ചുകൊടുത്തു. പാറുക്കുട്ടിയുടെ കണ്ണുകൾ തിളങ്ങി. എന്നെപ്പോലെ ധീരയായ മറ്റൊരു പെൺകുട്ടിയേയും താൻ കണ്ടിട്ടില്ലെന്ന് അവർ പറഞ്ഞു.

"കുട്ടി ഇന്റെ കൂടെ ഉണ്ടെങ്കില് നാല് ആൺകുട്ട്യോള് കൂടെ ഉണ്ടാവണതുപോലെയാ! അത് കുട്ടിക്ക് നിശ്ശണ്ടാ?" പാറുക്കുട്ടി ചോദിച്ചു.

"പെൺകുട്ട്യോൾക്ക് എന്തിനാ ധൈര്യം?" നാരായണൻനായർ ചോദിച്ചു.

"പെൺകുട്ട്യോൾക്കും വേണം ധൈര്യം. പെറാൻ കൊറച്ച് ധൈര്യം വേണം." കുഞ്ഞാത്തു ചിരിച്ചുകൊണ്ട് പറഞ്ഞു.

കുഞ്ഞാത്തുവിന്റെ ഫലിതം എനിക്ക് ഒരു വല്ലായ്മയാണ് ഉണ്ടാക്കിയത്. ആ വൃദ്ധൻ എന്നെ പരിഹസിക്കുകയാണെന്ന് ആ നിമിഷത്തിൽ എനിക്കുതോന്നി.

"കുഞ്ഞാത്തു റാണിലക്ഷ്മിഭായിയെപ്പറ്റി കേട്ടിട്ടില്ലേ? ഐ.എൻ.എയിലെ ക്യാപ്റ്റൻ ലക്ഷ്മിയെപ്പറ്റി കേട്ടിട്ടില്ലേ? കുഞ്ഞാത്തു വർത്ത

മാനക്കടലാസ്സൊന്നും വായിക്കാറില്ലേ?'' ഞാൻ ഉദ്വേഗത്തോടെ ആ വൃദ്ധനോട് ചോദിച്ചു.

കുഞ്ഞാത്തു പൊട്ടിച്ചിരിച്ചു. ചിരി ഇടയ്ക്കിടെ നിർത്തി ചുമയ്ക്കുകയും ചെയ്തു.കാര്യ

''ക്യാപ്റ്റൻ ലക്ഷ്മിയെപ്പറ്റി കേട്ടിട്ട്ണ്ട്. കുറ്റിപ്പൊറത്ത് ആനക്കരെ വടക്കത്തെ പെൺകുട്ടിയാ. കാണാൻ നല്ല വേശിപ്പെണ്ണ്. ട്രൗസറും തൊപ്പീം ഒക്കെയിട്ടിട്ടാ നടത്തം. കദം കദം ബഡായെ ജാ എന്നു പറഞ്ഞോണ്ട് ഒരു മാർച്ചാ. ഇതോണ്ട് ഇന്ത്യക്ക് സ്വാതന്ത്ര്യം കിട്ട്വോ, കുട്ട്യേ? ഓരോ പൊറാട്ട് കളി. ഇന്ത്യയ്ക്ക് ചോയിക്കുമ്പൊ സ്വാതന്ത്ര്യേം കൊടുക്കാൻ ബ്രീട്ടിഷ് മഹാരാജാവ് വല്ല പൊട്ടനാന്ന് വിചാരിക്ക്ണ്ടാ? ഇക്കണ്ട സൊത്തും ഭൂമിം വിട്ടു കൊടുക്കാൻ രാജാവിന് തലയ്ക്ക് പ്രാന്ത്ണ്ടാ? ആനക്കരെ വടക്കത്തെ പെൺകുട്ട്യോള് പട്ടാളത്തില് ചേർന്നാലും വേണ്ടില്യ എലിയങ്ങാട്ടിലെ തമ്പുരാട്ടിക്കുട്ട്യോള് യുദ്ധം ചെയ്താലും വേണ്ടില്യ, ബ്രീട്ടിഷ് രാജാവ് ഇന്ത്യ വിട്ടുകൊടുക്കില്യ കുട്ട്യേ. ഗാന്ധീം ബാക്കിള്ളോരും കാട്ടിക്കൂട്ടണതൊക്കെ വെറും പോഴത്തം. രാജാവ് ഗാന്ധിയെ വിളിച്ച് തൊറന്ന് പറേണം. ഈ കട്ടില് കണ്ട് പനിക്കണ്ട ഗാന്ധ്യേന്ന് പറയണം. മനസ്സിലുള്ളത് പൊറത്തു വരട്ടെ.'' കുഞ്ഞാത്തു പറഞ്ഞു.

പിന്നീട് ആ വൃദ്ധന്റെ ചുമ വർദ്ധിച്ചു. അതുകൊണ്ട് ഇന്ത്യയുടെ സ്വാതന്ത്ര്യത്തെപ്പറ്റി തുടർന്ന് സംസാരിക്കുവാൻ മിനക്കെടാതെ അയാൾ കരിമുറിയിലേക്ക് നടന്നുപോയി.

നാല്പത്തിരണ്ട്

അച്ഛൻ മരിച്ച് നാലോ അഞ്ചോ വർഷങ്ങൾ കഴിഞ്ഞപ്പോൾ ഒരു ദിവസം എന്റെ അമ്മ പറഞ്ഞു:

''അച്ഛൻ മരിച്ചതിനുശേഷം എനിക്കു വീട് ഇല്ലാതായി.''

അമ്മവീട് എന്ന പദംകൊണ്ട് ഒരു പാർപ്പിടത്തെയല്ല ഉദ്ദേശിച്ചത് എന്ന് എനിക്ക് മനസ്സിലായി. അമ്മയ്ക്കുവേണ്ടി പുന്നയൂർക്കുളത്ത് നാലപ്പാട്ട് വീടിന് പിന്നിൽ സർവോദയ എന്നു പേരുള്ള ഒരു കെട്ടിടം അച്ഛൻ ഉണ്ടാക്കിയിരുന്നു. അമ്മ ഉദ്ദേശിച്ചത് വീട്ടമ്മയെന്ന തന്റെ സ്ഥാനം നഷ്ടപ്പെട്ടുവെന്നായിരുന്നു. അമ്മയുടെ ജീവിതത്തിന്റെ അച്ചുതണ്ട് അച്ഛനായിരുന്നു. രാവിലെ ഉറക്കമുണർന്ന് എഴുന്നേല്ക്കുന്നത് അച്ഛന് ചായയുണ്ടാക്കിക്കൊടുക്കാനും അച്ഛന്റെ വസ്ത്രങ്ങൾ എടുത്തു കൊടുക്കാനും മാത്രമായിരുന്നു. അച്ഛന്റെ ആവശ്യങ്ങൾ നിറവേറ്റുവാനുള്ള ഒരാശ്രിതയായി അമ്മ സ്വയം

കണക്കാക്കി. ഗൃഹഭരണത്തിന് വേണ്ട പണം അച്ഛൻ സമ്പാദിച്ചു. അതുകൊണ്ട് അദ്ദേഹത്തിന് ഒരു യജമാനപദവി ഞങ്ങളുടെ വീട്ടിൽ എന്നും കിട്ടിയിരുന്നു. കുഞ്ഞാത്തു വിളിക്കുന്നതുപോലെ ഞങ്ങളാരും അച്ഛനെ ഏമാന്നേ എന്ന് വിളിച്ചില്ല. പക്ഷേ, ഒരു യജമാനനോട് തോന്നാവുന്ന വികാരങ്ങൾ മാത്രമേ ഞങ്ങൾക്ക് അച്ഛനോട് തോന്നിയിരുന്നുള്ളൂ.

സരോജ തന്റെ അച്ഛനോട് സധൈര്യം വാദിക്കുമ്പോൾ ഞാൻ ആശ്ചര്യത്തോടെ അന്നവരെ രണ്ടുപേരെയും ഉറ്റുനോക്കിക്കൊണ്ട് നിന്നു. ഒരു പിതാവിനോട് ഇത്ര സ്വാതന്ത്ര്യത്തോടെ സംസാരിക്കുകയോ? സരോജയുടെ ഏറ്റവും വേണ്ടപ്പെട്ട മിത്രം അച്ഛനായ സോമസുന്ദരംതന്നെയായിരുന്നു. തനിക്ക് അച്ഛനോട് പറയുവാൻ വയ്യാത്തയാതൊരു കാര്യവും ഈ ലോകത്തിലില്ല എന്ന് അവൾ എന്നോട് പറഞ്ഞിരുന്നു. അച്ഛന്റെ വാത്സല്യത്തിൽ അവൾ വിശ്വസിച്ചു. എന്നെ ഞാനാക്കി അച്ഛന്റെ മുന്നിൽ അവതരിപ്പിക്കുവാൻ ഞാൻ ഭയന്നു. തന്റെ ആജ്ഞാനുവർത്തികളിൽ ഒരാളായി മാത്രമേ അച്ഛൻ എന്നെ കണ്ടിരുന്നുള്ളൂ. അച്ഛനെ നീരസപ്പെടുത്തിയാൽ എനിക്ക് ആ വീട്ടിൽ സ്ഥാനമില്ലാതാവുമെന്ന് ഞാൻ ഭയന്നു. അതുകൊണ്ട് ദിവസങ്ങളോളം അച്ഛനെ നേരിടാതെയും അദ്ദേഹത്തോട് സംസാരിക്കാതെയും ഞാൻ കഴിച്ചുകൂട്ടി. അച്ഛനായിരുന്നു സൂര്യൻ. അമ്മ ചന്ദ്രൻ. ഞാനോ, വെറുമൊരു നിശബ്ദഗ്രഹം.

തന്റെ മക്കൾ ആരായിരുന്നുവെന്നോ അവരുടെ ജീവിതലക്ഷ്യങ്ങൾ ഏതെല്ലാം എന്നോ എന്റെ അച്ഛൻ മനസ്സിലാക്കുവാൻ ശ്രമിച്ചില്ല. അച്ഛൻ കുട്ടിയായിരുന്ന കാലഘട്ടത്തിൽ ഒരച്ഛനും മക്കളോട് അടുപ്പം കാണിച്ചിരുന്നില്ല. ശാസിക്കുകയും ശിക്ഷിക്കുകയും മാത്രമാണ് ഒരച്ഛന്റെ കടമയെന്ന് ആ തലമുറ തെറ്റിദ്ധരിച്ചു. താരതമ്യേന സുഗമമായ ഒരു പാത മക്കൾക്ക് കാണിച്ചുകൊടുക്കുവാനും മിനക്കെട്ടില്ല. തെറ്റുചെയ്ത് അതിന്റെ അനന്തരഫലമായ വേദന അനുഭവിച്ചു മാത്രമേ ഞങ്ങൾക്ക് തെറ്റ് ഏതെന്ന് മനസ്സിലാക്കുവാൻ കഴിഞ്ഞുള്ളൂ. ഞങ്ങൾക്ക് മാർഗ്ഗദർശികൾ ഉണ്ടായിരുന്നില്ല.

എന്റെ വീടിന്റെ അടുത്ത് ഒരു ഫർലോങ് ദൂരെ അലോക ഗോഹോ എന്നു പേരുള്ള ഒരു പെൺകുട്ടി താമസിച്ചിരുന്നു. അവൾ എന്റെ ക്ലാസ്സിലാണ് പഠിച്ചിരുന്നത്. അവളുടെ മുത്തച്ഛൻ ഐ.എൻ.എ.യിൽ പയറ്റിയ ഒരാളായിരുന്നു. അദ്ദേഹം തന്റെ ആൺമക്കൾക്ക് രണജിത് എന്നും രണധീർ എന്നും നാമകരണം ചെയ്തു. അവർ മൂന്നുപേരുംകൂടി മുത്തച്ഛന്റെകൂടെ നിരത്തിന്റെ വക്കത്തുകൂടി സംസാരിച്ചും ചിരിച്ചും നടന്നുപോവുന്നത് ഞാൻ കാണാറുണ്ടായിരുന്നു. തങ്ങളുടെ ഏറ്റവും അടുത്ത മിത്രം മുത്തച്ഛൻതന്നെ

യാണെന്ന് ആ കുട്ടികൾ എന്നോട് പറയാറുണ്ടായിരുന്നു. ഒരു മുത്തച്ഛൻ ഇല്ലാത്ത ദുഃഖം അങ്ങനെയാണ് എനിക്ക് മനസ്സിലായി ത്തുടങ്ങിയത്. ശാന്തുവിനും സ്നേഹവാനായ ഒരു മുത്തച്ഛൻ ഉണ്ടാ യിരുന്നു. ഉദ്യോഗത്തിൽനിന്നു വിരമിച്ചതിനാൽ ധാരാളം ഒഴിവു സമയം കൈവശമുള്ള ഒരു മുത്തച്ഛൻ കുട്ടികൾക്ക് ഒരനുഗ്രഹ മായിത്തീരാറുണ്ട്. രോഗിയെങ്കിലും ക്രാന്തദർശിയായ ഒരു മുത്തച്ഛൻ ശാന്തുവിനോട് നിരന്തരം സംസാരിച്ചു.

"എനിക്ക് നിന്നോട് അസൂയ തോന്നുന്നു. എനിക്കും ഒരു മുത്ത ച്ഛൻ ഉണ്ടായിരുന്നെങ്കിൽ എന്നു തോന്നിപ്പോവുന്നു." ഞാൻ ഒരു ദിവസം ശാന്തുവിനോട് പറഞ്ഞു.

"നിനക്ക് നിന്റെ അച്ഛന്റെ ശിപായി മാത്യുതന്നെ മുത്തച്ഛൻ? അയാൾ നിന്നോട് എപ്പോഴും സംസാരിച്ചുകൊണ്ടിരിക്കുന്നു." ശാന്തു പൊട്ടിച്ചിരിച്ചുകൊണ്ടു പറഞ്ഞു.

ഞാൻ ലജ്ജിച്ചു തലതാഴ്ത്തി. ശാന്തു പറഞ്ഞതും ശരിയായി രുന്നു. ഒരു മുത്തച്ഛന്റെ സ്ഥാനം അന്ന് കുഞ്ഞാത്തുവിന് ഉണ്ടായി രുന്നു. എന്റെ ജീവിതപ്രശ്നങ്ങളെപ്പറ്റി ആ വൃദ്ധന് ഒരു ഏകദേശ രൂപമുണ്ടായിരുന്നു. നഗരജീവിതത്തിന്റെ വിപത്തുകളിൽനിന്ന് എന്നെ രക്ഷപ്പെടുത്തുവാൻ കുഞ്ഞാത്തു സദാ തയ്യാറായിരുന്നു. എന്റെ സഹപാഠികളെയും ആ വൃദ്ധൻ വിപത്തുകളായി കണക്കാക്കി.

"നൊമ്മടെ കുട്ടിക്ക് എട്ടുംപൊട്ടും തിരിയില്യ. ഈ ബംഗാളി കുട്ട്യോള് ഇതിനെ വിറ്റ് കാശാക്കും." കുഞ്ഞാത്തു ഇടയ്ക്കിടയ്ക്ക് പ്രസ്താ വിച്ചു. ഏതെങ്കിലും ഒരു കുട്ടി എന്നോട് ക്രമാതീതമായി അടുക്കു ന്നത് ആ വൃദ്ധന് ഇഷ്ടപ്പെട്ടില്ല.

എന്റെ ക്ലാസ്സിൽ പെഗ്ഗി എന്നു പേരുള്ള ഒരു ആംഗ്ലോ ഇന്ത്യാ ക്കാരി പഠിച്ചിരുന്നു. ക്ലാസ്സിലെ കുട്ടികളുടെ ശരാശരി വയസ്സ് പതി മ്മൂന്നായിരുന്നുവെങ്കിലും പെഗ്ഗിക്ക് പതിനാറു വയസ്സ് പ്രായമായി രുന്നു. ഓരോ ക്ലാസ്സിലും രണ്ടുവർഷം പഠിച്ച് മാത്രമേ അവൾക്ക് പ്രമോഷൻ ലഭിക്കാറുണ്ടായിരുന്നുള്ളൂ. പിൻവശത്തെ ബെഞ്ചിൽ സ്ഥാനം പിടിച്ചവളായതുകൊണ്ട് അവൾ അദ്ധ്യാപകരെ തീരെ ശ്രദ്ധിച്ചിരുന്നുമില്ല. അടുത്ത് ഇരുന്നിരുന്ന കുട്ടികളോട് ആൺ കുട്ടികളുടെ മഹിമകളെപ്പറ്റി നിരന്തരം സംസാരിക്കുക അവളുടെ പതിവായിരുന്നു. മുഖത്ത് പൗഡറും ലിപ്സ്റ്റിക്കും റൂഷും തേച്ചു കൊണ്ടാണ് പെഗ്ഗി സ്കൂളിൽ വന്നിരുന്നത്. ടീച്ചർമാർ അവളെ എത്ര വിമർശിച്ചിട്ടും ആ വസ്ത്രധാരണരീതിയും മുഖലേപനങ്ങളും മാറിയതുമില്ല. അവൾ നന്നാവില്ല എന്ന നിഗമനത്തിൽ എല്ലാവരും എത്തിച്ചേർന്നു.

"എന്റെ വീട്ടിലേക്ക് ക്രിസ്മസ് ദിവസം നീ വരണം." പെഗ്ഗി ഒരിക്കൽ എന്നോട് പറഞ്ഞു. വരില്ല എന്നു പറയുവാൻ ഞാൻ

ധൈര്യപ്പെട്ടില്ല. മറ്റാരെയും ക്ഷണിക്കാൻ മിനക്കെടാതെ എന്നെ മാത്രം ഈ ബഹുമതിക്കർഹയാക്കിയത് എന്തുകൊണ്ടാണെന്ന് എനിക്ക് അറിയുവാൻ കഴിഞ്ഞില്ല.

“അച്ഛൻ അനുവദിച്ചാൽ വരാം.” ഞാൻ പറഞ്ഞു.

“ധനികരല്ലാത്തവരുടെ വീട്ടിലേക്ക് അച്ഛൻ നിന്നെ അയയ്ക്കുകയില്ലായിരിക്കും.” അവൾ മുരണ്ടു. എന്റെ ഹൃദയം ശക്തിയായി മിടിച്ചു. ഞാൻ തലതാഴ്ത്തി.

“ഞാൻ നിന്നെ ക്ഷണിക്കുന്നു. ഇനി വരണോ വേണ്ടയോ എന്ന് നിന്റെ അച്ഛൻ തീരുമാനിക്കട്ടെ.” പെഗ്ഗി പറഞ്ഞു.

അവൾ തന്റെ മേൽവിലാസം എന്റെ ഫ്രോക്കിന്റെ കീശയിൽ തിരുകി തലവെട്ടിച്ചുകൊണ്ട് ധൃതിയിൽ നടന്നുപോയി. അലോകാ ഗോഹോ എന്ന പതിമ്മൂന്നു വയസ്സുകാരിയെയും പെഗ്ഗി ക്ഷണിച്ചിരുന്നുവെന്ന് എനിക്ക് പിന്നീട് മനസ്സിലായി. അലോകയുടെ വീട്ടിൽച്ചെന്ന് അവളെയുംകൂട്ടി പെഗ്ഗിയുടെ വീട്ടിലേക്ക് നടക്കാമെന്ന് ഞാൻ തീരുമാനിച്ചു. അലോക എനിക്ക് പറ്റിയ കൂട്ടാണെന്ന് എന്റെ അച്ഛനും വിചാരിച്ചു.

ക്രിസ്മസ് ദിവസം ഏകദേശം നാലരമണിയായപ്പോൾ ഞാൻ ഏറ്റവും നല്ല ഡ്രസ്സ് ധരിച്ച് അലോകയുടെ വീട്ടിലേക്ക് പോയി. തൃപുരയും എന്റെ കൂടെയുണ്ടായിരുന്നു. അലോക വരുന്നില്ല എന്ന് അവളുടെ അനുജന്മാർ എന്നെ അറിയിച്ചു.

“അലോകയ്ക്ക് പനിയാണോ?” ഞാൻ അവരോട് ചോദിച്ചു.

“ആംഗ്ലോ ഇന്ത്യാക്കാരുടെ വീട്ടിലേക്ക് ദിദിയെ പോവാൻ അനുവദിക്കില്ല എന്ന് മുത്തച്ഛൻ പറഞ്ഞു.” രണജിത് പറഞ്ഞു.

ഞാൻ മനസ്സില്ലാമനസ്സോടെയാണ് പെഗ്ഗിയുടെ വീട്ടിലെത്തിയത്. പെഗ്ഗി രണ്ടോ മൂന്നോ പ്രാവശ്യം എന്നോട് സംസാരിച്ചിരിക്കണം. പക്ഷേ, അവൾ എന്റെ സ്നേഹിതയായിരുന്നില്ല. എന്നെ വീട്ടിലേക്ക് ക്ഷണിക്കുവാൻ യാതൊരു പ്രത്യേക കാരണവും ഉണ്ടായിരുന്നില്ല. തൃപുരയാണ് വീട്ടിന്റെ മുൻവശത്തുള്ള കതകിൽ മുട്ടിയതും ബംഗാളിയിൽ ഇവിടെ ആരുമില്ലേ എന്ന് മൂന്നുതവണ ചോദിച്ചതും. നിലത്തിൽക്കൂടി കാലടികൾ ഉരസിക്കൊണ്ട് ഒരാൾ വന്ന് വാതിൽ തുറന്നു. അയാൾ കാക്കിനിറമുള്ള മുറിക്കാലുറകളും ഒരു വല ബനിയനും മാത്രമേ ധരിച്ചിരുന്നുള്ളൂ. അയാളുടെ വിയർപ്പിന്റെ രൂക്ഷഗന്ധം കാരണമാവാം എനിക്ക് ആ നിമിഷത്തിൽ ഛർദ്ദിക്കുവാൻ തോന്നി.

“ഇവിടെയുള്ള കുട്ടി എവിടെ? പെഗ്ഗി എന്നു പേരുള്ള കുട്ടി? അവൾ ചായയ്ക്കു ക്ഷണിച്ചിട്ടാണ് എന്റെ യജമാനന്റെ മകൾ ഇവിടെ വന്നിരിക്കുന്നത്.” തൃപുര സ്വരം ഉയർത്തിക്കൊണ്ട് വിളിച്ചുപറഞ്ഞു.

"ഇവിടെ ചായപ്പാർട്ടിയൊന്നുമില്ല. അവൾ നുണ പറഞ്ഞതായിരിക്കും." ആ മനുഷ്യൻ പറഞ്ഞു.

"ഇങ്ങനെയുമുണ്ടോ ഒരു നുണ? കുട്ടി ചളിയുള്ള നിരത്തിൽക്കൂടി നടന്നാണ് ഇവിടെ എത്തിയിരിക്കുന്നത്. എവിടെ പെഗ്ഗി? വിളിച്ചു വരുത്തൂ അവളെ." തൃപുര പറഞ്ഞു.

"പെഗ്ഗീ... പെഗ്ഗീ..." അയാൾ വിളിച്ചു.

പെഗ്ഗി കണ്ണുതുടച്ചുകൊണ്ട് പുറത്തുവന്നു. അവൾ ലേസുവച്ച ഒരു മസ്ലിൻ അടിവസ്ത്രം മാത്രമേ ധരിച്ചിരുന്നുള്ളൂ. അതിന്റെ കീഴിൽ ധരിച്ചിരുന്ന പാൻറ്റിയുടെ ചുവപ്പുനിറം ഞങ്ങൾക്ക് കാണാമായിരുന്നു.

"ഓ... കമലാ... നീ വരുമെന്ന് ഞാൻ ഒരിക്കലും പ്രതീക്ഷിച്ചില്ല." അവൾ പറഞ്ഞു. പഴകിപ്പൊളിഞ്ഞ ഒരു സോഫയിൽ അവൾ എന്നെ പിടിച്ചിരുത്തുകയുംചെയ്തു.

"നീ വരുമെന്ന് അറിഞ്ഞിരുന്നുവെങ്കിൽ ഞാൻ ഈ ഡ്രായിങ് റൂം വൃത്തിയാക്കി വയ്ക്കുമായിരുന്നു." അവൾ തുടർന്നു.

"ഇതിന് വേണ്ടത്ര വൃത്തിയുണ്ട്." ഞാൻ പറഞ്ഞു.

"എത്ര വൃത്തിയാക്കിയാലും അത് വൃത്തിയില്ലാതാക്കുവാൻ എന്റെ പപ്പായ്ക്കു കഴിയും. കുടിച്ചുകഴിഞ്ഞാൽ പരവതാനിയിൽ ഛർദ്ദിക്കും. ഞാനാണ് പാട്ടയിൽ വെള്ളം നിറച്ച് ചൂലും തേപ്പു തുണിയുമായി അതെല്ലാം കോരിക്കളഞ്ഞ് സ്ഥലം വൃത്തിയാക്കുക. അമ്മ യാതൊരു വീട്ടുജോലിയും ചെയ്യില്ല. രാവിലെ എട്ടരമണിക്ക് ബ്യൂട്ടി സാലണിലേക്ക് പോവും. രാത്രി എട്ടരയ്ക്ക് മടങ്ങിയെത്തും. മടങ്ങുമ്പോൾ ക്ഷീണിച്ച് തളർന്നിരിക്കും. ഭക്ഷണം കഴിച്ച് ഉടനെ ഉറങ്ങും. ഞാനാണ് ഇവിടെ ഭക്ഷണം പാകംചെയ്യുന്നതും തുണികൾ അലക്കുന്നതും മുറികൾ തൂത്തുവാരുന്നതും." പെഗ്ഗി പറഞ്ഞു.

"അപ്പോൾ പഠിക്കുവാൻ സമയം തികയില്ല, അല്ലേ?" ഞാൻ ചോദിച്ചു.

"തീരെ തികയില്ല. അതുകൊണ്ടാണ് ഞാൻ ക്ലാസ്സിലെ പിൻസീറ്റിൽ മാത്രം ഇരിക്കുന്നത്. എനിക്കും പഠിച്ച് നന്നാവാൻ ആഗ്രഹമുണ്ട്. ജീവിതം അഭിവൃദ്ധിപ്പെടുത്തുവാൻ ഞങ്ങൾ, ആംഗ്ലോ ഇന്ത്യാക്കാരികൾക്ക്, ഒരിക്കലും സാധിക്കില്ല... ഭാഗ്യമുണ്ടെങ്കിൽ ഒരു സെക്രട്ടറിയാവാം. ടൈപ്പിങ്ങും ഷോർട്ട്ഹാൻഡും പഠിച്ച് വല്ല മഹദ് വ്യക്തികളുടെയും ഓഫീസിൽ സേവനം ചെയ്യാം. അല്ലെങ്കിൽ നേഴ്സാവാം. ഇല്ലെങ്കിൽ മുടി മുറിച്ചുകൊടുക്കാൻ വല്ല ബ്യൂട്ടി ക്ലിനിക്കിലും അസിസ്റ്റന്റാവാം. ഇത്തരം ഉപജീവനമാർഗ്ഗങ്ങൾ മാത്രമേ ഞങ്ങൾക്ക് വിധിച്ചിട്ടുള്ളു." പെഗ്ഗി പറഞ്ഞു.

"നീ നല്ല മാർക്കോടെ മെട്രിക് പാസായാൽ ഞാൻ നിന്നെ കോളേജിലയയ്ക്കും." പെഗ്ഗിയുടെ അച്ഛൻ പറഞ്ഞു.

അയാൾ ഒരു ചാരുകസേരയിൽ ഞരക്കങ്ങളോടെ സ്വയം നിക്ഷേപിച്ചു. അയാളുടെ മുറിക്കാലുറയുടെ മുകളിലത്തെ കുടുക്ക് പൊട്ടിപ്പോയിരുന്നതിനാൽ രോമനിബിഡമായ ഒരു വയറും പൊക്കിളും ഞങ്ങൾക്കു കാണുവാൻ കഴിഞ്ഞു.

"പപ്പാ, അകത്തുപോയി വിശ്രമിക്കൂ. ഞാനും കമലയുംകൂടി ഇവിടെ ഇരുന്ന് സംസാരിക്കാം." പെഗ്ഗി പറഞ്ഞു.

"നിങ്ങളുടെ സംഭാഷണത്തിൽ ഞാനും പങ്കുചേരാം. ഈ കമല യെപ്പറ്റിയല്ലേ നീ കഴിഞ്ഞയാഴ്ച എന്നോട് പറഞ്ഞത്? വാൾഫോർഡ് ട്രാൻസ്പോർട്ട് കമ്പനിയുടെ എം.ഡിയുടെ പുത്രി. കമലയോട് എനിക്കും സംസാരിക്കണം." പെഗ്ഗിയുടെ അച്ഛൻ പറഞ്ഞു.

പെഗ്ഗിയുടെ മുഖം ചുവന്നു.

"പപ്പാ, നിങ്ങൾ ഇന്ന് കുറെയധികം ബിയർ കുടിച്ചു. നിങ്ങൾ വല്ല വിഡ്ഢിത്തവും പറയും. കമല അതോടെ എന്റെ ശത്രുവായി മാറും. ദയവുചെയ്ത് അകത്തേക്കു പോകണം." പെഗ്ഗി പറഞ്ഞു.

"ക്രിസ്മസ്സിനും കുടിച്ചുകൂടേ? എനിക്ക് ഈ വീട്ടിൽ യാതൊരു സ്വാതന്ത്ര്യവുമില്ല. ഞാൻ സമ്പാദിക്കുന്ന കാലത്ത് എന്റെ ഭാര്യയും ഈ മകളും എന്റെ ചൊൽപ്പടിക്കുനിന്നു. കമാ എന്ന് ശബ്ദിച്ചില്ല. ഇപ്പോൾ ഞാൻ പണം സമ്പാദിക്കുന്നില്ല. എനിക്ക് ഭ്രാന്താണെന്നു പറഞ്ഞ് എന്നെ പട്ടാളത്തിൽനിന്ന് അവർ പുറംതള്ളി. എനിക്കോ ഭ്രാന്ത്? എന്നെ കണ്ടാൽ മനസ്സിലാവില്ലേ, എനിക്ക് മാനസികമായ യാതൊരു അസുഖവുമില്ലെന്ന്? പട്ടാളത്തിൽ ഞാൻ മെക്കാനി ക്കായിരുന്നു. ജീപ്പുകളുടെയും ട്രക്കുകളുടെയും കേടുപാടുകൾ തീർക്കുകയായിരുന്നു എന്റെ ജോലി. വാൾഫോർഡ് കമ്പനിയിൽ ചേർന്ന് ജോലി നോക്കുവാൻ ഞാൻ ആഗ്രഹിക്കുന്നു. കമലാ, നീ എന്നെപ്പറ്റി അച്ഛനോട് ശുപാർശ ചെയ്യണം." പെഗ്ഗിയുടെ അച്ഛൻ പറഞ്ഞു.

"ഞാൻ ശുപാർശ ചെയ്താൽ പണി കിട്ടുമോ?" ഞാൻ ചോദിച്ചു.

"തീർച്ചയായും. എന്റെ പെഗ്ഗി പറഞ്ഞത് ഞാൻ നിസ്സങ്കോചം അനുസരിക്കാറുണ്ട്. പെൺമക്കൾ പറയുന്നത് എന്തും അച്ഛനമ്മ മാർ അനുസരിക്കും." അയാൾ പറഞ്ഞു.

"ഞാൻ അച്ഛനോട് പറഞ്ഞുനോക്കാം." ഞാൻ പിറുപിറുത്തു.

അയാൾ പിന്നീട് തന്റെ ജീവിതകഥ ബംഗാളിഭാഷയിൽ തൃപുരയ്ക്ക് വിസ്തരിച്ചുകൊണ്ടിരുന്നു. തൃപുര പരവതാനിയിൽ കാലുകൾ നിവർത്തി വച്ച് അയാളുടെ മുഖത്തുനിന്നും കണ്ണെടുക്കാതെ ആ കഥ കേട്ടു. ഇടയ്ക്കിടെ അവർ തന്റെ അഭിപ്രായങ്ങൾ പ്രകടിപ്പി ക്കുകയുംചെയ്തു.

"തീർച്ചയായും യജമാനൻ നിങ്ങൾക്ക് നല്ലൊരു ഉദ്യോഗം തരും." അവർ പറഞ്ഞു.

എനിക്ക് ബദാം അരച്ചുകലക്കിയ സർബത്തും തൃപുരയ്ക്ക് വൈനും പെഗ്ഗി ഒഴിച്ചുതന്നു. തിന്നുവാനായി കേക്കും ഡോനട്ടും ഒരു പിഞ്ഞാണത്തിൽ നിരത്തി. പെഗ്ഗിയുടെ മുഖത്ത് യാതൊരു കൃത്രിമലേപനങ്ങളും ഉണ്ടായിരുന്നില്ല. നഗ്നമായ ആ മുഖത്തിന് വേണ്ടത്ര സൗന്ദര്യമുണ്ടായിരുന്നു. അവളുടെ ചെമ്പിച്ച മുടിച്ചുരുളുകൾ ചുമലുകളിൽ തുള്ളിക്കളിച്ചു.

"പെഗ്ഗിയെ ഒരു വെള്ളക്കാരന് വിവാഹം ചെയ്തുകൊടുക്കുവാനാണ് ഞാൻ ആഗ്രഹിക്കുന്നത്." അവളുടെ അച്ഛൻ എന്റെ നേർക്ക് തിരിഞ്ഞുകൊണ്ട് പ്രസ്താവിച്ചു.

"ഇംഗ്ലിഷുകാരുടെ ജീവിതരീതികളോട് മാത്രമേ ഞങ്ങൾ, ആംഗ്ലോ ഇന്ത്യാക്കാർക്ക്, പൊരുത്തപ്പെടുവാൻ സാധിക്കുകയുള്ളൂ. ഉദാഹരണം തരാം. എന്റെ ഇന്ത്യൻ സുഹൃത്തുക്കൾ തങ്ങളുടെ വീടുകളിലേക്ക് എന്നെ ക്ഷണിക്കാറുണ്ട്. അവരെപ്പോലെ കൈവിരലുകൾകൊണ്ട് ഭക്ഷണം പെറുക്കിയെടുത്ത് തിന്നുവാൻ എനിക്ക് കഴിയില്ല. അതുകൊണ്ട് ഞാൻ വളരെക്കുറച്ച് മാത്രമേ തിന്നാറുള്ളു. കത്തിയും മുള്ളും കൈവശം ഉണ്ടെങ്കിലോ, എനിക്ക് വേണ്ടത്ര ഭക്ഷിക്കാം." അയാൾ പറഞ്ഞു.

"നിങ്ങളുടെ ജന്മസ്ഥലം എവിടെയാണ്?" ഞാൻ ചോദിച്ചു.

"എന്റെ മുത്തച്ഛൻ ഇംഗ്ലണ്ടിലാണ് ജനിച്ചത്. എന്റെ അച്ഛൻ ജബൽപ്പൂരിലും. ഞാൻ ഈ കല്ക്കത്തയിൽ ജനിച്ചു. എനിക്ക് മുത്തച്ഛന്റെ ഛായയാണ് എന്ന് അമ്മ പറയാറുണ്ടായിരുന്നു." പെഗ്ഗിയുടെ അച്ഛൻ പറഞ്ഞു.

"നിങ്ങളെ കണ്ടാൽ ഒരിന്ത്യാക്കാരനാണെന്ന് എല്ലാവർക്കും തോന്നും." ഞാൻ പറഞ്ഞു.

"വെയിലത്ത് നടന്നിട്ടാണ് ഞാനിത്രകണ്ട് കറുത്തത്. എന്റെ നിറം ഇംഗ്ലിഷുകാരുടെ നിറംതന്നെയായിരുന്നു. കല്ക്കത്തയിലെ വെയിലുംതട്ടി നടന്നാൽ ഇംഗ്ലിഷുകാരും കറുക്കും." അയാൾ പൊട്ടിച്ചിരിച്ചുകൊണ്ട് പറഞ്ഞു.

അയാൾ കുപ്പിയിൽനിന്ന് കുറച്ചുകൂടി വൈൻ തൃപുരയ്ക്ക് ഒഴിച്ചുകൊടുത്തു. വേണ്ട എന്ന് തൃപുര മൃദുസ്വരത്തിൽ പറഞ്ഞു. അയാൾ അത് കേട്ടില്ല എന്ന ഭാവത്തിൽ വൈൻ ഒഴിച്ചുകൊണ്ടിരുന്നു.

തൃപുരയുടെ കണ്ണുകൾ ചുവന്നു. അവർ ആനന്ദവായ്പോടെ അയാളുടെ കാലുകൾ ആശ്ലേഷിച്ചു.

"തീർച്ചയായും എന്റെ യജമാനൻ നിങ്ങൾക്ക് ഉദ്യോഗം തരും." അവർ വീണ്ടുംവീണ്ടും പറഞ്ഞു.

സന്ധ്യയായിത്തുടങ്ങിയപ്പോൾ ഞാൻ പെഗ്ഗിയോട് വിടവാങ്ങി. തന്റെ അമ്മ സിനിമ കഴിഞ്ഞ് വരാൻ ആറരമണിയാവുമെന്ന് അവൾ പറഞ്ഞു.

“ക്രിസ്മസ്സായതുകൊണ്ട് അമ്മ സ്നേഹിതമാരുടെയൊപ്പം സിനിമ കാണുവാൻ പോയതാണ്. മടക്കത്തിൽ ‘ഫെർപ്പോസ്സി’ൽ കയറി കേക്കും പാറ്റിയും മറ്റും കഴിക്കും. ഇവിടെ എത്തുമ്പോൾ ഇരുട്ടും.” പെഗ്ഗി പറഞ്ഞു.

“ഇനിയും വരണം.” അവളുടെ അച്ഛൻ പറഞ്ഞു. മുറ്റത്തു നില്ക്കുന്ന ചെടിയിൽനിന്ന് അയാൾ ഒരു പനിനീർപ്പൂ പൊട്ടിച്ചെടുത്ത് എന്റെ നേർക്ക് നീട്ടി.

“ഞാൻ നിർദ്ധനനാണ്. എനിക്ക് മറ്റൊരു ഉപഹാരവും തരാൻ കഴിയില്ല.” അയാൾ പറഞ്ഞു. അയാളുടെ നിസ്സഹായതയെ ഓർത്തപ്പോൾ എന്റെ കണ്ണുകൾ നിറയുന്നതായി എനിക്കുതോന്നി.

“കമലാ ഞാൻ വീട്ടിൽ വന്ന് അച്ഛനെ കാണുന്നുണ്ട്.” പെഗ്ഗിയുടെ അച്ഛൻ പറഞ്ഞു.

ഞാൻ ഒന്നും പറഞ്ഞില്ല. അച്ഛന് അയാളെ ഇഷ്ടപ്പെടുകയില്ലെന്ന് എനിക്കുതോന്നി. ജീവിതമെന്ന മത്സരത്തിൽ പരാജയപ്പെട്ട ഒരാളെ അച്ഛൻ അതിഥിയായി സസന്തോഷം സ്വീകരിക്കുകയില്ല എന്ന് എനിക്കറിയാമായിരുന്നു. പക്ഷേ, എനിക്ക് പനിനീർപ്പൂ സമ്മാനിച്ച ഒരു ദരിദ്രനോട് എന്റെ വീട്ടിലേക്ക് വരണ്ട എന്നു പറയുവാൻ മനസ്സ് വന്നതുമില്ല. വീട്ടിൽ എത്തുന്നതുവരെയും തൃപുര അയാളുടെ ഗുണഗണങ്ങൾ വിവരിച്ചുകൊണ്ടിരുന്നു. വൈൻ കുടിച്ച് നാക്ക് തളർന്നു കഴിഞ്ഞതുകൊണ്ടാവാം അവർ കൊഞ്ചലോടെ സംസാരിച്ചത്. അയാൾക്ക് എന്റെ അച്ഛൻ ഉദ്യോഗം കൊടുക്കുമെന്ന് തൃപുര ആവർത്തിച്ചു പറഞ്ഞു. അയാൾക്കു വേണ്ടി ഞാനും ശുപാർശ ചെയ്യണമെന്ന് ആ വൃദ്ധ തറപ്പിച്ചു പറഞ്ഞു.

പിറ്റേദിവസം അവധിയായിരുന്നതിനാൽ അച്ഛൻ ഓഫീസിൽ പോയില്ല. മുകളിൽ തന്റെ കിടപ്പുമുറിയിൽ കിടന്നുകൊണ്ട് അച്ഛൻ ഒരു ഡിറ്റക്ടിവ് നോവൽ വായിക്കുമ്പോൾ ഗേറ്റ് തള്ളിത്തുറന്ന് പെഗ്ഗിയുടെ അച്ഛൻ പ്രവേശിച്ചു. അയാൾ ദോബിനീലത്തിന്റെ നിറമുള്ള ഒരു ഷർട്ടാണ് ധരിച്ചിരുന്നത്. ചുവന്ന ഒരു ടൈ കഴുത്തിൽ കെട്ടിയിരുന്നു. മുടി പോമേഡ് തേച്ച് പിന്നോക്കം മിനുക്കിച്ചീകിയിരുന്നു. അയാളെ കണ്ടപ്പോൾ ഞാൻ അമ്പരന്നു. അച്ഛൻ അയാളെ അപമാനിച്ച് മടക്കി അയയ്ക്കുമോ എന്നു ഞാൻ ശങ്കിച്ചു. ഞാനാണെങ്കിൽ അച്ഛനോട് അയാളെപ്പറ്റി യാതൊന്നും പറഞ്ഞിരുന്നില്ല. പറയുവാനുള്ള ധൈര്യവും എനിക്ക് ഉണ്ടായിരുന്നില്ല.

“ഗുഡ് മോണിങ് കമലാ. അച്ഛൻ എന്തു ചെയ്യുന്നു?” അയാൾ ചോദിച്ചു. അയാൾ എന്റെ കൈപിടിച്ചു കുലുക്കി. അയാൾ വായ് തുറക്കുമ്പോൾ മദ്യത്തിന്റെ ജീർണ്ണഗന്ധം കാറ്റിൽ പരന്നു. എന്റെ

അച്ഛന് മദ്യപാനികളോട് കലശലായ വെറുപ്പായിരുന്നു. അതുകൊണ്ട് അച്ഛന്റെ വെറുപ്പിൽനിന്ന് ആ പാവപ്പെട്ട മനുഷ്യനെ രക്ഷപ്പെടുത്തുവാൻ ഞാൻ ആശിച്ചു.

"അച്ഛൻ ഇന്ന് സുഖമില്ലാതെ കിടക്കുകയാണ്. തന്റെ മുറിവിട്ട് അച്ഛൻ ചുവട്ടിലേക്ക് വരില്ല. ഭക്ഷണമെല്ലാം വേലക്കാർ ട്രേയിലാക്കി മുകളിലേക്ക് കൊണ്ടുപോവും. അതുകൊണ്ട് ഇനിയത്തെ ആഴ്ച വരികയാണ് നല്ലത്." ഞാൻ പെഗ്ഗിയുടെ അച്ഛനോട് പറഞ്ഞു.

"മിസ്റ്റർ നായർക്ക് സുഖമില്ലെന്ന് ഞാൻ അറിഞ്ഞിരുന്നില്ല. അദ്ദേഹം കുറച്ച് ബ്രാണ്ടി ചൂടുവെള്ളം ചേർത്ത് കുടിക്കണം. പനി ഉടനെ ഇറങ്ങും. ഞാൻ മുകളിൽപ്പോയി അദ്ദേഹത്തെ പരിചയപ്പെടാം." അയാൾ പറഞ്ഞു.

"വേണ്ട. മുകളിൽ ആരും പോവാറില്ല." ഞാൻ പറഞ്ഞു.

അച്ഛൻ ഞങ്ങളുടെ സംഭാഷണം കേട്ടതുകൊണ്ടാവാം കോണിപ്പടികൾ ഇറങ്ങി ചുവട്ടിലെത്തി.

"എന്താണ് നിങ്ങൾക്ക് വേണ്ടത്?" അച്ഛൻ ആഗതനോട് ചോദിച്ചു.

"കമല എന്നെപ്പറ്റി പറഞ്ഞിരിക്കും." പെഗ്ഗിയുടെ അച്ഛൻ പറഞ്ഞു.

ഞാൻ അടുക്കളയിലേക്ക് ധൃതിയിൽ നടന്നു. അച്ഛൻ ആ ആംഗ്ലോ ഇന്ത്യനെ അപമാനിക്കുമെന്ന് ഞാൻ ഭയന്നു. ഞാൻ വീട്ടിൽ ചെന്നിരുന്നുവെന്നും വാൾഫോർഡ് കമ്പനിയിൽ തനിക്ക് ഒരു മെക്കാനിക്കിന്റെ ഉദ്യോഗം അച്ഛനെക്കൊണ്ട് കൊടുപ്പിക്കാമെന്നു പറഞ്ഞുവെന്നും അയാൾ അച്ഛനോട് പറയുന്നത് ഞാൻ കേട്ടു. ആ നിമിഷത്തിൽത്തന്നെ എങ്ങനെയെങ്കിലും ആത്മഹത്യ ചെയ്യണമെന്ന് എനിക്കുതോന്നി.

അച്ഛൻ പെഗ്ഗിയുടെ അച്ഛനെ പറഞ്ഞയച്ചതിനുശേഷം ഉമ്മറത്തേക്ക് എന്നെ വിളിപ്പിച്ചു.

"ആരു പറഞ്ഞിട്ടാണ് നീ അവന്റെ വീട്ടിൽ പോയത്?" അച്ഛൻ ക്രുദ്ധനായി ചോദിച്ചു.

"പെഗ്ഗി ക്ഷണിച്ചതുകൊണ്ട് പോയി." ഞാൻ മന്ത്രിച്ചു.

"നീ ആരാണ് വാൾഫോർഡ് കമ്പനിയിൽ അവർക്കും ഇവർക്കും ജോലികൊടുക്കാൻ?" അച്ഛൻ ഉച്ചത്തിൽ ചോദിച്ചു.

എന്റെ കണ്ണുകളിൽ ഇരുട്ട് നിറഞ്ഞു. കാതിൽ ഏതോ കൊടുങ്കാറ്റിന്റെ ഊത്ത് വന്നുനിറയുന്നതായി എനിക്കുതോന്നി. ഞാൻ കോണിപ്പടികളിലൊന്നിൽ കുഴഞ്ഞുവീണു.

പിന്നീട് ഒരിക്കലും പെഗ്ഗി എന്നോട് സംസാരിച്ചില്ല. ഞാൻ വിശ്വസിക്കുവാൻ കൊള്ളാത്തവളാണെന്ന് അവൾ മറ്റു കുട്ടികളോട് പറഞ്ഞുധരിപ്പിച്ചു.

നാല്പത്തിമൂന്ന്

കല്ക്കത്തെയിൽ ലാൻസ് ഡൗൺ റോഡിന് പിന്നിൽ ഒരു സമാന്തര രേഖയായി സ്ഥിതിചെയ്തിരുന്ന ഗള്ളിയിൽ മഴക്കാലം വരുമ്പോൾ അവിടവിടെയായി ചളിവെള്ളം തളംകെട്ടി നില്ക്കാറുണ്ടായിരുന്നു. സമ്പന്നരുടെ വസതികളെ ദരിദ്രകോളനികളിൽനിന്ന് അകറ്റിനിർത്തിയ ആ പൊട്ടിപ്പൊളിഞ്ഞ നിരത്തിൽ കാറ്റ് വീശുമ്പോൾ മഞ്ഞ നിറംപൂണ്ട ഇലകളും കടലാസുതുണ്ടുകളും വൈക്കോൽകഷണങ്ങളും കാഷായനിറമുള്ള ധൂളിയും പറന്നെത്തി. അതിന്റെ വക്കത്തായിരുന്നു നീഷയുടെ താമസസ്ഥലം. നീഷ വെളുത്ത ഉടുപ്പും ധരിച്ച് തന്റെ മുടിച്ചുരുളുകളെ നൃത്തം ചെയ്യിച്ചുകൊണ്ട് ഒരു യാഗാശ്വംപോലെ ഞങ്ങളുടെ തെരുവിലൂടെ ധൃതിയിൽ നീങ്ങുന്നത് ഞാൻ അത്യധികം കൗതുകത്തോടെ നോക്കിക്കാണാറുണ്ടായിരുന്നു. അവൾക്ക് അന്ന് ഏകദേശം പതിനഞ്ച് വയസ്സ് പ്രായമായിരുന്നു. അവളുടെ അയഞ്ഞ ശരീരഘടനയും കാലുകളുടെ സുദൃഢങ്ങളായ മാംസപേശികളും അവളുടെ രൂപത്തിന് ഒരാൺകുട്ടിയുടെ ഛായ പ്രദാനംചെയ്തു. അവൾക്ക് ഒരാൺകുട്ടിയുടെ കനത്ത സ്വരവും ഉണ്ടായിരുന്നു. ശാന്തുവിനോട് ജനൽപ്പടി മേൽ ഇരുന്ന് ഉറക്കെയുറക്കെ സംസാരിക്കുമ്പോൾ ഞാൻ എന്റെ പഠിപ്പുമുറിയിൽ പുസ്തകം മലർത്തിവച്ച് ആ സ്വരത്തിന്റെ വശ്യതയെപ്പറ്റി ആശ്ചര്യപ്പെടാറുണ്ടായിരുന്നു. നീഷ ആഴ്ചയിൽ ഒരിക്കലെങ്കിലും ശാന്തുവിന്റെ വീട്ടിലേക്ക് ചെല്ലാറുണ്ടായിരുന്നു. ഒരിക്കൽ അവൾ അവിടെ നിന്ന് മടങ്ങുമ്പോൾ ഞാൻ പാറുക്കുട്ടിയുമൊന്നിച്ച് ഞങ്ങളുടെ വരാന്തയിൽ നിന്നിരുന്നു. അവൾ എന്റെ തലയ്ക്ക് കീഴിൽ നടന്നെത്തിയപ്പോൾ ഞാൻ ഒരു പൂവ് അവളുടെ ശിരസ്സിലേക്ക് എറിഞ്ഞു. നീഷ മേല്പോട്ടു നോക്കി പുഞ്ചിരിതൂകി. അവൾ നടത്തം നിർത്തി എന്റെനേർക്ക് നോക്കി ഒരാംഗ്യം കാണിച്ചു.

"അത് കുട്ട്യേ മാടിവിളിക്കണത് കണ്ടേപ്പാ?" പാറുക്കുട്ടി എന്നോട് ചോദിച്ചു.

"ഞാൻ ചോട്ടില് പോവാം." ഞാൻ പിറുപിറുത്തു. നീഷയുടെ മൈത്രി സമ്പാദിക്കുവാൻ പറ്റിയ ഒരവസരമാണ് അതെന്ന് ഞാൻ മനസ്സിലാക്കി.

പാറുക്കുട്ടി എന്റെ ചുമലിൽ തന്റെ കനത്ത കൈവച്ചു.

"പോണ്ട കുട്ട്യേ നൂപ്പര് പിന്നെ ഇങ്ങട്ട് കേറ്റില്യ. ആ എടവഴിടെ പിന്നിലാ ഈ പെണ്ണ് താമസിക്കണ്. കഞ്ഞികുടിക്കാൻ വക ഇല്യാത്തോരാ അവടെ എല്ലാരും. അവടെയ്ക്ക് കുട്ടി ചെന്നാ കുട്ടിക്ക് വല്ല സുക്കടും പിടിക്കും." പാറുക്കുട്ടി പറഞ്ഞു.

ദരിദ്രർ താമസിക്കുന്ന ചേരികളിൽ തന്റെ കുട്ടികളെ ആക്രമിക്കുവാനായി നിർദ്ദയരായ രോഗാണുക്കൾ കാത്തിരിക്കുകയാണെന്ന് അച്ഛൻ വിശ്വസിച്ചു. വീട്ടിന്റെ പിന്നിലെ പൊട്ടിപ്പൊളിഞ്ഞ നിരത്തു കടന്നാൽ എനിക്ക് കോളറയും ക്ഷയവും വസൂരിയും പിടിപെടുമെന്ന് ഒരിക്കൽ അച്ഛൻ ഭീഷണിപ്പെടുത്തിയതും ഞാൻ ആ നിമിഷത്തിൽ ഭീതിയോടെ ഓർത്തു. എന്നിട്ടും പാറുക്കുട്ടിയുടെ കൈ തട്ടിക്കളഞ്ഞ് ഞാൻ കോണിപ്പടികൾ ഓടിയിറങ്ങി നീപ്പയുടെ അടുത്ത് ചെന്നെത്തി. എന്റെ കിതപ്പ് കണ്ട് നീപ്പ പൊട്ടിച്ചിരിച്ചു. "എന്റെ വീട്ടിലേക്ക് വരുമോ?" അവൾ ചോദിച്ചു. അവളുടെ കൈത്തലം മാംസളവും മൃദുലവുമായിരുന്നു. അവൾ എന്റെ വലതുകൈ മുറുകെപ്പിടിച്ചുകൊണ്ട് എന്നോടു ചോദിച്ചു.

"എന്റെ അമ്മയെ കാണുവാൻ വീട്ടിൽ വരുമോ?"

ഞാൻ തലകുലുക്കി. ഞങ്ങൾ കൈകോർത്ത് നടക്കുന്നത് പാറുക്കുട്ടി കണ്ടിരിക്കണം. അവർ ബാൽക്കണിയിൽനിന്ന് വിളിച്ചുപറഞ്ഞു:

"അയിന്റെ വീട്ടില് പോണ്ട കുട്ട്യേ. വല്ല സൂക്കടും പിടിക്കും."

ഞാൻ പാറുക്കുട്ടിയുടെ നിർദ്ദേശം ഗൗനിച്ചതേയില്ല. നീപ്പയുടെ സ്നേഹം സമ്പാദിക്കുവാൻ കഴിഞ്ഞാൽ എന്റെ ജീവിതം അർത്ഥവത്തായിത്തീരുമെന്ന് ഞാൻ കരുതി.

പൊട്ടിപ്പൊളിഞ്ഞ നിരത്തിൽക്കൂടി ഞങ്ങൾ നടന്നു. എന്റെ വെളുത്ത ടെന്നീസ് ഷൂസുകൾ പൊടിപുരണ്ട് പെട്ടെന്ന് ഇരുണ്ടു. രൂപസാദൃശ്യമുള്ള അനവധി വീടുകൾക്കിടയിൽ ഒന്നായിരുന്നു നീപ്പയുടെ താമസസ്ഥലം. ഒരു മുറി മാത്രമേ അവളും അമ്മയും വാടകയ്ക്ക് എടുത്തിരുന്നുള്ളു. എന്നെ വാതില്ക്കൽ നിർത്തിയിട്ട് അവൾ അകത്തേക്ക് പ്രവേശിച്ചു. അകത്ത് മങ്ങിയ വെളിച്ചം മാത്രമേ ഉണ്ടായിരുന്നുള്ളൂ.

"മാ! ഞാൻ നമ്മുടെ മുൻവശത്തുള്ള വലിയ വീട്ടിൽ താമസിക്കുന്ന കമലയെ കൊണ്ടുവന്നിരിക്കുന്നു." നീപ്പ കട്ടിലിലേക്കു കുനിഞ്ഞുകൊണ്ട് പറഞ്ഞു.

"അകത്തേക്ക് വരൂ." ഒരു സ്ത്രീശബ്ദം എന്നോട് ആജ്ഞാപിച്ചു. ഒന്നോ രണ്ടോ നിമിഷങ്ങൾക്കുശേഷം എന്റെ കണ്ണുകൾക്ക് ആ മുറിയിലെ സ്ത്രീയെയും വസ്തുക്കളെയും കാണുവാൻ സാദ്ധ്യമായി.

കോലാടിന്റെ മുഖച്ഛായയുള്ള ഒരു രോഗിണിയായിരുന്നു നീപ്പയുടെ അമ്മ.

"അമ്മയ്ക്ക് അഞ്ചാറു വർഷമായി ഈ രോഗം തുടങ്ങിയിട്ട്. ഇപ്പോൾ അമ്മയ്ക്ക് വേദന കുറവാണ്. കഴിഞ്ഞ വർഷം വേദന വരുമ്പോൾ അമ്മ ഉറക്കെ നിലവിളിക്കാറുണ്ടായിരുന്നു. ചുറ്റും താമസിക്കുന്ന

വരൊക്കെ ഓടിയെത്തുമായിരുന്നു. കമലയുടെ വീട്ടിൽ കോഴിമുട്ട കൊണ്ടുവന്ന് വില്ക്കുന്ന ജീബോൻ വരുമ്പോൾ ചോദിച്ചുനോക്കൂ അമ്മയുടെ നിലവിളി കേട്ട് അയാൾ കരയാറുണ്ടായിരുന്നു.'' നീഷ എന്നോട് പറഞ്ഞു.

വെറുമൊരു കയറ്റുകട്ടിലിൽ പായവിരിച്ചാണ് നീഷയുടെ അമ്മ കിടന്നിരുന്നത്. ഞാൻ അതെല്ലാം നോക്കിക്കണ്ടതുകൊണ്ടാവാം നീഷ എന്നോട് പറഞ്ഞു:

''കമലാ ഉഷ്ണകാലത്ത് അമ്മയ്ക്ക് മെത്തയിൽ കിടക്കുവാൻ ഇഷ്ടമില്ല. മെത്തയിൽ കിടക്കുമ്പോൾ ശരീരത്തിന്റെ ചൂട് വർദ്ധിക്കുന്നു എന്ന് അമ്മ പറഞ്ഞു.''

നീഷയുടെ അമ്മയുടെ കുഴിഞ്ഞ നേത്രങ്ങൾക്കുനേരെ ഞാൻ നോക്കി. ഇമവെട്ടാതെ അവരും എന്നെ ഉറ്റുനോക്കിക്കൊണ്ടിരുന്നു.

''ജീബോൻ പറയാറുണ്ട് നിങ്ങൾ മദ്രാസികളാണെങ്കിലും മര്യാദക്കാരാണെന്ന്. ഏതു പ്രദേശത്തെ ആളുകളാണെങ്കിലും സ്നേഹിക്കുവാൻ കഴിയണം. അതാണ് ഞാൻ എന്റെ നീഷയോട് പറയാറുള്ളത്.'' രോഗിണി പറഞ്ഞു. അവർ തന്റെ മെലിഞ്ഞ കൈവിരലുകളാൽ എന്റെ മൂർദ്ധാവിലും പുറത്തും തലോടിക്കൊണ്ടിരുന്നു. അവരുടെ വിരൽത്തുമ്പുകളുടെ സ്പർശം എന്നെ അസ്വസ്ഥയാക്കി.

''നീഷയ്ക്ക് ഞാനല്ലാതെ മറ്റാരുമില്ല. ബാനർജി വീട്ടിലെ മുത്തച്ഛൻ അവൾക്ക് സാരി വാങ്ങിക്കൊടുക്കും. പൂജാസമയത്ത് അദ്ദേഹത്തിന് ദാനശീലമുണ്ട്. മക്കൾക്ക് അച്ഛന്റെ മഹാമനസ്കതയോ ഉദാരശീലമോ ലഭിച്ചിട്ടില്ല. അദ്ദേഹം മരിച്ചുകഴിഞ്ഞാൽ നീഷ അങ്ങോട്ട് പോവുകയുമില്ല. നീഷയ്ക്ക് സാരിയല്ല വേണ്ടത്. പണവും വേണ്ട. അവൾക്ക് സ്വന്തമെന്നു പറയുവാൻ ആരുമില്ല എന്റെ കാലശേഷം...'' അത്രയും പറഞ്ഞ് ആ പാവം സ്ത്രീ തേങ്ങിക്കരഞ്ഞുതുടങ്ങി.

''അമ്മ കരയുന്നതു ശരിയല്ല. അമ്മയ്ക്ക് തലവേദന കിട്ടും.'' നീഷ പറഞ്ഞു.

''ഞാൻ വീട്ടിലേക്ക് മടങ്ങുകയാണ്.'' ഞാൻ പറഞ്ഞു. എഴുന്നേറ്റു നിന്നപ്പോൾ നീഷയുടെ അമ്മ എന്റെ കൈപിടിച്ചു.

''നീഷയെ സ്വന്തം ജ്യേഷ്ഠത്തിയായി കരുതണം.'' അവർ പറഞ്ഞു. ഞാൻ തലകുലുക്കി. എനിക്ക് ഗദ്ഗദം കാരണം യാതൊന്നും പറയുവാൻ ആ നിമിഷത്തിൽ സാധിച്ചില്ല.

''ആഴ്ചയിൽ ഒരിക്കലെങ്കിലും ഇവിടെ വരണം.'' നീഷയുടെ അമ്മ പറഞ്ഞു.

''ഞാൻ തീർച്ചയായും വരാം.'' ഞാൻ പറഞ്ഞു. ആ സ്ത്രീയുടെ പിടിയിൽനിന്ന് ഞാൻ സ്വതന്ത്രയായപ്പോൾ നീഷ എന്നോട് പറഞ്ഞു:

''ഇരുട്ടായിത്തുടങ്ങി. കമലയെ ഞാൻ വീട്ടിൽ കൊണ്ടുപോയാക്കിത്തരാം.''

"ഇനി കാണാൻ സാധിക്കുമെന്ന് എനിക്ക് തോന്നുന്നില്ല." നീഷ യുടെ അമ്മ പറഞ്ഞു.

എന്റെ കണ്ണുകൾ നിറഞ്ഞൊഴുകി. മറ്റൊരു കുട്ടിയുടെ അമ്മ യായ ആ സ്ത്രീ തന്റെ മരണത്തെപ്പറ്റി എന്നെ ഓർമ്മിപ്പിച്ചപ്പോൾ ഞാൻ എന്റെ സ്വന്തം അമ്മയുടെ മരണമാണ് സങ്കല്പത്തിൽ കണ്ടത്.

"എന്റെ അടുത്ത് കുറച്ചുനേരംകൂടി ഇരിക്കൂ." നീഷയുടെ അമ്മ പറഞ്ഞു.

ഞാൻ വീണ്ടും ഇരുന്നു.

"നീഷയ്ക്ക് അച്ഛനില്ല. സഹോദരന്മാരുമില്ല. അവളെ ഒരാൾക്ക് വിവാഹംചെയ്തു കൊടുക്കുവാൻ വേണ്ടത്ര പണം എന്റെ കൈവ ശമില്ല. എങ്കിലും അവൾ ആരുടെയും വേലക്കാരിയാവുന്നത് എനിക്ക് ഇഷ്ടമില്ല. അവളുടെ കല്യാണം തീർച്ചയാക്കിയാൽ ബാനർജി വീട്ടിലെ മുത്തച്ഛൻ അവൾക്ക് വസ്ത്രവും ഒരാഭരണവും കൊടുക്കു മെന്ന് എനിക്കറിയാം. പക്ഷേ, അദ്ദേഹം വൃദ്ധനാണ്. തീരെ കിടപ്പി ലാണ്. എന്നാണ് മരിക്കുക എന്ന് ആർക്കറിയാം? നിങ്ങളുടെ അച്ഛൻ ധനികനാണെന്ന് കോഴിമുട്ട വില്ക്കുന്ന ജീബോൻ പറയാറുണ്ട്. നീഷയെ കല്യാണത്തിന് ഒരുക്കുന്നതിൽ സഹായിക്കണം. ഞാൻ മരിച്ചാലും അവൾക്ക് നിങ്ങളുടെ സ്നേഹം കിട്ടിക്കൊണ്ടിരിക്കണം." നീഷയുടെ അമ്മ പറഞ്ഞു.

അത്ര മെലിഞ്ഞ ഒരു ശരീരത്തിൽനിന്ന് കരുത്തുള്ള ഒരു സ്വരം ഞാൻ പ്രതീക്ഷിച്ചിരുന്നില്ല. ഞാൻ ആ സ്ത്രീയെ വീണ്ടും ഉറ്റുനോക്കി. അവരുടെ കവിളുകൾ ഒട്ടിയും കരിവാളിച്ചും കാണപ്പെട്ടു. പല്ലുകൾ തേഞ്ഞിരുന്നു; സംസാരിക്കുമ്പോൾ ആ വായിന് ഒരു ദുർഗന്ധ മുണ്ടായിരുന്നു.

"നീഷയെ കാണാൻ ഇടയ്ക്കിടയ്ക്ക് ഇവിടെ വരണം." അവർ തുടർന്നു.

"ഇവിടെ പഞ്ചസാരയില്ല. ഉണ്ടായിരുന്നുവെങ്കിൽ ഞാൻ ചായ തയ്യാറാക്കുമായിരുന്നു." നീഷ പറഞ്ഞു.

"എനിക്ക് ചായ വേണ്ട." ഞാൻ പറഞ്ഞു.

നീഷ എന്റെകൂടെ വീടുവരെ നടന്നു. അവൾ എന്റെ കൈ മുറുകെ പ്പിടിക്കുന്നത് മറ്റേ വീട്ടിൽനിന്ന് ശാന്തു കാണുന്നുണ്ടോ എന്ന് ഞാൻ സംശയിച്ചു. നീഷ ശാന്തുവിന്റെ സ്വകാര്യസ്വത്തായിരുന്നു. അവളെ മറ്റാർക്കും പരിചയപ്പെടുത്തുവാൻ ശാന്തു എല്ലായ്പോഴും വൈമ നസ്യം പ്രദർശിപ്പിച്ചു.

നീഷയുടെ വീട് എന്ന് അറിയപ്പെട്ട ആ മുറിയിൽ കണ്ട ഓരോ വസ്തുവും എന്റെ സ്മരണയിൽ നിലനിന്നു. ഒരു മൂലയിൽ വച്ചി രുന്ന പിച്ചള സ്റ്റൗവ്, അയയിൽ തൂങ്ങിയ മുഷിഞ്ഞ വസ്ത്രങ്ങൾ, ചുവരിൽ തൂങ്ങുന്ന മുറം, പാചകത്തിന് ഉപയോഗിക്കുന്ന അലൂമി

നിയംപാത്രങ്ങൾ, ചുവന്ന തോൽകൊണ്ട് നിർമ്മിച്ച ചെരിപ്പുകൾ, പിടിയില്ലാത്ത കുട, നീപ്പയുടെ പുസ്തക സഞ്ചി.

നീപ്പയുടെ അമ്മയ്ക്ക് ഞാൻ കൊടുത്ത വാഗ്ദാനങ്ങൾ എനിക്ക് പാലിക്കുവാൻ കഴിഞ്ഞില്ല. ഞാൻ ദിനചര്യകളിലും പഠിപ്പിലും കളിയിലും മുഴുകി ആ പാവം സ്ത്രീയെ മറന്നു. ഓർമ്മിക്കുമ്പോഴും അവരെ കാണുവാൻ ഞാൻ പോയില്ല. നീപ്പ ശാന്തുവിനോടൊപ്പം സംസാരിക്കുന്നത് ഞാൻ കേട്ടു. പക്ഷേ, ഞാൻ അവളെത്തേടി പിന്നീടൊരിക്കലും ആ ഊടുവഴി കടന്ന് ഇരുട്ടുപിടിച്ച ആ മുറിയിൽ ചെന്നതേയില്ല. നീപ്പയുടെ കൈത്തലത്തിന്റെ മായാജാലം ഞാൻ വിസ്മരിച്ചു. അതുകൊണ്ടാവാം അവളുടെ അമ്മയുടെ മരണത്തെ പ്പറ്റി ശാന്തു എന്നോട് പറഞ്ഞപ്പോൾ ഞാൻ അപരാധബോധത്താൽ പുളഞ്ഞത്. നീപ്പയെ കണ്ട് അനുശോചനം അറിയിക്കുവാൻവേണ്ടി ഞാൻ എഴുന്നേറ്റപ്പോൾ ശാന്തു പറഞ്ഞു. "നീപ്പ ഒരകന്ന അമ്മാമന്റെ കൂടെ പോയിരിക്കുന്നു. ആ അമ്മാമൻ ഹൗറയ്ക്കടുത്താണ് താമസി ക്കുന്നത്. സദ്യകൾക്ക് പാചകം ചെയ്യലാണ് അദ്ദേഹത്തിന്റെ ജോലി. ഇനി നീപ്പ പഠിപ്പ് തുടരുകയില്ല. അമ്മാമൻ അവളെ വല്ല ബ്രാഹ്മ ണനും വിവാഹം ചെയ്തു കൊടുക്കും."

നീപ്പയുടെ അമ്മയുടെ ശവം ആരും ജാഥയായി ശ്മശാനത്തി ലേക്ക് കൊണ്ടുപോയില്ല. ശവത്തെ പുതപ്പിച്ച് ചിതയിലേക്ക് കൊണ്ടു പോവുമ്പോൾ ബംഗാളികൾ ബോലോ ഹരി ബോൽ എന്നു പലതവ ണയും വിളിച്ചു പറയാറുണ്ട്. ആ വാക്കുകൾ ഞാൻ കേട്ടതുമില്ല. നീപ്പയുടെ മുഖത്ത് നോക്കുവാൻകൂടി ഞാൻ അശക്തയായി. ഞാൻ അവളുടെ അമ്മയോട് പറഞ്ഞത് വെറും പൊള്ളവാക്കുകൾ ആയിരുന്നുവല്ലോ.

നീപ്പയുടെ അമ്മയുടെ ശവം ദഹിപ്പിക്കുവാനും അവരുടെ പേരിൽ അഗതികൾക്ക് ഭക്ഷണം കൊടുക്കുവാനും ശാന്തുവിന്റെ വീട്ടുകാർ സന്നദ്ധരായി. സ്വതവേ വായാടിയായിരുന്ന ഞാൻ നീപ്പയുടെ അമ്മ മരിച്ചുവെന്ന് പാറുക്കുട്ടിയോട് പറഞ്ഞില്ല. അതുകൊണ്ട് അവളെപ്പറ്റി എനിക്ക് അന്ന് അനുഭവപ്പെട്ട കുറ്റബോധം ഇന്നും വായിൽ അലിയാതെ അവശേഷിക്കുന്ന മിഠായിപോലെ ഹൃദയ ത്തിൽ അവശേഷിക്കുന്നു.

നാല്പത്തിനാല്

മെറ്റിൽഡയെന്നു പേരുള്ള തയ്യൽക്കാരിയെ പാറുക്കുട്ടി മുതലായ വർ കരിമദാമ്മ എന്നാണ് വിളിച്ചിരുന്നത്. ഒട്ടിയ കവിളുകളും

മെലിഞ്ഞ കൈകാലുകളുമുള്ള ആ സ്ത്രീ അരയിൽ ഞൊറികളില്ലാത്ത ഒഴുക്കൻ ഫ്രോക്കുകളാണ് ധരിച്ചത്. ആ രീതിയിലുള്ള വസ്ത്രധാരണം അവരുടെ മെലിച്ചിലിനെ ഇരട്ടിപ്പിച്ച് കാണിച്ചിരുന്നു. അരയിൽ ഞൊറികളുള്ള ഉടുപ്പുകൾ ധരിച്ചുകൂടേ എന്ന് സരോജയുടെ അമ്മ ഒരിക്കൽ മെറ്റിൽഡയോട് ചോദിക്കുന്നത് ഞാൻ കേട്ടിട്ടുണ്ട്. ഞൊറികളില്ലാത്ത ഉടുപ്പുകളാണ് മൗണ്ട് ബാറ്റൺ പ്രഭ്വി ധരിക്കുന്നത് എന്നായിരുന്നു തയ്യൽക്കാരിയുടെ വിനയാന്വിതമായ മറുപടി.

മെറ്റിൽഡ സാധാരണയായി പഴയ പരിഷ്കാരത്തിലുള്ള വസ്ത്രങ്ങൾ മാത്രം തയ്ച്ചു. എനിക്കായി തയ്ച്ചു തന്ന ഉടുപ്പുകൾക്ക് കഴുത്തിൽ ഒരിഞ്ചു വീതിയുള്ള ഞൊറികളും അരയിൽ നീണ്ട അരപ്പട്ടയും ഉണ്ടായിരുന്നു. മെറ്റിൽഡയുടെ തയ്യൽ എനിക്ക് ഇഷ്ടപ്പെട്ടിരുന്നില്ല. പക്ഷേ, അവരെ സഹായിക്കുവാനായി ഞങ്ങളുടെ കുടുംബം ഇടയ്ക്കിടെ കർട്ടനുകളും തലയണ ഉറയും അടിക്കുപ്പായവും ഫ്രോക്കുകളും അവരെക്കൊണ്ടുതന്നെ തയ്പിച്ചു.

എന്റെ പിറന്നാളിന്റെ തലേദിവസം ഉച്ചതിരിഞ്ഞിട്ടും മെറ്റിൽഡ എന്റെ പിറന്നാൾ ഫ്രോക്ക് വീട്ടിൽ എത്തിച്ചിരുന്നില്ല. എനിക്ക് കലശലായ നിരാശ അനുഭവപ്പെട്ടു. പിറന്നാളിന് പട്ടുകുപ്പായം ധരിച്ച് സ്കൂളിൽ പോയി ക്ലാസ്സിലെ കുട്ടികൾക്ക് മിഠായി വിതരണം ചെയ്യുവാൻ ഞാൻ ആഗ്രഹിച്ചു. പിറന്നാളിന് മാത്രം യൂണിഫോം ധരിക്കേണ്ടതില്ല എന്നതും ഞങ്ങളുടെ സ്കൂളിലെ അയഞ്ഞ നിയമങ്ങളിലൊന്നായിരുന്നു.

"മെറ്റിൽഡയ്ക്ക് കൊടുക്കേണ്ട എന്ന് ഞാൻ പറഞ്ഞില്ലേ? ഇപ്പോൾ ആ സ്ത്രീ എന്നെ ചതിച്ചില്ലേ?" ഞാൻ അമ്മയോട് ചോദിച്ചു.

എന്റെ സഹപാഠികളിൽ ചിലർ ചൗരങ്കിയിൽ കടകളുള്ള ഒന്നാംകിട തയ്യൽക്കാരെക്കൊണ്ട് മാത്രമേ ഉടുപ്പുകൾ ഉണ്ടാക്കിച്ചിരുന്നുള്ളൂ. അവർ ബ്രിട്ടനിൽനിന്നും അമേരിക്കയിൽനിന്നും ഇറങ്ങുന്ന മാസികകളിൽ കാണുന്ന പരിഷ്കൃതവേഷങ്ങൾ നോക്കിയാണ് ഉടുപ്പുകൾ തയ്ച്ചിരുന്നത്. ഞാൻ പലപ്പോഴും അത്തരം തയ്യൽക്കാരെക്കൊണ്ട് എനിക്ക് ഉടുപ്പുകൾ ഉണ്ടാക്കിക്കണമെന്ന് അമ്മയോട് പറഞ്ഞു. പക്ഷേ, അമ്മ ആ വിഷയം അച്ഛന്റെ മുമ്പിൽ അവതരിപ്പിക്കുമ്പോൾ അദ്ദേഹം എന്റെ അഭ്യർത്ഥന നിരസിക്കുവാൻ താല്പര്യം പ്രകടിപ്പിച്ചു. ഗാന്ധിയൻ ജീവിതരീതിമാത്രമേ തന്റെ മക്കൾ സ്വീകരിക്കുവാൻ പാടുള്ളു എന്ന് അച്ഛൻ വിശ്വസിച്ചു. മെറ്റിൽഡയുടെ ഓരോ കുപ്പായവും അപരിഷ്കൃതവും ഏറക്കുറെ വികൃതവുമായിരുന്നു. പിറന്നാളിന്റെ തലേദിവസം ഒരു ഞായറാഴ്ചയായിരുന്നു. ഞായറാഴ്ച ഉച്ചതിരിഞ്ഞും മെറ്റിൽഡ പള്ളിയിൽപ്പോവാറുണ്ടെന്നും

അതുകൊണ്ട് താൻ അത്രദൂരം ഫ്രോക്ക് അന്വേഷിച്ചുപോവില്ല യെന്നും കുഞ്ഞാത്തു അഭിപ്രായപ്പെട്ടു. എനിക്ക് കരച്ചിൽ വന്ന പ്പോഴാണ് ഡ്രൈവർ നരേശ് പറഞ്ഞത്:

"വരൂ, ഞാൻ കൊണ്ടുപോവാം. ഫ്രോക്ക് ശരിയായിട്ടുണ്ടെങ്കിൽ കൊണ്ടുവരാമല്ലൊ." മെറ്റിൽഡ താമസിച്ചിരുന്നത് കുത്തനെ താഴോട്ടു പോവുന്ന ഒരു നിരത്തിന്റെ വക്കത്ത് സ്ഥിതിചെയ്യുന്ന വീടുകളിൽ ഒന്നിലായിരുന്നു. ആ നിരത്തിന് ഫുട്പാത്ത് ഉണ്ടായിരുന്നില്ല. നിര ത്തിലൂടെ നടക്കുന്നവർക്ക് ആ വീടുകൾക്കുള്ളിൽ സ്ത്രീകളും പുരുഷന്മാരും കുട്ടികളും ഇരിക്കുന്നതും പാചകം ചെയ്യുന്നതും ശീട്ടു കളിക്കുന്നതും വസ്ത്രം ധരിക്കുന്നതും മറ്റും നല്ലപോലെ കാണാ മായിരുന്നു. എല്ലാ മുറികളിലും ഫർണിച്ചർ അമിതമായി നിറഞ്ഞു കാണപ്പെട്ടു. മെറ്റിൽഡയുടെ വീട്ടിന്റെ ഉമ്മറത്ത് അലൂമിനിയം കൊണ്ട് നിർമ്മിച്ച ഒരു തത്തക്കൂടും അതിൽ നിറംമങ്ങിയ ഒരു തത്തയും കാണാമായിരുന്നു. ഇടയ്ക്കിടയ്ക്ക് ആ പക്ഷി വിചിത്രമായ ഒരു പദം വിളിച്ചുപറയുമായിരുന്നു. ബ്ലഡിബിച്ച് എന്നാണ് തത്ത പറയുന്നത് എന്ന് ഡ്രൈവർ എന്നോട് പറഞ്ഞുതന്നു. മെറ്റിൽഡ യുടെ അച്ഛൻ മരിക്കുന്നതിനുമുമ്പ് മദ്യപിച്ച് ലക്കില്ലാതെ വീട്ടിലെ ത്തുമായിരുന്നുവത്രെ. അയാളുടെ ശകാരവാക്കാണ് തത്ത പഠിച്ചു വെച്ചത്. തത്ത ശബ്ദിക്കുമ്പോൾ ഉടനെതന്നെ മെറ്റിൽഡയുടെ അമ്മ തന്റെ നെഞ്ഞത്ത് കുരിശ് വരയ്ക്കുമായിരുന്നു.

ഞങ്ങൾ ആ വീട്ടിന്റെ മുമ്പിൽ എത്തിയപ്പോൾ ഏകദേശം നാലു മണിയായിരുന്നു സമയം. എന്നിട്ടും മെറ്റിൽഡയുടെ മുറി യിൽ വിളക്ക് കത്തി. അവർ പച്ചനിറമുള്ള പരുത്തിത്തുണികൊണ്ട് ഉണ്ടാക്കിയ ഒരു ഒഴുക്കൻ കുപ്പായമാണ് ധരിച്ചിരുന്നത്. മുടിച്ചു രുളുകൾ ഒരു കീറത്തുണികൊണ്ട് ശിരസ്സിലേക്ക് ഉയർത്തിക്കെട്ടി യിരുന്നു. അവർ തയ്യൽമെഷീന്റെ പിന്നിൽ ഇരിക്കുകയായിരുന്നു. സാധാരണ കാണാറില്ലാത്ത ഒരു കണ്ണട അവരുടെ മുഖത്ത് ഞാൻ കണ്ടു.

"ഉടുപ്പിന് വന്നതായിരിക്കും. ഞാൻ സന്ധ്യയാവുമ്പോൾ അങ്ങോട്ടു കൊണ്ടുവരുമായിരുന്നു." മെറ്റിൽഡ പറഞ്ഞു.

"നാളെ കുട്ടിയുടെ ജന്മദിനമാണ്." നരേശ് പറഞ്ഞു.

"എനിക്കറിയാം." മെറ്റിൽഡ തേഞ്ഞ പല്ലുകൾ വെളിപ്പെടുത്തി പുഞ്ചിരി തൂകി. അവരുടെ കൈകളുടെ അസാധാരണമായ മെലി ച്ചിൽ ഞാൻ ആശ്ചര്യത്തോടെ നോക്കിക്കണ്ടു.

"മെറ്റിൽഡയ്ക്ക് വളരെയധികം ജോലി ചെയ്തുതീർക്കാനുണ്ട്." അമ്മ പറഞ്ഞു. മെറ്റിൽഡയുടെ അമ്മ ആ മുറിയിൽത്തന്നെ ഉണ്ടെന്ന് ആ നിമിഷത്തിൽ മാത്രമാണ് ഞാൻ മനസ്സിലാക്കിയത്. അവർ ഒരു കട്ടിലിൽ മൂടിപ്പുതച്ച് കിടക്കുകയായിരുന്നു.

"ബാനർജിയുടെ വീട്ടിലേക്ക് നാല് ഉടുപ്പുകൾ ബുധനാഴ്ചയ്ക്കു മുമ്പ് തയ്ക്കണം. അവർ പുരിയിലേക്ക് പോവുകയാണത്രെ." മെറ്റിൽഡ പറഞ്ഞു.

"രാത്രിനേരത്തും മെറ്റിൽഡ തയ്ച്ചുകൊണ്ടേയിരിക്കും. പകലും വേല, രാത്രിയിലും വേല. ഇങ്ങനെ വിശ്രമമില്ലാതെ ജോലിയെടുത്താൽ ഇവൾ കിടപ്പിലാവും എന്നാണ് എനിക്ക് തോന്നുന്നത്." മെറ്റിൽഡയുടെ അമ്മ പറഞ്ഞു. അവരുടെ തടിച്ച മുഖത്ത് വിയർപ്പുതുള്ളികൾ പറ്റിനിന്നു.

"പനിയാണോ?" നരേശ് അവരോട് ചോദിച്ചു.

"പനി മാറി. വലിവിന്റെ ശല്യമുണ്ട്. എത്ര കാലമായി ഞാൻ ശ്വാസം കിട്ടാതെ കഷ്ടപ്പെടുന്നു! ജീവിക്കുവാൻ അശേഷം മോഹമില്ല. പിന്നെ ഇവളെ തനിച്ചാക്കി പോവാൻ മടിതോന്നുകയാണ്. അച്ഛനില്ലാത്ത പെൺകുട്ടി, കല്യാണം കഴിഞ്ഞിട്ടുമില്ല."

"അമ്മ അതുമിതും പറഞ്ഞ് ക്ഷീണിക്കും." മെറ്റിൽഡ മുരണ്ടു.

"ഞാൻ ഇന്ന് മെറ്റിൽഡയോട് പറയുകയായിരുന്നു എനിക്ക് കുറച്ച് കടുകെണ്ണ കൊണ്ടുവന്നുതരാൻ. കടുകെണ്ണ ചൂടാക്കി എന്റെ ശരീരത്തിൽ തേച്ചുതരാൻ ഞാൻ പറഞ്ഞു. എന്നാൽ കൈകാലുകളുടെ പുകച്ചിൽ മാറിക്കിട്ടും. പക്ഷേ, അവൾ അതു കേട്ടുവെന്ന് നടിക്കുന്നില്ല. എനിക്ക് വേലക്കാരെ നിയമിക്കുവാൻ വേണ്ടത്ര പണമില്ല. മകളുടെ സഹായംകൂടാതെ കുളിക്കാനും വയ്യ. മകൾ ഞാൻ പറഞ്ഞത് അനുസരിക്കുകയുമില്ല," മെറ്റിൽഡയുടെ അമ്മ തവളകളെ അനുസ്മരിപ്പിക്കുന്ന ഒരു കർക്കശസ്വരത്തിൽ ഞങ്ങളോട് പറഞ്ഞു.

"അമ്മയ്ക്ക് എന്റെ സ്ഥിതി അറിയാം. രാത്രിയും പകലും എനിക്ക് യാതൊരു വിശ്രമവുമില്ല. തയ്യൽകൊണ്ട് ഞാൻ പണം സമ്പാദിക്കുന്നു. ആ പണംകൊണ്ട് ഞാൻ അമ്മയ്ക്ക് മരുന്നും പാലും മുട്ടയും ഇറച്ചിയും വാങ്ങിക്കുന്നു. എനിക്ക് കുളിക്കാൻകൂടി സമയം കിട്ടാറില്ല. ഇതൊക്കെ അറിഞ്ഞിട്ടും അമ്മ എന്നെപ്പറ്റി മറ്റുള്ളവരോട് പരാതിപ്പെടുന്നത് എനിക്ക് സഹിക്കുവാൻ കഴിയുന്നില്ല." മെറ്റിൽഡ കാലുകളുടെ ദ്രുതഗതിയിലുള്ള ചലനം നിർത്തിവെച്ചുകൊണ്ട് പറഞ്ഞു. അവരുടെ കണ്ണുകളിൽ വിളക്ക് പ്രതിഫലിച്ചു.

"എനിക്ക് ആരോടും സംസാരിക്കുവാനും അവകാശമില്ലേ? നീ എന്നെ പോറ്റുന്നു എന്നുവെച്ച് എനിക്ക് ആരോടും സംസാരിക്കുവാൻ പാടില്ല എന്ന് ഒരു നിയമമുണ്ടോ? എനിക്ക് ഒരാൺകുട്ടി ഉണ്ടായില്ല. അതുകൊണ്ടല്ലേ ഞാൻ ഈ അപമാനം സഹിക്കുന്നത്?" അമ്മ ചോദിച്ചു. മെറ്റിൽഡയോടാണ് ചോദ്യം ചോദിച്ചതെങ്കിലും ആ സ്ത്രീ നരേശിന്റെ നേർക്കാണ് നോക്കിയിരുന്നത്.

“നിങ്ങളുടെ മകളെ നിർബന്ധിച്ച് പാല് കുടിപ്പിക്കണം. മകൾക്ക് വല്ലതും വന്നുപോയാൽ ആരാണു നിങ്ങളെ പോറ്റുക?” നരേശ് ചോദിച്ചു.

“ഇത്രയധികം തുണികൾ തയ്യലിനുവേണ്ടി മേടിച്ചുകൊണ്ടു വരരുതെന്ന് ഞാൻ എത്ര തവണ പറഞ്ഞിരിക്കുന്നു. എന്നെ ആർ അനുസരിക്കും? ഒരു മെഴുകുതിരി രണ്ടുവശത്തും കത്തിക്കുവാൻ പറ്റുമോ? അങ്ങനെയല്ലേ ഇവൾ തന്റെ യൗവനം നശിപ്പിച്ചുകളയുന്നത്? അവളുടെ കൈകൾ നോക്കൂ. വിറകുകൊള്ളികൾപോലെ! ഇവളുടെ പ്രായക്കാർ എല്ലാവരും വിവാഹം ചെയ്ത് ഭാര്യമാരും അമ്മമാരും മുത്തശ്ശിമാരും ആയി മാറി... ഇവളെ നോക്കുമ്പോൾ എന്റെ നെഞ്ച് പിളരുന്നു. എന്റെ കാലശേഷം ഇവൾക്ക് ആരാണ് ഒരാശ്രയം?” മെറ്റിൽഡയുടെ അമ്മ ചോദിച്ചു. നരേശ് മെറ്റിൽഡയുടെ മുഖത്തേക്ക് ഉറ്റുനോക്കി.

“അമ്മ പറഞ്ഞത് സത്യമാണ്. യൗവനം നശിപ്പിച്ചുകളയാനുള്ളതല്ല. ആരോഗ്യത്തെപ്പറ്റി ആലോചന വേണം. നിങ്ങൾ പിന്നെപ്പിന്നെ ക്ഷയിച്ചുവരുന്നുണ്ട്. കഴിഞ്ഞവർഷം ഇത്രയധികം മെലിഞ്ഞിരുന്നില്ല.” നരേശ് മെറ്റിൽഡയോട് പറഞ്ഞു.

“എന്റെ ശരീരപ്രകൃതി ഇങ്ങനെയാണ്. അല്ലാതെ എനിക്ക് ദീനങ്ങളൊന്നുമില്ല. ഞാൻ ആരോഗ്യവതിയാണ്. രാത്രി രണ്ടോ മൂന്നോ മണിക്കൂർ നേരം ഞാൻ ഉറങ്ങും. ബാക്കി സമയം മുഴുവനും ജോലിയിൽ തീരും. എന്നിട്ടും ഞാൻ തളരുന്നില്ല. ഞായറാഴ്ച അഞ്ച് മണിക്കുള്ള കുർബ്ബാനയ്ക്ക് ഞാൻ പോവാറുണ്ട്. എത്ര ജോലിത്തിരക്ക് ഉണ്ടെങ്കിലും പള്ളിയിലേക്കുള്ള പോക്ക് ഞാൻ മുടക്കാറില്ല.” മെറ്റിൽഡ പറഞ്ഞു.

“മെറ്റിൽഡ ഒരുകാലത്ത് കന്യാസ്ത്രീയാവാൻ ആഗ്രഹിച്ചു. ഞാൻ അനുവദിച്ചില്ല. അവൾ കന്യാസ്ത്രീയായി ഒരു മഠത്തിൽ ചേർന്നാൽ എന്നെ ആർ പരിചരിക്കും?” മെറ്റിൽഡയുടെ അമ്മ നരേശിനോട് ചോദിച്ചു.

നരേശ് വീണ്ടും വീണ്ടും മെറ്റിൽഡയെ ഉറ്റുനോക്കി. കണ്ണുകൾ തമ്മിൽ ഇടയുമ്പോൾ മെറ്റിൽഡ സങ്കോചത്തോടെ മുഖം താഴ്ത്തി.

ഉടുപ്പ് അവിടെവച്ചുതന്നെ ധരിക്കുവാൻ മെറ്റിൽഡ എന്നോട് പറഞ്ഞു. പക്ഷേ, ഞാൻ അവരെ അനുസരിച്ചില്ല.

വീട്ടിലേക്ക് മടങ്ങുമ്പോൾ നരേശ് എന്നോട് പറഞ്ഞു:

“ആ തള്ള നമ്മുടെ തയ്യൽക്കാരിയെ പിരാകിക്കൊല്ലും. അങ്ങനെ ഒരു മകളെ കിട്ടിയത് ഭാഗ്യമല്ലേ? കിട്ടുന്ന പണം എല്ലാം തന്റെ അമ്മയ്ക്കുവേണ്ടി ചെലവിടുന്നു ആ പാവം സ്ത്രീ.”

വീട്ടിൽ വന്ന് ഞാൻ ഉടുപ്പ് ധരിച്ചു. അത് വല്ലാതെകണ്ട് ഇറുകിയിരുന്നു. എനിക്ക് കോപം സഹിക്കവയ്യാതായി. എനിക്ക് ഉടനെ

തന്നെ പിറന്നാളിന്റെ പേരിൽ ഒരു പുതിയ ഫ്രോക്ക് കടയിൽനിന്ന് വാങ്ങിത്തരണമെന്ന് ഞാൻ അമ്മയോട് പറഞ്ഞു.

"ഞാൻ അമ്മയോട് എത്ര തവണ പറഞ്ഞു മെറ്റിൽഡയെക്കൊണ്ട് എന്റെ ഫ്രോക്ക് ഇനിമേലിൽ തയ്പിക്കരുത് എന്ന്. ഫ്രോക്ക് എത്ര മോശമായാലും ഞാൻ സന്തോഷത്തോടെ ധരിക്കും എന്ന് വിചാരിച്ചു, അല്ലേ? ഞാൻ തോട്ടിയുടെ മകളാണോ? എന്നെ ക്ലാസിലുള്ള കുട്ടികൾ കളിയാക്കിയാലും അമ്മയ്ക്കും അച്ഛനും യാതൊരു വിരോധവും ഇല്ല, അല്ലേ?" ഞാൻ ചോദിച്ചു.

"മിണ്ടാതിരിക്കൂ, ആമി. അച്ഛൻ കേൾക്കും." അമ്മ പറഞ്ഞു.

"അച്ഛൻ കേൾക്കട്ടെ. അച്ഛൻ കേൾക്കാൻതന്നെയാ ഞാൻ ഉറക്കെ പറയുന്നത്." ഞാൻ പറഞ്ഞു.

എന്റെ പിറന്നാൾവസ്ത്രം നശിപ്പിച്ചതിൽ പാറുക്കുട്ടിയും സരോജയും അമർഷം പ്രകടിപ്പിച്ചു. അവരുടെ സഹതാപം എന്നെ വീണ്ടും കരയിപ്പിച്ചു. ഒടുവിൽ എനിക്ക് പിറ്റേദിവസംതന്നെ കമലാലയാ സ്റ്റോർസിൽനിന്ന് ഒരു ഫ്രോക്ക് വാങ്ങിത്തരാമെന്ന് അമ്മ പ്രസ്താവിച്ചു. ഞങ്ങളുടെ വാക്കുകൾ കേട്ടിട്ടാവാം പിറ്റേദിവസം രാവിലെ പ്രാതലിന്റെ വേളയിൽ അച്ഛൻ എന്നോട് സൗമ്യസ്വരത്തിൽ പറഞ്ഞു:

"ഞാൻ മിസ് കരാപ്പിയറ്റിനോട് പറഞ്ഞ് ഒരൊന്നാന്തരം തയ്യൽക്കാരനെ വീട്ടിലേക്ക് അയയ്ക്കാം. നീ വളർന്നിരിക്കുന്നു. ഫാഷൻ നോക്കി തയ്ക്കുന്നവർതന്നെ ഇനി നിന്റെ വസ്ത്രങ്ങൾ ഉണ്ടാക്കട്ടെ."

ചുവന്ന് പരന്ന താടിയും കസവുതൊപ്പിയും പട്ടാണികളുടെ അയഞ്ഞ കാലുറകളുമുള്ള ഒരു തയ്യൽക്കാരൻ എന്റെ പിറന്നാൾ ദിവസം വൈകുന്നേരം വീട്ടിലെത്തി. അന്നുമുതൽ എന്റെ ഉടുപ്പുകൾ മെറ്റിൽഡ തയ്ച്ചതേയില്ല. ആ വർഷാവസാനം ക്രിസ്മസ് അവധിക്കാലത്ത് ഒരുദിവസം മെറ്റിൽഡ ഒരു റിക്ഷയിൽ വന്ന് ഞങ്ങളുടെ ഗേറ്റിന് സമീപം ഇറങ്ങി. നടുവിൽ ചതവ് തട്ടിയാലെന്നപോലെ കൂനിക്കൂനി നടന്നുകൊണ്ട് അവർ എന്റെ അടുത്ത് വന്നെത്തി. അവരുടെ മെലിഞ്ഞ കരങ്ങൾ എന്നെ ആശ്ലേഷിച്ചു.

"ക്രിസ്മസ്സിന് ഫ്രോക്ക് ഉണ്ടാക്കണ്ടേ?" മെറ്റിൽഡ എന്നോട് ചോദിച്ചു. ഞാൻ കുറ്റബോധംകൊണ്ട് തലതാഴ്ത്തി. തന്റെ ചുമയ്ക്കുവേണ്ടി വാട്ടർ ബറീസ് കോംപൗണ്ട് എന്ന മരുന്ന് രണ്ടുനേരം സേവിക്കുന്നുണ്ടെന്നും അമ്മയുടെ വലിവ് തണുപ്പുകാലത്ത് വർദ്ധിച്ചിരിക്കുന്നുവെന്നും മെറ്റിൽഡ എന്റെ അമ്മയോട് പറഞ്ഞു.

"ക്രിസ്മസ് കാലമായതുകൊണ്ട് നല്ല പണിത്തിരക്ക് ഉണ്ടാവും, അല്ലേ?" അമ്മ മെറ്റിൽഡയോട് ചോദിച്ചു.

"സത്യം പറഞ്ഞാൽ എനിക്ക് പണിത്തിരക്ക് തീരെയില്ല. പണ്ട് തന്നിരുന്നവർ ഈയിടെയായി വേല തരുന്നില്ല. എല്ലാവരും റെഡിമേഡ്

വസ്ത്രങ്ങളാണ് വാങ്ങി ധരിക്കുന്നത്. ഞങ്ങൾ തയ്യൽക്കാർ കഷ്ടത്തിലായി.'' മെറ്റിൽഡ അമ്മയോട് പറഞ്ഞു.

''റെഡിമേഡ് വസ്ത്രങ്ങൾ വാങ്ങുന്നത് സൗകര്യമുള്ള ഏർപ്പാടാണ്. തയ്ച്ചു കിട്ടുവാൻ കാത്തിരിക്കണ്ട.'' അമ്മ പറഞ്ഞു.

''കമലയ്ക്ക് ക്രിസ്മസ്സിന് കുപ്പായം വേണ്ടേ?'' മെറ്റിൽഡ ചോദിച്ചു.

''കമലയുടെ ഫ്രോക്കുകൾ ചൗറങ്കിയിലെ ഒരു തയ്യൽക്കാരനാണ് ഉണ്ടാക്കുന്നത്. അവളുടെ അച്ഛന്റെ സെക്രട്ടറി ഏർപ്പാടാക്കിയതാണ്.'' അമ്മ പറഞ്ഞു.

മെറ്റിൽഡ ജനൽപ്പടിമേൽ ചാഞ്ഞു. തേഞ്ഞ പല്ലുകൾ വെളിപ്പെടുന്ന ആ പുഞ്ചിരി വീണ്ടും അവരുടെ മുഖത്ത് പ്രത്യക്ഷപ്പെട്ടു.

''ഏത് ഫേഷൻവേണമെങ്കിലും അതിന്റെ ചിത്രം എനിക്ക് കാണിച്ചാൽ മതി. ഞാൻ അതുപോലെതന്നെ തയ്ച്ചുതരാം,'' മെറ്റിൽഡ പറഞ്ഞു.

അമ്മ മെറ്റിൽഡയ്ക്ക് ക്രിസ്മസ് വകയായി അഞ്ചു രൂപയും ഒരു പെട്ടി ബിസ്കറ്റും സമ്മാനിച്ചു. മെറ്റിൽഡയുടെ മുഖത്ത് നോക്കുവാൻകൂടി എനിക്ക് ധൈര്യം വന്നില്ല. അവരോട് സഹതാപം പ്രകടിപ്പിക്കുവാനും ഞാൻ ധൈര്യപ്പെട്ടില്ല.

ഉടുപ്പിന്റെ കീഴിൽ വെളിപ്പെട്ട കാലുകളെ മാത്രം നോക്കിക്കണ്ടു. മെറ്റിൽഡയുടെ തൊലി മൊളിഞ്ഞും നിർജ്ജീവമായും കാണപ്പെട്ടു. ഉപ്പൂറ്റി പൊങ്ങിയ ഷൂസുകൾ പഴക്കം തട്ടിയവയായിരുന്നു.

''ഞാൻ സന്ധ്യയാവുമ്പോഴേക്കും മടങ്ങാം. അമ്മ തനിച്ചാണ്. ഇരുട്ടിയാൽ അമ്മയ്ക്ക് ആസ്ത്മയുടെ ശല്യം വർദ്ധിക്കാറുണ്ട്.'' മെറ്റിൽഡ അമ്മയോട് പറഞ്ഞു.

''എങ്ങനെ പോവും? ബസ്സിൽ പോവുമോ?'' അമ്മ അവരോട് ചോദിച്ചു.

മെറ്റിൽഡ ചിരിച്ചു. ''എനിക്ക് പത്തുപതിനഞ്ച് ദിവസത്തോളം പനിയുണ്ടായിരുന്നു. അതുകൊണ്ട് ഞാൻ ബസ്സിൽ കയറുന്നില്ല. ഒരു റിക്ഷ പിടിക്കും. എന്നും സന്ധ്യയാവുമ്പോൾ കുളിര് അനുഭവപ്പെടും. നേർത്ത പനി, വല്ലാത്ത ക്ഷീണവും. രാത്രി സമയത്ത് തയ്ക്കുവാൻ വയ്യാതായിരിക്കുന്നു.'' മെറ്റിൽഡ പറഞ്ഞു. പിറ്റേവർഷം ക്രിസ്മസ് വന്നെത്തുമ്പോഴേക്കും മെറ്റിൽഡ മരിച്ചിരുന്നു. മരണത്തെപ്പറ്റി ഞങ്ങൾ അറിഞ്ഞത് മരിച്ച് മൂന്നുമാസക്കാലം കഴിഞ്ഞതിനുശേഷമാണ്. മെറ്റിൽഡയുടെ അമ്മയും ഒരയൽക്കാരിയും കൂടി ഞങ്ങളുടെ വീട്ടിൽ വന്നു. മെറ്റിൽഡയുടെ അമ്മ ആരോഗ്യവതിയായി കാണപ്പെട്ടു. അവർ കരഞ്ഞ് കരഞ്ഞു ഒടുവിൽ കരച്ചിൽ അവസാനിപ്പിച്ചപ്പോൾ എന്റെ അച്ഛൻ നൂറ് രൂപയുടെ ഒരു

നോട്ട് അവരുടെ കൈയിൽ വച്ചുകൊടുത്തു. പിന്നീട് ഒന്നും സംസാരിക്കുവാൻ മിനക്കെടാതെ അച്ഛൻ കോണിപ്പടികൾ കയറി തന്റെ കിടപ്പുമുറിയിലേക്ക് പോയി.

നാല്പത്തിയഞ്ച്

ജമേദാർ എന്നും ഷോട്ടുവെന്നും എല്ലാവരാലും വിളിക്കപ്പെട്ട തോട്ടി സാധാരണയായി ഞങ്ങളുടെ വീട്ടിലേക്ക് രാവിലെയായിരുന്നു വന്നിരുന്നത്. ഓട്സിന്റെ ടിന്നിൽ എന്തോ ഒരു ദ്രാവകവും അതിൽ പകുതിയും മുങ്ങിയ ഒരു തുണിക്കഷണവും കൈയിലെടുത്തുകൊണ്ട് കക്കൂസുകൾ കഴുകുവാനായി വന്നെത്തുമ്പോൾ അയാൾ എല്ലാവരിൽനിന്നും തന്റെ മുഖം തിരിച്ചുകൊണ്ടാണ് നടന്നിരുന്നത്. അയാളുടെ കണ്ണുകളോട് ഞങ്ങളുടെ കണ്ണുകൾ ഇടയുന്നത് അയാൾക്കു മാത്രമല്ല ഞങ്ങൾക്കും ഇഷ്ടമായിരുന്നില്ല. തോട്ടിയെ കാണുമ്പോൾ അപരാധബോധം അനുഭവപ്പെടാത്ത മനുഷ്യരുണ്ടാവില്ല. അപമാനവും അപകർഷബോധവും അനുഭവപ്പെടാത്ത തോട്ടിയും ഉണ്ടാവില്ല.

ഷോട്ടുവിന് നാലേമുക്കാൽ അടി മാത്രമേ ഉയരമുണ്ടായിരുന്നുള്ളു. അയാളുടെ കറുത്ത് ശുഷ്കിച്ച കൈകാലുകളും ശിരസ്സിൽ കെട്ടിയ ചുവന്ന തോർത്തും തറ്റുടുത്ത് കോളറില്ലാത്ത കുപ്പായം ധരിച്ച് തല താഴ്ത്തിക്കൊണ്ടുള്ള നടത്തവും കാണുമ്പോൾ എനിക്ക് അനുകമ്പ തോന്നിയിരുന്നു. സ്ഥാനം തെറ്റി മുന്നോട്ടു ചാഞ്ഞ ഒരു പല്ല് അയാൾക്ക് ഒരു വിദൂഷകഭാവം നല്കി. സാധാരണ രാവിലെ വന്നെത്തുന്ന അയാൾ ഒരുദിവസം ഉച്ചതിരിഞ്ഞ് ഞങ്ങളുടെ വീട്ടിലെത്തിയപ്പോൾ ഞാൻ അത്ഭുതപ്പെട്ടു. കാരണം, അയാളുടെകൂടെ ഏകദേശം പന്ത്രണ്ടുവയസ്സ് പ്രായമുള്ള ഒരു പെൺകുട്ടി ഉണ്ടായിരുന്നു. ഷോട്ടുവിന്റെ നിറവും ശരീരപ്രകൃതിയും അവൾക്കും ഉണ്ടായിരുന്നു. അവൾ തൂവെള്ളയായി അലക്കിയ ഒരു ഫ്രോക്കും ടെന്നിസ് ഷൂസുകളും ധരിച്ച് മുടി ചുമലോളം വച്ചു മുറിച്ചതുപോലെ കാണപ്പെട്ടു. ഞാൻ ചവിട്ടുപടിമേൽ ഇരിക്കുകയായിരുന്നു. അവൾ ഒരു പൂച്ചെടിക്കു പിന്നിൽ പകുതിയും മറഞ്ഞുകൊണ്ട് നിലകൊണ്ടു. അവളുടെ കണ്ണുകൾ എന്റെ മുഖത്ത് പരതുന്നതായി എനിക്കു തോന്നി. തോട്ടി എന്നെ നോക്കി പുഞ്ചിരി തൂകി.

“എന്റെ മകൾ മിനൊത്തി. മിഡിൽട്ടന്റോവിൽ താമസിച്ചിരുന്ന മദാമ്മയുടെകൂടെ ഒരു വർഷക്കാലംനിന്നു. മദാമ്മ അവളെ സ്കൂളിൽ അയച്ച് പഠിപ്പിച്ചു. അവളുടെ പേരു മാറ്റി. മദാമ്മ അവളെ മേറിയെന്നാണ് വിളിച്ചിരുന്നത്.” തോട്ടി പറഞ്ഞു.

“മദാമ്മ കല്ക്കത്ത വിട്ട് പോയോ?” നാരായണൻനായർ ചോദിച്ചു.

“പോയി. ഇന്നലെ അവർ ബിലാത്തിക്കു മടങ്ങി. മിനൊത്തിയെ വിടുന്നതിൽ അവർക്ക് ദുഃഖമുണ്ടായിരുന്നു. പക്ഷേ, അവളെ ബിലാത്തിക്കു കൊണ്ടുപോവാനും അവർ തയ്യാറായില്ല. ഇവൾക്ക് പഠിപ്പ് മുടങ്ങിയതിൽ ദുഃഖമുണ്ട്. എനിക്ക് ഇവളെ സ്കൂളിലയച്ച് പഠിപ്പിക്കാൻ തക്ക ധനശേഷിയില്ല. നാല് ആൺമക്കളുണ്ട് എനിക്ക്. അവരെ സ്കൂളിലയയ്ക്കണം. അവർ വളർന്നുവരുമ്പോൾ തോട്ടിപ്പണി ചെയ്യേണ്ടി വരുന്നത് എനിക്കു സമ്മതമല്ല. ഇനി ഈ കുടുംബത്തിൽ മറ്റൊരു തോട്ടി വേണ്ട എന്ന് ഞാൻ തീർച്ചയാക്കി.” ഷേരാട്ടു ഉറച്ച ഒരു സ്വരത്തിൽ പറഞ്ഞു.

“ഇപ്പോൾ മലം കോരി പാട്ടയിലാക്കി കൊണ്ടുപോവേണ്ടതില്ല. കക്കൂസിന്റെ നിലം കഴുകിയാൽ മതിയല്ലോ. ഇപ്പോൾ തോട്ടിവേല ചെയ്യുവാൻ ആർക്കും എളുപ്പമാണ്.” നാരായണൻനായർ പറഞ്ഞു.

“ഞാൻ ഇവിടെ കുറച്ചുനേരം ഇരിക്കട്ടെ?” ഷേരാട്ടു ആരോടെന്നില്ലാതെ ചോദിച്ചു.

“ഇവിടെ ഇരുന്നാൽ ആരും വിരോധം പറയില്ല. തോട്ടികൾ ഉമ്മറത്ത് ഇരിക്കാൻ പാടില്ല എന്നേയുള്ളൂ.” നാരായണൻനായർ പറഞ്ഞു.

“ഇപ്പോൾ ഈ നേരത്ത് ഈ കുട്ടിയെയുംകൊണ്ട് ഇവിടെ വന്നതിന്റെ കാരണം?” കുഞ്ഞാത്തു തോട്ടിയോടു ചോദിച്ചു.

“വലിയ സാബിനെ കാണണം. മിനൊത്തിക്ക് പഠിപ്പു തുടരാൻ ആഗ്രഹമുണ്ട്. അവളെ ഇവിടെ താമസിപ്പിച്ച് പഠിപ്പിച്ചാൽ...” തോട്ടി പിറുപിറുത്തു.

“ഇവിടെ നിന്റെ മകളെ താമസിപ്പിക്കുകയോ? അതൊന്നും ഈ ജന്മത്തിൽ സംഭവിക്കുകയില്ല. ഇവിടെ മദാമ്മമാരല്ല താമസിക്കുന്നത്.” കുഞ്ഞാത്തു പറഞ്ഞു.

തോട്ടി ഭവ്യതയോടെ ചിരിച്ചു.

“മാജി ദയാവതിയാണ്.” അയാൾ പറഞ്ഞു.

“മാജി ദയാവതിയായിരിക്കാം. പക്ഷേ, യജമാനൻ നിന്റെ മകളെ ഇവിടെ താമസിപ്പിക്കുകയില്ല.” നാരായണൻനായർ പറഞ്ഞു.

ഞാൻ ഇരിക്കുന്ന ചവിട്ടുപടിമേൽ ഇരുന്നുകൊള്ളുവാൻ മിനൊത്തിയോട് ആംഗ്യം കാണിച്ചിട്ടും അവൾ നിന്നയിടത്തുനിന്ന് ഇളകിയില്ല.

“അവൾ ഇരിക്കുകയില്ല.” ഷേരാട്ടു പറഞ്ഞു.

“മേറി ഈ നിലത്ത് ഇരിക്കാം.” കുഞ്ഞാത്തു കുട്ടിയോടു വിളിച്ചു പറഞ്ഞു. അവൾ കുഞ്ഞാത്തുവിനെ തുറിച്ചുനോക്കി.

“ഇവളെ മദാമ്മ ക്രിസ്ത്യാനിയാക്കിയോ?” നാരായണൻനായർ ചോദിച്ചു.

“മദാമ്മ പോയി. ഇനി അവൾ പഴയ മിനൊത്തിതന്നെ. ഞാൻ ഹിന്ദുവാണല്ലോ.” തോട്ടി പറഞ്ഞു.

“നിന്റെ പേര് എന്താണ്? ഛോട്ടു എന്ന പേര് യഥാർത്ഥ പേരാവാൻ വയ്യല്ലോ.” നാരായണൻനായർ പറഞ്ഞു.

“എന്റെ പേര് ഗൗരീശങ്കർ എന്നാണ്.” തോട്ടി പറഞ്ഞു.

“തോട്ടിക്ക് സാക്ഷാൽ പരമേശ്വരന്റെ പേരോ? ആരാണ് അത്തരം ഒരു പേര് നിനക്ക് തന്നത്?” നാരായണൻനായർ ചോദിച്ചു.

“ഞാൻ ജനിച്ചത് തോട്ടിയായിട്ടല്ല.” ഛോട്ടു ചിരിച്ചുകൊണ്ടു പറഞ്ഞു.

“അതും ശരിയാണ്. ആരും തോട്ടിയായി ജനിക്കുന്നില്ല.” കുഞ്ഞാത്തു പറഞ്ഞു.

“യജമാനൻ ഉണർന്നുവരാൻ ഇനിയും എത്ര സമയം ബാക്കിയുണ്ട്? എനിക്ക് അഞ്ചുമണിക്ക് ദേശപ്രിയാപാർക്കുവരെ പോവേണ്ടതുണ്ട്.” ഛോട്ടു പറഞ്ഞു.

“ദേശപ്രിയാപാർക്കിൽ പോയി നീ പ്രസംഗിക്കുമോ?” നാരായണൻനായർ പുച്ഛച്ചിരിയോടെ തോട്ടിയോടു ചോദിച്ചു.

“ഞാൻ പ്രസംഗിക്കുകയില്ല. പക്ഷേ, അവിടെ ബാപ്പുജിയുടെ പ്രാർത്ഥനാമീറ്റിങ് ഉണ്ടാവുമെന്നു കേട്ടു. ഞാനിതുവരെ ബാപ്പുജിയെ കണ്ടിട്ടില്ല.” ഛോട്ടു പറഞ്ഞു.

“മഹാത്മജിക്ക് തോട്ടികളോട് ഒരു പ്രത്യേക വാത്സല്യമാണ്. സ്വന്തം ഭാര്യയെക്കൊണ്ട് കക്കൂസ് കഴുകിച്ചിരുന്നു. കേട്ടിട്ടില്ലേ?” നാരായണൻനായർ ചോദിച്ചു.

ഞാൻ എഴുന്നേറ്റ് മിനൊത്തിയുടെ സമീപം ചെന്നുനിന്നു. അവളുടെ ഫ്രോക്കിന്റെ വക്ക് ഞാൻ രണ്ടു വിരൽത്തുമ്പുകൾകൊണ്ട് തൊട്ടു. കഞ്ഞിപ്പശ കാരണം ആ ഉടുപ്പ് ശരീരംതൊടാതെ ചിറകുകൾപോലെ വിടർന്നുനിന്നു. കഞ്ഞിപ്പശയുടെ മണം അതിൽനിന്ന് ഉയർന്നു.

“നീ ഏതു ക്ലാസ്സിലാണ് പഠിക്കുന്നത്?” ഞാൻ അവളോടു ചോദിച്ചു.

“മൂന്നാം ക്ലാസിൽ.” അവൾ പറഞ്ഞു.

“ആ കുട്ടിയെ തൊടണ്ട. കുപ്പായൊക്കെ ചൂരടിക്കും.” പാറുക്കുട്ടി പറഞ്ഞു.

അവരുടെ വാക്കുകൾ കേട്ടപ്പോൾ അർത്ഥം മനസ്സിലാവാഞ്ഞിട്ടും മിനൊത്തി നടുങ്ങി.

“നിനക്ക് ഇവളെയും സ്കൂളിലയച്ച് പഠിപ്പിച്ചുകൂടേ? ആൺകുട്ടികളോട് പക്ഷഭേദം കാണിക്കുന്നത് ശരിയല്ല.” നാരായണൻനായർ ഛോട്ടുവിനോടു പറഞ്ഞു.

“ഇവളുടെ പഠിപ്പ് എനിക്ക് ഉപകാരപ്പെടുമോ? ഇവളെ ഞാൻ വല്ലവനും വിവാഹം ചെയ്തു കൊടുത്താൽ ഇവളുടെ പഠിപ്പു കൊണ്ട് എനിക്ക് എന്തുപ്രയോജനം?” ഛോട്ടു ചോദിച്ചു.

“നീ ബംഗാളിയല്ല. അപ്പോൾ നിനക്ക് ഇവളെ കല്യാണം കഴിപ്പിക്കുവാൻ സ്വന്തം ഗ്രാമത്തിലേക്കു കൊണ്ടുപോവേണ്ടിവരും, അല്ലേ?” നാരായണൻനായർ ചോദിച്ചു.

“വേണ്ട. ഞങ്ങളുടെ ജാതിക്കാർ കല്ക്കത്തയിൽ ധാരാളമുണ്ട്.” ഛോട്ടു പറഞ്ഞു.

“തോട്ടിപ്പണി ചെയ്യുന്നവർ, അല്ലേ?” നാരായണൻനായർ ചോദിച്ചു.

ഛോട്ടു തലകുലുക്കി.

“അപ്പോൾ നീ സ്വന്തം മകളെ തോട്ടിക്ക് കല്യാണം കഴിച്ചുകൊടുക്കും. പക്ഷേ, ആൺമക്കളെ തോട്ടിപ്പണി ചെയ്യുവാൻ അനുവദിക്കുകയുമില്ല,” നാരായണൻനായർ പറഞ്ഞു.

തോട്ടി ഉറക്കെച്ചിരിച്ചു.

“പെണ്ണിന് തന്തടെ തൽസ്വരൂപാ.” പാറുക്കുട്ടി മിനൊത്തിയെ നോക്കിക്കൊണ്ട് അഭിപ്രായപ്പെട്ടു.

ഛോട്ടു പാറുക്കുട്ടിയെ നോക്കി.

“അവർ പറഞ്ഞത് നിന്റെ മകൾക്ക് നിന്റെ മുഖച്ഛായ ഉണ്ടെന്നാണ്.” കുഞ്ഞാത്തു ഹിന്ദിയിൽ പറഞ്ഞു.

“എന്റെ മകൾക്ക് എന്റെ മുഖച്ഛായയല്ലാതെ മറ്റൊരാളുടെ മുഖച്ഛായ ഉണ്ടാവില്ലല്ലോ.” തോട്ടി നീരസത്തോടെ പറഞ്ഞു.

അച്ഛൻ താഴത്തു വന്നപ്പോൾ തോട്ടി അച്ഛന്റെ മുമ്പിൽച്ചെന്നു നിന്ന് അച്ഛനെ തലകുനിച്ച് വണങ്ങി.

“ഇവൻ ആരാ?” അച്ഛൻ നാരായണൻനായരോടു ചോദിച്ചു.

“നൊമ്മടെ തോട്ടിയാ... അവന്റെ മകളെ പഠിപ്പിച്ചിരുന്ന മദാമ്മ ഇന്നലെ ബിലാത്തിക്കു പോയി. പെണ്ണിന് പഠിക്കാൻ താല്പര്യം. ഫീസടയ്ക്കാൻ കാശില്യാന്ന് പറഞ്ഞു.” നാരായണൻനായർ പറഞ്ഞു.

“ഇവന്റെ മകളെവിടെ?” അച്ഛൻ ചോദിച്ചു.

പെൺകുട്ടിയെ ചെടിയുടെ മുമ്പിലേക്ക് നാരായണൻനായർ തള്ളി. അവളുടെ കാൽമുട്ടുകൾ വിറയ്ക്കുന്നതു ഞാൻ കണ്ടു. അവൾ തന്റെ കണ്ണുകൾ പെട്ടെന്ന് ഭയത്തോടെ മുറുക്കിയടച്ചു.

“സാബ്, അവൾക്ക് എല്ലാവരെയും ഭയമാണ്,” തോട്ടി പറഞ്ഞു.

“പഠിക്കുവാൻ മിടുക്കിയാണോ?” അച്ഛൻ ചോദിച്ചു. മിനൊത്തി ഒന്നും ശബ്ദിച്ചില്ല.

“ഇവൾക്കു നാക്കില്ലേ?” അച്ഛൻ ചോദിച്ചു.

“അവൾക്ക് സാബിനോട് ഭയവും ഭക്തിയും ഉണ്ട്.” തോട്ടി പറഞ്ഞു.

“ഉം. എത്ര രൂപവേണം ഇവൾക്ക് ഓരോ മാസവും ഫീസ് കൊടുക്കാനും പുസ്തകം വാങ്ങുവാനുംകൂടി?” അച്ഛൻ ചോദിച്ചു.

ഛോട്ടു തന്റെ കൈവിരലിൽ കണക്കു കൂട്ടിത്തുടങ്ങി.

"എന്തു വേണം എന്ന് നാളെ പറയൂ. ഞാൻ തരാം. പെൺകുട്ടി പഠിക്കട്ടെ." അച്ഛൻ പറഞ്ഞു.

ഛോട്ടു തന്റെ പുത്രിയെയുംകൊണ്ട് സന്തുഷ്ടനായി ഗേറ്റു കടന്ന് പുറത്തേക്കു പോയി.

അച്ഛനുവേണ്ടി ചായയുടെ ട്രേ ഒരുക്കുമ്പോൾ നാരായണൻ നായർ എന്നോടു പറഞ്ഞു:

"കള്ളക്കണക്ക് കൊണ്ടുവരും. ബി. എ. വരെ പഠിക്കാനുള്ള കണക്കാ കൊണ്ട്വരാ. കുട്ടീടെ അച്ഛനെ ഈ കുരുത്തല്യാത്തോൻ പറ്റിക്കും. നോക്കിക്കോളോ."

"തോട്ടിച്ചിയോളെ പഠിപ്പിക്കാൻ ഇബ്ടത്തെ ഏമാൻ കാശ് കള യണ്. എന്തിനാ? വല്ലോരേം പഠിപ്പിക്കണെങ്കി ഇന്റെ കുട്ട്യോളെ പഠി പ്പിച്ചൂടെ? കോട്ടപ്പടീക്ക് മാസം മാസം മണിയോർഡറ് അയച്ചാ ഇന്റെ കുട്ട്യോള് രക്ഷപ്പെടും." കുഞ്ഞാത്തു ആത്മഗതമെന്നോണം പറഞ്ഞു.

"വല്ലോർക്കും കിട്ടണത് മൊടക്കണ്ട കുഞ്ഞാത്തുമാപ്പളേ. തോട്ടിച്ചിയെങ്കി തോട്ടിച്ചി. പഠിച്ച് നന്നാവട്ടേന്നും." പാറുക്കുട്ടി വിളിച്ചു പറഞ്ഞു.

"സാമർത്ഥ്യള്ളോരൊക്കേം വന്ന് കാശ് തട്ടിക്കും. ഒന്നൂല് പഠിപ്പ്. ഇല്ലെങ്കി കല്യാണം. അതും അല്ലെങ്കില് മാറാവ്യാധി. എന്തു കേട്ടാലും കീശേല് കൈയിട്ട് വാരിക്കൊടുക്കും. ഇതേവരെ ഞാൻ നാല് കാശ് ചോയിച്ചിട്ടില്യ. ശമ്പളം കിട്ടണതു വാങ്ങും. പിന്നെ ഒരു ശില്ലിക്കാശ് ഞാൻ ചോയിച്ച് വാങ്ങീട്ടില്യ," നാരായണൻനായർ പറഞ്ഞു.

"ചോയിച്ചാ കിട്ടൂംന്ന് ഒറപ്പാണെങ്കി ചോയിച്ചോളിൻ." പാറുക്കുട്ടി പറഞ്ഞു.

"തെണ്ടിച്ച് തിന്നും. പക്ഷേ, എരന്നിട്ടില്യ. ഇഞ്ഞി ഒട്ട് എരക്കാനും വെയ്യ." നാരായണൻനായർ പ്രസ്താവിച്ചു.

"എന്നാപ്പിന്നെ എരക്കണോര് സമ്പാദിച്ചു കൂട്ടണത് കാണുമ്പോ നിങ്ങക്ക് എടങ്ങറ് പാടില്യ. ആരെങ്കിലും നന്നായിക്കോട്ടേ. നമ്മ ക്കെന്താ? നൊമ്മടെ തലേല് എഴുതിയടക്കണെത്പോലേ നമ്മക്ക് കിട്ടൂ. ഇന്റെ കാര്യം നോക്ക്വാ. ഇയ്ക്ക് ഇന്നും ഇന്നലേം തൊടങ്ങീതല്ല മോഹം. മൂന്ന് പവന്റെ കുഴിച്ചെയിൻ ഉണ്ടാക്കി കഴുത്ത്ക്കെട്ടണംന്ന്. പക്ഷേ, സാധിച്ചോ? ഇല്യാ. അതാ ഞാൻ പറേണ് മോഹണ്ടായാ പ്പോരാ, യോഗണ്ടാവണംന്ന്. നൊമ്മടെ തലേലെഴുത്തുപോലേ നമ്മക്ക് കിട്ടൂ." പാറുക്കുട്ടി ആംഗ്യങ്ങളോടും ചേഷ്ടകളോടുംകൂടി പ്രസ്താവിച്ചു.

"നിങ്ങക്ക് ഇപ്പോ മൂന്നു പവന്റെ കുഴിച്ചെയിൻ എന്തിനാ? ഒന്നാന്തരം കുഴിമിന്നി കഴുത്ത്ക്കെടക്കുമ്പൊ? ഈ കുഴിമിന്നിക്ക് തന്നെ രണ്ടരപ്പവന്റെ തൂക്കം ഉണ്ടാവണം." കുഞ്ഞാത്തു പറഞ്ഞു.

"പെണ്ണുങ്ങടെ മനസ്സ് നിങ്ങക്ക് അറീല്യ കുഞ്ഞാത്തുമാപ്പളേ. കുഴിമിന്നീടെ ചോട്ടില് കെട്ടാനാ ചെയിന്. അല്ലാണ്ടെ കുഴിമിന്നീടെ പകരം കെട്ടാനല്ല." പാറുക്കുട്ടി പറഞ്ഞു.

"കുഴിമിന്നീടെ ചോട്ടില് കുഴിച്ചെയിൻ. ഇഞ്ഞി അത് കിട്ടിയാ അയിന്റേം ചോട്ടില് കെട്ടാൻ ഒരു സാരിച്ചെയിൻ, അല്ലേ? നിങ്ങള് എലിയങ്ങാട്ടിലെ സുഭദ്രത്തമ്പ്രാട്ടിയൊന്നുവല്ലല്ലോ? ബാലാമണ്യേമടെ കൂടെ ജോലിക്കു നിക്കണെ ആളല്ലേ?" കുഞ്ഞാത്തു ചോദിച്ചു.

പാറുക്കുട്ടി അപമാനിതയായി തേങ്ങിക്കരഞ്ഞു തുടങ്ങി.

"ഇന്നെ ആർക്കും അപമാനിക്കാം. ഇന്നെ ചവിട്ടിയാലും തല്ലിയാലും ആരും ചോയിക്കില്യലോ. ഞാനൊരു ഇല്യാത്തോളല്ലേ? ഞാൻ മരിച്ചാ സന്തോഷിക്കണോരാ ഇബ്ടെ എല്ലാരും." പാറുക്കുട്ടി ഗദ്ഗദത്തോടെ പറഞ്ഞു.

ഞാൻ എന്റെ ഫ്രോക്കിന്റെ കീശയിൽ കിടന്നിരുന്ന മിഠായി പാറുക്കുട്ടിക്കു നീട്ടി. കണ്ണുനീർ മുണ്ടിന്റെ കോന്തലകൊണ്ട് അമർത്തിത്തുടച്ച് അവർ അതു വായിലിട്ടു ചവച്ചുതുടങ്ങി.

"കുട്ടി, ഒരാള് ഉള്ളതുകൊണ്ടാ ഞായീ കല്ക്കത്തേല് നിക്കണെത്. കുട്ടി ഇല്യെങ്കി ഞായീ ജന്മം ഈ കല്ക്കത്തേല് താമസിക്കില്യ. ഞാൻ കുടുമ്മത്ത് പോയി താമസിക്കും. കഞ്ഞിയെങ്കി കഞ്ഞി. സ്വൈരായി ഒരു ഭാഗത്ത് കുത്തിരിക്കാലോ. കുത്തുവാക്ക് കേക്കണ്ടിവരില്യലോ." പാറുക്കുട്ടി പറഞ്ഞു.

ഞാൻ മറ്റൊരു മിഠായി പാറുക്കുട്ടിക്കു സമ്മാനിച്ചു. അവരെ ആശ്വസിപ്പിക്കുവാൻ എനിക്കു വാക്കുകൾ കിട്ടിയിരുന്നില്ല. പാറുക്കുട്ടി എന്നെ ആശ്ലേഷിച്ചു.

"വരൂ കുട്ട്യേ. ഞാൻ കുളിമുറീല് ചൂടുവെള്ളം നെറച്ച് തരാം. ആ തോട്ടിടെ മോളെ തൊട്ടതല്ലേ? ഒന്ന് കുളിച്ചോളോ. കുട്ടീടെ മേത്തൊക്കെ ആ പെണ്ണിന്റെ ചൂരടിക്കുണു." പാറുക്കുട്ടി പറഞ്ഞു.

"ആ കുട്ടിക്ക് നല്ല വൃത്തിയുണ്ട്." ഞാൻ പറഞ്ഞു.

"വെളുത്ത കുപ്പായം ഇട്ടോണ്ട് ആർക്കും വൃത്തീം വെടിപ്പും ഉണ്ടാവില്യാ, കുട്ട്യേ. തോട്ട്യോളെ തൊട്ടാ കുളിക്കാണ്ടെ വെയ്യാ. അച്ഛന്റെ അടുത്തിരുന്ന് ഊണ് കഴിക്കണെങ്കി വേഗം ചൂടുവെള്ളത്തില് കുളിച്ചോളോ," പാറുക്കുട്ടി പറഞ്ഞു.

"തോട്ടികൾക്കു ദുർഗന്ധം ഉണ്ടെങ്കിൽ നമുക്കും ദുർഗ്ഗന്ധം ഉണ്ടാവും." ഞാൻ പിറുപിറുത്തു.

"ആയ് ആയ് ആയ്... കുട്ടി എന്ത് വിഢിത്താ പറേണ്. നൊമ്മള് നായമ്മാരല്ലേ കുട്ട്യേ? നമ്മക്ക് എന്ത് നാറ്റാ? മാപ്പളാക്ക് ചൂര്ണ്ട്. പച്ച എറച്ചീടെ ചൂര്. നസ്ത്രാണ്യോൾക്ക് പോർക്കിന്റെ ചൂരാ. വെളിച്ചണ്ണടേം. തീയ്യർക്ക് റാക്കിന്റേം കള്ളിന്റേം ചൂരാ. പട്ടന്മാർക്ക്

പൂണോലിന്റെ ചൂരാ. നൊമ്മക്ക് മാത്രം ഒരു ചൂരൂല്യ കുട്ട്യേ. ഉള്ളേലും മുന്ത്യേ യാതി നായര് യാതിയാ.'' പാറുക്കുട്ടി സ്വരം താഴ്ത്തിക്കൊണ്ട് പറഞ്ഞു. അവർ എനിക്കുവേണ്ടി കുളി മുറിയിൽ ചൂടുവെള്ളവും അലക്കിയ തോർത്തുകളും സോപ്പും ഒരുക്കിത്തന്നു. അന്ന് കല്ക്കത്തയിൽ പ്രചാരമുള്ള ഒരു സോപ്പായിരുന്നു വിനോലിയാ വൈറ്റ് റോസ് സോപ്പ്. കുളി കഴിഞ്ഞ് മണിക്കൂറുകളോളം ഒരു പനിനീർപ്പൂ മണം കുളിമുറിയിൽ തങ്ങിനിന്നു. അച്ഛന്റെ കുളിമുറിയിൽ മൈസൂർ ചന്ദനസോപ്പിന്റെ മണമാണ് നിറഞ്ഞുനിന്നത്. അടിവസ്ത്രങ്ങൾക്ക് സുഗന്ധം കിട്ടുവാനായി ഞാൻ അന്നും കൂടുകൾ നീക്കിയ വാസനസോപ്പുകൾ അലമാരിയിൽ വസ്ത്രങ്ങൾക്കിടയിൽ നിക്ഷേപിക്കാറുണ്ടായിരുന്നു.

അന്നു രാത്രി അത്താഴം കഴിക്കുമ്പോൾ അച്ഛൻ ചോദിച്ചു:

''ആമിക്ക് ആ തോട്ടിടെ കുട്ടിയെ ഇഷ്ടപ്പെട്ടുവോ?''

''ഉവ്വ് അച്ഛാ.'' ഞാൻ പറഞ്ഞു.

''നമുക്ക് അവളെ പഠിപ്പിക്കാം. അവൾ എത്ര മിടുക്കിയാവുമെന്ന് പരീക്ഷിച്ചു മനസ്സിലാക്കാം.'' അച്ഛൻ പറഞ്ഞു. അച്ഛന്റെ സ്വതവേ ഗാംഭീര്യമുള്ള മുഖത്ത് ആ നിമിഷത്തിൽ നിഷ്കളങ്കനായ ഒരു ബാലന്റെ പുഞ്ചിരിവിരിഞ്ഞു.

നാല്പത്തിയാറ്

അമ്മയ്ക്കായി അച്ഛൻ ഉണ്ടാക്കിച്ച സർവോദയ എന്ന് പേരുള്ള കെട്ടിടത്തിൽ പൂട്ടിക്കിടക്കുന്ന ഒരലമാരിയുണ്ട്. അതിൽ പത്തൊൻപതാം നൂറ്റാണ്ടിൽ തയ്യാറാക്കിയ മുദ്രപ്പത്രങ്ങളും എന്റെ ബാല്യകാലത്ത് ഞാനും ജ്യേഷ്ഠനും അച്ഛനമ്മമാർക്ക് നാട്ടിൽനിന്ന് എഴുതിയ കത്തുകളും ഹിറ്റ്ലർ, മുസ്സോലിനി മുതലായവരുടെ ചിത്രങ്ങൾ പതിച്ച ആൽബവും വാർത്താശകലങ്ങൾ വെട്ടിയെടുത്ത് പതിച്ച പുസ്തകങ്ങളും കാലത്തെ അതിജീവിച്ച് അവശേഷിക്കുന്നു. കല്ക്കത്തയിലെ ഒരു വിദ്യാലയത്തിൽനിന്ന് ഒരു സംഘം വിദ്യാർത്ഥിനികൾ മൃഗശാലയിൽ പിക്നിക്കിനായി പോയതും തുറന്നിട്ട വാതിലിലൂടെ ഒരു കുട്ടി സിംഹത്തിന്റെ കൂട്ടിൽ പ്രവേശിച്ചതും ഒന്നര മിനിട്ടിനുശേഷം കേടുപാടുകൾ കൂടാതെ പുറത്തുകടന്നതും ഒരു വാർത്താശകലത്തിൽ കാണാം. ആ കുട്ടി ആരായിരുന്നു എന്ന് പത്രങ്ങൾ റിപ്പോർട്ട് ചെയ്തിരുന്നില്ല. പേരും റിപ്പോർട്ട് ചെയ്തിരുന്നുവെങ്കിൽ അച്ഛൻ ഉടനെതന്നെ എന്നെ കഠിനമായി ശിക്ഷിക്കുമായിരുന്നു. കുസൃതികൾ നർമ്മബോധത്തോടെ വീക്ഷിക്കുവാൻ

അദ്ദേഹത്തിന് ഒരിക്കലും കഴിഞ്ഞിരുന്നില്ല. ഒരു സൈനികക്യാമ്പിൽ കാണുന്ന അച്ചടക്കബോധത്തോടെ ഞങ്ങൾ കുട്ടികൾ ജീവിക്കണമെന്ന് അച്ഛൻ ആഗ്രഹിച്ചു. ആ കാലഘട്ടത്തിന്റെ രക്ഷിതാക്കൾ ഏറക്കുറെ സ്വേച്ഛാധിപതികളായിരുന്നു. മറ്റുള്ളവരെ തീറ്റിപ്പോറ്റുന്നവർ യജമാനന്മാരായി അംഗീകരിക്കപ്പെട്ടു.

എന്റെ ക്ലാസ്സിൽ പഠിക്കുന്ന കുട്ടികളിൽ ഏറ്റവും വികൃതിയുള്ളവൾ റമോലയായിരുന്നു. ഏതു സാഹസത്തിനും എന്നെ പ്രേരിപ്പിക്കുവാൻ അവൾ തയ്യാറായിരുന്നു. ഒരുദിവസം പ്രകൃതിപഠനത്തിന്റെ പീരിയഡിൽ ടീച്ചർ ഞങ്ങൾ കുട്ടികളെ മൃഗശാലയിലേക്ക് കൊണ്ടുപോയി. പക്ഷികളും പാമ്പുകളും താമസിക്കുന്ന കെട്ടിടത്തിലേക്കാണ് ടീച്ചർ ഞങ്ങളെ നയിച്ചത്. പാമ്പുകളെ എത്ര നോക്കിക്കണ്ടാലും മതിവരാത്ത ഒരാളായിരുന്നു മിസ്സിസ് ദേ എന്നു പേരുള്ള ആ ടീച്ചർ. ഓരോ പാമ്പിനെപ്പറ്റിയും വിസ്തരിച്ച് വിവരിച്ചു തുടങ്ങിയ ടീച്ചറുടെ ശബ്ദം കേട്ട് എനിക്ക് കലശലായ മടുപ്പ് അനുഭവപ്പെട്ടു. ആ നിമിഷത്തിലാണ് റമോല എന്റെ കാതിൽ മന്ത്രിച്ചത്: "കമലാ, നമുക്ക് ഓടിപ്പോയി സിംഹങ്ങളെ കണ്ടു മടങ്ങാം." കൂടുകൾക്ക് നടുവിലൂടെ പോവുന്ന ചരൽവഴികളിലൂടെ ഞങ്ങൾ ഓടി. സിംഹങ്ങളുടെ കൂടുകൾക്ക് ദുർഗ്ഗന്ധമുണ്ടായിരുന്നു. അളിഞ്ഞ മാംസത്തിന്റെ മണം. ഓരോ സിംഹത്തിനും രണ്ടു മുറികളും അവയെ ബന്ധിപ്പിക്കുന്ന ഒരു ഇടനാഴിയുമുണ്ടായിരുന്നു. ഏറ്റവും കരുത്തനായി തോന്നിയ സിംഹത്തിന്റെ കൂടിനെ ഞങ്ങൾ സമീപിച്ചു. സിംഹം കിടക്കുകയായിരുന്നു. അവൻ ഞങ്ങളെ നിർവികാരനായി നോക്കി. ഈച്ച മുഖത്തിന് മീതെ പറന്നപ്പോൾ അവൻ ഒരിക്കൽ ചലിച്ചു. അവന്റെ മുടിക്ക് ചണയുടെ നിറമായിരുന്നു. കണ്ണുകൾക്ക് മഞ്ഞ വർണ്ണവും.

"കമലയ്ക്ക് സിംഹത്തിനെ പേടിയില്ലേ?" റമോല എന്നോട് ചോദിച്ചു.

"ഞാനെന്തിന് സിംഹത്തിനെ പേടിക്കണം?"

"സിംഹം നിന്നെ കടിച്ചുതിന്നുമെന്ന് നിനക്കറിയില്ലേ? അടുത്തു ചെന്നാൽ അത് നിന്നെ തിന്നും."

"വിശക്കുമ്പോൾ മാത്രമെ സിംഹം ആരെയും തിന്നുകയുള്ളു. ഉച്ചഭക്ഷണം കഴിച്ച് കിടക്കുന്ന ഈ സിംഹം എന്നെ തിന്നുകയില്ല." ഞാൻ പറഞ്ഞു.

"നീ പറയുന്നതെല്ലാംതന്നെ ശരിയാവണമെന്നില്ല." റമോല പറഞ്ഞു.

"പരീക്ഷിക്കണോ?" ഞാൻ ചോദിച്ചു.

"പരീക്ഷണം നടത്തുവാനുള്ള ധൈര്യം നിനക്കുണ്ടോ?" അവൾ എന്നോട് ചോദിച്ചു.

"പരീക്ഷണം നടത്തുവാൻ ഒരു പ്രത്യേക ധൈര്യം ആവശ്യമില്ല. ധൈര്യം ഉണ്ടോ എന്ന ചോദ്യം ചോദിച്ചാൽ മതി. ധൈര്യം ഉണ്ടെന്ന് ഞാൻ പറയാം." ഞാൻ ഉദ്വേഗത്തോടെ പറഞ്ഞു.

"എന്നാൽ ഞാൻ ഈ കൊളുത്ത് ഊരിത്തരാം. നീ സിംഹത്തിന്റെ അടുത്തേക്ക് പോവൂ." റമോല പറഞ്ഞു. വാതിലിന്റെ തഴുത് വളരെ പ്രയാസപ്പെട്ടാണ് അവൾ ഊരിയത്. എന്നെ കൂട്ടിലാക്കിയ അതേ നിമിഷത്തിൽത്തന്നെ അവൾ അതു വീണ്ടും മുൻസ്ഥാനത്തിലാക്കി.

"നീ എന്നെ കൂട്ടിലിട്ടു പൂട്ടി! നീ എന്നെ വഞ്ചിച്ചു." ഞാൻ വിളിച്ചു പറഞ്ഞു.

"കൂട് തുറന്നിട്ടാൽ സിംഹം പുറത്തേക്ക് ചാടും." റമോല പറഞ്ഞു.

"നിനക്ക് ധൈര്യമില്ല എന്ന് എനിക്ക് മനസ്സിലായി." ഞാൻ അവളോട് പറഞ്ഞു.

"പിന്നോക്കം തിരിഞ്ഞുനോക്കണ്ട. സിംഹം നിന്റെ അടുത്തു വന്ന് നില്ക്കുന്നുണ്ട്." റമോല പറഞ്ഞു.

ഞാൻ തിരിഞ്ഞു നോക്കി. എന്റെ പുറം സ്പർശിക്കത്തക്ക വിധത്തിൽ സിംഹം നിശ്ശബ്ദനായി എന്റെ പിന്നിൽ സ്ഥാനം പിടിച്ചിരുന്നു. എന്റെ ശരീരം പെട്ടെന്ന് വിയർത്തു. ഞാൻ നിലത്ത് കുഴഞ്ഞു വീണു.

"നീ പേടിച്ചിട്ടാണോ വീണത്?" റമോല ഉറക്കെ വിളിച്ചു ചോദിച്ചു.

"പേടിച്ചിട്ടല്ല. ഞാൻ കിടന്ന് വിശ്രമിക്കുകയാണ്. എന്നെ മണത്തു നോക്കി തിന്നണോ വേണ്ടയോ എന്ന് സിംഹം തീരുമാനിക്കട്ടെ." ഞാൻ പറഞ്ഞു.

സിംഹം മുരണ്ടു. ഞങ്ങളുടെ സംഭാഷണം അവന് നല്കിയത് അസ്വാസ്ഥ്യം മാത്രമായിരുന്നു. അവൻ തലതാഴ്ത്തി എന്റെ കക്ഷപ്രദേശത്തും കാലുകൾക്കിടയിലും തന്റെ ഗദപോലുള്ള താടിയെല്ല് ഉരസി. അവന്റെ നാസാരന്ധ്രങ്ങൾ വിടർന്നു. ഞാൻ ഇളകിയതേയില്ല. സിംഹത്തിന്റെ മുടിയിഴകൾ നനഞ്ഞ കയറുകൾപോലെയാണെന്ന് അവ എന്റെ കൈകാലുകളിൽ തട്ടുമ്പോൾ എനിക്ക് തോന്നി. ഒരു നിമിഷത്തിന് അത് എന്റെ മുഖത്തേക്ക് ഉറ്റുനോക്കി. അതിന്റെ മഞ്ഞക്കണ്ണുകളിൽ ഓരോന്നിലും നേർത്തതും കറുത്തതുമായ ഒരു കുരിശുരൂപം ഞാൻ ദർശിച്ചു. ആ കണ്ണുകളിൽ നിഴലിച്ച വിഷണ്ണഭാവം എന്നെ ആശ്ചര്യപ്പെടുത്തി. അവൻ വീണ്ടും വീണ്ടും എന്നെ മണത്തുകൊണ്ടിരുന്നു. ഒടുവിൽ ഞാൻ സാവധാനത്തിൽ കൈകുത്തി എഴുന്നേറ്റിരുന്നു. റമോല എന്നെത്തന്നെ ഉറ്റുനോക്കിക്കൊണ്ട് അഴിക്ക് പുറത്തുനിന്നിരുന്നു. സിംഹം എന്റെ ശിരസ്സിൽ മണപ്പിച്ച് ഇടനാഴിയിൽക്കൂടി നിർവികാരനായി മറ്റേ മുറിയിലേക്ക് നടന്നു. ഞാൻ എഴുന്നേറ്റു.

"തുറക്ക് വാതിൽ." ഞാൻ റമോലയോട് പറഞ്ഞു.

അവൾ വാതിൽ തുറന്നപ്പോൾ ഞാൻ അവളെ നോക്കാതെ വേഗത്തിൽ പുറത്തിറങ്ങി. അനവധിവാരകൾക്കപ്പുറം പാമ്പിന്റെ കൂടുകൾക്കടുത്ത് എത്തിയപ്പോൾ ഞാൻ തിരിഞ്ഞുനോക്കി. റമോല വിളർത്ത ചുണ്ടുകളിൽ ഒരു മന്ദഹാസം തെളിയിച്ചു.

"ധൈര്യമുണ്ടെന്ന് തെളിയിച്ചു. പക്ഷേ, നിന്റെ യൂണിഫോറത്തിന്റെ പിൻവശം ആകെ വൃത്തികേടായി." അവൾ പറഞ്ഞു.

"സിംഹം വിശപ്പില്ലാത്തപ്പോൾ ആരെയും കൊല്ലുകയില്ല എന്ന് ഇപ്പോൾ നിനക്ക് മനസ്സിലായോ?" ഞാൻ ചോദിച്ചു.

"നിനക്ക് ആർത്തവകാലമായതുകൊണ്ടാണ് നീ രക്ഷപ്പെട്ടത്. സിംഹം നിന്നെ മണക്കുന്നത് നീ കണ്ടില്ലേ? നിന്റെ മണം അവനെ നിർവീര്യനാക്കി." റമോല പറഞ്ഞു. തന്റെ അൽസേഷ്യൻ നായയ്ക്കും കുടുംബത്തിലെ സ്ത്രീകളുടെ ആർത്തവദിവസങ്ങളിൽ ശാരീരികമായ ഒരാലസ്യം വന്നുചേരാറുണ്ടെന്ന് റമോല പറഞ്ഞു. "പാമ്പുകൾ സ്ത്രീകളെ ആ ദിവസങ്ങളിൽ ആശ്ലേഷിക്കാറുണ്ടെന്നും പറഞ്ഞ് കേട്ടിട്ടുണ്ട്." റമോല തുടർന്നു.

എന്റെ വസ്ത്രത്തിന്റെ വൈവർണ്യം കണ്ടപ്പോൾ ടീച്ചർക്ക് ദേഷ്യം വന്നു.

"റമോല പിടിച്ച് തള്ളിയിട്ടോ?" അവർ എന്നോട് ചോദിച്ചു. ഞാൻ ഉത്തരം പറഞ്ഞില്ല. റമോല തലയാട്ടി.

"ഇല്ല ടീച്ചർ. ഞാൻ കമലയെ തൊട്ടിട്ടില്ല. സിംഹം അവളെ മറിച്ചിട്ടതാണ്." അവൾ പറഞ്ഞു.

"നുണപറയുന്നോ? എത്ര തവണയായി ഞാൻ പറയുന്നു നിങ്ങളെപ്പോലെ മുതിർന്ന പെൺകുട്ടികൾ നുണപറയരുതെന്ന്!" ടീച്ചർ പറഞ്ഞു.

സ്കൂൾ വിട്ട് വീട്ടിലെത്തിയപ്പോൾ പാറുക്കുട്ടി എന്നെ മണത്തുനോക്കി പറഞ്ഞു:

"ആയ് ആയ് ആയ് കുട്ട്യേ വെല്ലാണ്ടെ ചൂരടിയ്ക്കുണു."

റമോല പറഞ്ഞ സർപ്പത്തിന്റെ കഥ ഞാൻ പാറുക്കുട്ടിക്ക് പറഞ്ഞുകൊടുത്തു. പാറുക്കുട്ടിക്ക് അതുകേട്ട് ആശ്ചര്യം അനുഭവപ്പെട്ടില്ല.

"കടിക്കാട്ട് ഇങ്ങനെ ഒരു സംഭവം ഉണ്ടായീന്ന് കേട്ടു. തീണ്ടാരിക്കാലത്ത് ഒരു പെൺകിടാവ് പറമ്പില്പ്പോയി മൂത്രം മുത്തി. രാത്രി സമയത്തേയ്. അപ്പൊ വന്നു ഒരു മൂർഖൻ പാമ്പ് പടം വിടർത്തിയോണ്ട് നുമ്പില് അങ്ങട്ട് നിന്നു. പാമ്പ് പോണില്യ. എന്താ ചിയ്യാ? പെൺകിടാവിന് എണീക്കാനും വെയ്യ ചൗദിക്കാനും വെയ്യ. ഒന്നര ഉടുക്കാനും വെയ്യ... അത് ഒറക്കെ നെലോളി തൊടങ്ങി. എന്തിന് പറേണു. നേരത്തോട് നേരം പാമ്പ് അവടെ പടോം വിടർത്തി നിന്നു." പാറുക്കുട്ടി പറഞ്ഞു.

"പിന്നെ അത് എങ്ങിനെ പോയി?" ഞാൻ ചോദിച്ചു.

പാറുക്കുട്ടി ചിരിച്ചു. "രക്തക്കറ ഉള്ള ഒരു തുണി മണ്ണാത്തി കൊണ്ട്ന്ന് പാമ്പിന് മണക്കാൻ കൊടുത്തു. അപ്പഴേ അത് പെൺകിടാവിന്റെ നുമ്പീന്ന് പോയുള്ളു. പാമ്പിന് അയിനെ വിടാൻ വെയ്യാണ്ടായി." പാറുക്കുട്ടി പറഞ്ഞു.

"പാമ്പിനെപ്പോലെത്തന്നെയാണോ മറ്റു ജന്തുക്കളും?" ഞാൻ ചോദിച്ചു.

"അതെ കുട്ട്യേ. ആൺജാതീല് ജെനിച്ചാ പെൺജാതിയെ കൊതിക്കും. അത് ഈശ്വരമ്മാരുടെ നെയമാ." പാറുക്കുട്ടി പറഞ്ഞു.

"പാറുക്കുട്ടിയെ വല്ല ജന്തുക്കളും ഭ്രമിച്ചിട്ടുണ്ടോ?" ഞാൻ ചോദിച്ചു.

പാറുക്കുട്ടി തന്റെ തലമുടിയിൽ ഞാവിക്കൊണ്ട് പേനെ തിരഞ്ഞുപിടിക്കുകയായിരുന്നു. അവർ എന്റെ ചോദ്യം കേട്ട് സ്വല്പനേരം ഒന്നും ശബ്ദിച്ചില്ല. പിന്നീട് അവർ മന്ദഹസിച്ചു.

"ഉവ്വ് കുട്ട്യേ. അതൊരു പെരുച്ചാഴിയേർന്നു. ഇന്റോടെ അടുക്കളേടെ പിന്നില് ഒരു കോലായ ഉണ്ട്. അയില് ഒരു ചാക്ക് വിരിച്ചിട്ട് ഞാൻ കെടന്ന് ഒറങ്ങി. സന്ധ്യായപ്പൊ ഇന്റെ മേല് പതോംന്ന് എന്തോ ഒന്ന് മറിഞ്ഞുവീണു. പൂച്ചയാന്നാ നിരീച്ചത്. നൊക്ക്യേപ്പൊ ഒന്നാംതരം പെരിച്ചാഴി. വീണപ്പൊ എണീറ്റ് പൂവുംന്നാ നിരീച്ചത്. പോയില്യ. സുഖായിട്ട് ഇന്റെ വയറ്റത്തു കെടപ്പാ. അപ്പഴേ ഇയ്ക്ക് ഓർമ്മവന്നത് ഞാൻ തൊട്ടുടാണ്ടെ ഇരിക്കേർന്ന്ന്. മണം പിടിച്ച് വന്നതാ. ഒരു കോക്കാൻ പൂച്ചടെ വലിപ്പത്തില്. ഞാന് എണീയ്ക്ക്യാൻ നോക്ക്യേപ്പൊ നൂപ്പര് എളകണില്യ. എന്തിന് പറേണു ഇന്റെ അമ്മ മടലോണ്ട് തല്ലിയപ്പഴേ പെരുച്ചാഴി പോയുള്ളൂ." പാറുക്കുട്ടി പറഞ്ഞു.

"ജന്തുക്കൾക്ക് പെണ്ണുങ്ങളെ കല്യാണം കഴിച്ചൂടെ?" ഞാൻ ചോദിച്ചു.

"ജന്തുക്കള് കല്യാണം കഴിച്ചിട്ട് എന്താ ഫലം?" അവറ്റ പെണ്ണുങ്ങക്ക് ചെലവിന് കൊടുക്കില്യാലൊ." പാറുക്കുട്ടി ഒരു ദീർഘശ്വാസത്തോടെ പറഞ്ഞു.

"ആ പെരുച്ചാഴി പാറുക്കുട്ടിക്ക് എല്ലാ മാസവും ആയിരം ഉറുപ്പിക തന്നാൽ അതിനെ കല്യാണം കഴിക്കുമോ?" ഞാൻ ചോദിച്ചു.

പാറുക്കുട്ടി ഉറക്കെ ചിരിച്ചു.

"കഴിക്കും കുട്ട്യേ. പെരുച്ചാഴിയായാലും കോക്കാൻപൂച്ചയായാലും ഇയ്ക്ക് ചെലവിന് തന്നാ ഞാൻ കല്യാണം കഴിക്കും," പാറുക്കുട്ടി പറഞ്ഞു.

പിറ്റേ ദിവസം സ്കൂൾ വിട്ടപ്പോൾ ഞാൻ റമോലയുടെ നായിനെ പരിചയപ്പെടുവാനായി അവളുടെ വീട്ടിലേക്ക് പോയി. ചിമ്പലിന്റെ

നിറമുള്ള ഒരു ഭീമനായിരുന്നു അവൻ. അവൻ എന്നെ കണ്ടപ്പോൾ ഒന്ന് കുരച്ചു. ആ കുര എന്നെ ഭീരുവാക്കിയില്ലെന്ന് മനസ്സിലാക്കിയപ്പോൾ അവൻ എന്റെ സമീപത്തു വന്ന് എന്റെ കൈവിരലുകൾ മണത്തുനോക്കി.

"അവന്റെ താടിക്ക് കീഴിൽ ചൊറിഞ്ഞു കൊടുക്കുക." റമോല എന്നോട് പറഞ്ഞു.

ഞാൻ അവന്റെ താടിക്ക് കീഴിലും കഴുത്തിലും ചൊറിഞ്ഞു. ലാളന അനുഭവിച്ചപ്പോൾ അവൻ തന്റെ മുഖം എന്റെ മടിയിൽ നിക്ഷേപിച്ച് എന്റെ മുഖത്തേക്ക് ഉറ്റുനോക്കി.

"മൃഗങ്ങളെ കീഴടക്കുവാൻ ഒരൊറ്റ മാർഗ്ഗമേയുള്ളു അവരോട് സ്നേഹമുണ്ടെന്ന് വിശ്വസിപ്പിക്കുക. അത്രതന്നെ. അവരും നമ്മെപ്പോലെയാണ്. സ്നേഹം കിട്ടുവാൻ ആഗ്രഹിക്കുന്നവർ." റമോല എന്നോട് പറഞ്ഞു.

"പക്ഷികളെയും ഉറുമ്പുകളെയും സ്നേഹമുണ്ടെന്ന് ബോധിപ്പിക്കുക എളുപ്പമല്ല." ഞാൻ പറഞ്ഞു.

"സ്നേഹം കണ്ണുകളിലൂടെ പ്രകടിപ്പിക്കണം." റമോല എന്നോട് പറഞ്ഞു.

"അതിന് പ്രത്യേക പരിശീലനം വേണ്ടിവരുമോ?" ഞാൻ ചോദിച്ചു.

"അത് വേണ്ടിവരും. പക്ഷേ, കുറച്ചുകാലം കഴിയുമ്പോൾ നിനക്ക് എല്ലാ ജീവികളെയും നിന്നിലേക്ക് ആകർഷിക്കുവാൻ സാധിക്കും."

"നിനക്ക് അത് സാധിക്കുമോ?" ഞാൻ ചോദിച്ചു.

റമോല വശ്യമായ തന്റെ പുഞ്ചിരി വെളിപ്പെടുത്തി.

"എനിക്ക് തീർച്ചയായും പക്ഷികളെയും മൃഗങ്ങളെയും എന്നിലേക്ക് ആകർഷിക്കുവാൻ സാധിക്കില്ല. അങ്ങനെ ആകർഷിക്കുവാൻ ഞാൻ ആഗ്രഹിക്കുന്നുമില്ല. നീയല്ലേ പരീക്ഷണങ്ങൾ നടത്തുന്നവൾ? നീയല്ലേ സ്നേഹത്തിൽ വിശ്വസിക്കുന്നവൾ?" റമോല ചോദിച്ചു.

"അപ്പോൾ നിനക്ക് ഭാവിയിൽ ഒരു ലക്ഷ്യവും ഉണ്ടാവില്ലേ?" ഞാൻ ചോദിച്ചു.

"എനിക്ക് സ്നേഹം കിട്ടിയില്ലെങ്കിലും ഞാൻ ദുഃഖിക്കുകയില്ല. എനിക്ക് ധനികനായ ഒരു ഭർത്താവിനെ കിട്ടുവാൻ മോഹമുണ്ട്. അയാൾ കാഴ്ചയിൽ വിരൂപനാവുകയുമരുത്." റമോല പറഞ്ഞു.

റമോലയുടെ നായ് എന്റെ കാൽവിരലുകളെ തന്റെ വായ്ക്കുള്ളിലാക്കി. അവൻ എന്നെ വേദനിപ്പിച്ചതേയില്ല.

"എന്താണ് ഇവന്റെ പേര്?" ഞാൻ ചോദിച്ചു.

"ബെനിറ്റൊ. ഞങ്ങൾ മുസ്സൊലിനിയുടെ പേരുതന്നെ കൊടുത്തു. ഇവന്ന് ഏഴ് വയസ്സ് പ്രായമായി." റമോല പറഞ്ഞു.

എന്റെ കുപ്പായത്തിൽനിന്ന് ഒരു ചെള്ളിനെ എടുത്ത് നീക്കിയെന്ന് പിറ്റേ ദിവസം തൃപുര എന്നോട് പറഞ്ഞു. ഞാൻ തലേദിവസം ഒരു വളർത്തുനായിനെ സന്ദർശിച്ചത് വീട്ടിൽ ആരും അറിഞ്ഞിരുന്നില്ല. മൃഗസ്നേഹികളായിരുന്നില്ല എന്റെ കുടുംബാംഗങ്ങളും വേലക്കാരും. മൃഗങ്ങളിൽ എനിക്ക് ഉണ്ടായിരുന്ന വിശ്വാസം എന്നെ സിംഹത്തിന്റെ കൂട്ടിൽ എത്തിച്ചുവെന്ന് അറിഞ്ഞിരുന്നുവെങ്കിൽ അവർ ഓരോരുത്തരും എന്നെ ശകാരിക്കുമായിരുന്നു. ആ വീട്ടിൽ ശാന്തമായ ഒരു താരാട്ടിന്റെ ഈണത്തിലാണ് ജീവിതം നീങ്ങിയിരുന്നത്. അവിടെ അവരെല്ലാവരുടെയും കൂടെ ജീവിച്ചിരുന്ന എന്റെ ദിവസങ്ങൾ മാത്രം സംഭവബഹുലങ്ങളായി. എന്റെ ജീവിതത്തിന്റെ അസാധാരണത്വം ഞാൻ അവരിൽനിന്ന് മറച്ചുവച്ചു.

ചീനക്കാരുടെ വാസസ്ഥലമായ ലോവർ ചിത്പൂർ റോഡിൽ സ്ഥിതി ചെയ്യുന്ന ചന്ത കാണുവാൻ ഞാൻ പോയി. പഴയ പാട്ടകളും കുപ്പികളും പൈസ കൊടുത്ത് വാങ്ങുന്ന കാലൂ എന്ന വൃദ്ധന്റെ വീട് കാണാനും ഞാൻ പോയി. തൃപുരയുടെകൂടെ സിനിമാനിർമ്മാതാവായ മൊജുംദാർ ബാബുവിന്റെ ഗൃഹത്തിലും ഞാൻ ചെന്നെത്തി. എനിക്ക് നഗരത്തിന്റെ ഏത് കോണും കാണുവാൻ ആഗ്രഹമുണ്ടായിരുന്നു. എന്റെ കണ്ണുകൾക്കും കാതുകൾക്കും അനുഭവപ്പെട്ട ദാഹമായിരിക്കാം അന്ന് എന്റെ കാലുകളെ നിരന്തരം ചലിപ്പിച്ചത്. എനിക്ക് ഏത് കാഴ്ച കണ്ടിട്ടും ഏത് പാട്ടു കേട്ടിട്ടും തൃപ്തി അനുഭവപ്പെട്ടില്ല. പുതുതായി കണ്ട ഓരോ മുഖവും പുതുതായി കണ്ടുപിടിക്കപ്പെട്ട ഒരു ഭൂഖണ്ഡംപോലെ വിസ്മയകരമായി എനിക്കുതോന്നി.

ഞായറാഴ്ച ഉച്ചയ്ക്ക് അച്ഛനമ്മമാർ മുകളിൽ ഉറങ്ങിക്കിടക്കുമ്പോൾ ഞാൻ ഗേറ്റ് ശബ്ദമുണ്ടാക്കാതെ തുറന്ന് നിരത്തിലേക്ക് ഇറങ്ങിയിരുന്നു. പലപ്പോഴും പാറുക്കുട്ടി എന്നെ നോക്കി നെറ്റി ചുളിക്കുകയും തന്റെ കൈകൾകൊണ്ട് ആംഗ്യങ്ങൾ കാണിക്കുകയും ചെയ്തു. താൻ എന്റെ രഹസ്യ പര്യടനങ്ങളെപ്പറ്റി അച്ഛനോട് പറയുമെന്ന് അവർ ഭീഷണിപ്പെടുത്തി. മടങ്ങിയെത്തുമ്പോൾ ഉടനെ പാറുക്കുട്ടി എന്നെ കുളിമുറിയിലേക്ക് ശകാരിച്ച് തള്ളിവിടുമായിരുന്നു. കുളിച്ച് വേഷം മാറ്റിയെങ്കിൽ ചായയും പലഹാരവും തരാമെന്ന് അവർ പറഞ്ഞു.

"കുഷ്ഠംപിടിച്ചോരടെ കൂടേം കുട്ടി വിശേഷം പറയാൻ കുത്തിരിക്കും. ധർമ്മക്കാരാണെങ്കിലും വേണ്ടില്ല്യ. ഗോസായിയോളടെ കൂടേം കുത്തിരിക്കും. തറവാട്ടില് പെറന്ന പെൺകുട്ട്യാന്ന് അശേഷം ഓർമ്മല്യ. പറഞ്ഞ് പറഞ്ഞ് ഇന്റെ നാവ് കൊഴഞ്ഞു. ഇഞ്ഞി ദെയ്‌വം തന്നെ കുട്ട്യേ കാത്തോട്ടെ." പാറുക്കുട്ടി ഒരുദിവസം പ്രസ്താ

വിച്ചു. ഞാൻ അവരുടെ കോപം ലഘൂകരിക്കുവാനായി അവരെ ആശ്ലേഷിച്ചു.

“ലോഗ്യ്യോന്നും വേണ്ട. ധർമ്മക്കാരേം തൊടും ഇന്നേം തൊടും. ഇയ്ക്ക് അയിത്തോം ശുദ്ധോം ഉണ്ട്. പൊറത്തൊക്കെ സർക്കീട്ടടിച്ചിട്ട് കുളിക്കാണ്ടെ ഇന്നെ തൊടണ്ട കുട്ട്യേ.” അവർ നീരസത്തോടെ പറഞ്ഞു.

മറ്റു ചില അവസരങ്ങളിൽ പാറുക്കുട്ടി ദയാമസൃണമായ പെരുമാറ്റമാണ് അവതരിപ്പിച്ചത്.

“ഈ ലോകം നന്നല്ല കുട്ട്യേ. കുട്ട്യേപ്പോലെ എട്ടുംപൊട്ടും തിരിയാത്ത പെൺകുട്ട്യോൾക്ക് പറ്റീതല്ല ഈ ലോകം. പെൺകുട്ട്യോളെ ചതിക്കാൻ നടക്കണ ഒരൂട്ടം കൂളമ്മാര്ണ്ട്. കുട്ടിക്ക് എല്ലാരേം വിശ്വാസാ. അതോണ്ട് പറഞ്ഞ് തര്ാണ്. ആരു വിളിച്ചാലും കൂടെ പൂവ്വരുത്. മോളെ അവ്റ്റ ചതിക്കും.”

“കൂളന്മാരെ കണ്ടാൽ എങ്ങിനെയാണ് മനസ്സിലാക്കുക?” ഞാൻ ചോദിച്ചു.

പാറുക്കുട്ടി ചിരിച്ചു. “അവ്റ്റടെ കണ്ണ് കണ്ടാ മനസ്സിലാവൂലൊ. നൊമ്മടെ മോത്തെയ്ക്ക് അവ്റ്റ നോക്കില്യ. നോക്കണ്ടാത്തോടത്താ എപ്പഴും അവ്റ്റട ദൃഷ്ടി. അപ്പൊത്തന്നെ മനസ്സിലാവില്ല്യേ അവ്റ്റ കൂളന്മാരാന്ന്?” പാറുക്കുട്ടി ചോദിച്ചു.

ഒരുദിവസം റമോല പനിപിടിച്ച് കിടക്കുമ്പോൾ ഞാൻ അവളെ കാണുവാൻ ചെന്നു. അവൾ എന്റെ കൈ മുറുക്കിപ്പിടിച്ച് കലങ്ങിയ കണ്ണുകളോടെ എന്നെ നോക്കി.

“നിനക്കെന്ത് പറ്റി?” ഞാൻ ചോദിച്ചു.

“കമലാ, നീ എനിക്ക് മാപ്പ് തരണം.” അവൾ മന്ത്രിച്ചു.

“എന്ത് തെറ്റാണ് നീ എന്നോട് ചെയ്തത്?” ഞാൻ അമ്പരപ്പോടെ ചോദിച്ചു.

“ഞാൻ നിന്നെ സിംഹത്തിന്റെ കൂട്ടിലാക്കി വാതിൽ അടച്ചു. സിംഹം നിന്നെ കൊല്ലുമായിരുന്നു...” റമോല പറഞ്ഞു.

അവൾ തേങ്ങിക്കരയുവാൻ തുടങ്ങിയപ്പോൾ ഞാൻ ആ കട്ടിലിൽ ഇരുന്നു.

“എന്നിട്ടൊ? എനിക്ക് എന്ത് സംഭവിച്ചു? സിംഹം എന്നെ ഉപദ്രവിച്ചതേയില്ല. വാസ്തവത്തിൽ സിംഹം എന്നെ തൊട്ടപ്പോഴും മണപ്പിച്ചപ്പോഴും ഞാൻ വിചിത്രമായ ഒരു സുഖം അനുഭവിച്ചു. അതിന്റെ മഞ്ഞക്കണ്ണുകൾക്ക് മാസ്മരശക്തിയുണ്ടെന്ന് അന്നാണ് എനിക്ക് മനസ്സിലായത്.” ഞാൻ പറഞ്ഞു.

“നിനക്ക് ഭയം തോന്നിയില്ലേ?” റമോല ചോദിച്ചു.

“സിംഹം അന്ന് എന്നെ കടിച്ചു തിന്നുവാൻ തുടങ്ങിയാലും ഞാൻ രക്ഷപ്പെടുവാൻ ശ്രമിക്കുമായിരുന്നില്ല. ഞാൻ അത്രകണ്ട് വശീകരിക്കപ്പെട്ടു കഴിഞ്ഞിരുന്നു.” ഞാൻ പറഞ്ഞു.

“ഒരാളെ സിംഹക്കൂട്ടിലാക്കുന്നത് നിയമപ്രകാരം ശിക്ഷാർഹമായ കുറ്റമാണ്. ഈ കഥ പോലീസുകാർ അറിഞ്ഞാൽ ഞാൻ ജയിലിൽപ്പെടും.” റമോല പറഞ്ഞു.

“ഈ കഥ ആരാണ് വിശ്വസിക്കുക?” ഞാൻ ചോദിച്ചു.

റമോലയും എന്റെ ചിരിയിൽ പങ്കുചേർന്നു.

നാല്പത്തിയേഴ്

തൂലികാമൈത്രിയെപ്പറ്റി എന്നോട് ആദ്യം സംസാരിച്ചത് എന്റെ ക്ലാസ്സിൽ പഠിച്ചിരുന്നവളും വായാടിയുമായ ശാന്ത മുഖർജിയായിരുന്നു. അവളുടെ വീട്ടിലെ ഒരു നിത്യസന്ദർശകനായ ഭാസ്കരമേനോന്റെ ഒറ്റപ്പാലത്തുകാരിയായ ഒരു ബന്ധു ശാന്തയുടെ തൂലികാമിത്രമായിരുന്നു. അവളുടെ പേര് മാധവി എന്നാണെന്നും അവൾ തൃശ്ശൂരിൽ പഠിച്ചിട്ട് വാരാന്ത്യത്തിൽ മാത്രം ഒറ്റപ്പാലത്തെ തറവാട്ടിലേക്ക് പോവുമെന്നും മറ്റും ശാന്ത എന്നോട് പറഞ്ഞു. മാധവിക്ക് പകരം മധാവി എന്നും ഒറ്റപ്പാലത്തിന് പകരം ഒറ്റാപ്പലം എന്നും അവൾ ഉച്ചരിച്ചു. ഭാസ്കരമേനോൻ ലീവിൽ പോയി മടങ്ങുമ്പോൾ തന്റെ തൂലികാമിത്രം തനിക്കായി നേന്ത്രക്കായ വറുത്തതും കശുവണ്ടിപ്പരിപ്പും കൊടുത്തയച്ചു എന്നും ശാന്ത പറഞ്ഞു. ഒരു തൂലികാമൈത്രി ഒരിക്കലും നഷ്ടക്കച്ചവടമാവുകയില്ല എന്ന് അവൾ ക്ലാസ്സിലുള്ള എല്ലാവരും കേൾക്കെ ഉച്ചത്തിൽ പ്രസ്താവിച്ചു.

തനിക്ക് ഇംഗ്ലണ്ടിലും അമേരിക്കയിലും ജീവിക്കുന്ന തൂലികാമിത്രങ്ങളുണ്ടെന്ന് ഉടനെ റമോല ജൂലിയൻ പറഞ്ഞു. ക്രിസ്മസ്സിന് മുമ്പ് അവർ തപാലിലൂടെ വിലയേറിയ സമ്മാനങ്ങൾ അയയ്ക്കാറുണ്ടെന്നും അവൾ ഞങ്ങളെ അറിയിച്ചു. കഴിഞ്ഞ ക്രിസ്മസ്സിന് കഴുത്തിലും കൈയിലും ലേസ് തുന്നിപ്പിടിപ്പിച്ച ഒരു വെളുത്ത ജാക്കറ്റ് ഇംഗ്ലണ്ടുകാരി തനിക്ക് അയച്ചിരുന്നുവെന്നും റമോല പറഞ്ഞു.

വിദേശങ്ങളിൽ ജീവിക്കുന്നവരുമായി മൈത്രി സ്ഥാപിച്ചാൽ ആ രാജ്യങ്ങളുടെ സംസ്കാരത്തെപ്പറ്റിയും ജീവിതരീതിയെപ്പറ്റിയും മനസ്സിലാക്കാമെന്ന് പുരോഭി ലഹിരി പറഞ്ഞു. തനിക്കും ഒരു തൂലികാമിത്രമുണ്ടെന്ന രഹസ്യം അവൾ ഞങ്ങളുമായി പങ്കിട്ടു. തന്റെ തൂലികാമിത്രം പതിനാലു വയസ്സ് പ്രായമുള്ള ഒരു ഇറ്റലിക്കാരനാണെന്ന് അവൾ പറഞ്ഞു.

അന്ന് ബാംഗ്ലൂരിൽനിന്ന് ട്രെഷർ ചെസ്റ്റ് എന്ന് പേരുള്ള ഒരു വാരിക പുറത്തിറങ്ങിയിരുന്നു. കുട്ടികൾക്കായി പ്രസിദ്ധീകരിച്ചിരുന്ന ആ വാരിക ഞങ്ങളുടെ സ്കൂൾ ലൈബ്രറിയിലും വന്നെത്താറുണ്ടായിരുന്നു. അതിൽ തൂലികാമിത്രത്തെ ആവശ്യപ്പെടുന്നവരുടെ പേരും മേൽവിലാസവും അച്ചടിച്ച് വരാറുണ്ടായിരുന്നു. ഞാൻ ഒരു വാരിക വീട്ടിൽ കൊണ്ടുപോയി ഒരു തൂലികാമിത്രത്തെ തിരഞ്ഞെടുക്കുവാനായി വളരെയധികം സമയം ചെലവഴിച്ചു. ഒടുവിൽ ചെക്കോസ്ലൊവാക്കിയക്കാരനും മുപ്പതുവയസ്സുകാരനുമായ ഫ്രാൻടിസെക് ആർണോസ്തിനെ ഞാൻ എന്റെ ആദ്യത്തെ തൂലികാമിത്രമാക്കി സ്വീകരിച്ചു. അയാൾക്ക് മാറിയ ആർണസ്തോവ എന്ന ഒരു ഭാര്യയും ടോമസ് എന്ന ഒരു മകനും ഉണ്ടായിരുന്നു. സ്റ്റാമ്പ് ശേഖരവും സംഗീതാസ്വാദനവും തന്റെ ഹോബികളാണെന്ന് ഫ്രാൻടിസെക് എന്റെ കത്തിനുള്ള മറുപടിയിൽ എഴുതി.

"എനിക്ക് പ്രായപൂർത്തി കഴിഞ്ഞ ഒരു തൂലികാമിത്രത്തെ കിട്ടുവാനായിരുന്നു താല്പര്യം. പക്ഷേ, നീ പക്വതയുള്ള ഒരുത്തിയെപ്പോലെ എഴുതുന്നു. അതുകൊണ്ട് നിന്റെ കത്തുകളാൽ ഞാൻ തൃപ്തിപ്പെടും..."

സ്കൂളിൽ ഉപന്യാസങ്ങൾ എഴുതുമ്പോൾ പ്രദർശിപ്പിക്കുവാൻ മിനക്കെടാത്ത ഒരു ഗവേഷണകൗതുകം ഞാൻ ഫ്രാൻടിസെക് എന്ന യുവാവിന് എഴുതുമ്പോൾ പ്രകടിപ്പിച്ചു. കല്ക്കത്തയെന്ന നഗരിയെപ്പറ്റിയും ഇംഗ്ലീഷ് ഭരണം അവസാനിക്കുന്ന ആ കാലഘട്ടത്തിന്റെ പ്രത്യേകതകളെപ്പറ്റിയും എന്റെ കുടുംബാംഗങ്ങളുടെ സ്വഭാവരീതികളെപ്പറ്റിയും ഞാൻ കത്തുകളിൽ എഴുതി. എന്റെ കത്തുകളെപ്പറ്റി പുകഴ്ത്തിക്കൊണ്ട് അയാളും ഭാര്യ മാറിയയും എനിക്ക് എഴുതി. ഒരിക്കൽ ഞാൻ എന്റെ വിദേശക്കത്തുകൾ ശാന്തയ്ക്ക് കാണിച്ചുകൊടുത്തു. അവൾ പൊട്ടിച്ചിരിച്ചു.

"മുപ്പതുവയസ്സായ ഒരു വൃദ്ധനാണോ നിന്റെ തൂലികാമിത്രം? നിനക്ക് ഈ അബദ്ധം എങ്ങിനെ പറ്റി?" അവൾ എന്നോട് ചോദിച്ചു.

ഫ്രാൻടിസെക് തന്റെയും ഭാര്യയുടെയും കുഞ്ഞിന്റെയും പടം എനിക്കയച്ചിരുന്നു. മെലിഞ്ഞ് കോലാടിന്റെ മുഖച്ഛായയുള്ള ഒരാൾ. ഭാര്യ, തടിച്ച് പുഞ്ചിരി തൂകുന്നവൾ. കുഞ്ഞും ചിരിക്കുന്നു. എനിക്ക് വാസ്തവത്തിൽ ആ കുടുംബഫോട്ടോ ഇഷ്ടപ്പെട്ടിരുന്നു. പക്ഷേ, അത് നോക്കി എന്റെ സഹപാഠിനികൾ പരിഹസിച്ച് ചിരിച്ചപ്പോൾ ഞാൻ ഒളിപ്പിച്ചു. പുരോഭിയെപ്പോലെ എനിക്കും ഒരു പതിനാലുകാരനെ മിത്രമാക്കാമായിരുന്നു എന്ന് ആ നിമിഷത്തിൽ എനിക്ക് തോന്നാതിരുന്നില്ല.

"നിനക്ക് ഈ തൂലികാമൈത്രികൊണ്ട് എന്ത് പ്രയോജനം? നിന്നോട് അയാൾ അനുരാഗത്തിൽപ്പെടുകയില്ല. നിനക്ക് ക്രിസ്മസ്സിന് മുമ്പ്

സമ്മാനങ്ങൾ അയയ്ക്കുവാൻ അയാളെ ആ തടിച്ച ഭാര്യ അനുവദിക്കുകയുമില്ല. നീ സമയം പാഴാക്കുകയാണ്.'' റമോല പറഞ്ഞു.

ഇറ്റലിക്കാരനും സുന്ദരനുമായ ഒരു തൂലികാമിത്രത്തെ എനിക്ക് വേണമെന്ന് ഞാൻ പുരോഭിയോട് പറഞ്ഞു. അവളുടെ തൂലികാമിത്രം തന്റെ പരിചയക്കാരിൽ ഒരാളെ തിരഞ്ഞെടുത്ത് എന്റെ തൂലികാമിത്രമാക്കുമോ, ഞാൻ ചോദിച്ചു.

ഇറ്റലിക്കാർ സ്വതവേ സുന്ദരന്മാരാണ്. അവർക്ക് ഇന്ത്യാക്കാരുടെ കണ്ണുകൾപോലുള്ള കറുത്ത നേത്രങ്ങൾ ഉണ്ടാവാം എന്ന് പുരോഭി പറഞ്ഞു.

''നീ അനുരാഗത്തിൽപ്പെടില്ല എന്ന് തീർച്ചയുണ്ടെങ്കിൽ ഞാൻ ഒരു പേരും മേൽവിലാസവും സമ്പാദിച്ചുതരാം.'' അവൾ തുടർന്നു.

പ്രേമലേഖനങ്ങൾ എഴുതുവാൻ ഞാൻ ആഗ്രഹിച്ചു. ആ കാലത്ത് ഞാൻ Cyrano de Bergerae എന്ന പുസ്തകം വായിച്ചുകഴിഞ്ഞിരുന്നു. വികൃതമായ മൂക്കുള്ള സൈറാനൊ മറ്റൊരാളെന്ന് അഭിനയിച്ച് പൊന്തകൾക്ക് പിന്നിൽ ഒളിച്ചുനിന്ന് സുന്ദരിയായ റോക്സാനിയോട് പ്രേമാഭ്യർത്ഥന പദ്യരൂപത്തിൽ നടത്തുന്ന രംഗം എന്റെ മനസ്സിനെ മഥിച്ചുകൊണ്ടേയിരുന്നു. വാക്കുകളുടെ വശ്യത ഒടുവിൽ കാമുകിയെ പൂർണ്ണമായും വശീകരിച്ചു. സൈറാനൊവിനെപ്പോലെ വാക്കുകളാൽ, പദ്യങ്ങളാൽ, ആരുടെയും സ്നേഹം പിടിച്ചു പറിക്കാമെന്ന് ഞാൻ വ്യാമോഹിച്ചു.

തൂലികാമൈത്രിയെപ്പറ്റി സംസാരിച്ചപ്പോൾ സരോജ പറഞ്ഞു:

''അപ്പാ പറഞ്ഞു, എനിക്ക് തൂലികാമിത്രങ്ങൾ ആവശ്യമില്ലെന്ന്. വല്ലവർക്കും എഴുതാൻ ആഗ്രഹിക്കുന്നുവെങ്കിൽ അച്ഛന്റെ അമ്മാമന് എഴുതിക്കൊള്ളുവാൻ അദ്ദേഹം നിർദ്ദേശിച്ചു.''

''അച്ഛന്റെ അമ്മാമനോ?'' ഞാൻ ചോദിച്ചു.

''അതെ നീ കണ്ടിരിക്കും. നാരായണറാവു.''

''അദ്ദേഹത്തിന് ചുരുങ്ങിയത് എഴുപതു വയസ്സെങ്കിലും പ്രായമുണ്ടാവും.''

''അത്രകണ്ട് അറിവും അദ്ദേഹത്തിന് ഉണ്ടാവുമല്ലോ.'' സരോജ പറഞ്ഞു.

''എനിക്ക് അറിവുള്ളവരെ ആവശ്യമില്ല. എനിക്ക് വല്ലവരേയും സ്നേഹിക്കണം. എന്റെ ഹൃദയത്തിന്റെ അകത്ത് താങ്ങുവാൻ വയ്യാത്ത ഏതോ ഭാരമുണ്ടെന്ന് എനിക്ക് തോന്നിത്തുടങ്ങിയിരിക്കുന്നു...'' ഞാൻ പിറുപിറുത്തു.

''നിന്റെ ഹൃദയത്തിന്റെ ഭാരം! ഹ ഹ ഹ! നീ വെറുമൊരു മണ്ടിയാണ്. നിന്നെ നിന്റെ അച്ഛനും അമ്മയും സ്നേഹിക്കുന്നതുപോലെ മറ്റാരെങ്കിലും സ്നേഹിക്കുമോ? ഒരിക്കലുമില്ല. പതിനാലു വയസ്സ് പ്രായമാവുമ്പോഴേക്കും നീ വല്ലവനുമായി അനുരാഗത്തിൽപ്പെട്ടാൽ

നിന്റെ വിദ്യാഭ്യാസം നിലയ്ക്കും. അത് നിനക്ക് അറിയാമല്ലോ,'' സരോജ ക്രുദ്ധയായി എന്നോട് പറഞ്ഞു.

പാറുക്കുട്ടി എന്റെ പ്രശ്നത്തിന് ഒരു പരിഹാരം ഉപദേശിച്ചുതന്നു.

''കുട്ടിക്ക് കത്തെഴുതണെങ്കി നൊമ്മടെ ലീലക്കുട്ട്യേമയ്ക്ക് എഴുതിക്കോളൊ. അയിന് സന്തോഷാവും. ആനന്ദപ്പൂരില് സമയം പൂവാണ്ടെ കുത്തിരിക്കുമ്പൊ കുട്ടിടെ കത്ത് കിട്ടിയാ അയിന് സന്തോഷാവും, കുട്ട്യേ.''

പാറുക്കുട്ടിയുടെ നിർദ്ദേശമനുസരിച്ച് അമ്പാഴത്തേൽ ലീലോപ്പുവിന് ഞാൻ ഒരു കത്തെഴുതി തപാലിലിട്ടു. അതിന് താമസിയാതെ മറുപടിയും വന്നു. ആ മറുപടി ഞാൻ പാറുക്കുട്ടിയെ രണ്ടുതവണ വായിച്ചു കേൾപ്പിച്ചു. ലീലോപ്പുവിനും ഗോവിന്ദൻകുട്ടിയേട്ടനും അവിടെ സുഖമാണെന്നും അപ്രകാരം എനിക്കും എന്റെ അച്ഛനമ്മമാർക്കും സുഖമാണെന്ന് താൻ വിശ്വസിക്കുന്നുവെന്നും ലീലോപ്പു എഴുതിയിരുന്നു. ആ കത്തിൽനിന്ന് പ്രത്യേകിച്ച് ഒരു വൈകാരിക സംതൃപ്തിയും എനിക്ക് ലഭിച്ചില്ല. പാറുക്കുട്ടി മാത്രം ആ കത്തും മുറുക്കിപ്പിടിച്ച് സുസ്മേരവദനയായി അങ്ങോട്ടുമിങ്ങോട്ടും ഉലാത്തിക്കൊണ്ടിരുന്നു.

''ലീലക്കുട്ട്യേമയ്ക്ക് സുഖാത്രെ. കത്ത് വന്നടക്കുണു.'' അവർ കുഞ്ഞാത്തുവിനോട് വിളിച്ചുപറഞ്ഞു.

''ഏത് ലീലക്കുട്ട്യേമ?'' കുഞ്ഞാത്തു ചോദിച്ചു.

''നൊമ്മടെ ലീലക്കുട്ട്യേമ. അമ്പാഴത്തേലെ ലീലക്കുട്ട്യേമ. പാലിശ്ശേരിക്ക് കല്യാണം കഴിച്ച് കൊടുത്തില്യേ? ആ ലീലക്കുട്ട്യേമ.'' പാറുക്കുട്ടി പുഞ്ചിരിതൂകിക്കൊണ്ട് പറഞ്ഞു.

ആ ആഴ്ചാവസാനത്തിൽ സരോജയ്ക്ക് തന്റെ അച്ഛന്റെ അമ്മാമന്റെ ഒരു നീണ്ട കത്ത് തപാലിൽ വന്നു. നാല് നേർത്ത നീലക്കടലാസ്സുകളിൽ ഇംഗ്ലിഷിൽ എഴുതിത്തീർത്ത ആ കത്ത് അവൾ അഭിമാനത്തോടെ എനിക്ക് കാണിച്ചുതന്നു.

''അമ്മാമന്മാർക്ക് കത്തെഴുതുവാൻ എനിക്ക് താല്പര്യമില്ല. വേണമെങ്കിൽ എനിക്ക് എന്റെ അമ്മയുടെ അമ്മാമന് കത്തെഴുതാം. അദ്ദേഹം ഒരു കവിയാണ്.'' ഞാൻ സരോജയോട് പറഞ്ഞു.

''കവിയായ ഒരു അമ്മാമൻ ഉള്ളപ്പോൾ നീ എന്തിനാണ് വിദേശികൾക്ക് കത്തുകൾ എഴുതുന്നത്? ഒരമ്മാമനുമായി കത്തുകുത്ത് നടത്തുന്നത് മാന്യമായ ഒരു പ്രവൃത്തിയാണല്ലൊ,'' സരോജ പറഞ്ഞു.

അമ്മാമൻ എഴുത്തിൽ വ്യാപൃതനായി ഉമ്മറത്തെ ചാരുകസേരയിൽ ഇരിക്കുന്നത് ഞാൻ ആ നിമിഷത്തിൽ ഓർത്തുപോയി.

''അദ്ദേഹത്തിന് കത്തെഴുതുവാൻ സമയം കിട്ടുകയില്ല. എല്ലായ്പ്പോഴും അദ്ദേഹം തന്റെ പുസ്തകങ്ങൾ എഴുതിക്കൊണ്ടേയിരിക്കും.'' ഞാൻ പറഞ്ഞു.

“നിന്റെ കത്തിന് മറുപടി അയയ്ക്കുമോ എന്ന് പരീക്ഷിക്കണം. മറുപടി അയച്ചില്ലെങ്കിൽ അദ്ദേഹത്തിന് നിന്നോട് യാതൊരു സ്നേഹവുമില്ല എന്ന് തീർച്ചപ്പെടുത്താം.” സരോജ പറഞ്ഞു.

അത്തരം ഒരു പരീക്ഷണം നടത്തുവാൻ എനിക്ക് ധൈര്യം വന്നില്ല. ഞാൻ ആരുടെയൊക്കെ സ്നേഹബോധത്താൽ സുരക്ഷിതയായി ജീവിക്കുന്നു, അവരുടെ സ്നേഹം യഥാർത്ഥത്തിൽ എനിക്കായി നീക്കിവെച്ചിട്ടില്ല എന്ന് ബോദ്ധ്യപ്പെടുമ്പോൾ ഞാൻ മാനസികമായി തകരുമെന്ന് എനിക്കുതോന്നി. നാലപ്പാട്ടെ അന്തരീക്ഷം ഇളംവെയിലിന്റെയും നിലാവിന്റെയും വാത്സല്യത്തിന്റെയും അന്തരീക്ഷമായി എനിക്ക് തോന്നാറുണ്ടായിരുന്നു. നാലപ്പാട്ടുവെച്ച് എനിക്ക് യാതൊരു മോഹഭംഗവും സംഭവിക്കുകയില്ല എന്ന് ഞാൻ വിശ്വസിച്ചു. അദൃശ്യങ്ങളായ മുറിവുകൾ ഉണങ്ങിക്കിട്ടുവാനായിരുന്നു ഞാൻ എല്ലാ വേനലിനും നാട്ടിലേക്ക് യാത്രചെയ്തത്. വാക്കുകളാലും നോട്ടങ്ങളാലും മറ്റുള്ളവർ ഏല്പിച്ച ക്ഷതങ്ങൾ നാലപ്പാട്ട് വടക്കേമുറിയിൽ അമ്മമ്മയോടൊപ്പം ഒരേ കിടക്കയിൽ കിടന്ന് ഉറങ്ങുമ്പോൾ എനിക്ക് വിസ്മരിക്കുവാൻ അനായാസേന കഴിഞ്ഞു. ഞരമ്പുകളാൽ അലംകൃതങ്ങളായ ആ കരങ്ങൾ എന്റെ കവിളുകൾ തടവി, എന്റെ മുടിയിഴകൾ കോതിയൊതുക്കി, കോരിക എടുത്ത് എനിക്കായി ചോറ് വിളമ്പുകയും ചെയ്തു.

ഒരുദിവസം ഫ്രാൻടിസെക് ആർണോസ്റ്റ് എനിക്ക് ഒരു സ്റ്റാമ്പ് ആൽബം തപാലിൽ അയച്ചുതന്നു. ഞാൻ കത്തെഴുതാത്തതിന്റെ കാരണം അയാൾ അന്വേഷിച്ചു.

അഭികാമ്യനായ ഒരു തൂലികാമിത്രത്തെ ഞാൻ തേടുകയാണെന്ന് എന്റെ ക്ലാസ്സിലെ സഹപാഠിനികൾ അറിഞ്ഞു. പെഗ്ഗി എന്ന ചട്ടക്കാരി പറഞ്ഞു, തന്റെ ബന്ധുവായ റോബിൻ കല്ക്കത്തയിൽ താമസിച്ചുതന്നെ എനിക്ക് കത്തുകളയയ്ക്കുവാൻ തയ്യാറാണെന്ന്.

“കല്ക്കത്തയിൽ താമസിക്കുന്ന ഒരാൾ എങ്ങനെ എന്റെ തൂലികാമിത്രമായിത്തീരും?” ഞാൻ ചോദിച്ചു.

“റോബിൻ ഒരിക്കലും നിന്നെ കാണുവാൻ വരില്ല. എല്ലാ ആഴ്ചയിലും നിനക്ക് ഓരോ കത്തയയ്ക്കും. നിങ്ങൾക്ക് അന്യോന്യം സമ്മാനങ്ങൾ കൈമാറാം. ഞാനാവാം നിങ്ങളുടെയിടയിലെ ദൂതൻ.” പെഗ്ഗി പറഞ്ഞു.

റോബിൻ ഏകദേശം ആറടി പൊക്കവും വെളുത്ത നിറവും തവിട്ടുനിറമുള്ള മുടിയും സംഗീതഭ്രമവും ഒക്കെയുള്ള ഒരു യുവാവാണെന്ന് പെഗ്ഗി എന്നോട് പറഞ്ഞു. അയാളെ തൂലികാമിത്രമായി ലഭിച്ചാൽ എനിക്ക് ആ വളരുന്ന ബന്ധത്തിൽനിന്ന് പല നേട്ടങ്ങളുമുണ്ടാവുമെന്ന് അവൾ എന്നെ ധരിപ്പിച്ചു.

"ക്രിസ്മസ്സിന്റെ തലേന്നാൾ ഞങ്ങൾ ഡാൻസ് ചെയ്യാറുണ്ട്. റോബിനെപ്പോലെ അഴകോടെ ഡാൻസ് ചെയ്യുന്ന മറ്റൊരു യുവാവും കല്ക്കത്തയിലില്ല. ഒരു ക്രിസ്മസ് ഈവ് സല്ക്കാരത്തിൽ വച്ച് അയാൾ വൈസ്രോയിയുടെ ഭാര്യയോടൊപ്പം ഡാൻസ് ചെയ്തു. മാവെ കേസി എന്നായിരുന്നു ആ പ്രഭ്വിയുടെ പേര്." പെഗ്ഗി പറഞ്ഞു.

"ഈ റോബിൻ എന്താണ് ചെയ്യുന്നത്? അയാൾ കോളേജിൽ പഠിക്കുകയാണോ?" ഞാൻ ചോദിച്ചു.

പെഗ്ഗി അവജ്ഞയോടെ പൊട്ടിച്ചിരിച്ചു.

"റോബിൻ വിദ്യാർത്ഥിയൊന്നുമല്ല. അയാൾക്ക് തീർച്ചയായും ഇരുപത്താറു വയസ്സ് പ്രായം കാണും. അയാൾ ന്യൂമാർക്കറ്റിന്റെ പിന്നിലുള്ള ഒരു റോട്ടിൽ ഒരു ഡാൻസിങ് സ്കൂൾ നടത്തുകയാണ്. സമൂഹത്തിന്റെ ഉന്നത നിലയിലുള്ള സ്ത്രീകളാണ് ഡാൻസ് പഠിക്കുവാൻ അവിടെ ചെല്ലാറുള്ളത്. വൈസ്രോയിയുടെ പത്നിയെയും റോബിൻതന്നെയാണ് ഡാൻസ് പഠിപ്പിച്ചതെന്ന് അയാൾ എന്നോട് രഹസ്യമായി പറഞ്ഞു. അയാൾ സമ്പന്നനാണ്. സ്വന്തമായി ഒരു എം.ജി. സ്പോർട്സ് ടൂറർ കാറുണ്ട്. ചിലപ്പോൾ അത് ഉപയോഗിക്കാതെ വെറുമൊരു മോട്ടോർ ബൈക്കിൽ ഹെൽമറ്റും തുകൽക്കുപ്പായവും ധരിച്ച് യാത്ര ചെയ്യുന്നതും കാണാം. റോബിന്റെ ഗേൾഫ്രണ്ടാവാൻ എനിക്ക് അറിയുന്ന പല പെൺകുട്ടികളും ആശിക്കുന്നുണ്ട്. പേരുകേട്ട സുന്ദരികൾ. നീ ചോദിച്ചാൽ ഞാൻ അവരുടെ പേരുകൾ വെളിപ്പെടുത്താം."

"അത്രയധികം പെൺകുട്ടികൾ അയാളെ തേടുന്നുവെങ്കിൽ അയാൾ എന്തിനാണ് എന്നെപ്പോലൊരു സാധാരണക്കാരിയുടെ തൂലികാമിത്രം ആവാമെന്ന് പറഞ്ഞത്?" ഞാൻ ചോദിച്ചു.

"അതാണ് എനിക്കും അത്ഭുതം സൃഷ്ടിക്കുന്നത്. ഈ കല്ക്കത്തയിൽ ജീവിക്കുന്ന ഏത് പെൺകുട്ടിയെയും ഗേൾഫ്രണ്ടായി കിട്ടുവാൻ പ്രയാസമില്ലാത്ത റോബിൻ എന്തുകൊണ്ട് എന്നെ നിർബന്ധിക്കുന്നു നിന്നെ അയാൾക്ക് പരിചയപ്പെടുത്താൻ? റോബിൻ ബാഹ്യസൗന്ദര്യത്തെക്കാൾ മാനിക്കുന്നത് ആന്തരസൗന്ദര്യത്തെയാണ്. അയാൾ വാസ്തവത്തിൽ ഒരു തത്ത്വജ്ഞാനിയാണ്. സ്വഭാവനൈർമ്മല്യത്തിന് അയാൾ വലിയ വില കല്പിക്കുന്നു. നമ്മുടെ ക്ലാസ്സിൽ പഠിക്കുന്ന എല്ലാ കുട്ടികളിലും വച്ച് നീയാണല്ലൊ ഒരു വെറും പാവം. ഞാൻ നിന്നെപ്പറ്റി അയാളോടു സംസാരിക്കാറുണ്ട്. അതുകൊണ്ടാവാം അയാൾക്കു നിനക്ക് കത്തെഴുതുവാൻ ആഗ്രഹം." പെഗ്ഗി എന്റെ മുഖത്തു നോക്കാൻ മിനക്കെടാതെ മുഖം തിരിച്ചുകൊണ്ട് പറഞ്ഞു.

"ശരി എനിക്ക് കത്തെഴുതുവാൻ പറയൂ. ആ കത്ത് എനിക്ക് ഇഷ്ടപ്പെട്ടാൽ ഞാൻ അതിന് മറുപടി എഴുതാം. ഇഷ്ടപ്പെട്ടില്ലെങ്കിൽ

പരിഭവമില്ലാതെ ഈ ബന്ധം അവസാനിപ്പിക്കുവാൻ അയാൾ തയ്യാറാവണം.'' ഞാൻ പറഞ്ഞു.

പെഗ്ഗി എന്റെ നേർക്ക് തിരിഞ്ഞ് എന്നെ ഗാഢമായി ആലിംഗനം ചെയ്തു.

''നീ എത്ര നല്ല കുട്ടിയാണ്, കമലാ.'' അവൾ കിതപ്പ് കലർന്ന സ്വരത്തിൽ പറഞ്ഞു. അവളുടെ വിയർപ്പിന് വെളുത്തുള്ളിയുടെയും സുർക്കയുടെയും ഒരു സമ്മിശ്രഗന്ധമുണ്ടായിരുന്നു. ഞാൻ അവളുടെ ആശ്ലേഷത്തിൽനിന്ന് മെല്ലെമെല്ലെ എന്റെ ശരീരത്തെ സ്വതന്ത്രമാക്കി. സ്കൂളിന്റെ ഗേറ്റിൽവച്ച് പിരിയുമ്പോൾ അവൾ ചിരിച്ചുകൊണ്ട് വിളിച്ചുപറഞ്ഞു:

''നിനക്ക് കത്ത് നാളെ രാവിലെ കിട്ടും. ഞാൻതന്നെ ആ കത്ത് സ്കൂളിൽ വരുമ്പോൾ നിന്നെ ഏല്പിക്കാം.''

റോബിൻ എന്ന് പേരുള്ള ആംഗ്ലോ ഇന്ത്യൻ യുവാവുമായി കത്തുകളിലൂടെ ഒരയഞ്ഞ ബന്ധം സ്ഥാപിക്കുവാൻ ഞാൻ തയ്യാറായി. ഒരിക്കലും അയാളെ നേരിട്ടു കാണുവാൻ ഞാൻ ആഗ്രഹിച്ചില്ല. തൂലികാമൈത്രിയിൽ മാത്രമേ എനിക്ക് താല്പര്യമുണ്ടായിരുന്നുള്ളു. റോബിൻ എഴുതിയ കത്ത് ഒരു നീല ലക്കോട്ടിലാക്കി പശവച്ച് പെഗ്ഗി എനിക്ക് സമ്മാനിച്ചു. ഞാൻ അത് പുസ്തകസ്സഞ്ചിയിൽ ഒളിപ്പിച്ചു. വൈകുന്നേരം വീട്ടിൽ ചെന്നെത്തിയതിനുശേഷം എന്റെ കിടപ്പുമുറിയിൽ വച്ചാണ് ഞാൻ ആ കത്ത് തുറന്നത്. ഇളം റോസ് വർണ്ണത്തിലുള്ള ആ കത്തു കടലാസ്സിന് രൂക്ഷമായ ഒരു സെന്റിന്റെ മണമുണ്ടായിരുന്നു. ആ കത്തിന്റെ വർണ്ണവും ഗന്ധവും എന്നെ അലോസരപ്പെടുത്തി. കത്തിൽ കണ്ട കൈപ്പടയും തരംതാഴ്ന്നതായി എനിക്കുതോന്നി.

എന്റെ ഡാർളിങ് കമലാ ഞാൻ എന്നും എന്നും നിന്റെ സ്നേഹിതനാവാൻ തയ്യാറാണ് എന്നും എന്നും ഞാൻ നിന്നെ സ്നേഹിക്കാം.

റോബിൻ.

രണ്ടു വാചകങ്ങൾ മാത്രമുള്ള ആ സന്ദേശം എന്നെ നീരസപ്പെടുത്തി. ഒരു തൂലികാമിത്രം ആദ്യത്തെ പരിചയപ്പെടലിൽത്തന്നെ തന്റെ സ്നേഹത്തെപ്പറ്റി പറയുന്നത് തെറ്റാണെന്ന് എനിക്കുതോന്നി. ഒരിക്കലും കണ്ടിട്ടില്ലാത്ത ഒരു പെൺകുട്ടിക്ക് ഏത് കോമാളിയാണ് അത്തരം ഒരു കത്തെഴുതുക? കൈപ്പട കണ്ടാൽത്തന്നെ ആർക്കും മനസ്സിലാക്കാം എഴുതിയവൻ വിദ്യാഭ്യാസമില്ലാത്തവനെന്ന്. ഞാൻ അപമാനബോധത്തോടെ, കനത്ത നൈരാശ്യത്തോടെ ആ കത്ത് വലിച്ചു കീറിക്കളഞ്ഞു. ആ കത്ത് എഴുതിയ മനുഷ്യനുമായി യാതൊരു ബന്ധവും സ്ഥാപിക്കുവാൻ ഞാൻ തയ്യാറായില്ല.

പിറ്റേദിവസം ക്ലാസ്സിൽ എത്തിയപ്പോൾ ഒരു കുസൃതിച്ചിരിയോടെ പെഗ്ഗി എന്നെ സമീപിച്ചു.

“കമലാ മറുപടി കൊണ്ടുവന്നിട്ടില്ലേ?” അവൾ എന്നോട് ചോദിച്ചു.

“ഇല്ല, എനിക്ക് നിന്റെ ബന്ധു റോബിനെ തീരെ വേണ്ട. എനിക്ക് പറ്റിയ ഒരു തൂലികാമിത്രമല്ല ആ മനുഷ്യൻ.” ഞാൻ പറഞ്ഞു.

“നീ അയാളെ കണ്ടിട്ടില്ല. അതുകൊണ്ടാണ് നീ അയാളെ തള്ളിപ്പറയുന്നത്. അയാൾ സുന്ദരനാണ്. ഒരു രാജകുമാരനെപ്പോലെ ഡാൻസ് ചെയ്യും. വൈസ്രോയിയുടെ...”

“അതെ അതെ. വൈസ്രോയിയുടെ പത്നിയെ അയാളാണ് ഡാൻസ് പഠിപ്പിച്ചത്. ഞാൻ നീ പറഞ്ഞതൊന്നും മറന്നിട്ടില്ല. എനിക്ക് റോബിൻ എന്ന ഡാൻസറെ എന്റെ തൂലികാമിത്രമായി ആവശ്യമില്ല.” ഞാൻ പറഞ്ഞു.

“നീ അത്രകണ്ട് ദുരഭിമാനിയാവേണ്ടതില്ല. ഒരിക്കൽ നീ അയാളെ തള്ളിപ്പറഞ്ഞതിന് പശ്ചാത്തപിക്കും. നീ വെറുമൊരു സാധാരണക്കാരി. റോബിനെ അന്വേഷിച്ച് ഈ കല്ക്കത്തയിലെ സുന്ദരികൾ മുഴുവനും വീട്ടിലെത്താറുണ്ട്. അത് നിനക്കറിയുമോ?” പെഗ്ഗി ഉദ്വേഗത്തോടെ ചോദിച്ചു.

“ഞാൻ സാധാരണക്കാരി. പിന്നെ ഈ മനുഷ്യൻ എന്തിനാണ് എന്റെ പിന്നിൽ കൂടിയിരിക്കുന്നത്?” ഞാൻ ദേഷ്യത്തോടെ ചോദിച്ചു.

“നിന്റെ സൗന്ദര്യമോ സൗശീല്യമോ കണ്ടിട്ടല്ല, തീർച്ച. നിന്റെ അച്ഛന്റെ കമ്പനിയിൽ ഒരു ജോലി കിട്ടുവാൻ ഒരു ശ്രമം നടത്തിയതാണ്. നിന്നെ സ്നേഹിക്കുവാൻ റോബിൻ അത്രകണ്ട് ബുദ്ധിഹീനനാണോ?” പെശറശി തന്റെ മുഖം വികൃതമാക്കിക്കൊണ്ട് ചോദിച്ചു.

നാല്പത്തിയെട്ട്

ആകാശം പുതിയ വെള്ളിത്തകിടുപോലെ തിളങ്ങുന്ന ഒരു മദ്ധ്യാഹ്നത്തിലാണ് ആദ്യമായി തന്റെ കരടിയെയുംകൊണ്ട് ലക്ഷ്മൺ ഞങ്ങളുടെ വീട്ടിൽ വന്നെത്തിയത്. തോട്ടിക്കും വില്പനക്കാർക്കും ഉപയോഗിക്കുവാൻ ഉണ്ടാക്കിയതും വീടിന്റെ പാർശ്വവർത്തിയുമായ ഇടവഴിയിൽക്കൂടിയാണ് അവർ രണ്ടുപേരും ഞങ്ങളുടെ അടുക്കളമുറ്റത്തു നടന്ന് എത്തിയത്. ഭിക്ഷക്കാരെയും ഗോസായിമാരെയും കാണുമ്പോൾ ഞങ്ങൾ അത്ഭുതപ്പെടാറില്ല. പക്ഷേ, കരടിയെയും വലിച്ചുകൊണ്ട് മറ്റൊരു കൈയിൽ ചെണ്ടയും പേറി തലയിൽ പച്ചനിറമുള്ള തലേക്കെട്ടും ധരിച്ച് പ്രത്യക്ഷപ്പെട്ട ലക്ഷ്മൺ ഞങ്ങൾക്ക് അമ്പരപ്പ് ഉണ്ടാക്കി.

“എന്ത് വിചാരിച്ചാണ് നിങ്ങൾ ഒരു കരടിയെ വീട്ടുമുറ്റത്തേക്ക് വലിച്ചുകൊണ്ടു വന്നത്? ഇത് കാഴ്ചബംഗ്ലാവാണെന്ന് കരുതിയോ?

യജമാനൻ ഉണർന്നുവന്നാൽ നിന്നെ ചവുട്ടിപ്പുറത്താക്കും.'' നാരായണൻനായർ കൈയിലുള്ള മാതൃഭൂമിപത്രം നിലത്തുവെച്ച് പെട്ടെന്ന് എഴുന്നേറ്റുകൊണ്ട് വിളിച്ചുപറഞ്ഞു.

''ദാഹം സഹിക്കുന്നില്ല. കുറച്ച് വെള്ളം തരണം.'' ആഗതൻ പറഞ്ഞു. ആ സ്വരത്തിന്റെ കാർക്കശ്യവും നിയന്ത്രണമില്ലായ്മയും കാട്ടുജന്തുക്കളുടെ രോദനത്തെയാണ് അനുസ്മരിപ്പിച്ചത്.

''ഒരു നിമിഷംപോലും ഇവിടെ തങ്ങരുത്. യജമാനൻ ഉറക്കമുണർന്ന് താഴത്തേക്ക് വരാറായി. കരടിയെ സല്ക്കരിച്ച് ഇരുത്തിയതിന് ഞങ്ങളെയും അദ്ദേഹം ചവുട്ടിപ്പുറത്താക്കും.'' നാരായണൻനായർ പറഞ്ഞു.

നാരായണൻനായർ ഹിന്ദിയിലാണ് ആഗതനോട് സംസാരിച്ചത്. എന്നിട്ടും കരടിയുടെ കൂട്ടുകാരൻ ആ വാക്കുകൾ ഗൗനിക്കാതെ സിമന്റിട്ട നിലത്ത് ഇരുന്നു. പിന്നീട് പച്ച തലേക്കെട്ട് മെല്ലെ ഊരിയെടുത്ത് തന്റെ സമീപത്ത് ജാഗ്രതയോടെ നിക്ഷേപിച്ചു. അയാൾ മൈത്രീഭാവത്തോടെ ചുറ്റും കണ്ണോടിച്ചു. കരടി മുറ്റത്തെ വെയിലിൽത്തന്നെ നിന്നുകൊണ്ട് നിർവികാരനായി ഞങ്ങളെ നോക്കിക്കൊണ്ടിരുന്നു.

ചെറിയ റെയിൽവേ പ്ലാറ്റ്ഫോറങ്ങളിൽ സാധാരണ ആരോ മറന്ന് ഇട്ടുപോയ മുഷിഞ്ഞ കരിമ്പടക്കെട്ടുപോലെയായിരുന്നു ആ കരടി. അതിന്റെ കഴുത്തിൽ പല വർണ്ണങ്ങളുള്ള തുണിക്കഷണങ്ങൾ തുന്നിപ്പിടിപ്പിച്ച ഒരു നാട ആരോ കെട്ടിയിരുന്നു. മൂക്കിൽ ലോഹംകൊണ്ട് നിർമ്മിച്ച ഒരു വളയം ഉണ്ടായിരുന്നു. ഉണങ്ങിയ ഇലകളും വൈക്കോലും ചാണകവരടികളും അതിന്റെ ശരീരത്തിൽ അവിടെയവിടെയായി പറ്റിപ്പിടിച്ചിരുന്നു. ഇടയ്ക്കിടയ്ക്ക് അത് തൊണ്ട അനക്കുന്നുമുണ്ടായിരുന്നു. അതു ഞങ്ങളോട് എന്തോ പറയുവാൻ ആഗ്രഹിക്കുന്നുവെന്ന് എനിക്കു തോന്നി.

''കരടി എന്താണ് പറയുന്നത്?'' ഞാൻ ചോദിച്ചു.

''കരടിക്ക് ദാഹമുണ്ട്. ഞങ്ങൾ രണ്ടുപേരും ചുട്ടുപഴുത്ത നിരത്തിലൂടെയാണ് രാവിലെമുതൽ സഞ്ചരിച്ചത്. കുറച്ച് വെള്ളം തരിക.'' ആഗതൻ എന്നോട് പറഞ്ഞു.

''ആരാണ് നിങ്ങൾക്ക് ഇവിടെ കയറി ഇരിക്കുവാൻ സമ്മതം തന്നത്?'' കുഞ്ഞാത്തു അയാളോട് ചോദിച്ചു.

''ഞാൻ കള്ളനൊ കവർച്ചക്കാരനൊ അല്ല. എന്റെ പേര് ലക്ഷ്മൺ എന്നാണ്. ഗോറഖ്പൂരിൽനിന്ന് പുറപ്പെട്ട് കാശി, ഗയ, പുരി മുതലായ സ്ഥലങ്ങളിൽ സഞ്ചരിച്ച് ഇന്നലെ കല്ക്കത്തയിൽ എത്തിയതാണ്. ഇവൻ എന്റെ വളർത്തുകരടിയാണ്. മനുഷ്യരെ സലാം വെക്കുവാൻ അവന്ന് അറിയാം. ഞാൻ ചെണ്ടകൊട്ടുമ്പോൾ അവർ

രണ്ടു കാലിൽ മനുഷ്യരെപ്പോലെ നടക്കും. ഇവനെ ക്ഷേത്രങ്ങളിൽ മേളകൾക്കായി കൊണ്ടു നടന്നാണ് ഞാൻ എന്റെ ഉപജീവനത്തിന് പണം സമ്പാദിക്കുന്നത്. ആദ്യം കുറച്ച് വെള്ളം തരൂ. പിന്നീട് ഞാൻ കരടിയെക്കൊണ്ട് നൃത്തം ചെയ്യിക്കാം.'' അയാൾ പറഞ്ഞു.

''കുട്ട്യേ, അയാൾക്ക് വെള്ളം വേണംന്നല്ലേ പറേണ്? ഞാൻ കൊറച്ച് വെള്ളം കൊടുക്കട്ടേ?'' പാറുക്കുട്ടി എന്നോട് ചോദിച്ചു.

ഞാൻ തലകുലുക്കി.

''വെള്ളം കിട്ടുമ്പോ പറയും കൊറച്ച് ചോറും കൂട്ടാനും വേണംന്ന്. ഇവറ്റയെയൊന്നും വിശ്വസിച്ചൂട.'' കുഞ്ഞാത്തു പിറുപിറുത്തു.

പാറുക്കുട്ടി ഒരു ടിന്നിൽ തണുത്ത വെള്ളം കൊണ്ടുവന്ന് ആഗതന് നീട്ടി. അയാൾ കണ്ണടച്ചുകൊണ്ട് പകുതിയും കുടിച്ചുതീർത്തു. എന്നിട്ട് ബാക്കി കരടിക്ക് കൊടുത്തു. കരടി വെള്ളം കുടിക്കുമ്പോൾ സംതൃപ്തികൊണ്ടോ എന്തോ വെറുതെ മുരണ്ടു.

''ഒരുദിവസം നിങ്ങൾക്ക് എത്ര പൈസ കിട്ടും?'' നാരായണൻ നായർ ചോദിച്ചു.

ലക്ഷ്മൺ ചിരിച്ചു. അയാൾക്ക് വായിൽ മുൻവശത്ത് പല്ലുകൾ നഷ്ടപ്പെട്ടുകഴിഞ്ഞിരുന്നു. പക്ഷേ, മുടി കറുത്ത് കാണപ്പെട്ടു.

''നിങ്ങൾക്ക് എത്ര വയസ്സായി?'' ഞാൻ ചോദിച്ചു.

അയാൾ വീണ്ടും പുഞ്ചിരി തൂകി: ''കൊടുങ്കാറ്റിന്റെ പിറ്റേ ദിവസമാണ് എന്നെ പ്രസവിച്ചത് എന്ന് അമ്മ പറഞ്ഞിരുന്നു. ഭയംകൊണ്ടാണ് ദിവസം തികയാതെ പ്രസവിച്ചത് എന്ന് അവർ പറഞ്ഞു. അതു കഴിഞ്ഞിട്ട് എത്രയോ അധികം വർഷങ്ങളായി.''

''നിങ്ങൾക്ക് ഉത്സവകാലത്ത് എത്ര പൈസ കിട്ടും?'' നാരായണൻനായർ ചോദിച്ചു.

''ഉത്സവകാലത്ത് ദിവസേന പത്തോ പതിനഞ്ചോ രൂപ എനിക്ക് കിട്ടാറുണ്ട്. ഞാൻ നിങ്ങൾക്കു വേണ്ടി ചെണ്ടകൊട്ടി കരടിയെ നൃത്തം ചെയ്യിക്കണോ?'' ലക്ഷ്മൺ ചോദിച്ചു.

''വേണം.'' ഞാൻ പറഞ്ഞു.

''അതൊന്നും ഇപ്പോൾ വേണ്ട. യജമാനൻ ഓഫീസിൽ പോയിട്ട് മതി. ശബ്ദമുണ്ടാക്കാതെ കുറച്ചുനേരം ഇരിക്കണം.'' നാരായണൻ നായർ പറഞ്ഞു.

''ഈ കരടിയുടെ പേര് എന്താണ്?'' ഞാൻ ചോദിച്ചു.

''ഇവന്റെ പേര് കേദാർനാഥ് എന്നാണ്. ഞാനും വീട്ടുകാരിയും ഇവനെ ബോലാ എന്ന് വിളിക്കും. ശുദ്ധഗതിക്കാരനാണ് ഇവൻ. താൻ ഒരു മൃഗമാണെന്നുകൂടി ഇവൻ ഓർമ്മിക്കുന്നില്ല. എന്റെ കുട്ടികൾ ഇവന്റെ പുറത്ത് സവാരി ചെയ്യാറുണ്ട്.'' ലക്ഷ്മൺ പറഞ്ഞു.

കരടി ചെറിയ ചുവടുകൾ വെച്ച് ഒരു വൃത്തത്തിൽ നടന്നു. അത് തൊണ്ട അനക്കുന്നുണ്ടായിരുന്നു.

“നോക്ക്വോ കുട്ട്യേ, അത് കയ്യൊട്ടിക്കളിയ്ക്കണ്! ചവുട്ടിത്തിരിയണത് കണ്ടാ മനിഷ്യനാന്നേ തോന്നൂ.” പാറുക്കുട്ടി പറഞ്ഞു.

“അവന് കുറച്ച് പാലും പഴവും തേനും അവിലും കൊടുത്താൽ അവൻ പല കളികളും ഇവിടെ കാണിച്ചുതരും. അവന് ഭയങ്കര വിശപ്പുണ്ട്. ഇന്നലെ ഉച്ചയ്ക്ക് കുറച്ച് അവിലും ശർക്കരയും തിന്നതാണ്. പിന്നെ ഒന്നും കിട്ടിയിട്ടില്ല,” ലക്ഷ്മൺ പറഞ്ഞു.

“കുറച്ച് അവിലും പാലും കൊണ്ടുവരൂ.” ഞാൻ പാറുക്കുട്ടിയോട് ആജ്ഞാപിച്ചു.

“പാലെടുത്താൽ രാത്രി ആർക്കും ഓവൽടിൻ കുടിക്കാൻ കിട്ടില്ല.” നാരായണൻനായർ നീരസത്തോടെ പ്രസ്താവിച്ചു.

“ഇന്ന് ആരും ഓവൽടിൻ കുടിക്കണ്ട.” ഞാൻ പറഞ്ഞു.

ഞാൻ ഒരു കടലാസിൽ അവിൽ, റൊട്ടിക്കഷണം, പഴം മുതലായവ കൊണ്ടുവന്ന് കരടിക്കായി നിലത്തുവെച്ചു. ലക്ഷ്മൺ അനുവാദം കൊടുത്തപ്പോൾ മാത്രമേ കരടി ആ ഭക്ഷണം തിന്നുതുടങ്ങിയുള്ളു.

“ഈ കരടിക്ക് എത്ര വയസ്സായി?” കുഞ്ഞാത്തു ചോദിച്ചു.

“ഇതിന് നാലൊ അഞ്ചൊ വയസ്സ് പ്രായമുണ്ട്. ഞാൻ ഒരു കാട്ടിൽ നിന്ന് പിടിച്ചതാണ്. അന്ന് ഇവന് ഒരു പൂച്ചയുടെ വലിപ്പം മാത്രമേ ഉണ്ടായിരുന്നുള്ളു.” ലക്ഷ്മൺ പൊട്ടിച്ചിരിച്ചുകൊണ്ട് പറഞ്ഞു.

“കുട്ട്യേ ഒരു കാര്യം ചോയിച്ചുനോക്ക്വോ? ഈ കരടി അപ്പി ഇട്വോ? മനുഷ്യക്കുട്ട്യോളെപ്പോലെ ഈ കരടീം അപ്പി ഇട്വോ?” പാറുക്കുട്ടി ചോദിച്ചു.

“നിങ്ങക്ക് എന്തിന്റെ സൂക്കടാ?” നാരായണൻനായർ പാറുക്കുട്ടിയോട് ചോദിച്ചു.

കുഞ്ഞാത്തു ഉച്ചത്തിൽ പൊട്ടിച്ചിരിച്ചു.

“അപ്പി ഇടാത്തോര് ഈ ഭൂമില് ഉണ്ടാവില്യ. ആ ചോദ്യത്തിന് ഉത്തരം ഈ ചെങ്ങായി പറഞ്ഞ് തരണ്ട.”

“അപ്പി ഇടാത്തോര് ഈ ഭൂമില്ണ്ട് കുഞ്ഞാത്തുമാപ്പളേ. ഈശ്വൊരമ്മാര് അപ്പിടില്യലൊ. ഭഗോതി അപ്പിടില്യലൊ. ഗുരുവായൂരപ്പൻ അപ്പി ഇടില്യ. അതേ ഞാൻ പറഞ്ഞ് അപ്പി ഇടാത്തോരും ഈ ഭൂമീല് കാണുംന്ന്.” പാറുക്കുട്ടി ഉറച്ച സ്വരത്തിൽ പ്രസ്താവിച്ചു.

“നിങ്ങക്ക് എന്തിന്റെ സൂക്കടാ?” നാരായണൻനായർ ചോദിച്ചു.

“മലയാളത്തിലുള്ള സംഭാഷണം ശ്രദ്ധിച്ചെന്നപോലെ ലക്ഷ്മൺ പൊട്ടിച്ചിരിച്ചു.

“നിങ്ങൾ മദ്രാസികളാണോ?” അയാൾ ചോദിച്ചു.

“ഞങ്ങൾ മദ്രാസികളല്ല. ഞങ്ങൾ മലയാളികളാണ്. വൃത്തിയും വെടിപ്പുമുള്ള ശുദ്ധമലയാളികൾ.” നാരായണൻനായർ പറഞ്ഞു.

“കുട്ട്യേ, കരടീടെ പേരെന്താന്ന് ചോയിയ്ക്ക്യോ.” പാറുക്കുട്ടി പറഞ്ഞു.

“കരടിയുടെ പേര് ഇവർക്ക് അറിയണം എന്ന് ആഗ്രഹമുണ്ട്.” ഞാൻ ലക്ഷ്മൺനോട് പറഞ്ഞു. അയാൾ പാറുക്കുട്ടിയുടെ നേർക്ക് നോക്കി പുഞ്ചിരി തൂകി.

“ഞാൻ പറഞ്ഞുവല്ലോ–കേദാർനാഥ്. ആ വർഷം ഞാനും അച്ഛനുംകൂടി കേദാർനാഥിലും കൈലാസിലും പോയിരുന്നു. അതുകൊണ്ടാവാം അന്ന് ഈ പേര് അവന് കൊടുത്തത്.” ലക്ഷ്മൺ പറഞ്ഞു.

“കരടിയുടെ പേര് കേദാർനാഥ് എന്നാണ്.” ഞാൻ പാറുക്കുട്ടിയോട് പറഞ്ഞു.

കരടി ഭക്ഷണം തിന്നതിനുശേഷം നനഞ്ഞ കടലാസും സാവധാനത്തിൽ തിന്നുതുടങ്ങി. മൂക്കിൽ തൂക്കിയ വളയം ഭക്ഷണവേളയിൽ ബുദ്ധി മുട്ടുകൾ സൃഷ്ടിച്ചു.

“അപ്പൊ ആണാണ് അല്ലേ? ആൺകരടി. അയിന് ഒരു പെൺകരടിയെ കിട്ടണംന്ന് ആശ ഉണ്ടാവില്യേ? കരടിയോളെ കല്യാണം കഴിപ്പിക്ക്യോന്ന് ചോയിച്ച് നോക്ക്വോ.” പാറുക്കുട്ടി പറഞ്ഞു.

“ആൺകരടിക്ക് ഒരു പെൺകരടിയെ വേണമെന്ന് തോന്നില്ലേ?” ഞാൻ ലക്ഷ്മൺനോട് ചോദിച്ചു.

“ഇല്ല. അവൻ നാളിതുവരെ മറ്റൊരു കരടിയെ കണ്ടിട്ടില്ല. പെൺകരടിയെ കണ്ടാൽ ആശിക്കുമായിരിക്കും. അവൻ ഈ ജന്മം ഒരു പെൺകരടിയെ കാണുമെന്ന് എനിക്ക് തോന്നുന്നില്ല.” ലക്ഷ്മൺ പറഞ്ഞു.

കരടി പീളകെട്ടിയ കണ്ണുകളാൽ എന്റെ നേർക്ക് നോക്കി.

“ഇനിയും ഭക്ഷണം കിട്ടുമെന്ന് അവൻ ആശിക്കുന്നു,” ലക്ഷ്മൺ എന്നോട് പറഞ്ഞു.

“ഇനി ഇവിടെ യാതൊന്നും ബാക്കി ഇരിക്കുന്നില്ല. വേഗം കരടിയെയുംകൊണ്ട് സ്ഥലംവിടണം.” കുഞ്ഞാത്തു പറഞ്ഞു.

“കരടിക്ക് ഇനി ഒന്നും കൊടുക്കേണ്ട. എനിക്കോ? ഞാൻ ഒരു മനുഷ്യനല്ലേ? ഞാനും ഇന്ന് യാതൊന്നും ഭക്ഷിച്ചിട്ടില്ല. എനിക്ക് ഒരു റൊട്ടിയും കുറച്ച് അച്ചാറും തരണം. തലക്കറക്കം കാരണം എഴുന്നേറ്റു നില്ക്കാൻ സാധിക്കുന്നില്ല. കുറച്ച് മോര് കുടിക്കുവാൻ തരുമോ?” ലക്ഷ്മൺ നാരായണൻനായരോട് ചോദിച്ചു.

“എന്തിനാണ് മോര് ആവശ്യപ്പെടുന്നത്? കട്ടത്തയിര്തന്നെ ആവശ്യപ്പെടാമായിരുന്നില്ലേ? ഇത് ഒരു ഹോട്ടലാണെന്ന് വിചാരിച്ചുവോ?” കുഞ്ഞാത്തു ചോദിച്ചു.

“ചാച്ചാ കോപിക്കരുത്. ഹോട്ടൽ അല്ല എന്ന് മനസ്സിലായതുകൊണ്ടാണ് ഞങ്ങൾ ഇവിടെ വന്നുകയറിയത്. ഹോട്ടലിൽ കൊടു

ക്കുവാനുള്ള പണമൊന്നും എന്റെ കൈവശമില്ല.'' ലക്ഷ്മൺ കുഞ്ഞാത്തുവിനോടു പറഞ്ഞു.

''കുറച്ച് ചോറും സാമ്പാറും ഈ മനുഷ്യന് കൊടുക്കണം. അയാൾക്ക് വിശപ്പു മാറട്ടെ.'' ഞാൻ പറഞ്ഞു.

''തെണ്ടാൻ നടക്കണോർക്ക് ഞാൻ ചോറ് ഏതു പാത്രത്തിലാ കൊടുക്കാ?'' നാരായണൻനായർ മുരണ്ടു.

''ഒരു കടലാസില് പൊതിഞ്ഞ് കൊടുത്തോളൊ. വേഗം സ്ഥലം വിടട്ടെ.'' കുഞ്ഞാത്തു പറഞ്ഞു.

ചോറും സാമ്പാറും പയറിന്റെ മെഴുക്കുപുരട്ടിയും പപ്പടവും ഒരു കടലാസിൽ പൊതിഞ്ഞ് പാറുക്കുട്ടി ലക്ഷ്മൺന്റെ കൈയിൽ വച്ചുകൊടുത്തു. അയാൾ പാറുക്കുട്ടിയുടെ തലയ്ക്കുമീതെ രണ്ടു കൈത്തലങ്ങളും പൊക്കിപ്പിടിച്ച് അനുഗ്രഹാശംസകൾ നേർന്നു.

''ഈ ചെങ്ങായിക്ക് സംസ്കൃതോം വെശണ്ടോ?'' നാരായണൻ നായർ ചോദിച്ചു.

''ഇനി ഒരുനിമിഷം ഇവിടെ നില്ക്കാൻ പാടില്ല. യജമാനൻ എങ്ങാൻ അടുക്കളമുറ്റത്തേക്ക് വന്നുനോക്കിയാൽ നിങ്ങളെ സല്ക്കരിച്ചതിന് ഞങ്ങളെയും ചവിട്ടിപ്പുറത്താക്കും.'' കുഞ്ഞാത്തു പറഞ്ഞു.

ലക്ഷ്മൺ തന്റെ നെറ്റി ചുളിച്ച് ചുറ്റുപാടും കണ്ണോടിച്ചു.

''നിങ്ങളുടെ യജമാനന് കരടികളോട് എന്താണിത്ര വിരോധം?'' ലക്ഷ്മൺ ചോദിച്ചു. അയാളുടെ ചോദ്യത്തിന് ആരും ഉത്തരം പറഞ്ഞതുമില്ല.

''ഈ കരടിയെ വെല്ലാണ്ടെ ചുരടിയ്ക്കുണ്ണൂന്ന് പറയോ് കുട്ട്യേ.'' പാറുക്കുട്ടി തന്റെ മൂക്ക് മുറുക്കിപ്പിടിച്ചുകൊണ്ട് പറഞ്ഞു. മലയാളത്തിലാണ് പാറുക്കുട്ടി സംസാരിച്ചത്. പക്ഷേ, അവരുടെ മുഖഭാവം കണ്ടിട്ടാവാം ലക്ഷ്മൺ ഒരു വല്ലായ്മയോടെ എഴുന്നേറ്റു. അയാൾ തലേക്കെട്ട് ശിരസ്സിൽ നിക്ഷേപിച്ച് കരടിയെയും വലിച്ച് നടക്കാൻ തുടങ്ങിയപ്പോൾ ഞാൻ പറഞ്ഞു:

''ഇത്ര വേഗത്തിൽ പോവരുത്. കരടിയുടെ നൃത്തം എനിക്ക് കാണണം.''

''ഈ കരടിയെ ഒന്ന് കുളിപ്പിച്ചുകൂടെ? ഇവിടെ ചെടികൾ നനയ്ക്കുവാൻ ഉപയോഗിക്കുന്ന നീണ്ട റബ്ബർക്കുഴൽ ഉണ്ട്. അത് ഉപയോഗിച്ച് അവനെ കുളിപ്പിക്കുക.'' നാരായണൻനായർ പറഞ്ഞു.

''അവന് കുളി ഇഷ്ടപ്പെടുകയില്ല.'' ലക്ഷ്മൺ പറഞ്ഞു.

''കേദാർനാഥ്, നിനക്ക് സ്നാനം വേണോ? സ്നാനം ചെയ്ത് സുന്ദരനാവണോ?'' ലക്ഷ്മൺ കരടിയോട് ചോദിച്ചു.

കരടി മുരണ്ടു.

''കുളി അവന് തീരെ ഇഷ്ടപ്പെടില്ല,'' ലക്ഷ്മൺ അഭിപ്രായപ്പെട്ടു.

“കരടിക്ക് അയിന്റെ തീട്ടത്തിന്റെ നാറ്റാ. ചകിരിയോണ്ട് അമർത്തി ത്തേപ്പിച്ചാ നാറ്റം പൂവുംന്ന് പറയ്യോ കുട്ട്യേ.” പാറുക്കുട്ടി എന്നോട് പറഞ്ഞു.

“ഇപ്പോൾ ഏതായാലും കുളിപ്പിക്കണ്ട. യജമാനൻ വരാറായി.” നാരായണൻനായർ പറഞ്ഞു.

“ചായ കുടിച്ചിട്ട് നൂപ്പര് ആപ്പീസില് പൂവുമ്പൊ നമ്മക്ക് കരടിയെ കുളിപ്പിക്കാം. ഇപ്പൊ ഇങ്ങനെ ഒരു സാധനം ഇബടെ ഉണ്ട്ന്ന് നൂപ്പര് അറിയണ്ട.” പാറുക്കുട്ടി പറഞ്ഞു.

“ ആ കരടിയെ പൊറത്ത് കക്കൂസിന്റെ പിന്നാമ്പറത്ത് കെട്ടണം. ഏമാൻ ആപ്പീസില് പോയിക്കഴിഞ്ഞാ അയിനെ പൊറത്തിയ്ക്ക് കൊണ്ട്രാം.” കുഞ്ഞാത്തു പറഞ്ഞു.

പാറുക്കുട്ടി ആഹ്ലാദഭരിതയായി എന്നെ വന്ന് ആശ്ലേഷിച്ചു. അവരുടെ ചലനങ്ങൾ ഉറ്റുനോക്കിക്കൊണ്ട് കരടി തലകുലുക്കു കയും നിലത്ത് ചെറുചുവടുകൾ വയ്ക്കുകയും ചെയ്തു. ലക്ഷ്മൺ തന്റെ ചെണ്ടമേൽ സാവധാനത്തിൽ കൊട്ടി.

“അയ്യോ... ഇപ്പൊ ഏമാൻ ഒണർന്ന് വരൂലൊ.” കുഞ്ഞാത്തു വിളിച്ചു പറഞ്ഞു.

“നിർത്തൂ.” നാരായണൻനായർ ഹിന്ദിയിൽ കല്പിച്ചു.

“നല്ല കളി കളിപ്പിച്ചാൽ നിനക്ക് കൈനിറയെ രൂപതരും. ഈ കുട്ടിയുടെ അനുജത്തി മുകളിൽക്കിടന്ന് ഉറങ്ങുന്നുണ്ട്. ആ കുട്ടിക്ക് കരടിയുടെ കളി ഇഷ്ടപ്പെടും.” കുഞ്ഞാത്തു പറഞ്ഞു.

“എനിക്ക് ഒരു ഗ്ലാസ്സ് ചായയും രണ്ട് റൊട്ടിയും തരണം. വിശ ന്നിട്ട് വയ്യാതായി. കരടിയെ കളിപ്പിക്കാനുള്ള ശക്തി എനിക്ക് ഇല്ല.” ലക്ഷ്മൺ എന്നോട് പറഞ്ഞു.

“ഇപ്പോൾ നിനക്ക് തന്ന ചോറിന്റെ പൊതി കൈവശമുണ്ടല്ലോ! പിന്നെ ചായ ആവശ്യപ്പെടുന്നത് എന്തിനാണ്?” നാരായണൻനായർ ചോദിച്ചു.

“ചോറിൻപൊതി വഴിമദ്ധ്യേ അഴിക്കും. ഇപ്പോൾ തിന്നുവാൻ രണ്ടു റൊട്ടി തന്നാൽ മതി.” ലക്ഷ്മൺ പറഞ്ഞു.

ഞാൻ അടുക്കളയിൽ കയറി രണ്ടു പഴം, ഒരു റൊട്ടി, രണ്ട് തക്കാളി, ഒരു മധുരനാരങ്ങ മുതലായ വസ്തുക്കൾ അയാൾക്ക് കൊണ്ടുവന്നു കൊടുത്തു. അയാൾ ആർത്തിയോടെ ഭക്ഷണം കഴിച്ചു. തക്കാളി കരടി തിന്നു. തിന്നുമ്പോഴും അവൻ പാറുക്കു ട്ടിയെത്തന്നെ ഉറ്റുനോക്കി.

“പാറുക്കുട്ടിയെ നോക്കിക്കൊണ്ടാണ് കരടി തിന്നുന്നത്.” ഞാൻ പറഞ്ഞു.

“ഇങ്ങളെ കരടിക്ക് പിടിച്ചൂന്നാ തോന്നണ്.” കുഞ്ഞാത്തു പറഞ്ഞു.

"കരടിക്ക് കോങ്കണ്ണാ. ഇന്നെ നോക്കുണൂന്ന് വെറ്തെ തോന്ന്ാണേയ്." പാറുക്കുട്ടി പറഞ്ഞു.

"ഈ കരടിക്ക് കോങ്കണ്ണുണ്ടോ?" കുഞ്ഞാത്തു ലക്ഷ്മണിനോട് ചോദിച്ചു.

"വലത്തേ കണ്ണിന് കുറച്ച് വൈകല്യമുണ്ട്. അതും ഒരു ഭാഗ്യലക്ഷണമാണ്." അയാൾ പറഞ്ഞു.

"ഈ കരടിയെക്കൊണ്ട് നീ ഭാഗ്യം നേടി അല്ലേ?" കുഞ്ഞാത്തു ചോദിച്ചു.

"അതെ ചാച്ചാ, എന്റെ ഭാഗ്യം ഇവനാണ്. ഞാൻ ബോലാ എന്ന് വിളിക്കുന്ന ഈ കേദാർനാഥ്. ഇവനെ പിടിച്ച ആ വർഷത്തിൽ എന്റെ അച്ഛനും അയൽക്കാരുംകൂടി കേദാർനാഥ്, കൈലാസ്, മാനസ സരോവർ മുതലായ സ്ഥലങ്ങളിലൊക്കെയും തീർത്ഥയാത്ര നടത്തി. ദർബംഗാ മഹാരാജാവിന്റെ വക ചില പാരിതോഷികങ്ങൾ അച്ഛന് ലഭിച്ചു. അച്ഛൻ ഗായകനായിരുന്നു..." ലക്ഷ്മൺ പറഞ്ഞു നിർത്തി.

"അച്ഛൻ ഇപ്പോൾ എവിടെയുണ്ട്?" കുഞ്ഞാത്തു ചോദിച്ചു.

"അച്ഛൻ സ്വർഗ്ഗവാസിയാണ്. കഴിഞ്ഞ വർഷം മരിച്ചുപോയി. ഇപ്പോൾ എന്റെ അമ്മയുടെ കൂടെ എന്റെ കുടുംബവും ജ്യേഷ്ഠനും പത്നിയുമുണ്ട്." ലക്ഷ്മൺ പറഞ്ഞു.

അച്ഛൻ ഓഫീസിലേക്ക് മടങ്ങിപ്പോയപ്പോൾ ഞങ്ങൾ കരടിയെ കുളിപ്പിക്കുവാൻ തയ്യാറായി. അടുത്ത വീടുകളിൽനിന്ന് ശാന്തുവും ഹിരൺ എന്ന ബുച്ചുവും ഓടിയെത്തി. ഹോസിൽനിന്ന് വെള്ളം തന്റെ ശരീരത്തിൽ വീണു തുടങ്ങിയപ്പോൾ കരടി അസ്വസ്ഥനായി നിന്നയിടത്തു നിന്നുകൊണ്ട് ഇടത്തും വലത്തും തിരിഞ്ഞു. സിമന്റ് നിലത്ത് ചളിവെള്ളം ഒഴുകി. ദുർഗ്ഗന്ധം അസഹനീയമായിത്തീർന്നു.

"ഇതൊന്നും വേണ്ടിയേർന്നില്യ." പാറുക്കുട്ടി പറഞ്ഞു.

കരടിയുടെ കനം കുറഞ്ഞതുപോലെ കാഴ്ചക്കാർക്കു തോന്നി. അവൻ ഒരു നവോഢയുടെ ചലനങ്ങളോടെയും മുഖഭാവത്തോടെയും കക്കൂസിന്റെ പിന്നിലേക്ക് നടന്നു.

"അവന് ജലദോഷം പിടിക്കാതിരിക്കുവാൻ ചൂടുള്ള പാല് കൊടുക്കണം," ലക്ഷ്മൺ നാരായണൻനായരോട് പറഞ്ഞു.

"കരടിക്ക് കൊടുക്കാൻ പാല് ഇവിടെ ആരും വാങ്ങി വച്ചിട്ടില്ല," നാരായണൻനായർ പറഞ്ഞു.

"ഒറ ഒഴിക്കാൻ കരുതിവയ്ക്കണ ആ പാലങ്ങ്ട്ട് കൊടുത്തോളിൻ. രാവിലെ ജാസ്തി പാല് വാങ്ങിച്ച് ഒറ ഒഴിക്കാം." പാറുക്കുട്ടി പറഞ്ഞു.

"എനിക്ക് പാലു കുടിക്കണ്ട. എന്റെ പാല് കരടിക്ക് കൊടുത്തോളൊ." അഞ്ചുവയസ്സുകാരിയായ അനുജത്തി ദൃഢസ്വരത്തിൽ പറഞ്ഞു. ഒടുവിൽ ഒരു കവിടിപ്പാത്രത്തിൽ പാൽ നിറച്ച് പാറുക്കുട്ടി

അത് കരടിയുടെ മുമ്പിൽ കൊണ്ടുപോയി വച്ചു. കരടി അതിന്റെ കനത്ത നാക്കുകൊണ്ട് ഒരു പ്രത്യേകശബ്ദം പുറപ്പെടുവിച്ച് ആ പാല് ധൃതിയിൽ കുടിച്ചു തീർത്തു. പിന്നീട് അവൻ ആ പാത്രം തന്റെ മൂക്കുകൊണ്ട് തട്ടിമറിച്ചു. പാത്രം മൂക്കുകൊണ്ട് മുന്നോട്ട് തട്ടിനീക്കിക്കൊണ്ട് കരടി കക്കൂസിന്റെ മുൻവശത്ത് എത്തി. എന്നിട്ട് പാത്രം തന്റെ നെഞ്ചോടടുപ്പിച്ചുകൊണ്ട് കിടന്ന് ഉറക്കം തുടങ്ങി. ഉറക്കത്തിലും അതിന്റെ മൂക്കിലൂടെ ഒരു പരുക്കൻശബ്ദം ശ്വാസോച്ഛ്വാസത്തോടൊപ്പം പുറത്തുവന്നു.

"കരടിക്ക് നീരെറക്കം പിടിച്ചൂന്നാ തോന്നണ്. മൂക്കിൽക്കൂടി വരണ ആ ശബ്ദം ഇയ്ക്കത്ര പിടിയ്ക്കണില്യ." പാറുക്കുട്ടി പറഞ്ഞു. അവർ കരടിക്ക് ചുറ്റും പ്രദക്ഷിണം വച്ചു.

"അതിന്റെ ഉറക്കം കഴിഞ്ഞാൽ സ്ഥലംവിടണം. വൈകുന്നേരം യജമാനൻ ഓഫീസിൽനിന്ന് മടങ്ങുമ്പോൾ കരടിയെ ഇവിടെ കാണാൻ പാടില്ല. കരടിയെപ്പിടിച്ച് സല്ക്കരിച്ചതിന് ഞങ്ങളെയാണ് ചവിട്ടിപ്പുറത്താക്കുക." കുഞ്ഞാത്തു ലക്ഷ്മണിനോട് പറഞ്ഞു.

"കരടിയോട് നിങ്ങളുടെ യജമാനന് എന്താണ് ഇത്ര വിരോധം? കരടി ചതിക്കില്ല. സത്യമുള്ള ജന്തുവാണ് കരടി, മത്സ്യവും മാംസവും കഴിക്കില്ല. ബാക്കി മൃഗങ്ങൾക്ക് കൗശലങ്ങൾ കാണും. കരടിക്ക് യാതൊരു കൗശലവും അറിയില്ല. സ്നേഹിക്കാൻ ആഗ്രഹമുണ്ടെങ്കിൽ കരടിയെത്തന്നെ സ്നേഹിക്കണം." ലക്ഷ്മൺ പറഞ്ഞു.

"കരടിയോട് യജമാനന് ഒരു പ്രത്യേക വിരോധമൊന്നുമില്ല. മൃഗങ്ങളോട് പൊതുവേ വിരോധമാണ്. ഈ കുട്ടിക്ക് ഒരു വളർത്തു നായയെ കിട്ടണമെന്ന് കലശലായ മോഹമുണ്ട്. പക്ഷേ, യജമാനൻ അത് സമ്മതിക്കുകയില്ല. മൃഗങ്ങളെ വീട്ടിൽ കയറ്റുവാൻ അദ്ദേഹം ഒരിക്കലും സമ്മതിക്കില്ല." കുഞ്ഞാത്തു പറഞ്ഞു.

"ഈ തടിച്ച സ്ത്രീയാണോ ഈ വീട്ടിലെ യജമാനത്തി?" ലക്ഷ്മൺ പാറുക്കുട്ടിയുടെ നേർക്ക് ചൂണ്ടിക്കൊണ്ട് ചോദിച്ചു.

"ഛി. ഛി. ഒരിക്കലും അല്ല. ഇവർ വേലക്കാരിയാണ്. കുട്ടികളെ പരിചരിക്കുവാൻ അണ്ടത്തോട് എന്ന ഗ്രാമത്തിൽനിന്ന് വന്ന സ്ത്രീയാണ്. നല്ല കുടുംബത്തിൽനിന്നുതന്നെ. പക്ഷേ, ഭാഗ്യമില്ലാത്തവൾ. ഇതുവരെ കല്യാണംകഴിഞ്ഞിട്ടില്ല." കുഞ്ഞാത്തു പറഞ്ഞു.

ലക്ഷ്മൺ ചിരിച്ചു. അയാളുടെ കണ്ണുകൾ പാറുക്കുട്ടിയിൽനിന്ന് ഉയരുവാൻ വിസമ്മതിച്ചു. ഒടുവിൽ പാറുക്കുട്ടി അസ്വസ്ഥയായി എഴുന്നേറ്റു.

"ഈയ്യാളുടെ നോട്ടം എയ്ക്ക് പിടിയ്ക്കണില്യ, കുട്ട്യേ." അവർ പറഞ്ഞു.

"ഈ സ്ത്രീ ധരിച്ചിരിക്കുന്ന ആഭരണം സ്വർണ്ണത്തിൽ തീർത്തതാണോ? അതോ അത് വെറും റോൾഡ് ഗോൾഡാണോ?" ലക്ഷ്മൺ ചോദിച്ചു.

“നിങ്ങടെ കുഴിമിന്നി മുക്കാണോന്നാ ചോയിയ്ക്ക്ണ്.” കുഞ്ഞാത്തു പാറുക്കുട്ടിയോട് പറഞ്ഞു.

“മുക്കുപണ്ടം കെട്ടണ ആളല്ല ഞാൻ... അത് ഹിന്തീല് പറഞ്ഞ് കൊടുക്കിൻ കുഞ്ഞാത്തുമാപ്ളേ. സൊർണ്ണം ഇല്ല്യേങ്കി കെട്ടില്യ. പക്ഷേ, മുക്ക് പണ്ടം കഴുത്തീല് കെട്ടില്യ. അത് തീർച്ചയാ.” പാറുക്കുട്ടി തറപ്പിച്ച് പറഞ്ഞു.

“അത് സ്വർണ്ണമാണ്,” കുഞ്ഞാത്തു പറഞ്ഞു. ലക്ഷ്മൺ വീണ്ടും ചിരിച്ചു. യുവാവെങ്കിലും വായിൽ മുൻനിരയിൽ എല്ലാ പല്ലുകളും അയാൾക്ക് നഷ്ടപ്പെട്ടുകഴിഞ്ഞിരുന്നു. കരടി കൂർക്കംവലിച്ചു.

“ഇനി കരടിയെ ഉണർത്തി നിങ്ങൾ സ്ഥലംവിടണം.” നാരായണൻനായർ പറഞ്ഞു.

“യജമാനന്മാരെ ഇത്രയധികം പേടിക്കരുത്, ജ്യേഷ്ഠാ. ഞാൻ കേദാർനാഥിനെയുംകൊണ്ട് എന്റെ വഴി പൊയ്ക്കൊള്ളാം. ഇത് എന്റെ ആദ്യത്തെയും അവസാനത്തെയും സന്ദർശനമാണ്. ഇനി ഞാൻ വാരണാസി വഴി ഗോരഖ്പൂരിലേക്ക് മടങ്ങും. കൈവശമുള്ള പണംകൊണ്ട് രണ്ട് എരുമകളെ വാങ്ങി, പാലിന്റെ കച്ചവടം തുടങ്ങും. ഏതായാലും ഞാൻ ഇനി കല്ക്കത്തയിൽ വരില്ല. ഭക്ഷണം തന്നതിന് എല്ലാവർക്കും നന്ദി.”

ലക്ഷ്മൺ കൈകൂപ്പി എഴുന്നേറ്റപ്പോൾ എനിക്ക് ദുഃഖം അനുഭവപ്പെട്ടു. പക്ഷേ, അയാളെ തടഞ്ഞുനിർത്തുവാൻ ഞാനും ധൈര്യപ്പെട്ടില്ല.

നാല്പത്തിയൊൻപത്

പാർവ്വതി ഉച്ചനേരത്താണ് എന്നെ കാണുവാൻവേണ്ടി ഞങ്ങളുടെ വീട്ടിൽ വന്നെത്തിയത്. ഞാൻ അവളെ പ്രതീക്ഷിച്ചിരുന്നില്ല. കണ്ടപ്പോൾ അത്ഭുതംതോന്നി. കേവലം എട്ടു മാസങ്ങൾക്കുള്ളിൽ അവൾക്ക് വന്നുചേർന്ന മാറ്റങ്ങളാണ് എന്നെ അത്ഭുതപ്പെടുത്തിയത്. പെൺകുട്ടി സ്ത്രീയായി രൂപാന്തരപ്പെട്ടുവെന്ന് എനിക്കു മനസ്സിലായി. അവൾ തടിച്ചുകൊഴുത്ത ഒരു ഗർഭിണിയായിക്കഴിഞ്ഞിരുന്നു. പച്ചപ്പരുത്തിസ്സാരിയിൽ പൊതിഞ്ഞ ആ ശരീരത്തെ ഞാൻ ഒന്നോ രണ്ടോ നിമിഷങ്ങൾക്ക് നിർലജ്ജം തുറിച്ചുനോക്കി.

“പാർവ്വതീ, നീ എങ്ങനെ ഇത്രയധികം തടിച്ചു? എനിക്ക് ആദ്യത്തെ കാഴ്ചയിൽ നിന്നെ മനസ്സിലാക്കുവാൻ കഴിഞ്ഞില്ല.” ഞാൻ അവളോട് പറഞ്ഞു.

പാർവ്വതി ചിരിച്ചു. വെറ്റില മുറുക്കിച്ചുവന്ന ആ ചുണ്ടുകളും പാലുചേർത്ത കാപ്പിയുടെ വർണ്ണമുള്ള ആ കവിളുകളും എനിക്ക് അപരിചിതങ്ങളായി തോന്നി.

പാർവ്വതിയുടെ കൺമഷി കവിളുകളിലേക്ക് പടർന്നിരുന്നു. കണ്ണുകൾ കലങ്ങിയിരുന്നു.

"മൂന്നു മാസങ്ങൾക്കുള്ളിൽ ഞാൻ ഒരമ്മയാവാൻ പോവുന്നു." അവൾ പറഞ്ഞു.

"അത് നീ പറയാതെതന്നെ എനിക്കു മനസ്സിലാവുമല്ലൊ. നിനക്ക് എന്റെ പ്രായമാണെന്ന് ഞാൻ കേട്ടിട്ടുണ്ട്. എന്റെ പ്രായത്തിൽ ഒരു പെൺകുട്ടിക്ക് പ്രസവിക്കുവാൻ കഴിയുമെന്ന് ഞാൻ അറിഞ്ഞിരുന്നില്ല."

പാർവ്വതി അടുക്കളമുറ്റത്തേക്ക് ഇറങ്ങുവാൻ നിർമ്മിക്കപ്പെട്ട പടവുകളിൽ ഒന്നിൽ പ്രയാസപ്പെട്ട് ഇരുന്നു. അവളുടെ വിളർത്ത പാദങ്ങളിൽ നീര് ഉണ്ടായിരുന്നു. വിവാഹശേഷം പാർവ്വതി മൂത്ത തലമുറയിലേക്ക് ഒരെടുത്തുചാട്ടം നടത്തിയെന്ന് എനിക്കുതോന്നി. റാം പ്രൊഷാദ് എന്നു പേരുള്ള വൃദ്ധനെ വിവാഹം ചെയ്ത നിമിഷം മുതൽ അവൾ എന്റെ തലമുറവിട്ട് ഇറങ്ങിക്കഴിഞ്ഞുവല്ലോ.

"ഞാൻ തനിച്ചാണ് വന്നത്. ഒരു ദുഃഖവാർത്ത അറിയിക്കുവാനാണ് ഞാൻ വന്നത്." പാർവ്വതി പറഞ്ഞു.

ദുഃഖസൂചകമായി വസ്ത്രധാരണത്തിൽ യാതൊരു മാറ്റവും അവൾ വരുത്തിയിരുന്നില്ല. നിറുകയിലും നെറ്റിയിലും ചുവന്ന സിന്ദൂരം ഉണ്ടായിരുന്നു. കൈകളിൽ വെള്ളിവളകളുമുണ്ടായിരുന്നു.

"എന്താണ് പറയുവാൻ ഭാവിക്കുന്നത്? നിന്റെ ഭർത്താവ് മരിച്ചുവോ?" ഞാൻ ചോദിച്ചു.

"റാം! റാം! അങ്ങനെയൊന്നും സംഭവിക്കാതിരിക്കട്ടെ. ലോവർ സർക്കുലർ റോഡിലെ പെട്രോൾ സ്റ്റേഷനിൽ ജോലിയെടുക്കുന്ന അബ്ദുൾ സലാമിനെ ഓർമ്മയുണ്ടോ? അയാൾ എന്നോട് ഇന്നു പറഞ്ഞു, നൗഷാദിന് സുഖമില്ലെന്ന്. രോഗം കലശലാണ്. നൗഷാദിന് എന്നെ അഞ്ചുനിമിഷത്തിന് കാണണമത്രെ." പാർവ്വതി പറഞ്ഞു.

"നൗഷാദിനെ കാണുവാൻ നിനക്ക് റാം പ്രൊഷാദിന്റെ സമ്മതം കിട്ടിയൊ?"

"ഇവിടെ വരുവാനുള്ള സമ്മതം കിട്ടി. പിന്നീട് ഞാൻ ഒന്നും ആലോചിച്ചില്ല. എന്നെ സഹായിക്കണം. എന്റെകൂടെ വരണം."

"ഡ്രൈവർ നരേശ് ഇതുവരെ വന്നിട്ടില്ല. അയാൾ വരുമ്പോൾ നമുക്ക് പാർക്ക് സർക്കസ്സിലേക്കു പോവാം. അവിടെയല്ലേ നൗഷാദിന്റെ അച്ഛനായ ഹക്കീം ആലി താമസിക്കുന്നത്?"

"അതെ. പാർക്ക് സർക്കസ്സിൽത്തന്നെ. പക്ഷേ, ഡ്രൈവർ ഇത് അറിയരുത്. രഹസ്യങ്ങൾ പരസ്യം ചെയ്യുന്ന ഒരു മനുഷ്യനാണ് ഡ്രൈവർ നരേശ്. എന്റെ കൈവശം ധാരാളം പണമുണ്ട്. നമുക്ക് റിക്ഷയിൽ പോവാം." പാർവ്വതി അരയിൽനിന്ന് ഒരു ചുവന്ന തുണി സ്സഞ്ചി വലിച്ചെടുത്തുകൊണ്ട് പറഞ്ഞു. സഞ്ചിമേൽ ഒരു തത്ത യുടെ രൂപം പച്ചനൂലുകൊണ്ട് ആരോ തുന്നിച്ചേർത്തിരുന്നു.

"നിനക്ക് നൗഷാദിനോടുള്ള പ്രേമം ഒട്ടും കുറഞ്ഞിട്ടില്ല, അല്ലേ?" ഞാൻ ചോദിച്ചു.

പാർവ്വതി മറുപടി പറഞ്ഞില്ല. കടൽക്കരയിൽ പൂഴിമണൽകൊണ്ട്, കുട്ടികൾ നിർമ്മിച്ച ഒരു വിഗ്രഹം വേലിയേറ്റത്തിൽ അലിഞ്ഞലിഞ്ഞ് ഇല്ലാതാവുന്നതുപോലെ കരഞ്ഞുതുടങ്ങിയ പാർവ്വതിയുടെ മുഖം എന്റെ കണ്ണുകൾക്ക് അവ്യക്തമായിത്തീർന്നു. എന്റെ കണ്ണുകളും നിറഞ്ഞൊഴുകി.

"ഇനി നൗഷാദിനെ കണ്ടിട്ട് എന്തുപ്രയോജനം? ഇനി നിനക്ക് റാം പ്രൊഷാദിനെ ഉപേക്ഷിക്കുവാൻ സാധിക്കുകയില്ല. അയാളുടെ കുഞ്ഞിനെ നീ മൂന്നുമാസങ്ങൾക്കുള്ളിൽ പ്രസവിക്കും. അയാ ളെയും കുഞ്ഞിനെയും വിട്ട് നീ ഒരിക്കലും നൗഷാദിന്റെകൂടെ ജീവിക്കുകയില്ല." ഞാൻ പറഞ്ഞു.

"എനിക്ക് നൗഷാദിനോട് ഒന്നുരണ്ടു കാര്യങ്ങൾ പറയുവാനുണ്ട്." പാർവ്വതി ഗദ്ഗദത്തോടെ പിറുപിറുത്തു.

"അയാളെ ഭീരു എന്നു വിളിക്കുവാൻ നീ ആഗ്രഹിക്കുന്നു. ദീനം ബാധിച്ച് അവശനായി കിടക്കുന്ന ഒരാളെ നീ ശകാരിക്കുവാൻ തീരു മാനിച്ചിരിക്കുന്നു!" ഞാൻ നീരസം പ്രകടിപ്പിച്ചുകൊണ്ട് പറഞ്ഞു.

"ഞാൻ ആരെയും ശകാരിക്കുകയില്ല." പാർവ്വതി പറഞ്ഞു.

ഞങ്ങൾ എൻജിൻ റോഡിന്റെ ഉത്ഭവസ്ഥാനത്തുവച്ച് ഒരു റിക്ഷയിൽ കയറി. പരന്ന മൂക്കും ഇടുങ്ങിയ കണ്ണുകളുമുള്ള ഒരു യുവാവാണ് ഞങ്ങളുടെ റിക്ഷ വലിച്ചിരുന്നത്. അയാളുടെ ചുമലു കളുടെ ദ്രുതചലനങ്ങൾ നോക്കിക്കൊണ്ട് ഞങ്ങൾ നിശ്ശബ്ദരായി സവാരി ചെയ്തു. പാർക്ക് സർക്കസ്സിൽ ഒരു വൃദ്ധവായിലെ നിറം മങ്ങിയ പല്ലുകളെ അനുസ്മരിപ്പിക്കുന്ന മഞ്ഞവീടുകളിൽ ഒന്നി ലായിരുന്നു നൗഷാദ് താമസിച്ചിരുന്നത്. ഞങ്ങൾ അതിന്റെ വാതിൽ പ്പടി സമീപിച്ചപ്പോൾ കറുത്ത കോട്ട് ധരിച്ച ഒരു വൃദ്ധൻ ഞങ്ങളെ തടഞ്ഞുനിർത്തി.

"അകത്തേക്ക് പ്രവേശിക്കരുത്. നൗഷാദിന്റെ ദീനം വസൂരി യാണ്. മുനിസിപ്പാലിറ്റിക്കാർ അറിഞ്ഞാൽ പകർച്ചവ്യാധിയുടെ ആശുപത്രിയിലേക്ക് എടുത്തുമാറ്റും. അവർ ചികിത്സിക്കുകയുമില്ല. വേപ്പ്മരത്തിന്റെ ചുവട്ടിൽ കിടത്തും. മിക്കവരും മരിക്കും." വൃദ്ധൻ പറഞ്ഞു.

“ഹക്കീം ആലിയാണോ നിങ്ങൾ?” ഞാൻ വൃദ്ധനോടു ചോദിച്ചു.

“അല്ല. ഹക്കീം രോഗം വസൂരിയാണെന്ന് അറിഞ്ഞപ്പോൾ സ്ഥലം വിട്ടു. അയാൾ ഉത്തർ പാറയിലുള്ള ഒരു ബന്ധുഗൃഹത്തിലേക്കു താമസം മാറ്റി. ഞാനാണ് നൗഷാദിന് ഭക്ഷണം കൊടുക്കുന്നതും അയാളെ വേപ്പിന്റെ ഇലകൾകൊണ്ട് വീശുന്നതും... നിങ്ങൾ ആരാണ്?”

“ഞാനാണ് പാർവ്വതി.” പാർവ്വതി പറഞ്ഞു.

“നിങ്ങളാണോ പാർവ്വതി?” അയാൾ ചോദിച്ചു.

പാർവ്വതി വാതിലിലൂടെ തലതാഴ്ത്തി മുറിയിലേക്കു പ്രവേശിച്ചു. ഞാൻ അവളെ അനുഗമിച്ചു.

മുറിയിലെ ഉഷ്ണവും ദുർഗന്ധവും എന്നെ തളർത്തി. ഇരുളിലും കാണുവാൻ സാധിച്ചു തുടങ്ങിയപ്പോൾ ഞാൻ ഒരു മൂലയിലെ കട്ടിലിൽ കിടക്കുന്ന നൗഷാദിനെ കണ്ടു. അയാളുടെ ശരീരം ചീർത്തതുപോലെ കാണപ്പെട്ടു. എല്ലായിടത്തും നടുകുഴിഞ്ഞ വസൂരി മണികൾ പൊങ്ങിയിരുന്നു. നടുവിൽ കറുത്ത മുത്തുകൾപോലെ അവ കാണപ്പെട്ടു. ആ യുവാവ് കണ്ണുകൾ തുറന്നാണ് കിടന്നിരുന്നത്. എങ്കിലും അയാൾ ഞങ്ങളുടെ വരവ് കണ്ടില്ല എന്ന് എനിക്കു തോന്നി. അയാളുടെ അരയിൽ ഒരു ചുവന്ന തോർത്ത് കിടന്നിരുന്നു. അതുമില്ലെങ്കിൽ അയാൾ പൂർണ്ണ നഗ്നനാവുമായിരുന്നു. എന്തുകൊണ്ടോ ആ ശരീരം എന്നെ കുരിശിൽക്കിടന്ന യേശുവിനെ ഓർമ്മിപ്പിച്ചു.

“നൗഷാദ് ഒന്ന് എന്റെ നേർക്ക് നോക്കൂ,” പാർവ്വതി മന്ത്രിച്ചു.

അവൾ അയാൾ കിടക്കുന്ന കട്ടിലിൽ ഇരുന്ന്, തന്റെ മുഖം അയാളുടെ മുഖത്തേക്ക് അടുപ്പിച്ചു.

“പകരുന്ന വ്യാധിയാണ്,” വൃദ്ധൻ പറഞ്ഞു.

“നൗഷാദ്, എന്റെ നേർക്ക് നോക്കൂ.” പാർവ്വതി പറഞ്ഞു.

“നൗഷാദ് ചലനമറ്റ് കിടന്നു. അയാളുടെ വലത്തേ കാൽ കട്ടിലിന്റെ കാലിനോട് കയർകൊണ്ട് ആരോ ബന്ധിച്ചിരുന്നു.

“കാല് എന്തിനാണ് കട്ടിലിനോടു ചേർത്ത് കെട്ടിയിരിക്കുന്നത്?” ഞാൻ വൃദ്ധനോട് സ്വരംതാഴ്ത്തി ചോദിച്ചു.

“ശിരസ്സിലും പൊന്തിയിട്ടുണ്ട്. ചിലർക്ക് വേദനകൊണ്ട് ഭ്രാന്തു പിടിക്കും. ഭ്രാന്തുപിടിച്ച് തെരുവിലേക്ക് ഓടും...” വൃദ്ധൻ പറഞ്ഞു.

“നിങ്ങൾക്ക് ഈ രോഗത്തെ ഭയമില്ലേ?” ഞാൻ ചോദിച്ചു.

“എനിക്ക് ഈ രോഗം ഉണ്ടായിട്ടുണ്ട്. എന്റെ വലത്തേ കണ്ണ് എനിക്കു നഷ്ടപ്പെട്ടത് വസൂരിമൂലമാണ്. എനിക്ക് ഈ രോഗം ഇനിയൊരിക്കലും പിടിപെടുകയില്ല.” വൃദ്ധൻ പ്രസ്താവിച്ചു.

“നൗഷാദിന് വസൂരി കുത്തിവച്ചിട്ടില്ലേ?”

“ഇല്ല. തന്റെ മക്കൾക്ക് വസൂരി കുത്തിവെപ്പ് നടത്തുവാൻ ഹക്കീം ഭായ് ഒരിക്കലും സമ്മതിച്ചില്ല. അതുകൊണ്ടാവാം ഈ രോഗം ഇത്ര കലശലായത്.”

നൗഷാദിന്റെ തൊണ്ടയിൽനിന്ന് എന്തോ ദ്രാവകം തിളച്ച് ഉയരുന്നതിന്റെ ശബ്ദം ഉയർന്നു.

“നൗഷാദ് ഇങ്ങോട്ട് നോക്കൂ. ഞാൻ പാർവ്വതിയാണ്.” പാർവ്വതി പറഞ്ഞു.

“പാർബൊത്തി, എന്റെ നേർക്ക് കല്ലെറിയരുത്. എനിക്ക് നോവുന്നു,” നൗഷാദ് പറഞ്ഞു.

“അവന് ബുദ്ധിഭ്രമം വന്നുകഴിഞ്ഞു.” വൃദ്ധൻ അഭിപ്രായപ്പെട്ടു.

പാർവ്വതി തന്റെ മുഖം കൈകളാൽ മറച്ച് തേങ്ങിക്കരഞ്ഞുതുടങ്ങി.

“കണ്ണുകളിലും വസൂരി പൊന്തിയിട്ടുണ്ട്. അതുകൊണ്ട് അവന് ഇപ്പോൾ കാഴ്ചശക്തി നഷ്ടപ്പെട്ടിരിക്കുന്നു.” കറുത്ത കോട്ടിട്ട വൃദ്ധൻ പറഞ്ഞു.

“ഇനി നമുക്ക് പോവാം. നേരം ഇരുട്ടുമ്പോഴെക്കും നിനക്ക് വീട്ടിൽ എത്തണ്ടേ?” ഞാൻ പാർവ്വതിയോട് ചോദിച്ചു.

പാർവ്വതി എഴുന്നേറ്റ് തന്റെ സാരിയുടെ ചുളിവുകൾ നിവർത്തി.

“ഞാൻ പാലിൽ റൊട്ടി മുക്കി അവന് കൊടുക്കുന്നുണ്ട്. വേപ്പിലകൊണ്ട് തടവുന്നുണ്ട്.” വൃദ്ധൻ പാർവ്വതിയോട് പറഞ്ഞു.

അവൾ തന്റെ തുണിസ്സഞ്ചിയിൽനിന്ന് ഒരു നോട്ടെടുത്ത് വൃദ്ധനു സമ്മാനിച്ചു.

“ഞാൻ വീണ്ടും വരും.” പാർവ്വതി പറഞ്ഞു.

വീണ്ടും റിക്ഷയിൽ കയറിയപ്പോൾ എന്റെ മനസ്സ് അസ്വസ്ഥമായി.

“എനിക്ക് വസൂരി ബാധിച്ചാൽ ആരാണ് എന്നെ ശുശ്രൂഷിക്കുക?” ഞാൻ പാർവ്വതിയോട് ചോദിച്ചു.

“ഞാൻ.” അവൾ പറഞ്ഞു.

“റാം പ്രൊഷാദ് സമ്മതം തരുമോ?”

“എന്തു ചെയ്യാനും എനിക്ക് ആ കിഴവന്റെ സമ്മതം വേണമെന്നില്ല.” പാർവ്വതി പറഞ്ഞു. കിഴവൻ എന്ന പദത്തിൽ അവൾ കലർത്തിയ നിന്ദ എന്നെ ആശ്ചര്യപ്പെടുത്തി. ഞാൻ ഒന്നും പറഞ്ഞില്ല.

“നൗഷാദിന്റെ അബ്ബാജാൻ അയാളെ വിട്ടു പോവുമെന്ന് ഞാൻ കരുതിയില്ല.” പാർവതി പിറുപിറുത്തു.

“പതിനെട്ടാം നമ്പർ ലാൻസ്ഡൗൺ റോഡ്. എൻജിൻ റോഡ്വഴി പോവാം.” ഞാൻ റിക്ഷാക്കാരനോട് പറഞ്ഞു.

നൗഷാദിന്റെ വികൃതമായിത്തീർന്ന ശരീരം ഞാൻ ഓർമ്മിച്ചുകൊണ്ടേയിരുന്നു. ആ കാരണത്താൽ ഞാൻ പാർവ്വതിയെ വെറുത്തു. അവൾ കാരണമല്ലേ ഞാൻ ചേരിപ്രദേശത്ത് പോയതും വസൂരി

ബാധിച്ച ഒരുത്തന്റെ സമീപത്ത് ചെന്നതും? എന്റെ ജീവിതത്തിൽ ആപത്ത് വിതയ്ക്കുവാൻ ഒരു വെറും ദോബിയുടെ മകളായ പാർവ്വതിക്ക് എന്ത് അവകാശം? അവൾ എന്റെ കരുണയെ മുതലെടുക്കുകയായിരുന്നുവോ? എന്റെ ഹൃദയം ശക്തിയായി മിടിച്ചുകൊണ്ടിരുന്നു ഇനിയൊരിക്കലും പാർവ്വതിയോട് സംസാരിക്കുകയില്ലെന്ന് ഞാൻ തീരുമാനിച്ചു. എനിക്ക് നൗഷാദ് ആരാണ്? അല്ലെങ്കിൽ പാർവ്വതി എനിക്ക് ആരാണ്? ആരുമല്ല. എനിക്ക് വസൂരി പിടിപെട്ടാൽ ഇവർ എന്നെ ശുശ്രൂഷിക്കുമോ? ഒരിക്കലുമില്ല...

വീടിന്റെ ദൂരെ റിക്ഷ നിർത്തി ഞങ്ങൾ നടന്നു. പടിക്കൽത്തന്നെ ഇസ്തിരിമേശയുമായി റാം പ്രൊഷാദ് നിന്നിരുന്നു. ഞങ്ങളെ കണ്ടപ്പോൾ അയാൾ പുഞ്ചിരിയോടെ മുമ്പോട്ടു നീങ്ങി.

"കുട്ടിയുടെകൂടെ ക്ഷേത്രത്തിൽ പോയെന്നു കേട്ടപ്പോൾ മാത്രമേ ആശ്വാസമായുള്ളു. ഈ വലിയ വയറും പേറി ഇവൾ ഉച്ചനേരത്ത് നിരത്തിൽ അലയുന്നത് ശരിയല്ലല്ലൊ." റാം പ്രൊഷാദ് പറഞ്ഞു.

"ക്ഷേത്രത്തിൽ പോയെന്ന് ആരാണ് പറഞ്ഞത്?" ഞാൻ ചോദിച്ചു.

"തൃപുരാദേബി." റാം പ്രൊഷാദ് പറഞ്ഞു.

തൃപുര കണ്ണിറുക്കി ചിരിച്ചു.

"ഇവിടെയുള്ള കുട്ടിക്ക് കാളീഘട്ടിൽപ്പോയി കാളീമായെ തൊഴാൻ ഉത്സാഹമാണ്. മാസത്തിൽ രണ്ടു തവണയെങ്കിലും അവിടെ പോവും." തൃപുര പറഞ്ഞു. അവർക്ക് നിസ്സങ്കോചം നുണ പറയുവാനുള്ള കഴിവ് ധാരാളമുണ്ടായിരുന്നു.

കേട്ടുനിന്നിരുന്ന നാരായണൻനായർ പൊട്ടിച്ചിരിച്ചു.

റാം പ്രൊഷാദും പാർവ്വതിയും തങ്ങളുടെ വീട്ടിലേക്കു പൊയ്ക്കഴിഞ്ഞപ്പോൾ നാരായണൻനായർ മുഖത്ത് തന്റെ ചൂണ്ടാണിവിരൽ വച്ചുകൊണ്ട് പറഞ്ഞു: "മാപ്പളച്ചെക്കന്റെകൂടെ ചാടിപ്പൂവാൻ പൊറപ്പെട്ട പെണ്ണാണ്. ഇപ്പൊ ആരാ വിശ്വോസിയ്ക്ക്യാ? എത്രവേഗം ആ ചെക്കനെ മറന്നു! പെണ്ണുങ്ങടെ മനസ്സ് ഇങ്ങനെയാ. കാശ് കണ്ടാ എല്ലാം മറക്കും."

"മറന്നൂന്ന് നിങ്ങള് പറേണു. മറന്നൂന്ന് എങ്ങിനെയാ നിശ്ചേയ്യ്യാ? ഈ ജമ്മം അവള് ആ ചെക്കനെ മറക്കില്യ." പാറുക്കുട്ടി തറപ്പിച്ച് പറഞ്ഞു.

അൻപത്

എവിടെയോ ഒരു മഹായുദ്ധം നടന്നിരുന്നു എന്ന് ഞാനും കേട്ടു. പക്ഷേ, അതിനെപ്പറ്റി വിവരങ്ങൾ ശേഖരിക്കുവാൻ ഞാൻ താല്പര്യ

പ്പെട്ടില്ല. യുദ്ധാവസാനത്തിൽ കല്ക്കത്തയുടെ മുഖ്യനിരത്തുകളിലൂടെയും പട്ടാള വാഹനങ്ങളുടെ 'കോൺവോയ്' പരിസരം ശബ്ദായമാനമാക്കിക്കൊണ്ട് നീങ്ങിത്തുടങ്ങി. ജീപ്പുകളും ട്രക്കുകളും ടാങ്കുകളും ഓടിച്ചത് അമേരിക്കയിൽനിന്നു വന്ന സൈനികരായിരുന്നു. വെളുത്ത തൊലിയുള്ളവരും നീഗ്രോകളും. അവർ പച്ചച്ചാണകത്തിന്റെ നിറമുള്ള പട്ടാളവേഷങ്ങൾ ധരിച്ചു. അവസാനത്തെ മിലിട്ടറി ടാങ്കും ഗർജ്ജിച്ചുകൊണ്ട് കടന്നുപോയപ്പോൾ നഗരം ശാന്തമായി. മെട്രോ തിയേറ്ററിന്റെ മുമ്പിൽ ഒരു കൈയും ഒരു കണ്ണും മാത്രമല്ല, മേൽച്ചുണ്ടും ഒരു സ്ഫോടനത്തിൽ നഷ്ടപ്പെട്ട ഒരു സൈനികൻ ഇസ്തിരിയിട്ട യൂണിഫോം ധരിച്ചുകൊണ്ട് വന്നുനിന്നു, ധനസഹായത്തിന് അപേക്ഷിച്ചുകൊണ്ട്. അയാളുടെ മുഖത്ത് കുണ്ടും കുഴിയും ഞാൻ കണ്ടു. മേൽച്ചുണ്ടിന്റെ മറവില്ലാത്തതിനാൽ അസാധാരണ നീളം തോന്നിക്കുന്ന ആ പല്ലുകളും ഞാൻ ഒരു നടുക്കത്തോടെ നോക്കിക്കണ്ടു. ഞാൻ മുഖം തിരിച്ച് നടക്കാൻ ശ്രമിച്ചപ്പോൾ കാർക്കശ്യം കലർന്ന സ്വരത്തിൽ ആ യുവാവ് പറഞ്ഞു:

"ഞാൻ ചെകുത്താനൊന്നുമല്ല, മനുഷ്യനാണ്. യുദ്ധം എന്റെ മുഖത്തെ പാടെ നശിപ്പിച്ചു."

ഞാൻ അപമാനഭാരത്തോടെ തലകുനിച്ചു. അയാളുടെ അവശേഷിക്കുന്ന കൈപിടിച്ച് എനിക്കു മാപ്പുതരുവാൻ ഒരു അഭ്യർത്ഥന നടത്തുവാൻ ഞാൻ ആഗ്രഹിച്ചു. എന്റെകൂടെ സരോജയുണ്ടായിരുന്നു. അവളോ ഡ്രൈവർ നരേശോ വീട്ടിൽച്ചെന്ന് എന്റെ ക്ഷമായാചനത്തെപ്പറ്റി എല്ലാവരോടും പറഞ്ഞ് പരിഹാസച്ചിരി ഉയർത്തുമെന്ന് ഞാൻ ഭയന്നു. എന്റെ പോക്കറ്റിൽ കിടന്നിരുന്ന ഏഴുരൂപ ഞാൻ ആ സൈനികന്റെ കൈത്തലത്തിൽ വച്ചു കൊടുത്തു.

"ഇനിയും കാണാം." ഞാൻ പിറുപിറുത്തു.

എന്റെ വാക്കുകൾ കേട്ടിട്ടാവാം സരോജ പെട്ടെന്ന് ഉച്ചത്തിൽ പൊട്ടിച്ചിരിച്ചു.

വീണ്ടും ശനിയാഴ്ച വന്നെത്തി. എല്ലാ ശനിയാഴ്ചയും മെട്രോ തിയേറ്ററിൽ തനിക്കു വേണ്ടി നാലു സീറ്റുകൾ ബുക്കുചെയ്ത് നീക്കിവയ്ക്കുക അച്ഛന്റെ പതിവായിരുന്നു. അച്ഛനോ അച്ഛന്റെ സ്നേഹിതന്മാർക്കോ സിനിമ കാണുവാൻ സമയം കിട്ടിയില്ലെങ്കിൽ എനിക്ക് സ്നേഹിതമാരോടൊപ്പം പോയി ആ സീറ്റുകൾ ഉപയോഗപ്പെടുത്തുവാനുള്ള അനുവാദം അച്ഛൻ തന്നിരുന്നു. സ്നേഹിതമാരൊന്നും എന്റെകൂടെ വന്നില്ലായെന്ന് ഡ്രൈവറോടു നുണ പറഞ്ഞ് ഞാൻ തനിച്ച് മെട്രോയിൽ എത്തി. ഇന്റർവലിൽ ഐസ്ക്രീം വാങ്ങുവാൻ പുറത്തു കടന്നപ്പോൾ യുദ്ധങ്ങളുടെ അർത്ഥമില്ലായ്മയുടെ പ്രതീകമെന്നപോലെ ആ യുവാവ് പാതിയും കത്തിത്തീർന്ന മുഖവുമായി

ഒരു തൂണിന്റെ സമീപം നിന്നിരുന്നു. ഞാൻ ഒരു ചോക്കലറ്റ് ഐസ്ക്രീം അയാൾക്കു സമ്മാനിച്ചു.

"എനിക്ക് മേൽച്ചുണ്ട് നഷ്ടപ്പെട്ടതുകൊണ്ട് വൃത്തിയോടെ ഭക്ഷണം കഴിക്കുവാൻ സാധിക്കുന്നില്ല." അയാൾ പറഞ്ഞു.

ഞാൻ നടുങ്ങി. ഐസ്ക്രീം തിന്നുമ്പോൾ അയാൾ മൂക്കു കൊണ്ടും നാവുകൊണ്ടും ചെറുശബ്ദങ്ങൾ ഉണ്ടാക്കി. ഐസ്ക്രീമിന്റെ ശകലങ്ങൾ അയാളുടെ മൂക്കിന്റെ അഗ്രത്ത് പറ്റിപ്പിടിച്ചു. മുഖം തുടയ്ക്കുവാനായി ഞാൻ അയാൾക്ക് എന്റെ കൈലേസ് എടുത്തുകൊടുത്തു. ഐസ്ക്രീം വാങ്ങിക്കഴിഞ്ഞപ്പോൾ എന്റെ കൈവശം അവശേഷിച്ച പതിനൊന്നു രൂപ ഞാൻ അയാൾക്കു കൊടുത്തു. വീട്ടിൽ മടങ്ങിയെത്തിയതിനുശേഷം എന്റെ മനസ്സ് അസ്വസ്ഥമായിരുന്നു. തനിക്ക് അമ്മയും സഹോദരിയും കാമുകിയും ഉണ്ടെങ്കിലും ഈ തകർന്ന രൂപത്തിൽ സ്വന്തം നാട്ടിലേക്കു മടങ്ങുവാൻ ധൈര്യമില്ലെന്ന് ആ സൈനികൻ എന്നോടു പറഞ്ഞിരുന്നു. അയാളുടെ വാക്കുകൾ എന്റെ ഉറക്കം കെടുത്തി. അയാളെ സംരക്ഷിക്കുവാനും ആശ്വസിപ്പിക്കുവാനും എന്റെ ഹൃദയം വെമ്പുന്നുണ്ടായിരുന്നു. ബീഭത്സമായ ആ മുഖവും പേറിക്കൊണ്ട് അയാൾ എങ്ങോട്ടു പോവും? എത്രകാലം നിലനില്ക്കും അയാളുടെ വസ്ത്രങ്ങളുടെ മോടി? വെറുമൊരു യാചകനായി അയാൾക്ക് കല്ക്കത്തയിൽ ജീവിക്കുവാൻ സാധിക്കുമോ?

ഒരുദിവസം അയാൾ എന്റെ വീടിന്റെ ഉമ്മറപ്പടിമേൽ പ്രത്യക്ഷപ്പെട്ടു. ഞാൻതന്നെയായിരുന്നു അയാൾക്ക് എന്റെ മേൽവിലാസം കൊടുത്തത്. നേരം സന്ധ്യ കഴിഞ്ഞിരുന്നു. നിരത്തിൽ സ്ഥിതി ചെയ്തിരുന്ന വിളക്കുകൾ നീലനിറത്തോടെ കത്തി. അയാളുടെ മുഖം നിഴലിൽ മുങ്ങിയിരുന്നു. എന്നിട്ടും പാറുക്കുട്ടി പരിഭ്രമിച്ച് ഉറക്കെ മുറവിളികൂട്ടി. അയാൾ ഞാൻ ക്ഷണിച്ചപ്പോൾ സല്ക്കാരമുറിയിൽ കടന്ന് ഒരു സോഫമേൽ ഇരുന്നു. യുദ്ധത്തിന്റെ വിവിധ മുറകളെപ്പറ്റി അയാൾ സംസാരിച്ചു. തന്റെ സമീപത്ത് ഗ്രെനേഡ് പൊട്ടിയപ്പോൾ വേദന ആ നിമിഷത്തിൽ അനുഭവപ്പെട്ടതേയില്ലെന്ന് അയാൾ പറഞ്ഞു. ചെവി തകർക്കുന്ന ഒരു ശബ്ദമാണ് സ്മരണയിൽ തങ്ങിനില്ക്കുന്നത് എന്ന് അയാൾ പ്രസ്താവിച്ചു.

ഹോസ്പിറ്റലിൽവച്ച് ആരും തനിക്ക് ഒരു കണ്ണാടി കാണിച്ചുതന്നില്ല എന്ന് അയാൾ പറഞ്ഞപ്പോൾ എന്റെ കണ്ണുകൾ നിറഞ്ഞു.

"ആദ്യമായി നിങ്ങളുടെ പൊള്ളിയ മുഖം കണ്ടത് എന്നാണ്?" ഞാൻ ചോദിച്ചു.

"പൊള്ളിയ മുഖം ആദ്യമായി കണ്ടത് മെട്രോ തിയേറ്ററിന്റെ വാതിൽപ്പൊളികളിലാണ്." അയാൾ പറഞ്ഞു.

“ആ നിമിഷത്തിൽ നിങ്ങളുടെ പ്രതികരണം എന്തായിരുന്നു?” ഞാൻ ചോദിച്ചു.

അയാൾ ഒന്നും പറഞ്ഞില്ല. പാറുക്കുട്ടി കൊടുത്ത ചായ അയാൾ കുടിച്ചുതുടങ്ങി. ആ കപ്പ് ചുണ്ടോടടുപ്പിക്കുവാൻ അയാൾക്ക് എന്റെ സഹായം വേണ്ടിവന്നു. അയാൾ പൊയ്ക്കഴിഞ്ഞപ്പോൾ എല്ലാവരും കൂടി എന്നെ ശകാരിച്ചുതുടങ്ങി. ഇനി ഒരിക്കലും ഞാൻ അയാളെ കാണുവാൻ തുനിയരുതെന്ന് നാരായണൻനായർ പറഞ്ഞു.

“അച്ഛൻ ഇതറിഞ്ഞാൽ കുട്ട്യേ സ്കൂള്ള് അയയ്ക്കില്യ.” കുഞ്ഞാത്തു പറഞ്ഞു.

“കണ്ടാ തനി ചെകുത്താൻ. എങ്ങനെയാ കുട്ടി അയിന്റെ മോത്തെയ്ക്ക് നോക്കണ്?” പാറുക്കുട്ടി ചോദിച്ചു.

“മുഖം പൊള്ളിയത് അയാളുടെ കുറ്റംകൊണ്ടല്ലല്ലൊ. യുദ്ധം തുടങ്ങണത് സാധാരണ ചെറുപ്പക്കാരല്ല. മഹായുദ്ധം തുടങ്ങിയത് ഹിറ്റ്ലറല്ലേ?” ഞാൻ ചോദിച്ചു.

“കുട്ടി കാണുമ്പൊ കാണുമ്പൊ കാശ് കൊട്ത്തിട്ടല്ലേ അയാള് ഇപ്പൊ വീട്ടിലെക്ക് എഴുന്നള്ളേത്? ഇഞ്ഞീം വരും. നോക്കിക്കോളോ. അയാള് ഒന്നരാടം പടി ഇബടെ എത്തും. സോപ്പേമ്മ്ലല്ലേ സല്ക്കരിച്ച് ഇരുത്തീത്?” കുഞ്ഞാത്തു നീരസത്തോടെ പറഞ്ഞു.

“ഞാൻ നൊമ്മടെ നരേശിനോട് പറയാൻ പൂവ്വാണ് ഈ സായിപ്പിനോട് ഇഞ്ഞി ഇങ്ട്ട് കടക്കണ്ടാന്ന് പോയി പറയാൻ... കുട്ടിക്ക് എന്തേ പറ്റീത്?” നാരായണൻനായർ ചോദിച്ചു.

“ഈ കുട്ടി ഒരു പൊട്ടച്ചേക്കാന്ന് ഇയ്ക്കറിയാം. പക്ഷേ, ഇങ്ങനെ അന്തല്യാത്ത പണി ചീയ്യുംന്ന് ഞാൻ നിരീച്ചില്യ.” പാറുക്കുട്ടി പറഞ്ഞു.

“ഞാനെന്തേ ചെയ്തത്? എല്ലാവരുംകൂടി എന്നെ ചീത്ത പറയണ്ട,” ഞാൻ പിറുപിറുത്തു.

“കുട്ടിക്ക് കൊറെ ദൂസായിട്ട് ഒറക്കല്യ. ഞാൻ കാണാറ്ണ്ട് കുട്ടിടെ മുറീല് വെളക്ക്. അർദ്ധരാത്രിക്കും വെളക്ക് കത്തിച്ച് ഒറങ്ങാണ്ടെ കുത്തി ഇരുപ്പാ. കുട്ട്യേ, കുട്ടി ആന്തപ്പൊടീന്ന് കേട്ട്ട്ട്യേ?” പാറുക്കുട്ടി എന്നോടു ചോദിച്ചു.

“ഇല്ല.” ഞാൻ പറഞ്ഞു.

“ആന്തപ്പൊടീന്ന് കേട്ടിട്ടില്യേ? കുട്ടി ഇപ്പൊ എത്രാംക്ലാസിലാ പഠിക്കണ്? എട്ടിലാ? ടീച്ചറ് എന്താ പഠിപ്പിക്കണ്? ഒന്ന് കേക്കട്ടെ. മാസം മാസം പീസ് കൊണ്ടെക്കൊട്ക്ക്ണ്ടല്ലൊ? ഈ ലോകത്തില് കഴിയണെങ്കി പെണ്ണുങ്ങക്ക് കൊറച്ച് അന്തോം കുന്തോം ഒക്കെ വേണം കുട്ട്യേ. ഇല്യെങ്കി വാക്കിള്ളോര് നമ്മളെ വിറ്റ് കാശാക്കും.” പാറുക്കുട്ടി പറഞ്ഞു.

“നൊമ്മടെ ഇട്ടിവർഗ്ഗീസ് ഡോക്ടറ് പെൺകുട്ട്യോളെപ്പറ്റി പറയ്ാണ്– പെൺകുട്ട്യോളെ രണ്ടു കാര്യാ പഠിപ്പിക്കണ്ട്. മീൻ മുറിച്ച് വറക്കാൻ

പഠിപ്പിക്കണം. പിന്നെ മുക്കാൻ പഠിപ്പിക്കണം. പേറ് വേഗം നടക്കണെങ്കി നല്ലോണം കീഴ്പ്പോട്ട് മുക്കണം. അതാ ഇട്ടിവർഗ്ഗീസ് പറഞ്ഞത്. അങ്ങനെ ഒരു ഡോക്ടറെ കാണാൻ പ്രയാസാ. അമ്പാഴത്തേല് സുന്ദരിയേമടെ പ്രസവത്തിന് ഇട്ടിവർഗ്ഗീസിനെയാ കൊണ്ട്വരാ. യോഗ്യൻ. പരമയോഗ്യൻ..." കുഞ്ഞാത്തു പ്രസ്താവിച്ചു.

"മീൻ വറക്കാനും മുക്കി പെറാനും മാത്രായിട്ടാ ദെയ്‌വം പെണ്ണ്ങ്ങളെ സിർഷ്ടിച്ചത്? വാക്കി ജോലിയൊന്നൂല്ല്യേ?" പാറുക്കുട്ടി നീരസത്തോടെ ചോദിച്ചു.

"ഇന്നെ കടിച്ച് തിന്നാൻ വരണ്ട. ഞാൻ പറഞ്ഞതല്ലാ. ചാവക്കാട്ട് താമസിക്കണെ അപ്പാത്തിക്കിരി ഇട്ടിവർഗ്ഗീസ് പറഞ്ഞതാ. മഠത്തിലെ അമ്മയില്ല്യേ? അമ്പാഴത്തേലെ പാറുട്ട്യേമ? ആ പാറുട്ട്യേമയോട് ഇട്ടിവർഗ്ഗീസ് പറഞ്ഞതാ, പെണ്ണുങ്ങള് മുക്കാൻ പഠിക്കണംന്ന്. കണക്കും ഇംഗ്ലിഷും പഠിച്ചോണ്ട് എന്താ കിട്ടാൻ പോണ്? മുക്കാൻ പഠിച്ചാ സുഖായിട്ട് പ്രസവിക്കാം." കുഞ്ഞാത്തു പറഞ്ഞു.

"പേറ് അത്രണ്ട് എളുപ്പല്ല്യാ കുഞ്ഞാത്തുമാപ്പളേ." പാറുക്കുട്ടി ഒരു ദീർഘശ്വാസത്തോടെ പറഞ്ഞു. അവർ വിദൂരതയിലേക്ക് നോക്കിക്കൊണ്ട് അടുക്കളത്തിണ്ണമേൽ ഇരുന്നു.

"ഇയ്ക്ക് പേറ് എളുപ്പാണോന്ന് അറീല്ല്യ. ശെരിയാ. ഞാൻ പെണ്ണല്ലല്ലൊ!" കുഞ്ഞാത്തു കുലുങ്ങിച്ചിരിച്ചുകൊണ്ട് പറഞ്ഞു.

"കുട്ടിക്ക് ആ ചെകുത്താൻ ആന്തപ്പൊടി കൊടുത്തൂന്നാ ഇയ്ക്ക് തോന്നണ്... കുട്ട്യേ, അത് കുട്ടിക്ക് വല്ലും തിന്നാൻ തന്നോ? അത് കുട്ടിക്ക് നെയ്യപ്പം തന്നോ? പഞ്ചാരപ്പായസം കുടിക്കാൻ തന്നോ? നേര് പറയോ കുട്ട്യേ," പാറുക്കുട്ടി പറഞ്ഞു. അവർ എന്നെ തന്നോട് അടുപ്പിച്ച് എന്റെ മുഖത്ത് ഉറ്റുനോക്കി.

"അയിന്റെകൂടെ എങ്ങട്ടേങ്കിലും പോയിട്ട്ണ്ടാ? അത് കുട്ട്യേ കെട്ടിപ്പിടിച്ചിട്ട്ണ്ടാ? ഇന്നോട് പറയോ മോളേ," പാറുക്കുട്ടി യാചിച്ചു. ഞാൻ മുഖം തിരിച്ചു. പാറുക്കുട്ടിയുടെ മുഖം വിയർത്തിരുന്നു.

"നിങ്ങള് എന്തിനാ ഓരോന്ന് പറഞ്ഞ് കുട്ട്യെ പേടിപ്പെടുത്തണത്? അയിന്റെകൂടെ പൂവ്ണ്! അത്ര വകതിരിവില്ല്യാത്ത കുട്ട്യോന്നുല്ല ഈ കുട്ടി." നാരായണൻനായർ പറഞ്ഞു.

"വകതിരിവ്! ഒന്നൂല്ല്യ. ഇതിന്റെ എട്ട് വയസ്സ് താഴെയാ നൊമ്മടെ സുലുക്കുട്ടി. അയിന് ഇപ്പൊത്തന്നെ എന്ത് ബുദ്ധിയാ. സുലുക്കുട്ട്യെ ഏമാത്താൻ ആർക്കും കഴീല്ല്യ. അയിന്റെ കയ്യ്ന്ന് ഒരു ശില്ലിക്കാശ് ഒരു സായിപ്പിനും കിട്ടൂല്ല്യ. അത് നൊമ്മടെ നൂപ്പരടെപോലെയാ. അയിന് അച്ഛന്റെ സൊഭാവാ." പാറുക്കുട്ടി പറഞ്ഞു.

ഒരു വൈകുന്നേരം ഞാൻ സ്കൂൾ വിട്ട് വീട്ടിലേക്കു വരാൻ തുടങ്ങുമ്പോൾ ഗേറ്റിന്റെ സമീപം ആ സൈനികൻ നില്ക്കുന്നത് കണ്ടു.

“എന്തിനാണ് ഇവിടെ വന്ന് നില്ക്കുന്നത്?” ഞാൻ ചോദിച്ചു.

അയാൾ എന്റെ സഹപാഠിനികളുടെ നേർക്ക് ധനാഭ്യർത്ഥന യോടെ കൈനീട്ടുന്നത് എനിക്കു സഹിക്കുവാൻ കഴിയുമായിരുന്നില്ല. അവരുടെ മുമ്പിൽ തന്റെ വൈരൂപ്യം പ്രദർശിപ്പിച്ചു നിന്നാൽ സഹതാപത്തിനുപകരം അയാൾക്കു കിട്ടുന്നത് വെറും പരിഹാസ മായിരിക്കുമെന്ന് ഞാൻ ഊഹിച്ചു.

“ഈ സ്കൂളിലെ വിദ്യാർത്ഥിനികൾ നിങ്ങൾക്ക് യാതൊന്നും തരികയില്ല.” ഞാൻ എന്റെ നീരസം മറച്ചുവച്ചുകൊണ്ട് അയാളോടു പറഞ്ഞു.

“ഞാൻ പണം ചോദിച്ചുവാങ്ങുവാനല്ല ഇവിടെ വന്നത്. നിന്റെ കൂടെ വീട്വരെ നടക്കാൻ ആഗ്രഹിച്ചു.” അയാൾ പറഞ്ഞു.

“എന്റെകൂടെ നടന്നിട്ട് എന്തുഫലം? എന്റെ വീടിന്റെ ഗേറ്റ്വരെ നടക്കാം. പിന്നീട് എനിക്ക് സമയമില്ല. കുളിക്കണം. പാഠങ്ങൾ ചെയ്തു തീർക്കണം.” ഞാൻ പറഞ്ഞു.

“ഞാൻ ഒരിക്കൽ—ഒരിക്കൽ മാത്രം—നിന്നെ ചുംബിക്കട്ടെ?” അയാൾ ചോദിച്ചു. ഞാൻ അയാളുടെ നേർക്കു തിരിഞ്ഞു. മേൽച്ചുണ്ടിന്റെ മറവില്ലാത്ത ആ നീണ്ട ദന്തനിര എന്നെ ഭയപ്പെടുത്തി. അപ്രതീക്ഷിതമായി എന്റെ മനസ്സിൽ അവജ്ഞ വന്നുനിറഞ്ഞു. എനിക്ക് ഛർദ്ദിക്കുവാൻ ആശതോന്നി. ദഹിക്കാതെ എന്നിൽ അവശേഷിക്കുന്ന ആഹാരവസ്തുക്കളും ദൃശ്യങ്ങളും സ്മരണകളും എല്ലാം ഛർദ്ദിച്ചു കളയുവാൻ ഞാൻ ആഗ്രഹിച്ചു.

“ഒരിക്കൽ മാത്രം നിന്റെ ചുണ്ടത്ത് ഞാൻ ചുംബിച്ചോട്ടെ?” അയാൾ വീണ്ടും ചോദിച്ചു.

ഞാൻ നിരത്തു കടന്ന് ഓടിത്തുടങ്ങി. എന്റെ വീടിന്റെ ഗേറ്റ്വരെ ഞാൻ തിരിഞ്ഞുനോക്കാതെ ഓടി.

അൻപത്തിയൊന്ന്

പതിന്നാലാം വയസ്സിൽ വേനലിന്റെ ഒഴിവിന് ഞാൻ നാട്ടിൽ ചെന്നത് ഒരു സാരി ധരിച്ചിട്ടായിരുന്നു. അമ്മമ്മ ആശ്ചര്യഭരിതയായി.

“കമലയെ കണ്ടപ്പോൾ പെട്ടെന്ന് മനസ്സിലായില്ല്യ. ഒരു കൊല്ലം കൊണ്ട് ഇത്ര വളരുംന്ന് ഞാൻ വിചാരിച്ചില്ല്യ.” അവർ പറഞ്ഞു.

എനിക്ക് അമ്മമ്മയെക്കാൾ ഉയരവും തടിയും ഉണ്ടായിരുന്നു. പക്ഷേ, അവരുടെ നിറമൊ ചന്തമൊ ഉണ്ടായിരുന്നില്ല.

“തലമുടി ആകെ ചപ്ര പറന്നായിരിക്ക്ണു! ദിവസേന എണ്ണതേച്ച് കുളിച്ചാൽ മടങ്ങുമ്പോഴെക്കും ഒന്ന് ഒതുങ്ങിക്കിട്ടും.” അമ്മമ്മ എന്റെ മുടി തടവിക്കൊണ്ട് പറഞ്ഞു.

മുറ്റത്തും കോലായിലും അടുക്കളയിലും നിന്നിരുന്നവർ ആ വാക്കുകൾ കേട്ട് ചിരിച്ചു. എത്രയോ തവണ ആവർത്തിക്കപ്പെട്ട അത്തരം പരാതികൾ കേൾക്കുവാനുള്ള ആഗ്രഹംകൊണ്ടു മാത്ര മല്ലേ ഞാൻ മൂന്ന് പകലുകളും രണ്ടു രാത്രികളും തീവണ്ടിയിൽ കഴിച്ചുകൂട്ടി നാട്ടിൽ വന്നെത്തിയത്? ലോകത്തിൽ മറ്റെല്ലായിടത്തും യുദ്ധം കാരണവും സ്വാതന്ത്ര്യസമരം കാരണവും മാറ്റങ്ങൾ വന്ന് ഭവിക്കുമ്പോഴും നാലപ്പാട്ടും പരിസരത്തും യാതൊന്നും സംഭവി ച്ചില്ല. നാലപ്പാട്ട് മറ്റൊരു ലോകമായിരുന്നു. എനിക്ക് വിശ്രമിക്കുവാ നുള്ള തുരുത്ത്. അപ്രതീക്ഷിതമായി യാതൊന്നും അവിടെ സംഭ വിച്ചില്ല. അപ്രതീക്ഷിതമായ ഒരൊറ്റ വചനംപോലും അവിടെ ആരും ഉരുവിട്ടതുമില്ല. കാലവും തന്റെ ദ്രുതഗമനം നിർത്തിവെച്ച് നാല പ്പാട്ടെ പൂഴിമണ്ണിൽ വിശ്രമിച്ചു—എന്നെപ്പോലെ, വേനലൊഴിവിന്റെ അതിഥിയായി.

ഉച്ചഭക്ഷണത്തിനുശേഷം മുകളിൽ പോയപ്പോൾ ഞാൻ എനിക്ക് തനിച്ച് കിടന്നാൽ മാത്രമെ ഉറക്കം കിട്ടുകയുള്ളു എന്ന് അമ്മമ്മ യോട് പറഞ്ഞു.

അവരുടെ മുഖം വിളർത്തു.

"നമുക്ക് പണ്ടത്തെപ്പോലെ ഒരു കട്ടിലിൽ കിടന്നുകൂടെ?" അമ്മമ്മ ചോദിച്ചു.

"ഒരു കൊല്ലം മുഴുവനും കല്ക്കത്തയിൽ തനിച്ചു കിടന്നു. ഇപ്പോൾ അത് ഒരു ശീലമായി. എനിക്ക് തനിച്ചു കിടന്നാൽ മാത്രമെ ഉറക്കം കിട്ടുള്ളു," ഞാൻ പറഞ്ഞു. അമ്മമ്മയുടെ നൈരാശ്യം കാണാതിരിക്കുവാൻവേണ്ടി ഞാൻ മുഖംതിരിച്ചു.

ജനലിലൂടെ പടിഞ്ഞാറെ മുറ്റം എനിക്ക് കാണാമായിരുന്നു. പാരിജാതം പൂത്തിരുന്നു.

"എന്നാൽ കമല കട്ടിലിൽ കെടന്ന്കൊള്ളു. ഞാൻ നിലത്ത് കോസറി വിരിച്ച് കെടക്കാം." അമ്മമ്മ പറഞ്ഞു.

"അതൊന്നും വേണ്ട. രാത്രി ചവുട്ടിയാലൊ എന്ന് പേടിച്ച് ഞാൻ ഉറങ്ങില്ല." ഞാൻ പറഞ്ഞു.

അമ്മമ്മ പിന്നീട് ഒന്നും പറയാതെ എന്നെ വടക്കേ മുറിയിൽ തനിച്ചാക്കി നടുവിലത്തെ മുറിയിൽപ്പോയി കിടന്നു.

ഉച്ചയുറക്കം കഴിഞ്ഞ് ഞാൻ എഴുന്നേറ്റപ്പോൾ മുകളിലെ മുറി കളിൽ ഞാനല്ലാതെ മറ്റാരും ഉണ്ടായിരുന്നില്ല. ഞാൻ മുഖം കഴുകി കോണിപ്പടികൾ ഇറങ്ങി അഞ്ചാംപുരയിലേക്ക് ചെന്നു. ചായയും പലഹാരവും അമ്മമ്മ എനിക്ക് സമ്മാനിച്ചു.

"ഇക്കുറി എന്താ കമലയ്ക്ക് ഒരു മൗനം? കല്ക്കത്തേലെ വിശേഷ ങ്ങളൊന്നും പറയാത്തതെന്താ?" അമ്മമ്മ ചോദിച്ചു.

"കല്ക്കത്തേല് എന്തു വിശേഷം? ഒന്നും പറയാനില്ല." ഞാൻ പിറുപിറുത്തു.

"ഈ കഴിഞ്ഞ മുന്നൂറ്റി അറുപത്തഞ്ചു ദിവസവും വിശേഷിച്ച് ഒന്നും ഉണ്ടായിട്ടില്യ എന്നാണൊ കമല പറഞ്ഞോണ്ട് വരണ്?" അമ്മമ്മ ചോദിച്ചു.

"വിശേഷിച്ചൊന്നും സംഭവിച്ചിട്ടില്ല എന്നാണ് ഞാൻ പറഞ്ഞത്."

പാറുക്കുട്ടി ഒരു കൈത്തലം തന്റെ നെറ്റിമേൽ വെച്ച് ഉറക്കെ വിളിച്ചു പറഞ്ഞു:

"കുട്ട്യേ, ഒന്ന് പറഞ്ഞുകൊടുക്ക്വോന്നേയ്. നൊമ്മടെ കരടിയെ പ്പറ്റി പറഞ്ഞ്കൊടുക്ക്വോ കുട്ട്യേ. കുട്ടി സിംഹത്തിന്റെ കൂട്ടില് കേറീന്ന് പറഞ്ഞു കൊടുക്ക്വോ, കുട്ട്യേ."

"സിംഹത്തിന്റെ കൂട്ടില് കേറ്വ! കല്ലുവെച്ച നൊണ. ഇതൊക്കെ ആരാ വിശ്വസിക്ക്യാ?" അമ്മമ്മ ചിരിച്ചുകൊണ്ട് പറഞ്ഞു.

"അമ്മമ്മ ഒന്നും വിശ്വസിക്കില്ല. അതുകൊണ്ടാണ് ഞാൻ ഒന്നും പറയാത്തത്."

അയൽക്കാരായ മാലതിക്കുട്ടി, പ്രസന്ന, തങ്കം മുതലായവരോ ടൊപ്പം ഞാൻ വയൽവക്കത്തുകൂടി നടക്കുവാൻ പോയി. ഇലഞ്ഞി യുടെ കീഴിൽ ഇരുന്നുകൊണ്ട്, ഞങ്ങൾ ആൺകുട്ടികളുടെ വിചിത്ര സ്വഭാവരീതികളെപ്പറ്റി ചർച്ചചെയ്തു. ഹിന്ദി സിനിമാഗാനങ്ങൾ അന്യോന്യം ചൊല്ലിക്കേൾപ്പിച്ചു.

ഒരുദിവസം അമ്മമ്മ വിഷണ്ണയായി എന്നെ സമീപിച്ചു:

"കമലയെ തനിച്ച് കിട്ടുന്നേയില്ല! എപ്പോഴും സഖിമാരുടെകൂ ടെയാ. എനിക്കും കമലയോട് സംസാരിക്കാൻ ആഗ്രഹമുണ്ട്. അത് അറിയില്ല്യേ?"

"അമ്മമ്മയോട് ഞാൻ എന്തു പറയാനാണ്? ഞാൻ പറയുന്ന തൊന്നും വിശ്വസിക്കില്ലല്ലൊ?" ഞാൻ ചോദിച്ചു.

"ഞാൻ വിശ്വസിക്കാം." അമ്മമ്മ പറഞ്ഞു.

അന്യോന്യം സ്നേഹിച്ചാലും അമ്മമ്മയ്ക്കും എനിക്കും യഥാർത്ഥ മിത്രങ്ങളാവാൻ പ്രായവ്യത്യാസം നിമിത്തം സാദ്ധ്യമാവുകയില്ലെന്ന് ഞാൻ പറഞ്ഞു. "എനിക്ക് രുചിക്കുന്ന വിഷയങ്ങൾ അമ്മമ്മയെ നീരസപ്പെടുത്തും. ഉദാഹരണത്തിന്, ആൺകുട്ടികളുടെ വിഷയം എടുത്താൽ മതിയല്ലൊ. പതിനെട്ടു വയസ്സ് പ്രായമുള്ള ആൺകുട്ടി കളെപ്പറ്റി ഞാനും സ്നേഹിതമാരും നടത്തുന്ന ദീർഘചർച്ചയിൽ പങ്കെടുക്കുവാൻ അമ്മമ്മയ്ക്ക് താല്പര്യമുണ്ടാവുമൊ? ഇല്ല. അല്ലേ? അമ്മമ്മയ്ക്ക് താല്പര്യം ആദ്ധ്യാത്മികവിഷയങ്ങളോടു മാത്രം. അല്ലെ ങ്കിൽ മഹാത്മാഗാന്ധിയുടെ ചെയ്തികൾ, വചനങ്ങൾ. എനിക്ക് മഹാത്മാഗാന്ധി എന്ന് കേട്ടാൽത്തന്നെ ബോറടിക്കും." ഞാൻ പ്രസ്താവിച്ചു.

“ഇതൊക്കെ കമല വെറുതെ പറയ്വാണ്. കമലയ്ക്ക് മഹാത്മാ ഗാന്ധിയോട് വേണ്ടത്ര ബഹുമാനോം ഭക്തീം ഉണ്ട്. എനിക്കറിയാം.” അമ്മമ്മ ചിരിച്ചുകൊണ്ട് പറഞ്ഞു.

“അമ്മമ്മയ്ക്ക് ഞാൻ ആരാണ് എന്ന് അറിയില്ല. എന്റെ സ്വഭാവം അമ്മമ്മ വിചാരിക്കണപോലെ നല്ലതൊന്നും അല്ല. ഒരു ആൺകുട്ടി വന്ന് സിനിമയ്ക്ക് പോവാൻ എന്നെ ക്ഷണിച്ചാൽ ഞാൻ പോവും. അത് അമ്മമ്മയ്ക്ക് അറിയില്ല.”

“സിനിമയ്ക്ക് പോയ്ക്കോളൊ. നല്ല കുടുംബത്തില് ജനിച്ച ആൺകുട്ടിയാണെങ്കില് എനിക്കെന്താ വിരോധം? നാലാളെ വിളിച്ച് കമലേടെ കഴുത്തില് ഒരു താലികെട്ടാൻ ഞാൻ പറയും. അത്രതന്നെ.”

“സിനിമയ്ക്ക് കൂടെ പോയീന്ന് വെച്ചാൽ താലികെട്ടണോ?”

“കമല ഏത് ആൺകുട്ടിടെ കൂടെയാ സിനിമ കാണാൻ പോയത്?” അമ്മമ്മ ചോദിച്ചു.

പാറുക്കുട്ടി ഉറക്കെ പൊട്ടിച്ചിരിച്ചു.

“കുട്ടി ഇന്റെ കൂടെയാ പോയത്. ചെലപ്പൊ നൂപ്പര്ടെ കൂടെ പൂവും. അല്ലാണ്ടെ ആര്ടേം കൂടെ നൊമ്മടെ കുട്ടി പൂവില്യ.” പാറുക്കുട്ടി പറഞ്ഞു.

അമ്മമ്മയും പാറുക്കുട്ടിയും പൊട്ടിച്ചിരിച്ചു. എനിക്ക് ആ നിമിഷത്തിൽ രണ്ടുപേരോടും അമർഷം അനുഭവപ്പെട്ടു.

“പാറുക്കുട്ടി അറിയാതെ ഞാൻ എത്രയോ തവണ പോയിട്ടുണ്ട്.” ഞാൻ പറഞ്ഞു.

“പകലൊന്നും ഞാനറിയാണ്ടെ കുട്ടി എങ്ങ്ട്ടും പോയിട്ടില്യ തീർച്ചയാ. ഇഞ്ഞി അർദ്ധരാത്രി എണീട്ട് റോട്ടിലേക്ക് പോയോന്ന് ഇയ്ക്ക്ശ്ശല്യ.” പാറുക്കുട്ടി പൊട്ടിച്ചിരിച്ചുകൊണ്ട് പറഞ്ഞു.

ഞാൻ സന്ധ്യനേരത്ത് കാനൻദേവി എന്ന സിനിമാനടി പാടിയ ശോക ഗാനം അമ്മമ്മയെ കേൾപ്പിച്ചു.

“ആ സ്ത്രീയുടെ ഭർത്താവ് മരിച്ചു. വ്യസനംകൊണ്ട് പാടിയ പാട്ടാണ് ഇത്.” ഞാൻ പറഞ്ഞു.

“ഭർത്താവ് മരിച്ചാൽ ആരെങ്കിലും പാട്ട് പാട്വോ?” അമ്മമ്മ ചോദിച്ചു.

“ബംഗാളികൾ പാടും. വ്യസനം തട്ടുമ്പോൾ പാടും.” ഞാൻ പറഞ്ഞു.

“നമ്മള് വ്യസനിക്കുമ്പൊ തേങ്ങിക്കരയണപോലെ, അല്ലേ?” അമ്മമ്മ ചോദിച്ചു.

ഞാൻ തലകുലുക്കി.

“ഇയ്ക്ക് സങ്കടാവുമ്പൊ ഒന്നും കഴിക്കാൻ വെയ്യാണ്ടെയാവും. ഒരു ഉരുള എടുത്ത് വായില്വെച്ചാ അത് എറങ്ങില്യ. ചോറ്റുങ്കിണ്ണ

ത്തിന്റെ നുമ്പില് ഒറ്റ ഇരിപ്പാ... കണ്ണ്ന്ന് ശറശറോന്ന് കണ്ണീര് വീണോണ്ടിരിക്കും.'' പാറുക്കുട്ടി ആംഗ്യങ്ങളോടെ പറഞ്ഞു.

''പാറുക്കുട്ടിക്ക് എന്തിനാ ഇത്ര സങ്കടം?'' അമ്മമ്മ ചോദിച്ചു.

''ഇല്യാത്തോരല്ലേ? ഏത് മോഹാ സാധിക്ക്യ? ഈ ജന്മം ഇയ്ക്ക് സൊന്തം ഒരു വീടുണ്ടാവില്യ. അത് തീർച്ചയാ. ആവ്ത്ള്ളാ കാലത്ത് വല്ലോരടേം വീട്ടില് അടിച്ചുവാരും. വല്ലോരടേം മുണ്ടും റോയറും തിരുമ്മും. വല്ലോരടേം കുട്ട്യോളെ അപ്പി ഇടീക്കും. വെയ്യാണ്ടെ ആവുമ്പൊ ഇന്നെ പൊറത്താക്കും. പിന്നെ പഷ്ണി.'' പാറുക്കുട്ടി പറഞ്ഞു. അവരുടെ കണ്ണുകൾ കലങ്ങി.

''അതൊന്നും ഇപ്പൊ ആലോചിക്കേണ്ട പാറൂട്ട്യേ. നെന്നെ കമലടെ കൂടെ അയയ്ക്കൂംന്ന് മാധവൻനായര് എത്ര തവണ പറഞ്ഞിരിക്കുണു! കമല കല്യാണം കഴിച്ച് പോവുമ്പൊ പാറൂട്ടീം കൂടെ പോവും.'' അമ്മമ്മ പറഞ്ഞു.

പാറുക്കുട്ടി തന്റെ കോന്തലകൊണ്ട് മുഖം തുടച്ചു. അവർ മൂക്കുകൊണ്ട് ചില വിചിത്ര ശബദ്ങ്ങൾ ഉണ്ടാക്കി. പന്നികളെ അനുസ്മരിപ്പിക്കുന്ന ശബ്ദങ്ങൾ.

''കുട്ടി കല്യാണം കഴിച്ച് പൂവ്വാൻ ഇഞ്ഞീം കൊറെ കാലം വേണ്ടേ? അയിന്റെ എടയ്ക്ക് ഇയ്ക്ക് എന്താ സംഭവിക്ക്യാന്നാര് കണ്ടു?'' പാറുക്കുട്ടി ചോദിച്ചു.

''പാറുട്ടിക്ക് ഒന്നും സംഭവിക്കില്യ. പാറുട്ടിക്ക് കല്ക്കത്തേല് സുഖല്ലേ? ബാല ആരെയും ചീത്ത പറയില്യ. കുട്ട്യോൾക്ക് പാറുക്കുട്ടീച്ചാൽ ജീവനാ. പാറുക്കുട്ടി സന്തോഷായി കഴിയണം.'' അമ്മമ്മ പറഞ്ഞു.

''ഇന്നെ കല്യാണം കഴിക്കണംന്ന് ഒരാൾക്ക് മോഹണ്ട്. ആള് മദിരാശീലാ.'' പാറുക്കുട്ടി പറഞ്ഞു.

''കല്യാണം കഴിച്ചുകൂടെ? കുടീം മറ്റ് ദുശ്ശീലങ്ങളും ഒന്നൂല്യെങ്കില് പാറുക്കുട്ടിക്ക് അയാളെ കല്യാണം കഴിച്ചൂടെ?'' അമ്മമ്മ ചോദിച്ചു.

''കുടീല്യ, വാക്കി ദുശ്ശീലങ്ങളൂല്യ. സൊജാതിയാ. പക്ഷേ, കയ്യില് രണ്ടു സൊർണ്ണത്തിന്റെ വളേം ഇട്ടിട്ട് മതീ കല്യാണംന്നാ ഇയ്ക്ക് തോന്നണ്. കല്യാണം കഴിഞ്ഞാ പേറായി കുട്ട്യോളായി. പിന്നെ ഒരു വീശം സൊർണം വാങ്ങിക്കാൻ കാശ് തെകയില്ല. മൂന്നരപ്പവന്റെ ഒരു കുഴിച്ചെയിനും രണ്ട് കോണ്വളേം നൊമ്മടെ തട്ടാൻ നാരായണനെക്കൊണ്ട് ഉണ്ടാക്കിക്കണംന്നാ ഇന്റെ മോഹം. പിന്നെ ഒന്നിനും ഇയ്ക്ക് മോഹല്യ.''

''നിങ്ങക്ക് വെള്ളക്കല്ല് വെച്ച കമ്മലായി, കുഴിമിന്നിയായി, മോതിരായി.... എന്നിട്ടും മോഹം തീർന്നിട്ടില്യ. ഇന്റെ സ്ഥിതിയൊ? ഇയ്ക്ക് കുഴിമിന്നീല്യ, മോതിരോല്യ. ഉവ്വൊ? അപ്പൊ ഇന്റെ ദുഃഖാ വല്ത്, നിങ്ങടെ ദുഃഖാ വല്ത്?'' മാധവിയമ്മ ഉറക്കെ ചോദിച്ചു.

നിലാവില്ലാത്ത ഒരു രാത്രിയിൽ എന്റെ കട്ടിലിന്ന് കീഴിൽ വെറും നിലത്തു വിരിച്ച മെത്തയിൽ കിടന്നുകൊണ്ട് അമ്മമ്മ ചോദിച്ചു:

"കമലയ്ക്ക് ഓർമ്മയുണ്ടോ പണ്ട് നമ്മൾ ഗുരുവായൂർക്ക് വഞ്ചിയിൽ പോയത്?"

"അത് എങ്ങനെ മറക്കും?"

ഞങ്ങൾ വീണ്ടും ഒരു വഞ്ചിയിൽ സഞ്ചരിക്കുകയാണെന്ന് എനിക്ക് ആ നിമിഷത്തിൽ തോന്നി. വഞ്ചിയുടെ കീഴിൽ നൊട്ടിയും നുണച്ചുംകൊണ്ട് വെള്ളം...

"അപ്പോൾ കമലയ്ക്ക് യാതൊരു മാറ്റവും വന്നിട്ടില്യ. ശരീരം വളർന്നു. പക്ഷേ, അതിന്റെ അകത്ത് യാതൊരു മാറ്റവുമില്യ." അമ്മമ്മ പറഞ്ഞു.

എന്റെ ശരീരംതന്നെ എനിക്ക് അപരിചിതമായി തോന്നി.

"എന്റെ ശരീരം മറ്റൊരുത്തിയിൽനിന്ന് കടംവാങ്ങി ഞാൻ ധരിച്ച കുപ്പായമാണെന്ന് ഒരു തോന്നൽ." ഞാൻ പറഞ്ഞു.

ഇരുട്ടിൽനിന്ന് അമ്മമ്മയുടെ പൊട്ടിച്ചിരി ഉയർന്നു.

"ശരീരം കടംവാങ്ങിയതാണെന്ന് മനസ്സിലായല്ലൊ? ഇനി ഒന്നും പേടിക്കാനില്ല." അമ്മമ്മ പറഞ്ഞു.

"അതുകൊണ്ടാവാം എനിക്ക് അമ്മമ്മയുടെ കട്ടിലിൽ അമ്മമ്മയെ കെട്ടിപ്പിടിച്ചുകൊണ്ട് കിടക്കുവാൻ മടിതോന്നുന്നത്." ഞാൻ പറഞ്ഞു.

"കമലയെ എപ്പോഴും കെട്ടിപ്പിടിച്ച് കിടക്കണമെന്ന് ഞാൻ ശാഠ്യം പിടിക്കാൻ പാടില്യ."

"സ്നേഹമില്ലാഞ്ഞിട്ടല്ല ഞാൻ കട്ടിലിൽ തനിച്ച് കിടക്കണമെന്ന് പറഞ്ഞത്." ഞാൻ പറഞ്ഞു.

അമ്മമ്മ പിന്നീട് സംസാരിച്ചില്ല. അവർ ഉറങ്ങിപ്പോയിരിക്കാം. നേരം ഏകദേശം നാല് മണിയോട് അടുത്തിരിക്കണം. ആരോ കിണറ്റിലേക്ക് ഇറക്കുന്ന ഒഴിഞ്ഞപാട്ടപോലെയായിരുന്നു ആ യാമം. രാത്രിയെ പ്രഭാതത്തിലേക്ക് ബന്ധിപ്പിക്കുന്നതും ദ്രവിച്ചതുമായ ഒരു പാലം. പാരിജാതത്തിലൂടെ കാറ്റ് വീശിയില്ല. കരിമ്പനയുടെ ഓലകൾ ചലിച്ചില്ല.

എന്റെ വളർച്ചയെത്തിയ സ്ത്രീശരീരത്തെ അമ്മമ്മ തൊട്ടുതടവുമോ എന്ന് ഭയന്ന് ഞാൻ തനിച്ച് കട്ടിലിൽ കിടന്നു. ശരീരത്തിന്റേതായ പുതിയ ലജ്ജകളും പുതിയ സങ്കോചങ്ങളും എന്നെ അസ്വസ്ഥയാക്കി.

പക്ഷേ, ഞങ്ങൾ തമ്മിൽ ഉണ്ടായിരുന്ന സ്നേഹബന്ധത്തിന് കോട്ടം തട്ടിയിരുന്നില്ല. അത് ഒന്നിച്ചു പങ്കിടുവാൻ പറ്റിയ മധുരസ്മരണകളാൽ നിരന്തരം പോഷിക്കപ്പെട്ടു.